தணிக்கை
தெளிவாக்கமும் செயல்முறைகளும்

இரா. திருப்பதி வெங்கடசாமி IAAS
M.Sc.(Ag), MPA, CISA

நியூ செஞ்சுரி புக் ஹவுஸ் (பி) லிட்.,
41- பி, சிட்கோ இண்டஸ்டிரியல் எஸ்டேட்,
அம்பத்தூர், சென்னை- 600 050.
☎: 044 - 26251968, 26258410, 48601884

Language: Tamil
Thanikkai
Thelivaakkamum Seyalmuraigalum
Author: **R. Thiruppathi Venkatasamy**
First Edition: February, 2022
Second Edition: April, 2023
Copyright: Author
No. of Pages: 516
Publisher:
New Century Book House Pvt. Ltd.,
41-B, SIDCO Industrial Estate,
Ambattur, Chennai - 600 050.
Tamilnadu State, India.
Email: info@ncbh.in
Online: www.ncbhpublisher.in

ISBN: 978 - 81 - 2344 - 191 - 7
Code No. A 4544
₹ 685/-

Branches:
Ambattur 044 - 26359906, **Spenzer Plaza (Chennai)** 044-28490027
Trichy 0431-2700885 **Pudukkottai** 04322- 227773 **Thanjavur** 04362-231371
Tirunelveli 0462-4210990, 2323990, **Madurai** 0452-2344106, 4374106
Dindigul 0451-2432172 **Coimbatore** 0422-2380554 **Erode** 0424-2256667
Salem 0427-2450817 **Hosur** 04344-245726 **Krishnagiri** 04343-234387
Ooty 0423-2441743 **Vellore** 0416-2234495 **Villupuram** 04146-227800
Pondicherry 0413-2280101 **Nagercoil** 04652-234990

தணிக்கை

தெளிவாக்கமும் செயல்முறைகளும்
ஆசிரியர்: **இரா. திருப்பதி வெங்கடசாமி**
முதல் பதிப்பு: பிப்ரவரி, 2022
இரண்டாம் பதிப்பு: ஏப்ரல், 2023

அச்சிட்டோர்: **பாவை பிரிண்டர்ஸ் (பி) லிட்.,**
16 (142), ஜானி ஜான் கான் சாலை, இராயப்பேட்டை, சென்னை - 14
☎: 044-28482441

All rights reserved. No part of this book may be reprinted or reproduced or utilised in any form or by any electronic, mechanical, or other means, now known or hereafter invented, including photocopying and recording, or in any information storage or retrieval system, without permission in writing from the publishers.

பெற்றோருக்கு
இராமமூர்த்தி – லிங்கம்மாள்

Message from CAG of India

I am happy to know that Shri R. Thiruppathi Venkatasamy, IAAS has written: "Thanikkai Thelivakkamum Seyalmuraikalum" (Audit Explanation and Procedures) in Tamil.

As many students pursue their studies in their mother tongue, basic books about audit in their language would help them understand the subject better. I appreciate the author for making an effort to write this book and contributing to the audit profession. I wish similar efforts need to be taken in other Indian languages too.

This book gives a good account of most of the audit concepts, processes, standards, and ethics applicable to the profession. The content has been presented lucidly to help the readers understand the audit completely. In addition, there are many practical tips for the students.

This book would be of great use as a textbook to all students and as a reference book to all practicing professionals. Students and professionals in Tamil Nadu would benefit immensely from this book.

Wishes,

New Delhi, **Shri Girish Chandra Murmu,**
03-02-2022 Comptroller and Auditor General of India

முன்னுரை

பகுத்தறிவதே தணிக்கையின் தலையாய நோக்கம் என ஆரம்பிக்கிறார் திருப்பதி. கேடில்விழுச்செல்வமாக ஆரம்பித்த தணிக்கை இன்று தகவல் தொழில்நுட்பத்தினால் எவ்வாறு பரிணாம வளர்ச்சி அடைந்துள்ளது என்பதை இவரது தடக்கையால் அழகாக எடுத்துக் கூறுகிறார்.

தணிக்கை என்பது அனைத்து நிறுவனங்களுக்கும் (அரசு/ பொதுத்துறை/ தனியார்) இருக்க வேண்டிய தனிக்'கை' ஆகும். நிறுவனங்களின் ஆணிவேராக இருப்பதுடன், மேலும் அந்நிறுவனங்கள் நன்கு தழைத்துக் கனிகள் தரவும் நிர்வாகிகளும் பயனாளிகளும் இளைப்பாற வழிவகை செய்வது தணிக்கையின் தனிச் சிறப்பு என்கிறார் ஆசிரியர்.

அரசுத் துறைகளில் தணிக்கைச் செயல்பாடுகள் கலங்கரை விளக்கமாகத் திகழ வேண்டும் என்பது திருப்பதியின் ஆசை. இந்திய அரசியல் சாசனச் சட்டத்தின் மூலம் இந்திய கணக்காய்வுத் துறை அறம் சார்ந்து, தன்னாட்சி அமைப்பாக இயங்குவதை தெள்ளத் தெளிவாகப் படம்பிடித்து காட்டுகிறார். நிறுவனங்களில் நிதியைப் பற்றி சான்றுகளின் அடிப்படையில் நடுநிலையுடன் நீதி வழங்க வேண்டியதே தணிக்கையின் அடிப்படைக் கூறுகள் என்கிறார். தணிக்கை நிர்வாக அமைப்புகளில் தாமரையில் தண்ணீர் போல் செயல்படுவதும், தண்ணீரில் எழுத்து போல் இல்லாமல் இருப்பதே தணிக்கையில் தரம் உயர்த்தும் என்கிறார்.

தனி மனித வளத்தை உயர்த்துவதே தணிக்கையின் தணியாத் தாகமாக உள்ளது. நிறுவனம் அந்நிறுவனத்தைத் தணிக்கை செய்யும் அலுவலர்கள் மேலும் அதனால் பயன் பெறப்போகும் பயனாளிகள் ஆகியவர்களை உள்ளடக்கித் தணிக்கை மூன்று பரிணாமங்களில் இயங்குகிறது. நலமுரண் (Conflict of interests) இன்றி மந்தணமாக (மந்தமாக அல்ல) செய்பொருள் அறிவுடன் செயல்படுவதே தணிக்கையின் அறம் என வரையறுக்கின்றார் திருப்பதி.

தணிக்கையின் அடிப்படையான கணக்கு எழுதும் முறை 5000 ஆண்டுகளுக்கு முன்பே தோன்றி இருக்கலாம் என்று தணிக்கையின் தோற்றம் பற்றியும் பரிணாம வளர்ச்சி பற்றியும் கூறும் கருத்துக்கள் மிகவும் சுவாரசியமானவை. ஆசிரியர் கூறும் சான்றுகளின் அடிப்படையில் கணக்கு எழுதும் முறை கிரேக்க எகிப்திய சமவெளி-சங்ககால நாகரீகம் தோன்றிய காலம் முதல் நடைமுறையில் இருப்பதாகத் தெரிகின்றது. எங்கெல்லாம் வணிகம் சிறந்து விளங்கியதோ அங்கெல்லாம் கணக்காய்வு இருந்ததாக சங்ககால இலக்கியத்தில் இருந்து எடுத்துக்காட்டுகளுடன் எடுத்துரைப்பது இவரது ஆழ்ந்த தமிழ் அறிவின் வலிமையும் அதனுள் பொதிந்து கிடந்த தணிக்கை பற்றிய தகவல்களை சேகரித்ததும் இவரது தீராத் தேடலின் விளைவே ஆகும். இவர் தணிக்கை பற்றி சங்ககால இலக்கியத்தில் மூழ்கி முத்து எடுத்துள்ளார் என்றே கூறத் தோன்றுகிறது.

பல்வேறு நிறுவனங்களிலும் அலுவலகங்களிலும் அழையா விருந்தாளியாக இருந்தாலும் இனிப்பு தடவிய மருந்தாகவே தணிக்கை இருப்பதாக திருப்பதி விவரிக்கின்றார். ஒரு நிறுவனத்தின் நிதி ஆரோக்கியம், செயல்பாடு, பயன்பாடு அனைத்தும் தணிக்கையின் மூலமே மக்களிடம் நிலைநாட்ட முடியும் என்று உறுதியாக நம்புகிறார். இன்றைய சந்தைப் பொருளாதாரத்தில் முதலீட்டாளர்களையும் வாடிக்கையாளர்களையும் சார்-தொழில் செய்பவர்களையும் ஒன்றாக நம்பிக்கை என்னும் அச்சாணியில் இயங்க வைப்பது தணிக்கை ஆகும். அப்போதைய காலகட்டத்தில் தணிக்கையின் நோக்கமும் குறிக்கோளும் மாற்றி வடிவமைக்கப்பட்டுள்ளன. ஒரு நிறுவனத்தில் நடந்து முடிந்த செலவினங்கள் அந்நிறுவனத்தின் நோக்கத்திற்கு ஏற்றவாறு அது அமைந்துள்ளதா என்பதை மட்டும் கண்டறிவதல்ல தணிக்கை. அந்நிறுவனத்திற்கு எதிர்காலத் திட்டங்களையும் அது எவ்வாறு செயல்பட வேண்டும் என்பதைப் பற்றியும் அறிவுரை வழங்குவதற்காக தணிக்கை புதிய பரிணாமம் கண்டுள்ளதாக ஆசிரியர் விவரிக்கின்றார். மேலும் தணிக்கை என்பது நிதி நிலையைத் தாண்டி, தொழில்நுட்பம், அந்நிறுவனத்தினால் ஏற்படும் சுற்றுச்சூழல் பாதிப்பு, சமூக விளைவுகள் போன்ற அனைத்தையும் உள்ளடக்கியதே தணிக்கையின் உச்சகட்ட பரிணாம வளர்ச்சியாகத் தெரிவிக்கின்றார். அதேவேளையில் தணிக்கையின் வரம்புகளையும் இவர் பட்டியலிடத் தவறவில்லை.

ஆங்காங்கே தணிக்கையின் கோட்பாடுகளைப் பல்வேறு கருத்து படங்களின் மூலம் தெள்ளத் தெளிவாக்குகின்றார் திருப்பதி. இவர் தணிக்கைக்குப் புதிய ஆத்திச்சூடி எழுதி உள்ளது மிகவும் சிறப்பாக

அமைந்துள்ளது. இது அவர் தணிக்கை மீது கொண்டுள்ள தீராக் காதலை வெளிக்கொணர்கிறது. நிறுவன நினைவுகளை சுமந்து நிற்பதில் ஆவணப்படுத்துதல் எவ்வளவு முக்கியமானது என்பதும் தெளிவுபடுத்தப்பட்டுள்ளது. தணிக்கையில் நிர்வாகச் சீராய்வு, சான்றாய்வு, புலனாய்வு, நிறுவன மதிப்பிடுதல், சோதனை இடுதல், மேற்பார்வையிடுதல் எவ்வாறு பங்கு வகிக்கின்றன என்பதையும் எடுத்துக் கூறுகின்றார் ஆசிரியர்.

ஒரு நிறுவனத்தின் அகக் கட்டுப்பாட்டிற்கும் தணிக்கை பெரும் பங்காற்றுகிறது. இது 'வருமுன் காப்போம்' போன்று செயல்படுகிறது. அகக் கட்டுப்பாடு நிதி நிர்வாகத் தர மேலாண்மைக்கும் உதவுகிறது.

தணிக்கையை பல்வேறு காரணிகள் மற்றும் நோக்கங்களின் அடிப்படையிலும் வகைப்படுத்தவும் தவறவில்லை ஆசிரியர். அதனை ஒவ்வொன்றாக அவர் விவரிப்பது அவரது 20 ஆண்டுகால அனுபவத்தைப் பிழிந்து தருவதாக உள்ளது. நிதித் தணிக்கையை அவர் விளக்கியுள்ள விதம் மிகவும் பாராட்டுக்கு உரியது. இதனை ஒரு நிறுவனத்தின் உயிர் நாடியாகக் கொள்ளலாம். தணிக்கை பற்றி மட்டும் கூறாமல், அதனை எவ்வாறு புரிந்துகொள்ள வேண்டும் என்பதைப் பற்றி விளக்குவது இன்னும் சிறப்பாக அமைந்துள்ளது. செயலாக்கத் தணிக்கையை வள்ளுவரின் வாய்மொழி மூலம் எடுத்துரைப்பதுவும் நன்றாக அமைந்துள்ளது.

தற்போதைய காலகட்டத்தில் தேவைப்படும் சிறப்புத் தணிக்கை களான சுற்றுச்சூழல், தகவல் தொழில்நுட்பம், மின்ஆற்றல் மற்றும் சமூகத் தணிக்கைகளைப் பற்றி விளக்கி உள்ளது நிறுவனத்திற்கு மட்டுமல்லாமல் அரசுக்கும் சமூகத்திற்கும் மாபெரும் பங்காற்றும்.

அரசு மற்றும் தனியார் துறை தணிக்கைகளைப் பற்றி தெளிவாக்கி யுள்ளார் ஆசிரியர். தணிக்கைத் திட்டமிடலில் வழிமுறைகள் பற்றியும் நோக்கங்கள் பற்றியும் சிறப்பாக எடுத்துக் கூறியுள்ளார். இவர் நிறுவனத்தில் ஏற்படும் இடர்களைக் கண்டறிவதிலும் அதனை வரையறை செய்வதும் புதுமையாக உள்ளது. ஒரு நிறுவனத்தில் விதிமீறல்களை பொறி நிலையாகவும் நிர்வாகமே நடத்தும் ஊழல்களைத் தீப்பிழம்பு நிலையாகவும் வரையறுத்துள்ளது இவருக்கு பணியில் கிடைத்த அனுபவத்தின் வெளிப்பாடேயாகும்.

பயன்படுத்தக்கூடிய வார்த்தைகள் தணிக்கைச் செயல்முறையில் மிகவும் முக்கியமானது ஆகும். சரியான சொற்களின் மூலம் தணிக்கையில் அறிக்கைகள் வரையறுக்கப்பட வேண்டும். எழுப்பப் படும் கேள்விகளுக்கு நிர்வாகம் அளிக்கும் பதில்களைச் சரியாகப்

பரிசீலிக்க வேண்டியதும் தணிக்கையின் முக்கிய அம்சம் என்கிறார் ஆசிரியர். தணிக்கை செயல்முறையில் மற்றொரு முக்கியமான கருவி நேர்காணல் ஆகும். அந்நேரத்தில் கோபத்திற்கும் ஏமாற்றத்திற்கும் இடமளிக்காமல் உணர்ச்சிகளைக் கட்டுப்படுத்திக் கொண்டு தனக்குத் தேவையான தகவல்களைப் பெறுவது இன்றியமையாதது ஆகும்.

'நீரின்றி அமையாது உலகு' போன்று 'சான்றுகள் இன்றி அமையாது தணிக்கை' என்கிறார். சான்றுகளின் பண்புகள் பற்றியும் அதனை எவ்வாறு சேகரிக்க வேண்டும் என்ற வழிமுறைகளைப் பற்றியும் விவரிக்கும் ஆசிரியர், தணிக்கை அறிக்கை எவ்வாறு சமர்ப்பிக்கப்பட வேண்டும் என்பதை மேலும் திருக்குறள் மூலம் விளக்குவது சிறப்பாக உள்ளது. தணிக்கைக்கும் தரநிலைகள் தேவை என்பதைத் தெளிவாக்குகின்றார் ஆசிரியர். நேர்மை, வெளிப்படைத் தன்மை, நடுநிலைமை, தனித்துச் செயல்படுதல், நம்பகத்தன்மை வாய்ந்தவராக தணிக்கையாளர் விளங்க வேண்டுமென்று புது விதி முறையையும் வைத்துள்ளார். தணிக்கையில் ஏற்படும் இடர்கள் பற்றியும் அதனை எவ்வாறு கையாள வேண்டும் என்பது பற்றியும் தென்னை-பசுக் கதையை வைத்து விளக்குவது சிரிப்பாக இருந்தாலும் சிந்தனையைத் தூண்டுகிறது.

தணிக்கை அறிக்கையில் சுட்டிக்காட்டப்பட்டுள்ள தவறுகளை, தடைகளை எவ்வாறு நிவர்த்தி செய்ய வேண்டும் என்பதைப் பின்செய் நேர்த்தியாக ஆசிரியர் விளக்கியுள்ளார். நிறுவனம் உயர்ந்து நிற்பதற்கு, சீர்மிகு நிர்வாகத்தில் தணிக்கை எவ்வாறு ஒவ்வொரு படிக்கட்டாக உதவுகின்றது என்பதை எளிமையாக விளக்கியுள்ளார் ஆசிரியர்.

தணிக்கை அமைப்புகள் உலகம் முழுவதும் தோன்றி பரிணாம வளர்ச்சி அடைந்து மாபெரும் சேவையாற்றிக் கொண்டுள்ளதை இவரின் 'தணிக்கை ஓர் உலகளாவிய பார்வை' எடுத்துக் கூறுகின்றது. இந்தியாவில் தணிக்கைத் துறை எவ்வாறு வளர்ச்சி அடைந்தது என்பதையும் இவர் கோடிட்டுக் காட்டுகிறார். பன்னாட்டு நிறுவனங்களில் தணிக்கை எவ்வாறு செயல்படுகிறது என்பதையும் அமெரிக்கா, சீனா, இங்கிலாந்து போன்ற நாடுகளில் தணிக்கை எவ்வாறு உள்ளது என்பதையும் விரிவாக எடுத்துக் கூறியுள்ளார்.

இந்திய நிறுவனங்கள் சட்டம் 2013 மூலம், தணிக்கையர்கள் மற்றும் தணிக்கை நிறுவனங்கள் பின்பற்றப்பட வேண்டிய நடைமுறைகள் பற்றியும் எடுத்து விளக்கியுள்ளார். மேலும் இந்தியத் தலைமைத் தணிக்கை அதிகாரி குறித்து இந்திய அரசியலமைப்புச் சட்டம் மற்றும் CAG சட்டம் எவ்வாறு செயல்படுகிறது என்பதைப் பற்றியும்

எடுத்துரைக்கின்றார். இந்த அத்தியாயத்தைப் படிக்கும் பொழுது தணிக்கைக்கு உட்படாத அரசுத் துறைகளும் நிறுவனங்களும் அமைப்புகளும் இருப்பதாகத் தெரியவில்லை. தணிக்கையின் அதிகாரமும் எல்லையும் மிகவும் பரந்து விரிந்து உள்ளதாகத் தெரிகின்றது. இந்தியப் பட்டயக் கணக்கர் செயல்பாடுகள் பற்றியும் அதிகாரங்கள் பற்றியும் தெளிவாக எடுத்துக் கூறியுள்ளார்.

தணிக்கையின் எதிர்காலம் குறித்தும் எடுத்துரைக்கிறார் ஆசிரியர். நிறுவனத்தின் ஒத்துழையாமை, அளிக்கப்பட்ட அறிக்கை மேல் நடவடிக்கை எடுக்காமை, தகவல் தொழில்நுட்பத்தில் ஏற்பட்டுள்ள மாற்றங்கள், தணிக்கையரின் தகுதியை மேம்படுத்தாதல், பயனீட்டாளர்களின் எதிர்பார்ப்பை பூர்த்தி செய்யாதல் போன்று பல்வேறு புதிய பரிணாமங்களில் தணிக்கையில் சவால்கள் எழுந்து கொண்டுள்ளதாக ஆசிரியர் கூறுகின்றார். தகவல் பரிமாற்றம், தொழில் நுட்பங்களில் ஏற்படும் மாற்றங்களிற்கேற்ப தணிக்கையாளர்கள் தயாராகிக் கொள்ள வேண்டுமென்று வேண்டுகோள் விடுக்கின்றார்.

மேலும் தணிக்கைத் துறையில் உள்ள வேலை வாய்ப்புகளைப் பற்றி விவரிக்கின்றார். இது பள்ளி மாணவர்கள் முதற்கொண்டு பட்டதாரிகள் வரை பல்வேறு நிறுவனங்களில் கொட்டிக்கிடக்கும் வேலை வாய்ப்புகளைப் பற்றி நன்கு அறிந்து கொள்ள உதவும். விடை தேடும் வினாக்கள், மாதிரித் தணிக்கை அறிக்கை, உலகத் தணிக்கைத் தரநிலைகள் மேலும் தணிக்கை தொடர்பான தேர்வுகள் போன்றவற்றையும் இணைப்பில் வழங்கியுள்ளார். இது மிகவும் பயனுள்ளதாக அமையும் என்பதில் சந்தேகமில்லை.

மேலும் இவர் உலக நாடுகளின் வரலாற்றைப் புரட்டிப்போட்ட தணிக்கை அறிக்கை பற்றி விளக்கமாக எடுத்துக் கூறியுள்ளார். அது படிப்பதற்கு சுவாரசியமாகவும் மோசடி எப்படி நடைபெற்றது என்பதைத் துல்லியமாகவும் எடுத்துக் கூறுகிறது. இது அவரது தணிக்கையின் மீதான ஆழ்ந்த புலமையையும் அறிவையும் நமக்குக் காட்டுகின்றது. இறுதியில் தணிக்கைக் கலைச் சொற்கள் அகராதியையும் ஆசிரியர் இணைத்துள்ளார்.

தேர்தல் ஆணையம் தேர்தலை நடத்துவதற்கான வழிமுறைகளையும் செயல்முறைகளையும் எவ்வாறு வழங்குகின்றதோ அவ்வாறே ஒரு நிறுவனத்தில் தணிக்கை செய்வதற்கான விதிமுறைகளையும் செயல் முறைகளையும் தெளிவாக விளக்கியுள்ளார் திருப்பதி.

இதனைக் கணக்கியல் படிப்பவர்களுக்குப் பாடப்புத்தகமாகவும் தனியார், அரசு, பொதுத்துறை நிறுவனங்களுக்கு குறிப்புப் புத்தகமாகவும்

மற்றும் நூல் நிலையங்களிலும் கிடைக்க வழிவகை செய்ய வேண்டும். பொதுமக்களுக்கும் ஏராளமான தகவல்கள் இதில் கொட்டிக்கிடக்கின்றன. இந்தப் புத்தகம் மாணவர்கள், பொதுமக்கள், நிர்வாகிகள், ஆராய்ச்சியாளர்கள், அரசு அலுவலர்கள், பல்வேறு நிறுவனங்களின் நிர்வாகிகள் என அனைவருக்கும் கலைக்களஞ்சியமாக அமையும் என்பதில் சற்றேனும் ஐயமில்லை.

சிப்பிப்பாறை-கரிசலில் பிறந்து வேளாண் பயின்று இந்தியக் கணக்கு மற்றும் தணிக்கைப் பணியில் இருக்கும் திருப்பதியைத் தவிர வேறு யாராலும் 'தணிக்கை' என்ற இந்த மாபெரும் அறிவுக் களஞ்சியத்தை இவ்வளவு எளிய தமிழ் நடையில் கூறியிருக்க முடியாது என்று திண்ணமாக எண்ணுகிறேன்.

தமிழ்மீது கொண்ட காதலாலும் தணிக்கைமீது கொண்ட புரிதலாலும் பல்வேறு உள்நாட்டு, வெளிநாட்டு, பன்னாட்டு நிறுவனங்களில் பணிபுரிந்த அனுபவத்தினாலும் இந்நூலை அனைவரும் புரிந்து கொள்ளும் வகையில் அழகாக வடிவமைத்து எளிமையாகப் புரியவைத்து தேன்பலாவை ஊட்டுவது போல் தணிக்கை பற்றிய அறிவை ஊட்டுகிறார்.

ஒரே நேரத்தில் தமிழுக்கும் தணிக்கைக்கும் தணியாத் தொண்டு புரிந்துள்ளார் திருப்பதி. மனம் நிறைந்த பாராட்டுகள். முதல் புத்தகம் முழுமதியாய் பிரகாசிக்கின்றது! வியக்கிறேன்!!

இரா.செல்வம் இ.ஆ.ப.,
செயல் இயக்குனர்,
தோல்பொருட்கள் ஏற்றுமதிக்கழகம்,
சென்னை.

என்னுரை

ஒவ்வொருவருக்கும் அவரவர் தாய்மொழிதான் சிந்தனைக்குரிய மொழியாக இருக்க முடியும். தாய்மொழியின் உயிரோட்டமான கருத்துக்களே ஒருவரது எண்ண ஓட்டத்தை மேம்படுத்தி செயற்கரிய செயல்களைச் செய்யத் தூண்டுகோலாக அமையும். ஒருவர் எத்தனை மொழிகள் கற்றிருந்தாலும் தாய்மொழியில் கற்கும் படிப்பினைகள் அவரது ஆளுமையை மேம்படுத்துவதில் வகிக்கும் பங்கு அளப்பரியது.

தணிக்கையரின் சிந்தனை ஓட்டமே தணிக்கைக்கு அடிப்படையாக அமைகிறது. தமிழ் மாணவர்களும் தமிழ்நாட்டில் தணிக்கைப் பணி மேற்கொள்பவர்களும் தணிக்கைப் பணி குறித்த படிப்பினைகளைத் தமிழில் கற்கும் போது அவர்களது திறன் மேம்பட்டு சிறப்பாகத் தணிக்கைப் பணியை மேற்கொள்ள முடியும். தணிக்கைப் பணி குறித்த அடிப்படைத் தகவல்களையும், பல்வேறு வகைத் தணிக்கையும் செயல்முறை களையும் கொண்ட ஒரு முழுமையான நூலைத் தமிழில் படைக்க வேண்டும் என்ற நோக்கத்தின் வெளிப்பாடே இந்த நூல்.

இந்த நூலை எழுத வேண்டும் என்ற எண்ணம் எப்படி ஏற்பட்டது என்ற கருத்துக்களைப் பதிவு செய்ய விரும்புகிறேன். தமிழ்நாட்டின் மாநிலக் கணக்காயராகப் பணிபுரிந்த போது சட்ட மன்றத்தில் தமிழில் தணிக்கை அறிக்கைகளைச் சமர்ப்பிக்க வேண்டிய பொறுப்பு இருந்தது. அதற்கான முயற்சியில் நானும் என்னுடன் பணியாற்றிய அதிகாரிகளும் முழுமையாக ஈடுபட்டிருந்தோம். அதே கால கட்டத்தில் தமிழ்நாடு அரசுப் பணியாளர்களுக்கும் அதிகாரிகளுக்கும் தணிக்கை குறித்த விழிப்புணர்வுப் பயிலரங்குகளை தமிழ் வழியில் பல மாவட்டங்களில் நடத்திக் கொண்டிருந்தோம். அப்போது தணிக்கை குறித்த நூல், தமிழ் மொழியில் தேவைப்படுவதை முழுமையாக உணர்ந்தோம்.

தமிழில் தணிக்கை குறித்து கற்பது அனைத்துப் பிரிவு மாணவர்களும் தணிக்கையராவதற்கான முதல்படி எனக் கருதுகிறேன். இதனை தணிக்கைத் துறைக்குள்ளும், தணிக்கைப் பணியாளர்களுக்குமிடையே சமூக நீதியை எட்டுவதற்கான தொடக்கமாகவும் கருதுகிறேன். இந்த நூல் சமூகப் பொருளாதாரக் காரணங்களால் தணிக்கையராகும்

வாய்ப்புக் கிட்டாதவர்களுக்கும் தக்க நம்பிக்கை ஏற்படுத்தும் என நம்புகிறேன்.

தமிழ் மொழியானது உயர் தனிச் செம்மொழியாக விளங்கினாலும் தணிக்கைக்குரிய கலைச் சொற்களை இனங்கண்டு பயன்படுத்த வேண்டிய சூழல் எழுந்தது. ஆங்கில மொழியில் தணிக்கைப் பாடங்களைக் கற்கும்போது ஏற்படும் புரிதலுக்குச் சற்றும் குறையாமல் தமிழ்ச் சொற்களைப் பயன்படுத்தித் தணிக்கை குறித்த கருத்துக்களைப் பதிவு செய்ய வேண்டிய கட்டாயம் ஏற்பட்டது. ஆனால் தமிழ் மொழியின் சொற்குவியல், தணிக்கைக்கெனப் புதிய கலைச் சொற்களை உருவாக்க வேண்டிய தேவையை இல்லாமல் செய்துவிட்டது எனலாம். தமிழில் இருக்கின்ற சொற்களில் தணிக்கைக்குரிய சரியான சொற்களை இனம் கண்டால் போதுமானதாக இருந்தது. ஆகவே, இந்த நூலில், ஆங்கிலம் மற்றும் பிற மொழிச் சொற்களைத் தவிர்க்க முடியாத இடங்களில் மட்டுமே பயன்படுத்தி இருக்கிறேன்.

இந்த நூலுக்கான கருத்துக்களைத் தொகுக்கும் போதும், நூலின் உட்பிரிவுகளை வடிவமைக்கும் போதும் இரு முக்கிய கேள்விகள் முன்னின்றன. அவற்றுள் இந்த நூலின் பயனாளிகள் யாவர் என்ற கேள்வி முதன்மையானது. பள்ளி மற்றும் கல்லூரி மாணவர்களுக்கு மட்டுமல்லாமல், பன்னாட்டு அமைப்புகள் தணிக்கை உட்பட பல்வேறு வகையான தணிக்கை பற்றிய கருத்துக்களை அனைத்து வகைத் தணிக்கையிலும் ஈடுபட்டிருப்போருக்கும் பயனுள்ள வகையில், தேவையான அனைத்து கருத்துக்களையும் தொகுக்க வேண்டும் என்ற எண்ணம் முன்னின்றது. அடுத்த முக்கிய கேள்வி, இந்த நூலில் பதிவு செய்ய வேண்டிய கருத்துக்களின் தன்மை என்ன என்பது. தணிக்கைப் பணியானது தொடர்புடைய வழிமுறைகளை அறிந்து கொள்வதையும் கடந்து, தணிக்கைச் செயல்முறைத் திறனின் அடிப்படையிலானது. தணிக்கை குறித்த அடிப்படை அறிவோடு, கற்போரின் செயல் முறைத் திறனையும் வளர்க்கும் வண்ணம், பயிற்சிக் குறிப்புகளும், சிந்தனையைத் தூண்டும் வினாக்களையும் உள்ளடக்கியதாக இந்த நூல் வடிவமைக்கப்பட்டுள்ளது. மேலும் தணிக்கைப் பாடத்தின் தன்மையைக் கருத்தில் கொண்டு தேவையான இடங்களில் பொருத்தமான விளக்கப் படங்களையும், அட்டவணைகளையும் இணைத்து எளிமையாகப் புரியும் வகையில் இந்நூல் வடிவமைக்கப்பட்டுள்ளது. மாணவர்கள் மற்றும் தணிக்கையர்களைக் கடந்து, பொது மக்களில் விருப்பமுள்ள யாவரும் தணிக்கை பற்றி அறிந்து கொள்ள எளிமையான முறையில், தாமாகவே பயிலும் நடையில் உருவாக்கப்பட்டுள்ளது.

தணிக்கையராகவும், தணிக்கை அறிக்கைக்கு பதிலளிக்கும் நிர்வாகியாகவும் பணிபுரிந்த போது கிட்டிய அனுபவங்கள், தணிக்கை அணுகுமுறையை சமநிலையோடு அணுகி நூலின் கருத்துக்களைத் தொகுக்க உதவியது. வட்டார அலுவலகங்களில் தொடங்கி, மாநில அளவிலான நிறுவனங்களில் தொடர்ந்து, பன்னாட்டு அமைப்பின் மீதான தணிக்கையில் கிடைத்த அனுபவங்களின் அடிப்படையில், களத் தணிக்கைக்கு உதவும் வகையிலான கருத்துக்களை இந்த நூலில் பதிவு செய்திருக்கிறேன்.

இந்த நூலை எழுதும் முயற்சியில் என்னோடு பயணித்தவர்கள் பலர். என்னுடன் பணிபுரிந்த, குறிப்பாக, நான் தமிழ்நாடு மாநிலக் கணக்காயராகப் பணிபுரிந்த போது உடன் பணியாற்றிய பலரும் இத்தகு நூலை எழுதுவதற்குக் காரணமாகவும் தூண்டுதலாகவும் இருந்திருக்கிறார்கள்.

இந்த நூலை எழுதும் போதே பிழை திருத்தம் செய்து, வடிவமைப்பு குறித்து ஆலோசனைகள் வழங்கிய என் இணையர், திருமதி பா.அகிலா அவர்களுக்கு, இந்நூலிற்காக மட்டுமல்லாமல், வாழ்க்கையிலும் கடன்பட்டுள்ளேன். நூல் எழுதும் காலத்தில் எனது குழந்தைகளும் பல்வேறு வகைகளில் உதவினர் என்றால் மிகையாகாது.

இந்த நூலிற்கு அணிந்துரை எழுதியதோடல்லாமல், நூல் வெளி வர பெரிதும் உதவியாக இருந்தவர் என் நண்பர் திரு.இரா.செல்வம், இ.ஆ.ப. அவர்களுக்கு எனது சிறப்பான நன்றிகள்.

நூலை எழுதி முடித்தவுடன் கருத்துக்களை சரிபார்த்துக் கொடுத்த பேராசிரியர் (ஓய்வு) முனைவர் இரா.சீனிவாசகலு, முதுநிலைத் தணிக்கை அதிகாரி (ஓய்வு) திரு.இல.இராதாகிருஷ்ணன், முதுநிலைத் தணிக்கை அதிகாரி திரு. ந. நவநீத கோபாலகிருஷ்ணன் ஆகியோருக்கு என் அன்பையும் நன்றியையும் பதிவு செய்ய விரும்புகிறேன். தமிழ்த் திருத்தம் செய்து கொடுத்த ஆசிரியர்களான என் சகோதரி திருமதி.இரா.செந்தமிழ்ச் செல்வி மற்றும் திரு.மா.முருகேசன் அவர்களும் என் நன்றிக்கு உரியவர்கள்.

இதுபோல் தணிக்கைப் பணி தொடர்பான மற்ற நூல்களும் தமிழ் மொழியில் படைக்கப்பட வேண்டும் என்பது என் விருப்பம். அந்த விருப்பம் விரைவில் ஈடேறும் என நம்புகிறேன்.

இரா.திருப்பதி வெங்கடசாமி
சென்னை

பொருளடக்கம்

	பகுதி 1 - தணிக்கை: பொது விவரம்	19
1.	தணிக்கை: ஓர் அறிமுகம்	20
2.	தணிக்கையின் வரலாறு	35
3.	தணிக்கையின் பயனும் நோக்கமும்	52
4.	தணிக்கை சார் கருத்துருக்கள்	72
5.	நிர்வாக அகக் கட்டுப்பாடுகள்	84
	பகுதி 2 - தணிக்கை வகைகள்	104
6.	தணிக்கையின் வகைகள்	105
7.	நிதிநிலைத் தணிக்கை	118
8.	செயலாக்கத் தணிக்கை	152
9.	இணக்கத் தணிக்கை	169
10.	சிறப்பு மற்றும் நவீனத் தணிக்கைகள்	184
11.	அக மற்றும் புறத் தணிக்கைகள்	200
12.	அரசு மற்றும் தனியார் தணிக்கைகள்	209
	பகுதி 3 - தணிக்கைச் செயலாக்கம்	221
13.	தணிக்கைத் திட்டமிடல்	223
14.	இடர் ஆய்வு	240
15.	தணிக்கை நிகழ்ச்சி நிரல்	250
16.	தணிக்கைக் கருவிகளும் நுட்பங்களும்	270
17.	தணிக்கைச் சான்றுகள்	290
18.	தணிக்கை அறிக்கைகள்	302
19.	தணிக்கையின் தரத்தை உறுதி செய்தல்	314
20.	தணிக்கைத் தரநிலைகள்	324

21.	தணிக்கை நன்னெறிகள்	342
22.	தணிக்கை செய்முறையில் இடர்கள்	353
23.	தணிக்கையின் அறிவுறுத்தல் பணி	363
	பகுதி 4 - தணிக்கை அறிக்கை: பின்செய் நேர்த்தி	**373**
24.	தணிக்கை அறிக்கை மேல்நடவடிக்கைகள்	374
25.	தணிக்கைப் பயனாளிகளின் கடமைகள்	390
26.	சீர்மிகு நிர்வாகத்திற்கான தணிக்கை	395
	பகுதி 5 - தணிக்கை: ஓர் உலகளாவிய பார்வை	**405**
27.	உலகத் தணிக்கைக் கட்டமைப்பு	407
28.	இந்தியாவில் தணிக்கை	414
29.	பன்னாட்டு அமைப்புகளில் தணிக்கை	431
30.	தணிக்கையின் எதிர்காலம்	439
	இணைப்புக் குறிப்புகள்	**458**
1.	நிதியறிக்கைத் தணிக்கை: விடை தேடும் வினாக்கள்	458
2.	மாதிரி தணிக்கை அறிக்கை	467
3.	தணிக்கைத் தரநிலைகள் பட்டியல்	471
4.	தணிக்கை தொடர்பான தேர்வுகள்	479
5.	தாக்கம் ஏற்படுத்திய தணிக்கை நிகழ்வுகள்	482
6.	தணிக்கைக் கருத்துருக்களும் வரையறைகளும்	490
7.	தணிக்கைக் கலைச் சொற்கள்	502
8.	நூல் சொல் அட்டவணை	509
9.	நூல் குறிப்பு	515
	நூலாசிரியர் குறிப்பு	516

தணிக்கை
தெளிவாக்கமும் செயல்முறைகளும்

பகுதி 1

தணிக்கை: பொது விவரம்

தணிக்கை என்றால் என்ன? அதன் பயன்களும் நோக்கங்களும் யாவை? முதலிய தணிக்கைக் கருத்து மற்றும் வரையறை குறித்த விளக்கங்கள் இந்தப் பகுதியில் இடம்பெறுகின்றன. நூலின் முழுமை கருதி தணிக்கை குறித்த வரலாற்றுக் குறிப்புகள் ஓர் அத்தியாயத்தில் சேர்க்கப்பட்டுள்ளன. இவை தவிர, தணிக்கைக்கும், தணிக்கை தொடர்பான பிற கருத்துருக்களுக்கும் உள்ள ஒற்றுமை மற்றும் வேற்றுமைகளும் விளக்கப்பட்டுள்ளன. இது தணிக்கையின் இன்றியமையாத நிலையை வலியுறுத்துவதாக அமையும்.

நிர்வாகத்தில் முக்கியப் பங்கு வகிக்கக்கூடிய தணிக்கையை நன்கு புரிந்து கொள்வது நிர்வாகத்தில் பங்கெடுக்கும் அனைவருக்கும் இன்றியமையாதது. தணிக்கை என்பதே நிர்வாகத்தை மேம்படுத்த ஏற்படுத்தப்பட்ட அமைப்பு சார்ந்த அணுகுமுறையாகும். ஆகவே தணிக்கையாளர்கள் மட்டுமல்லாது, நிறுவன நலனில் அக்கறை காட்டும் எந்த ஒரு அதிகாரிக்கும்/அலுவலருக்கும் தணிக்கை பற்றிய அடிப்படை அறிவு இன்றியமையாததாகும். அரசு மற்றும் தனியார் நிறுவனங்களில் உள்ள அதிகாரிகள் பயன் பெறும் வகையில் இந்தப் பகுதி கட்டமைக்கப்பட்டுள்ளது.

தணிக்கை என்பதே நிர்வாகத்தை மேம்படுத்துவதை நோக்கமாகக் கொண்டதுதான். இந்தப் பகுதியில் நிர்வாகக் கட்டுப்பாடுகள் குறித்த விளக்கங்களும், அவற்றின் பயன்களும், அவற்றைக் கட்டமைக்கும் முறைகளும், அதற்கான தணிக்கையின் பங்களிப்பும் இடம் பெற்றுள்ளன. இந்த விளக்கக் குறிப்புகள் சீர்மிகு நிர்வாகத்திற்கு தணிக்கை ஆற்றும் பங்கைத் தெளிவாக எடுத்துரைக்கும்.

தணிக்கை அறிக்கையைப் புரிந்து கொள்ளுதல் யாவருக்கும் எளியது அல்ல. அதேவேளையில், அதைப் புறக்கணிக்கும் வகையில் கடினமானதும் அல்ல. ஒரு வழிகாட்டியின் துணையுடன் தணிக்கை அறிக்கையை நன்கு புரிந்து கொள்ள முடியும். அத்தகு வழிகாட்டும் விளக்கங்கள் இந்த அத்தியாயத்தில் இடம் பெற்றுள்ளன. இக் கருத்துக்கள், தணிக்கையாளர்கள் மற்றும் நிர்வாகத்தினர் மட்டுமல்லாது, பலதரப்பு மக்களுக்கும் பயனுள்ளதாக அமையும்.

இந்தப் பகுதியைப் பயின்ற பின், நிர்வாகத்தில் தணிக்கையின் பங்களிப்பையும், சீர்மிகு நிர்வாகத்திற்கு தணிக்கையின் தேவையையும் முழுமையாக அறிந்துகொள்ள முடியும்.

1. தணிக்கை: ஓர் அறிமுகம்

1.1. தணிக்கை

தமிழில் எழுதப்படும் எந்தவொரு நூலும் வள்ளுவரின் வாய் மொழியைப் பயன்படுத்தாமல் அதன் உட்பொருளைப் பிரதிபலிக்க முடியாது. அதற்குத் தணிக்கையும் விலக்கல்ல.

> எப்பொருள் எத்தன்மைத் தாயினும் அப்பொருள்
> மெய்ப்பொருள் காண்பது அறிவு

எப்பொருள் எத்தன்மையதாய்த் தோன்றினாலும் அதனை அப்படியே ஏற்றுக்கொள்ளாமல் அதன் உண்மைத் தன்மையைக் காண்பது அறிவு. தனது பகுத்தறிவுக்கு ஒவ்வாத எந்த ஒரு கருத்தையும் ஆராய்ந்து பார்க்காமல் ஏற்கக் கூடாது. இக்குறள் தணிக்கையின் நோக்கத்தையும் செயல்முறையையும் முழுமையாக பிரதிபலிப்பதாக இருக்கிறது.

தணிக்கையின் முழுப்பொருளை அறிந்து கொள்ள அச்சொல்லை ஆய்வு செய்வது மிகவும் பலனளிக்கும். தணிக்கை என்பதன் ஆங்கிலச் சொல்-Audit. அது "Audire" என்ற இலத்தீன் மொழிச் சொல்லிலிருந்து பிறந்தது. அது "கேட்க அல்லது கேட்பதற்கு" (to hear) என்று பொருள் தரும். வரலாற்றின் இடைக்காலங்களில் இங்கிலாந்தில் நிறுவனங்களின் வரவு செலவு கணக்குகளை நிர்வாகிகள் வாசிக்க, அதனைச் சிறப்பு அலுவலர்கள் வாய்மொழியாக விளக்கம் கேட்டுச் சரி பார்த்தனர். அதன் காரணமாக கணக்குகளையும் பிறவற்றையும் சரி பார்க்கும் முறைக்கு Audit என்ற பெயர் வழங்கப்பட்டது.

தணிக்கை என்ற தமிழ்ச் சொல்லின் மூலச்சொல் "Tanqiya" என்ற அரபுச்சொல் என்றும், அது மருவி தணிக்கை என்றானது என்றும் மொழியறிஞர்கள் கூறுகின்றனர். மூலச்சொல்லை விட்டொழித்து தணிக்கை என்ற தமிழ்ச் சொல்லை ஆய்வு செய்தால் அதன் பெயர் பொருத்தமாக இருப்பதை அறியலாம். 'தணிவு' என்ற தமிழ்ச் சொல்லுக்கு 'குறைத்து' என்றும் 'தணித்தல்' என்ற தமிழ்ச் சொல்லுக்கு 'குறைத்தல்' என்றும், 'தணிப்பு' என்ற சொல்லுக்கு 'குறைப்பு' என்றும் பொருளுண்டு. 'தணத்தல் மற்றும் தணப்பு என்ற சொற்களும்

நீக்குதல், தடை போன்ற பொருள் கொண்டவையே. 'கை' என்ற சொல்லுக்கு 'ஒழுக்கம், ஒழுங்கு' என்ற பொருளும் உண்டு. ஒரு நிறுவனத்தின், அலுவலகத்தில் நிகழும் தவறுகளைக் குறைக்கும் நோக்கத்துடன் செய்யப்படுவதாலும், அக்குறைகளை நேர்த்தி செய்து நிறுவனத்தை ஒழுங்கு படுத்துவதாலும் தணிக்கை என்ற பெயர் மிகவும் பொருத்தமாக அமைகிறது.

தணிக்கையின் பொதுப் பொருளை உற்று நோக்கினால் "ஆழமாக ஆய்வு செய்வது, சரி பார்ப்பது, ஒப்பிட்டுப் பார்ப்பது" என்று பொருள் தரும். தணிக்கை அறிஞர்களும் தணிக்கை நிறுவனங்களும் தணிக்கையை வெவ்வேறு விதமாக வரையறை செய்துள்ளனர்.

இந்தியத் தணிக்கை மற்றும் கணக்குத் துறை, தணிக்கையை வரையறை செய்யும் போது "தணிக்கை என்பது ஒரு நிறுவனத்தின் கணக்குகள் (Accounts), பரிவர்த்தனைகள் (Transactions) மற்றும் கோப்புகளை *(அரசியலமைப்பு சட்டத்தில் கூறியபடி)* ஆய்வு செய்வது" என்று குறிப்பிடுகிறது. இந்தியப் பட்டயக் கணக்காளர்கள் நிறுவனம் (Institute of Chartered Accounts of India-ICAI) "தணிக்கை என்பது ஒரு அமைப்பின் நோக்கம் அளவு மற்றும் சட்டப்பூர்வ நிலை முதலியவற்றைக் கருத்தில் கொள்ளாமல், அந்த அமைப்பின் நிதி தொடர்பான தகவல்களை, அதனைப்பற்றி கருத்து தெரிவிப்பதற்காக சுதந்திரமாக ஆய்வு செய்வது" என்று வரையறை செய்கிறது. இது சர்வதேசக் கணக்காளர்களுக்கான கூட்டமைப்பின் (International Federation of Accountants) வரையறையை ஒட்டி அமைந்துள்ளது. அமெரிக்காவின் அகத் தணிக்கை நிறுவனம் (Institute of Internal Auditors-IIA) *(அக)* தணிக்கையை "ஒரு நிறுவனத்தின் செயல்பாடுகளை மேம்படுத்தவும், மதிப்புக் கூட்டுவதற்காக வடிவமைக்கப்பட்ட சுயேட்சையான உத்திரவாதம் மற்றும் ஆலோசனை வழங்கும் செயல்முறை" என வரையறை செய்கிறது. அமெரிக்க கணக்கியல் சங்கம் (American Accounting Association-AAA) தணிக்கையை "பொருளாதார நடவடிக்கைகள் குறித்த வலியுறுத்தல்களை அவற்றின் நிர்ணயிக்கப்பட்ட தரநிலைகளுக்கு (Standards) எதிராக ஒத்திசைவதைக் காட்டும் சான்றுகளை முறைப்படித் துல்லியமாக மதிப்பிட்டு, அதன் முடிவுகளை அதன் பயனாளர்களுக்கு (Stake holders) தெரிவிப்பது" என்று வரையறை செய்கிறது.

அமெரிக்கக் கணக்கியல் அறிஞர் ராபர்ட் மோன்ட்கோமரி என்பவரது வரையறை: "தணிக்கை என்பது ஒரு தொழில் அல்லது நிறுவனத்தின் நிதிச் செயல்பாடு மற்றும் அதன் விளைவுகள் குறித்த உண்மை நிலையைக் கண்டறிந்து அறிவிப்பதற்காக அந்நிறுவனத்தின்

புத்தகங்களையும் பதிவேடுகளையும் அந்நிறுவனம் சாராத நபர் சுதந்திரமாக முறைப்படி ஆய்வு செய்தல்". லண்டன் பொருளாதாரப் பள்ளியின் (London School of Economics) பேராசிரியரான லாரன்ஸ் டிக்ஸியின் வரையறை: "தணிக்கை என்பது கணக்குப் பதிவுகள் மற்றும் அவற்றிற்குத் தொடர்புடைய நடவடிக்கைகள் அந்நிறுவனத்தின் பரிவர்த்தனைகளைச் சரியாகவும் முழுமையாகவும் பிரதிபலிக்கின்றனவா என்பது குறித்து ஆய்வு செய்வது". ராபர்ட் கே.மௌட்ஷ் என்ற அறிஞர் "தணிக்கை என்பது கணக்குத் தொடர்பான அறிக்கைகளின் துல்லியத்தன்மையையும் நம்பகத் தன்மையையும் கணிப்பதற்காக, அது தொடர்பான கணக்கியல் தரவுகளை ஆய்வு செய்வது தொடர்பானது" என்கிறார்.

மேற்கண்ட வரையறைகளிலிருந்து பின்வருவனவற்றைத் தணிக்கையின் முக்கியக் கூறுகளாகக் கருதலாம்:

- கோப்புகளையும் பரிவர்த்தனைகளையும் முறைப்படி ஆழமாக ஆய்வு செய்வது
- கணக்குகள் மற்றும் தொடர்பான பிற பதிவுகளின் துல்லியத் தன்மையையும் நம்பகத்தன்மையையும் சோதிப்பது
- உண்மை நிலை குறித்த கருத்துக்களை பயனாளர்களுக்கு தெரியப்படுத்தும் நோக்கிலானது
- நிர்வாகத்தின் செயல்பாட்டை மேம்படுத்துவதற்காக தன்னிச்சையாக செயல்படுவது

மேற்கண்ட கருத்துக்களின் அடிப்படையில் தணிக்கை என்பதை கீழ்க்கண்டவாறு வரையறுக்கலாம்.

"நிர்வாகத்தின் செயல்திறனை மேம்படுத்தும் நோக்கில் கோப்பு களையும் பரிவர்த்தனைகளையும் முறைப்படி ஆழமாக ஆய்வு செய்தும், கணக்குகள் மற்றும் பிற பதிவுகளின் துல்லியம் மற்றும் நம்பகத்தன்மையைச் சோதித்தும், ஒரு அமைப்பின் உண்மை நிலை குறித்து பயனாளர்களுக்குத் தெரிவிக்கும் தன்னாட்சி அமைப்பு முறை".

மேற்கண்ட வரையறை தற்காலத்தைய தணிக்கைக் கோட்பாடுகள் அனைத்தையும் உள்ளடக்கியது. தணிக்கையின் பண்புகள் மற்றும் அதன் கூறுகளைப் பற்றி அடுத்த பகுதியில் இதனை அறியலாம்.

1.2. தணிக்கையின் பண்புகள்

தணிக்கை சிறப்பாக செயல்படுவதற்கென்று சில தனித்துவம் மிக்க கூறுகள் உண்டு. அவற்றை அறிந்து கொள்வதன் மூலம் ஒரு தணிக்கையர் எவ்வாறு செயல்பட வேண்டும் என்பதையும், தணிக்கை நிறுவனம்

எவ்வாறு அமைந்திடவேண்டும் என்பதையும் அறிந்து கொள்ளலாம். விளக்கப்படம் 1இல் காட்டப்பட்டுள்ளது போல தணிக்கையின் சிறப்புக் கூறுகளை *(அ)* அடிப்படைக் கூறுகள், *(ஆ)* தரம் உயர்த்தும் கூறுகள் மற்றும் *(இ)* நிர்வாகம் சார் கூறுகள் என மூன்று பிரிவுகளாக வகைப்படுத்தலாம். அவை குறித்த விளக்கங்களை இங்கே காணலாம்.

விளக்கப்படம் 1. தணிக்கையின் பண்புகள்

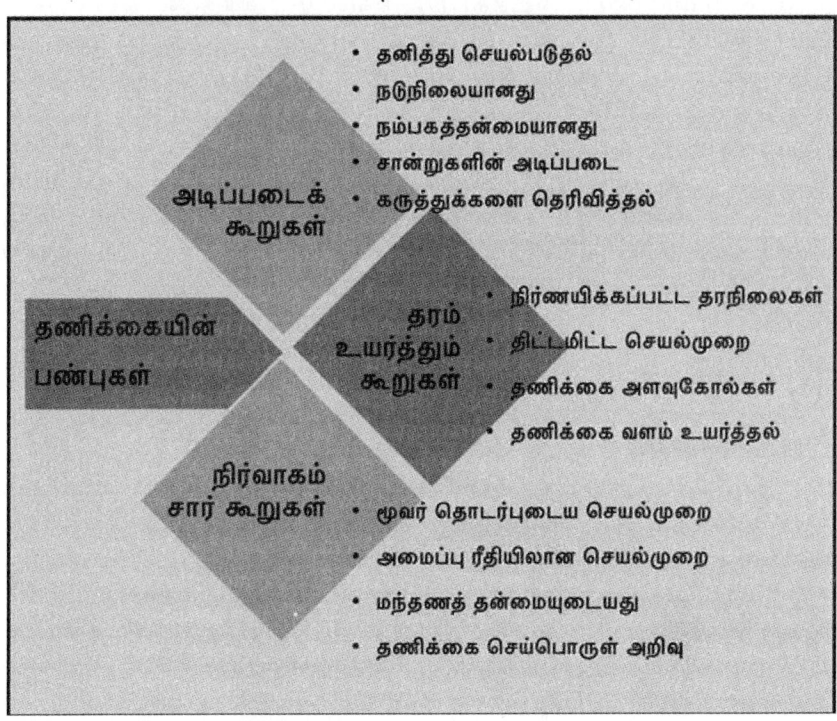

I. அடிப்படைக் கூறுகள்

தணிக்கையின் அடிப்படைக் கூறுகள் தணிக்கைப் பணியைச் செய்வதற்கு வேர்கள் போன்றவை. அவை இல்லாமல் தணிக்கை இருக்க முடியாது; இயங்கவும் முடியாது. தணிக்கையின் அடிப்படைக் கூறுகள் ஐந்து முக்கியமான பண்புகளை உள்ளடக்கியது.

1. தனித்துச் செயல்படுதல்

தணிக்கை அமைப்பானது நிர்வாகத்திலிருந்து தனித்துச் (Independent) செயல்பட வேண்டும். இது அரசுத்துறைத் தணிக்கைக்கும், தனியார் நிறுவனத் தணிக்கைக்கும் பொருந்தும். தணிக்கை புறத்தணிக்கையாகச் செயல்படும் போது இதனைச் செயல்படுத்துவது மிகவும் எளிது.

தனியார் துறையில், தணிக்கை செய்யப்படும் நிர்வாகத்திற்கு அப்பாற்பட்ட நிர்வாகத்தைச் சேர்ந்த தணிக்கை அமைப்பிடம் தணிக்கைப் பொறுப்பைக் கொடுப்பதன் மூலம் இந்த அடிப்படைப் பண்பை எட்டிவிடலாம். அரசுத்துறைத் தணிக்கையைப் பொருத்த மட்டில் இப்பணி இந்திய அரசியல் சாசனச் சட்டம் மூலம் தன்னாட்சி அதிகாரம் கொண்ட இந்திய கணக்காய்வுத் துறைத் தலைவரிடம் (CAG of India) ஒப்படைக்கப்பட்டுள்ளது. அகத்தணிக்கையைப் பொருத்தமட்டில் இது ஒரு சிக்கலான அமைப்பு முறையே. ஆயினும் இதனைக் கையாள்வதற்கு ஒரு வழி உண்டு. ஒரு நிறுவனத்தின் அகத் தணிக்கைப் பிரிவு நிர்வாகத்திற்காக (Administration) மட்டும் நிறுவனத்திற்கு உட்பட்டதாக அமைக்கப்பெற்று, செயல் (Function) அளவில் முழு தன்னாட்சி- தணிக்கைக் குறித்து முடிவெடுக்கும் முழு உரிமை - தணிக்கைப் பிரிவிற்கே வழங்கப்பட வேண்டும். அகத் தணிக்கைப் பிரிவு அதிகாரி நிறுவனத்தின் இயக்குநர் குழுவிடமிருந்து மட்டுமே தணிக்கைச் செயல்பாடு தொடர்பான ஆணைகளைப் பெற வேண்டும். அதன் நிர்வாகப் பிரிவின் கட்டுப்பாட்டுக்குள் தணிக்கை வரக்கூடாது. இவ்வாறு செய்வதன் மூலம் அகத்தணிக்கைப் பிரிவு தன் பணியைச் சரியாகச் செய்ய முடியும்.

2. நடுநிலையானது

தணிக்கையர் மற்றும் தணிக்கை செய்யும் நிறுவனம் தணிக்கை செய்யப்படும் நிறுவனத்திற்கு சாதகமாகவோ பாதகமாகவோ செயல்படாமல் நடுநிலையுடன் (Neutral) செயல்பட வேண்டும். சாதகமாகவோ, பாதகமாகவோ செயல்படுவது இரண்டுமே தீங்கு விளைவிக்கக்கூடியது. இவ்விரு நிலைகளிலும் தணிக்கையின் பயன்பாடு பயனாளிகளுக்கும், குறிப்பாக பங்குதாரர்களுக்கும் (Share holders) தவறான தகவல்களைத் தருவதாகிவிடும். தணிக்கை தரும் தவறான தகவல் அல்லது தவறான தணிக்கைக் கருத்து, தணிக்கையின் பயனாளிகள் தவறான முடிவுகளை எடுக்க வழிவகுப்பதோடு, நிர்வாகச் சீர்கேட்டிற்கும் வழிவகுக்கும். அதனால் நாளடைவில் தணிக்கையரும் தணிக்கை நிறுவனமும் நம்பகத்தன்மையை இழக்க நேரிடும். நடுநிலைமையுடன் தணிக்கை செய்வதற்கு தணிக்கை அமைப்பு தனித்து செயல்படும் அமைப்பாக இருக்க வேண்டும்.

3. நம்பகத்தன்மையுடையது

தணிக்கையரும் தணிக்கை செய்யும் நிறுவனமும் நம்பகத்தன்மை (Reliable) வாய்ந்ததாக இருக்க வேண்டும். தணிக்கை அறிக்கை அதன் பயனாளிகளிடையே நம்பகத்தன்மை உடையதாக அமைய வேண்டும்.

அந்த நம்பிக்கையின் அடிப்படையில்தான் பயனாளிகள் தணிக்கை அறிக்கைகளைப் பயன்படுத்திக் கொள்வார்கள். தணிக்கையர் மற்றும் தணிக்கை நிறுவனம் என இரண்டுமே தனித்துச் செயல்பட்டு, நடுநிலை அமைப்பாக இருப்பதன் மூலமும், மேற்கொண்ட தணிக்கைகளை சிறப்பாகச் செய்வதன் மூலமே நம்பகத்தன்மையை நிலைநாட்ட முடியும். மேலும் தணிக்கையின் செயல்முறை தரமானதாக, வெளிப்படையானதாக அமைவதும் நம்பகத்தன்மை ஏற்படுத்த இன்றியமையாதது. நம்பகத்தன்மை இல்லாத தணிக்கையர் உள் நோக்கத்துடன் தணிக்கை செய்வதாக ஐயம் கொள்ள நேரிடும்.

4. சான்றுகளின் அடிப்படையிலானது

தக்க சான்றுகளின் அடிப்படையில் தணிக்கைக் கருத்துக்களைப் பதிவு செய்ய வேண்டும். எல்லாவிதமான தணிக்கைத் தடைகளும், தணிக்கைக் கருத்துக்களும் போதுமான சான்றுகளின் அடிப்படையிலேயே அமைய வேண்டும். தணிக்கையர் கூறும் கருத்துக்களும் தணிக்கைத் தடைகளும் நிர்வாகத்தின் தவற்றைச் சுட்டிக் காட்டுவதாகவே இருக்கும். அவற்றை நிர்வாகம் மறுக்கவும் கூடும். சான்றுகளில்லாமல் தணிக்கை அறிக்கை தருவது நீரின் மேல் எழுதும் எழுத்து போன்றதாகி விடும். ஆகவே தணிக்கையர் தனது கருத்தை வலியுறுத்திக் கூறுவதற்கும், பிற்காலத்தில் நிர்வாகத்தின் தணிக்கை மேற்பணி குழுவிடம் தனது விளக்கத்தைக் கூறுவதற்கும் தணிக்கை தன்னிடம் உள்ள சான்றுகளைப் பத்திரப்படுத்தி வைக்க வேண்டும். தணிக்கைச் சான்றுகளின் பண்பு களையும், அவற்றை எப்படிச் சேகரிப்பது மற்றும் பயன்படுத்துவது என்பது குறித்தும் அத்தியாயம் 17இல் விரிவாகத் தொகுக்கப்பட்டுள்ளது.

5. கருத்துக்களைத் தெரிவித்தல்

தணிக்கை செய்வதன் பொதுவான நோக்கம் நிதியறிக்கையின் தரத்தை அறிந்து கொள்வதும் நிர்வாகத்தில் உள்ள தவறுகளையும் இடைவெளிகளையும் கண்டறிதல் ஆகும். மேலும் தணிக்கையின் ஆழ்ந்த நோக்கம் என்னவென்று உற்று நோக்கினால், நிர்வாகத்தின் தரத்தை மேம்படுத்துவது என்றே அமையும். தணிக்கையின் வெளிப்பாடே தணிக்கைக் கருத்துக்கள்தான். தணிக்கையின் கருத்துக்கள்தான் தணிக்கை அறிக்கையில் இடம் பெறுகின்றன. அந்தக் கருத்துக்கள் மிக முக்கியமானவை. ஆகவே தணிக்கையர் தனது விருப்பு வெறுப்பு இன்றி தான் கண்டறிந்த நிர்வாகத்தின் தவறுகளையும், நிறுவனத்தின் நோக்கத்தை எட்டுவதில் உள்ள இடைவெளிகளையும் வெளிப்படையாகத் தெரிவிக்க வேண்டும். தணிக்கைக் கருத்தை முடிவு செய்யும் உரிமை தணிக்கையருக்கே உண்டு. அவரின் கருத்தை நிர்வாகமோ பிறரோ

முடிவு செய்ய முடியாது. அவ்வாறு நிகழுமாயின், மேற்கூறிய அனைத்து அடிப்படைக் கூறுகளையும் மீறிய செயலாகவே அமையும்.

II. தரம் உயர்த்தும் கூறுகள்

மேற்கண்ட அடிப்படைப் பண்புகள் சரியான முறையில் தணிக்கை செய்ய இன்றியமையாததாகின்றன. ஆனால் அவை மட்டும் போதுமானதல்ல. கீழ்க்கண்ட பண்புகள் தணிக்கையின் தரத்தை நிர்ணயிப்பதாக அமைகின்றன. அடிப்படைக் கூறுகள் நிறைவடையாமல் தணிக்கை செய்ய முடியாது. தரம் உயர்த்தும் கூறுகள் தணிக்கையின் தரத்தை மேம்படுத்த உதவுகின்றன எனலாம்.

1. நிர்ணயிக்கப்பட்ட தரநிலைகள்

எந்த ஒரு சேவையும் தரமானதாக இருக்க வேண்டும். அதற்குத் தணிக்கையும் விதி விலக்கல்ல. அனைவராலும் ஏற்கப்பட்ட தரநிலைகளின் (Standards) அடிப்படையில் தணிக்கை செய்யப்பட வேண்டும். தரநிலைகளின் அடிப்படையில் செய்யப்படும் தணிக்கை அனைவருக்கும் ஒரே பொருளை உணர்த்தும். அப்போதுதான் தணிக்கையின் பயனாளிகள் தணிக்கை அறிக்கையில் கூறப்பட்ட கருத்துக்களை பொதுவான கருத்தாக உணர முடியும். தணிக்கைச் செயல்முறைகளும், கருத்துக்களைப் பதிவுசெய்யும் முறையும், தணிக்கையில் கருதப்பட்ட அனுமானங்களும் (Assumptions) குறிப்பிட்ட/ஏற்றுக்கொள்ளப்பட்ட வரையறையின்படி அமைய வேண்டும். அவ்வாறு ஏற்றுக்கொள்ளப்பட்ட வரையறையின்படி தணிக்கை செய்யப்படவில்லை எனில், தணிக்கையின் பயனாளிகள் தணிக்கை அறிக்கையை வேறுபட்ட பொருள்பட புரிந்து கொள்வர். இச்சூழ்நிலை குழப்பத்தையே ஏற்படுத்தும். இந்தத் தரநிலைகளை ஒவ்வொரு நாட்டின் தணிக்கைத் தலைமை அமைப்பு அல்லது ஒழுங்குபடுத்தும் அமைப்பு நிர்ணயம் செய்யும். ஆயினும், பல நாடுகளின் தணிக்கைத் தரநிலைகளை ஆராய்ந்து பார்த்தால் அவற்றிற் கிடையே ஒரு பலமான பொதுக் கருத்து இருப்பதை உணரலாம். தணிக்கைத் தரநிலைகள் குறித்த விரிவான விளக்கத்தை அத்தியாயம் 20இல் பார்க்கலாம்.

2. திட்டமிட்ட செயல்முறை

ஒரு நிறுவனத்தின் தணிக்கை திட்டமிட்டுச் செய்யப்பட வேண்டும். தெளிவாகத் திட்டமிட்டுச் செய்யப்படும் எந்த ஒரு செயலும், அது செய்யத் தொடங்கும் முன்பே பாதி வெற்றியைத் தரும் என்பது உலக அறிவு. தணிக்கையும் இந்த பொதுக் கோட்பாட்டிற்கு உட்பட்டதே. தணிக்கை தொடங்கும் போதே அதன்

நோக்கம் (Objectives), அதன் பரப்பு (Scope), இடர் (Risk) அதிகம் உள்ள நிர்வாகப் பிரிவுகள் மற்றும் பரிமாற்றங்கள், சோதனைக்கு உட்படுத்த வேண்டிய பிரிவுகள் மற்றும் பரிமாற்றங்கள், தணிக்கையின் கருத்துக்கு மூலமாக அமையும் நிர்வாக ஆணைகளும் அறிவுறுத்தல்களும், தணிக்கைக்கு தேவையான மனித வளம், தணிக்கைக்குரிய காலம் போன்றவை குறித்து தெளிவாகத் திட்டம் தீட்டப்பட வேண்டும். தீட்டிய திட்டத்தைச் சரியாகச் செயல்படுத்த வேண்டும். தெளிவான திட்டமிட்ட தணிக்கையே வரையறைகளுக்கு உட்பட்டுத் தரநிலைகளின் படி செய்யப்பட்ட தணிக்கையாக அமையும். தணிக்கைத் திட்டமிடல் குறித்து அத்தியாயம் 13இல் விரிவாக விளக்கப்பட்டுள்ளது.

3. தணிக்கை அடிப்படைகள்

தணிக்கை அடிப்படைகள் (Audit criteria) என்பன தணிக்கைக்கு அடிப்படையாக அமைந்து தணிக்கைக் கருத்துக்களையும், தணிக்கைத் தடைகளையும் நிர்ணயிக்கும் மூல காரணிகளாகும். ஒரு நிறுவனத்தின் தணிக்கை அடிப்படைகளாகக் கருதப்படுவது அந்த நிறுவனத்தில் நிர்வாகம் தொடர்பான சட்டங்கள், பின்பற்றப்பட வேண்டிய விதிகள், நிர்வாகம் தொடர்பான ஆணைகள், வழிகாட்டிகள், ஒழுங்குமுறைகள், வரையறைகள் முதலியன. மேற்கூறிய யாவும், அரசாலோ, நிறுவனத்தின் இயக்குநர் குழுவாலோ, அல்லது அதன் நிர்வாகத்தாலோ வழங்கப்பட்டது; தணிக்கையால் அல்ல. அவற்றின் அடிப்படையில் தான் தணிக்கை செய்யப்பட வேண்டும். தணிக்கை புதிய விதிகளையோ, வழி முறை களையோ ஏற்படுத்தலாகாது. தணிக்கைக்கு என்று புதிய வரையறைகளை ஏற்படுத்தலாகாது. அதன் அடிப்படையில் அமையும் தணிக்கைக் கருத்தை நிர்வாகமும், தணிக்கைப் பயனாளிகள் ஏற்க மாட்டார்கள். தணிக்கை அடிப்படை அளவுகோல்களுடன் நிறுவனத்தின் நடை முறையை, உண்மை நிலையை, கள நிலையை ஒப்பீடு செய்து, இரண்டிற்கும் இடையேயான வேறுபாடுகளே தணிக்கைத் தடையாகவும், தணிக்கையரின் கருத்துக்கு அடிப்படையாகவும் அமைகின்றன. தணிக்கை அடிப்படை அளவுகோல்கள் தெளிவாக வரையறுக்கப்படாத நிலையில், தணிக்கையர் அதனை நிர்வாகத்தின் கவனத்திற்குக் கொண்டு வருதல் வேண்டும்.

4. தணிக்கை வளம் உயர்த்தல்

தணிக்கை வளம் உயர்த்துதல் என்பது குறிப்பாக மனித வளத்தை உயர்த்துவதைக் குறிக்கிறது. மனித வளம் என்பது தணிக்கையரின் தனிப்பட்ட ஆற்றல் மற்றும் தணிக்கை நிறுவனத்தின் மொத்த ஆற்றல் என இரண்டையும் குறிக்கும். தணிக்கை செய்யும் செயல்முறையில் மாற்றம் நிகழ்ந்தாலும், அது நிதானமாகவே நிகழ்கிறது எனலாம்.

இருப்பினும் அந்த மாற்றங்களை உடனுக்குடன் அறிந்து தணிக்கை செய்யும் ஆற்றலை மேம்படுத்திக்கொள்வது இன்றியமையாதது. மாறாக, நிறுவனங்களின் நிர்வாகத்தில் வெகு விரைவாக மாற்றங்கள் நிகழ்வதுண்டு. மற்றும் சில சூழல்களில் நிறுவனங்களின் நோக்கம் மற்றும் செயல்பாடுகளே பெரும் மாற்றங்களைச் சந்திக்க நேரிடும். தணிக்கை தொடங்கும் முன் இத்தகு மாற்றங்களை அறிந்து கொள்வது தணிக்கையரின் கடமை. ஒரு சில சூழல்களில் அறிவியல் முன்னேற்றத்தாலோ அல்லது தொழில்நுட்ப வளர்ச்சியினாலோ நிறுவனத்தில் ஏற்படும் மாற்றங்களின் போது தணிக்கையர் தணிக்கைக்குத் தேவையான ஆற்றலை வளர்த்துக் கொள்ள முடியாமல் போகலாம். அத்தகைய சூழலில் அந்தத் துறை சார்ந்த அறிஞர்களின் ஆலோசனை பெற்று தணிக்கையை மேற்கொள்ளலாம். மொத்தத்தில் தணிக்கை செய்வதற்குப் போதுமான ஆற்றலை தணிக்கையர் பெற்றிருக்க வேண்டும்.

III. நிர்வாகம் சார் கூறுகள்

தணிக்கையரும் தணிக்கை நிறுவனமும் தனித்து இயங்குபவர்கள் அல்லர். அவர்கள் தணிக்கைப் பணியை மேற்கொள்ள நிர்வாகத்தைச் சார்ந்தே செயல்பட வேண்டும். இங்கு முக்கியமாகக் கவனிக்கப்பட வேண்டியது தணிக்கைக்கும் நிர்வாகத்திற்கும் இடையிலான தொடர்பு எப்படிப்பட்டதாக அமைய வேண்டும் என்பதே.

1. மூவர் தொடர்புடைய செயல்முறை

தணிக்கையில் மூன்று பிரிவினருக்குத் தொடர்பு உண்டு. முதலாவதாக தணிக்கை செய்யும் நிறுவனம் மற்றும் தணிக்கை செய்யும் அதிகாரி(கள்). இரண்டாவது தணிக்கை செய்யப்படும் நிறுவனம் மற்றும் அதன் நிர்வாகிகள். மூன்றாவது தணிக்கை அறிக்கையின் பயனாளிகள். பல்வேறு வகை பயனாளிகள் இருந்தாலும், அவர்களை ஒரு குழுவாக இணைக்க முடியும். இந்த மூன்றாவது பிரிவினரின் அடிப்படை எதிர்பார்ப்புகள் யாவும் ஒரே மாதிரியானவை. அதாவது நேர்மையான, நடுநிலைமையான, முழுமையான தணிக்கை அறிக்கை ஒன்றே அவர்களின் எதிர்பார்ப்பு. ஆகையால் முதலிரண்டு பிரிவினரிடையேயான உறவுமுறைதான் தணிக்கையின் தரத்தையும் வெளிப்படைத் தன்மையையும் தீர்மானிக்கும். தணிக்கை செய்யப் படும் நிறுவனம் தணிக்கைக்கு முழுமையாக ஒத்துழைக்க வேண்டும். தணிக்கைக்கு வேண்டிய ஆவணங்களை, பதில்களை மற்றும் விளக்கங்களைக் குறித்த காலத்தே முழுமையாக வழங்க வேண்டும். தணிக்கைக் குறிப்புகளுக்கு மழுப்பலில்லாமல் நேரடியான விளக்கம் தர வேண்டும். அதேபோல், தணிக்கையர் அச்சமில்லாமல் நடுநிலையோடு

தணிக்கை செய்ய வேண்டும். தவறுகளைச் சுட்டிக் காட்டத் தயங்கக் கூடாது. நிறுவனத்தின் கோப்புகளையும், தரவுகளையும் ஆழமாக ஆய்வு செய்து தணிக்கையின் கருத்தை வெளியிட வேண்டும். தணிக்கையருக்கும் நிறுவனத்திற்கும் தொழில் ரீதியிலான ஆரோக்கியமான உறவு இருந்தால் மட்டுமே தணிக்கையின் விளைவுகள் சிறப்பாக இருக்கும்.

2. அமைப்பு ரீதியான செயல்முறை

தணிக்கை என்பது ஒரு தனிப்பட்ட நிகழ்வல்ல. அது அமைப்பு ரீதியாக செயல்பட வல்லது. அது நிர்வாகத்தை மேம்படுத்த ஏற்படுத்தப் பட்ட கட்டுப்பாடுகளுள் ஒன்று. அதனை நிர்வாகத் திறனை மேம்படுத்தவல்ல 'தடுப்பு மற்றும் தாங்கும்' (Checks and balances) அமைப்பாகக் கருத வேண்டும். நிறுவனத்தில் அமைந்துள்ள இந்தத் தடுப்பு மற்றும் தாங்கும் நிர்வாக முறைகளே நிறுவனம் சரியான பாதையில் செல்வதையும், தவறுகள் நிகழாவண்ணம் தடுப்பதையும் உறுதி செய்கின்றன. ஆகையால் தணிக்கையை நிர்வாகக் கட்டுப் பாடுகளின் ஒரு பகுதியாகவும் பார்க்க வேண்டும். அமைப்பு ரீதியான செயல்முறை என்பதால் அது திட்டமிட்டுச் செய்யப்பட வேண்டும். நிறுவனத்தில் உள்ள அனைவருக்கும் அது தெரிந்திருக்க வேண்டும். அது தவறுகள் மற்றும் முறைகேடுகளைத் தடுக்கும் (Deterrence) சூழலை ஏற்படுத்தும். அது தணிக்கையின் மறைமுகமான நோக்கமும் ஆகும். நேரடியாகத் தவறுகளைக் கண்டறிந்து சரி செய்யும் முறையை விட, தணிக்கை மீதான பயம் காரணமாக தவிர்க்கப்படும் தவறுகள் அதிகம். தணிக்கையால் மட்டுமே தவறுகள் தவிர்க்கப்படுகின்றன எனக் கூற இயலாது. ஆனால் தணிக்கையினால் தவிர்க்கப்படும் தவறுகள் அதிகம் என்பதைத் தெளிவாக அறிய முடியும். ஆகவே அமைப்பு ரீதியில் தணிக்கை நிர்வாகத்தில் முக்கிய இடம் பெறுகிறது.

3. மந்தணத் தன்மையுடையது

தணிக்கையின் இறுதிப் பொருளான தணிக்கை அறிக்கை அல்லது ஆய்வு அறிக்கை அதன் பயனாளிகளுக்கு உரியதாகிறது. சட்ட விதிகளுக்கு உட்பட்டு தணிக்கை அறிக்கை அதன் முதன்மைப் பயனாளிகளிடம் அளிக்கப்பட வேண்டும். அதன் பின்னர் அந்த அறிக்கை பொதுத் தளத்தில் வைக்கப்பட்டு, பயனாளிகளுக்கு உரித்தானதாகக் கருதப்படும். இங்கே குறிப்பாக ஒரு கருத்தை கவனிக்க வேண்டும். தணிக்கை அறிக்கை மட்டுமே அதன் பயனாளிகளுக்கும் பொதுத் தளத்திலும் கொடுக்கப்பட வேண்டும். ஆனால் தணிக்கை செய்யும் போது, தணிக்கையர் நிறுவனம் தொடர்பான பல்வேறு தகவல்களும் தரவுகளும் தணிக்கையரின் கவனத்திற்கு வரும். அவை நிர்வாகக் கொள்கைகளாகவோ, தந்திரங்களாகவோ இருக்கலாம்;

உற்பத்தி செயல்முறைகளாக இருக்கலாம்; வியாபார தந்திரங்களாக இருக்கலாம்; நிறுவன வளர்ச்சி குறித்த செயல் திட்டமாக இருக்கலாம் அல்லது பங்குச் சந்தை மற்றும் பிற முதலீடுகள் தொடர்புடையதாக இருக்கலாம். அவை எதுவாக இருப்பினும், தணிக்கையர் தனது கவனத்திற்கு வரும் அனைத்துத் தகவல்களையும் மந்தணமாக (Confidential) காக்க வேண்டியது அவரது கடமை. அதுவே தணிக்கையரின் தொழில் நெறி. அத்தகவல்களை பிறரிடம் பகிர்ந்து கொள்ளவும் கூடாது; தன் தேவைக்காகவும் நலனுக்காகவும் பயன்படுத்தவும் கூடாது. நிறுவனம் தணிக்கைக்கு பகிரும் தகவல்கள் தன் தேவைக்குப் பயன்படும் என்ற நிலை இருந்தால் தணிக்கையர் அந்தத் தணிக்கையை மேற்கொள்ளக் கூடாது. நல முரண் (Conflict of interest) கருதி அப்பணியிலிருந்து முதலிலேயே விலக வேண்டும். ஆகவே எல்லாச் சூழலிலும் தணிக்கையர் தனது கவனத்திற்கு வரும் அனைத்துத் தகவல்களையும் மந்தணமாகக் காக்க வேண்டியது அவரது கடமை. கட்டாயமும் கூட.

4. தணிக்கைச் செய்பொருள் அறிவு

தணிக்கையருக்குத் தணிக்கை குறித்த அறிவு மட்டும் போதுமானது அல்ல. தணிக்கைத் திறனோடு தணிக்கை செய்யப்படும் பொருள் குறித்த அறிவும் தேவை. அது குறித்த அறிவை, தணிக்கை தொடங்கும் முன்பே தணிக்கையர் பெற்றிருக்க வேண்டும். தொடர்ந்து வாசிப்பதன் மூலமாகவோ பயிற்சியின் மூலமாகவோ ஒருவர் தன் தணிக்கை அறிவையும் திறனையும் வளர்த்துக் கொள்ள முடியும். தணிக்கையின் இந்தப் பண்பானது தணிக்கை வளம் உயர்த்தும் நடவடிக்கைக்கு தொடர்புடையது. தணிக்கை செய்முறை அறிவை வளர்த்துக் கொள்தல் தணிக்கையை மிகவும் கவனமுடன் செய்ய வேண்டும் என்ற தணிக்கை வரையறையின்படி இன்றியமையாதது. தணிக்கையின் நோக்கம் நிர்வாகத்தை செம்மைப்படுத்துவதாக இருந்தாலும், தணிக்கை அறிக்கையில் நிறுவனத்தின் தவறுகளையும், குறைபாடு களையும் சுட்டிக்காட்ட வேண்டும் என்பதால், தணிக்கையர் மிகவும் கவனமுடன் செயல்பட வேண்டும். ஆகவே தணிக்கையர் நிர்வாகத்தில் உள்ளவர்களுக்கு இணையாக அல்லது அவற்றிற்கும் மேலான அறிவை, நிறுவனம் குறித்த புரிதலை, நிறுவனம் செயல்படும் முறை குறித்த தெளிவைப் பெற்றிருக்க வேண்டும். ஆகவே தணிக்கை செய்யப்படும் பொருள் குறித்து முழுமையான அறிவைப் பெற்றிருப்பது இன்றியமையாதது.

1.3. தணிக்கைக் கோட்பாடுகள்

தணிக்கைக்கு அடிப்படையாக உள்ள கோட்பாடுகள் தணிக்கையின் நோக்கத்திற்கு ஏற்றவாறு மாறுபடுகின்றன. காலச்சூழலில் தணிக்கையின் நோக்கத்திலும் அணுகுமுறையிலும் ஏற்பட்ட மாற்றங்கள் அடுத்த அத்தியாயத்தில் விரிவாக அலசப்படுகின்றன. தணிக்கைத் துறை முழு வளர்ச்சியடைந்துள்ள தற்போதைய காலகட்டத்தில் சில திடமான மூலக்கோட்பாடுகள் உதித்துள்ளன. அவை:

1. தணிக்கை அடிப்படைகளுக்கும் நடைமுறை நிகழ்வுகளுக்குமான இடைவெளி:

தணிக்கை எதனடிப்படையில் நிகழ்த்தப்படுகிறது என்பதைக் குறிப்பிடுகின்றது இந்தக் கோட்பாடு. தணிக்கைக் குறிப்புகள் அல்லது தணிக்கைக் கருத்துக்கள் மற்றும் தணிக்கை அறிக்கைகள் என்பன தணிக்கை அடிப்படைகளுக்கும், நிறுவனத்தில் உண்மையில் நடை முறையில் உள்ள அளவிற்கும் இடையே உள்ள இடைவெளியைக் குறிப்பன. அதாவது நிறுவனத்தின் சட்டங்கள், விதிகள், வழிகாட்டு நெறிமுறைகள் முதலானவற்றிற்கும், நிறுவனத்தின் செயல்பாடுகளில் உண்மையில் காணும் அளவிற்கும் உள்ள இடைவெளிதான் தணிக்கையின் குறிப்புகளாகவும், கருத்தாகவும், அறிக்கையாகவும் வெளிப்படுகின்றன. இரண்டிற்கும் இடையே இடைவெளி ஏதும் இல்லையெனில் நிர்வாகம் திட்டமிட்டபடி, விதிமுறைகளின்படி செயல்படுகின்றன எனக் கருதலாம். அங்கு தணிக்கைத் தடைக்கு வேலையில்லை. அத்தகு சூழல்களில் தணிக்கை அறிக்கைகளில் எதிர்மறைக் கருத்துகள் இடம்பெறத் தேவையில்லை. இந்தத் தணிக்கை அடிப்படைகளை நிர்ணயிப்பது அரசும் அந்நிறுவனத்தின் நிர்வாகமுமே. தணிக்கை அல்ல. சில இடங்களில் தணிக்கை அடிப்படைகள் நடைமுறைக்கு ஏற்பத் தெளிவாக அமையாமல் இருக்கலாம். போதுமான விதிகளோ வழிகாட்டுதல்களோ இல்லாமல் இருக்கலாம். அத்தகைய சூழலில் நிறுவனத்தின் நோக்கம் மற்றும், இலக்குகளை அடிப்படையாகக் கொண்டு அடிப்படைகளை நிர்ணயிக்கும் படி நிறுவனத்தைக் கோரலாம். தணிக்கை தன்னிச்சையாக நிர்ணயிக்க முடியாது. இந்தக் கோட்பாட்டின் அடிப்படையில் விதிப்படியான செயல்முறைகளின்படியும், நிர்ணயிக்கப்பட்டுள்ள இலக்குகளை எட்டியும் நிறுவனம் செயல்படுமானால், இக்கோட்பாட்டின்படி தணிக்கையின் எதிர்மறைக் கருத்துகளுக்கு இடமில்லை எனலாம்.

2. தணிக்கைத் தடையாகும் தகுதி வாய்ந்தவை

தணிக்கைத் தடைகளும் (Objection) குறிப்புகளும் (Observation) எவ்வாறு உருப்பெறுகின்றன என்பதை முந்தைய கோட்பாட்டில் ஓரளவு அறிந்து கொண்டோம். மேற்சொன்ன இரண்டு அளவீடுகளுக்கான

இடைவெளிகள் எல்லாச் சூழலிலும், நிகழ்வுகளிலும் சீராக இருப்பதில்லை. ஒரே மாதிரியான நிகழ்வுகளில் வெவ்வேறு சூழலில், இந்த இடைவெளி வேறுபட்ட அளவிலேயே அமையும். அதே போல் வேறுபட்ட நிகழ்வுகளில் இந்த இடைவெளி வேறுபட்டே அமையும். ஆனால் மேற்சொன்ன இரு அளவுகளுக்கிடையேயான இடைவெளி இருக்கக் கூடிய அனைத்து நிகழ்வுகளும் செயல்முறைகளும் தணிக்கைக் குறிப்பாகவும், தணிக்கைத் தடையாகவும் மாறுவதற்குத் தகுதியானவை அல்ல. சில முக்கியமான, நிறுவனத்தின் அல்லது நிறுவனப் பிரிவின் நிலைத்தன்மையை பாதிக்கக் கூடிய, நிர்வாகத்தின் திறனை பாதிக்கக் கூடிய அளவிலான இடைவெளியைக் கொண்ட நிகழ்வுகள் மட்டுமே தணிக்கைக் குறிப்பாக, கருத்தாக உருப்பெறுகின்றன. இந்த அளவை தணிக்கையின் தொடக்கத்திலேயே நிர்ணயிக்க வேண்டும். அது ஒப்பீட்டளவு (Materiality) என அறியப்படும். இந்த ஒப்பீட்டளவைத் தாண்டுபவை மட்டுமே தணிக்கை அறிக்கையில் இடம் பெறவேண்டும். மற்றவை தணிக்கையின் பணிக் குறிப்புகளில் இடம் பெற்று, அடுத்து நடத்தப்படும் தணிக்கைகளில் கவனிக்கப்பட வேண்டும். இந்தச் செயல்முறை மிக முக்கியமான குறைபாடுகளிலும், தவறுகளிலும் கவனத்தைச் செலுத்த உதவும். எனினும், மற்றவற்றையும் அவற்றைக் கண்காணிக்கும் போக்கு உள்ளதால் தணிக்கையில் நிறுவனத்தை முழுமையாக ஆய்வு செய்ய இடமளிக்கிறது.

3. மாதிரி முறையைப் பின்பற்றுவது; ஆனால் முழு அமைப்பையும் கணிக்கவல்லது

தற்காலத் தணிக்கைக் கோட்பாட்டின்படி தணிக்கை நிறுவனத்தின் முழு நிதிப் பரிமாற்றங்களையும், மொத்தச் செயல்முறைகளையும் முழுமையாக ஆய்வு செய்வது இயலாத செயல். தணிக்கை ஆண்டுக்கொரு முறை நடைபெறுவதால், ஆண்டு முழுவதும் நடந்த பரிவர்த்தனைகளை, பலரால் மேற்கொள்ளப்பட்ட பரிவர்த்தனைகளை குறைந்த நபர்கள் கொண்ட சிறு குழுவால், குறுகிய காலத்தில் ஆய்வுக்கு உட்படுத்த முடியாது. ஆகையால் மாதிரி முறைத் தணிக்கை (Test audit) தவிர்க்க முடியாதது. மாதிரி அடிப்படையிலான ஆய்விற்கு புள்ளியியல் துறையின் மாதிரி எடுக்கும் வரைமுறை குறித்து அறிந்திருக்க வேண்டும். ஆனாலும், தணிக்கை அறிக்கை என்பது முழு நிறுவனத்தைப் பற்றிய தாகவே இருக்க வேண்டும். தணிக்கையின் கருத்தானது நிறுவனத்தின் நிலைத்தன்மை குறித்தும், நிர்வாகம் சரியாக செயல்படுகின்றதா என்பது குறித்தும், நிதியறிக்கை சரியாக தயாரிக்கப்பட்டுள்ளதா என்பது குறித்தும் உத்திரவாதம் அளிப்பதாக தணிக்கைப் பணி அமையும். ஆகவே மாதிரி சோதனை அடிப்படையில் தணிக்கை செய்தாலும் தணிக்கையர் முழு நிறுவனம் குறித்தே தனது அறிக்கையில் உத்தரவாதம் கொடுக்க வேண்டும்.

4. அகக் கட்டுப்பாடுகள்; இடர்மிகு பரிமாற்றங்களின் அடிப்படையிலானது

மாதிரி முறையைப் பின்பற்றி தணிக்கை செய்வது குறித்த கோட்பாடு குறித்து மேலே பார்த்தோம். அதேபோல் அகக் கட்டுப்பாடுகளில் உள்ள குறைகளின் அடிப்படையிலும், இடர்மிகு பரிமாற்றங்களின் அடிப்படையிலும் தணிக்கை செய்யப்படுவதுண்டு. நிறுவனத்தின் மொத்தப் பரிமாற்றங்களையும், முழு செயல்பாட்டையும் தணிக்கை செய்வது இயலாது என்பதை நாம் புரிந்து கொண்டோம். ஆனால் தணிக்கையில் ஆழ்ந்து ஆய்வு செய்வதற்காகப் பின்பற்றப்படும் தணிக்கை அணுகுமுறைகளே (அ) அகக் கட்டுப்பாடுகள் அடிப்படையிலும், (ஆ) ஆபத்தான பரிமாற்றங்களின் அடிப்படையிலும் ஆய்வு செய்வது. இந்த அணுகு முறையில் தணிக்கை செய்யப்படும் நிறுவனம் குறித்த ஆழமான அறிவு வேண்டும். நிறுவனத்தின் செயல்பாட்டு முறை மற்றும் நிர்வாகம் குறித்த ஆழமான புரிதல் இருக்க வேண்டும். அகக் கட்டுப்பாடுகள் எவ்வாறு அமைய வேண்டும் என்பது குறித்தும், அவற்றில் ஏற்படும் குறைபாடுகள் குறித்தும் நல்ல புரிதல் இருக்க வேண்டும். இவை குறித்த விரிவான விளக்கம் அத்தியாயம் 5இல் கொடுக்கப்பட்டுள்ளது. இடர்மிகு பரிமாற்றங்கள் குறித்தும், அவற்றைக் கண்டறியும் முறை குறித்தும் நல்ல புரிதல் இருக்க வேண்டும். இவை குறித்த விரிவான விளக்கம் அத்தியாயம் 14இல் கொடுக்கப்பட்டுள்ளது.

5. நிதிநிலை தணிக்கையை உள்ளடக்கியது; ஆனால் அதனையும் தாண்டியது

தணிக்கையின் பரிணாம வளர்ச்சியில் குறிப்பிட்டது (அத்தியாயம் 2) போல தணிக்கை நிதி அறிக்கையை ஆய்வு செய்து கருத்து தெரிவித்ததையும் கடந்து பல்வேறு துறைகளிலும் நிரவிக் காணப்படுகிறது. தணிக்கை என்பது கணக்கியலை மட்டுமே அடிப்படையாகக் கொண்டு நிதிநிலை அறிக்கையை ஆய்வு செய்வது என்பது இறந்த காலக் கருத்து. இன்றைய சூழலில் தணிக்கை என்பது இணக்கத் தணிக்கை, செயலாக்கத் தணிக்கை, தகவல் தொழில்நுட்பத் தணிக்கை, சுற்றுச்சூழல் தணிக்கை, அமைப்புத் தணிக்கை, ஆற்றல் தணிக்கை என்று பல்கிப் பெருகி காணப்படுகின்றது. இது கணக்கியல் அறிவையும் கடந்து பல்துறைகளிலும் வேரூன்றி வளர்ந்துள்ளது. இதன் காரணமாக, சில சிறப்புத் தணிக்கைப் பிரிவுகளும் தோன்றியுள்ளன. தணிக்கையின் வகைகள் குறித்து பகுதி 2இல் விரிவாக விளக்கப்பட்டுள்ளது.

6. தணிக்கையில் காரண காரியங்களை கண்டறியவேண்டும்; பரிந்துரைகள் பலம் சேர்க்கும்

தணிக்கையர் தனது அறிக்கையில் தவறுகளையும், குறைபாடு களையும் சுட்டிக்காட்டினால் மட்டும் போதாது. அவற்றை மட்டும் சுட்டிக்

காட்டுவதில் எந்தப் பயனும் இல்லை. அந்தத் தவறுகளுக்கும் குறைபாடுகளுக்கும் காரணங்களைக் கண்டறிய வேண்டும். அவற்றைத் தவிர்த்திருக்க முடியாதா என்ற வினாவிற்கும் விடைகாண வேண்டும். தேவைப் படின் அதற்குக் காரணமானவர்களையும் கண்டறிய வேண்டும். மொத்தத்தில் தவறுகளையும் குற்றங்களையும் ஆழமாக ஆய்ந்தறிந்து, அந்நிகழ்வை முழுமையாகக் குறிப்பிடுவது தணிக்கையை முழுமையான தாக்கும். அதற்கும் மேலே தவறுகளை திருத்துவதற்குரிய வழிவகைகளை ஆராய்ந்து சரியான பரிந்துரையை பதிவு செய்ய வேண்டும். பரிந்துரையைக் கொடுக்கும் போது (i) செயல்படுத்தும் வாய்ப்பு, (ii) நிதி உட்பட தேவைப்படும் வளங்கள், (iii) தேவைப்படும் காலம் (iv) பக்க விளைவுகள் ஏற்படும் வாய்ப்பு முதலானவற்றை ஆராய்ந்து சரியான பரிந்துரையைக் கொடுக்க வேண்டும். மொத்தத்தில் தணிக்கையர் தணிக்கையின் முடிவில் தன் கருத்தைப் பதிவு செய்யும் போது தவறுகளுக்கான காரணங்களையும், அவற்றைக் களைவதற்கு ஏற்ற சரியான பரிந்துரைகளையும் ஒருங்கே வழங்க வேண்டும்.

சிந்திக்க...

1. தணிக்கையின் பண்களை உங்களுக்குத் தெரிந்த தணிக்கையர் அல்லது தணிக்கை நிறுவனங்களுடன் ஒப்பிடுக.
2. தணிக்கை முக்கியமாகப் பயன்படக்கூடிய சமூகம் மற்றும் பொருளாதாரம் தொடர்புடைய அமைப்புகள் மற்றும் நிறுவனங்கள் குறித்து எண்ணிப் பார்க்க.
3. தணிக்கை செய்ய முடியாத, தணிக்கை தேவைப்படாத அமைப்புகள் ஏதேனும் உண்டா என எண்ணிப் பார்க்க. அவை எச்சூழலில் தணிக்கைக்கு உட்படும் என எண்ணிப் பார்க்க.
4. அரசியல் கட்சிகள், தொண்டு நிறுவனங்கள், மதச்சார்பான அமைப்புகள் தணிக்கைக்கு உட்பட்டவையா என்பதை எண்ணிப் பார்க்க.
5. குடும்பச் செலவுகள், தனி நபரின் சொந்தச் செலவுகள் தணிக்கைக்கு உட்பட்டவையா என எண்ணிப் பார்க்க.

2. தணிக்கையின் வரலாறு

ஒரு துறையின் தோற்றத்தையும், அது தோன்றிய சூழலையும் அறிந்து கொள்வதன் மூலம் அத்துறையின் முழுப் பரிமாணத்தையும், பரிணாமத்தையும் அறிந்து கொள்ள முடியும். காலச்சக்கரத்தில் ஒரு துறையில் ஏற்பட்ட மாற்றங்கள், தற்போது அத்துறையில் நிலவும் கோட்பாடுகள் எத்தகைய சூழலில் தோன்றின எனப்புரிந்து கொள்வதற்கு வழிவகுக்கின்றன. தணிக்கையின் தன்மையானது பொருளாதார சூழலையும், நிறுவனத்தின் நிர்வாகத் தன்மையையும் பொறுத்து மாறுபடும் என்பதை அறிக.

2.1. தணிக்கையின் தோற்றம்

உலக வரலாற்றில் பல நிகழ்வுகள், தக்க சான்றுகள் இல்லாத காரணத்தால், எப்போது நிகழ்ந்தது என அறுதியிட்டுக் கூற முடியாத நிலை இன்றளவும் உள்ளது. காலம் பல நிகழ்வுகளுக்கு சான்றுகளைப் பதிவு செய்யவில்லை. பதிவு செய்யப்பட்ட சான்றுகளும் சரியான முறையில் பாதுகாக்கப்படவில்லை.

தணிக்கையும் எப்போது தோன்றியது என உறுதியாகக் கூற முடியாத நிலை உள்ளது. ஆனால் ஒன்றை மட்டும் உறுதியாகக் கூற முடியும். தணிக்கையின் தோற்றம் கணக்கியல் அல்லது கணக்கு பதிவியலின் தோற்றத்தோடு இயைந்தே இருக்க வேண்டும். நமக்குக் கிடைத்திருக்கின்ற வரலாற்றுச் சான்றுகள், மன்னர்கள் தங்கள் வருவாய் மற்றும் செலவினங்களைக் குறித்து வைத்திருந்தனர் என்றும், அதாவது கணக்கு எழுதி வைத்திருந்தனர் என்றும், அந்தக் கணக்குகள் சரிபார்க்கப்பட்டன என்றும் தெரிவிக்கின்றன. தவறாக கணக்குகள் எழுதப்பட்டிருந்தால், தவறு செய்தவர்களுக்கு கடுமையான தண்டனைகள் வழங்கப்பட்டன என்றும் வரலாற்றுச் சான்றுகள் தெரிவிக்கின்றன.

அதே வேளையில் தனிநபர்கள் கணக்கு எழுதி வைத்தனரா இல்லையா என்பதற்கும், தனிநபரின் தொழில்கள் தணிக்கை செய்யப் பட்டதா என்பதற்கும் நேரடிச் சான்றுகள் கிட்டவில்லை. சுவர்களிலும், பானைகளிலும் விவரக் குறிப்புகள் எழுதி வைக்கப்பட்டிருந்தன என்று இலக்கியங்களும் அகழ்வாய்வுகளும் தெரிவிக்கின்றன. மேலும்,

வர்த்தகம் வளம் பெற்று இருந்ததன் அடிப்படையில், ஏற்றுமதி மற்றும் இறக்குமதி குறித்த கணக்குகள் முறையாக எழுதப்பட்டு சரிபார்க்கப் பட்டிருக்கலாம் என்று நம்புவதற்கு இடமிருக்கிறது.

உலகின் தொன்மை நாகரிகங்களாகக் கருதப்படும் கிரேக்க, எகிப்திய, சீன மற்றும் சிந்துச் சமவெளி நாகரிகங்களில் இத்தகைய குறிப்புகள் இருந்ததை வரலாற்று ஆராய்ச்சியாளர்கள் பதிவு செய்கின்றனர்.

ஆகவே, நமக்குக் கிடைத்துள்ள சான்றுகளின் அடிப்படையில் தணிக்கையின் அடிப்படையான கணக்கு எழுதும் முறையும், அதனைச் சரிபார்க்கும் முறையும் சுமார் 2000 ஆண்டுகளுக்கு முன்னரே வழக்கத்தில் இருந்திருக்கலாம் என்று தெரிகிறது. காலச்சக்கரத்தில் வாழ்க்கை முறையிலும், நாகரீக நிலையிலும், அரசமைப்பு முறையிலும் மாற்றங்கள் ஏற்பட்டதைப் போல, கணக்கியலிலும், தணிக்கையிலும் மாற்றங்கள் நிகழ்ந்திருக்கின்றன. அவை குறித்து அடுத்த பத்திகளில் காணலாம்.

2.2. தணிக்கையின் பரிணாம வளர்ச்சி

தணிக்கை என்பது தனிநபர் சார்ந்த பணியாகத் தோன்றிய நிலையிலிருந்து, குழு அடிப்படையிலான பணி என்ற நிலையைக் கடந்து, நிறுவனம் சார்ந்த பணி என்ற நிலையை தற்போது எட்டி யுள்ளது எனலாம். கணக்கு எழுதும் முறை தோன்றிய காலத்திலேயே தணிக்கையும் தோன்றியது எனலாம்.

தொடக்கத்தில், தனது வரவு செலவு கணக்கு எழுதி வைத்த மக்கள் மற்றும் வணிகர்கள், சிறிது காலத்திற்குப் பின்னர் அவற்றைச் சரிபார்க்கத் தொடங்கிய முறையே தணிக்கையின் தொடக்கம் எனலாம். இவ்வாறு கணக்கு எழுதிய பின்னர் சரிபார்ப்பது தனிநபரின் சொந்தத் தொழில் மற்றும் வணிகத்திலிருந்து தொடங்கி இருக்கலாம். பின்னர் தொழிலும் வணிகமும் பெருகிய போது, கணக்கு எழுது வதற்கு என்று தனி அலுவலர்கள் நியமிக்கப்பட்டனர். ஆனால் அவற்றைச் சரிபார்க்கும் பொறுப்பு அதன் உரிமையாளரிடமே இருந்தது எனலாம். அதேவேளையில் அரசின் வரவு செலவுகளை கணக்கெழுதவும், அவற்றைச் சரிபார்க்கவும் தனி அலுவலர்கள் நியமிக்கப்பட்டனர். தணிக்கை ஒரு தொழிலாக உருப்பெறத் தொடங்கியது தணிக்கைக்கென தனி அலுவலர்கள் நியமிக்கப்பட்ட காலத்தில்தான். தணிக்கையின் பரிணாம வளர்ச்சியை ஐந்து நிலைகளாகப் பிரிக்கலாம். அவை குறித்த தொகுப்பை அட்டவணை 1இல் காணலாம்.

அட்டவணை 1. தணிக்கைப் பரிணாம வளர்ச்சி நிலைகள்

தணிக்கைப் பரிணாம வளர்ச்சி நிலை	தணிக்கை நிலைப் பெயர்	வரலாற்று காலகட்டம்	தணிக்கை அணுகுமுறை
முதல்நிலை	கணக்கு எழுதிய காலம்	கிறித்து பிறப்பதற்கு முன்	அரசு (அரசர், அமைச்சர், அமைச்சர் குழு) கணக்குகளை சரிபார்த்தல்
இரண்டாம் நிலை	கணக்கு சரிபார்ப்புக் காலம்	1ஆம் நூற்றாண்டு முதல்	கணக்குகள் மற்ற அலுவலர்களால் சரி பார்க்கப் பட்டது
மூன்றாம் நிலை	தணிக்கைத் தொழில் தொடக்க காலம்	5ஆம் நூற்றாண்டு முதல்	தணிக்கைப் பணியாளர்கள் பணியமர்த்தப் பட்டனர்
நான்காம் நிலை	நிதித் தணிக்கைக் காலம்	18ஆம் நூற்றாண்டு முதல்	தணிக்கை நிறுவனம்/ குழுக்கள் தோன்றின
ஐந்தாம் நிலை	சிறப்புத் தணிக்கைக் காலம்	1990 முதல்	சிறப்புத் தணிக்கைப் பிரிவுகள் தோன்றின

☆ **அட்டவணைக் குறிப்பு:** மேலே குறிப்பிடப்பட்ட தகவல்கள் தணிக்கைப் பரிணாம வளர்ச்சி குறித்து இந்நூலாசிரியரின் பரந்த வாசிப்பின் அடிப்படையிலான கருத்து.

முதல் நிலையாக, நிதிநிலை அறிக்கை தயாரிக்கும் பணி தொடங்கிய காலத்தில், அவற்றில் பதியப்பட்ட எண்களை சரிபார்க்கும் பணி அதிகாரத்தில் இருக்கும் தனி நபர்களால் செய்யப்பட்டது. அந்தக் கால கட்டத்தில் தணிக்கையரின் பணி நிதிநிலை அறிக்கையை சரி பார்த்து அவற்றில் உள்ள தவறுகளைச் சுட்டிக் காட்டும் அளவிலேயே இருந்தது எனலாம். அது தணிக்கையின் முதல் நிலை என்றாலும், தணிக்கையின் வளர்ச்சியற்ற நிலை என்றே அதனைக் கருத முடியும். இந்த நிலை அரசுத் துறையில் முதன் முதலில் தோன்றியது எனலாம். அதற்குக் காரணம் தனியார் துறைகள் நிதிநிலை அறிக்கை தயாரிக்கும் அளவிற்கு வளரவில்லை.

இரண்டாம் நிலையில், தனியார் துறைத் தொழில்களிலும் வணிகத்திலும் நிதிநிலை அறிக்கை தயாரிக்கத் தொடங்கிய காலம்தான் தணிக்கைக்கென்றே தனிப்பட்ட பணியாளர்கள் தோன்றிய காலம். இந்தக் காலகட்டத்திலும் தணிக்கையரின் பணி நிதிநிலை அறிக்கையை சரி பார்த்து அவற்றில் உள்ள தவறுகளைச் சுட்டிக்காட்டும் அளவிலேயே இருந்தது எனலாம். ஆனால் தணிக்கையின் அணுகுமுறையிலும் செயல் முறையிலும் குறிப்பிடத்தக்க முன்னேற்றம் ஏற்பட்டது எனலாம்.

மூன்றாம் நிலையில் தணிக்கை ஒரு வரையறைக்கு உட்பட்ட தொழிலாக உருவெடுத்தது. இக் கால கட்டத்தில் பெரும் பொருளாதார முன்னேற்றம் ஏற்பட்டு பெரிய நிறுவனங்களும், பன்னாட்டு வணிகமும் தழைத்தோங்கியது எனலாம். இக்கால கட்டத்தில் தனி நபர்களாக வரவு - செலவு கணக்கையும் நிதிநிலை அறிக்கையையும் சரிபார்த்த நிலை மாறி, தணிக்கையர் குழுக்களாக இணைந்து பணியாற்றிய காலம். அதனால் தணிக்கைத் தொழில் ஒரு வரையறையின்படி செயல்படத் தொடங்கியது எனலாம்.

நான்காம் நிலையில் தணிக்கை அசுர வளர்ச்சி பெற்றது எனலாம். இக்கால கட்டத்தில் தணிக்கைத் தொழில் ஒரு நிறுவனம் சார் தொழிலாக உருவெடுத்தது. உள் நாட்டளவிலும் பன்னாட்டளவிலும் தணிக்கைக் குறித்த தெளிவான வரையறைகள் தோன்றின. இந்தக் காலகட்டத்திலும் தணிக்கை நிதிநிலை அறிக்கை சார்ந்தே இருந்தது. ஆனால் நடைமுறை தேவை கருதி தணிக்கை அணுகுமுறையில் பெரும் மாற்றங்கள் நிகழ்ந்தன. அகக் கட்டுப்பாடுகளை ஆய்வு செய்யும் முறையும், இடர் மற்றும் மாதிரி அடிப்படையில் பரிவர்த்தனைகளை உற்றுநோக்கி தணிக்கை செய்யும் அணுகுமுறையும் தோன்றியது எனலாம்.

ஐந்தாம் நிலையில் தணிக்கையின் நோக்கம் நிதிநிலை அறிக்கையைக் கடந்து நிர்வாக மேம்பாடு, அமைப்பு மேம்பாடு மற்றும் திட்ட மேம்பாடு என்று விரிவடைந்தது எனலாம். இது தற்காலத்தே நிகழ்ந்து வரும் நிகழ்வாகும். இக்கால கட்டத்தில் பல்வேறு வகையான தணிக்கைகள் தோன்றின. அவை குறித்து பகுதி 2இல் விரிவாக விளக்கப்பட்டுள்ளது.

2.3. உலக வரலாற்றில் தணிக்கை

தணிக்கையின் உலக வரலாறு குறித்து சில ஆய்வுக் கட்டுரைகள் எழுதப்பட்டுள்ளன. பெரும்பான்மையான கட்டுரைகள் அயல்நாட்டு அறிஞர்களாலும், ஒரு சில கட்டுரைகள் இந்திய அறிஞர்களாலும் படைக்கப்பட்டவை. அந்த ஆய்வுகளின் அடிப்படையில், தணிக்கையின் பரிணாம வளர்ச்சியை கீழ்க்கண்ட ஐந்து காலகட்டங்களாகப் பிரிக்கலாம்.

1840க்கு முன்

நாகரீகம் தொடங்கிய காலம் முதல் கி.பி 1840 வரையிலான காலகட்டத்தில் தணிக்கையின் பயன்பாடு குறித்த விரிவான பதிவுகள் இல்லை. விரிவான தணிக்கைக்குப் பதிலாக, பரிவர்த்தனைகளை சரிபார்க்கும் முறையே பரவலாக இருந்ததாகத் தெரிகிறது. கி.பி 1100-1105 வருடங்களில் இங்கிலாந்து மன்னர் முதலாம் ஹென்றி ஆட்சியின் காலத்தில் கருவூலம் அமைக்கப்பட்ட போது, 'சிறப்புத் தணிக்கை அதிகாரி' நியமிக்கப்பட்டது குறித்து விரிவான பதிவுகள் உள்ளன. அதன் பின்னர் இத்தாலி நகர நிர்வாகங்களிலும் தணிக்கை அதிகாரிகள் நியமிக்கப்பட்டதற்கான சான்றுகள் கிடைத்துள்ளன. பதினைந்தாம் நூற்றாண்டின் இறுதி பத்தாண்டுகளில், இத்தாலியின் மறுமலர்ச்சியின் போது வர்த்தகம் தழைத்தோங்கியது. லூகா பாசியோலா என்ற அறிஞரின் குறிப்புகளிலிருந்து கணக்கியலின் 'இரட்டைப் பதிவு முறை'யின் அடிப்படைகள் பின்பற்றப்பட்டன என அறிகிறோம். ஆயினும் தணிக்கை என்பது பண மோசடிகளைக் கண்டறிந்து தண்டனை தரும் நோக்கிலேயே அமைந்திருந்தது எனலாம்.

1840 முதல் 1920 வரை

இந்தக் காலகட்டத்தில் இங்கிலாந்தில் ஏற்பட்ட தொழில் புரட்சியின் காரணமாக பல பெரிய நிறுவனங்கள் தோன்றின. நடுத்தர வர்க்கத்தினர் பெரிய நிறுவனங்களில் முதலீடு செய்யும் நிலைமையும் தோன்றியது. அதனால் அவர்களது முதலீட்டிற்கு பாதுகாப்பு வழங்கப்பட வேண்டிய சூழலும் ஏற்பட்டது. இந்நிலையில் இங்கிலாந்து அரசு 1844ஆம் ஆண்டு 'இணை பங்குகள் நிறுவனச் சட்டம்' இயற்றியது. இந்தச் சட்டத்தின்படி நிறுவனத்தின் இயக்குநர்கள் நிறுவனத்தின் கணக்குகள் சரியாகவும் சமநிலையிலும் எழுதவும், சமநிலையிலான கணக்கு அறிக்கை தயார் செய்வதும் உறுதிப்படுத்தப்பட்டது. இந்தச் சட்டம் கணக்குகளை சரிபார்க்க தணிக்கை அலுவலர்கள் நியமிக்கவும் வழிவகை செய்தது.

இந்தக் காலகட்டத்தில் சிறு நிறுவனங்களில் மேலாளர்களே கணக்காளர்களாகவும், அந்நிறுவனத்தின் பங்குதாரர்களே தணிக்கை செய்பவர்களாகவும் பணியாற்றினர். பெருநிறுவனங்கள் கணக்குப் பதிவு செய்யவும் தணிக்கை செய்யவும் தனிப்பட்ட பணியாளர்கள் பணியமர்த்தப்பட்டனர். மேலும் முறைப்படுத்தப்பட்ட தணிக்கைகள் பலவும் நீதிமன்றத்தின் ஆணையை நிறைவேற்றவும், மோசடி உட்பட்ட குற்றச் செயல்களைத் தடுக்கும் நோக்கத்திலேயே அமைந்தன. ஆயினும்

தணிக்கையின் முக்கியத்துவம் காரணமாக, தணிக்கை செய்வது ஒரு தொழிலாக உருவாகும் சூழ்நிலை ஏற்பட்டது.

1920 முதல் 1960 வரை

இந்தக் காலகட்டத்தில் தணிக்கைத் தொழில் முக்கியத்துவம் இங்கிலாந்திலிருந்து அமெரிக்காவிற்கு நகர்ந்தது. பொருளாதாரத்திலும், தொழில் துறையிலும் மிகப் பெரும் மாற்றங்கள் நிகழ்ந்தன. நிறுவனத்தின் முதலாளிகளும், நிறுவனத்தின் மேலாளர்களும் வேறு வேறு நபர்களாக மாற்றம் பெற்றனர். பங்குச் சந்தை மூலம் நிதி திரட்டுவதும், கடன் வாங்கி தொழில் செய்வதும் மாபெரும் ஏற்றம் பெற்றன. ஆனால் 1929இல் ஏற்பட்ட பொருளாதார தேக்கநிலையும், பங்குச் சந்தை வீழ்ச்சியும் நிறுவனங்களையும், முதலீட்டாளர்களையும் பெருமளவு பாதித்தன. நிர்வாகத்தில் இருந்த குறைபாடுகளும், கணக்குகளில் இருந்த தவறுகளும், நிதிநிலை அறிக்கைகளில் இருந்த தெளிவின்மையும் அதற்குக் காரணமாக இருந்ததாக கண்டறியப்பட்டன.

அதன் காரணமாக தணிக்கையின் நோக்கத்தில், அதன் அணுகு முறையில், அதன் செயல் முறையில் குறிப்பிடத்தகுந்த மாற்றங்கள் ஏற்பட்டன. அவை:

1. தணிக்கையின் நோக்கம் மோசடியைக் கண்டறிவதிலிருந்து நிறுவனத்தின் கணக்கு மற்றும் நிதிநிலை அறிக்கைகளின் நம்பகத்தன்மையை உறுதி செய்வது என மாறியது.

2. தணிக்கையின் அணுகுமுறைகளாக, தணிக்கைத் திட்டமிடல், 'ஒப்பீட்டளவு நிலை' (materiality)யின் அடிப்படையில் தணிக்கையின் கருத்துக்களைப் பதிவு செய்யும் முறை மற்றும் மாதிரிகளின் அடிப்படையில் தணிக்கை செய்யும் முறை முதலியன உருப்பெற்றன.

3. அகக் கட்டுப்பாடுகளை ஆய்வு செய்யும் முறையும், அதன் அடிப்படையில் நிறுவனத்தின் செயல்பாட்டையும், அதன் நிதிநிலை அறிக்கையின் நடுநிலைமை மற்றும் நம்பகத் தன்மை குறித்தும் கருத்துக்களைப் பதிவு செய்யும் பணியாக தணிக்கை உருப்பெற்றது.

4. தணிக்கையின் கருத்துக்களுக்கு அடிப்படையாக அக மற்றும் புறச் சான்றுகள் அமைந்தன. சான்றுகளின் அடிப்படையிலான தணிக்கை முழு நம்பகத்தன்மை வாய்ந்ததாக உருப்பெற்றது.

5. நிறுவனத்தின் இலாப நட்ட கணக்குகளும், சமநிலைக் கணக்குகளும் மிகுந்த முக்கியத்துவம் வாய்ந்ததாக அமைந்தது.

1960 முதல் 1990 வரை

இந்தக் காலகட்டத்தில் தொழில்நுட்ப வளர்ச்சி காரணமாக உலகப் பொருளாதாரம் பெருமளவு வளர்ச்சி கண்டது. அதே போல் நிறுவனங்களின் கட்டமைப்பும் சிக்கலானதாக மாறத் தொடங்கியது. அதனால் 1970ஆம் ஆண்டுகளில் தணிக்கைத் தொழில் முக்கியத்துவம் வாய்ந்ததாக மாறத் தொடங்கியது. நிதிநிலை அறிக்கைகளின் நம்பகத் தன்மையை உறுதி செய்வதில் தணிக்கையர்கள் மிக முக்கிய பங்காற்றத் தொடங்கினர். நிறுவனங்களின் வளர்ச்சியினாலும், பரிமாற்றங்களின் எண்ணிக்கை அதிகரித்ததாலும் தணிக்கையின் அணுகுமுறையில் பெரும் மாற்றம் ஏற்பட்டது. தனிப்பட்ட பரிமாற்றங்களை சோதனை அடிப்படையில் ஆய்வு செய்வதைக் குறைத்துக் கொண்டு, அகக் கட்டுப்பாடுகளை முழுமையாக ஆய்வு செய்து, அதன் அடிப்படையில் நிதிநிலை அறிக்கையின் உண்மைத் தன்மை குறித்து சான்றளிக்கும் தணிக்கை அணுகுமுறை முக்கியத்துவம் பெற்றது. அகக் கட்டுப் பாடுகளை ஆய்வு செய்யும் போது, கணக்குகளைப் பதிவு செய்யும் முறையிலும், பணப் பரிமாற்றங்களை நிகழ்த்தும் மற்றும் கண்காணிக்கும் முறைகளிலும் உள்ள அகக் கட்டுப்பாடுகள் மற்றும் ஒழுங்கு முறைகளை ஆய்வு செய்வது முக்கியத்துவம் பெற்றது.

1980ஆம் ஆண்டுகளில் தணிக்கை அணுகுமுறையில் மீண்டும் ஒரு மாற்றம் நிகழ்ந்தது. ஒரு நிறுவனத்தின் அகக் கட்டுப்பாடுகளை முழுமையாக ஆய்வு செய்வதில் பல சிரமங்கள் ஏற்பட்டன. அகக் கட்டுப்பாடுகளை முழுமையாக ஆய்வு செய்வதற்கு அதிக மனித வளமும், காலமும் தேவைப்பட்டது. அஃதோடு, நிறுவனம் குறித்த ஆழமான புரிதலும் தேவைப்பட்டது. இந்தச் சிரமங்களைத் தவிர்க்க அகக் கட்டுப்பாடுகளை ஆய்வு செய்யும் முறையை மாற்றி, 'பகுப்பாய்வு நடைமுறைகளின்' அடிப்படையில் தணிக்கை செய்யும் அணுகுமுறை முக்கியத்துவம் பெற்றது. இம்முறையில் நிறுவனம் குறித்த 'இடர் அறிகுறிகளின்' அடிப்படையில், அதிக இடர் நிறைந்த செயல்பாடு களையும், பரிமாற்றங்களையும் கண்டறிந்து அவற்றைத் தணிக்கை செய்யும் அணுகுமுறை வளரத் தொடங்கியது. இதனால் நிறுவனத்திற்கு உள்ளேயும், வெளியேயும் தணிக்கைக் கருத்திற்கு தேவையான சான்றுகளைத் தேடும் அணுகுமுறையும் முக்கியத்துவம் பெற்றது. பொருளாதாரத்தில் ஏற்பட்ட வளர்ச்சியின் காரணமாகவும், நிறுவனங் களின் நிர்வாக முறைகளில் ஏற்பட்ட மாற்றங்கள் காரணமாகவும், தணிக்கையின் அணுகுமுறையில் ஏற்பட்ட மாற்றங்கள் காரணமாகவும் தணிக்கைத் தொழிலும் நிறுவனம்சார் தொழிலாக உருப்பெற்றது.

இந்தக் காலகட்டத்தில் தணிக்கைத் தொழிலில் மேலும் இரு முக்கிய மாற்றங்கள் நிகழ்ந்தன. அவை:

1. நிறுவனங்கள் நிர்வாகத்தை மேம்படுத்தும் நோக்கில் கணினிகளை பயன்படுத்தத் தொடங்கினர் தணிக்கைத் தொழிலும் கணினியைப் பயன்படுத்த வேண்டிய கட்டாயம் ஏற்பட்டது. ஆகவே தகவல் தொழில்நுட்பத் தணிக்கையின் தொடக்கமும் இக்கால கட்டமே எனலாம்.

2. நிறுவனங்களில் நிகழும் தவறுகளை முன் கூட்டியே தடுக்கும் வகையில் நிறுவனங்கள் தணிக்கையிடம் ஆலோசனை கேட்கத் தொடங்கியதால், ஆலோசனை வழங்கும் பணியையும் தணிக்கை நிறுவனங்கள் மேற்கொள்ளத் தொடங்கின. ஆகவே தணிக்கையின் இரண்டாம் நோக்கமாக ஆலோசனை வழங்கும் பணி இக்கால கட்டத்தில் தொடங்கியது எனலாம்.

மொத்தத்தில் 1960 முதல் 1990 ஆம் ஆண்டு கால கட்டத்தில் தணிக்கைத் துறை மிகப்பெரும் வளர்ச்சி பெற்று தனிப் பெரும் நிறுவனம் சார் துறையாக வளர்ந்தது எனலாம்.

1990 முதல் தற்போது வரை

இந்தக் கால கட்டத்தில் தணிக்கை வளர்ச்சியில் மிகப் பெரும் ஏற்றம் கண்டது. தணிக்கை நிறுவனங்கள் பல்கிப் பெருகின. சிறு பகுதிகளிலும், உள்நாட்டளவிலும் தோன்றிய தணிக்கை நிறுவனங்கள் தவிர, பல பன்னாட்டு தணிக்கை நிறுவனங்களும் தோன்றின. தணிக்கைத் துறையை ஒழுங்குபடுத்தும் அமைப்புகளும் தோன்றின. உலக அளவில் தணிக்கைத் தரநிலைகளும், தணிக்கைப் பயிற்சி நிறுவனங்களும் தோன்றின. இந்தக் காலகட்டத்தில்தான் உலகின் பெரும்பாலான நாடுகள் தணிக்கை குறித்த சட்டங்கள் இயற்றின; மற்றும் நிறுவனங்கள் குறித்த சட்டங்களில் தணிக்கை செய்ய வேண்டியதன் தேவை வலியுறுத்தப்பட்டன.

தணிக்கைத் துறையானது நிதிநிலை அறிக்கைகளை சான்றளிப் பதையும் தாண்டி, நிறுவனங்களின் நம்பகத்தன்மை, நிலைத்தன்மை, செயல்பாட்டுத்திறன் ஆகியவற்றைத் தணிக்கை செய்யும் நோக்கங்களுடன் முக்கியத்துவம் பெற்றது. அவை தவிர, தகவல் தொழில்நுட்பக் கட்டமைப்பு மற்றும் சுற்றுச்சூழல் போன்ற பல்வேறு வகையான தணிக்கை வகைகளும் தோன்றி பல்கிப் பெருகின. அகத் தணிக்கை மற்றும் புறத் தணிக்கை என்ற உட்பிரிவுகளும் தோன்றி நிறுவனங்களின் தவறுகளைக் களைந்து அவற்றின் வளர்ச்சிக்கு வழிவகுத்தன. தற்போது வழக்கத்தில் உள்ள தணிக்கை வகைகள் குறித்து விரிவாக பகுதி 2இல் காணலாம்.

இந்தக் காலகட்டத்தில் நிறுவனங்களின் பங்கு பரிவர்த்தனை மிகப் பெரும் ஏற்றம் கண்டது. முதலீட்டாளர்கள் பல்கிப் பெருகியதால் -

பங்குதாரர்களின் எண்ணிக்கை அதிகரித்ததால், நிறுவனத்தின் உண்மையான நிலை குறித்து தற்சார்புள்ள அமைப்பிடமிருந்து- நிறுவன சார்பு இல்லாமல் - ஒரு நடுநிலையான தணிக்கை அறிக்கையின் தேவை மிக முக்கியமாக உணரப்பட்டது. இதே காலகட்டத்தில், நிதி நிறுவனங்களின் தோற்றமும், அவற்றில் நிகழ்ந்த மோசடிகளும், அவற்றின் வீழ்ச்சிகளும் தணிக்கையின் தேவையை அதிகப்படுத்தின. தணிக்கை தவிர்க்க முடியாத துறையாக வளர்ச்சி பெற்றது இந்தக் காலகட்டத்தில்தான்.

தணிக்கையர்களும், தணிக்கை நிறுவனங்களும் பெருகியதால், தணிக்கையின் தரத்தை உறுதிப்படுத்தும் தேவையும் அதிகரித்தது. தணிக்கைக் குறித்த நுண்ணறிவும், தணிக்கைத் தரநிலை குறித்த விதி, சட்ட மற்றும் வழிகாட்டு முறைகளும் இக்காலகட்டத்தில் வளர்ந்தன. ஒவ்வொரு நிறுவனத்திலும் அகத் தணிக்கை அமைப்பும், புறத் தணிக்கை அமைப்பும் கட்டாயமாக்கப்பட்டது.

மேலும் தணிக்கை அமைப்புகள் நிதிநிலை அறிக்கைகளுக்கு சான்றளிப்பதோடு மட்டுமல்லாமல், பிற வகைத் தணிக்கைகளை மேற்கொள்ளவும் அதிகாரம் வழங்கப்பட்டது. நிறுவனங்களின் செயல் திறன் குறித்தும், நிறுவனங்கள் அவற்றின் நோக்கங்களை எட்டியது குறித்தும் தணிக்கை செய்து அறிக்கை வெளியிடும் நிலை உருவானது. தற்போது ஒரு நிறுவனம் மற்றும் திட்டங்களின் விளைவுகள் குறித்து தணிக்கை செய்யும் நோக்கம் முன்னுரிமை பெறத் தொடங்கியுள்ளது.

தணிக்கை அணுகுமுறை குறித்தும், ஆய்வு முறை குறித்தும் முடிவெடுக்கும் முழு அதிகாரம் தணிக்கைக்கே வழங்கப்பட்டது. பல்வேறு நிறுவனங்கள் கணினிமயமானதால் தகவல் தொழில் நுட்பத் தணிக்கை மிகப்பெரிய வளர்ச்சி பெற்றது. அது தவிர, மற்ற வகைத் தணிக்கையிலும் தகவல் தொழில்நுட்பம் பெருமளவு பயன் பெறத் தொடங்கியது. தரவுகளின் அடிப்படையில், அபாயகரமான பரிவர்த்தனைகளைக் கண்டறிந்து அவற்றைத் தணிக்கை செய்யும் முறை முக்கியத்துவம் பெற்றது.

நிறுவனங்களின் வளர்ச்சி மற்றும் நிர்வாக முறையில் மாற்றங்கள் நாளுக்கு நாள் நிகழ்ந்து கொண்டே இருக்கின்றன. அவற்றிற்கேற்ப தணிக்கையும் புதுப்புது உத்திகளைப் பின்பற்றி சிறப்பான தணிக்கையை மேற்கொள்ள வேண்டிய கட்டாயத்தில் தணிக்கை உள்ளது.

2.4. இந்திய வரலாற்றில் தணிக்கை

பழங்காலம்:

சிந்துச் சமவெளி நாகரிகத்திலும் கணக்கு எழுதும் முறையும், கணக்கைச் சரிபார்க்கும் முறையும் வழக்கத்தில் இருந்திருக்கலாம்

என்று நம்புவதற்கு வரலாற்றுச் சான்றுகள் இடமளிக்கின்றன. சிந்துச் சமவெளி நாகரிக காலத்தில் அரசமைப்பு முறை பற்றி ஓரளவு தெளிவான வரலாற்றுக் குறிப்புகள் கிடைக்கப் பெற்றிருந்தாலும், வரலாற்று அறிஞர்கள் மாறுபட்ட கருத்துக்களைப் பதிவு செய்திருக் கின்றனர். ஆயினும் அக்காலத்தில் பன்னாட்டு வணிகம் மிகவும் சிறந்து விளங்கியது என்பதனை வரலாற்று அறிஞர்கள் ஏற்றுக்கொள்கின்றனர். அவை தவிர, அளத்தல் அளவைகள் பயன்பாட்டில் இருந்தன என்பதற்கும், அக்காலத்திய தொழில் மற்றும் வணிகம் குறித்தும் பல வரலாற்றுப் பதிவுகள் உள்ளன. ஆகவே கணக்கு எழுதும் முறையும், அதனைச் சரிபார்க்கும் முறையும் வழக்கத்தில் இருந்திருக்கலாம் என எண்ணுவதற்கு இடமிருக்கிறது.

வட இந்தியாவில் மௌரிய மற்றும் குப்தர் கால அரசில் வணிக முறை மற்றும் வரி வசூல் முறை குறித்து சில அடிப்படை குறிப்புகள் கிடைக்கப்பெற்றுள்ளன. கணக்குகள் பதிவு செய்யப்பட்ட முறை குறித்தும் மற்றும் அவை தணிக்கை செய்யப்பட்டது குறித்து சாணக்கியரின் அர்த்த சாஸ்திரத்தில் சில குறிப்புகள் காணப்படுகின்றன. கணக்குகள் பதிவு செய்யப்பட்ட முறை, வரவு மற்றும் செலவுகளை வகைப்படுத்தியது, அரசு கருவூலம் நடத்தப்பட்ட முறை, கணக்குகள் சரிபார்க்கப்பட்ட முறை ஆகியன குறித்தும் குறிப்புகள் காணப்படுகின்றன.

தென் இந்தியாவைப் பொருத்தமட்டில் சங்க காலத்தில் பொருளாதாரம் மற்றும் வாணிகம் சிறந்து விளங்கியது என வரலாற்று ஆசிரியர்களும் தொல்பொருள் ஆய்வாளர்களும் பதிவு செய்கின்றனர். தமிழ்நாட்டில் கொற்கைத் துறைமுகத்தில் சுமார் 2800 ஆண்டுகளுக்கு

முன்னர் சிறப்பான வாணிகம் நடைபெற்றதாக ஆய்வுகள் தெரிவிக்கின்றன. சங்க காலத்தில் வரி வசூல் கணக்குகள் மற்றும் அவற்றின் செலவு செய்யும் முறை குறித்து பதிவு செய்கின்றனர். மன்னன் மட்டுமல்லாமல் மக்களும் செல்வச் செழிப்புடன் வாழ்ந்தனர் என்பது தெளிவு. தணிக்கை குறித்து நேரடிக் குறிப்புகள் இல்லையாயினும் கணக்குகள் பதிவு செய்யப்பட்டதால் அவற்றைச் சரிபார்க்கும் முறையும் இருந்திருக்க வேண்டும் என எண்ண இடமிருக்கிறது. அகநானூறு மற்றும் நற்றிணைப் பாடல்கள் எழுதிய "மதுரைக் கணக்காயனார்" என்ற சங்ககாலப் புலவரைப் பற்றி அறிகிறோம். பெயர்க்காரணம் கருதி கணக்கியல் சான்றோர் அல்லது கணக்கை ஆய்வு செய்தவர் என்றும், கணக்காய்வு தொழில் இருந்தது என்றும் அறியலாம். எண்களையும் அளவுகளையும் மிக நுணுக்கமாக அறியும் முறை இருந்ததைக் கொண்டு கணக்கெழுதும் முறையும் அவற்றைச் சரிபார்க்கும் முறையும் இருந்ததை அறியலாம்.

மேலும் தற்போதைய தணிக்கைக்கு அடிப்படையாக விளங்கும் பல கூறுகள் சங்க இலக்கியப் பாடல்களில் பொதிந்துள்ளன எனலாம். அவற்றைப் பற்றிய ஒரு சிறு குறிப்பை அடுத்த பத்திகளில் காணலாம். அரசமைப்பைப் பொருத்தமட்டில் உத்தம சோழன் கால கல்வெட்டுகளில் அக்கால நிர்வாகமும் அதிகாரிகளும் தொடர்ந்து தணிக்கைக்கு உட்படுத்தப் பட்டனர் என்று இருப்பதாக நீலகண்ட சாஸ்திரி பதிவு செய்திருக்கிறார். கவனக்குறைவாலும் அலட்சியத்தாலும், மானியம் வழங்கியது குறித்த கணக்குகளை சரியாக பராமரிக்காத அதிகாரிகள் தண்டிக்கப்பட்டதாகவும் பதிவு செய்கிறார். கடல் வணிகம் சிறந்து விளங்கியதன் அடிப்படையில் கணக்குகளை முறையாகப் பதிவு செய்யும் முறையும், அவற்றைச் சரிபார்க்கும் முறையும் இருந்திருக்க வேண்டும் என்று எண்ண இடமிருக்கிறது.

இந்திய வரலாற்றின் இடைக்கால மன்னராட்சியின் போது கணக்குகள் பராமரிக்கப்பட்டது குறித்தும் அவற்றைச் சரிபார்க்கத் தனிப்பட்ட அதிகாரிகள் நியமிக்கப்பட்டது குறித்தும் வரலாற்றுச் சான்றுகள் கிடைக்கப்பெற்றுள்ளன. ஆயினும் கணக்குகளை சரிபார்க்கப் பின்பற்றப்பட்ட முறை குறித்தோ அல்லது தணிக்கை முறை குறித்தோ தக்க குறிப்புகள் கிடைக்கப்பெறவில்லை.

தற்காலம்

தற்காலத்தில், குறிப்பாக ஆங்கிலேயர்கள் ஆட்சிக் காலத்தில் இந்தியாவில் தணிக்கைத் துறை மிகப்பெரும் வளர்ச்சி பெற்றது

எனலாம். அரசுத் துறைத் தணிக்கையும் தனியார் துறைத் தணிக்கையும் ஒருங்கே வளர்ச்சி பெற்றன. இந்த வளர்ச்சி 1857ஆம் ஆண்டுக்குப் பின், அதாவது முதல் சிப்பாய் போருக்குப்பின் நிகழ்ந்த நிர்வாகச் சீர்திருத்தத்தின் விளைவாகக் கருதலாம்.

தனியார் நிறுவனங்களில் தணிக்கை முக்கியத்துவம் 1857ஆம் ஆண்டில் இயற்றப்பட்ட நிறுவனங்கள் சட்டத்திலும், 1866ஆம் ஆண்டில் அறிமுகப்படுத்தப்பட்ட கணக்கு மற்றும் தணிக்கைத் தொடர்பான சட்டங் களிலும் தொடங்கியது எனலாம். 1913ஆம் ஆண்டில் இயற்றப்பட்ட புதிய நிறுவனங்கள் சட்டத்தில், நிறுவனங்கள் பராமரிக்கப்பட வேண்டிய கணக்குப் புத்தகங்கள் மற்றும் பதிவேடுகள் குறிப்பிடப் பட்டன. தணிக்கை செய்பவரின் தகுதிகள் தெளிவாக நிர்ணயிக்கப் பட்டன. 1918ஆம் ஆண்டு கணக்குப் பதிவியலுக்கான பட்டயப்படிப்பு பம்பாயில் (இன்றைய மும்பை) தொடங்கப்பட்டது (GDA-Government Diploma in Accounting). மூன்று வருடப் பயிற்சிக்குப் பின் தகுதித் தேர்வில் வெற்றி பெற்ற பின் கணக்கராக/தணிக்கையராக பணி புரிவதற்குரிய கட்டுப்பாடற்ற சான்றிதழ் வழங்கப்பட்டது.

அதன் பின், 1927ஆம் ஆண்டு சென்னையில் தணிக்கையர் சங்கம் முதன் முதலில் தொடங்கப்பட்டது. 1930ஆம் ஆண்டில் கணக்காளர்களைப் பதிவு செய்யும் நடைமுறை ஏற்படுத்தப்பட்டது. இதில் பதிவு செய்தவர்கள் ஆர்.ஏ (RA-Registered Accountant) என்று அழைக்கப்பட்டனர். அவர்கள் மட்டுமே கணக்காளர்களாகவும், தணிக்கையர்களாகவும் பணிபுரிய அனுமதிக்கப்பட்டனர். அதே ஆண்டில் சில சட்ட மாற்றங்கள் மூலம் தணிக்கையர்கள் இந்தியா முழுவதும் பணிபுரிய அனுமதிக்கப் பட்டனர். 1932ஆம் ஆண்டில் கவர்னர் ஜெனரலுக்கு ஆலோசனை கூறவும், கணக்காளரின் தகுதிக்கான தரநிலை நிர்ணயம் செய்யவும் முதல் கணக்கியல் கழகம் ஏற்படுத்தப்பட்டது. இந்தக் கழகம் 1933ஆம் ஆண்டு தனது முதல் தேர்வை நடத்தியது.

1948ஆம் ஆண்டில் கணக்காளர்களுக்கெனத் தன்னாட்சி அதிகாரம் பெற்ற நிறுவனத்தை ஏற்படுத்த ஒரு குழு ஏற்படுத்தப்பட்டது. அக் குழுவின் பரிந்துரையின்படி 1949ஆம் ஆண்டு இந்தியப் பட்டயக் கணக்காளர் நிறுவனம் நிறுவப்பட்டது. இது தணிக்கையர் பயிற்சி, தணிக்கையர் தகுதித் தேர்வுகள், தணிக்கைத் தரநிலைகள் ஆகியவற்றை நிர்ணயம் செய்வது மற்றும் தணிக்கை தொடர்பாக அரசுக்கு ஆலோசனை கூறுவதற்கான அமைப்பாகவும் விளங்குகிறது. 1956ஆம் ஆண்டு இந்திய நிறுவனங்கள் சட்டம் இயற்றப்பட்டது. இது கணக்குப் பதிவு மற்றும் தணிக்கை தொடர்பாக நிறுவனங்களின் பொறுப்புகளை தெளிவாக வரையறை செய்தது. இந்தச் சட்டம் 2013ஆம் ஆண்டு திருத்தி

அமைக்கப்பட்டது. இந்தியத் தணிக்கை அணுகுமுறை மற்றும் செயல் முறை குறித்த கருத்துகள் இந்நூல் முழுவதும் இழையோடி இருப்பதால் அவை குறித்து இங்கே விரிவாகத் தரப்படவில்லை.

இதே கால கட்டத்தில்தான் இந்திய அரசுத் துறைகளை தணிக்கை செய்யும் பணியும் தோன்றி வளர்ச்சி பெற்றது. பொதுவாக அரசின் கணக்குகளைப் பதிவு செய்வதும், அவற்றைச் சரி பார்ப்பதும் தான் தணிக்கைத் துறைக்கு முன்னோடியாகத் திகழ்ந்தது எனலாம். அது இந்தியாவிற்கும் பொருந்தும் என்பதை முன்னரே பார்த்தோம்.

1858ஆம் ஆண்டில் இந்திய நிர்வாகத்தை கிழக்கிந்திய நிறுவனத்திட மிருந்து இங்கிலாந்து அரசு ஏற்றுக்கொண்ட போது இந்திய கணக்காய்வுத் துறைத் தலைவர் அலுவலகம் தோன்றியது. 1860ஆம் ஆண்டு சர் எட்வர்ட் டுர்மோண்ட் என்பவர் ஆடிட்டர் ஜெனரலாக நியமிக்கப்பட்டார். அவரிடம் இந்திய அரசின் கணக்குகளைப் பதிவு செய்யும் பணியும், அவற்றைத் தணிக்கை செய்யும் பொறுப்பும் கொடுக்கப்பட்டன. அந்த அலுவலகம் மறுசீரமைக்கப்பட்டு கணக்கு மற்றும் தணிக்கைத் துறை, தனியாக தோற்றுவிக்கப்பட்டது. ஆடிட்டர் ஜெனரல் பதவியானது 1866ஆம் ஆண்டு முதல் கணக்கிற்கான கம்ப்ட்ரோலர் ஜெனரல் (Comptroller General of Accounts) என்று அழைக்கப்பட்டு 1884ஆம் ஆண்டு முதல் Comptroller and Auditor General of India என்றழைக்கப்பட்டது. 1919ஆம் ஆண்டு இயற்றப்பட்ட இந்திய அரசுச் சட்டம் கணக்காய்வுத் துறைத் தலைவர் பதவியை சட்ட பூர்வமானதாக மாற்றியது. 1935ஆம் ஆண்டு இயற்றப்பட்ட இந்திய அரசுச் சட்டம் கணக்காய்வுத் துறைத் தலைவர், இங்கிலாந்து அரசால் நேரடியாக நியமிக்கப்பட்டு, இந்திய அரசு சார்பின்றி தன்னாட்சி பெற்ற அதிகாரியாக உருப்பெற்றார். 1936ஆம் ஆண்டு வெளியிடப்பட்ட கணக்கு மற்றும் தணிக்கை ஆணை கணக்கியல் பணி குறித்து மிகத் தெளிவான விளக்கமளித்தது. 1947இல் இந்தியா விடுதலை அடைந்த போது தணிக்கைத் துறையில் (1) பொது, (2) பாதுகாப்பு, (3) இரயில்வே மற்றும் (4) அஞ்சல் மற்றும் தந்திப் பிரிவு என்ற நான்கு வகைக் கள அலுவலகங்கள் இருந்தன.

1950இல் ஏற்கப்பட்ட இந்திய அரசியலமைப்புச் சட்டத்தில் 148 முதல் 151 வரையான நான்கு பிரிவுகள் இந்திய தணிக்கைத் துறைத் தலைவர் குறித்து அமைந்துள்ளது. இந்திய அரசியலமைப்புச் சட்டத்தை எழுதிய அண்ணல் அம்பேத்கர் இந்திய தணிக்கைத் துறைத் தலைவர்தான் இந்திய அரசு அதிகாரிகளிடையே மிக முக்கியமானவர் என்று குறிப்பிட்டார். இந்திய தணிக்கைத் துறைத் தலைவராக

முதலில் பதவியேற்ற திரு.நரஹரி ராவ் அவர்கள் இந்திய கணக்கு மற்றும் தணிக்கைத் துறையைக் கட்டமைத்தார். 1971ஆம் ஆண்டு இயற்றப்பட்ட சிஏஜியின் (கடமைகள், அதிகாரங்கள், பணிக் கட்டுப்பாடுகள்) சட்டம் இந்திய தணிக்கைத் துறைத் தலைவரின் கரங்களை வலுப்படுத்தியது. 1976ஆம் ஆண்டுவாக்கில் இந்தியத் தணிக்கை மற்றும் கணக்குத் துறையிலிருந்து நடுவண் அரசின் கணக்குகளைப் பராமரிக்கும் பணி பிரிக்கப்பட்டு தனித் துறை (Controller General of Accounts) உருவாக்கப்பட்டது. 1984ஆம் ஆண்டு கணக்கு மற்றும் தணிக்கைத் துறை மறு சீரமைக்கப்பட்டு, கணக்குகளைப் பராமரிக்கும் பணியும், அவற்றைத் தணிக்கை செய்யும் பணியும் தனித்தனியாகப் பிரிக்கப்பட்டு, அதற்கேற்றவாறு மாநில அளவிலான கள அலுவலகங்கள் அமைக்கப்பட்டன. 2007ஆம் ஆண்டு கணக்கு மற்றும் தணிக்கை ஒழுங்குமுறைகள் ஆணை பிறப்பிக்கப் பட்டது. பல்வேறு தொடர் நடவடிக்கைகள் மூலம் இந்திய தணிக்கைத் துறை உலகத்தரம் வாய்ந்ததாக உருப் பெற்றது. இந்திய கணக்காய்வுத் துறைத் தலைவர், ஐக்கிய நாடுகள் சபையின் தணிக்கைக் குழு உறுப்பினராகவும், பின் தலைவராகவும் இரு முறை தேர்ந்தெடுக்கப் பட்டுள்ளார் (1993-99 மற்றும் 2014-20).

2.5. தமிழ் இலக்கியத்தில் தணிக்கைக் கோட்பாடுகள்

உலகின் உயர் தனிச் செம்மொழியான தமிழ் இலக்கியத்தில் வாழ்க்கைக்கு உதவும் பல்வேறுபட்ட கருத்துகள் பொதிந்து காணப் படுகின்றன. தணிக்கை தொடர்பான பல்வேறு கருத்துக்களும் சங்க இலக்கியம் முதல் தற்கால இலக்கியம் வரை பரவலாகக் காணப் படுகின்றன. அவை குறித்து, முக்கியமாக சங்க இலக்கியங்களில் உள்ள கருத்துகளை இங்கே காணலாம். நெறி பிறழாது வாழ்ந்த பண்டைய தமிழர், அரசன் முதல் ஆண்டி வரையிலும், நாட்டின் தலைவன் முதல் கடைசி குடிமகன் வரை, நெறி பிறழும் சூழலை எப்படி எதிர் கொண்டார்கள் என்பதை அறிந்து கொள்வதன் வாயிலாக தமிழ் இலக்கியத்தில் பொதிந்துள்ள, தணிக்கைக்கு பயனுள்ள கோட்பாடு களை அறிந்து கொள்ளலாம்.

நெற்றிக்கண் திறப்பினும் குற்றம் குற்றமே என்பது திரைப்படச் சொல்லாட்சியாகவும், கற்பனைப் புனைவாகவும் இருக்கலாம். ஆனால் அது சொல்லும் பொருளும், அதன் நோக்கமும் அரசன் முதல் ஆண்டி வரை அனைவரது வாழ்விற்கும் இன்றியமையாதது. சங்கத் தமிழரது நெறி சார்ந்த வாழ்க்கையை உறுதிப்படுத்துவதாக அமைகிறது. இச்சொற்றொடர் கூறும் பொருளும் நோக்கும், தனிநபர் வாழ்க்கைக்கும் அரசின் செயல்பாட்டிற்கும், இன்றைய

காலச்சூழற்கும் மிகவும் பொருந்தும். அரசின் செயல்பாட்டைப் பொருத்தவரை தவறுகளைச் சுட்டிக்காட்டி அரசின் செயல்பாட்டை மேம்படுத்த உதவும் பொறுப்பைக் கொண்டது தணிக்கைத் துறை. தனியார் நிறுவனங்களைப் பொருத்தவரை, நிர்வாகத்தினின்று தனித்து நின்று, தான் ஆய்ந்து அறிந்தவற்றை நடுநிலையோடு எடுத்துரைப்பது தணிக்கையரின் பணி.

"அரசியல் பிழைத்தோர்க்கு அறம் கூற்றாகும்" என்றார் இளங்கோவடிகள். நல்லாட்சி நல்க கடமைப்பட்ட மன்னன் தவறிழைத்தால் அவன் பின்பற்ற வேண்டிய நல்லறமே அவனை அழித்துவிடும். அந்த வினைப்பயனை இளங்கோவடிகள் சிலப்பதி காரத்தில் விளக்கமாக உரைக்கிறார். நிர்வாகத்தில் பிழைத்தோருக்கு, நிர்வாகத்தின் பிற துறையினரே தண்டிக்க வல்லவர் எனலாம். நிர்வாகத்தின் அகக் கட்டுப்பாடுகள் சிறப்பாக அமைக்கப் பெற்று சிறப்பாக செயல்படுத்தாமல் விட்டுவிட்டால், ஒரு நிர்வாகி செய்த பிழையே அவரைக் காட்டிக் கொடுத்துவிடும் எனலாம்.

வள்ளுவர் வாய்மொழி கொள்ளா அறநெறி ஏது? தணிக்கை செய்வதற்குரிய தகுதியை இப்படித் தெளிவுபடுத்துகிறார் வள்ளுவர்:

எப்பொருள் யார்யார்வாய்க் கேட்பினும் அப்பொருள்
மெய்ப்பொருள் காண்ப தறிவு.

இது யாவருக்கும் பொருந்தும் குறளாயினும் தணிக்கைத் துறைக்கு சாலப்பொருந்துவதாகும். எதையும் ஐயத்தோடு அணுகும் நிலையைத் தாண்டி எல்லாவற்றையும் ஆராய்ந்து அறிந்து, அறிவுக்கு ஒப்பானதை மட்டுமே ஏற்க வேண்டும் என்பதே வள்ளுவர் வாக்காகும். மேலும்

இடிப்பாரை இல்லா ஏமரா மன்னன்
கெடுப்பா ரிலானுங் கெடும்

என்றார் திருவள்ளுவர். தவறுகளை தட்டிக் கேட்டு திருத்தவல்லவர்கள் இல்லாது போனால், ஒரு மன்னன் அழிப்பதற்கு யாரும் இல்லாவிடினும், தானே கெட்டழிவான் என்கிறார் வள்ளுவர். இக்கூற்று தற்காலத்து மன்னர்களில்லா மக்களாட்சிக்கும் பொருந்தும். அக்காலத்தே மன்னர்கள் இருந்த இடத்தில் இக்காலத்தே மந்திரிகளும், அதிகாரிகளும் இருக்கிறார்கள். அதேபோல் ஒரு நிறுவனத்தின் நிர்வாகிகளுக்கும், அலுவலர்களுக்கும் தவறுகளைச் சுட்டிக் காட்டும் தணிக்கையர்கள் தேவை.

அடுத்த முக்கியமான குறள் ஒரு நிர்வாகி/அதிகாரி செயல்படும் முறை குறித்தது.

செய்தக்க அல்ல செயக்கெடும் செய்தக்க
செய்யாமை யானும் கெடும்.

செய்ய வேண்டிய செயலை செய்யாமல் விட்டுவிட்டாலும் கேடு நேரும்; அதேபோல் செய்யத்தகாத செயலைச் செய்தாலும் கேடு நேரும். இது தணிக்கையாளர்களுக்கு மட்டுமல்லாமல், அரசு மற்றும் பிற நிறுவன நிர்வாகிகளுக்கும் பொருந்தும். இக்குறள் தற்காலத்தில் பெரும் பிரச்சனையாக இருக்கும் 'ஊழல்' குறித்து-எது 'ஊழல்' என்பதற்குப் பொருத்தமான விளக்கமாக இதனைக் கருதலாம்.

தற்கால தணிக்கையின் முக்கியமான நிகழ்வு தணிக்கை அறிக்கை தயாரித்தல். தணிக்கை அறிக்கை நம்பகத்தன்மை கொண்டதாக அமைய தணிக்கையில் இடம்பெறும் கருத்துக்களும் சொற்களும் கவனமாக தேர்ந்தெடுக்கப்பட வேண்டும். சரியான சொல்லாட்சியே தணிக்கைத் தடைகள் யாவும் உண்மையானவையே என எடுத்துரைக்க வல்லவை. இதற்கு வள்ளுவர் விளம்பிய

சொல்லுக சொல்லைப் பிறிதோர்சொல் அச்சொல்லை
வெல்லும்சொல் இன்மை அறிந்து

என்ற குறள் முழுமையாகப் பொருந்தவல்லது. இதைவிட எளிதாக எடுத்துரைக்கும் இலக்கியம் ஏதுமில்லை.

"தேரா மன்னா" என்று இளங்கோவடிகள் கூறும் கண்ணகி மன்னனைக் கேள்வி கேட்கும் நிகழ்வு, தணிக்கையாளர்களின் பொறுப்புகளை மேம்படுத்திக் காட்டுகிறது எனலாம். சாதாரண குடிமக்களுள் ஒருவர் மன்னனை எதிர்த்து கேள்வி கேட்கும் நிலையைப் பதிவு செய்ததன் மூலம் கேள்வி கேட்கும் பொறுப்பில் உள்ள தணிக்கையர்களுக்கு கூடுதல் பொறுப்பு உள்ளதை உணரலாம்.

'எண்ணும் எழுத்தும் கண்ணெனத் தகும்' என்றார் ஔவையார் (கொன்றை வேந்தன்). எண் என்பதை கணக்காகவும் எழுத்து என்பதை கோப்புகளாகவும் கொண்டால், இந்த இரண்டையும் அடிப்படையாகக் கொண்ட தணிக்கை என்பதை ஆட்சியில் உள்ள தவறுகளை உற்று நோக்கும் கண் எனக்கொள்ளலாம். ஒரு அலுவலகத்தின் கணக்கு களையும் கோப்புகளையும் சரியாக அணுகினால் தணிக்கையை மேற்கொள்ள தயக்கம் காட்டத் தேவையில்லை.

ஔவையார் கணக்கு அழிவை ஒருநாளும் பேச வேண்டாம் என்றும் எடுத்தியம்பினார். அதன் முழுப்பொருள் உண்மைக் கணக்கு களை அழிப்பது பற்றியோ, மாற்றுவது குறித்தோ பேச வேண்டாம், அதாவது நினைக்க வேண்டாம் என்பது. இது கணக்குகளை சரியாகப் பராமரிப்பதை வலியுறுத்துகிறது எனக் கொள்ளலாம்.

சிந்திக்க...

1. இலக்கியத்தில் உள்ள தணிக்கைக் கோட்பாடுகளைக் கற்பதன் பயன்கள் யாவை என எண்ணுக.
2. அச்சிட்ட நூல்கள் இல்லாத காலத்தில் கணக்குகள் எவ்வாறு பராமரிக்கப்பட்டிருக்கும் என்றும் அவை எவ்வாறு சரிபார்க்கப் பட்டிருக்கும் என்றும் எண்ணிப் பார்க்க.
3. இந்திய விடுதலைப் போராட்டம் தணிக்கையின் வளர்ச்சியில் எற்படுத்திய மாற்றங்களை எண்ணிப் பார்க்க.
4. இந்திய வளங்களைச் சுரண்டும் நோக்கில் இந்தியாவை ஆண்ட ஆங்கிலேயர்கள், இந்திய அரசின் நிதியறிக்கைகளை சரியாகத் தணிக்கை செய்திருப்பார்களா என எண்ணிப் பார்க்க.
5. தொழிற்புரட்சி நிறுவனங்கள் கணக்குகளைப் பராமரிப்பதிலும், அவற்றைச் சரி பார்ப்பதிலும் ஏற்படுத்திய மாற்றங்களை நினைவில் கொள்க.
6. இந்தியாவில் தனியார் நிறுவனங்களில் ஏற்பட்ட தணிக்கை வளர்ச்சி நிலைகளையும், அரசுத் துறையில் தணிக்கையின் பரிணாம வளர்ச்சியையும் அறிக.

3. தணிக்கையின் பயனும் நோக்கமும்

நிறுவனத்தின் செயல்பாட்டை மேம்படுத்துவதில் தவிர்க்க முடியாத இடத்தைப் பெற்றுள்ள தணிக்கைச் செயல்முறையின் நோக்கம் என்னவென்றும், தணிக்கையால் ஏற்படும் நன்மைகள் குறித்தும் அறிந்து கொள்வது தணிக்கையின் முக்கியத்துவத்தையும் அது ஏற்படுத்தும் விளைவுகளையும் நன்கு புரிந்து கொள்ள முடியும். அது தணிக்கைச் செயல்முறையில் உள்ள நுணுக்கங்களை உரிய கவனத்துடன் கற்பதற்குத் தூண்டுகோலாக அமையும்.

3.1. தணிக்கையின் பயனாளிகள்

தணிக்கையின் பயன்களை அறியும் முன் தணிக்கை அறிக்கையை பயன்படுத்துபவர் யார் என்ற விவரத்தை அறிந்து கொள்ள வேண்டும். தணிக்கை அறிக்கையை பல்வேறு துறையிலும், வெவ்வேறு நிலையிலும் உள்ளவர்கள் பயன்படுத்தினாலும், பயனாளிகளை மூன்று வகைகளாகப் பிரிக்கலாம். அவர்கள் (அ) நேரடி பயனாளிகள், (ஆ) சார்நிலைப் பயனாளிகள் மற்றும் (இ) பொது பயனாளிகள். தணிக்கையின் பயனாளிகளும், பயன்படும் விதமும் கீழுள்ள பட்டியலில் தரப்பட்டுள்ளன.

அட்டவணை - 2 தணிக்கை பயனாளிகளும் பயன்படும் விதமும்

பயனாளிகள்		**பயன்படும் விதம்**
நிர்வாகம்	நேரடி பயனாளிகள்	நிறுவனத்தின் கட்டமைப்பில் உள்ள குறைகளை நிவர்த்தி செய்து நிர்வாகத்தை மேம்படுத்துதல்; நிர்வாகத்தில் நடக்கும் தவறுகளைக் களைந்து நிறுவனத்தை மேம்படுத்துதல்; நிர்வாகத்தை மேம்படுத்தத் தேவையான மூலதனத்தைப் பெருக்குதல்.
பங்குதாரர்கள்		நிறுவனத்தின் நிர்வாகத்தின் தரத்தை அறிந்து கொள்ளுதல்; தங்களின் முதலீடு சம்பந்தமான முடிவு களை மேற்கொள்ளுதல்;

		நிர்வாகம் எடுக்கும் முடிவுகளுக்கு அனுமதி வழங்கல் மறுத்தல்.
தொழிலாளர்கள்		தங்களது பணியின் உறுதித் தன்மையை அறிந்து கொள்ளுதல்; நிறுவனம் தரும் ஊதியம் மற்றும் பிற சலுகைகள் குறித்த உரிமைகளைக் கேட்டுப் பெறல்.
வாடிக்கையாளர்கள்	சார்பு நிலை பயனாளிகள்	நிறுவனத்தின் உற்பத்திப் பொருட் களையும், சேவைகளையும் தொடர்ந்து பெறுவது குறித்து முடிவெடுத்தல்.
சார்பு நிறுவனங்கள்		நிறுவனத்துடனான தொழில் முறை உறவு குறித்த முடிவுகளை மேற்கொள்ளுதல்; நிறுவனத்துடனான வரவு செலவு கணக்குகள் குறித்த முடிவுகள் மேற் கொள்ளுதல்.
நிதி நிறுவனங்கள்		நிறுவனத்திற்கு கொடுத்த கடனை திரும்பப் பெறுவதை உறுதி செய்தல்; நிறுவனத்தின் வைப்புத் தொகையையும், சேமிப்புக் கணக்கில் உள்ள இருப்புத் தொகையையும் நீடித்து நிலைக்கச் செய்தல்.
கட்டுப்பாட்டு நெறியாளர்கள்		நிறுவனம் சட்ட, விதி மற்றும் ஒழுங்கு முறைகளுக்கிணங்க செயல்படுத்தலை உறுதி செய்தல்.
அரசு	பொது பயனாளிகள்	நிறுவனத்தின் திடத் தன்மையையும், அந்த நிறுவனம் செயல்படும் துறையிலும், நாட்டின் பொருளாதாரத்திலும் பங்களிப்பை உறுதி செய்தல்; நிறுவனத்தில் பணிபுரியும் தொழிலாளர்கள் நலனையும், அதன் பங்குதாரர்கள் உட்பட அனைத்து தரப்பினரின் நலன்களையும் உறுதி செய்தல்.
பொது மக்கள்		நிறுவனம் செயல்படும் பகுதியைச் சார்ந்த வர்கள், நிறுவனத்தின் சமூகக் கடமையில் தொடர்பு உடையவர்கள், நிறுவனத்தின் செயல்பாட்டால்; ஏற்படும் சுற்றுச்சூழல் விளைவுகள் தொடர்பு உடையவர்கள்

	முதலானோர் நிறுவனம் பொது மக்களுக்குப் பாதிப்பு ஏதும் ஏற்படாமல் செயல்படுவதை உறுதி செய்தல் மற்றும் நிறுவனங்கள் சமூகப் பொறுப்புடன் செயல்படுவதை உறுதி செய்தல்.
சமூக ஆர்வலர்கள்	நாட்டின் முன்னேற்றத்தில் ஆர்வம் கொண்டவர்கள். பொருளாதார வளர்ச்சிக்கு நிறுவனத்தின் பங்களிப்பை உறுதி செய்தல்.

தணிக்கை பயனாளிகளின் கடமை குறித்து அத்தியாயம் 25இல் விரிவாகக் கூறப்பட்டுள்ளது.

3.2. தணிக்கையின் பயன்கள்

ஒரு நிறுவனத்திற்கு அல்லது அலுவலகத்திற்கு தணிக்கை என்பது தவிர்க்க முடியாததாகிறது. பொதுவாக அலுவலகங்களிலும் நிறுவனங்களிலும் வேண்டா விருந்தாளியாகவே தணிக்கை பார்க்கப்படுகிறது. ஆனால் தணிக்கை என்பது அலுவலகங்களையும், நிறுவனங்களையும் கடந்து பல்வேறு தரப்பினருக்கும் பயனுள்ளதாகவே இருக்கின்றது. மேலே உள்ள அட்டவணையில் தணிக்கை பயன்படும் விதம் குறித்து பொதுவாக விவரிக்கப்பட்டுள்ளது. தணிக்கையின் பயன்கள் தெளிவாக இங்கே தொகுத்தளிக்கப்பட்டுள்ளது.

1. தணிக்கை செய்யப்பட்ட அலுவலகம் அல்லது நிறுவனம் ஆரோக்கியமாக இருக்கிறதா இல்லையா என வெளிப்படையாகத் தெரிவிக்கின்றது. ஆரோக்கியமாக இல்லை என்றால் அதில் உள்ள பிணிகள் என்னவென்று எடுத்துரைக் கின்றது. தேவைப்பட்டால் அவற்றை எவ்வாறு களைவது என்ற ஆலோசனையும் வழங்குகின்றது. ஆரோக்கியம் என்பது நிதிநிலை சார்ந்ததாகவோ, கட்டமைப்பு சார்ந்த தாகவோ, நிர்வாகம் சார்ந்ததாகவோ அல்லது செயல்பாடு சார்ந்ததாகவோ இருக்கலாம்.

2. நிறுவனத்தின் நிதிநிலை அறிக்கைக்கு, அதன் நம்பகத்தன்மை குறித்து சான்றளிப்பது அல்லது நிதிநிலை அறிக்கை குறித்து தனது கருத்தைப் பதிவு செய்வது. தணிக்கை தன் நுணுக்கமான ஆய்வின் மூலமாக நிதிநிலை அறிக்கையில் வெளிப்படுத்தப் பட்ட எண்கள் (அ) அந்நிறுவனத்தின் அடிப்படை ஏடுகளி லிருந்தும் பேரேடுகளி லிருந்தும் பெறப்பட்டவையா என்பது

குறித்தும், (ஆ) அவை நிறுவனத்தின் உண்மையான செயல் பாட்டை வெளிப்படுத்துகின்றனவா என்றும், (இ) சட்ட பூர்வமாக பயனாளர்களுக்கு தெரியப்படுத்தப்பட வேண்டிய அனைத்தும் நிதிநிலை அறிக்கையில் தெரியப்படுத்தப் பட்டுள்ளனவா என்பது குறித்தும் சான்றளிக்கின்றது.

3. தணிக்கை செய்யப்படும் நிறுவனத்தின் பயனாளிகள் அனைவருக்கும் அந்நிறுவனத்தின் திடத்தன்மையை, நிலைத் தன்மையை தெரியப்படுத்துவதாக தணிக்கை அமைகிறது. ஒவ்வொரு நிறுவனமும் 'தொடர்ந்து செயல்படும் நிறுவனம்' (Going concern) என்ற அடிப்படையிலேயே இயங்குகின்றது. அப்படியே இயங்க வேண்டும். அவ்வாறு இயங்குகின்றதா இல்லையா என்பதை தணிக்கை அறிக்கையே தெரியப் படுத்துகின்றது.

4. ஒரு நிறுவனத்தின் செயல்படும் திறன் குறித்து முழுமை யாகவும், எளிதாகவும் அறிந்து கொள்ள உதவுவன அந்த நிறுவனத்தின் ஆண்டறிக்கையும், தணிக்கை அறிக்கை மட்டுமே. இவ்விரண்டில் நிறுவனம் வெளியிடும் ஆண்டறிக்கையை விட, தனித்து செயல்படும் (புறத்) தணிக்கை அறிக்கையே அதிக நம்பகத்தன்மை வாய்ந்ததாக அமைகிறது. ஆகவே ஒரு நிறுவனத்தின் செயல்திறனை முழுமையாகப் புரிந்து கொள்ள நம்பகத்தன்மை வாய்ந்த அறிக்கையாக தணிக்கை அறிக்கை அமைகிறது.

5. எந்தவொரு நிறுவனமும் அதன் துறையில், அது செயல் பட்டுக் கொண்டிருக்கும் சந்தை அமைப்பில் 'வளர வேண்டும்' என்ற நோக்கத்தை முன்னிறுத்தி செயல்பட்டுக் கொண்டிருக்கும். அந்த நிறுவனம் திட்டமிட்ட வளர்ச்சிப் பாதையில் சென்று கொண்டிருக்கிறதா இல்லையா என்பதை தணிக்கை அறிக்கை குறிப்பிட்டுக் காட்டும். அது தவிர, தணிக்கைக் கருத்துகள் மூலம், அலுவலகத்தில்/நிறுவனத்தில் உள்ள குறைகளை சுட்டிக் காட்டுவதன் மூலம், அவற்றை நிவர்த்தி செய்து, நிறுவனம் திட்டமிட்ட இலக்கை எட்ட சரியான பாதையில் செல்கிறதா இல்லையா என்பதையும் தணிக்கை அறிக்கை தெரியப்படுத்துகின்றது.

6. நவீன சந்தைப் பொருளாதார அமைப்பில், எந்தவொரு நிறுவனமும், அது செயல்பட்டுக் கொண்டிருக்கும் நாட்டின் சட்ட விதிமுறைகளுக்கு உட்பட்டே செயல்பட வேண்டிய கட்டாயத்தில் இருக்கின்றன. ஒவ்வொரு நாட்டிலும் நிறுவனங்களும், அலுவலகங்களும் சட்டம், விதிமுறைகள்

மற்றும் ஒழுங்குமுறைகளுக்கு உட்பட்டு செயல்படுகின்றனவா இல்லையா என்பதைக் கண்காணிக்க தனிப்பட்ட அமைப்புகள் உள்ளன. இந்தச் சட்டங்களும் விதிமுறைகளும் அந்த நிறுவனத்தின் துறை சார்ந்ததாகவோ, சுற்றுச் சூழல் அல்லது தொழிலாளர் நலன் சார்ந்ததாகவோ இருக்கலாம். தணிக்கை அறிக்கைகள் அந்த நிறுவனத்தின்/அலுவலகத்தின் செயல் பாடுகளை மிக நுணுக்கமாக ஆய்வு செய்வதால், விதி மீறல்கள் ஏதேனும் இருப்பின் அவற்றைக் கண்டறிந்து, சட்டம் மற்றும் விதிகளுக்கு இணக்கமாக செயல்படுவதை உறுதி செய்கின்றன.

7. நவீன சந்தைப் பொருளாதாரத்தில் எந்தவொரு நிறுவனமும் தன்னிச்சையாக இயங்க முடியாது. அது தன் முதலீட்டாளர் களையும், வாடிக்கையாளர்களையும், சார் தொழில் செய்பவர் களையும் சார்ந்தே செயல்படுகின்றது. அவர்களும் அந்த நிறுவனத்தை நம்பியே தொடர்ந்து செயல்படுகின்றனர். அவர்களின் திட்டமிடலும், செயல்பாடுகளும் அந்த நிறுவனத்தின் திடத்தன்மையைப் பொறுத்து அமையும். ஆகவே முதலீட்டாளர்களும், வாடிக்கையாளர்களும், சார் தொழில் செய்பவர்களும் தங்கள் நிறுவனம் குறித்த திட்டமிடலுக்கும், செயல்படுத்துதலுக்கும் தணிக்கை அறிக்கைகள் வழிகாட்டுகின்றன.

8. ஒவ்வொரு நிறுவனமும் அதன் செலவினங்களை அந் நிறுவனத்தின் வழிமுறைகளுக்கு உட்பட்டே செய்ய வேண்டும். அதேபோல் அதன் வரவினங்கள் விதிமுறை களுக்கு உட்பட்டு முழுமையாக வசூலிக்கப்பட வேண்டும். அதேபோல முதலீடுகளும், சொத்துக்களை விற்பதுவும் அந்த நிறுவனத்தின் விதிமுறைகளுக்கு உட்பட்டே நடக்க வேண்டும். அவ்வாறு நடைபெறாத நிலையில் அதனை சுட்டிக்காட்ட வேண்டிய பொறுப்பு தணிக்கைக்கு உண்டு. ஆகவே தணிக்கை என்பது ஒரு நிறுவனத்தின் நிதி நிர்வாகம் அதன் விதிகளுக்கு உட்பட்டு நடைபெறுகிறது என்ற நம்பிக்கையை அதன் பயனாளர்களுக்கு அளிக்கிறது.

9. மேற்குறிப்பிட்ட பயன்கள் தவிர, தணிக்கை தன் ஆழமான நுண்ணாய்வு மூலம் திருட்டு, ஊழல், மோசடி மற்றும் கையாடல் போன்றவற்றைக் கண்டுபிடிப்பதற்கான வாய்ப்புகளும் உள்ளன. மேலே சொல்லப்பட்டவற்றைக் கண்டுபிடிப்பதோ அல்லது அவை நிகழாவண்ணம் தடுப்பதோ தணிக்கையின்

நேரடி நோக்கம் கிடையாது. ஆயினும், ஒரு நிறுவனத்தின் கட்டமைப்புகளை ஆராய்ந்து அறிந்து, அதில் உள்ள தவறுகளைக் களைவதற்கு நிறுவனத்திற்கு உதவ/வழிகாட்ட வேண்டும். அவ்வாறு செய்யும் போது திருட்டு, ஊழல், மோசடி மற்றும் கையாடல் நடப்பதற்கான வாய்ப்புக்களைக் கண்டறிந்து நிறுவனத்திற்கு தக்க அறிவுரை வழங்குவது தணிக்கையின் கடமையாகும்.

10. தணிக்கை ஒரு நிறுவனத்தின் நன்மதிப்பை மேம்படுத்தும் விதமாக அமைகிறது. ஒரு நிறுவனத்தின் நிகர (சந்தை) மதிப்பானது அதன் நன்மதிப்பையும் உள்ளடக்கியதாக இருக்கிறது. தணிக்கை அறிக்கை தவறுகளில்லா அல்லது குறைந்த தவறுகளைச் சுட்டிக்காட்டும் நிலையில், அத்தகைய தணிக்கை சான்று நிர்வாகத்தின் திறமையையும் அதன் சிறப்பையும் சுட்டிக்காட்டுவதோடு, அது அந்நிர்வாகத்தின் நன்மதிப்பையும், நிறுவனத்தின் நிகர மதிப்பையும் மேம்படுத்துவதாக அமையும்.

சுருங்கக் கூறின் தணிக்கைப் பணியானது, நிறுவனத்தின் மதிப்பையும், நிர்வாகத்தின் தரத்தையும், நிதிநிலையின் நம்பகத்தன்மையையும், நிறுவனத்தின் அனைத்து வகையான பயனாளிகளுக்கும் தெரியப் படுத்தும். ஆகையால், தணிக்கையை நிறுவனத்தின் நிலைமையை உள்ளது உள்ளபடியே காட்டும் ஒளிகாட்டியாகவும், அந்நிறுவனத்தின் வளர்ச்சிக்கு உதவும் வழிகாட்டியாகவும் கருதலாம்.

3.3. தணிக்கையின் நோக்கம்

பொதுவாகக் கூறின், தணிக்கையின் நோக்கமும், தணிக்கை செய்யப்படும் அலுவலகம் அல்லது நிறுவனத்தின் நோக்கமும் ஒன்றே! ஒவ்வொரு நிறுவனமும் அலுவலகமும் ஒரு குறிப்பிட்ட நோக்கத் திற்காக ஏற்படுத்தப்பட்டுள்ளது. அந்த நோக்கத்தை எட்டுவதற்கும், எட்டியபின், அதனை மெருகூட்டுவதற்காகவே அந்நிறுவனத்தின் செயல்பாடுகள் அமையும். தணிக்கையின் நோக்கமும் அதுதான். தணிக்கை செய்யப்படும் நிறுவனத்தில் நிகழும் தவறுகளையும், அதன் கட்டமைப்பிலும் செயல்பாட்டிலும் உள்ள இடைவெளிகளைச் சுட்டிக்காட்டி அந்த நிறுவனத்தின் நோக்கத்தை முழுமையாக எட்ட வைப்பதே தணிக்கையின் நோக்கமாக அமைகிறது.

மேலே கூறப்பட்டது தணிக்கையின் பொதுவான நோக்கமாயினும், தணிக்கைக்கென்று சில தனிப்பட்ட/சிறப்பு நோக்கங்களும் உண்டு. தணிக்கையின் தலையாய நோக்கம் ஒரு நிறுவனத்தின் அல்லது அலுவலகத்தின் ஆண்டு நிதி அறிக்கை குறித்த உண்மைத்தன்மை மற்றும் நடுநிலைமை குறித்து ஆய்வு செய்து சான்றளிப்பது என்ற

எண்ணமே பெரும்பாலானோரிடம் காணப்படுகின்றது. இது ஓரளவு உண்மையும் கூட. சமீப காலம் வரை இந்தக் கருத்து பலராலும் ஏற்கப்பட்ட ஒன்றாக இருந்தது. ஆனால் மேலாண்மைத் துறையிலும், கணக்கியல் துறையிலும், பொது நிர்வாகத் துறையிலும் சமீப காலத்தில் ஏற்பட்ட மாற்றங்கள் காரணமாகத் தணிக்கையின் நோக்கத்திலும், அதன் அணுகுமுறையிலும் பெருமளவிலான மாற்றங்கள் நிகழ்ந்து உள்ளன. இந்த மாற்றங்கள் யாவும் விரும்பத்தக்க மாற்றங்களே!

மேற்கண்ட துறைகளில் ஏற்பட்ட மாற்றங்கள் காரணமாக தணிக்கையின் பரப்பளவு பலமடங்கு விரிவடைந்துள்ளது எனக் கூறலாம். ஆண்டு நிதி அறிக்கைக்கு சான்றளிப்பதை மட்டுமே முக்கிய நோக்கமாகக் கொண்ட தணிக்கை, தற்போது (அ) இணக்கத் தணிக்கை, (ஆ) செயலாக்கத் தணிக்கை, (இ) அகக்கட்டுப்பாடுகள் தணிக்கை, (ஈ) சிறப்புத் தணிக்கை - தொழில்நுட்பத் தணிக்கை, சுற்றுச்சூழல் தணிக்கை, சமூகத் தணிக்கை என பல்கிப் பெருகி காணப்படுகின்றது. ஆகையால், தணிக்கையின் நோக்கமும், நிதித் தணிக்கையின் நோக்கத்தையும் கடந்து (அதனையும் உள்ளடக்கி), பின்வரும் நோக்கங்களைக் கொண்டு விரிவடைந்துள்ளது.

1. ஒரு நிறுவனம் அல்லது அலுவலகம் அனைத்து விதமான சட்டங்கள், விதிமுறைகள், ஒழுங்கு முறைகள், நிர்வாக வழிகாட்டுதல்கள் முதலானவற்றிற்கு உட்பட்டும், அவற்றைப் பின்பற்றியும் செயல்படுகிறதா என்பதை ஆய்வு செய்தல் (இணக்கத் தணிக்கை).
2. ஒரு நிறுவனம் அல்லது அலுவலகம் அதன் செயல்பாடு களிலும், பணப் பரிமாற்றங்களிலும், (அ) சிக்கனத்தையும் (Economy), (ஆ) செயல் திறன் (Efficiency), (இ) செயல் முடிக்கும் திறன் (Effectiveness) ஆகியவற்றை கருத்தில் கொண்டு செயல்பட்டுள்ளதா என்பதை ஆய்வு செய்தல் (செயலாக்கத் தணிக்கை). இதில் அந்த நிறுவனம் அல்லது அலுவலகம் அல்லது திட்டம் அதன் நோக்கத்தை எட்டி யுள்ளதா என்ற நோக்கில் ஆய்வு செய்வதும் உள்ளடக்கம்.
3. ஒரு நிறுவனத்தில் அல்லது அலுவலகத்தில் அமைக்கப் பட்டுள்ள அகக் கட்டுப்பாடுகள் அந்த நிறுவனம் செம்மையாக நடைபெறுவதற்கும்; தவறுகளையும், குறைகளையும், குற்றங் களையும் எளிதிலும் உடனுக்குடனும் கண்டறியும் வண்ணமும் அமைந்துள்ளதா என்பதை ஆய்வு செய்தல் (அமைப்பு/அகக் கட்டுப்பாடுகள் தணிக்கை). பணிபுரியும் நபர்கள் தங்களது முழு ஆற்றலை வெளிப்படுத்தும் வண்ணமும், அவர்களுக்கான

பணி ஒதுக்கீடு நலமுரணை களையும் வகையிலும் அமைந்து உள்ளனவா என ஆய்வு செய்வதும் அமைப்புத் தணிக்கையின் நோக்கமாக அமைகிறது.

4. தற்போதைய காலகட்டத்தில், தொழில்நுட்பத் தணிக்கை, சுற்றுச்சூழல் தணிக்கை, சமூகத் தணிக்கை ஆகியன முக்கிய இடம் பெறுகின்றன. ஆகையால் தணிக்கையின் நோக்கமும் பின்வருவனவற்றை உள்ளடக்கியதாக அமைகிறது:

    (அ) தகவல் தொழில்நுட்ப அமைப்புகள் சிறப்பாகச் செயல் படும் வண்ணமும், நிறுவனம்/அலுவலகத்தின் தரவு களையும், தகவல்களையும் பாதுகாக்கும் வண்ணமும், பயன்படுத்தப்படும் மென்பொருட்கள் எளிதாகப் பயன் படுத்தும் வண்ணமும் அமைக்கப்பட்டு உள்ளனவா என்பதை ஆய்வு செய்தல் (தகவல் தொழில்நுட்பத் தணிக்கை).

    (ஆ) இயற்கை வளங்களைப் பயன்படுத்தும் போதும், கழிவு களை நிர்வகிக்கும் போதும், சுற்றுச்சூழல் தொடர்பான திட்டங்களை செயல்படுத்தும் போதும், சுற்றுச்சூழலை பாதிக்காத வண்ணம் செயல்படுத்தப்பட்டுள்ளதா எனவும், இயற்கை வளங்கள் எதிர்காலத் தேவையை கணக்கில் கொண்டு பயன்படுத்தப்பட்டதா எனவும் ஆய்வு செய்தல் (சுற்றுச்சூழல் தணிக்கை).

    (இ) ஒரு திட்டம் மற்றும் அலுவலகம் அதன் பயனாளிகளின் தேவையை எட்டும் வகையில் செயல்படுத்தப்பட்டதா என்பதனை, அதன் பயனாளிகளே ஆய்வு செய்தல் (சமூகத் தணிக்கை).

தணிக்கையின் நோக்கமாக மேலே குறிப்பிடப்பட்டவை தணிக்கையின் பொதுவான நோக்கங்களே. ஆயினும் ஒவ்வொரு தணிக்கைக்கும், தணிக்கை செய்யப்படும் அலுவலகம் மற்றும் நிறுவனத்தின் தன்மை குறித்தும், அவற்றின் தேவை குறித்தும், ஆராய்ந்து தணிக்கையின் நோக்கத்தை தெளிவாக வரையறை செய்ய வேண்டும். அவ்வாறு வரையறை செய்யும் போது செய்யப்படும் தணிக்கையின் வகை குறித்தும் கவனத்தில் கொள்ள வேண்டும். தேவை கருதி ஒன்றுக்கு மேற்பட்ட நோக்கங்களை தணிக்கையின் நோக்கங்களாக வரையறை செய்யலாம். தணிக்கையின் நோக்கத்தை வரையறை செய்யும் முறை குறித்து அத்தியாயங்கள் 7.2, 8.2, 9.2 ஆகியவற்றில் காணலாம்.

சொல்லப்படாத, விவரிக்கப்படாத தணிக்கையின் நோக்கம் ஒன்று உண்டு. தணிக்கை என்பது நிர்வாகத் திறனை மேம்படுத்தும் நோக்கத்தை அடிப்படையாகக் கொண்டாலும், தணிக்கையின் மறைமுக நோக்கத்தைப் பற்றித் தெரிந்து கொள்வது அவசியமாகிறது. அது 'தவறுகளைத் தடுப்பது', அதாவது நிர்வாகத்தில் தவறுகள் நடக்கா வண்ணம் தடுப்பது. பெரும்பாலான சூழலில், தணிக்கை என்ற ஒன்று இருப்பதாலேயே நிர்வாகிகளும் தொழிலாளர்களும் அதிக கவனத்துடன் பணி புரிந்தும், சரியான முடிவுகள் எடுத்தும், தவறுகள் நேரா வண்ணம் செயல்படத் தணிக்கை உதவுகிறது. தெரிந்தே தவறு செய்பவர்களையும், குற்ற நோக்கில் செயல்படுபவர்களையும், தங்கள் தவறும் குற்றமும் தணிக்கையால் கண்டு பிடிக்கப்பட்டுவிடும் என எண்ணத் தூண்டுகிறது. அதுவே திட்டமிட்டு தவறு செய்யும் மனநிலையை மாற்றத் தூண்டும். மொத்தத்தில், ஒரு நிறுவனம் இயல்பாகவே சிறப்பாக செயல்படலாம். தணிக்கையானது தவறுகளைத் தவிர்த்து மேலும் சிறப்பாக செயல்பட ஒரு காரணியாக அமைகிறது. தணிக்கையின் நோக்கமும் நிர்வாகத்தின் நோக்கமும் ஒன்றே என்பதனை இங்குக் கொடுக்கப்பட்டுள்ள விளக்கப்படம் 2ன் மூலம் தெளிவாகப் புரிந்து கொள்ளலாம்.

விளக்கப்படம் - 2 நிர்வாகம்-பயனாளிகள்-தணிக்கை முக்கோணம்

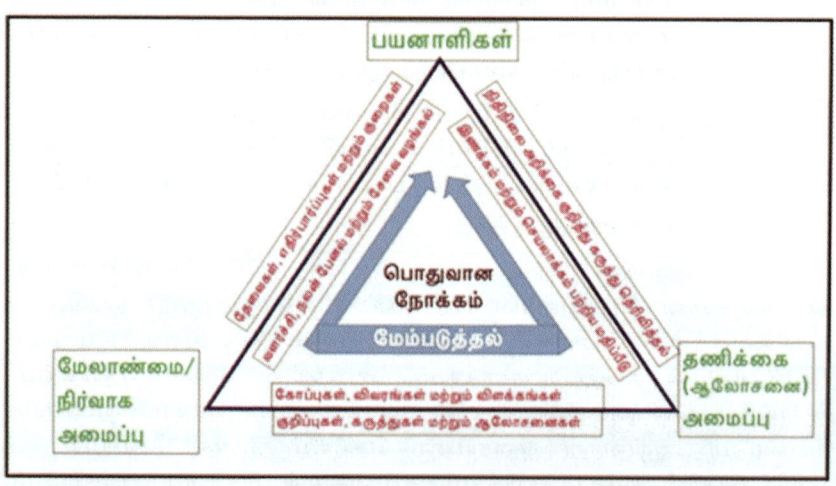

நிர்வாகத்தின் நோக்கமும் தணிக்கையின் நோக்கமும் ஒன்றே என்ற கருத்து மேலே தெளிவுபடுத்தப்பட்டுள்ளது. அதை ஏற்றுக்கொண்டால், தணிக்கை ஆலோசனை அமைப்பாக மட்டும் செயல்பட முடியாதா?; தணிக்கைத் தடைகளை ஏற்படுத்த வேண்டியதன் அவசியம் என்ன

என்ற கேள்வி எழுகிறது. நிர்வாகத்தின் நோக்கத்தை மீறி தணிக்கையின் நோக்கம் அமைய முடியாது. நிர்வாகத்தில் நிகழும் தவறுகளையும், பணியாளர்கள் செய்யும் தவறுகளையும் கண்டறிந்து, தக்க நடவடிக்கை எடுக்க வேண்டியது நிர்வாகத்தின் பொறுப்பே. இங்கு தணிக்கை நிர்வாகத்திற்கு துணை நிற்கும் கருவியாக மட்டுமே செயல்பட முடியும். ஆகையால் தவறுகளைக் கண்டுபிடிப்பது தணிக்கையின் முக்கிய நோக்கம் அன்று என்பதையும், அது தணிக்கையின் கூடுதல் பலனே என்பதையும், அது தவிர்க்க முடியாதது என்பதையும் அனைவரும் உணர வேண்டும். நிர்வாகத்திற்கும் தணிக்கைக்கும் நோக்கம் ஒன்றாக இருக்கையில், விளைவு மட்டும் வேறாக அமையுமோ?

3.4. தணிக்கையின் வரம்புகள்

பொதுவாக நிறுவனத்தின் நிலைத் தன்மையையும், நிர்வாகத் திறனையும், நிதி மேலாண்மையையும் பாதிக்கக் கூடிய எந்தவொரு நிகழ்வையும் தணிக்கைக்கு உட்படுத்தலாம். நிறுவனத்தின் அமைப்பு முறையும் அகக் கட்டுப்பாடுகளும், பணி ஒதுக்கீடு, வரவு செலவு உட்பட்ட நிதி மேலாண்மை, நிறுவன வளங்களைப் பயன்படுத்துதல், சொத்துக்களைப் பாதுகாத்தல், விற்பனை, இலக்குகளை நிர்ணயித்தல் முதலான அனைத்தும் தணிக்கையின் வரம்புகளுக்கு உட்பட்டவையே. இந்தப் பட்டியல் இன்னும் நீளலாம். ஆயினும் தணிக்கைக்கு உட்படாத சில நிகழ்வுகளும் உண்டு. அவற்றை அறிந்து கொள்வதன் மூலம் தணிக்கையின் வரம்புகளை நன்கு புரிந்து கொள்ள முடியும். அத்தகு பொதுவான பட்டியல் கீழே தரப்பட்டுள்ளது.

1. நிறுவனம், அலுவலகம் அமைவதற்கான அடிப்படைக் காரணிகள், நிறுவனத்தின் கொள்கைகள், நிறுவனம் உருவாக்கப் பட்ட முறை முதலியன தணிக்கைக்கு உட்பட்டதல்ல.

2. நிறுவனத்தின் தொழில், நோக்கம், செயல்முறை முதலியன குறித்த மூலோபாயங்கள் (Strategy) குறித்த தகவல்களையும், ஆவணங்களையும் தணிக்கைக்கு உட்படுத்துவதைத் தவிர்க்க வேண்டும்.

3. சட்ட வரம்புகளுக்கு உட்பட்ட நிறுவனத்தின் வியாபார உத்திகள், போட்டியாளர்களை எதிர்கொள்ளும் உத்திகள், பணியாளர்களுக்கு விதிக்கப்பட்ட கட்டுப்பாடுகள் முதலானவை தணிக்கைக்கு உட்பட்டதல்ல.

4. நிறுவனத்தின், (அரசுத் தணிக்கையில்-நாட்டின்) பாதுகாப்பு தொடர்பான மூலோபாயங்கள், கொள்கைகள் மற்றும்

நடவடிக்கைகள் முதலியவற்றைத் தணிக்கைக்கு உட்படுத்தப் படுவதைத் தவிர்க்க வேண்டும்.

5. அரசின் ஆணைகளையும், ஒழுங்கு முறைகளையும் பின்பற்ற எடுக்கப்பட்ட நடவடிக்கைகள் மற்றும், நீதிமன்றத் தீர்ப்பைப் பின்பற்றி எடுக்கப்பட்ட நடவடிக்கைகள் முதலானவை, சட்டச் சிக்கலை ஏற்படுத்துமாகையால், அவற்றைத் தவிர்க்க வேண்டும்.

6. தணிக்கை செய்வதிலிருந்து, சில நிறுவனங்களை, அல்லது நிறுவனத்திற்குள், குறிப்பிட்ட பணியை தணிக்கைக்கு உட்படுத்துவதிலிருந்து, அரசு விலக்கு அளித்திருந்தால், அவற்றைத் தணிக்கைக்கு உட்படுத்த இயலாது.

7. நிறுவனத்தின் ஆராய்ச்சி முடிவுகள், அறிவு சார் சொத்து உரிமைகள், காப்புரிமைகள், தரக்கட்டுப்பாடு தொடர்பான செயல்முறைகள் முதலியன தணிக்கைக்கு அப்பாற்பட்டவை.

பொதுவாகத் தணிக்கை நிறுவனத்திற்கும், தணிக்கைக்கு உட்படும் நிறுவனத்திற்கும், இடையேயான ஒப்பந்தத்தில் தணிக்கையின் வரம்புகள் நிர்ணயிக்கப்பட்டிருக்கும். தணிக்கையின் தொடக்கக் கூட்டத்தில் தணிக்கையின் வரம்புகளை முடிவு செய்துகொள்ளலாம். இவ்வகையான வரம்புகள், தணிக்கையரின் கட்டுப்பாட்டுக்கு வெளியே அமைவதால், அவற்றிற்கு தணிக்கையர் பொறுப்பேற்கத் தேவையில்லை.

மேற்குறிப்பிடப்பட்டவை தவிர, தணிக்கையினால்- தணிக்கைச் செயல்முறையாலும், தணிக்கைப் பணியாளர்களாலும், வரம்புகள் நிர்ணயிக்க வேண்டிய சூழல் ஏற்படுவதுண்டு. பொதுவாக பின்வரும் சூழல்கள் இத்தகு வரம்புகளுக்குக் காரணமாகின்றன.

1. தணிக்கையில் அனைத்து ஆவணங்களையும், அனைத்து உட்பிரிவு களையும் முழுமையாகத் தணிக்கைக்கு உட்படுத்த முடியாது. அது அதிக காலத்தையும், அதிக செலவை உண்டாக்குவதாக அமையும். ஆகவே சோதனை முறையிலான தணிக்கை முறை பின்பற்றப்படும்.

2. தணிக்கையில் அதிக இடர்களை (நிறுவனத்திற்கு பாதிப்பு ஏற்படுத்தவல்ல) சந்திக்கவல்ல நிறுவனப் பிரிவுகள் மற்றும் நிகழ்வுகள் மட்டுமே தணிக்கைக்கு உட்படுத்தப்படும்.

3. நிறுவனம் செயல்படும் துறையானது, அதிக/ஆழமான தொழில் நுட்பத்தின் அடிப்படையில் அமைந்திருந்தால், பொதுவான தணிக்கையரால் தணிக்கை செய்ய முடியாது. சிறப்புத் தகுதி பெற்ற தணிக்கையர்கள் தேவை.

மேற்கண்ட தணிக்கை வரம்புகள் தணிக்கைச் செயல் முறையான தாலும், தணிக்கை நிறுவனத்தின் நிர்வாகம் தொடர்பானதாலும், தணிக்கையில் நிகழும் தவறுகளுக்கும், குறைபாடுகளுக்கும், தணிக்கையர் பொறுப்பேற்க வேண்டும்

3.5. தணிக்கையரின் உரிமையும் கடமையும்

தமிழ் இலக்கிய வரிசையில் ஔவையார் இயற்றிய ஆத்திசூடிக்கு முக்கிய இடம் உண்டு. சூடி என்பது மாலையையும் மாலையணிந்த வரையும் குறிக்கும். தமிழ் இலக்கியத்தில் காலந்தோறும் புதுப்புது ஆத்திசூடிகள் தோன்றிய வண்ணம் இருக்கின்றன. அந்த வகையில் தணிக்கையரின் பொறுப்புகள் குறித்து ஓர் மாலை தொடுக்கப்பட்டு தணிக்கைச் சூடி என்று இங்கே தரப்பட்டு உள்ளது.

தணிக்கைச் சூடி

1. அலுவல் நோக்கம் அறி
2. ஆராய்ந்து முடிவெடு
3. இணக்கம் ஆய்வு செய்
4. ஈனம் (கேடு) கண்டு சொல்
5. உறுதியான சான்று கொள்
6. ஊறு களைய பரிந்துரை
7. எண்களை சரி பார்
8. ஏடுகளைப் பகுத்து ஆய்
9. ஐயம் நீங்க எழுது
10. ஒப்புதல் நாடு
11. ஓர்ப்பு (திட்டமிட்ட ஆய்வு)

தணிக்கையரின் கடமைகளும் உரிமைகளும் ஒருங்கிணைந்து அமையவேண்டும். கடமையைச் செய்வதற்குப் போதுமான உரிமைகள் வழங்கப்படவில்லை எனில் தணிக்கையின் நோக்கம் வெற்றி பெறாது. வெற்றிகரமான தணிக்கைக்கு தணிக்கையருக்குத் தர வேண்டிய உரிமைகள்:

1. தணிக்கை செய்யும்போது தணிக்கைத் திட்டம், தணிக்கையின் நோக்கம், தணிக்கையின் பரப்பு மற்றும் தணிக்கையின் அணுகுமுறை குறித்து இறுதி முடிவு எடுக்கும் உரிமை தணிக்கைக்கு உண்டு. மேற்கண்ட நிகழ்வுகளில் தணிக்கை செய்யப்படும் நிறுவனமும் அலுவலகமும் தணிக்கைக்கு ஆலோசனைகள் கூறலாம் அல்லது கோரிக்கை வைக்கலாம். ஆயினும், அவற்றைப் பரிசீலனை செய்தபின் இறுதி முடிவு எடுக்கும் உரிமை தணிக்கைக்கு மட்டுமே உண்டு.
2. தணிக்கைக்கு உட்படும் அலுவலகம், நிறுவனம், திட்டம் தொடர்பான அனைத்து ஆவணங்கள், கோப்புகள், தரவுகள் மற்றும் தகவல்கள் குறித்த காலத்தே, குறித்த வடிவில் கேட்டுப் பெறுவது தணிக்கையின் அடிப்படை உரிமை.
3. தணிக்கை செய்யும் போது நிறுவனத்தின் செயல்பாட்டில் உண்டாகும் ஐயங்களுக்கு விளக்கம் கேட்டுப்பெறவும், கூடுதல் தகவல் கோரவும் தணிக்கைக்கு உரிமை உண்டு. அவ்வாறு விளக்கமோ, கூடுதல் தகவலோ தேவையெனில்

நிறுவனத்தில் உள்ள எவரிடமும் - அலுவலர், அதிகாரி, இயக்குநர் என்ற வேறுபாடின்றி - கேட்டுப் பெறலாம். அவற்றைத் தர வேண்டியது அவர்களுடைய கடமை.

4. தணிக்கை செய்யும் போது ஆய்வுக்கு உட்படுத்த வேண்டிய மாதிரி கோப்புகள், தரவுகள் மற்றும் பேரேடுகளையும் தேர்வு செய்யும் உரிமை தணிக்கைக்கு உண்டு. அதுபோல் தணிக்கைக்கு தேவைப்படும் போது, பிற பகுதிகளில் உள்ள அலுவலகத்திற்கோ, ஆலைக்கோ அல்லது பணி நடை பெறும் இடத்திற்கோ, தணிக்கை நிமித்தமாக செல்ல உரிமை உண்டு.

5. தணிக்கைக்கு தேவைப்படுகையில் சட்ட வல்லுனரிடமோ, துறை சார்ந்த அறிஞரிடமோ, தொழில்நுட்ப வல்லுனரிடமோ ஆலோசனையோ அல்லது கருத்து கேட்கவோ உரிமை உண்டு. அதனை தணிக்கைக்கு தேவைப்படும் விதத்தில் பயன்படுத்திக் கொள்ள உரிமை உண்டு. ஆனால், அவ்வாறு வல்லுனரின் கருத்தை தணிக்கைக்கு பயன்படுத்தும் நிலையில் அதனை தணிக்கை செய்யப்படும் அலுவலகத்திற்குத் தெரியப்படுத்த வேண்டும்.

6. தணிக்கையர் தன் கடமையை சட்டம் மற்றும் விதிமுறை களுக்கு உட்பட்டு சரியாகக் செய்யும்போது, அதனால் நிறுவனத்திற்கோ அல்லது நிறுவனத்தில் பணிபுரியும் தனி நபருக்கோ, அந்நிறுவனம் சார்ந்த பிறருக்கு பாதிப்பு ஏற்படு மாயின், அதனால் ஏற்படும் சட்டப் பிரச்சனைகளிலிருந்தும், இழப்பீடு வழங்குவதிலிருந்தும் விலக்கு பெறும் உரிமை தணிக்கையருக்கு உண்டு.

தணிக்கையருக்கு மேலே குறிப்பிடப்பட்ட உரிமைகள் வழங்கப் படுவதே அவர்கள் தணிக்கையை சிறப்பாக செய்து, சரியான தணிக்கை அறிக்கையை குறித்த காலத்தே வழங்குவதற்காகவே! ஆகவே தணிக்கையரின் கடமைகளை முழுமையாக அறிந்து கொள்வது மிகவும் அவசியம். தணிக்கையரின் கடமைகளாவன:

1. தணிக்கையர் திட்டமிட்டு தணிக்கை செய்து நடுநிலையோடு அறிக்கை தயார் செய்ய வேண்டும். தணிக்கையர் தாம் கண்டறிந்த தணிக்கை முடிவுகளை பாரபட்சமின்றி நிறுவனத்தின் பங்குதாரர்களுக்கும், பிற பயனாளிகளுக்கும் தெரியப்படுத்த வேண்டியது அவரின் தலையாய கடமையாகும்.

2. நிறுவனத்தின் நிதிநிலை அறிக்கை குறித்தும், அதன் கோப்புகள் மற்றும் தரவுகள் குறித்தும் ஆழமாக ஆய்வு செய்து தணிக்கை அறிக்கை தயார் செய்ய வேண்டும். நிதிநிலை அறிக்கையின் நம்பகத்தன்மை குறித்து தணிக்கையில் கண்டறியப்பட்ட விவரங்களின் அடிப்படையில் தணிக்கையர் தனது கருத்தைத் தெரிவிக்க வேண்டும்.

3. நிறுவனம் அல்லது அலுவலகத்தில் உள்ள அகக் கட்டுப் பாடுகள், குறிப்பாக, பணப் பரிவர்த்தனை தொடர்பான அகக் கட்டுப்பாடுகள் போதுமானதா இல்லையா என்பது குறித்துத் தணிக்கையர் தனது கருத்தைப் பதிவு செய்ய வேண்டும். அதோடு, நிறுவனம் தன் நோக்கம் மற்றும் இலக்கை எட்டுவதற்குத் தேவையான கட்டமைப்பும், மூல வளங்களும் கொண்டுள்ளனவா என்பதை ஆராய்ந்து அறிந்து தணிக்கையர் தனது கருத்தை நடுநிலையோடு பதிவு செய்ய வேண்டும்.

4. மூலநிலை (அடிப்படை) கோப்புகள், ஏடுகள், பேரேடுகள் சரியாக, பராமரிக்கப்படுகின்றனவா என்றும், அதில் பதிவு செய்யப்பட்டுள்ள கணக்குகளும், குறிப்புகளும், நிறுவனத்தின் உண்மையான நிகழ்வுகளை/நடவடிக்கைகளைக் காட்டும் வண்ணம் உள்ளனவா என்பதையும் ஆய்வு செய்து உறுதிப் படுத்த வேண்டும்.

5. நிறுவனம் அல்லது அலுவலகம் சட்டப்பூர்வமாக கடை பிடிக்கப்பட வேண்டிய அனைத்து விதிமுறைகளையும், செலுத்தப்பட வேண்டிய வரி மற்றும் பிற கட்டணங்களை செவ்வனே செய்துள்ளதா என்பதைக் கண்டறிந்து அதனைத் தணிக்கை அறிக்கையில் முறையாகத் தெரிவிக்க வேண்டும்.

6. நிறுவனத்தின் (அ) அசையும் மற்றும் அசையாச் சொத்துக்கள் முறையாகப் பாதுகாக்கப்பட்டுள்ளனவா, (ஆ) நிறுவனம் செய்த முதலீடுகள் சரியாக செய்யப்பட்டுள்ளனவா, முதலீடு தொடர்பான ஆவணங்கள் முறையாகப் பாதுகாக்கப்பட்டு உள்ளனவா, (இ) தகவல் தொழில்நுட்ப சாதனங்களும், தரவுகளும் முறையாகப் பாதுகாக்கப்பட்டுள்ளனவா, (ஈ) நிறுவனம் பெற்ற காப்புரிமைகள் முறையாகப் பாதுகாக்கப் பட்டுள்ளனவா என்பது குறித்து ஆய்வு செய்து தனது கருத்தைப் பதிவு செய்ய வேண்டும்.

7. நிறுவனத்தில் திருட்டு, ஊழல், மோசடி, முறைகேடுகள், இழப்புகள் ஏதேனும் நிகழ்ந்துள்ளனவா என்றும் அவைகள்

நடக்காமலிருக்க, அவற்றைத் தடுக்க ஏற்படுத்தப்பட்டுள்ள கட்டமைப்புகள் குறித்தும், அவ்வாறு நடந்திருந்தால் அவற்றின் மேல் எடுக்கப்பட்ட நடவடிக்கைகள் போதுமானதா என்பது குறித்தும் தனது கருத்தைப் பதிவு செய்ய வேண்டும்.

8. தணிக்கையின் போது நிறுவனத்தின் ஒத்துழைப்பு குறித்தும், தணிக்கை செய்யத் தேவையான கோப்புகள், பேரேடுகள், தரவுகள் போன்றவை முழுமையாகத் தரப்பட்டனவா என்பது குறித்தும் தெரியப்படுத்த வேண்டும்.

9. தணிக்கையர் மற்றும் தணிக்கை செய்யப்படும் நிறுவனத்திற் கிடையே நல முரண் ஏதேனும் உள்ளதா என்பது குறித்து, தணிக்கைப் பொறுப்பை ஏற்கும் முன்னரே முடிவு செய்து நிறுவனத்திற்கு தெரியப்படுத்த வேண்டும்.

10. தணிக்கையின் போது தனக்குத் தெரிய வரும் நிறுவனம் குறித்த தகவல்கள் யாவற்றையும் தணிக்கைக்காக மட்டுமே பயன்படுத்த வேண்டும்; தனது சொந்த நோக்கத்திற்காக நிச்சயமாகப் பயன்படுத்தக் கூடாது. அது தவிர தணிக்கை காரணமாக தனது கவனத்திற்கு வரும் எல்லா விவரங் களையும் மந்தணமாக வைத்திருக்க வேண்டியது தணிக்கையரின் பொறுப்பாகும்.

இந்திய நிறுவனங்கள் சட்டம் (2013) கூறும் தணிக்கையரின் உரிமைகளும் கடமைகளும்:

இந்திய நிறுவனங்கள் சட்டம் 2013 பிரிவு 143 தணிக்கையருக்கு உள்ள அதிகாரங்கள், கடமைகள் மற்றும் தரநிலை குறித்து குறிப்பிடுகிறது.

தணிக்கையருக்குரிய அதிகாரங்கள்:

(அ) அனைத்து கோப்புகள், ஏடுகள், பேரேடுகள், ஆவணங்கள் ஆகியவற்றை ஆய்வு செய்யலாம்

(ஆ) தணிக்கைக்குத் தேவையான விளக்கங்களை கேட்டுப் பெறுதல்

(இ) துணை நிறுவனங்களின் கணக்குகளை சரிபார்த்தல்.

தணிக்கையரின் கடமைகள்:

பின்வருவன குறித்து தணிக்கையர் கருத்து தெரிவிக்க வேண்டும்:

(அ) நிறுவனம் கொடுத்த கடன் மற்றும் முன்பணம் பாதுகாப்பாக உள்ளதா? அவை வழங்கப்பட்ட நிபந்தனைகள் நிறுவன நலனுக்கு எதிராக உள்ளதா?

(ஆ) நிறுவனத்தின் கணக்கு புத்தகங்களில் பதியப்பட்ட செயல் பாடுகள் நிறுவனத்தின் நோக்கத்திற்கு இணக்கமாக உள்ளதா?

(இ) நிறுவனத்தின் சொத்துகள் வாங்கிய விலையைவிட குறைவாக விற்கப்பட்டதா?

(ஈ) நிறுவனம் கொடுத்த கடன் மற்றும் முன்பணம் நிறுவனத்தின் வைப்புகளாக கணக்கில் எடுத்துக்கொள்ளப்பட்டதா?

(உ) தனிநபர்/பணியாளர் செலவுகள் வருவாய் கணக்கில் பதியப்பட்டுள்ளதா?

(ஊ) நிறுவனத்தின் பங்குகள் பணம் பெற்றுக்கொண்டு ஒதுக்கப் பட்டதா? பணம் பெறப்பட்டதா? பணம் பெறப்படவில்லை எனில் அவை முறையாக கணக்கு ஏடுகளில் பதியப்பட்டு உள்ளதா?

(எ) தணிக்கைக்கு தேவையான அனைத்து தகவல்களும் நிறுவனத்திடம் இருந்து பெறப்பட்டதா?

(ஏ) சட்டப்படி தேவையான மூல ஆவணங்கள் முறையாக பராமரிக்கப் படுகிறதா?

(ஐ) பிறரால் தணிக்கை செய்யப்பட்ட கிளை நிறுவன கணக்குகள் தணிக்கையரிடம் முறையாக தரப்பட்டதா?

(ஒ) நிதிநிலை அறிக்கைகள் மூலக்கணக்குகளுடன் ஒத்துப்போகிறதா?

(ஓ) நிதிநிலை அறிவிக்கைகள் கணக்குத் தரநிலைகளின்படி அமைந்துள்ளதா?

(ஔ) நிறுவனத்தின் அக நிதி கட்டுப்பாடுகள் நிறுவனத்தின் செயல் திறனை மேம்படுத்தும் வகையில் அமைக்கப்பட்டுள்ளனவா?

இவை தவிர ஒவ்வொரு தணிக்கையரும் தணிக்கைத் தரநிலைகளைப் பின்பற்ற வேண்டுமென நிறுவனங்கள் சட்டம் வலியுறுத்துகிறது.

நிறுவனம் தணிக்கையரிடம் ஆலோசனை கேட்டால் மட்டுமே தணிக்கையர் ஆலோசனை வழங்க வேண்டும். ஆலோசனை வழங்கவல்ல சூழல் நிலவுகிறதா, முழுமையான தகவல்களும் தரவுகளும் கிடைக்கப் பெறுமா என்பதனை ஆய்ந்து அறிந்த பின்னரே ஆலோசனைப் பணியை ஏற்க வேண்டும். மற்றொரு முக்கியமான கவனிக்கப்பட வேண்டிய விசயம் 'நல முரண்பாடின்மை'. ஆலோசனைப் பணிக்கும் தணிக்கைப் பணிக்கும் நலமுரண்பாடு ஏற்படுமாயின், அத்தகு ஆலோசனைப் பணியை ஏற்கக்கூடாது.

தணிக்கையின் கடமை பற்றிக் கற்கும் போது, தணிக்கையர் குழப்பநிலை குறித்து அறிந்து கொள்வதும் முக்கியமாகும். சில சூழலில் தணிக்கை செய்யும்போது, நிர்வாகத்தில் உள்ள தவறுகளை சுட்டிக்காட்டும் போது, முடிவெடுக்க முடியாமல் ஒரு குழப்பமான நிலை ஏற்படும். அந்த மாதிரியான குழப்பமான நிலையே தணிக்கையரின் குழப்ப நிலை என அறியப்படுகிறது.

முதலில், தணிக்கையில் கண்டறிந்ததை தணிக்கைத் தடையாகக் கருதலாமா? வேண்டாமா? என முடிவு செய்வதில் குழப்பம் ஏற்படும்.

அத்தகைய சூழலில் தணிக்கையின் குழப்ப நிலைக்குத் தீர்வு காண மிகவும் கவனமாக செயல்பட வேண்டும். கண்டறிந்தவற்றின் முக்கியத்துவம், அதனால் ஏற்படும் விளைவுகள், தன்னிடம் உள்ள சான்றுகள், அது திட்டமிட்டு நேர்ந்ததா அல்லது கவனக்குறைவால் நேர்ந்ததா, தனிநபர் செய்த தவறா அல்லது பலரும் இணைந்து செய்த தவறா என்பனவற்றை எல்லாம் ஆய்வு செய்து தக்க முடிவு எடுக்க வேண்டும்.

அடுத்த குழப்பநிலை தணிக்கைத் தடைக்கு அல்லது கருத்திற்கு நிறுவனம் தரும் விளக்கம் ஏற்றுக்கொள்ளக்கூடியதா? இல்லையா? அதாவது தணிக்கைத் தடையை / கருத்தை விலக்கலாமா? கூடாதா? என்பது குறித்து முடிவு செய்வதிலும் ஏற்படும். அத்தகைய சூழலில், சரியான நடவடிக்கை எடுக்கப்பட்டுள்ளதா, நடவடிக்கை போதுமானதா, அந்த நடவடிக்கை தவறை சரி செய்து நிறுவனத்தின் நோக்கத்தை/ இலக்கை எட்ட உதவுமா, மேற்கொண்டு நடவடிக்கை தேவையா என்பது போன்று பல கருத்துக்களை கருதிப் பார்த்து முடிவு எடுக்க வேண்டும்.

மற்றுமொரு முக்கியமாக குழப்பநிலை ஏற்படுவதற்கு வாய்ப்பு உள்ளது. சில நேரங்களில் நிறுவனம் விதிகளுக்கு உட்பட்டு செய்த செயல்கள் தொழில் நெறிகளுக்கு அப்பாற்பட்டு இருக்கலாம். இதற்கு மாற்றான சூழ்நிலையும் ஏற்படலாம். தணிக்கையர் தணிக்கைத் தொழில் நெறியை மனதில் கொண்டு, நிறுவனம் விதிகளுக்கு உட்பட்ட செயல்களாயினும் நெறிகளை மீறிய செயல்களை நிர்வாகத்திற்கு சுட்டிக்காட்ட வேண்டும். அவ்வாறு செய்கையில் நிறுவனம் தொழில் நெறிகளுக்கு உட்பட்டு செயல்படும் வண்ணம் விதிகளை மாற்றி அமைக்கலாம். இங்குக் கவனிக்க வேண்டியது- விதிமுறைகள் மற்றும் தொழில் நெறிகளை இரண்டையும் ஒருங்கே பின்பற்றுவதில் உள்ள முரண்களை தணிக்கையர் கட்டாயம் சுட்டிக்காட்ட வேண்டும்.

3.6. தணிக்கை இல்லா நிர்வாகம்

தமிழின் நீதி நூலாம் திருக்குறள் தணிக்கை இல்லா நிர்வாகம் எப்படி இருக்கும் என்பதை ஒரு குறள் மூலம் தெளிவாக எடுத்துரைக்கிறது. அத்தியாயம் 2.5 குறிப்பிட்ட ‘இடிப் பாரை இல்லாத ஏமரா மன்னன் கெடுப்பா ரிலானுங் கெடும்’ என்ற குறள் மன்னராட்சிக்கு எழுதப்பட்ட தானாலும் மக்களாட்சிக்கும், பெரு நிறுவனங்களுக்கும் பொருந்துவதாக அமைகிறது. அடிப்படையில் அறிவுரை கூறித் திருத்தவல்லவர்களின் துணை நிர்வாகத்திற்கு தேவை; அப்படிப் பட்டவர்கள் இல்லையாயின் அழிவு நிச்சயம் என்பது திருவள்ளுவர் கூறும் அறநெறி. இது தணிக்கை இல்லா நிர்வாகம் குறித்த பொதுக்

கருத்து ஆகும். தற்கால சூழலில் தணிக்கை இல்லா விடின் அரசுக்கும், நிறுவனத்திற்கும் என்ன நேரும் என்பதை விரிவாகக் காணலாம்.

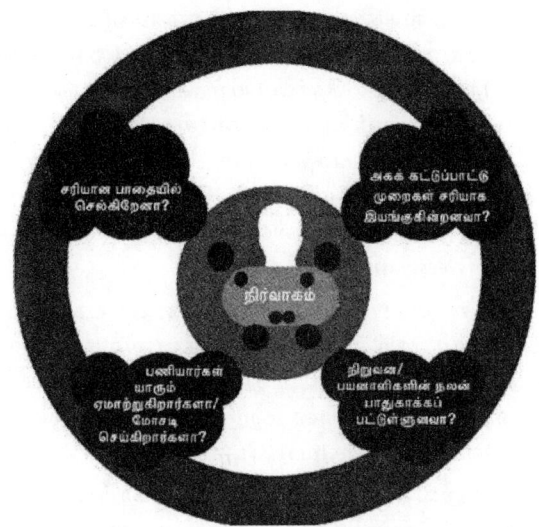

விளக்கப்படம் - 3 தணிக்கையில்லா நிர்வாகம்:
நிர்வாகக் குழப்பம்

இந்த அத்தியாயத்தில் தணிக்கையின் பயன்கள், தணிக்கையரின் உரிமைகள் மற்றும் கடமைகள் குறித்து விரிவாக அறிந்து கொண்டோம். தணிக்கை என்ற நிர்வாக முறை, கட்டுப்பாடு இல்லாவிடில் என்ன நிகழும் என்பதை அறிந்தால் தணிக்கையின் முக்கியத்துவமும், அதனால் விளையும் பயன்களையும் நன்கு உணரலாம்.

1. ஒரு நிறுவனம் தனது தணிக்கை அறிக்கையை ஆண்டு தோறும் அரசின் நிறுவனங்கள் துறைக்கும், அந்தத் துறை சார்ந்த ஒழுங்குபடுத்தும்/கட்டுப்பாட்டு நெறியாளர்களிடம் சமர்ப்பிக்க வேண்டும். அவ்வாறு செய்யத் தவறும் நிலையில், அந்நிறுவனம் செயல்படுவதற்கான அனுமதியை இழக்கும். நிறுவனம் செயல்பட முடியாத நிலை ஏற்படும்.

2. நிறுவனத்தில் நடைபெறும் தவறுகளும், அதன் கட்டமைப்பில் உள்ள குறைபாடுகளும் நிர்வாகத்திற்குத் தெரியாமலே போகும். தவறுகளும், குறைபாடுகளும் முளையிலேயே கண்டறிந்து கிள்ளி எறியப்படாமலே போனால், அவை வளர்ந்து வேரூன்றிய போது அவற்றைக் களைவது கடினம். காலப்போக்கில் நிர்வாகத் திறன் குறைந்து, நிறுவனம்

நலிவடைந்து போவதற்கு வழிவகுக்கும். தணிக்கை செய்யப் படாத நிறுவனம் அந்நிலையை வெகு விரைவில் எட்டும்.

3. நிறுவனத்தில் திறன் மிகுந்தவராகவும்-நலிந்தவர்களும், நேர்மையானவர்களும்-நேர்மையற்றவர்களும் கலந்து இருப்பது உண்டு. நேர்மையற்றவர்களும் திறன் குறைந்தவர் களும் நிறுவனத்தின் வளர்ச்சியையும், அதன் நிலைத் தன்மையையும் பாதிப்படையச் செய்வர். அவர்களே நிறுவனத்தின் வீழ்ச்சியைத் தொடங்கி வைக்கவும் செய் கின்றனர். தணிக்கை இல்லாத நிறுவனம் அத்தகு வீழ்ச்சியை நோக்கி விரைவாக நகரும்.

4. தணிக்கை என்பது நிறுவனத்தின் கட்டமைப்பு குறித்தும், செயல்பாடு குறித்தும், நிலைத்தன்மை குறித்தும் நிதிநிலை குறித்தும் உறுதியளிப்பது. தணிக்கை செய்யப்படாமல் போனால், தேவையான உறுதிமொழி இல்லாமல் போனால், அந்நிறுவனத்தில் குழப்பமே மிஞ்சும்.

5. சார்பு நிறுவனங்கள், வங்கிகள், காப்பீடு நிறுவனங்கள், தணிக்கை செய்யப்படாத நிறுவனத்துடன் தொழில் செய்ய முடியாத நிலை ஏற்படும். ஒரு நிறுவனத்தால் தனித்து இயங்க முடியாது. ஆகையால் அந்நிறுவனம் சரிவைச் சந்திக்கும்.

6. நிறுவனம் முதலீட்டாளர்களை இழக்கும். நிதி நிறுவனங ்களும் பிற முதலீட்டாளர்களும் முதலீடு செய்ய முன்வர மாட்டார்கள். ஏற்கனவே செய்த முதலீட்டை மீட்டுக் கொள்வார்கள். நிறுவனம் இல்லாமல் போகும் நிலை வரும்.

7. தணிக்கை இல்லாத சூழலைவிட தரமில்லாத தணிக்கை மிகவும் ஆபத்தானது. தரமில்லாத தணிக்கை நிறுவனத்தில் உள்ள குறைகளையும், தவறுகளையும் முழுமையாக வெளிக் கொணராது. அது ஒரு தவறான உறுதிமொழியைக் கொடுக்கும். அது தணிக்கை உறுதிமொழி அளிக்கவில்லை என்பதைவிட, மிகவும் மோசமான விளைவுகளை ஏற்படுத்தும். நிறுவன குற்றங்களுக்கும், தனிநபர் குற்றங்களுக்கும் வழிவகுக்கும்.

8. தணிக்கை இல்லாத சூழலில், இயற்கையிலேயே ஒரு நிறுவனம் சிறப்பாகச் செயல்பட்டுக் கொண்டிருக்கிறது என்றால், அது நிம்மதியைத் தரும் சூழல் அல்ல. வெடிக்கக் காத்திருக்கும் பேராபத்து உள்ளே ஒளிந்திருக்கிறது என்று தான் பொருள். அது எந்நேரமும் வெடிக்கலாம். எப்போது, எப்படி என்பதுதான் கேள்வியே!

9. மொத்தத்தில் தணிக்கை செய்யப்படவில்லை எனில் அந்நிறுவனத்தின் அடித்தளம் அசைந்து போகும். ஆனாலும், இதன் பொருள் தணிக்கைதான் நிறுவனத்தின் அடித்தளம் என்பதல்ல. தணிக்கை இல்லையெனில் நிறுவனத்தின் அடித்தளத்திற்கு இடர் என்பது மட்டும் கவனத்தில் கொள்ள வேண்டும். அதேபோல தணிக்கை செய்வதால் ஒரு நிறுவனத்தின் அனைத்து இடர்களும் நீங்கிவிட்டன என்றும் பொருள் கொள்ளலாகாது.

சுருங்கக் கூறின் தணிக்கை இல்லவே இல்லை என்பது இடர்; தரமற்ற தணிக்கை என்பது பேராபத்து! தணிக்கை இருக்கின்றது என்பது நிம்மதி. தரமான தணிக்கை என்பது மகிழ்ச்சி!!

சீர்மிகு நிர்வாகத்திற்குத் தணிக்கையின் தேவை குறித்தும், தணிக்கையின் தவறுகளாலும் தோல்விகளாலும் ஏற்படும் விளைவுகள் குறித்தும் அத்தியாயம் 26இல் விவரிக்கப்பட்டுள்ளது.

சிந்திக்க...

1. தணிக்கையின் நோக்கமும் தணிக்கை செய்யப்படும் நிர்வாகத்தின் நோக்கமும் ஒன்றே என்பதை உங்களுக்குத் தெரிந்த நிறுவனத்தின் அடிப்படையில் எண்ணிப் பார்க்க.
2. தணிக்கையின் போது தனது உரிமை மறுக்கப்பட்டால் தணிக்கையர் மேற்கொள்ள வேண்டிய நடவடிக்கைகளை எண்ணிப் பார்க்க.
3. தணிக்கை மேற்கொள்ளாவிடில் ஒரு நிறுவனத்தில் நிகழும் குழப்பங்களையும், அவற்றின் விளைவுகளையும் எண்ணிப் பார்க்க.
4. தணிக்கையரின் குழப்பநிலை குறித்தும், அவை எச்சூழலில் நிகழ்கின்றன என்றும், அவற்றை தீர்ப்பது எங்ஙனம் என்றும் எண்ணுக.
5. தணிக்கை முழுமையாக நடத்த முடியாத சூழலில் தணிக்கையரின் கடமைகளை எண்ணிப் பார்க்க.

4. தணிக்கை சார் கருத்துருக்கள்

தணிக்கையைப் பற்றி முழுமையாகப் புரிந்து கொள்வதற்கு தொடர்புடைய பிற கருத்துருக்கள் பற்றியும் அவற்றிற்கும் தணிக்கைக்கும் உள்ள ஒற்றுமை, வேற்றுமைகளையும் ஒப்பிட்டுப் பார்ப்பது மிகவும் பயனுள்ளதாக அமையும். தணிக்கையின் நோக்கம் போல் பின்வரும் கருத்துருக்களும் நிர்வாகத்திற்கு உதவும் நோக்கில் பயன்பட்டாலும், தணிக்கைக்கும் இவற்றுக்கும் அடிப்படை வேறுபாடுகள் உண்டு. அவற்றைப் பற்றி விரிவாகக் காணலாம்.

4.1. ஆய்வு

தணிக்கையும் ஆய்வும் (Inspection), பல நேரங்களில், ஒன்றுக்கு ஒன்று மாற்றாகப் பயன்படுத்தப்படுகின்றன. உண்மையில் ஆய்வுக்கும் தணிக்கைக்கும் நெருங்கிய தொடர்பிருந்தாலும் இரண்டிற்குமிடையே மிக நுண்ணிய வேறுபாடுகள் உண்டு. சரியான சொல்லைப் பயன்படுத்த இரண்டையும் பற்றிய நல்ல புரிதல் இருக்க வேண்டும்.

ஆய்வு என்பது ஆழமாக மதிப்பீடு செய்வது அல்லது நுணுக்கமாகக் கண்காணிப்பது. ஆய்வு என்பது பொருட்கள் அல்லது செயல்கள், செயல்முறைகள் அல்லது அவற்றின் விளைவுகள் குறிப்பிட்ட அல்லது தேவைப்படும் தரத்தின்படி உள்ளனவா என்பதை நேரடியாகக் கண்டு, கணிக்கும் செயல்முறை. ஆய்வு, பொதுவாக, நிர்ணயிக்கப்பட்ட அல்லது எதிர்பார்க்கப்படும், தரநிலைகள் எட்டப் பட்டதைக் குறிப்பது. நேரடியாகக் கண்டு தரத்தில் உள்ள இணக்கத்தைக் கணிப்பதால் ஆய்வு, சில நேரங்களில், கள ஆய்வு என்றும் அழைக்கப் படும். ஆய்வு செய்யப்படும் நோக்கத்தின் அடிப்படையில் தர ஆய்வு, பாதுகாப்பு ஆய்வு, பராமரிப்பு ஆய்வு எனப் பல வகைகளாகக் கொள்ளலாம்.

தனித்தனியாகச் செயல்படும்போது, தணிக்கை மற்றும் ஆய்வு இரண்டுமே குறிப்பிட்ட தரநிலைகள் எட்டப்பட்டனவா இல்லையா என்பது குறித்த உத்திரவாதம் அளிப்பதை நோக்கமாகக் கொண்டே செய்யப்படுகின்றன. தணிக்கை என்பதும் ஆய்வின் அடிப்படையிலேயே நடப்பதுண்டு. அதாவது, தணிக்கை ஆய்வை உள்ளடக்கியது என்று பகர்வதே சரியாக இருக்கும்.

நுண்ணிய வேறுபாடுகளாவன: (அ) தணிக்கை ஆய்வின் அடிப்படையில் நிகழும்; ஆய்வின் அடுத்தகட்ட நிலைதான் தணிக்கை. (ஆ) ஆய்வு என்பது உள்ளதைக் காண்பது அல்லது கண்காணிப்பது; தணிக்கை என்பது உள்ளதைக் காண்பதுடன், அதற்கான காரணங்களையும் கண்டறிவது. (இ) பொதுவாக, ஆய்வு நடவடிக்கைகளின் (Actions) அடிப்படையிலானது; தணிக்கைச் செயல்முறைகளின் (Procedures) அடிப்படையிலானது. (ஈ) ஆய்வு என்பது தணிக்கையின் கருவி; தணிக்கை என்பது ஆய்வின் வெளிப்பாடு.

ஆகவே ஆய்வு என்பதை தணிக்கையின் முதல்நிலையாகவும், தணிக்கையின் கருவியாகவும் கருதலாம்.

4.2. நிர்வாகச் சீராய்வு

நிர்வாகத்தின் கட்டமைப்பு முறைகளில், சீராய்வு (Review) என்பது நிர்வாகத்தின் உயர் மட்டத்தில் உள்ளவர்களால் மற்றவர்களின் செயல்பாட்டை அறிந்து கொள்ளும் முக்கியமான செயல்முறை. இது நிறுவனத்தின் செயல்பாட்டை மேம்படுத்தும் நோக்கத்தோடு தொடர்ச்சியாக நடைபெறும் செயல்முறை. இந்த நிர்வாக முறை நிர்ணயிக்கப்பட்ட இலக்குகளையும், மைல் கற்களையும் எட்டு வதற்கும், அவற்றில் உள்ள சிக்கலைத் தீர்ப்பதற்கும் வழிவகைகளை ஆராயும் நோக்கில் செய்யப்படுவது. முக்கிய நிகழ்வுகள் குறித்து, பெரும்பாலும், வாய்மொழி விளக்கம் பெற்று முடிவுகள் மேற்கொள்ளப் படுகின்றன. முடிவுகள் கூட்டப் பதிவுகளாக கலந்து கொண்டவர் களுக்கு தெரிவிக்கப்படுகிறது. தணிக்கை மற்றும் சீராய்விற்கான ஒப்பீட்டை அட்டவணை 2இல் காணலாம்.

அட்டவணை - 2.1. தணிக்கையும் சீராய்வும் - ஒப்பீடு

நிர்வாகச் சீராய்வு	தணிக்கை
நிர்வாகத்தின் தொடர்ச்சியான மேம்பாட்டை நோக்கமாகக் கொண்டது.	நிறுவன செயல்பாட்டையும், நிதி நிர்வாகத்தைப் பற்றியும் உத்திர வாதம் அளிப்பதை நோக்கமாகக் கொண்டது.
நிறுவனத்தின் உயர் அதிகாரி களால், அந்நிறுவனம், திட்டம், ஒப்பந்தம் மற்றும் நிதி மேலாண்மை முதலியன செயல்படும்விதம் குறித்து தொடர்புடைய அலுவலர் களிடம் நேரடியாக விளக்கம் கேட்டுப் பெறுவது.	நிறுவனத்தின் தனிப்பிரிவு அலுவலர்களால் அல்லது புற அலுவலர்களால் அந்நிறுவனம், திட்டம், ஒப்பந்தம் மற்றும் நிதி மேலாண்மை முதலியன செயல் படும் விதம் குறித்து ஆய்வு செய்வது.

பெரும்பாலும் தொடர்புடைய பணியாளர்களின் நேரடி விளக்கத்தின் அடிப்படையில் முடிவுகள் மேற்கொள்ளப்படுகின்றன.	கோப்புகளையும் ஏடுகளையும் ஆராய்ந்து அவற்றின் அடிப்படையில் தணிக்கை தொடர்பான முடிவுகள் மேற்கொள்ளப்படுகின்றன.
நிறுவனத்தின் நிர்வாகிகளும், பணியாளர்கள் முதலானோரே முக்கியப் பயனாளிகள்.	நிறுவனத்தின் பங்குதாரர்கள், நிதி நிறுவனங்கள் நிறுவனத்திற்கு வெளியில் உள்ள பிற பயனாளிகள்.
குறுகிய கால இடைவெளியில், ஒவ்வொரு வாரம்/மாதம், நடை பெறுவது.	நீண்ட காலம், குறிப்பாக ஆண்டுக்கொரு முறை நடை பெறுவது.
நிறுவனத்தின் உயர் அதிகாரிகளுக்கு செயல்படும் விதம் குறித்து உண்மை நிலையை எடுத்துரைப்பது.	பயனாளர்களுக்கு நிதிநிலை அறிக்கை மற்றும் நிறுவனத்தின் நம்பகத் தன்மை குறித்து உறுதியளிப்பது.
உயரதிகாரி, பணியாளர்கள் உடனடியாகச் செய்ய வேண்டிய பணிகள் குறித்து தக்க ஆணை பிறப்பிப்பார் அல்லது வழிகாட்டுவார்	தணிக்கைக்குப்பின் செய்ய வேண்டிய பணிகளை பரிந் துரையாக தெரிவிக்கப்படும்.
முக்கியமான மைல் கற்கள் மற்றும் பிரச்சனைகளை மட்டும் கவனத்தில் கொள்வது.	சோதனை அல்லது அபாய கரமான பரிமாற்றங்களின் அடிப்படையில் நடத்தப் படுவது.

4.3. ஆவணப்படுத்துதல்

ஒரு நிறுவனத்தின் நிர்வாகத்தின் அனைத்து விதமான செயல்பாட்டிற்குமான ஆவணங்களை முறையாகப் பதிவு செய்து வைத்தல் ஆவணப்படுத்துதல் (Documentation) ஆகும். நிறுவனத்தின் நிர்வாகம் தொடர்பான முடிவுகள், பணப் பரிமாற்றங்கள், திட்டங்கள், எட்டப்பட்ட இலக்குகள், தனிநபர் செய்த பணிகள்-இப்படி முறைப் படி பதிவு செய்து வைக்க வேண்டும். அது சட்டம் மற்றும் நிறுவன விதிகளின்படி கட்டாயமானதாகும். இவ்வாறு பதிவு செய்யப் பட்டவைதான் நிர்வாகத்தின் ஒரு முடிவின் காரண காரியத்தையும், செயல்கள் முறைப்படி செய்யப்பட்டனவா என்பதையும் ஆராய

வழிவகுக்கும். ஆவணப்படுத்துதல் என்பது 'நிறுவன நினைவு' (Institutional memory) என்ற கோட்பாட்டைச் செயல்படுத்த முக்கியத் தேவையானதாகும்.

இவ்வாறு பதிவு செய்வது நிறுவனத்தின் பிற்கால பயன்பாட்டிற்கும் மிகவும் உதவிகரமாக இருக்கும். குறிப்பாக தணிக்கைக்கும் அரசாங்கத்திற்கும், அத்துறையின் கட்டுப்பாட்டாளர் களுக்கும் அவர்களது பணியை மேற்கொள்ள ஆவணங்கள் கட்டாயம் தேவை. ஆவணங்களின் அடிப்படையிலேயே சான்றாய்வு நிகழ்த்தப் படுகிறது. ஆவணங்கள் இல்லையெனில் தணிக்கை செய்வது இயலாத செயல். தணிக்கை தனது கருத்தைப் பதிவு செய்ய முடியாது. ஆவணப் படுத்துவது தவிர்க்க முடியாதது என்ற நிலையில், அதன் முக்கியமான செயல்முறையே எவ்வாறு ஆவணப்படுத்துவது என்பதுதான். பிற்காலத்தில், தேவைப்படும் போது ஆவணத்தை எளிதில் மீட்டெடுக்கும் வகையில் ஆவணப்படுத்துதல் வேண்டும். ஆவணங்களைப் பிரித்தும் தொகுத்தும் முறையாகப் பராமரிக்கும் வகையில் வைக்கப்பட வேண்டும். ஆவணப்படுத்துதலுக்கும் தணிக்கைக்கும் உள்ள தொடர்பை இவ்வாறு தெளிவுபடுத்தலாம்: "ஆவணப்படுத்துவது நிர்வாகத்தினுடைய பொறுப்பு. அவற்றை முறையாகப் பயன்படுத்திக்கொள்வது தணிக்கையின் பொறுப்பு".

தற்காலத்தே கணினியில் பெரும்பாலான பணிகள் மேற்கொள்ளப் படுகின்றன. கணினியில் செய்யப்படாத பணிகள் குறித்த ஆவணங்களை கணினியில் பராமரிக்கும் நடைமுறையும் உள்ளது. கணினி மூலம் ஆவணங்களைப் பராமரிப்பது எளிதாயினும், ஆவணங்களின் மந்தணத்தன்மையைப் பாதுகாப்பது எளிதான செயலல்ல. ஆவணங்கள் எந்த விதத்தில் பராமரிக்கப்பட்டாலும், தணிக்கையின் போது அவற்றை முறையாக ஆய்வு செய்ய வேண்டியது தணிக்கையின் கடமை.

4.4. சான்றாய்வு

சான்றாய்வு (Vouching) என்பது நிறுவனத்தில் பதிவு செய்யப்பட்ட பணப் பரிமாற்றங்கள் குறித்த சான்றுகளை ஆய்வு செய்வது. நிறுவனத்தின் புத்தகங்களில் பதிவு செய்யப்பட்ட பணப் பரிமாற்றத்திற்கு அடிப்படையாக உள்ள ஆவணங்களை சோதித்து, அதில் உள்ள தகவல்களைச் சரிபார்த்து, பதிவு செய்யப்பட்ட தகவல்களுடன் ஒப்பிட்டு அவற்றின் உண்மைத் தன்மையையும் சரி பார்ப்பதும், நிறுவனத்தின் ஏடுகளில் பதிவு செய்யப்பட்ட தகவல்கள் ஏற்கத்தக்கதா இல்லையா என்பதை முடிவு செய்வதே சான்றாய்வு. சான்றாய்வு என்பது வரவு மற்றும் செலவு கணக்குகளிலும், சமநிலை சீட்டில் பதிவாகியுள்ள தகவல்களின்

மூலக்கணக்குகளை சரிபார்க்கும் வழிமுறையாகும். குறிப்பாக வரவு, செலவு, முதலீடு, சொத்துக்கள், கடன்கள் நீக்கப்பட்டவை முதலானவற்றை சான்றுகளின் அடிப்படையிலேயே ஆய்வு செய்ய முடியும். தவிர இலக்குகள் எட்டப்பட்டது குறித்தும், தரவுகளின் மூலப் பொருளைச் சரிபார்க்கவும் சான்றாய்வு முறையைப் பின்பற்றலாம்.

சான்றாய்வு தணிக்கைக்கு மாறுபட்ட செயல்முறையன்று. தணிக்கைக்கு உட்பட்ட தணிக்கை செய்முறைக் கருவியாகவே சான்றாய்வு கருதப்படுகிறது. தணிக்கையில், குறிப்பாக நிதித் தணிக்கையில் நிதிநிலை அறிக்கையின் அடிப்படைக் கணக்குகளை சரிபார்க்கும் முதல்நிலை செயல்முறையே சான்றாய்வு. பதிவு செய்யப் பட்ட கணக்குகளுக்கு சான்றுகளாக விலைப்பட்டியல், இரசீதுகள், கடன் குறிப்புகள், பற்றுக் குறிப்புகள், விநியோகச் சான்றுகள், பிற அறிக்கைகள் முதலியன அமைகின்றன. அவற்றின் துல்லியத் தன்மையை உறுதி செய்ய சான்றாய்வு உதவும். ஆவணங்களில் உள்ள துல்லியமான தகவல்களுக்குத் தர வேண்டிய முக்கியத்துவத்தைக் குறிக்க, ஒரு தணிக்கை அலுவலகம் வெளியிட்ட உணவுப் பட்டியலைக் காண்க.

தணிக்கை அலுவலகம் உணவுப்பட்டியல்

1. சாப்பாடு-   1500 அரிசி
2. சாம்பார்-   200 மி.லி.
   சாம்பார் காய்கறிகள் விவரம்

   துவரம் பருப்பு-   50 கிராம்
   முருங்கைக்காய்-   2 துண்டுகள்
   கத்தரிக்காய்-   3 துண்டுகள்
   தக்காளி-   2 துண்டுகள்
   உருளைக்கிழங்கு-   4 துண்டுகள்
   தண்ணீர்-   100 மி.லி.

3. பொறியல் (அவரைக்காய்)-   150 துண்டுகள்
4. ரசம் (மசாலா 20 கிராம்)-   100 மி.லி.
5. அப்பளம் - (விட்டம்)   12 செ.மீ.
6. மோர் (அடர்த்தி- 10.5 கி/லி)-   100 கி.மி.
7. ஊறுகாய் (மாங்காய் 5கி, மசாலா 5கி)
   (வெளி நிறுவனத்தால் சான்றளிக்கப்பட்டது)

சான்றாய்வு என்பது தணிக்கையின் தவிர்க்க முடியாத கருவி. சான்றாய்வு முறையைப் பின்பற்றாமல் தணிக்கையை, குறிப்பாக, நிதித்

தணிக்கையை நிறைவு செய்ய முடியாது. சான்றாய்வை முழுமையாகச் செய்து முடித்த உடன்தான் நிறுவனத்தின், நிதிநிலை அறிக்கையின் நம்பகத் தன்மை குறித்து உத்திரவாதம் அளிக்கவோ கருத்து தெரிவிக்கவோ முடியும். சான்றாய்வு சரிவர நடத்தப்படவில்லை எனில் தணிக்கைத் தோல்வி அடைவதற்கு அதிக வாய்ப்புகள் உண்டு. அதாவது, தணிக்கையர் தவறான உத்திரவாதமோ அல்லது கருத்தோ தெரிவிக்க வாய்ப்பு உண்டு. நிறுவனத்தில் மோசடி ஏதேனும் நடந்திருந்தால் அதனை சான்றாய்வு மூலமே கண்டறிய முடியும். ஆகையால் சான்றாய்வு என்பது தணிக்கையின் முக்கியமான செயல்முறை; அதை மிகவும் கவனமாகச் செயல்படுத்த வேண்டும். சான்றாய்வு குறித்த செயல்முறை விளக்கங்கள் அத்தியாயம் 16இல் விவரிக்கப்பட்டுள்ளது.

4.5. கண்ணோட்டம்

இது மீள்பார்வை என்றும் அழைக்கப்படும். மீள் பார்வை (Overview) என்பது ஒன்றைப்பற்றி, அது தொடர்பான முக்கியமான தகவல்களை மேலோட்டமாக சுருக்கமாகக் கூறுவது. இது நிர்வாகவியல் சார்ந்த கருத்துரு. இது (அ) ஒரு நிகழ்வை, செயலை அல்லது புத்தகத்தை ஆழமாக ஆய்வு செய்வதற்கு முன் ஒரு முன்னோட்டமாகவும், அல்லது (ஆ) அவை முடிந்த உடன், நடந்தவற்றைத் தொகுத்து சுருங்கக் கூறும் தொகுப்பாகவும் அமையும். கண்ணோட்டம் என்பது குறைவான நேரத்தில் நிறைவான பொருளைத் தரும் நிர்வாகவியல் செயல்முறை. ஒரு பொருளைப் பற்றிய கண்ணோட்டத்திற்கும் தணிக்கைச் செயல் முறைக்கும் எந்தவித நேரடித் தொடர்பும், ஒற்றுமையும் கிடையாது. ஆயினும் தணிக்கை அறிக்கையில் கூறப்பட்டுள்ளவற்றின் முக்கிய பகுதிகளை, முடிவுகளை சுருக்கமாகக் கூற உதவி புரியும். அது முழுமையான தணிக்கை அறிக்கைகளைப் படிக்காமல், அறிக்கையின் முக்கிய கருத்துக்களை அனைவரும் பயனடையும் வகையில் சுருக்கித் தரப் பயன்படும்.

4.6. மதிப்பிடுதல்

மதிப்பிடுதல் (Valuation) என்பது ஒரு நிறுவனத்தின் அல்லது சொத்தின் (அசையும் மற்றும் அசையாச் சொத்து) அல்லது ஒரு புராதனப் பொருளின் தற்போதைய மதிப்பை அறிதலைக் குறிக்கும். மதிப்பிடுதலுக்கும் தணிக்கைக்கும், குறிப்பாக நிதித் தணிக்கைக்கும் நெருங்கிய தொடர்பு உண்டு. நிறுவனம் கொண்டுள்ள அசையும் மற்றும், அசையாச் சொத்துக்களின் மதிப்பை அளவீடு செய்து அதனை நிதியறிக்கையில் குறிப்பிட வேண்டும். தணிக்கையர் மதிப்பிடல் சரியான முறையில் நடந்துள்ளதா என்றும், பதிவு செய்யப்பட்டுள்ள மதிப்பு சரியானதுதானா என்றும் ஏற்றுக்கொள்ளத்தக்கதா என்பதையும்

சரிபார்த்து முடிவு செய்ய வேண்டும். தணிக்கையர் நேரடியாக மதிப்பிடு செய்வதில்லை. பிறரிடம் அப்பணியை செய்யப் பணிப்பதும் இல்லை. நிர்வாகமே தொழில்முறை மதிப்பீட்டாளர்களைக் கொண்டு சொத்துக் களை மதிப்பீடு செய்ய வேண்டும். தணிக்கையர் மதிப்பீட்டு செயல் முறையை கணக்குகளில் சரியாகப் பதிவு செய்யப்பட்டுள்ளனவா என்பதனை மட்டும் சரிபார்க்க வேண்டும்.

நிறுவனத்தின் மொத்த மதிப்பை அளவிடுவது மிகச் சிக்கலான செயல். இது தனிநபர்களால் செய்யப்படுவதில்லை. அதற்கென்று உள்ள தனி/சிறப்பு நிறுவனங்களால் அல்லது முறையாக பயிற்சி பெற்ற தணிக்கையரால் மட்டுமே செய்ய முடியும். நிறுவன மதிப்பீடு ஆண்டுதோறும் செய்யப்படுவதில்லை. மாறாக நிறுவனத்தின் மொத்த மதிப்பானது அதன் நிதிநிலை அறிக்கையிலிருந்தே அறியப்படுகிறது. நிறுவனத்தின் உரிமையாளர்களில் மற்றும் பெரும் பங்குதாரர்களில் மாற்றம் நிகழும் போது மட்டுமே நிறுவனத்தின் மொத்த மதிப்பை அளவீடு செய்வது வழக்கம். ஆனால், நிறுவனத்தின் சொத்துக்களை மதிப்பீடு செய்து அதனை நிதியறிக்கையில் ஆண்டு தோறும் வெளிப்படுத்த வேண்டும். தணிக்கையர் அதனையும் ஆய்வு செய்து தணிக்கை அறிக்கையில் தனது கருத்தைப் பதிவு செய்ய வேண்டும்.

4.7. புலனாய்வு

தணிக்கையும் புலனாய்வும் (Investigation) நெருங்கிய தொடர்புடைய பணிகள் எனலாம். சில நிறுவனங்களில் தணிக்கையும் புலனாய்வும் ஒரே நிர்வாகப் பிரிவின் கீழ் செயல்படுகின்றன. நிறுவனத்தின் புலனாய்வு தவிர பொதுப் புலனாய்வுத் துறையும் உண்டு. அது அரசு சார்பில் பொது நிர்வாகத்தில் சட்டம் ஒழுங்கு குறித்து புலனாய்வு செய்து குற்றங்களைத் தடுக்கவும், குற்றங்களை நிரூபிக்கவும் உதவுகின்றது. இங்குக் குறிப்பிடப்படும் புலனாய்வு அலுவலகங்களிலும் நிறுவனங் களிலும் நடத்தப்படும் புலனாய்வைக் குறித்தது மட்டுமே.

பொதுவாக புலனாய்வு என்பது ஒரு நிகழ்வு, சூழல், விடயம், ஆவணம் போன்றவற்றை ஆழமாக ஆய்வு செய்து அதன் உண்மைத் தன்மையைக் கண்டுபிடிப்பது. அது ஆழமான சிக்கலான ஆய்வு முறை. அதன் நோக்கம் பொதிந்துள்ள உண்மையைக் கண்டறிவதாகும். உண்மையைக் கண்டறிய தேடுதல், கவனித்தல், விசாரித்தல், சோதனை யிடல், ஆய்வு செய்தல், ஒப்பீடு செய்தல் போன்ற முறைகளைப் பின் பற்றிச் செய்யப்படும். இது பெரும்பாலும் தவறு அல்லது மோசடி நடந்துள்ளதா இல்லையா என்பதற்கான விடைதேடும் முயற்சியாகவே செய்யப்படும்.

புலனாய்வு செய்யும் போது கவனிக்கப்பட வேண்டிய சில முக்கிய கட்டங்கள்:

- சூழ்நிலை குறித்த நல்ல புரிதல் இருக்க வேண்டும்.
- ஒரு விடயத்தை பல கோணங்களில் அலசி ஆராய வேண்டும்.
- சான்றுகள் தெளிவாக ஆராயப்பட வேண்டும்.
- புலனாய்வுத்துறை விற்பன்னர்களால் மட்டுமே நிகழ்த்தப்பட வேண்டும்.
- முடிவுகள் திட்டவட்டமாகத் தெரிவிக்கப்பட வேண்டும்.

தணிக்கைக்கும் புலனாய்வுக்கும் பல அடிப்படை வேறுபாடுகளை அட்டவணை-3 விளக்கும்.

அட்டவணை – 3 தணிக்கையும் புலனாய்வும் : ஒப்பீடு

தணிக்கை	புலனாய்வு
நிறுவனத்தின் அல்லது அறிக்கையின் நம்பகத்தன்மை மற்றும் நிலைத் தன்மை குறித்து கருத்து தெரிவிக்கும் நோக்கம் கொண்டது.	நிகழ்வு, சூழல், விடயம், ஆவணம் போன்றவற்றின் உண்மைத் தன்மையைக் கண்டறியும் நோக்கம் கொண்டது.
பொதுவான ஆய்வு முறையையே அடிப்படையாகக் கொண்டது.	ஆழமான சிக்கலான, கடினமான ஆய்வுமுறையை அடிப்படையாகக் கொண்டது.
சான்றுகள் கருத்து தெரிவிக்க தேவையான அளவில் இருந்தால் போதுமானது.	புலனாய்வு சான்றுகள் திட்டவட்டமான, முடிவுகளைத் தரும் வகையில் இருக்க வேண்டும்.
ஒவ்வொரு ஆண்டும் நிர்வாகத்தை மேம்படுத்தும் நோக்கில் நிகழ்த்தப்படும்	தவறு அல்லது மோசடி நிகழ்ந்துள்ளதா என்பதை அறிய தேவைக்கேற்ப நிகழ்த்தப்படும்
தணிக்கையாளரை நிறுவன இயக்குநர் குழு நியமிக்கிறார்கள்.	நிர்வாகம், ஒழுங்குபடுத்தும் நெறியாளர்கள், அரசு, நீதிமன்றம் போன்றவை புலனாய்வு குறித்து ஆணையிடலாம்.

நிறுவனத்திற்கு உட்பட்ட புலனாய்வு தவறு செய்ததாகக் கருதப்படும் அலுவலர்கள் மீது ஒழுங்கு நடவடிக்கை எடுப்பதற்கும் பயன்படுத்தப்படலாம். சட்டத்தின் தேவையின்படி நிறுவனத்தில் உள்ள

அதிகாரிகளினாலோ, அதற்கென்று உள்ள சிறப்பு நிறுவனங்களினாலோ அல்லது புலனாய்விற்கென்று சிறப்பு பயிற்சி பெற்றவர்களாலோ செய்யலாம்.

4.8. செயல்திறன் அளவீடு

இது திறனாய்வு (Performance Assessment) என்றும் அறியப்படும். இந்தக் கருத்துரு நிறுவனங்களுக்கும் தனி நபர்களுக்குமான பொதுவான கருத்துருவாகும். ஒரு நிறுவனத்தின் மொத்தச் செயல்பாட்டை ஆய்வு செய்வதற்கும், தனி நபர்களின் செயல்பாட்டை ஆய்வு செய்வதற்கும் செயல்திறன் அளவீடு முறையைப் பின்பற்றலாம். நிர்ணயிக்கப்பட்ட இலக்குகள் எட்டப்பட்டது, மைல் கற்களை கடந்த காலம், செய்து முடிக்கப்பட்ட பணிகளின் தரம் ஆகியன செயல்திறன் அளவீட்டின் அடிப்படையாக அமையும். பொதுவாக தனிநபர்களின் செயல்திறன் அளவீடு ஒவ்வொரு ஆண்டும் நடத்தப்படும். ஆனால் நிறுவனத்தைப் பொருத்தவரை தேவைப்படும் காலத்தே நிறுவனத்தை முழுமையாகவோ அல்லது நிறுவனத்தின் உட்பிரிவையோ அல்லது நிறுவனத்தின் திட்டத்தையோ செயல்திறன் அளவீடுக்கு உட்படுத்தலாம். இந்தியத் தணிக்கை நடைமுறைகளில் செயலாக்கத் தணிக்கைச் செயல்திறன் அளவீட்டின் அடிப்படையிலானது எனலாம். இந்தத் தணிக்கை முறை குறித்து அத்தியாயம் 8இல் விரிவாகக் கற்கலாம்.

4.9. சோதனையிடல்

சோதனையிடல் (Testing) என்பது ஒரு அமைப்பையோ அல்லது அதன் கூறுகளையோ, அது சரியாக திட்டமிட்டபடி செயல்படுகிறதா அல்லது அதன் தரம் சரியாக இருக்கின்றதா என்பதை 'மாதிரிகள்' மூலமாக சரிபார்ப்பது. இது பெரும்பாலும், நிர்வாக அமைப்புகளிலும், தகவல் தொழில்நுட்ப அமைப்புகள் செயல்பாடுகளிலும், பிற பொருட்களின் தரத்தை சோதனையிடுவதிலும் பின்பற்றப்படுகிறது. சோதனை யிடல் மூலம் ஓர் அமைப்பு முறை பற்றி அறிந்து கொள்வதில் சோதனைக்கான மாதிரிகளைத் தேர்ந்தெடுப்பது மிக முக்கியமானதாகும்.

அமைப்பு முறைகளை சரிபார்க்கும் பணியில், பின்வரும் கருத்துக்கள் கவனத்தில் கொள்ளப்பட வேண்டும்:

- அமைப்பு முறை முழுமையாகக் கட்டமைக்கப்பட்டு உள்ளதா மற்றும் முழுமையாகச் செயல்படுகிறதா?
- அமைப்பு முறையில் உள்ள உள்கட்டமைப்புகள் போது மானதாக வடிவமைக்கப்பட்டுள்ளனவா?
- அமைப்பு முறை எல்லா சூழலிலும் சரியாக, ஒரே மாதிரியாக செயல்படுகிறதா?

- அமைப்பு முறை செயல்படும் கால அளவு திட்டமிட்டபடி நிகழ்கிறதா?
- தகவல் தொழில்நுட்ப அமைப்பு முறையில் பாதுகாப்பு ஏற்பாடுகள் சிறப்பாகக் கட்டமைக்கப்பட்டுள்ளனவா?
- அமைப்பு முறை சரியாக செயல்படாத நிலையில் அச்சூழலைச் சந்திக்கத் தேவையான மாற்று ஏற்பாடுகள் செய்யப்பட்டுள்ளனவா?

சோதனையிடல் முறை தணிக்கையின் முக்கியமான கருவியாகும். தணிக்கையின் நோக்கம் பொருட்களின் தரத்தைச் சோதனையிடுவது அல்ல. ஒரு நிர்வாகத்தின் அமைப்பு முறையை சோதனையிடுவதே அதன் நோக்கம். ஒரு நிறுவனம் அல்லது அலுவலகத்தின் அனைத்துப் பணிகளையும், பரிமாற்றங்களையும் மொத்தமாகத் தணிக்கை செய்வது இயலாத செயல். ஆகையால் மாதிரிகளைத் தேர்வு செய்து சோதனையிடல் முறையில் தணிக்கை செய்வது சிறந்த பலனை அளிக்கும். சான்றாக, சில குறிப்பிட்ட மாதங்களில் நிகழ்ந்த பரிமாற்றங்களையோ, குறிப்பிட்ட வகை பரிமாற்றங்களையோ அல்லது அதிகப் பணமதிப்புள்ள பரிமாற்றங்களையோ அல்லது சிக்கலான, ஆபத்தான பரிமாற்றங்களையோ தெரிவு செய்து சோதனையிடல் மூலம் தணிக்கை செய்யலாம். அதேபோல் தகவல் தொழில்நுட்பத் தணிக்கையில் மென்பொருள்களும், பாதுகாப்புக் கட்டமைப்புகளும் சோதனை அடிப்படையிலேயே தணிக்கை செய்யப்படுகின்றன.

ஆகவே சோதனையிடல் என்பது தணிக்கையின் முக்கியமான கருவியாகவும், தணிக்கைக்கு வலுச் சேர்க்கும் செயல்முறையாகவும் கருதப்படுகிறது. சோதனை செயல்முறை குறித்து அத்தியாயம் 16இல் விரிவாகக் கற்கலாம்.

4.10. மேற்பார்வையிடல்

மேற்பார்வையிடலும் (Supervision) தணிக்கையும் இரு வேறுபட்ட கருத்துருக்கள் மற்றும் செயல்முறைகள். ஆயினும் அவற்றிற்கிடையேயான ஒற்றுமை வேற்றுமைகளைக் கண்டறிவது தணிக்கையைக் குறித்து நன்கு புரிந்துகொள்ள உதவும். மேற்பார்வையிடல் என்பது தணிக்கையிலும் பயன்படும்; பின்பற்றப்பட வேண்டிய நிர்வாக முறை என்பதைத் தவிர இரண்டிற்கும் எந்த ஒற்றுமையும் இல்லை எனலாம்.

மேற்பார்வையிடல் என்பது நிர்வாகப் படிநிலையில் மேல் நிலையில் உள்ள அதிகாரி தன்னிடம் பணிபுரிபவர்கள் தங்கள் பணியை, கடமையை சரியாகச் செய்கிறார்களா என கண்காணிப்பதாகும். ஒரு மேற்பார்வையாளர் தன்னிடம் பணிபுரிவோர் பணியைச் சரியாக, திறமையுடன், மற்றும் குறித்த நேரத்தில் செய்கின்றாரா என்பதைத்

தொடர்ந்து கண்காணிக்க வேண்டும். செய்யும் பணியில் குறைகள் அல்லது தவறுகள் இருந்தால் அவற்றைக் களைவது எப்படி என்பது குறித்து மேற்பார்வையாளர் அறிவுறுத்த வேண்டும். அடிப்படையில் மேற்பார்வையிடல் என்பது நிர்வாகத்தை மேம்படுத்துவதற்கான நடைமுறை. இதனை நிர்வாகத்தின் அன்றாட நிகழ்வாகவும் கருதலாம். தணிக்கை என்பது அன்றாட நடவடிக்கை அன்று. அது உண்மை நிலை மற்றும் நம்பகத்தன்மை குறித்து உறுதியளிப்பதை நோக்கமாகக் கொண்டது.

மேற்கண்ட கருத்துக்கள் சுருக்கமாக அட்டவணை 4இல் தொகுக்கப் பட்டுள்ளது.

அட்டவணை - 4

தணிக்கையும் பிற நிர்வாகம் சார் கருத்துருக்களும்: ஒப்பீடு

கருத்துரு	நிர்வாகத்தின் கடமை	தணிக்கையின் கடமை
ஆய்வு	பொருள்களின், செயல்முறைகளின் தரத்தைக் கட்டுப்படுத்தும் செயல்முறை	தணிக்கைக்கு அடிப்படைத் தேவையான கருவி
சீராய்வு	நிர்வாகம் சார்ந்த செயல்முறை	தணிக்கை நிர்வாகத்திற்கான செயல்முறை
மீளாய்வு	முழுக்க நிர்வாகம் சார்ந்த செயல்முறை.	பயனாளர்களுக்கு தணிக்கை அறிக்கையை சுருங்கக் கூறலாம்.
திறனாய்வு	தனிநபர்களின் செயல்திறனை ஆண்டுதோறும் அளவீடு செய்வது நிர்வாகத்தின் பணி.	நிறுவனத்தின் செயல்திறன் அளவீடு செயலாக்கத் தணிக்கைக்கு அடிப்படை யாகிறது.
சான்றாய்வு	கணக்கேடுகளில் உள்ள பதிவுகளுக்கு தக்க சான்றுகளைப் பராமரிப்பது.	தணிக்கைக்கு அடிப்படைத் தேவையான கருவி
புலனாய்வு	நிர்வாகத்திற்குத் தேவையான பெரும் தவறுகளைக் கண்டறியும் செயல்முறை.	தணிக்கை முறையல்ல. நிர்வாகக் காரணங்களுக்காக தணிக்கையைப் பொறுப்பேற்கச் செய்யலாம்.
ஆவணப்படுத்துதல்	ஆவணப்படுத்துவது நிர்வாகத்தின் பொறுப்பு	தணிக்கைப் பயன்படுத்தவல்ல செயல்முறை.
மதிப்பிடல்	நிர்வாகம் செய்ய வேண்டிய பொறுப்பு	தணிக்கை அறிக்கைக்கு பயன் படுத்திக் கொள்ளலாம்.
சோதனையிடல்	நிர்வாகம் பயன்படுத்தவல்ல தரச்சோதனை முறை	தணிக்கைப் பயன்படுத்தவல்ல கருவி
மேற்பார்வையிடல்	நிர்வாகத்தை அன்றாடம் கவனிக்க தேவையான நிர்வாக நடைமுறை	தணிக்கை செய்யத் தேவை யில்லை. தணிக்கைக்கு, அதன் நிர்வாக மேம்பாட்டிற்குத் தேவை.

மேற்கண்ட கருத்துருக்களில் ஆய்வு, சான்றாய்வு, சோதனையிடல், மதிப்பிடல் போன்றவை தணிக்கையின் கருவிகளாகத் தணிக்கைச் செயல்முறைக்கு முக்கியமாகப் பயன்படுபவை. தணிக்கையை முழுமையாகவும் சரியான முறையிலும் செய்வதற்கு இந்தத் தணிக்கைக் கருவிகள் முக்கியமானவை. ஆவணப்படுத்துதல் என்பது தணிக்கைக்கு அடிப்படைத் தேவையாக அமைகிறது. ஆனால் அதனை செய்ய வேண்டிய பொறுப்பு நிர்வாகத்திற்குரியது. மற்றவையெல்லாம் நிர்வாக மேம்பாட்டிற்கு தேவைப்படுபவை. தணிக்கை நிர்வாகத்திற்கு அவற்றைப் பயன்படுத்திக் கொள்ளலாம்.

மேலே தொகுக்கப்பட்ட கருத்துருக்கள் மூலம், சில தணிக்கைக்கு அடிப்படையாகவும், சில நிர்வாகத்தை மேம்படுத்தும் கருவிகளாகவும், சில இரண்டுக்கும் தொடர்புடைய கருவிகளாகவும் இருப்பினும் தணிக்கை என்பது, தணிக்கைப் பண்புகளில் குறிப்பிட்டதைப் போல, தனித்துவம் மிக்கதாக அமைகிறது. தணிக்கையின் இடத்தை மற்ற கருத்துருக்கள் நிரப்ப முடியாது. காரணம் பயனாளிகளுக்கு தணிக்கை தரும் உறுதிமொழியை மற்றவை தருவதில்லை.

சிந்திக்க...

1. ஆவணப்படுத்தல் தணிக்கையோடு தொடர்புடையதாயினும், அதற்கு நிர்வாகமே பொறுப்பு. ஏன், எப்படி என எண்ணிப் பார்க்க.
2. தணிக்கை நிர்வாகத்தை மேம்படுத்த அனைத்து நிர்வாகக் கருத்துருக்களையும் பயன்படுத்த வேண்டும். ஏன், என எண்ணிப் பார்க்க.
3. சான்றாய்வு முறையைப் பயன்படுத்தாமல் தணிக்கை செய்ய முடியாது. ஏன், என எண்ணிப் பார்க்க.
4. நிறுவனத்தின் அனைத்து பரிவர்த்தனைகளையும் தணிக்கை செய்ய முடியாது. சோதனை முறையில் பரிவர்த்தனைகளை ஆய்வு செய்வதைத் தவிர்க்க முடியாது. இருசொற்றொடர்களின் உண்மைத் தன்மையை அறிக.
5. புலனாய்வு முறைகளையும், மதிப்பிடல் முறைகளையும் தணிக்கையில் பயன்படுத்துவதற்கு உள்ள வாய்ப்புகள் குறித்து எண்ணிப் பார்க்க.

5. நிர்வாக அகக் கட்டுப்பாடுகள்

அனைத்து விதமான நிறுவனங்களின் சிறப்பான செயல்பாட்டிற்குத் தக்க அகக் கட்டுப்பாடுகள் (Internal controls) இன்றியமையாதவை. அகக் கட்டுப்பாடுகள் நிர்வாகத்திற்கு மட்டுமல்ல; தணிக்கையரும் உற்று நோக்க வேண்டிய மிக முக்கியமான அமைப்பு முறை. ஆகவே தணிக்கையரும் அகக் கட்டுப்பாடுகள் குறித்தும், நிறுவனத்தில் அவை செயல்படும் விதம் குறித்தும், அவை சரியாக செயல்படாத நிலையில் நிறுவனம் சந்திக்கும் சிக்கல்கள் குறித்தும் நன்கு அறிந்திருக்க வேண்டியது முக்கியம்.

5.1. அகக் கட்டுப்பாடுகள்

அகக் கட்டுப்பாடுகள் என்பது ஒரு நிறுவனம் அல்லது அலுவலகம் சிறப்பாக செயல்படுவதற்கும், தவறுகள் மற்றும் குற்றங்கள் நிகழா வண்ணம் செயல்படுவதற்கும் நிதி மேலாண்மையை முறையாகச் செய்வதற்கும், அதன் உட்புறத்தே கட்டமைக்கப்பட்ட விதிகள் (Rules), செயல்முறைகள் (Procedures), அமைப்பு முறையில் ஏற்படுத்தப்பட்ட நிர்வாகக் கட்டுப்பாடுகள் (Administrative checks) மற்றும் சமநிலைகளைக் (Balances) குறிக்கும். அகக் கட்டுப்பாடுகள் நிர்வாகக் கொள்கைகள், மேலாண்மைக் கட்டமைப்பு, பணியாளர்களின் கடமைகளும் பொறுப்புகளும், மேற்பார்வை முறைகள், மேலாண்மை மற்றும் கண்காணிப்பு அறிக்கைகள், மற்றும் அவை தொடர்பான தரவுகள் மூலமும் செயல்படுத்தப்படுகின்றன. அகக் கட்டுப்பாடுகள் நிறுவனத்தின் பயனாளிகளுக்கு அதன் நிர்வாகத் திறமையையும், நிலைத்தன்மையையும் உறுதியளிக்கும் நோக்கில் கட்டமைக்கப் படுகின்றன.

நிறுவனத்தை மனிதனுடன் ஒப்பிட்டால், நிறுவனத்தின் அகக் கட்டுப்பாடுகளை நரம்பு மண்டலத்துடன் ஒப்பிடலாம். எப்படி நரம்பு மண்டலம் மனித செயல்பாட்டைக் கட்டுப்படுத்துகின்றதோ அதேபோல அகக் கட்டமைப்புகள் நிறுவனத்தைக் கட்டுப்படுத்துகின்றன எனலாம். நரம்புகள் மனித உடலமைப்பில் பின்னிப் பிணைந்திருப்பது போல அகக் கட்டமைப்புகள் நிறுவனம் முழுமையும், பரந்து விரிந்து

காணப்படுகின்றன. நிறுவனத்தின் அடுத்தடுத்த நிகழ்வுகளை அகக் கட்டுப்பாடுகள் முடிவு செய்கின்றன. நரம்பு மண்டலம் சரியாக செயல்படாத போது மனித உறுப்புகள் செயலிழப்பது போல், அகக் கட்டுப்பாடுகள் சரியாக கட்டமைக்கப்படாத போது நிறுவனத்தின் பிரிவுகளும் பணிகளும் செயலிழக்கலாம்.

அகக் கட்டுப்பாடுகளின் கூறுகளாக பின்வரும் பண்புகளைக் கூறலாம்

1. அகக் கட்டுப்பாடுகள் நிறுவனத்தின் அமைப்பு முறைகளைக் குறிப்பது; அமைப்பு முறைக்கு உட்பட்டது.
2. அகக் கட்டுப்பாடுகள் கட்டமைப்பின் உள்ளிருந்து நிர்வாகத்தின் இயல்பான போக்கிலேயே செயல்படுவது.
3. அமைப்பு முறையில் உள்ள பணிச் சமநிலைகளையும் நிர்வாகப் பணிகளில் திறனற்ற பணிகளுக்கான தடைகளையும் உள்ளடக்கியது.
4. நிறுவனத்தில் தவறுகள் மற்றும் குற்றங்களைத் தடுக்கும், குறைக்கும் நோக்கத்தில் கட்டமைக்கப்பட்டது.

மொத்தத்தில் நிர்வாக அகக் கட்டுப்பாடுகள் நிர்வாகத்தைச் செம்மைப் படுத்த உருவாக்கப்பட்டவை. அவைகளின்றி ஒரு நிறுவனத்தையோ அல்லது அலுவலகத்தையோ அல்லது அமைப்பையோ கட்டமைக்க முடியாது. நிறுவனத்தின் நிர்வாக முறையே அகக் கட்டுப்பாடுகளால் நிரம்பியதுதான். அகக் கட்டுப்பாடுகள் நிறைந்திருப்பதால் நிறுவனம் வெற்றியடையும் என உறுதியாகக் கூறமுடியாது. ஆனால் அகக் கட்டுப்பாடுகள் இல்லாத அல்லது சரியில்லாத நிறுவனம் வீழ்ச்சியை எட்டும் என்று உறுதியாகக் கூற முடியும். இங்கே முக்கியமாகக் கவனிக்க வேண்டிய கேள்வியே அகக் கட்டுப்பாடுகள் எவ்வளவு தரமானவை என்பதே.

5.2. கட்டுப்பாடுகளின் பயன்கள்

அகக் கட்டுப்பாடுகளை சரியாகக் கட்டமைப்பதால் ஏற்படும் நன்மைகளை கீழ்க்கண்டவாறு தொகுக்கலாம் :

1. நிறுவனத்தின் முறையான செயல்பாட்டுக்கு வழிவகுக்கின்றன: அகக் கட்டமைப்புகளால் நிறுவனத்தின் செயல்பாட்டு முறைகள் தெளிவாக வகுக்கப்படுவதால் நிறுவனத்தின் செயல்பாடுகள் நிறுவனத்தின் நோக்கத்தை நோக்கி சரியாகப் பயணிக்க, அவை உதவுகின்றன.
2. நிறுவன நினைவை உறுதி செய்கின்றன: தனிமனித நினைவாற்றலையும் கடந்து நிறுவன நினைவாற்றலை அகக் கட்டுப்பாடுகள் உறுதி செய்கின்றன. நிறுவன நினைவு

என்பதை நிறுவனத்தின் அமைப்பு முறை ஆவணங்களை சரியாகவும் தொடர்ச்சியாகவும் பதிவு செய்வதால் நிறுவனத்தில் முன்னர் மேற்கொள்ளப்பட்ட முடிவுகளையும், கற்றுக் கொண்ட பாடங்களையும் (தவறுகள் மூலம்), அவற்றைத் தேவைப்படும் போது மீட்டெடுத்தலையும் குறிக்கும். அதற்குத் தக்க அகக் கட்டுப்பாடுகள் இன்றியமையாதவை.

3. நிறுவனத்தின் நிர்வாக முடிவுகள் விதிகளுக்கு உட்பட்டு எடுக்கப்படுகின்றன: நிறுவனத்தில் விதிகளே முக்கியத்துவம் பெறுகின்றன. விதிகளுக்கு உட்பட்டே அனைத்து முடிவுகளும் மேற்கொள்ளப்படுகின்றன.

4. நிறுவனத்தில் தவறுகள், மோசடிகள், புரட்டுகள் நிகழா வண்ணம் தடுக்கின்றன: அகக் கட்டுப்பாடுகளின் முக்கிய நோக்கமே இயன்ற மட்டும் நிறுவனக் குற்றங்களைத் தடுப்பதும், தவிர்ப்பதும்தான். சிக்கலான சூழல்களில் குற்றங்களைக் குறைத்தாலே நன்மை உண்டாகும். நன்கு கட்டமைக்கப்பட்ட அகக் கட்டுப்பாடுகள் உள்ள நிறுவனங்களில் தனி நபரால் இத்தகு குற்றங்கள் செய்ய இயலாது. மேலும் நிறுவனங்களின் பொது செயல்முறைகளில் உள்ள இடைவெளி களையும் குறைபாடுகளையும் அகக் கட்டுப்பாடுகள் களை கின்றன.

5. நிறுவனத்தின் சொத்துக்கள் முறையாகப் பாதுகாக்கப்படு கின்றன: நிறுவனத்தின் சொத்துக்களை பாதுகாப்பதற்கு வலிமையான அகக் கட்டுப்பாடுகள் வேண்டும். நிர்வாகத்தில் மாற்றங்கள் ஏற்படும் போது நிறுவனத்தில் உள்ள வலிமையான அகக் கட்டுப்பாடுகளே அதன் சொத்துக்கள் சிதறா வண்ணமும், சிதையா வண்ணமும் காக்கின்றன.

6. வளங்களைச் சரியாகப் பயன்படுத்தப்படுகின்றன: நிறுவனத்தின் மனித மற்றும் நிதி வளங்களைச் சரியாகப் பயன்படுத்துவதன் மூலம் நிறுவனத்தின் செயல்திறனை அதிகரிக்க உதவுகின்றன.

7. நிறுவனத்தில் பணிபுரியும் அலுவலர்கள் தன்னிச்சையாக செயல்படுவதைத் தடுக்கின்றன. நிறுவன ஊழியர், எந்த பொறுப்பில் இருப்பவராயினும், தன்னிச்சையாக முடிவுகள் எடுப்பதை அகக் கட்டுப்பாடுகள் தடுக்கின்றன.

அகக் கட்டுப்பாடுகளின் குறைகளாக கீழ்க்கண்ட கருத்துக்களைக் கொள்ளலாம்:

1. தவறான அகக் கட்டுப்பாடுகள் நிறுவனத்தின் வீழ்ச்சிக்கு நிச்சயம் வழிவகுக்கும். அவை நிறுவனத்திற்கு நிறுவனம் மாறுபடுவதால், சரியான அகக் கட்டுப்பாடுகளைத் தெரிவு செய்ய வேண்டும்.
2. அகக் கட்டுப்பாடுகள் அனைத்து கால கட்டத்திலும் சிறப்பாக, சரியாக செயல்படுவதில்லை. கால மாற்றம் காரணமாக அகக் கட்டுப்பாடுகளில் மாற்றங்கள் தேவைப்படலாம்.
3. அகக் கட்டுப்பாடுகள் மனிதனின் இயல்பான செயல்பாடுகளை நன்கு கட்டுப்படுத்தவல்லவை. ஆனால் மனித மூளைக்கு சவால் விடுபவையல்ல. திட்டமிட்டு, குறுக்கு வழியில் அல்லது விதிமுறைகளைப் புறக்கணித்து மற்றும் பல பணியாளர்கள் கூட்டாகச் செய்யும் குற்றங்களை அகக் கட்டுப்பாடுகளால் தடுக்க முடியாது.

5.3. அகக் கட்டுப்பாடுகளின் வகைகள்

அகக் கட்டுப்பாடுகளின் வகைகளை அவைகளின் முக்கியத்துவம் மற்றும் செயல்படும் விதம் ஆகியவற்றைக் கருத்தில் கொண்டு மூன்று வகைகளாகப் பிரிக்கலாம். இவ்வகைக் கட்டுப்பாடுகள் நிறுவனத்தின் அமைப்பு முறைகளுக்குள் தொடர்ந்து செயல்படும் வண்ணம் கட்டமைக்கப்படுகின்றன.

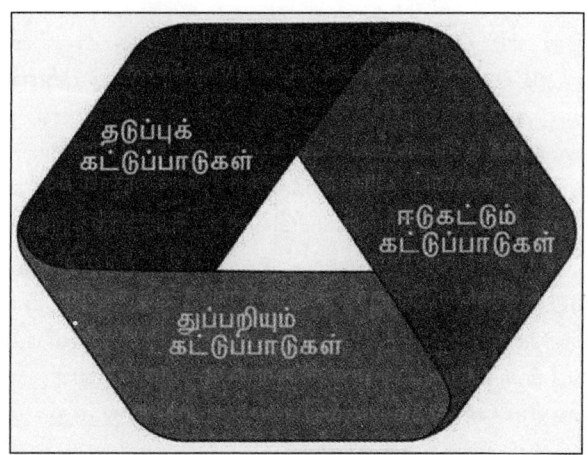

1. தடுப்புக் கட்டுப்பாடுகள்

தடுப்புக் கட்டுப்பாடுகள் (Preventive controls) நிறுவனத்தில் தவறுகளும் முறைகேடுகளும் நிகழா வண்ணம் தடுக்கும் வகையில் அமைக்கப்பட்ட அகக் கட்டுப்பாடுகள். தவறுகளையும் குற்றங்களையும்

தடுக்கவல்லவையாதலால், அகக் கட்டுப்பாடுகளுள் மிகவும் இன்றி யமையாதது இவ்வகைக் கட்டுப்பாடுகள். ஆயினும் இவ்வகைக் கட்டுப்பாடுகளை முழுமையாகச் செயல்படுத்த அதிக பணியாட்களும், பணி நேரமும் தேவை. ஆகையால் சிக்கனமானவை என்று கூற இயலாது. இவ்வகைக் கட்டுப்பாடுகள் பெருநிறுவனங்களிலும், பரப்பில் விரிந்து இருக்கும் நிறுவனங்களுக்கும், சிக்கலான நிறுவனங்களுக்கும் பயனுள்ளதாக அமையும். இவ்வகைக் கட்டுப்பாடுகளுக்கு சான்றாக பின்வரும் அகக் கட்டுப்பாடு முறைகளைக் கூறலாம்:

1. **பணிகளைப் பிரித்து வைத்தல்:-** தொடர்புடைய பணிகளைப் பிரித்து வைப்பதால் (Segregation of duties) ஒருவர் செய்யும் தவறை மற்றவர் கண்டுபிடித்துத் தடுக்க முடியும்.

2. **சொத்துக்களுக்கு காவலிருத்தல்:-** சொத்துக்களை தக்க தடுப்பு சுவர்கள், வேலிகள் மற்றும் காவலாளிகள் மூலமாகப் பாதுகாத்தல் இவ்வகையைச் சார்ந்தவை.

3. **தகவல் தொழில்நுட்ப உள்நுழைவுக் கட்டுப்பாடுகள்:-** தகவல் தொழில்நுட்பக் கருவிகளிருக்கும் அறைக்கும், மென் பொருளுக்குள்ளும் நுழைவதை நெறிப்படுத்துவது. நுழைவுக் கட்டுப்பாட்டு அட்டைகள் மற்றும் கடவுச்சொல் மூலமாகக் கட்டுப்படுத்தல்.

4. **இரட்டைப் பணி செயல்முறை:-** ஒரு பணியை இருவர் மட்டுமே இணைந்து செய்ய முடியும் வண்ணம் கட்டுப்பாடுகள் அமைப்பது தடுப்புக் கட்டுப்பாடு முறையைச் சார்ந்ததாகும். சான்றாக பணப்பெட்டிக்கு இரட்டைச் சாவி முறை இருப்பது, காசோலையில் இருவர் கையொப்ப மிடுவது முதலானவை இவ்வகையைச் சார்ந்தவை.

5. **உயரதிகாரி மற்றும் உரிய பணியாளரிடம் அனுமதி பெற்றுச் செய்தல்:-** நிறுவனத்தில் ஒரு பொருளையோ சொத்தையோ வாங்குவதற்கு உயரதிகாரிகளிடம் அனுமதி வாங்குவது மற்றும் செய்த செயலைக் குறிப்பிட்ட பணியாளர்களுக்குத் தெரியப்படுத்துவது இவ்வகைக் கட்டுப்பாடு முறையாகும்.

2. துப்பறியும் கட்டுப்பாடுகள்

துப்பறியும் கட்டுப்பாடுகள் (Detective controls) தவறுகள், குறைகள் மற்றும் குற்றங்கள் நிகழ்ந்தவுடன், அதனை நிர்வாகத்திற்கு தெரிவிப்பதற்காக ஏற்படுத்தப்பட்ட அகக் கட்டுப்பாடுகள். இவ்

வகைக் கட்டுப்பாடுகள் தவறுகளைத் தடுப்பதில்லை. தவறுகளை அல்லது தவறு நிகழ்வதற்கான சூழல் நிலவுவதை சுட்டிக்காட்டுகின்றன. மிகவும் மேம்பட்டக் கட்டுப்பாடுகள் என்று கூற இயலாவிடினும், சிக்கனம் கருதி இவ்வகைக் கட்டுப்பாடுகளும் இன்றியமையாதவை ஆகும். தவறு நிகழ்ந்தாலும் பேரிழப்பு ஏற்படாது என்ற சூழல் உள்ள இடங்களில் இவ்வகைக் கட்டுப்பாடுகள் பெரிதும் பயன்படுகின்றன. இவ்வகைக் கட்டுப்பாடுகளுக்கு சான்றாக பின்வரும் அகக் கட்டுப்பாடு முறைகளைக் கூறலாம்.

1. **தணிக்கை அமைப்புகள்:-** அகத்தணிக்கையும், அயல் தணிக்கை அமைப்பு முறையும் நிறுவனத்தில் நிகழும் தவறுகளைக் கண்டறிந்து நிர்வாகத்திற்கு தெரிவிக்கும் வகையிலானவை.

2. **நிறுவன - வங்கி பரிவர்த்தனைகளைச் சரிபார்த்தல்:** மாதந்தோறும் அல்லது குறித்த கால இடைவெளியில் நிறுவனத்தின் ஏடுகளில் பதியப்பட்ட செலவுகளை வங்கியில் பதிவான செலவுகளை பொருத்திப்பார்த்தல். இம்முறை இரண்டிற்குமிடையே உள்ள வேறுபாட்டைத் தெரிவிப்பதால் துப்பறியும் கட்டுப்பாடுகள் வகையைச் சேர்ந்தது.

3. **நிர்வாக அறிக்கைகள் அளிப்பது:-** நிறுவனங்களில் பல்வேறு உட்பிரிவுகள்/கிளைகள் மற்றும் முக்கிய நிகழ்வுகளின் செயல்பாடு குறித்தும் குறித்த காலத்தே மேலதிகாரிகளுக்கும், நிர்வாகத்திற்கும் அறிக்கை அளிப்பது. அந்த அறிக்கைகள் தவறுகள் மற்றும் குறைகளைச் சுட்டிக்காட்டும் வண்ணம் செயல்படுபவை.

4. **சொத்து மற்றும், சரக்குகளை சரிபார்க்கும் செயல் முறை:-** சொத்துக்களையும் நிறுவனத்தின் கையிருப்பில் உள்ள சரக்குகளையும் குறித்த காலத்தே (ஆண்டுக்கொரு முறை) சரிபார்ப்பது இவ்வகையைச் சார்ந்ததாகும்.

5. **திடீர் மற்றும் முன்னறிவிப்பு இல்லா ஆய்வுகள்:-** இவ்வகை ஆய்வுமுறைகள் பணியாளர்கள் செயல்படும் விதத்தையும், கள நிலவரத்தை யதார்த்தமாகவும் காட்டுவதால் தவறுகள் மற்றும் குறைகளை உள்ளபடியே காட்டும் என்பதால், துப்பறியும் வகைக் கட்டுப்பாடுகளாகும்.

3. ஈடுகட்டும் கட்டுப்பாடுகள்

ஈடுகட்டும் கட்டுப்பாடுகள் (Compensatory controls) தவறுகள் மற்றும் குற்றங்கள் நிகழும் முன் அல்லது நிகழ்ந்த உடன் அதனால்

ஏற்படும் இழப்பைச் சரிக்கட்டும் விதமாக அல்லது அவற்றின் விளைவுகளை குறைக்கும் விதமாக வடிவமைக்கப்பட்டவை. தடுப்புக் கட்டுப்பாடுகளும், துப்பறியும் கட்டுப்பாடுகளும் செயல்படுத்த முடியாத சூழலில் இவ்வகைக் கட்டுப்பாடுகளைப் பின்பற்றலாம். இவ்வகைக் கட்டுப்பாடுகள் பெரும்பாலும் நிகழ்வு முடிந்தவுடன் வருவதால், மேற்கொண்டு தவறுகளும் குற்றங்களும் நிகழா வண்ணம் தடுக்கலாமேயன்றி, நிகழ்ந்த தவற்றை மாற்றியமைப்பது மிகவும் கடினம். இவ்வகைக் கட்டுப்பாடுகளுக்குச் சான்றாக பின்வரும் அகக் கட்டுப்பாடு முறைகளைக் கூறலாம்.

1. **கண்காணிப்புக் கேமராக்கள்:-** நிறுவனத்தின் பாதுகாப்பு கருதியும், நிறுவனத்தில் நடக்கும் நிகழ்வுகளைக் கண் காணிக்கும் நோக்கத்திலும் நிழற்படக்கருவி பொருத்துவது வழக்கம். நிறுவனத்தைச் சுற்றி மதில் சுவர் அமைக்க முடியாத இடங்களிலும், காவலாளிகள் நியமிக்க முடியாத சூழலிலும் நிழற்படக் கருவி அமைப்பதன் மூலம் ஈடுகட்டும் கட்டமைப்பை உருவாக்கலாம்.
2. **பயனாளர்கள் கருத்துக் கேட்டல்:-** ஒரு திட்டம் அல்லது குறிப்பிட்ட பணி முடிந்த உடன் அது குறித்து அதன் பயனாளி களிடம் கருத்து கேட்பதன் மூலம் அப்பணியில் நிகழ்ந்த தவறுகளையும் குறைகளையும் அறியலாம். பின்னர் அவற்றைச் சரிப்படுத்தும் நடவடிக்கைகளை மேற்கொள்ளலாம். குறைந்த பட்சம் அடுத்த முறை தவறுகளும் குறைபாடுகளும் இல்லாமல் பணியைச் செய்ய நடவடிக்கை மேற்கொள்ளலாம்.
3. **புலனாய்வு செய்யும் முறை:-** பொதுவாக நிறுவனங்களில் தவறு நேர்ந்த உடனோ அல்லது தவறு நிகழ்ந்துள்ளதாக புகார் வந்த உடனோ அதுகுறித்து உண்மை நிலையை ஆய்வு செய்வதற் கென்று புலனாய்வு செய்யும் முறை இருக்க வேண்டும். புலனாய்வு செய்து உண்மை கண்டுபிடிக்கப் பட்டுவிடும் என்ற நிலையில் இம்முறை தடுப்புக் கட்டுப் பாடாகவும் செயல்படவல்லது. ஆயினும் இம்முறை தவறு அல்லது குற்றம் நடந்த பின்னர் நிகழ்த்தப்படுவதால் ஈடுகட்டும் கட்டுப்பாட்டு முறையாகவே கருதலாம்.
4. **புகார் மற்றும் குறைதீர்க்கும் செயல்முறைகள்:-** நிறுவனத்தில் நடந்த தவறுகள் குறித்து புகார்கள் தெரிவிப்பதும், நிறுவன பயனாளிகள் தங்கள் குறைகளைக் கூறுவதும் அவற்றின் அடிப்படையில் தக்க நடவடிக்கை எடுப்பதும், ஈடுகட்டும் அகக் கட்டுப்பாடுகளாகும். புகார்கள் தவறான நிகழ்ந்த

நிகழ்ச்சியின் அடிப்படையில் எழுவதாலும், குறைகள் பெரும்பாலும் செய்யப்படாத நிகழ்வுகளின் அடிப்படையில் எழுவதாலும் அவை ஈடுகட்டும் அகக் கட்டுப்பாடுகளாகும்.

5. **விளைவுகளை ஆய்வு செய்தல்:-** ஒரு செயல் அல்லது பணி முடிக்கப்பட்ட பின்னர் அதன் விளைவுகளை ஆய்வு செய்வது அப்பணியின் நோக்கம் நிறைவேறியதா என்பது குறித்து ஆய்வு நடத்துவது இவ்வகை அகக் கட்டுப் பாடாகும். பெரும்பாலான அரசு திட்டங்களின் செயல்பாடு குறித்து விளைவுகளை ஆய்வு செய்வது வழக்கம்.

அகக் கட்டுப்பாடுகளைத் தேர்ந்தெடுத்தல்:

மேற்கூறிய மூன்று வகைக் கட்டுப்பாடுகளும் ஏதிரெதிராக செயல்படுபவை அல்ல. அவை ஒத்திசைந்து செயல்பட வல்லவை. முக்கியத்துவம் கருதி, ஒரே நேரத்தில் மூன்று வகைக் கட்டுப்பாடுகளும் செயலில் இருக்கலாம். நிறுவனத்தின் நோக்கம், அதன் செயல்முறை, சந்திக்கும் இடர்களை முதலியவற்றைக் கருத்தில் கொண்டு அகக் கட்டுப்பாடுகளைத் தேர்ந்தெடுக்க வேண்டும். அகக் கட்டுப்பாடு களைத் தேர்ந்தெடுக்கையில் கவனத்தில் கொள்ள வேண்டிய முக்கிய காரணிகள்:

- தேவையான கட்டுப்பாட்டின் நோக்கமும் முக்கியத்துவமும்
- கட்டுப்பாட்டினை செயல்படுத்துவதில் ஏற்படும் செலவுகள்
- கட்டுப்பாடு இல்லாவிடில் ஏற்படும் இடரும் அதன் விளைவும்
- அமைப்பில் உள்ள பிற (மாற்று) கட்டுப்பாடுகளும் அவற்றின் திறனும்
- கட்டுப்பாடுகள் இல்லாத நிலையில் தவறுகள் நிகழும் கால இடைவெளி

மேற்கண்ட காரணிகளை நன்கு ஆய்வு செய்து குறைந்த செலவில் நிறைந்த பலனைத் தரவல்ல கட்டுப்பாடுகளைத் தெரிவு செய்ய வேண்டும். அதிகப் பணத்தேவை மற்றும் கால விரயம் முக்கியப் பிரச்சனையாக இல்லாத நிலையில் தடுப்பு அகக் கட்டுப்பாடுகளுக்கு முக்கியத்துவம் அளிக்கப்பட வேண்டும்.

5.4. அகக் கட்டுப்பாடுகளை வடிவமைத்தல்

நிறுவனத்தின் அகக் கட்டுப்பாடுகளை வடிவமைப்பது அந்நிறுவனத்தை உருவாக்குவதிலேயே உள்ள மிகவும் சிக்கலான

விளக்கப்படம் - 4
அகக் கட்டுப்பாடுகளின் அடிப்படைகள்

பணி. அகக் கட்டுப்பாடுகளே நிறுவனம் எவ்வாறு இயங்கப் போகின்றது என நிர்ணயம் செய்வன. அவற்றைக் கட்டமைப்பது தனிமனிதனால் இயலாது. அதற்கென்று உள்ள விற்பன்னர் குழு வினரால் மட்டுமே இயலும். அகக் கட்டுப்பாடுகளைக் கட்டமைக்க அவற்றின் அடிப்படைகள் குறித்த நல்ல புரிதல் இருக்க வேண்டும். அகக் கட்டுப்பாடுகளின் சில முக்கியமான அடிப்படைக் கூறுகளை இங்கே காணலாம்.

அகக் கட்டுப்பாடுகளின் அடிப்படைகள்

அகக் கட்டுப்பாடுகளின் அடிப்படைகளை பல்வேறு அறிஞர்களும், நிறுவனங்களும் வெவ்வேறு வகைகளாக நெறிப்படுத்துகின்றனர். அனுபவத்தின் அடிப்படையில் பல்வேறு வகையான அகக் கட்டுப்பாட்டு முறைகளின் அடிப்படையில் பின்வரும் அடிப்படைக் கூறுகளை விளக்கப்படம் 4இல் உள்ளது போல 8 பிரிவுகளாகத் தொகுக்கலாம்.

1. பணிகளைப் பிரித்து வைத்தல்

அகக் கட்டுப்பாடுகளின் முதன்மையான அடிப்படைக் கூறு நிறுவனப் பணியாளர்களின் பணியை அல்லது கடமையைப் பிரித்து வைத்தல் ஆகும். அதாவது ஒவ்வொரு பணியாளரும் செய்ய வேண்டிய பணியை நிர்ணயம் செய்யும் போது தொடர்புடைய பணிகளைப் பிரித்து வேறுவேறு பணியாளர்களிடம் கொடுக்கப்பட வேண்டும்.

அதாவது ஒன்றுக்கும் மேற்பட்ட தொடர்புடைய பணிகள் ஒரே பணியாளரிடம் குவிந்து இருந்தால் தவறு அல்லது முறைகேட்டிற்கு வழிவகுக்கும் என்பதால், அப்பணிகளைப் பிரித்து வைத்தல் இன்றியமையாத கட்டமைப்பு முறையாகும். ஒரு பணியை தொடக்க நிலையிலிருந்து இறுதி நிலைவரை பல்வேறு செயல்முறைகளாகப் பிரித்து பல்வேறு அலுவலர்களிடம் வழங்கும் போது தவறு செய்வதற்கான வாய்ப்பு குறைகிறது. சான்றாக, ஒரு பொருளை சந்தையிலிருந்து வாங்குவதற்கான பணியை பின்வருமாறு பிரித்து வைப்பதன் மூலம் மோசடி நிகழ்வைத் தடுக்கலாம் (அ) பொருளை வாங்குவதற்கான தேவையை அறிவது (ஆ) சந்தையில் அதன் விலையையும் தரத்தையும் மதிப்பிடுவது (இ) வாங்குவதற்கான அனுமதி அளிப்பது (ஈ) சந்தையிலிருந்து வாங்குவதற்குத் தேவையான நிதியைக் கொடுப்பது (உ) செலவழித்த பணத்தை ஏடுகளில் முறையே பதிவிடுவது என பொருளை வாங்குவதற்கான செயல்முறையைப் பிரித்து வேறுவேறு அலுவலர்களிடம் கொடுப்பதன் மூலம் மோசடியைக் குறைக்கலாம். அதாவது மேற்கண்ட பணிகள் யாவும் ஒருவரிடமே இருப்பதற்கு மாறாக பலரிடம் பிரிந்து இருப்பதால் மோசடி நிகழும் வாய்ப்பு குறைகிறது. ஆகவே பணிகளைப் பிரித்து வைப்பதன் மூலம் பொறுப்புகள் மற்றும் அதிகாரம் பரவலாக்கப்பட்டு தவறு நிகழ்வதற்கான வாய்ப்புகளைக் குறைக்கும். இம்முறையில் ஒன்றுக்கும் மேற்பட்டோர் கூட்டாக செயல்பட்டாலன்றி மோசடிகள் நிகழா.

2. செயல்படும் முறையை நிர்ணயித்தல்

ஒரு நிறுவனம் செயல்படும் முறை தெளிவாக வரையறுக்கப் பட்டிருக்க வேண்டும். பொதுவாக நிறுவன செயல்பாட்டு முறைகள் அந்நிறுவன கையேடுகளில் விவரிக்கப்பட்டிருக்கும். முழு செயல் முறை குறித்த விதிகள், ஒழுங்குமுறைகள், மற்றும் வழக்கமான செயல் பாட்டு நடைமுறைகள் மூலம் முறைப்படுத்தப்பட்டிருக்க வேண்டும். அதாவது ஒரு நிறுவனத்தில் யார் யார் எந்தப் பணியைச் செய்ய வேண்டும், யார் யாரை மேற்பார்வையிட வேண்டும் என்றும், ஒரு பணியை செய்து முடிப்பதற்கான காலம் எவ்வளவு என்றும், செய்யும் பணியின் தரம் குறித்த வரைமுறைகள் குறித்தும், தாமதமானால் அல்லது தரக்குறைவு ஏற்பட்டால் பின்பற்ற வேண்டிய நடைமுறைகள் குறித்தும் தெளிவான வரையறை இருக்க வேண்டும். வழக்கமான சூழலிலிருந்து மாறுபட்ட சூழல் ஏற்பட்டால் அதனைக் கையாள்வது எங்ஙனம் என்ற வரைமுறை இருக்க வேண்டும். அதாவது மேற்கண்ட சான்றில் ஒரு பொருளை வழங்கியதற்காக பணத்தை செலுத்தும் போது (அ) பொருள் உண்மை யாகவே வாங்கப்பட்டதா (ஆ) தரமான பொருள் வாங்கப்பட்டதா

(இ) வாங்கிய பொருள் குறித்து நிறுவனத்தின் ஏடுகளில் பதியப்பட்டு உள்ளதா? (ஈ) பொறுப்பான அதிகாரி பணம் செலுத்துதலை அனுமதித் திருக்கிறாரா? (உ) பொருள் வாங்கியதற்கான சரியான இரசீதுகள் உள்ளனவா? என்று உறுதி செய்யப்பட்ட பின்னரே பணம் செலுத்தப் படவேண்டும். அதற்கேற்றவாறு நிறுவனத்தின் வழக்கமான/ நிரந்தரமான செயல்பாட்டு முறைகள் கட்டமைக்கப்பட்டிருக்க வேண்டும். அகக் கட்டுப்பாடு முறையில் நிறுவனத்தின் செயல்பாட்டு முறையினை தெளிவாக நிர்ணயிப்பதன் மூலம் நிறுவனத்தில் பணிகள் சீராக நிகழ்வதை உறுதி செய்யவும் குழப்பம் நிலவுவதைத் தவிர்க்கவும் முடியும்.

3. நிதி மேலாண்மையை முறைப்படுத்தல்

நிறுவனத்தில் நிதி மேலாண்மை மிக முக்கியப் பங்காற்றுகிறது. நிதி மேலாண்மையை முறைப்படுத்துவதன் மூலம் அந்நிறுவனத்தில் பண மோசடி, கையாடல், ஊழல், வீணடித்தல் போன்ற பல்வேறு வகையான நிதிக் குற்றங்களைத் தடுக்க முடியும். நிதி மேலாண்மையில் கீழ்க்கண்ட பணிகளைப் பிரித்து வைப்பதன் மூலம் முறைப்படுத்தலாம் (அ) பணம் வழங்க வேண்டுதல் மற்றும் பரிந்துரைத்தல் (ஆ) அனுமதி யளித்தல் (இ) பணம் வழங்கல் (ஈ) பணம் வழங்கியதைப் பதிவு செய்தல் (உ) மொத்த நடைமுறையைச் சரிபார்த்தல். இந்த நடைமுறை நிதி நிர்வாகத்தின் அடிப்படைக் கூறு மட்டுமே. இது தவிர முறைப்படுத்த வேண்டிய நிதி நிர்வாகக் கூறுகள் பல உண்டு. அவற்றுள் சில: நிதித் திட்டத்தை செயல்படுத்தலும் கண்காணித்தலும், நிதித்திட்டத்தைக் கட்டுப்படுத்தல், வங்கிப் பரிமாற்றத்தை கண்காணித்தல், வங்கிக் கணக்கையும் நிறுவனக் கணக்கையும் ஒற்றுமைப்படுத்துதல் என்று பல்வேறு பணிகள் நிதி நிர்வாகத்துடன் தொடர்புடையன. அடிப்படையில் நிதித்துறை நிர்வாகத்தை பிற நிர்வாகத் துறைகளிடமிருந்து பிரித்து வைப்பது மிகவும் இன்றியமையாதது. நிதி நிர்வாகத்தை சிறப்பாகக் கையாள்வதன் மூலம் நிறுவனத்தின் நிர்வாகத்தை பெருமளவு சீர்படுத்த முடியும்.

நிதிக் கட்டுப்பாடு மிகவும் முக்கியமான நிதி மேலாண்மை முறையாகும். நிறுவனத்தின் செயல்பாட்டிற்குத் தேவையான நிதியை பல்வேறு செயல்பாட்டுப் பிரிவுகளாகவும், உட்பிரிவுகளாகவும் பிரித்து நிதியை ஒதுக்கீடு செய்வது, அவ்வாறு ஒதுக்கீடு உள்ள நிதிப்பிரிவிற்கு மட்டும் பணம் வழங்கும்முறை நிதிக்கட்டுப்பாடு முறையாகும். நிதி நிர்வாகத்தின் முக்கிய கூறுகளாக இருக்கும் மற்றொன்று சான்றுகளைப் பராமரித்தல், சான்றுகளை சரிபார்த்தல் மற்றும், சான்றாய்வு செய்தல். சான்றுகளின் அடிப்படையிலேயே பணம் வழங்கல் நிகழ வேண்டும்.

சான்றுகளை ஆய்வு செய்தபின் பணம் வழங்கல் முறையானது முன்-தணிக்கை செய்தபின் பணம் செலுத்துதல் என்ற வகையிலானது. இது நிதி முறைகேட்டைத் தடுக்கும் சக்தி வாய்ந்த செயல்முறையாக இருப்பினும், இதனைச் செயல்படுத்துவதில் பல நடைமுறைச் சிக்கல்கள் உண்டு. ஆகவே நிறுவனத்தின் தேவைக்கேற்றவாறு சான்றுகளைச் சரிபார்த்து பணம் வழங்கும் முறை கட்டமைக்கப்பட வேண்டும்.

நிதி நிர்வாகத்தின் மற்றுமொரு முக்கியமான கட்டுப்பாட்டு முறை பணத்தைக் கையாளும் விதம். தற்போதைய காலகட்டத்தில் அதிக பணத்தைக் கையிருப்பாகக் கொள்வதும், பணத்தை நேரடியாக வழங்குவதும் தேவையற்ற ஒன்று. பெரும்பாலான வழங்கல்கள் வங்கி மூலமாகவும், மின்னணு பரிமாற்றம் மூலமாகவும் செலுத்தும் வாய்ப்புள்ள நிலையில் அதிகப் பணத்தை கையிருப்பாகக் கொள்வது தேவையற்றது. ஆகவே பொருத்தமான நிதி நிர்வாகத்தை கட்டமைக்க வேண்டும்.

4. சொத்துக்கள் மேலாண்மையை முறைப்படுத்தல்

நிறுவனத்தின் சொத்துக்களை வாங்குவதும், அவற்றை முறையாகப் பராமரிப்பதும், அவை குறித்த கணக்குகளைச் சரியாகப் பராமரிப்பதும் நிறுவனத்தின் முக்கியமான அகக் கட்டுப்பாடு முறை. நிறுவனத்தின் சொத்துக்கள் அசையும் சொத்துகள், அசையாச் சொத்துகள், நிதிச் சொத்துகள், தகவல் தொழில்நுட்ப சொத்துகள் என்று பலவகைப்படும். அவற்றை வாங்குவது, விற்பது, பராமரிப்பது, பாதுகாப்பது என்று பல்வேறு நிலைகளில் சொத்துகள் சார்ந்த முடிவுகள் மேற்கொள்ளப்பட வேண்டும். நிறுவனத்தின் சொத்துகள் அதன் நிதி அறிக்கையில் முக்கிய இடம் பிடிக்கும். ஆகவே சொத்து மேலாண்மையை மிக கவனமுடன் கையாள வேண்டும். அதற்குரிய தெளிவான வரையறைகள் இருக்க வேண்டும். பொதுவாக சொத்துக்களை வாங்கும், விற்கும் பொறுப்பு நிறுவனத்தின் உயர்ந்த அதிகார அமைப்பிடம் இருக்க வேண்டும்; அதேவேளையில் தனி நபரிடமோ, அதிகாரியிடமோ இருக்கக் கூடாது என்பன போன்ற கட்டுப்பாட்டு அமைப்பு முறைகள் அமைக்கப்பட வேண்டும்.

தற்காலத்தே சொத்து மேலாண்மையில் முக்கியமாக கவனிக்கப்பட வேண்டியது அறிவுசார் சொத்துக்களைக் (Intellectual property) காப்பது. காப்புரிமை (Patents) மேலாண்மை, பதிப்புரிமையைக் (Copy rights) காப்பது, வணிக முத்திரைகளைக் (Trade marks) காப்பது, தொழில்துறை வடிவமைப்புகளைக் (Industrial designs) காப்பது மற்றும் புவிசார் குறியீடுகளைக் (Geographical indicators) காப்பது எனப் பல்வேறு

அறிவுசார் சொத்துக்களை காப்பதில் மிக கவனமாக இருக்க வேண்டும். அதேபோல் நிதிச் சொத்துக்களை வாங்குவதிலும், பராமரிப்பதிலும், விற்பதிலும் மிகுந்த கவனம் தேவை. அசையும் மற்றும் அசையாச் சொத்துக்களை ஆண்டுதோறும் கணக்கெடுப்பது போல நிதி முதலீடுகளை முழுமையாக கண்காணிப்பதற்குரிய செயல்முறை கட்டமைக்கப்பட வேண்டும்.

5. தரக்கட்டுப்பாடு மற்றும் உத்திரவாதம் அளித்தல்

ஒரு நிறுவனத்தில் தரக்கட்டுப்பாடு மற்றும் உத்திரவாதம் அளித்தல் என்பது உற்பத்திப் பொருட்கள் மட்டும் சார்ந்த கட்டுப்பாடு முறையன்று. உற்பத்தி செய்யப்பட்ட பொருட்களுக்குரிய தரக் கட்டுப்பாடு தொழிற் சாலைகளுக்குப் பொருந்தும். நிறுவனங்களைப் பொருத்தவரை, இது நிறுவனத்தின் செயல்முறைகள் மற்றும் கட்டமைப்பு குறித்த கட்டுப்பாட்டு முறையாகும். இது மொத்த நிறுவனம் தரமாக செயல் படுகிறது என்று உத்தரவாதம் அளிக்கும் செயல்முறையாகும். இவற்றிற் கென்று ஏற்படுத்தப்பட்ட வழிமுறைகள் சில: சுயேட்சையான பொருள் தரக்கட்டுப்பாட்டு பிரிவு, மேற்பார்வையிடல், கால நிர்ணயிக்கப்பட்ட அறிக்கைகள் மற்றும் சீராய்வுகள், தொடர்ந்த கள ஆய்வுகள், அகத் தணிக்கை முறை எனப் பல்வேறு அகக் கட்டுப்பாட்டு முறைகள் உண்டு. நிர்வாகத்தின் சிறப்பான செயல்பாட்டிற்கு போதுமான தரக் கட்டுப்பாடு முறைகளை கட்டமைக்க வேண்டியது மிகவும் அவசியம்.

6. சட்டவிதிகளை முழுமையாகக் கடைப்பிடித்தல்

இந்தக் காலகட்டத்தில் சட்டவிதிகளை முழுமையாகப் பின்பற்றாத எந்தவொரு நிறுவனமும் செயல்படமுடியாது. ஆகவே சட்டத்தை முழுமையாக, முறையாகப் பின்பற்ற வேண்டிய அகக் கட்டமைப்பை ஏற்படுத்த வேண்டியது மிகவும் முக்கியம். நிர்வாகச் செயல்பாட்டு உரிமம், சட்டபூர்வ கட்டணங்கள் செலுத்துதல், வரிக்கணக்குகளை முறையாகப் பராமரிப்பதும் மற்றும் வரி செலுத்துவதும், சுற்றுச்சூழல் தொடர்பான விதிகளை முழுமையாகப் பின்பற்றுவது, தொழிலாளிகள் தொடர்பான சட்டங்களை முழுமையாகப் பின்பற்றுவது வெளிநாட்டு முதலீடுகளை, பன்னாட்டு வாணிகம், பிறரின் காப்புரிமைகளை மீறாதிருத்தல் போன்ற சட்டங்களுக்குட்பட்டு நிர்வாகச் செயல் முறைகளைக் கட்டமைப்பது மிகவும் முக்கியமானது. மேற்கண்ட விதிகளுக்கு உட்பட்டு, அவற்றிற்கு இணக்கமாக நடந்து கொள்வது நிறுவனம் தொடர்ந்து இயங்குவதற்கு அடிப்படையாகும். சட்ட விதிமுறைகளை மீறும் எந்தவொரு நிறுவனமும் நீண்ட காலம் செயல்பட முடியாது.

7. பொறுப்புகளை நிர்ணயித்தலும் பணிச் சுழற்சியும்

நிறுவன மேலாண்மையில் 'சரியான பணி சரியான நபர்' என்ற வரைமுறையே பொதுவாக பின்பற்றப்படும். அந்த வகையில் செய்ய வேண்டிய வேலைக்கு ஏற்ற தகுதிகள் உடைய நபரிடமே பொறுப்புகள் வழங்கவும், அந்த நபர் செய்து முடிக்க வேண்டிய பொறுப்புகள் தொடர்பான இலக்குகளையும் நிர்ணயிக்கும் வகையில் அகக் கட்டமைப்பு இருக்க வேண்டும். இது பணிகளைப் பிரித்து வைப்பதி லிருந்து மாறுபட்டது. பணிகளைப் பிரித்து வைப்பது தொடர்புடைய பணிகளை வேறுவேறு நபர்களுக்கு பிரித்துக் கொடுப்பதன் மூலம் தவறுகளைத் தவிர்ப்பது. பொறுப்புகளை ஒதுக்குவதென்பது (Assignment of responsibilities) அவ்வாறு பிரிக்கப்பட்ட பணிகளை தகுதி வாய்ந்த நபர்களுக்கு ஒதுக்கீடு செய்து, செய்ய வேண்டிய பணியின் அளவை நிர்ணயிப்பது பொறுப்புகளை நிர்ணயித்தல் என்றறியப்படும்.

அடுத்த முக்கியமான அகக் கட்டுப்பாடு முறை பணிச் சுழற்சி (Job rotation). பணிச் சுழற்சி என்பது ஒரு பணியாளர் குறிப்பிட்ட பணிப் பொறுப்பில் பணியாற்றவல்ல கால அளவை நிர்ணயித்து, அக்கால அளவு முடிந்த உடன் வேறு பொறுப்பிற்கு மாற்றுவதைக் குறிக்கிறது. இது ஒரு பொறுப்பில் குறிப்பிட்ட நபர் பல்லாண்டுகள் பணிபுரியும் போது திட்டமிட்டு தவறு செய்வதற்கும், மோசடியில் ஈடுபடுவதற்கும் வாய்ப்புகள் உண்டு என்ற கருத்தின் அடிப்படை யிலானது. ஆகவே பணிச் சுழற்சி என்பது நிர்வாகத்தின் மிக முக்கியமான அகக் கட்டுப்பாட்டு முறையாகும்.

8. தொழில்நுட்பக் கருவிகளையும் அமைப்பு முறையையும் பின்பற்றல்

தற்காலத்தே தொழில்நுட்பக் கருவிகளும் அமைப்பு முறைகளும் நல்லதொரு அகக் கட்டுப்பாட்டு முறையை கட்டமைக்கவல்லன. நிர்வாக மென்பொருட்களும், மின் நிர்வாக கட்டமைப்புகளும் அகக் கட்டுப்பாடுகளை வலிமையாக வடிவமைக்க வல்லவை. அவை பணியாளரின் வருகைப் பதிவேட்டில் தொடங்கி, பணப் பரிவர்த்தனை மற்றும் நிறுவனத்தின் செயல்திறனைக் கண்காணிப்பது வரையிலான பல்வேறு செயல்முறைகளில் சிறப்பான அகக் கட்டுப்பாடுகளைக் கட்டமைக்க வல்லவை. முறையற்ற செயல்களையும் பொறுப்பற்ற செயல்களையும் தடுக்கும் வல்லமை வாய்ந்த மின் நிர்வாக கட்டமைப்பை மென்பொருள் மூலம் கட்டமைக்க முடியும். மென்பொருள் சார் அக் கட்டுப்பாடுகளில் தரவு உள்ளீட்டுக் கட்டுப்பாடுகள், தரவுகளை சரிப் படுத்தும் கட்டுப்பாடுகள், செயல்பாட்டுக் கட்டுப்பாடுகள், வெளியீட்டுக்

கட்டுப்பாடுகள் என்று பல்வேறு கட்டுப்பாடுகளுக்கு வாய்ப்புகள் உண்டு. மேலும் தகவல் தொழில்நுட்பக் கருவிகளும் மென்பொருட்களும் புவியியல் எல்லைகளைக் கடந்து பல்வேறு இடங்களில் செயல்படும் கிளைகளுடன் நிறுவனத்தை ஒன்றிணைத்து ஒருமித்த நிர்வாகத்தைக் கட்டமைக்க வல்லவை. ஆகவே நிர்வாகத்தினர் கூடிய மட்டும் தொழில்நுட்பக் கருவி மற்றும் அமைப்பு முறையிலான நிர்வாக முறையினை தக்க அகக் கட்டுப்பாடுகளுடன் வடிவமைக்க வேண்டும்.

மேற்கண்டவை அகக் கட்டுப்பாடுகளின் முக்கியமான அடிப்படைக் கூறுகள் மட்டுமே. அகக் கட்டுப்பாடுகள் நிறுவனத்திற்கு நிறுவனம் மாறுபடும். அகக் கட்டுப்பாடுகளை வடிவமைக்கவும் கட்டமைக்கவும் வரம்புகளும் எல்லையும் கிடையாது. நிறுவனத்தின் தேவைக்கேற்ப அகக் கட்டுப்பாடுகளை அமைக்க முடியும். அவை நெகிழும் தன்மையுடையவை. ஆனால் கட்டமைக்கப்பட்ட உடன் அவற்றைத் திட்டமாகப் பின்பற்ற வேண்டும். அதுவே நிறுவனத்தின் நிலைத் தன்மையை உறுதி செய்யும்.

5.5. அகக் கட்டுப்பாடுகள் குறித்த கோசோ கட்டமைப்பு

1992ஆம் ஆண்டு அமெரிக்காவின் ஐந்து நிறுவனங்களின் உதவியோடு தொடங்கப்பட்ட ட்ரட்வே கமிசனின் கோசோ குழு (Committee of Sponsoring Organisation- COSO) அகக் கட்டுப்பாடுகள் குறித்த கட்டமைப்பு

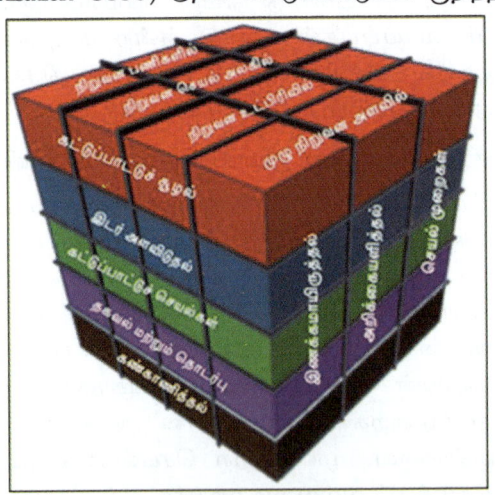

விளக்கப்படம் 5
கோசோ அகக் கட்டுப்பாடுகள் கட்டமைப்பு
நன்றி: COSO நிறுவனம் பொதுப் பயன்பாட்டிற்கு அனுமதித்ததை மொழி பெயர்ப்பு செய்யப்பட்டுள்ளது

ஒன்றை வழங்கியது. அது பெரும்பாலானவர்களால் ஏற்கப்பட்டு, நிறுவனத்தில் அமைந்துள்ள அகக் கட்டுப்பாடுகளின் செயல்திறனை அளவிடும் அமைப்பாகக் கருதப்படுகிறது. அது அகக் கட்டுப்பாடுகளை, அகக் கட்டுப்பாடுகளின் நோக்கங்கள், நிர்வாகத்தின் அடுக்குகள் மற்றும் அகக் கட்டுப்பாடுகளின் உட்பிரிவுகள் என மூன்று பரிமாணங்கள் கொண்ட கனச் செவ்வக வடிவில் கட்டமைக்கிறது. அது மூன்று பக்கங்களிலும் முறையே 3, 4 மற்றும் 5 கூறுகளைக் கொண்ட கட்டமைப்பாக உருவகிக்கப்பட்டுள்ளது. அகக் கட்டுப்பாடுகள் கோசோ அமைப்பின் வரைமுறை விளக்கப்படம் 5 இல் தரப்பட்டுள்ளது.

1. **கட்டுப்பாடுகளின் நோக்கங்கள்:** இந்தக் கட்டமைப்பு அகக் கட்டுப் பாடுகளின் நோக்கங்கள் (1) நிறுவன செயல்முறைகள், (2) நிர்வாகம் மற்றும் நிதி குறித்த அறிக்கையளித்தல் மற்றும் (3) சட்டம் மற்றும் விதிகளுக்கு இணக்கமாயிருத்தல் என்ற மூன்று முக்கிய நோக்கங்களைப் பிரதிபலிப்பதாகக் கொள்ளப் படுகிறது.

2. **நிறுவன அடுக்குகள்:** அகக் கட்டுப்பாடுகள் (1) முழு நிறுவன அளவிலும், (2) நிறுவனத்தின் அனைத்து உட்பிரிவு களிலும், (3) நிறுவனத்தின் அனைத்து செயல் அலகுகளிலும் மற்றும் (4) நிறுவனத்தின் அனைத்துப் பணிகளிலும் இடம் பெறும் வண்ணம் கட்டமைக்கப்பட்டுள்ளது.

3. **அகக் கட்டுப்பாடுகளின் உட்பிரிவுகள்:** இந்தப் பரிமாணம் ஐந்து உட்பிரிவுகளைக் கொண்டதாகக் கட்டமைக்கப்பட்டு உள்ளது. அவை குறித்து விரிவாகக் கற்கலாம்.

    i. **கட்டுப்பாட்டுச் சூழல்:** இது நிறுவனம் முழுமைக்கும் கட்டுப்பாடுகளை சிறப்பாகக் கட்டமைக்கத் தேவையான கட்டமைப்பையும், செயல்முறைகளையும் அவை குறித்த தரத்தையும் நிர்ணயிக்கின்றன.

    ii. **இடர் அளவிடுதல்:** இது நிறுவனத்தின் உள்ளேயும் வெளியேயும் நிகழும் மாற்றங்களை எதிர் கொள்ளும் முறைகளையும், நிறுவனத்தின் நோக்கங்களைப் பொருத்தமாக நிர்ணயிக்கும் திறனையும், நிறுவனம் எதிர் கொள்ளும் ஆபத்துக்களையும் அவற்றைத் தாங்கும் சக்தியையும் அளவிடும் திறனை எப்படி வளர்த்துக் கொண்டுள்ளது என்பதைக் குறிக்கும்.

    iii. **கட்டுப்பாட்டுச் செயல்கள்:** நிறுவனத்தின் கொள்கைகள் மற்றும் செயல்முறைகளின் அடிப்படையில் அமைக்கப்

பட்ட அன்றாட நிகழ்வுகள் மற்றும் இலக்குகள் முதலிய வற்றைக் குறிக்கும். இது உரிமையளித்தல், ஒப்புதல் அளித்தல், சரிபார்த்தல், ஒப்பீடு செய்தல் மற்றும் செயல்திறன் சீராய்வு போன்றவற்றைக் குறிக்கும்.

iv. **தகவல் மற்றும் தொடர்பு:** நிறுவனத்திற்குள்ளேயும் வெளியேயும் நிகழக்கூடிய தகவல் தொடர்புகள் திறமையானதாகவும் தெளிவானதாகவும், மற்றும் நிறுவனத்தில் பரிமாறப்படும் தகவல்களும், நிர்வாக முடிவுகளுக்கு பயன்படுத்தவல்ல தகவல்கள் யாவும் அதிக தரம் மிகுந்ததாகக் கட்டமைக்கப்பட்டிருக்க வேண்டும்.

v. **கண்காணிப்பு:** இது அகக் கட்டமைப்பு செயல் படுதலைத் தொடர்ந்து கண்காணித்தலைக் குறிக்கும். தொடர்ந்து ஆய்வு செய்தலையும், சிறப்பு ஆய்வுகள் செய்தலையும். நிறுவனத்தில் இடர்களையும் அவற்றால் ஏற்படும் விளைவுகளையும் தொடர்ந்து கண்காணித்தலைக் குறிக்கும். இது நிறுவனத்தின் கட்டமைப்பினுள்ளேயே செயல்பாடுகளை ஒழுங்குபடுத்துவதற்கென்றே ஏற்படுத்தப் பட்டுள்ளன.

கோசோ கட்டமைப்பு நிறுவனத்தின் அகக் கட்டமைப்பு மிகச் சிறப்பாக செயல்பட்டால், நிறுவனம் சந்திக்கும் இடரும் ஆபத்தும், அதன் நோக்கத்தை எட்டாத நிலையும் மிகவும் குறையும். அதனை உறுதி செய்ய (1) அகக் கட்டுப்பாடுகளின் ஐந்து உட்கூறுகளும் சரியாக அமைந்து சரியாகச் செயல்பட வேண்டும், (2) அவை ஒருங்கிணைந்து செயல்பட வேண்டும், (3) அவை வெளியிலிருந்து வரும் இடர்களைச் சரியாகக் கணித்து, அவற்றின் விளைவுகளைக் குறைக்க வேண்டும் மற்றும் (4) சட்டம், விதிகள் மற்றும் ஒழுங்குமுறைகளுடன் இணக்கமாக இருந்தும் அது குறித்து அறிக்கையளித்தும் சரியாகச் செயல்பட வேண்டும். அவ்வாறு செயல்படும்போது நிறுவனத்தின் அகக் கட்டுப்பாடுகள் சிறப்பாகச் செயல்பட்டு, அந்நிறுவனம் எதிர்கொள்ளும் சிக்கல்களைத் தடுக்கவும், தவிர்க்கவும் முடியும்.

5.6. நிர்வாக அகக் கட்டுப்பாடுகளும் தணிக்கையும்

அகக் கட்டுப்பாடுகளை ஆய்வு செய்வது தணிக்கையின் முக்கியமான அங்கம். நிதித் தணிக்கையில் மட்டுமல்லாமல் இணக்கத் தணிக்கையிலும் அகக் கட்டுப்பாடுகளை ஆய்வு செய்வது தணிக்கையரின் முக்கியமான பணியாகும். அகக் கட்டுப்பாடுகள் தணிக்கையின் செயல் திட்டத்தை நிர்ணயிக்கும் காரணிகளுள் ஒன்றாக அமைகின்றன. ஆகவே தணிக்கையர் தனது செயல் திட்டத்தை உருவாக்கும் நிலையிலேயே நிறுவனத்தில் உள்ள அகக் கட்டுப்பாடுகள் குறித்து அறிந்திருத்தல்

வேண்டும். அகக் கட்டுப்பாடுகள் தணிக்கையின் செயல் திட்டத்தை எவ்வாறு பாதிக்கின்றன எனக் காணலாம்.

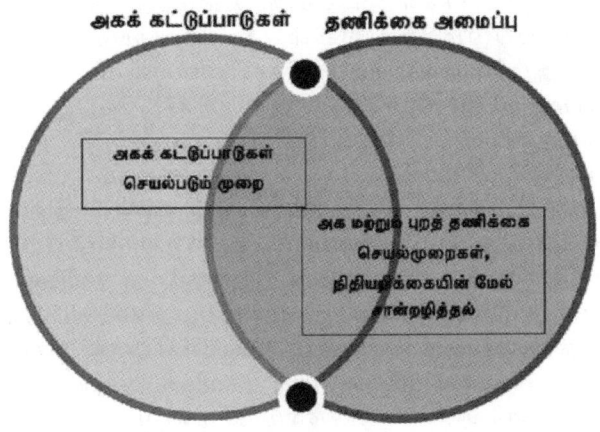

நிதித்தணிக்கையைப் பொருத்தமட்டில் தணிக்கையர் நிதி அறிக்கையின் நடுநிலைமை குறித்தும், அதன் நேர்மை குறித்தும், உறுதி யளிக்க வேண்டும். அவ்வாறு உறுதியளிப்பதற்கும் உத்திரவாதம் அளிப்பதற்கும் அடிப்படையாக அமைவது அகக் கட்டுப்பாடுகள் குறித்த ஆய்வே. இணக்கத் தணிக்கையைப் பொறுத்தவரையில் கட்டமைக்கப்பட்ட கட்டுப்பாடுகள் சரியாக செயல்படுத்தப்படு கின்றனவா என்று ஆய்வு நடத்தி முடிவு செய்வதே முக்கிய நோக்கம். அது நிறுவனத்தின் செயல்பாடுகளில் நிலவும் தவறுகளையும் குறைபாடுகளையும் சுட்டிக்காட்டி நிர்வாகத்தை மேம்படுத்தும் நோக்கத்திலானது. பிற தணிக்கை களிலும் அகக் கட்டுப்பாடுகளை ஆய்வு செய்வது இன்றியமையாததே.

அகக் கட்டுப்பாடுகள் ஆய்வில் தணிக்கையர் இரண்டு விடயங்களில் கவனம் செலுத்த வேண்டும். முதலாவதாக நிறுவனத்தில் அமைந்துள்ள அகக் கட்டமைப்புகளைக் கவனிக்க வேண்டும். அவை சரியான முறையில் கட்டமைக்கப்பட்டுள்ளனவா, அவை போதுமானதா என்பது குறித்து ஆய்வு செய்ய வேண்டும். அடுத்ததாக அவை சரியான முறையில், எதிர்பார்த்தபடி இயங்குகின்றதா, நிர்வாகம் அக்கட்டுப்பாட்டிற்கு உரிய முக்கியத்துவம் அளிக்கிறதா, நிர்வாகம் கட்டுப்பாடுகள் செயல்படாமை குறித்து கண்டும் காணாமலும் இருக்கிறதா என்பது குறித்தும் ஆய்வு செய்ய வேண்டும். சுருங்கக் கூறின் அகக் கட்டுப்பாடு அமைப்பு முறை மற்றும் அதன் செயல்பாடு இரண்டும் குறித்தும் தணிக்கையர் ஆய்வு செய்ய வேண்டும். ஆய்வின் முடிவுகளின்

அடிப்படையில் தணிக்கையின் பரப்பையும் ஆழத்தையும் முடிவு செய்ய வேண்டும்.

அகக் கட்டுப்பாடுகள் வலுவாக அமைந்து, அவை சிறப்பாகச் செயல்படுத்தப்படும் நிலையில் தணிக்கையர் தன் ஆய்வின் பரப்பையும் ஆழத்தையும் குறைத்துக் கொள்ளலாம். ஆனால் அவை சரியாக அமையாத போதோ அல்லது சரியாகச் செயல்படாத போதோ தணிக்கையர் கவனமுடன் செயல்பட வேண்டும். அச்சூழலில் தணிக்கையரின் பணியும் பாரமும் அதிகரிக்கும். தணிக்கையின் பரப்பையும் ஆழத்தையும் அதிகரித்தால் அன்றி நிதி அறிக்கை நடுநிலைமையுடனும், நேர்மையுடனும் தயாரிக்கப்பட்டுள்ளதா இல்லையா என்றும், நம்பகத்தன்மை எந்த அளவிற்கு இருக்கும் என்றும் அறுதியிட்டுக் கூற முடியாது. அகக் கட்டுப்பாடுகள் சரியில்லாத நிலையில், தணிக்கையும் மேம்போக்காகச் செயல்பட்டால் நிறுவனத்தின் உண்மை நிலையைக் கணிக்க முடியாது. அச்சூழல் தணிக்கையை தோல்வியில் கொண்டு சேர்க்கும்.

பொதுவாக தணிக்கையின் போது கவனிக்கப்பட வேண்டிய அகக் கட்டுப்பாடுகள் குறித்த ஆய்வுகள்:

- நிறுவனத்தில் செயல்படும் பொதுவான அகக் கட்டுப்பாடுகள்,
- இடர் நிறைந்த பரிவர்த்தனைகள் தொடர்பான அகக் கட்டுப்பாடுகள்,
- நிறுவனத்தின் முக்கியப் பணிகள் மற்றும் நிதி மேலாண்மை தொடர்பான கட்டுப்பாடுகள்,
- முறைகேடுகள் நடைபெறாமல் தடுக்க வேண்டி கட்டமைக்கப் பட்டுள்ள அகக் கட்டுப்பாடுகள்,
- நிறுவன செயல்பாட்டைக் கண்காணிக்கும், மேற்பார்வையிடும் நோக்கிலான கட்டுப்பாடுகள் முதலியவற்றில் சிறப்புக் கவனம் செலுத்த வேண்டும்.

மேற்குறிப்பிட்டவை தவிர, அகக் கட்டுப்பாடுகளின் செயல்பாடு குறித்த நிறுவனத்தின் கொள்கையையும் உயர் நிர்வாகத்தினர் அவற்றிற்கு அளிக்கும் முக்கியத்துவத்தையும் தணிக்கையர் அறிந்து கொள்ள வேண்டும். இவற்றிலிருந்து நிறுவனம் எந்த அளவிற்கு அகக் கட்டுப்பாடுகள் தவறுகளைத் தடுக்கவல்லவை என அறிந்து, அதனடிப் படையில் தணிக்கைத் திட்டத்தைத் தயாரித்து செயல்படுத்த வேண்டும்.

அகக் கட்டுப்பாடுகள் தணிக்கை அறிக்கையைப் புரிந்து கொள்வது குறித்து அத்தியாயம் 7.7இல் விவரிக்கப்பட்டுள்ளது.

சிந்திக்க...
1. நிர்வாக அகக் கட்டுப்பாடுகளின் தரம் தணிக்கையை எவ்வாறு பாதிக்கின்றது என எண்ணுக.
2. தணிக்கை நிறுவனத்தில் இருக்க வேண்டிய அகக் கட்டுப்பாடுகள் குறித்து எண்ணிப் பார்க்க.
3. கோசோ மாதிரியிலான அகக் கட்டுப்பாடுகள் கட்டமைப்பின் கூறுகளைத் தணிக்கையில் எவ்வாறு பயன்படுத்தலாம் என எண்ணிப் பார்க்க.
4. சரியான பணியில் சரியான நபர்- சரியான தணிக்கையில் சரியான தணிக்கையர் என்ற நிர்வாகக் கூறு தணிக்கையில் ஏற்படுத்தும் விளைவுகளை எண்ணிப் பார்க்க.
5. அகக் கட்டுப்பாடுகள் இல்லாத நிர்வாகம் எப்படி செயல்படும் என்பதையும் அவற்றிற்கு மாற்று ஏதேனும் உண்டா என்பதையும் எண்ணிப் பார்க்க.

பகுதி 2

தணிக்கை வகைகள்

இந்தப் பகுதியில் பல்வேறு தணிக்கை வகைகளும், வகைப்படுத்தும் விதமும் விவரிக்கப்பட்டுள்ளன. தணிக்கையை வகைப்படுத்துவது கற்றல் நோக்கத்திற்காக மட்டுமல்ல. தணிக்கையின் வகையைப் பொறுத்து தணிக்கையின் நோக்கமும் அணுகுமுறையும் மாறுபடும். தணிக்கை வகைகளுக்கு இடையேயான வேறுபாடு தணிக்கையின் விளைவுகளிலும் வெளிப்படும். இந்த நுண்ணிய வேறுபாட்டை அறிந்து கொள்வது தணிக்கை செயல்படுத்தும் போது மிகவும் பயனுள்ளதாக அமையும். இந்த நோக்கத்தின் அடிப்படையிலேயே இந்தப் பகுதி கட்டமைக்கப்பட்டுள்ளது.

ஒவ்வொரு வகையான தணிக்கைக்கும் தகுந்த விளக்கத்துடன், அவற்றின் நோக்கம், அணுகுமுறையில் உள்ள மாற்றம், செயல்படுத்தும் போது கவனத்தில் கொள்ள வேண்டிய செயல்முறைகள் மற்றும் அந்தத் தணிக்கையிலிருந்து பெறப்படும் முடிவுகளும் விவரிக்கப் பட்டுள்ளன. பல்வேறு வகை தணிக்கைகளை செயல்படுத்தும் முறையில் உள்ள நுணுக்கமான வேறுபாடுகளும் போதுமான அளவில் விவரிக்கப் பட்டுள்ளன. அந்த நுட்பமான வேறுபாடுகளை அறிந்து கொள்வது, தணிக்கைத் திட்டத்தைச் செயல்படுத்தும் போதும், குறிப்பாக களத் தணிக்கையின் போதும், மிகவும் பயனுள்ளதாக இருக்கும். இவை யாவற்றையும் நன்கு அறிந்த ஒருவராலேயே சிறந்த தணிக்கையாளராக உயர முடியும்.

சிறப்புத் தணிக்கை வகைகள் குறித்த விளக்கக் குறிப்புகளும் இந்தப் பகுதியில் விவரிக்கப்பட்டுள்ளன. இந்த விளக்கக் குறிப்புகள் அடிப்படைத் தகவல்களாகவே கொடுக்கப்பட்டுள்ளன. ஆழமான விளக்கங்களுக்கு அவை தொடர்பான சிறப்பு ஏடுகளையும் வலைப் பதிவுகளையும் நாடவும்.

6. தணிக்கையின் வகைகள்

தணிக்கை என்பது நிர்வாகத்தைச் செம்மைப்படுத்தும் ஒரு கருவி. நிர்வாகத்தின் பயனாளர்களுக்கு உண்மையை உரைக்கும் உரைகல். தணிக்கையின் செயல்படும் பரப்பு நிர்வாகத்தின் செயல்பரப்பிற்கு இணையானது என்றாலும் நடைமுறையில், தேவை கருதி தணிக்கையின் பரப்பைத் தீர்மானிக்க முடியும். மேலும் தணிக்கையின் பரந்த நோக்கம் நிர்வாகத்தைச் செம்மைப்படுத்துவதும், பயனாளி களுக்கு உண்மையை உரைப்பதும் என்றாலும், ஒரு குறிப்பிட்ட தணிக்கையின் நோக்கத்தைத் தேவை கருதி சுருக்கி அமைக்க முடியும். இன்னும் வலியுறுத்திச் சொல்வதானால் எல்லாத் தணிக்கைகளும் தணிக்கையின் முழு வரம்பையும் - அதாவது மொத்த பரப்பையும், முழு நோக்கத்தையும், உள்ளடக்கியதாக அமைவதில்லை.

தேவை கருதி தணிக்கை முறையை மாற்றியமைக்கும் சூழல் ஏற்படுவதால் தணிக்கையில் உட்பிரிவுகள் தோன்றின. அந்த உட்பிரிவுகளை தணிக்கையின் வகைகளாக இனம் காண்கின்றோம். தணிக்கையை வகைப்படுத்தும்போது, ஒவ்வொரு வகையின் சிறப்புகளையும், அதன் அணுகுமுறைகளையும் நன்கு புரிந்து கொள்ள முடிகிறது. இவ்வாறு வகைப்படுத்துவது தணிக்கையின் நோக்கம், பரப்பு, செயல்முறை மற்றும் தணிக்கையின் முடிவுகள் முதலானவற்றை ஒரு கட்டமைப்பிற்கு உட்பட்டதாக தணிக்கையை தெளிவுபடுத்து கின்றன. ஆகவே ஒரு குறிப்பிட்ட வகைத் தணிக்கையை செயல்படுத்தும் போது அதன் நோக்கம், செயல்முறை மற்றும் தணிக்கைக் கருத்துக்களின் தன்மை முதலானவற்றை தணிக்கையின் பயனாளிகள் தெளிவாகப் புரிந்து கொள்ள முடியும்.

6.1. தணிக்கை வகைப்பாடு

தணிக்கையை பல்வேறு காரணிகளின் அடிப்படையில் - அதன் நோக்கம், தணிக்கை செய்யும் அமைப்பு, தணிக்கைக்கு உட்படுத்தப்படும் நிர்வாக முறை ஆகியவற்றின் அடிப்படையில் பல்வேறு வகைகளாக வகைப்படுத்தலாம். தணிக்கை வகைகளை இங்கே விரிவாகக் காணலாம்:

- தணிக்கையை நோக்கத்தின் அடிப்படையில் நிதித் தணிக்கை, இணக்கத் தணிக்கை மற்றும் செயலாக்கத் தணிக்கை என்று முப்பெரும் பிரிவுகளாக வகைப்படுத்தலாம்.

- தணிக்கை செய்யும் அலுவலகத்தின் தனித்தன்மையின் அடிப்படையில் அகத் தணிக்கை மற்றும் புறத் தணிக்கை என இரு பிரிவுகளாகப் பிரிக்கலாம்.

- தணிக்கை செய்யப்படும் நிர்வாக அமைப்பின் அடிப்படையில் அகக் கட்டுப்பாடுகள் தணிக்கை மற்றும் அமைப்புத் தணிக்கை என வகைப்படுத்தலாம்.

- நிறுவனத்தில் செயல்படும் தகவல் தொழில்நுட்ப அமைப்பின் அடிப்படையில் தகவல் தொழில்நுட்பக் கட்டமைப்புத் தணிக்கை மற்றும் தகவல் தொழில்நுட்பப் பாதுகாப்புத் தணிக்கை என வகைப்படுத்தலாம்.

- சிறப்புத் தணிக்கைகளாக சுற்றுச் சூழல் தணிக்கை, ஆற்றல் தணிக்கை, சமூகத் தணிக்கை மற்றும் சிறப்புத் தணிக்கை எனப் பலவாறு வகைப்படுத்தலாம்.

மேற்குறிப்பிட்ட தணிக்கை வகைப்பாடு விளக்கப்படம் 6இல் எளிதாகத் தரப்பட்டுள்ளது.

விளக்கப்படம்- 6
தணிக்கை வகைப்பாடு

தணிக்கையின் நோக்கத்தின் அடிப்படையில்	தணிக்கைசெய்யும் அலுவலகத்தின் அடிப்படையில்
நிதித் தணிக்கை இணக்கத் தணிக்கை செயலாக்கத் தணிக்கை	அகத் தணிக்கை புறத் தணிக்கை
சிறப்புத் தணிக்கைகள் சுற்றுச்சூழல் தணிக்கை தகவல் தொழில்நுட்பத் தணிக்கை ஆற்றல் தணிக்கை சுற்றுச்சூழல் தணிக்கை	தணிக்கை செய்யப்படும் நிர்வாக அமைப்பின் அடிப்படையில் அமைப்புத் தணிக்கை அகக் கட்டுப்பாடுகள் தணிக்கை தகவல் தொழில் நுட்பத்தின் அடிப்படையில் கட்டமைப்புத் தணிக்கை பாதுகாப்புத் தணிக்கை

இந்தப் பகுதியின் அடுத்த சில பத்திகளில் மேற்கண்ட வகைகளைப் பற்றி அறிமுகப்படுத்தும் நோக்கில் சிறு குறிப்புகளைக் காணலாம். குறிப்பிட்ட சில தணிக்கை வகைகளைப் பற்றி விரிவாக பின்னர் காணலாம்.

6.2. நிதியறிக்கைத் தணிக்கை

நிதித் தணிக்கையானது (Financial audit) ஒரு நிறுவனத்தின் நிதிநிலை அறிக்கை குறித்த தணிக்கை அறிக்கையாகும். நிதிநிலை அறிக்கையானது நிறுவனத்தின் ஆரோக்கியத்தை வெளிப்படுத்தும் முக்கியமான காரணியாகும். நிறுவனத்தின் மொத்த ஆரோக்கியமும், அதன் தனித்தனி பிரிவுகளின் ஆரோக்கியத்தையும் புரிந்துகொள்ளும் வண்ணம் பல்வேறு நிதிக் கூறுகளை நிதிநிலை அறிக்கை வெளிப்படையாக எடுத்துக் கூறும். நிதித் தணிக்கை அறிக்கையானது நிதி நிலை அறிக்கை மீதான தணிக்கையரின் கருத்துக்களாகும். நிதிநிலை அறிக்கையையும் அதன் மீதான நிதித் தணிக்கை அறிக்கையையும் இணைத்துப் பார்க்கையில் மட்டுமே ஒரு நிறுவனத்தின் உண்மையான ஆரோக்கியத்தை அறிய முடியும்.

நிதித் தணிக்கையானது நிறுவனம் தயாரித்த நிதி அறிக்கை நம்பகத்தன்மை உடையதா என்றும், நிதி அறிக்கையில் குறிக்கப் பட்டுள்ள எண்களும் கணக்குகளும் சரியாகக் கொடுக்கப்பட்டுள்ளனவா என்றும், அவை நிறுவனத்தின் அடிப்படை ஏடுகளில் உள்ள கணக்குப் பதிவுகளுடன் ஒத்துப் போகின்றனவா என்றும் தணிக்கை மூலம் ஆய்வு செய்து தணிக்கையர், தனது கருத்தைத் தெரிவிப்பது ஆகும். மேலும் நிதி மேலாண்மைத் திறன் குறித்தும், நிறுவனத்தின் சொத்துக்களைப் பாதுகாப்பது குறித்தும் தணிக்கையர் தனது கருத்துக்களை நிதித் தணிக்கையின் போது பதிவு செய்தல் வேண்டும்.

நிதித் தணிக்கை அறிக்கையைப் பொருத்தவரையில் நிறுவனத்தின் திடத்தன்மையையும், நிலைத்தன்மையையும் உண்மையாகக் கண்டறிந்து, நிதி அறிக்கையின் நம்பகத்தன்மை குறித்த கருத்து மூலம் அவற்றை வெளிப்படுத்தி நிறுவனத்தின் பயனாளர்கள்- முக்கியமாக பங்குதாரர்கள் மற்றும் முதலீட்டாளர்கள், நலனைப் பாதுகாப்பதே நிதித் தணிக்கையின் முக்கிய நோக்கம். பங்குதாரர்கள் மற்றும் முதலீட்டாளர்கள் நலன் எனும் போது, அது நிறுவனம் மற்றும் அதன் தொழிலாளர்கள் நலனையும் உள்ளடக்கியது எனக் கொள்ள வேண்டும்.

தணிக்கையின் வரலாற்றை உற்று நோக்கினால், தணிக்கையின் தொடக்கமே நிதித் தணிக்கையாகவே இருந்துள்ளதை உணர முடியும். தணிக்கையின் பரப்பளவு வெகுவாக விரிந்துவிட்ட நிலையில் நிதி நிறுவனங்களைப் பொருத்தவரையில் நிதித் தணிக்கையே மிகவும் முக்கியத்துவம் வாய்ந்ததாக இன்றளவும் கருதப்படுகிறது. நிதித் தணிக்கை அறிக்கையே நிறுவனத்தின் இயக்குநர் குழுவிலும், பின்னர், பங்குதாரர்கள் அவையிலும் முன்வைக்கப்பட்டு ஒப்புதல் பெறப்பட

வேண்டும். நிறுவனம் செய்யும் தொழில் சார்ந்த முறைப்படுத்தும் அமைப்புக்கு நிதித் தணிக்கை அறிக்கையை முன்வைக்க வேண்டும். ஆகையால் நிதித் தணிக்கை முக்கியத் தணிக்கையாகவும், முன்னோடித் தணிக்கையாகவும் கருதப்படுகிறது.

நிதியறிக்கைத் தணிக்கைச் செயல்முறையில் கவனிக்கப்பட வேண்டிய சில தனிப்பட்ட கூறுகள் குறித்து அத்தியாயம் 7இல் விரிவாகக் காணலாம்.

6.3. இணக்கத் தணிக்கை

ஒரு நிறுவனம் நிர்வாகக் கட்டமைப்புகளாலும், அதன் செயல் முறைகளாலும் உருவாக்கப்பட்டது. இவை இரண்டுமே நிர்வாகம் தொடர்ந்து செயல்படுவதற்குரிய வழிமுறைகளை ஏற்படுத்தித் தருகின்றன. ஆகவே ஒரு நிறுவனத்தைத் தணிக்கை செய்யும் போது அதன் கட்டமைப்பு குறித்தும், அதன் செயல்பாட்டு முறை குறித்தும் ஆய்ந்தறிந்து தனது கருத்தைத் தணிக்கையர் அறிக்கையாக அளிக்க வேண்டும். இந்தக் கட்டமைப்பும் செயல்முறையும் கீழ்க்கண்ட வரம்புகளின்படி அமைக்கப்படுகின்றன:

- அரசு மற்றும் ஒழுங்குபடுத்தும் அலுவலகத்தின் ஆணைகள் மற்றும் வழிமுறைகள்,
- நிறுவனத்தின் அமைப்பு பட்டயம் மற்றும் நிர்வாகக் குழு முடிவுகள்,
- நிறுவனத்தை செயல்படுத்தும் முறைப்படுத்தப்பட்ட செயல் நடைமுறைகள்,
- நிறுவன கையேடுகள், வழிகாட்டிகள், தொழில்நுட்பம் சார் நடைமுறைகள்,
- இலக்குகள் மற்றும் இன்ன பிற ஆவணங்கள்.

இணக்கத் தணிக்கை (Compliance audit) என்பது நிறுவனம் பின்பற்ற வேண்டிய சட்டங்கள், விதிமுறைகள், ஒழுங்கு முறை ஆணைகள், முறைப்படுத்தப்பட்ட செயலியக்க நடைமுறைகள், வழிகாட்டு முறைகள், மற்றும் இன்னபிற நிர்வாக முறைகள் ஆகியன முறையாகப் பின்பற்றப்பட்டுள்ளனவா என்பது குறித்து தணிக்கை செய்வதாகும். மேற்குறிப்பிட்ட அனைத்தையும் தொகுத்து, பொதுவாக தணிக்கை அடிப்படைகள் எனக் கூறலாம். சுருக்கமாகக் கூறினால் இணக்கத் தணிக்கை என்பது ஒரு நிறுவனம், பின்பற்ற வேண்டிய அனைத்து அடிப்படைகளையும் முறையாகப் பின்பற்றியுள்ளதா அல்லவா எனக் கண்டறிந்து, அதன் விளைவுகளையும் ஆய்ந்தறிந்து தணிக்கையர் தனது கருத்தைப் பதிவு செய்யும் தணிக்கையாகும்.

தணிக்கை வகைகளில் இணக்கத் தணிக்கை முக்கியமான இடத்தைக் கொண்டுள்ளது. நிறுவனத்தில் கட்டமைப்பு முறையும், செயல்பாட்டு முறையும் தெளிவாக அமைக்கப்பட்ட நிலையில், அவைகள் சிறப்பாகச் செயல்படுத்தப்படுகின்றனவா என்பது அதனை செயல்படுத்தும் பணியாளர்களைப் பொருத்தே அமைகிறது. நிர்வாகத்தினரும் பணியாளர்களும் மேற்கொள்ளும் நடவடிக்கைகளைப் பொருத்தே நிறுவனத்தின் செயல்திறன் அமைகிறது. இணக்கத் தணிக்கை என்பது நிர்வாகத்தினரும் பணியாளர்களும் மேற்கொள்ளும் நடவடிக்கைகள் முறையாக உள்ளதா என்றும், அனைத்து விதிகள் மற்றும் ஆணைகளுக்கு இணக்கமாக உள்ளதா எனக் கண்டறியும் வகையில் செயல்படுத்தப்படுவது.

இணக்கத் தணிக்கையின் முக்கிய நோக்கம் நிறுவனத்தின் பணியாளர்களும், நிர்வாகத்தினரும் விதி மீறலிலும், முறையற்ற செயல் களிலும் ஈடுபட்டுள்ளனரா என்றும், நிறுவனத்தில் நிதி மோசடி அல்லது விரயம் நிகழ்ந்துள்ளதா என்றும், அவ்வாறெனில் அதன் விளைவுகள் யாவை எனக் கண்டறிந்து, அவற்றைத் தடுக்க அல்லது செம்மைப்படுத்த நிறுவனத்தை அறிவுறுத்துவது. இது தவிர நிறுவனத்தில் நடக்கும் தவறுகளையும், முறையற்ற செயல்களையும் தொடக்கத்திலேயே, அவை சிறிதாக இருக்கையிலேயே கண்டறிந்து நிறுவனத்தை பெரும் இடர்களில் இருந்து காப்பதுவும் இணக்கத் தணிக்கையின் நோக்கமாகும். ஆகவே செம்மையாகச் செய்யப்பட்ட இணக்கத் தணிக்கையானது பேரிடர் தவிர்க்கும் காப்பாகவே கருதப்படுகிறது.

இணக்கத் தணிக்கைச் செயல்முறையில் கவனிக்கப்பட வேண்டிய சில தனிப்பட்ட கூறுகள் குறித்து அத்தியாயம் 9இல் விரிவாகக் காணலாம்.

6.4. செயலாக்கத் தணிக்கை

ஒரு நிறுவனமோ அல்லது திட்டமோ குறிப்பிட்ட நோக்கத்திற்காகவே செயல்படுகின்றது அல்லது செயல்படுத்தப்படுகின்றது. நோக்கமின்றி செயல்படும் அல்லது நோக்கத்தை எட்டாத எந்த ஒரு நிறுவனமோ அல்லது திட்டமோ வெற்றியடைந்ததாகக் கருத முடியாது. அவை நோக்கத்தை எட்டுவதைப் பல்வேறு காரணிகள் தீர்மானிக்கின்றன. மேலும் நோக்கத்தை எட்டுவது மட்டும் முடிவல்ல. அவற்றின் செயல்முறையும், செயலாக்கத் தன்மையும் சரியாக அமைய வேண்டும்.

செயலாக்கத் தணிக்கை (Performance audit) என்பது ஒரு அலுவலகம் அல்லது நிறுவனம் அதன் நோக்கத்தை எட்டியுள்ளதா அல்லது எட்டும் வகையில் செயல்படுகிறதா என்பது குறித்தும்

அவற்றின் செயல்திறன் குறித்தும், அவற்றின் விளைவுகள் குறித்தும், ஆய்வு செய்து தணிக்கையர் தனது கருத்தைப் பதிவு செய்வதைக் குறிக்கும். செயலாக்கத் தணிக்கை என்பது நிதி மேலாண்மை மற்றும் விதிகளுக்கு இணக்கமான செயல்பாட்டையும் கடந்து, நோக்கம் எட்டப்பட்டதா என்றும், செயலாக்க முறை திறமையாகவும், சிக்கன மாகவும் நடந்ததா என்பது குறித்து ஆய்வு செய்யும் தணிக்கையாகும். செயலாக்கத் தணிக்கை (அ) செலவில் சிக்கனம், (ஆ) செயல்திறன் மற்றும் (இ) செயல்முடித்தல் என மூன்று தணிக்கை உள்ளடக்கங்களைக் கொண்டு அமைகிறது. இந்த மூன்று "செ" க்கள் குறித்த ஆய்வின் வெளிப்பாடே செயலாக்கத் தணிக்கை.

தணிக்கை வகைகளில் செயலாக்கத் தணிக்கை மிகவும் கவனிக்கப்பட வேண்டிய ஒன்று. இந்த வகைத் தணிக்கை எல்லா சூழல் களிலும் செய்யத்தக்கது அல்ல. ஆண்டுத் தணிக்கையாக செய்வதற்கு உகந்ததல்ல. ஒரு திட்டத்தின் முடிவில், அல்லது திட்டம் சில ஆண்டுகள் செயல்படுத்தப்பட்ட பின்னர் அல்லது ஒரு நிறுவனம் தெளிவான இலக்குகளைக் கொண்டு செயல்படுகையில் செயலாக்கத் தணிக்கை செய்வதற்கு உகந்ததாக அமையும். மேலும் செயலாக்கத் தணிக்கை மேற்கொள்வதற்கு தெளிவான இலக்குகளும் செயல்திறன் குறிகாட்டிகளும் தெளிவாக வரையறை செய்யப்பட்டிருக்க வேண்டும்.

செயலாக்கத் தணிக்கை என்பது பொதுத் துறை நிறுவனங் களுக்கும் திட்டங்களுக்கு மட்டுமே பொருந்தும் என்ற கருத்து பரவலாக இருந்தாலும் அது சரியான கருத்து அல்ல. தனியார் நிறுவனங் களிலும் குறிப்பிட்ட சூழல்களில் செயலாக்கத் தணிக்கை செய்ய முடியும். செயலாக்கத் தணிக்கைக் குறித்தும் அத்தணிக்கையின் செயல் முறையில் கவனிக்கப்பட வேண்டிய சில தனிப்பட்ட கூறுகள் குறித்தும் அத்தியாயம் 8இல் விரிவாகக் காணலாம்.

6.5. அகக் கட்டுப்பாடுகள் தணிக்கை

ஒரு நிறுவனம் அல்லது அலுவலகம் பல்வேறு அமைப்பு முறை களால் கட்டமைக்கப்பட்டது. சிறப்பாகக் கட்டமைக்கப்பட்ட அமைப்பு முறைகளும், அவற்றின் சிறப்பான செயல்பாடுகள் மட்டுமே நிறுவனத்தின் நிலைத்தன்மையையும், அதன் வெற்றியையும் தீர்மானிக்கின்றன. ஆகவே அவை குறித்த தணிக்கை இன்றியமையாததாக அமைகிறது.

ஒரு நிறுவனத்தின் அகக் கட்டமைப்பு முறைகளும், அவற்றின் செயல்பாடுகளும் முறையாக அமைந்துள்ளனவா என்பதனைக் கண்டறியும் நோக்கில் நடத்தப்படும் தணிக்கை முறை அகக் கட்டுப் பாடுகள் தணிக்கையாகும். நிறுவனத்தின் கட்டமைப்பின் மீதான

தணிக்கை என்பதால் அகக் கட்டுப்பாடுகள் தணிக்கையானது மிகவும் அடிப்படையான தணிக்கையாகும். இவ்வகைத் தணிக்கை முறையானது ஒரு நிறுவனம் அல்லது திட்டம் தொடங்கப்பட்ட காலத்தில் செய்யப் பட வேண்டிய முக்கியமான தணிக்கையாகும். இது தவிர, நிறுவன மேலாண்மையில் மாற்றங்கள் நிகழும் போது, புதிய தொழில்நுட்பம் மற்றும் செயல்பாட்டு முறையைப் பயன்படுத்தத் தொடங்கிய பின்னர் இத்தகு தணிக்கையை மேற்கொள்ளலாம்.

இந்தத் தணிக்கையில் கட்டமைப்பில் அமைக்கப்பட்ட தடுப்புக் கட்டுப்பாடுகள், துப்பளிக்கும் கட்டுப்பாடுகள் மற்றும் ஈடுகட்டும் கட்டுப்பாடுகள் முதலானவை சரியாகவும் போதுமான அளவிலும் கட்டமைக்கப்பட்டுள்ளனவா என்பதனை ஆய்வு செய்ய வேண்டும். கட்டமைப்பைப் பொருத்தமட்டில் அவற்றின் தேவை, செயல்படுத்தத் தேவையான ஆதாரங்கள், கட்டமைப்புக் குறைபாட்டால் ஏற்படும் விளைவுகள் முதலானவற்றைக் கருத்தில் கொண்டு ஆய்வு நடத்த வேண்டும்.

மற்ற தணிக்கை முறைகளை ஒப்பிடும் போது அகக் கட்டுப் பாடுகள் தணிக்கை முறை செயல்படுத்துவதற்கு கடினமானதாகும். ஆனால் அதிக பலன் கொடுக்கவல்ல தணிக்கை முறை. நிர்வாக கட்டமைப்பைச் சரியாக செயல்படுத்தினாலே நிறுவனத்தின் அனைத்துப் பிரிவுகளிலும், செயல்முறைகளிலும் நிகழவல்ல தவறுகளையும் முறைகேடுகளையும் தவிர்க்க முடியும். ஆகவே பிற வகைத் தணிக்கைகளில் கிட்டும் பலன்களைவிட அகக் கட்டுப்பாடுகள் தணிக்கையால் விளையும் பலன்கள் அதிகம். ஆயினும் அக்கட்டுப்பாடுகள் தணிக்கை செய்வதன் மூலம் பிறவகைத் தணிக்கையை தவிர்க்கவோ அல்லது அவற்றின் பரப்பைக் குறைக்கவோ முடியுமா என்று வினா எழுப்பினால், அதற்கு "இல்லை" என்ற விடைதான் கிடைக்கும். ஏனென்றால் கட்டமைப்பு சிறப்பாக அமைக்கப்பட்டிருந்தாலும், அவற்றைச் செயல்படுத்துவது அந்நிறுவனத்தில் உள்ள பணியாளர்களே. மேலும் நிர்வாகம் என்பது தொடர் நிகழ்வு என்பதால், தணிக்கையும் தொடர் நிகழ்வாகவே அமையும். இந்த வகை தணிக்கையைப் புரிந்து கொள்வது குறித்து அத்தியாயம் 7.7இல் கற்கலாம்.

6.6. சிறப்புத் தணிக்கைகள்

மேற்கண்ட தணிக்கைகளுக்கும் கூடுதலாக சில சிறப்புத் தணிக்கைகள் உள்ளன. சிறப்புத் தணிக்கை அனைத்தும் அடிப்படையில் தணிக்கைகளே. ஆயினும் பிற தணிக்கைகளிலிருந்து சில தணிக்கைக் கூறுகளால் மாறுபட்டு நிற்கின்றன. ஆகையால் அவை சிறப்புத் தணிக்கையாக வகைப்படுத்தப்பட்டுள்ளன. தணிக்கை செய்யப்படும்

பொருள் குறித்தும், நிர்வாகம் பின்பற்றும் செயல்முறை குறித்தும், தணிக்கை செய்யும் அமைப்பின் சிறப்பியல்பு குறித்தும் சிறப்புத் தணிக்கைகளை இனம் கண்டறியலாம். அவற்றுள் சில முக்கியமான சிறப்புத் தணிக்கை வகைகளை மட்டும் இங்கே காணலாம்.

சுற்றுச்சூழல் தணிக்கை

இந்த வகை தணிக்கை, தணிக்கை செய்யப்படும் பொருள் குறித்து இனம் காணப்படுகிறது. தற்போதைய கால கட்டத்தில் சுற்றுச்சூழல் குறித்த விழிப்புணர்வு அதிகரித்துவிட்ட நிலையில் ஒரு பொருள் (Subject) குறித்த சுற்றுச்சூழல் தணிக்கை (Environment Audit) மிகவும் முக்கியத்துவம் பெறுகிறது. சுற்றுச்சூழலின் முக்கியத்துவம் கருதி சில தணிக்கை முறைகளிலும், தணிக்கை செய்ய வேண்டிய பொருளிலும் சிறப்புக் கவனம் செலுத்தப்பட வேண்டியதால் சுற்றுச்சூழல் தணிக்கை சிறப்புத் தணிக்கையாகக் கருதப்படுகிறது.

ஒரு நிறுவனம் அல்லது திட்டம் சுற்றுச்சூழலை பாதிக்காத வண்ணம் திட்டமிடப்பட்டு செயல்படுத்தப்பட்டதா என்றும், சுற்றுச்சூழல் தொடர்பான அனைத்து விதிகளும் பின்பற்றப்பட்டனவா என்றும், செயல்படுத்தும் போது சுற்றுச் சூழலுக்கு ஏற்படும் பக்க விளைவுகளைக் குறைக்கும் வகையிலும் அச்சூழலை மேம்படுத்தும் வகையிலும் செயல்படுத்தப்பட்டதா என்றும் ஆய்வு செய்து கருத்து தெரிவிப்பது சுற்றுச்சூழல் தணிக்கையாகும்.

சுற்றுச்சூழல் தணிக்கை தொடர்பான பொருளை இரண்டு விதமாக அணுகலாம். ஒன்று, சுற்றுச்சூழல் தொடர்பான நேரடித் திட்டங்கள் மற்றும் நிறுவனங்கள் குறித்த செயல்பாட்டைக் கண்டறிதல். முதல் வகையில் சுற்றுச்சூழல் மாசுபடுதலைக் கட்டுப்படுத்தும் அல்லது சுற்றுச்சூழலை மேம்படுத்தும் திட்டம் தொடர்பான செயல்பாட்டைக் குறித்து ஆய்வு செய்வது. இரண்டாம் வகையில் சுற்றுச்சூழல் சாராத திட்டம் அல்லது அலுவலகம் சுற்றுச்சூழலில் ஏற்படுத்தும் விளைவு களைக் குறித்து ஆய்வு செய்வது. இந்த இருவகைத் தணிக்கைப் பொருள்களிலும் தணிக்கையின் அணுகுமுறை மாறுபட்டு அமைகிறது. தெளிவுறுத்த வேண்டுமெனில் முதல் வகையில் தணிக்கை செயலாக்கத் தணிக்கையின் அடிப்படையிலும், இரண்டாம் வகைத் தணிக்கை இணக்கத் தணிக்கையின் அடிப்படையிலும் அமையும்.

சுற்றுச்சூழல் தணிக்கையானது ஒரு நாட்டின் சிறு பகுதி முதல் (சான்றாக சிறு கிராமம் முதல்) உலகம் முழுமைக்கும் பொதுவாக அமைவதால், இந்த வகைத் தணிக்கை மிகவும் முக்கியத்துவம் வாய்ந்ததாகவும், சிறப்பானதாகவும் கருதப்படுகிறது. சுற்றுச்சூழல் மேம்பாடும், மாசுக் கட்டுப்பாடும் வளரும் நாடுகளின் முக்கிய பிரச்சனை

களாக இருந்தாலும் வளர்ந்த நாடுகளிலும் இவை தவிர்க்க முடியாத விடயங்களாகவே உள்ளன. பின்தங்கிய நாடுகளில் இவை நாட்டின் வளர்ச்சியா அல்லது சுற்றுச்சூழல் மேம்பாடா என்ற கொள்கை முரணிலே அமைகின்றன. ஆகவே சுற்றுச்சூழல் தணிக்கை என்பது உலக அளவில் தவிர்க்க முடியாததாகவே அமைகிறது. இந்த வகை தணிக்கை குறித்து அத்தியாயம் 10.1.இல் விளக்கப்பட்டுள்ளது.

ஆற்றல் தணிக்கை

இவ்வுலகில் நிகழும் ஒவ்வொரு நிகழ்வுக்கும் அடிப்படையாக அமைவது ஆற்றல். அது மனித ஆற்றலாகவோ அல்லது இயற்கையின் ஆற்றலாகவோ அல்லது செயற்கை ஆற்றலாகவோ அமையலாம். ஆற்றல் எவ்வகையினதாயினும் அது மனித வாழ்க்கையை இலகுவாக்கவே பயன்படுகின்றது. நாளுக்கு நாள் ஆற்றலின் தேவை உயர்ந்து வரும் நிலையில் அதனைப் பயன்படுத்தும் முறையில் அதிக கவனம் செலுத்தப் பட வேண்டும். அதேவேளையில், ஆற்றலின் உற்பத்தி குறித்தும் பயன்பாடு குறித்தும் தணிக்கையில் கவனம் செலுத்தப்பட வேண்டும்.

ஆற்றல் தணிக்கை (Energy Audit) குறித்து அறிந்து கொள்ளும் முன்னர் ஆற்றல் குறித்த சில அடிப்படைச் செய்திகளை அறிந்து கொள்ள வேண்டும். ஆற்றலை ஆக்கவோ அழிக்கவோ முடியாது. ஆனால் பயன்படுத்தவல்ல ஆற்றலை உற்பத்தி செய்ய நிதி தேவைப் படுகிறது. அது உற்பத்திச் செலவாகும். ஆயினும் இந்தியா போன்ற வளரும் நாடுகளில் ஆற்றலின் தேவை ஆற்றலின் உற்பத்தியைவிட அதிகமாகவே உள்ளது. ஆகவே ஆற்றலை முறையாகப் பயன்படுத்த வேண்டிய சூழலில் ஆற்றல் தணிக்கை மிகவும் முக்கியத்துவம் வாய்ந்ததாகக் கருதப்படுகின்றது.

ஆற்றல் தணிக்கை பிறவகைத் தணிக்கையுடன் ஒப்பிடுகையில் மிகவும் சிக்கலான தணிக்கை முறையாகும். அது ஆற்றல் குறித்து நன்கறிந்த தொழில்நுட்ப வல்லுனர்களாலேயே செய்யப்படுகின்றது. ஆற்றல் உற்பத்தி குறித்தும், அதற்காகும் செலவு குறித்தும், ஆற்றல் பயன்படும் விதம் குறித்தும், அதனை சிக்கனமாகப் பயன்படுத்தும் முறை குறித்தும் நன்கு அறிந்திருப்பது அவசியம். ஆற்றல் தணிக்கை என்பது வரவு செலவு குறித்த நிதித் தணிக்கைப் போன்று ஆற்றல் குறித்த உற்பத்தி மற்றும் பயன்பாடு குறித்த தணிக்கை அறிக்கையாக அமையும். இந்த வகை தணிக்கைக் குறித்து அத்தியாயம் 10.2.இல் விளக்கப்பட்டுள்ளது.

சமூகத் தணிக்கை:

சமூகத் தணிக்கை (Social Audit) என்பது பொதுவாக அரசுத் துறைகளின் செயல்பாடு குறித்த தணிக்கை ஆகும். அதிலும் குறிப்பாக

அரசின் சமூக நலத் திட்டங்களின் செயல்பாடு குறித்த தணிக்கை சமூகத் தணிக்கையில் முக்கியப் பொருளாகிறது.

சமூகத் தணிக்கை என்பது தணிக்கை செய்ய அதிகாரம் பெற்ற அமைப்பின் பெயரால் அறியப்படுகின்றது. தணிக்கை அமைப்பானது ஒரு நிறுவனம் என்ற நிலையில் இருந்து மாறுபட்டு அரசு அமைப்பின் பயனாளிகளே தணிக்கையராகச் செயல்படுவது சமூகத் தணிக்கையின் சிறப்பாகும். இந்த வகைத் தணிக்கை வளரும் நாடுகளில் அதிக முக்கியத்துவம் வாய்ந்ததாகக் கருதப்படுகின்றது.

அரசின் வளர்ச்சித் திட்டங்களும், மக்கள் நலத் திட்டங்களும் செயல்படுத்தப்பட்ட விதம் குறித்தும், அதன் நோக்கம் நிறைவேறிய நிலை குறித்தும், அது சமூகத்தில் அல்லது மக்களிடையே ஏற்படுத்திய தாக்கம் குறித்தும் அதன் பயனாளிகளாகிய மக்களின் கருத்து மற்றும் அவர்கள் தரும் தகவல்கள் மூலம் தணிக்கை செய்யப்படுவது சமூகத் தணிக்கை ஆகும். சமூகத் தணிக்கையானது அரசின் செயல்பாடுகளை மக்கள் முழுமையாக அறிந்திருக்க வேண்டும் மற்றும் அவர்களே அரசின் திட்டங்களைப் பற்றி நன்கு மதிப்பீடு செய்ய உகந்தவர்கள் என்பதன் அடிப்படையில் அமைவது. மேலும் மக்கள் நலத் திட்டங்களைப் பொருத்தவரையில், மக்களே அரசின் செயல்பாட்டைத் தணிக்கை செய்ய தகுதி பெற்றவர்கள் என்பதன் அடிப்படையில் சமூகத் தணிக்கை அமைகிறது. அதன் அணுகுமுறையிலும் குறிப்பிடத் தகுந்த மாறுதல் இருக்கின்றது.

இந்தியாவைப் பொருத்த வரையில் சமூகத் தணிக்கை குழந்தைப் பருவத்திலேயே உள்ளது. அதற்குரிய வரையறைகளும் வழிகாட்டிகளும், உருப்பெற்று வருகின்றன. சமூகத் தணிக்கை முழுமையாக வளர்ச்சியுற்று, பரவலாகப் பயன்படுத்தும் சூழலில் அரசின் செயல்பாட்டிலும், மக்கள் நல/வளர்ச்சித் திட்டங்களிலும், குறிப்பிடத் தகுந்த முன்னேற்றம் ஏற்பட வாய்ப்புள்ளது எனலாம். அத்தகைய சூழலில் தணிக்கையின் அணுகுமுறை குறித்தும், சமூகத் தணிக்கையில் கவனிக்கப்பட வேண்டிய விடயங்கள் குறித்தும் மக்களை/பயனாளிகளை வழிநடத்துவதற்குத் தக்க வழிகாட்டிகள் தேவை. அனுபவம் மிக்க தணிக்கையர்கள் அத்தகைய வழிகாட்டிகளாகச் செயல்படலாம். ஆகவே சமூகத் தணிக்கை என்பது மக்களால் நிகழ்த்தப்பட்டாலும், தணிக்கையரின் பங்கு குறிப்பிடத் தகுந்ததாக இருக்கும்.

இந்தியா உட்பட்ட வளரும் நாடுகளில் சமூகத் தணிக்கை நன்கு விரிவடைவதற்கான வாய்ப்புகள் அதிகம் உள்ளன என்றே கூறலாம்.

இந்த வகை தணிக்கை குறித்து அத்தியாயம் 10.3.இல் விளக்கப் பட்டுள்ளது.

சிறப்புத் தணிக்கை வகைகளுள் முக்கியமான மற்றொரு வகைத் தணிக்கைத் தகவல் தொழில்நுட்பத் தணிக்கை. இந்த வகைத் தணிக்கை தற்காலத்தே பெரிதும் பின்பற்றப்படுகின்றன. இதன் முக்கியத்துவம் கருதியும், தொடர்ந்து வளர்ந்து வருவதாலும், அத்தியாயம் 10.4இல் தணிக்கை நவீனத்துவம் எனும் தலைப்பில் தனியாகத் தொகுக்கப் பட்டுள்ளது.

தணிக்கை வகைகளுள் மேற்குறிப்பிட்ட வகைகள் தவிர, வேறு சில தணிக்கை வகைகளும் உண்டு. தேவை கருதி பலவகைப்பட்ட தணிக்கை வகைகளை ஒரு நிறுவனமோ அல்லது அரசு அலுவலகமோ நிர்ணயித்துக் கொள்ள முடியும். மேலும் தணிக்கை வகைகள் நாட்டுக்கு நாடு வேறுபடலாம். பொதுவாக பின்பற்றப்படும் பிறவகைத் தணிக்கை முறைகளைப்பற்றி பின்வரும் அட்டவணை 5இல் காணலாம்.

அட்டவணை - 5 இதர தணிக்கை வகைகள்

தணிக்கை வகை	தணிக்கைக் கரு மற்றும் அணுகுமுறை
செலவினத் தணிக்கை	நிறுவனத்தின் செலவினம் குறித்து தணிக்கை செய்வது. தேவையற்ற மற்றும் முறையற்ற செலவுகளைக் குறைக்கும் நோக்கில் செய்யப்படுவது.
வருவாய் தணிக்கை	நிறுவனத்தின் வருவாய் குறித்து தணிக்கை செய்வது. வருமானம் பெறப் படாமை மற்றும் வருமானக் கசிவு குறித்துக் கண்டறிந்து வருமானத்தை மேம்படுத்தும் நோக்கிலானது.
சட்டப்பூர்வ தணிக்கை	ஒரு நாட்டின் சட்டப்படி செய்யப்பட வேண்டிய தணிக்கை. நிறுவனங்களின் பதிவாளர் அல்லது ஒழுங்குபடுத்தும் நெறியாளர் அல்லது ஒழுங்கு படுத்தும் ஆணையத்தின் தேவை, அல்லது கட்டளையின் அடிப்படையில் செய்யப்படுவது.
உள்ளாட்சித் தணிக்கை	அரசின் உள்ளாட்சி அமைப்புகள் தரும் நிதிச் செலவுகள் மற்றும் அரசின் தன்னாட்சி அமைப்புகள் தொடர்பான நிதிசார் செலவுகள் முதலானவற்றை அரசின் நிதித் துறையைச் சார்ந்த நிர்வாகப் பிரிவு செய்யும் தணிக்கை.

வரித் தணிக்கை	அரசிற்குச் சேர வேண்டிய வரிகள் முழுமையாகப் பெறப்பட்டமை குறித்தும், செலுத்தப்பட்டமை குறித்தும் ஆய்வு செய்வது. வரி ஏய்ப்பு மற்றும் வரி தவிர்ப்பு போன்றவற்றைத் தடுத்தல், வரி முழுமையாகப் பெறுதல் போன்ற நோக்கங்களைக் கொண்ட தணிக்கை முறை. நிறுவன அளவிலும், தனிமனித அளவில் வரி மேலாண்மை மேற்கொள்ளவும் இத்தணிக்கை வழி வகிக்கிறது.
நிர்வாகத் தணிக்கை	நிறுவனத்தின் அல்லது அலுவலகத்தின் நிர்வாகம் மற்றும் நிர்வாக செலவுகள் தொடர்பான தணிக்கை. நிர்வாக முடிவுகள், பணியாளர்கள் தொடர்பான சலுகைகள், ஓய்வூதியதாரர்கள் கொடைகள், பொருட்கள் கொள்முதல், சொத்துக்களை வாங்குவதும் பரா மரிப்பதும், குறை தீர்ப்பு முறைகள் முதலியன குறித்து தணிக்கை செய்தல்
ஊதியத் தணிக்கை	பணியாளர்களின் ஊதியம் மற்றும் இதர படிகள் சரியான முறையில் வழங்கப் படுகின்றனவா என்று தணிக்கை செய்வது.
துறைசார் தணிக்கை	ஒரு நிறுவனத்தின் அல்லது அலுவலகத்தின் ஒரு குறிப்பிட்ட பிரிவு அல்லது துறை ரீதியிலான தணிக்கை. இது மற்ற வகைத் தணிக்கைகளை உள்ளடக்கியதாக அமையலாம்.
பரிவர்த்தனை சார் தணிக்கை	ஒரு குறிப்பிட்ட வகையான பரிவர்த்தனைகளை மட்டும் ஆழமாக ஆய்வு செய்வது. ஒரு குறிப்பிட்ட பரிவர்த்தனைகளில் ஐயம் நிகழ்கையில் அவற்றை தனியே தணிக்கை செய்வது. தவறுகளையும் மோசடி களையும் கண்டறிய அவ்வகைத் தணிக்கைகள் பின்பற்றப்படுகின்றன.
கரு சார் தணிக்கை	ஒரு குறிப்பிட்ட பொருள் அல்லது மையக் கருவை அடிப்படையாகக் கொண்டு அனைத்து அலுவலகங் களையும், நிறுவனங்களையும் ஆய்வு செய்வது கரு சார் தணிக்கை என அறியப்படும்.

மேற்கண்ட தணிக்கை முறைகளை கற்றலின் நோக்கில் வகைப் படுத்தி இருந்தாலும் அனைத்திற்குமான தணிக்கை அடிப்படைகள் பொதுவானதே. தேவை மற்றும் நோக்கம் கருதியும், தணிக்கை

செய்யும் அணுகுமுறையைப் பொருத்தும் தணிக்கையைப் பெயரிட்டு அழைக்கலாம்.

வகைகள் எவையாயினும் தணிக்கையின் அடிப்படைகள் பொதுவானதே என்பதைக் கற்போர் உணர வேண்டும்!

சிந்திக்க....

1. தணிக்கை வகைகள் பலவகைப் பட்டாலும் தணிக்கையின் அடிப்படைக் கூறுகள் ஒன்றே. இக்கூற்றில் உள்ள உண்மைத் தன்மையை எண்ணுக.

2. பல்வேறு தணிக்கை வகைகளைச் செயல்படுத்த சிறப்பான தகுதிகள் தேவையா, இல்லையா என எண்ணிப் பார்க்க.

3. தணிக்கையின் நோக்கங்கள் மட்டுமே மாறுகின்றன; அவற்றின் செயல்முறைகள் மாறுவதில்லை. உண்மையா என எண்ணிப் பார்க்க.

4. அரசுத் துறையிலும் தனியார் துறையிலும் எந்த வகையானத் தணிக்கை செய்ய வேண்டும் என்பதை யார் முடிவு (தணிக்கையர் அல்லது தணிக்கை செய்யப்படும் நிறுவனம்) செய்வர் என எண்ணிப் பார்க்க.

5. அனைத்து வகைத் தணிக்கைகளின் முடிவு / விளைவு தணிக்கை அறிக்கை என்றாலும், அவை ஏற்படுத்தும் விளைவுகள் வேறு. இக் கூற்றின் உண்மைத் தன்மையை அறிக.

7. நிதிநிலைத் தணிக்கை

தணிக்கை வகைகளில் முதலாவதானதும், முக்கியமானதாக அமைவதும் நிதிநிலைத் தணிக்கை வகையாகும். இது சுருக்கமாக, நிதித் தணிக்கை என்றும் அழைக்கப்படும். தணிக்கை ஒரு ஒழுங்கு படுத்தப்பட்ட துறையாக அமைந்த போது முதலாவதாகத் தோன்றிய வகை நிதிநிலைத் தணிக்கை வகையாகும். அதனாலேயே, இன்றைய சூழலிலும், பலருக்கு தணிக்கை என்றாலே நிதிநிலைத் தணிக்கைதான் நினைவுக்கு வரும். நிறுவனங்களைப் பொருத்த வரையில், பிறவகைத் தணிக்கை வகைகளைவிட நிதிநிலைத் தணிக்கை வகையே மிகுந்த முக்கியத்துவம் பெறுகிறது. அது ஆண்டுதோறும் செய்யப்பட வேண்டிய நிகழ்வாகவே அமைந்துள்ளது.

7.1. நிதித் தணிக்கை விளக்கம்

நிதிநிலைத் தணிக்கை அல்லது நிதித் தணிக்கை என்பது, நிறுவனத்தின் ஆண்டு நிதிநிலை அறிக்கையை முழுமையாகவும், ஆழமாகவும் ஆய்வு செய்து, அவை சரியாக தயாரிக்கப்பட்டுள்ளனவா என்றும், அதன் நம்பகத்தன்மை குறித்தும் தணிக்கையர் கருத்துத் தெரிவிக்கும் தணிக்கையாகும். வேறு ஒரு கோணத்தில் அணுகினால் நிறுவனத்தின் நிதிநிலை அறிக்கை நிறுவனத்தின் நிதி செயல்பாட்டின் உண்மைத் தன்மை குறித்து உத்தரவாதம் அளிப்பது நிதித் தணிக்கையாகும்.

விரிவாகக் காணவேண்டுமெனில் நிதிநிலை அறிக்கையானது சமநிலைக் குறிப்பு (Balance sheet), வருமானம் மற்றும் செலவின அறிக்கை, வரவு மற்றும் செலவுக் கணக்கு, இலாப நட்டக் கணக்கு மற்றும் பணப் பாய்வு (Cash flow) அறிக்கை போன்ற பல்வேறு நிதிநிலை தொடர்பான பகுதிகளை உள்ளடக்கியதாக அமையும். மேற்கூறிய அறிக்கைகள் யாவும் நிறுவனத்தாலோ அல்லது நிறுவனத்தால் நியமிக்கப்பட்ட பட்டயக் கணக்கராலோ தயாரிக்கப்படுகிறது. ஆகவே அவற்றின் நம்பகத்தன்மை குறித்து உறுதி அளிப்பது நிதித் தணிக்கையின் பணியாகும்.

நிதிநிலை அறிக்கையின் நம்பகத் தன்மை என்பது பொதுவான, மேலோட்டமான கருத்து அல்ல. அது ஆழ்ந்த உட்பொருளைக்

கொண்டு ஆழ்ந்த ஆய்வின் அடிப்படையில் வெளிப்படுத்தப்பட வேண்டிய கருத்து. அது,

- நிதிநிலை அறிக்கைக்கு மூலமாக இருக்கும் மூலக் கணக்குகள் மற்றும் அடிப்படை ஏடுகளின் உண்மைத் தன்மையின் அடிப்படையில் அமையும்.
- அலுவலகம் மற்றும் நிறுவனங்கள் தொடர்பான கணக்கு வெளியீட்டுத் தரங்களைப் பின்பற்றியமை குறித்து ஆய்வின் அடிப்படையிலான கருத்தை உள்ளடக்கியதாக அமையும்.
- நிதிநிலை அறிக்கைகளின் பகுதியாக அமையும் விளக்கக் குறிப்புகளும், விதிவிலக்கு விவரங்களின் உண்மைத் தன்மை குறித்தும் கருத்து தெரிவிப்பதாக அமையும்.
- நிதி மேலாண்மையைத் திறம்பட செய்வதற்கான கட்டமைப்பின் நம்பகத் தன்மை குறித்த ஆய்வறிக்கையை உள்ளடக்கியதாக அமையும்.

மொத்தத்தில் நிதிநிலை அறிக்கையில் இடம் பெற்றுள்ள எண் மற்றும் எழுத்துக்களின் நம்பகத் தன்மை குறித்து ஆய்வதோடு மட்டுமல்லாது, அவற்றின் அடிப்படைக் கூறுகளையும், நிதி மேலாண்மைக் கட்டமைப்பின் சரிநிலையையும் ஆய்ந்தறிந்து கருத்து தெரிவிப்பதாக அமையும்.

7.2. நிதித் தணிக்கையின் நோக்கம்

மேலே குறிப்பிட்டபடி நிதித் தணிக்கையின் அடிப்படை நோக்கம் நிதிநிலை அறிக்கையின் உண்மைத் தன்மையை ஆய்வு செய்து கருத்துத் தெரிவிப்பதாகும். மேற்கூறிய விளக்கமே நிதிநிலை அறிக்கை தணிக்கையின் பொதுவான நோக்கத்தையும் ஆழ்ந்த விரிவான நோக்கத்தையும் வெளிப்படுத்துவதாக அமைகிறது. தணிக்கையின் அடிப்படை நோக்கமே உண்மைத் தன்மையைக் கண்டறிவதாகும். பிற தணிக்கை வகைகளின் நோக்கம் நிர்வாகத்தில் உள்ள குறைகளையும், இடைவெளிகளையும், நிர்வாகத் தவறுகளையும் கண்டறிந்து அவற்றை மேம்படுத்துவதாக அமையும். ஆனால் நிதிநிலைத் தணிக்கையின் நோக்கமானது நிர்வாகத்தை மேம்படுத்துவதை நோக்கமாகக் கொண்டிருந்தாலும், அதன் முக்கிய நோக்கமாக நிறுவனத்தின் பங்குதாரார்களுக்கு நிதிநிலை அறிக்கையின் உண்மைத் தன்மை குறித்து கருத்துத் தெரிவிப்பதாக அமையும்.

நிதிநிலை அறிக்கையின் உண்மைத் தன்மை குறித்து எண்ணுகையில், தணிக்கை தரும் உத்திரவாதம் குறித்த உண்மை நிலையையும் கூர்ந்து

நோக்க வேண்டும். நிதிநிலை அறிக்கையின் நம்பகத் தன்மை மற்றும் உண்மைநிலை குறித்த தணிக்கையின் கருத்து திடமான ஆணித்தரமான (Absolute) உத்திரவாதமாகக் கருதமுடியாது; கருதக் கூடாது. அது ஓரளவு நியாயமான, வரையறைக்குட்பட்ட நம்பகத் தன்மை குறித்து மட்டுமே கருத்து கூறுவதாக அமையும். அதாவது நிதிநிலை அறிக்கையின் நம்பகத் தன்மை குறித்த தணிக்கையின் உத்திரவாதத்தை நியாயமான வரையறைக்குட்பட்ட உத்திரவாதமாகவே (Reasonable assurance) கருத வேண்டும். அதற்கு பின்வரும் காரணங்களைக் கூறலாம்:

1. தணிக்கையின் கருத்தானது நிறுவனத்தின் கணக்குகள், கோப்புகள் மற்றும் பரிவர்த்தனைகளை முழுமையான ஆய்வின் அடிப்படையில் அமைவதல்ல. அவை மாதிரிகளின் அடிப்படையில் அமைவது. மாதிரிகளின் அடிப்படையிலான ஆய்வில் நிறுவனத்தில் உள்ள தவறுகள், குறைகள், இடைவெளிகள் தணிக்கையின் பார்வையிலிருந்து தப்பிச் செல்ல முடியும்.

2. தணிக்கையென்பது நிர்வாகம் வழங்கக்கூடிய கோப்புகள் மற்றும், தகவல்களின் அடிப்படையில் அமைவது. முழுமையான மற்றும், சரியான தகவல்களைக் கொடுப்பது நிர்வாகத்தின் ஒத்துழைப்பை ஒட்டியே அமையும்.

3. நிர்வாகக் கட்டமைப்பு மற்றும் நிர்வாக முடிவுகள் குறித்த பார்வை தணிக்கை அமைப்பு மற்றும் நிர்வாகத்தினர் ஆகியோரிடையே மாறுபடும். இன்னும் சொல்லப் போனால், அவை இரு தனி நபர்களுக்கிடையேயும் மாறுபடும். தணிக்கைச் செயல்முறையையும் தர நிர்ணய முறைக்குக் கட்டுப்பட்டதாக இருந்தாலும், தனிநபர் வேறுபாடுகளைத் தவிர்க்க முடியாது.

4. நிதிநிலை அறிக்கையில் உள்ள கணக்குகள் மற்றும் விளக்கக் குறிப்புகள் குறித்து மாறுபட்ட கருத்துக்கள் ஏற்பட வாய்ப்பு உண்டு. கணக்குகளை வகைப்பாடு செய்வதிலும் வேற்றுமை ஏற்பட வாய்ப்பு உண்டு. கணக்குகளின் தரநிலைகள் பொதுவாக இருந்தாலும், நிறுவனத்தின் கணக்குகளும் அந்நிறுவனம் செயல்படும் சூழலும் வெவ்வேறாக இருப்பதாலும் இத்தகைய கருத்து வேறுபாடு ஏற்பட ஏதுவாகின்றன.

5. முக்கியமாக, தணிக்கை கண்டறிந்த தனிப்பட்ட தணிக்கைக் குறிப்புகள், தகுந்த சான்றுகளுடன் அமைவதால் அவை முழுமையாக ஏற்கத்தக்கனவாயினும், உண்மைத் தன்மை குறித்த உத்திரவாதம் என்பது, தணிக்கை நடைமுறைகளுக்கு

உட்படாத, புறத்தே அமைகின்ற நிகழ்வுகளால் பாதிக்கப் படுவதால் தணிக்கையால் முழுமையான உத்திரவாதம் கொடுக்க முடியாது.

மேற்கூறிய காரணங்களால் தணிக்கை தெரிவிக்கும் உறுதி மொழியானது நியாயமான வரையறைக்குட்பட்டதாகவே கருதப்பட வேண்டும்.

இச்சூழலில், அதாவது, நம்பகத் தன்மை குறித்து முழுமையான உத்திரவாதம் அளிக்க இயலாத நிலையில், நிதிநிலை அறிக்கை மீதான தணிக்கை புறத் தணிக்கையாக, புறத் தணிக்கை அமைப்பால் செய்ய வேண்டியதன் அவசியத்தை நன்கு புரிந்துகொள்ள வேண்டும். இதற்குத் தொடர்புடைய மற்றுமொரு வினாவும் உண்டு. புறத் தணிக்கையின் மூலம் வரையறைக்குட்பட்ட உத்திரவாதம் அளிப்பதற்கு மாறாக அகத் தணிக்கை அல்லது நிதி மேலாண்மை அமைப்பு மூலமே முழுமையான உத்திரவாதம் அளிக்க முடியாதா என்ற வினாவும் உடனெழுகின்றது.

நிதிநிலை அறிக்கையை தணிக்கை செய்யும் அதிகாரி அதனைத் தயார் செய்யும் அதிகாரியிடமிருந்து வேறுபட்டவராக இருக்க வேண்டும் என்பதன் அடிப்படையில் புறத் தணிக்கை அமைப்பினால் தணிக்கை செய்யப்படுகிறது. பணிகளைப் பிரித்து வைப்பதென்பது எந்தவொரு நிறுவனத்திலும் ஆகச் சிறந்த அகக் கட்டுப்பாட்டுக் கூறாக கருதப்படு கின்றது. ஆகவே தணிக்கை செய்யும் பொறுப்பை நிதி மேலாண்மை அமைப்பிடமிருந்து பிரித்து வைப்பது இன்றியமையாத அகக் கட்டுப் பாட்டு முறையாகும். அகத்தணிக்கை மூலம் பெறப்படும் உத்திரவாதம் முழுமையாக இருப்பினும் பயனாளிகள் ஏற்றுக் கொள்வதில் சிரமங்கள் உண்டு. அதாவது நிர்வாகத்தின் கட்டுப்பாட்டில் இயங்கும் அகத் தணிக்கை மூலம் கிடைக்கும் முழுமையான உத்திரவாதத்தைவிட, நிர்வாகத்தின் புறத்தே உள்ள தன்னிச்சையான புறத் தணிக்கை அமைப்பின்மூலம் கிட்டும் வரையறைக்குட்பட்ட உத்திரவாதம் சக்தி வாய்ந்தது; ஏற்றுக்கொள்ளத்தக்கது.

ஆக, நிதித் தணிக்கையின் அடிப்படை நோக்கம் பயனாளிகளுக்கு இயன்ற அளவு நிதிநிலை அறிக்கையின் நம்பகத் தன்மையை உறுதிப் படுத்துவது என்பதாகும்.

7.3. நிதித் தணிக்கைப் படிநிலையும் அணுகுமுறையும்

நிதித் தணிக்கையின் அணுகுமுறை குறித்த நன்கு புரிதல் கொண்டிருப்பது மிகவும் இன்றியமையாதது. நிதித் தணிக்கையானது நிதிநிலை அறிக்கையை, தணிக்கை அமைப்பிற்கு சமர்ப்பிப்பதில்

தொடங்கி, நிறுவனத்தை மேற்பார்வையிடும் தணிக்கைக் குழுவிற்கு தணிக்கை அறிக்கையை சமர்ப்பித்து அக்குழுவிற்கு உதவுவதில் முடிகிறது. நிதிநிலை அறிக்கை தணிக்கை முறையில் பின்பற்றப்படும் பல்வேறு நிலைகள் குறித்து அட்டவணை 6ல் தொகுக்கப்பட்டுள்ளது.

அட்டவணை - 6 நிதித் தணிக்கையின் படிநிலைகள்

நிதித் தணிக்கைப் படிநிலைகள்	**முக்கிய செயல்கள் - பின்பற்ற வேண்டிய நடைமுறைகள்**
நிதியறிக்கையை தணிக்கைக்கு சமர்ப்பித்தல்	நிர்ணயிக்கப்பட்ட அதிகாரி அல்லது குழுவின் ஒப்புதலோடு குறித்த காலத்தே வழங்கப் பட வேண்டும்
நிதியறிக்கையை தணிக்கைக்கு ஏற்றுக் கொள்ளுதல்	நிதியறிக்கை முறையாக தயாரிக்கப்பட்டு முறையாக சமர்ப்பிக்கப்பட்டுள்ளதா என்பதை ஆய்ந்தறிந்த பின் தணிக்கைக்கு ஏற்றுக் கொள்ளப்பட வேண்டும்
நிதியறிக்கையின் தணிக்கைக்குரிய பகுதிகளைக் கண்டறிதல்	நிதியறிக்கையின் தன்மைகளை ஆய்ந்தறிந்து, இடர்மிக்க மற்றும் முக்கிய பகுதிகளைக் கண்டறிய வேண்டும்
தணிக்கையில் பின்பற்ற வேண்டிய தரக்கோல்களைத் தெளிந்தறிதல்	பின்பற்ற வேண்டிய தரக்கோல்களை நன்கு தெளிந்தறிய வேண்டும். இந்தத் தரக்கோல்கள் குறித்த அறிவும் திறமையும் தணிக்கையர் பெற்றிருக்க வேண்டும்.
தணிக்கைத் திட்டமிடல்	தெரிந்தெடுக்கப்பட்ட முக்கிய / இடர்மிக்க பகுதிகளின் அடிப்படையிலும், தணிக்கைத் தரநிலைகளின் அடிப்படையிலும் தணிக்கைக் குறித்து திட்டமிட வேண்டும். தேவையான மனிதவளம், கால அளவு மற்றும் நிதி முதலானவற்றை நிர்ணயிக்க வேண்டும். தணிக்கை அணுகுமுறையைக் குறிப்பிடுவது சிறப்பாக இருக்கும்.
தணிக்கைக் குறிப்பு களுக்கான ஒப்பீட்டளவை (Audit materiality) நிர்ணயித்தல்	தணிக்கைக் குறிப்புகளுக்கான ஒப்பீட்டளவை நிதியறிக்கையில் உள்ள பதிவுகளுக்கு ஏற்ப நிர்ணயிக்க வேண்டும். இது எண் அடிப்படை யிலோ சதவீதத்தின் அடிப்படையிலோ அல்லது இரண்டின் கூட்டாகவோ இருக்கலாம்.

தணிக்கைத் திட்டத்தை செயல்படுத்துதல்	தணிக்கைத் திட்டத்தை திட்டமிட்டபடி செயல்படுத்த வேண்டும். திட்டத்திலிருந்து மாறுபடும் சூழலில் தகுந்த விளக்கமளிக்கப் பட வேண்டும்.
தணிக்கை பின்பற்ற வேண்டிய அணுகு முறைகளைத் தெரிவு செய்தல்	தணிக்கையில் பின்பற்ற வேண்டிய அணுகு முறைகளை முறையாகப் பின்பற்ற வேண்டும். அணுகுமுறை குறித்த விளக்கங்கள் விரிவாக பின்வரும் பகுதியில் கொடுக்கப்பட்டுள்ளன.
தணிக்கைக் குறிப்புகளுக்கான விளக்கத்தைப் பெறுதல்	ஒவ்வொரு தணிக்கைக் குறிப்பிற்கும் நிர்வாகத்திடமிருந்து தகுந்த விளக்கத்தைக் கேட்டுப் பெற வேண்டும். எழுத்து மூலமான விளக்கம் பெற வேண்டும். தேவைப்படின் நேரடியாக விவாதித்து விளக்கம் பெறலாம்.
நிதியறிக்கை குறித்த தணிக்கையின் கருத்துக்களை இறுதி செய்தல்	தணிக்கைக் குறிப்புகளுக்கு நிர்வாகம் கொடுக்கும் பதிலுரை அல்லது விளக்கத்தின் அடிப்படையில் அனைத்துத் தணிக்கைக் குறிப்புகளையும் ஒன்றிணைத்து ஒட்டு மொத்த தணிக்கைக் கருத்தை இறுதி செய்ய வேண்டும்.
நிதியறிக்கை குறித்த தணிக்கைக் குறிப்பு களின் மேல் நடவடிக்கை எடுத்தல்	இறுதி செய்யப்பட்ட தணிக்கைக் குறிப்புகள் அல்லது வரைவுத் தணிக்கை அறிக்கையின் அடிப்படையில் நிதியறிக்கையின் மேல் நடவடிக்கை எடுக்கப்பட வேண்டும். இது நிர்வாகத்தின் பொறுப்பாகும்.
நிதியறிக்கை குறித்த தணிக்கை அறிக்கை வழங்குதல்	நிறுவனம் மேற்கொண்ட மேல் நடவடிக்கை மற்றும் கொடுத்துள்ள விளக்கத்தின் அடிப் படையில் நிதியறிக்கை மீதான தணிக்கை அறிக்கையை இறுதி செய்து, அதனைத் தக்க அதிகாரிகளிடமோ, நிர்வாகக் குழுவிடமோ அல்லது அரசிடமோ வழங்க வேண்டும்.

மேலே குறிப்பிட்டப் படிநிலைகள் நிதியறிக்கைத் தணிக்கையில் பொதுவாக பின்பற்றப்படுவன. ஆயினும் ஒவ்வொரு தணிக்கையும் தனித்துவம் மிக்கதாகக் கருதி தணிக்கையின் படிநிலைகளை நிர்ணயிக்க வேண்டும்.

நிதித் தணிக்கை நிலைகளை அறிந்த பின்னர், நிதித் தணிக்கையில் பின்பற்ற வேண்டிய அணுகுமுறைகள் குறித்து அறிந்து கொள்வது இன்றியமையாதது.

1. அமைப்பு ரீதியிலான தணிக்கை அணுகுமுறை

இந்த முறையில் நிறுவனம் அல்லது அலுவலகத்தில் அமைக்கப் பட்டுள்ள கட்டமைப்பின் திடத் தன்மையையும் அதன் செயல்படும் திறனையும் ஆய்ந்தறிந்து, அதனடிப்படையில் தணிக்கையின் பரவலையும் ஆழத்தையும் நிர்ணயிக்க வேண்டும். மேற்கண்டதன் அடிப்படையில் எத்தனை பரிமாற்றங்களை ஆய்வு செய்ய வேண்டும் மற்றும் எந்த செயல்முறைகளை சான்றுகளின் மூலம் உறுதி செய்ய வேண்டும் என்பது குறித்து முடிவு செய்ய வேண்டும். இந்தக் கட்டமைப்பின் முந்தைய செயல்பாட்டு முறைகள் குறித்தும் எவ்வளவு காலமாக நம்பகத் தன்மையுடன் செயல்படுகிறது என்பது குறித்தும் கருத்தில் கொள்ள வேண்டும்.

2. இடர் ரீதியிலான தணிக்கை அணுகுமுறை

தணிக்கை அணுகுமுறையில் மிக முக்கியமானது இடர் ரீதியிலான தணிக்கை முறை. நிதி மேலாண்மையில் ஒவ்வொரு பரிவர்த்தனையும் அது நேர்கொள்ளும் இடரின் அடிப்படையில் அதனை வகைப்படுத்த வேண்டும். தணிக்கையின் பரப்பும் ஆழமும் அது நேர்கொள்ள உள்ள இடரின் அடிப்படையில், இடருக்கு நேர்விகிதமாக அமைய வேண்டும். இடர் குறைவான பரிவர்த்தனைகளில் தணிக்கை கவனம் செலுத்தத் தேவையில்லை என்று பொருளல்ல. நேர்கொள்ள உள்ள இடரின் அடிப்படையில் தணிக்கையின் ஆழமும் பரப்பும் மாறுபடும் என்பதை நன்கு உணர வேண்டும்.

3. கணிசமான நடைமுறைகள் தணிக்கை அணுகுமுறை

தணிக்கையின் அணுகுமுறை நிதியறிக்கையின் முக்கியமான உயர் மதிப்புடைய பரிவர்த்தனைகளை முழுமையாக ஆய்வு செய்து அவற்றின் தனிப்பட்ட உண்மை மற்றும் நம்பகத் தன்மை குறித்து முடிவு செய்வது. இந்தத் தணிக்கை அணுகுமுறை நிறுவனத்தின் அகக் கட்டுப்பாடுகளை நம்ப முடியாத சூழ்நிலையிலும், நிதி மேலாண்மை செயல்முறைகள் சரியாக அமையப் பெறாத சூழ்நிலையிலும் தவிர்க்க முடியாததாகிறது. தனிப்பட்ட பரிவர்த்தனைகளைச் சரிபார்ப்பதன் மூலம் நிதியறிக்கையின் உண்மைத்தன்மை குறித்து முழுமையாக அறிந்து கொள்ள முடியும். அதன் அடிப்படையில் தணிக்கையின் கருத்தை உருவாக்க முடியும். இந்த முறையில் சான்றாய்வு முறை பரவலாகப் பயன்படுத்தப்படுகின்றது. தனிப்பட்ட பரிவர்த்தனைகளைச்

சரிபார்ப்பதன் மூலம் தணிக்கையின் கருத்து உருவாக்கப்படுவதால் தணிக்கை செய்வதற்கு அதிக காலமும் மனித ஆற்றலும் தேவைப்படும்.

4. இருப்புநிலை அறிக்கையிலான தணிக்கை அணுகுமுறை

நிதியறிக்கையின் ஒரு பிரிவான இருப்புநிலை (அ) சமநிலை அறிக்கை (Balance sheet) உண்மை மற்றும் நம்பகத்தன்மை குறித்து ஆய்ந்தறிவதன் மூலம், நிதியறிக்கையின் பிற கூறுகளான வரவு செலவு கணக்கு மற்றும் இலாப நட்ட கணக்கு ஆகியவற்றின் தரம் குறித்து புரிந்துகொள்ள முடியும் என்ற கருத்தின் அடிப்படையிலான அணுகுமுறை. நிதியறிக்கையின் இருப்பு நிலை அறிக்கை நிறுவனத்தின் முக்கிய கூறுகளான சொத்துக்கள் மற்றும் பொறுப்புகளை வெளிப்படுத்துவதாக இருப்பதால் அதற்கே முக்கியத்துவம் அளிக்கப்படுகிறது. இருப்புநிலை அறிக்கையில் உள்ள தவறுகளின் அடிப்படையிலேயே பிறவகைக் கணக்குகளிலும், நிறுவனத்தின் பேரேடுகளிலும் நிதி மேலாண்மை குறித்த செயல்முறைகள் குறித்தும் தணிக்கை ஆய்வுகள் மேற்கொள்ளப்படும்.

மேலே குறிப்பிட்ட அணுகுமுறைகள் முக்கியமாகப் பயன்படுத்தப் படுபவை. ஆனால், தணிக்கையர் சூழ்நிலைக்கேற்ப பிற அணுகுமுறை களையும் பின்பற்றலாம். எந்த வகை அணுகுமுறையாயினும், அது குறித்த விளக்கமும், அதனைப் பின்பற்றுவதற்கான காரணங்களையும் தெளிவாகப் பணிக் குறிப்புகளில் (Working notes) பதிவு செய்ய வேண்டும்.

நிதித் தணிக்கைச் செயல்முறையில் முக்கியக் கருவியாகத் திகழ்வது சான்றாய்வு முறையாகும். சான்றாய்வு குறித்த அறிமுகம் அத்தியாயம் 4லும், அதனை செயல்படுத்தும் முறைகள் குறித்து அத்தியாயம் 16லும் விரிவாகக் குறிப்பிடப்பட்டுள்ளது.

7.4. நிதித் தணிக்கையில் கவனிக்க வேண்டிய கூறுகள்

நிதியறிக்கை குறித்த தணிக்கை தொடங்கும் முன் மேற்குறிப்பிட்ட அணுகுமுறையைப் பின்பற்றி கீழ்க்கண்டவற்றை உறுதி செய்து கொள்ள வேண்டும்.

- நிதி மேலாண்மை குறித்த கட்டமைப்பு சரியாக வடிவமைக்கப்பட்டுள்ளனவா? அந்தக் கட்டமைப்பு சரியாக செயல்படுகின்றனவா?

- நிதி மேலாண்மை தொடர்பான பணிப் பொறுப்புகள் பல்வேறு பணியாளர்களிடம் பிரித்து வைக்கப்பட்டு உள்ளனவா? பொறுப்பு குவிப்பு நிதி நிர்வாகத்தைப் பாதிக்காத வகையில் உள்ளனவா?

- நிதி மேலாண்மை தொடர்பான, தணிக்கைக்குத் தேவையான ஆவணங்களும் கோப்புகளும் முறையாகப் பராமரிக்கப் பட்டுள்ளனவா?.

இது தவிர நிதியறிக்கை தணிக்கையின் போது கீழ்க்கண்ட முக்கியமான நிதி மேலாண்மை தொடர்பான கட்டமைப்பு சரியாக அமைக்கப்பட்டுள்ளதை உறுதி செய்ய வேண்டும்.

கீழ்க்கண்ட விடயங்களைத் தணிக்கை உறுதி செய்து கொள்ள வேண்டும்

1. நிதியறிக்கை முறையான அதிகாரிகளின் ஒப்புதலுடன் தயாரிக்கப்பட்டு வழங்கப்பட்டுள்ளதா?
2. நிதியறிக்கையின் அனைத்துக் கூறுகளும், உட்பிரிவுகளும், துணை அறிக்கைகளும் முழுமையாக இணைக்கப்பட்டு உள்ளனவா? நிதியறிக்கை தயாரிக்க பின்பற்றப்பட்ட கணக்கியல் கொள்கைகளும் (Accounting policies), நிதியறிக்கையில் கொடுக்கப்பட்டுள்ள விளக்கக் குறிப்புகளும் (Financial disclosures) இணைக்கப்பட்டுள்ளனவா?
3. நிதியறிக்கையில் கொடுக்கப்பட்ட கணக்குகள்/எண்கள் நிறுவனத்தின் மூலக் கணக்குகளோடு அல்லது அடிப்படைக் கணக்கு ஏடுகளோடு முற்றிலும் சரியாகப் பொருந்துகின்றனவா?
4. நிதியறிக்கையின் இருப்புநிலை அறிக்கையில் குறிக்கப் பட்டுள்ள கணக்குகளுக்கும், நிதியறிக்கையின் பிற துணை அறிக்கைகளில் குறிக்கப்பட்டுள்ள கணக்குகளுக்கும் ஒத்திசைவு உள்ளதா?
5. நிதியறிக்கையில் தரப்பட்டுள்ள கணக்குகளின் தொகுப்பும் வகைப்பாடும் கணக்கியல் கோட்பாடுகளின் அடிப்படையில் சரியாக செய்யப்பட்டுள்ளனவா?
6. நிதியறிக்கையில் பின்பற்றப்பட வேண்டிய கணக்குத் தர நிலைகளின் அடிப்படையில் தயாரிக்கப்பட்டுள்ளனவா அல்லது இல்லையா என்பதனை நிறுவனம்/அலுவலகம் உறுதி செய்ய வேண்டும். அதனைத் தணிக்கை உறுதி செய்ய வேண்டும்.
7. நிதியறிக்கையில் முந்தைய ஆண்டுகளின் கணக்குகளுடன் ஒப்பீடு செய்யப்பட்டிருந்தால், அந்த முந்தைய ஆண்டுக்குரிய கணக்குகள் சரியாகப் பதிவு செய்யப்பட்டுள்ளனவா?
8. நிதியறிக்கையில் தரப்பட்டுள்ள நிதி விகிதங்கள் சரியாகக் கணக்கிடப்பட்டுள்ளனவா என்பதனை உறுதி செய்து

கொள்ள வேண்டும். நிதி விகிதங்கள் குறித்த விளக்கங்கள் சரியாகத் தெரியப்படுத்தப்பட்டுள்ளனவா?

9. நிதியறிக்கையில் குறிப்பிடப்பட்டுள்ள பணக் கையிருப்பும், வங்கியில் பண இருப்பும் சரியாகக் குறிப்பிடப்பட்டுள்ளனவா என்பதனை உறுதிப்படுத்தும் ஆவணங்கள் உள்ளனவா?

10. நிதியறிக்கையில் தெரிவிக்கப்பட்டுள்ள சொத்துக்கள் சரிபார்க்கப்பட்டுள்ளனவா? சொத்துக்களின் உரிமை குறித்த ஆவணங்கள் நிறுவனத்திடம் பாதுகாப்பாக உள்ளனவா?

11. நிறுவனத்தின் முதலீடுகள் பாதுகாப்பான நிதி நிறுவனங் களிலோ அல்லது பங்குகளிலோ உள்ளனவா என்றும், அந்த முதலீடு குறித்த ஆவணங்கள் மற்றும் சான்றுகள் நிறுவனத்திடம் உள்ளனவா? அவற்றின் நிகழ்கால மதிப்பு கணக்கிடப்பட்டு, நிதியறிக்கையில் குறிக்கப்பட்டுள்ளதா?

12. கையிருப்பு சரக்கு முறையாக சரிபார்க்கப்பட்டு அவற்றின் மதிப்பு முறையாக நிதியறிக்கையில் பதிவு செய்யப்பட்டு உள்ளனவா?

13. சட்டரீதியாக செலுத்தப்பட வேண்டிய கட்டணங்கள் யாவும் முறையே, சரியான காலத்தில் செலுத்தப்பட்டுள்ளனவா?

14. நிதியறிக்கை காலத்தில் நிறுவனத்தில் முறைகேடுகள், மோசடிகள், திருட்டுகள் மற்றும் இழப்புகள் ஏற்பட்டு உள்ளனவா என்றும், அவ்வாறு ஏற்பட்டிருப்பின் அவற்றின் மேல் தக்க நடவடிக்கை எடுக்கப்பட்டுள்ளனவா?

15. சொத்துக்களை மதிப்பிட கணக்கில் கொள்ளப்பட்ட தேய்மானம் (Depreciation) சரியான முறையில் கணக்கில் கொள்ளப்பட்டதா?

மேற்கூறிய விடயங்கள் பொதுவானவையே; முழுமையானவை அல்ல. தணிக்கை செய்யப்படும் நிறுவனத்திற்கு ஏற்றவாறு உற்று நோக்க வேண்டிய விடயங்களை முன் கூட்டியே தயார் செய்து கொள்ள வேண்டும்.

நிதித் தணிக்கையை உரிய தரத்துடன் செய்து முடிக்க, தணிக்கையர் பொருத்தமான தணிக்கை வினாக்களை எழுப்பி, அவற்றிற்கு விடை காண வேண்டும். இந்த வினாக்களைத் தணிக்கையர் தனக்குத் தானே எழுப்பிக் கொள்ள வேண்டும். தனது பணிக் குறிப்புகளில் வினாப் பட்டியலாகத் தொகுத்து அவற்றிற்குரிய விடைகளை

முறையாகப் பதிவு செய்வதன் மூலம் தணிக்கையர் தனது பணியையும் நிறுவனத்தின் நிலையையும் ஆவணப்படுத்துவது நன்மை பயக்கும். நிதித் தணிக்கையில் எழுப்ப வேண்டிய முக்கிய வினாக்களின் பட்டியல் பிற்சேர்க்கை 1இல் கொடுக்கப்பட்டுள்ளன.

நிதியறிக்கை தணிக்கையில் இடர் நிறைந்த பரிமாற்றங்களாக சில அடையாளம் காணப்பட்டுள்ளன. அவற்றை மிகுந்த கவனத்துடன் ஆய்வு செய்து உறுதி செய்ய வேண்டும். அவை:

1. நிறுவனத்திற்கு வர வேண்டிய அனைத்து வரவினங்களும் முறையாக கணக்கில் கொள்ளப்பட்டுள்ளனவா? நீண்ட காலமாக நிலுவையில் உள்ள வரவினங்களை ஆழமாக ஆராய வேண்டும்.

2. நிறுவனம் செலுத்த வேண்டிய கட்டணங்கள் சரியாகக் கணக்கிடப்பட்டுள்ளனவா என்பதை உறுதி செய்ய வேண்டும். நீண்டகாலமாக நிலுவையில் உள்ள கட்டணங்கள் மற்றும் செலுத்துதல்கள் சரியாகக் கணக்கிடப்பட்டுள்ளனவா?

3. இதர பலதரப்பட்ட கடன்களும் வரவினங்களும் (Sundry debtors and creditors) முறையாகக் கணக்கிடப்பட்டுள்ளனவா என்றும் அவை நிதியறிக்கையில் முறையாக இடம் பெற்றுள்ளனவா?

4. தொடர்புடைய நிறுவனங்களில் செய்யப்பட்ட முதலீடுகள், கடன்கள் மற்றும் வழங்கப்பட்ட முன்பணம் முறையானதாக, ஒழுங்குமுறைகளுக்கு உட்பட்டு செய்யப்பட்டதா?

5. தொடர்ந்து வரும் நிதிப்பொறுப்புகள் மற்றும் நிதிக் கடமைகள் சரியாகக் கணக்கிடப்பட்டுள்ளனவா என்றும் அதற்கு நிதியறிக்கையில் வழிவகை வழங்கப்பட்டுள்ளனவா?

6. நிறுவனம் முதலீடு தொடர்பான ஆய்வுகளையும், சேத மதிப்பீடுகளையும் சரியாகச் செய்துள்ளனவா?

7. நிறுவன பணியாளர்க்கும் அதிகாரிகளுக்கும் வழங்கப்பட்ட பங்குகள், கடன்கள் மற்றும் முன் பணம் முதலியன முறையாக விதிகளுக்கு உட்பட்டு வழங்கப்பட்டனவா?

மற்ற வகைத் தணிக்கைகளில் இடம் பெறாத முக்கியமான நிதித் தணிக்கை ஆய்வு முறை விகிதாச்சார ஆய்வு ஆகும். விகிதாச்சாரப் பகுப்பாய்வு என்பது நிதியறிக்கையில் கூறப்பட்டுள்ள தகவல்களின் அடிப்படையில், அந்த நிறுவனத்தின் பணப் புழக்கம், அதன் செயல்

திறன் மற்றும் லாபம் ஈட்டும் திறன் போன்றவற்றை அறிந்து கொள்ளும் கணக்கியல் ஆய்வு முறை. பணப்புழக்க விகிதங்கள், கடனைத் தாங்கும் விகிதங்கள், லாபம் குறித்த விகிதங்கள், செயல் திறன் விகிதம், கடன் மூலதன விகிதம் என நிதியறிக்கை விகிதாச்சாரப் பகுப்பாய்வு முறைகள், நிதித் தணிக்கையில் முக்கிய இடம் பெறுகிறது. இந்த ஆய்வு முறை நிறுவனத்தின் நிலைத்தன்மையையும், அந்நிறுவனம் தொடர்ந்து செயல்படவல்ல நிலையையும் உண்மையாக அறிந்து கொள்ள உதவுவன. இந்த விகிதாச்சார ஆய்வின் முடிவுகளை நிறுவனமே நிகழ்த்தி நிதியறிக்கைகளில் தெரிவித்திருந்தால், அதனைத் தணிக்கையர் மீண்டும் கணக்கிட்டுச் சரி பார்க்க வேண்டும். அவ்வாறு கணக்கிடப் படவில்லை எனில் தணிக்கையர் தாமே அவற்றைக் கணக்கிட வேண்டும். மேற்கண்ட இரு சூழல்களிலும், தணிக்கையர் அந்த விகிதாச்சாரங்களின் அடிப்படையில் தனது கருத்தைப் பதிவு செய்ய வேண்டும்.

நிதித் தணிக்கையில் கவனிக்க வேண்டிய கூறுகளை அறிந்து கொள்ள விளக்கப்படம் 7 உதவும்.

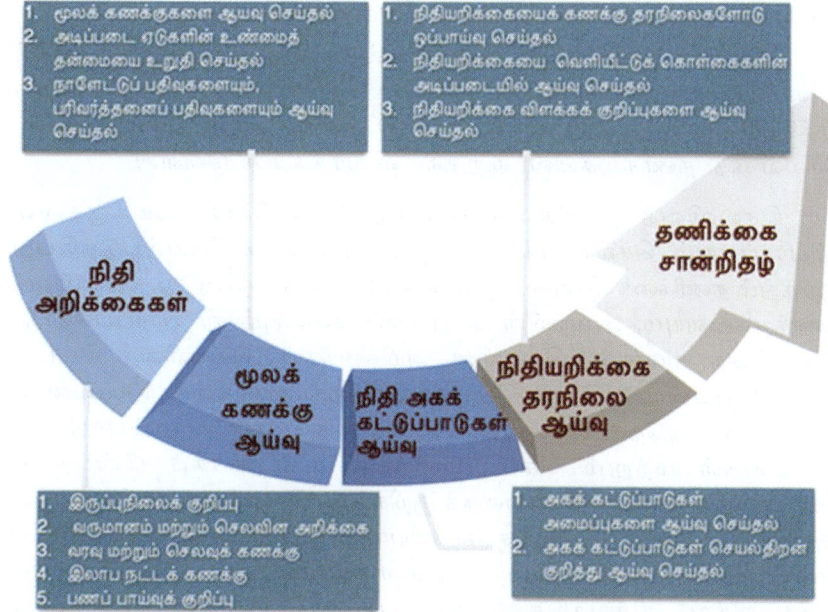

விளக்கப்படம் - 7 நிதித் தணிக்கையின் முக்கியக் கூறுகள்

நிதித் தணிக்கையுடன் தொடர்புடைய செலவினத் தணிக்கை மற்றும் உடன் நிகழ் தணிக்கை குறித்து விரிவாக அறிந்து கொள்வது

பயனளிக்கும். நிறுவனத்தின் தன்மை குறித்து இவ்விரு தணிக்கை முறைகளும் பின்பற்றுவது மிகவும் பலனளிக்கும். செலவினத் தணிக்கை கட்டாயமாக்கப்பட்டுள்ள நிறுவனங்கள் குறித்து, நிறுவனங்கள் சட்டமும், அதன் கீழ் வகுக்கப்பட்டுள்ள விதிகளும் தெளிவாக அறிவுறுத்துகின்றன. அதே போல் நிறுவனத்தின் அளவும், அதில் நிகழும் பரிவர்த்தனைகளும் பெரிதாக இருக்கும் போதும், நிதிக் கட்டுப்பாடுகள் மிகவும் வலிமையுடன் செயல்படத் தேவையான சூழல்களிலும் உடன் நிகழ் தணிக்கை இன்றியமையாதது. இவ்விரு தணிக்கை முறைகள் குறித்தும் சற்று விரிவாகக் கற்கலாம்.

7.5. செலவினத் தணிக்கை

செலவினத் தணிக்கை (Cost audit) நிதித் தணிக்கையோடு நேரடித் தொடர்புடையதாகும். இதைச் சில தமிழறிஞர்கள் அடக்கவிலைத் தணிக்கை என்றும் குறிப்பிடுகின்றனர். கல்வி மற்றும் பணிபுரிதலுக்காக தனிப் பாடப் பிரிவாகக் கருதப்பட்டாலும், பெரும்பாலான நிறுவனங்களில் செலவினத் தணிக்கையின் கூறுகளைப் பின்பற்றாமல் நிதியறிக்கைத் தணிக்கை நிறைவு பெறுவதில்லை.

முதலில், செலவினக் கணக்கியல் குறித்தும், அதற்கும் நிதிக் கணக்கியலுக்குமான தொடர்பு குறித்தும் தெளிவாகப் புரிந்து கொள்வது முக்கியம். இந்த நூலின் நோக்கம் கருதி அவை குறித்து விவரிக்காமல், செலவினத் தணிக்கையின் கூறுகள் விவரிக்கப்பட்டுள்ளன.

செலவினத் தணிக்கை என்பது செலவினக் கணக்குகளை சரிபார்ப்பதும் செலவினக் கணக்குத் திட்டத்தை செயல்படுத்தியது குறித்தும் தணிக்கை செய்து கருத்துத் தெரிவிப்பதாகும். இது, செலவினக் கணக்குகளையும், அவற்றின் அடிப்படைகளையும் சரி பார்ப்பதோடு, செலவினத் தரவுகள், செலவின அறிக்கைகள், செலவினத் திட்டங்களைப் பயன்படுத்தியது போன்றவற்றைத் தணிக்கை செய்வதைக் குறிக்கும். அதோடு செலவினக் கணக்கியலின் கோட்பாடுகள், திட்டங்கள் மற்றும் செயல்முறைகள் முறையாகப் பின்பற்றப் பட்டதைத் தணிக்கை செய்வதைக் குறிக்கும். செலவினத் தணிக்கையின் நோக்கமே, செலவுக் கணக்குகள் சரியாகப் பராமரிக்கப்பட்டுள்ளனவா என்று ஆய்வு செய்து, அவற்றில் உள்ள தவறுகளையும் குறைகளையும் கண்டறிந்து, நிர்வாகிகளுக்கும் பயனாளிகளுக்கும் செலவின மேலாண்மையை மேம்படுத்த உதவுவதாகும்.

செலவினத் தணிக்கையில் முக்கியமாகக் கவனிக்கப்பட வேண்டிய செயல்களைக் காணலாம்:

1. செலவினத் தணிக்கையில் முதலில் கவனிக்கப்பட வேண்டியது செலவு தகுதியுடைமை (Propriety). அதாவது, குறிப்பிட்ட செலவைச் செய்வதற்கு செலவு செய்த பணியாளர் தகுதியுள்ளவரா, தகுந்த அதிகாரியின் ஒப்புதலோடு செலவு செய்யப்பட்டுள்ளதா, செலவு ஒப்புதலுக்கு உட்பட்ட முறையில் செய்யப்பட்டுள்ளதா என ஆய்வு செய்து உறுதிப் படுத்துதல்,

2. செலவினக் கணக்கில் அனைத்து மூலப் பொருட்களின் விலையும் சரியான முறையில் கணக்கிடப்பட்டுள்ளதா, பொதுவாகப் பயன்படுத்தப்பட்ட வளங்களின் செலவினங்கள் முறையாகப் பகிரப்பட்டுள்ளனவா, (Apportion) பயன்படாமல் போன மூலப் பொருட்களும், உற்பத்திப் பொருட்களும்/ சேவையும் முறையாகக் கணக்கில் எடுத்துக் கொள்ளப் பட்டுள்ளனவா என ஆய்வு செய்தல்,

3. செலவினங்கள் சிக்கனமாக மேற்கொள்ளப்பட்டுள்ளனவா, திட்டமிட்டபடி மேற்கொள்ளப்பட்டுள்ளனவா என்றும் நிதி, மனித வளம் மற்ற மூலப் பொருட்கள், கருவிகள் திறம்பட பயன்படுத்தப்பட்டுள்ளனவா என்றும் ஆய்வு செய்து உறுதிப்படுத்துதல்,

4. செலவினத்திற்கான நோக்கம் எட்டப்பட்டுள்ளதா, நிறுவனத்திற்கு நன்மை பயக்கும் வகையில் அமைந்துள்ளதா என ஆய்வு செய்தல்,

5. நிறுவனத்தின் செலவினக் கணக்குகளில் கவனக் குறைவான தவறுகளும், திட்டமிட்ட முறைகேடுகளும், மோசடிகளும் நிகழ்ந்துள்ளனவா என ஆய்வு செய்தல்.

பொதுவாக, செலவினத் தணிக்கையில், தகுதியுடைமை, சிக்கனம், செயல்திறன், நோக்கத்தை எட்டியது மற்றும் தவறின்றி செலவுகள் மேற்கொள்ளப்பட்டதை ஆய்வு செய்து தணிக்கையர் தனது கருத்தைத் தெரிவிக்க வேண்டும்.

இந்திய நிறுவனங்கள் சட்டத்தின் 148வது பிரிவும், நிறுவனங்கள் (செலவினக் கணக்குகள் மற்றும் தணிக்கை) விதிகளின் மூன்றாம் விதியும், எந்த வகையான நிறுவனங்கள் செலவினக் கணக்குகளைப் பராமரிக்க வேண்டும் என்றும், செலவினத் தணிக்கை அறிக்கை சமர்ப்பிப்பது குறித்தும் பரிந்துரை செய்கின்றன. அவை செலவினத் தணிக்கை அறிக்கை குறித்தும், அதில் குறிப்பிடப்பட வேண்டிய கருத்துக்கள் குறித்தும் விரிவாகப் பரிந்துரைக்கின்றன.

7.5. உடன் நிகழ் தணிக்கை

உடன் நிகழ் தணிக்கை (Concurrent audit) என்பது நிதிப் பரிவர்த்தனைகளைத் திட்டமிட்டு குறித்த காலத்தில் செலவுகள் செய்யப்படும் சம காலத்தில் தொடர் நடவடிக்கையாக அல்லது உடனடியாகத் தணிக்கை செய்து, அவை சரியானதா, உண்மையானதா, உரிய விதிகளையும் செயல்முறை களையும் பின்பற்றி செய்யப்பட்டதா என்பது குறித்து ஆய்வு செய்து கருத்து தெரிவிப்பதைக் குறிக்கும்.

உடன் நிகழ் தணிக்கையின் நோக்கம் என்ன என்பதை அறிந்து கொள்ள வேண்டும்.

1. செலவுகளுக்கான விதிகளும், செயல்முறைகளும் சரியாகப் பின்பற்றப்பட்டுள்ளனவா என்பதை உறுதி செய்தல்,
2. செலவுகளுக்கான சான்றுகளும், ஆவணங்களும் முறையாக உள்ளதை செலவு செய்யும் போதே உறுதி செய்தல்,
3. செய்யப்படும் செலவுகள் சரியாகவும் முறையாகவும் உள்ளதை அது நிகழும் காலத்தே உறுதி செய்தல்,
4. தவறுகள் சிறியதாக இருக்கும்போதும், முதல்முறை நிகழும் போதே இனங்கண்டு தவிர்த்தல்,
5. அதிக இடர்களை சந்திக்கவல்ல செலவினங்களை கவனமாகக் கையாளுதல்.

உடன் நிகழ் தணிக்கைக்கென்று தனிப்பட்ட தணிக்கைச் செயல் முறைகள் கிடையாது. உடன் நிகழ் தணிக்கைச் சான்றாய்வைப் பெருமளவும், கோப்புகள் ஆய்வைப் பரவலாகவும் பின்பற்றி மேற் கொள்ளப்படுகிறது. ஆனால், வழக்கமான மற்ற தணிக்கை முறைகளில் பின்பற்றப்படும் நிகழ்ச்சி நிரல் உடன் நிகழ் தணிக்கையில் பின்பற்று வதற்குரிய வாய்ப்புகள் குறைவு. இது தொடர் தணிக்கையாதலால், தொடக்கக் கூட்டம், நிறைவுக் கூட்டம், முதல்நிலைத் தகவல்கள் வேண்டுதல் போன்ற நிலைகளை முழுமையாகப் பின்பற்றத் தேவை யில்லை. ஆனால், தணிக்கைத் தரநிலைகளும், தணிக்கையில் பின்பற்ற வேண்டிய அடிப்படைகளும், அறிக்கை தயாரிக்கும் முறைகளும், தணிக்கைக்குத் தேவையான சான்றுகளின் தரமும் முழுமையாகப் பின்பற்ற வேண்டும். அதேபோல் எந்தவிதமான நிர்வாகப் பணிகள் உடன் நிகழ் தணிக்கைக்கு உட்படுத்தலாம் எனக் கட்டுப்பாடுகள் கிடையாது. ஆனால், பெரும்பாலும், அனைத்துச் செலவினங்கள் நிகழ்ந்த உடன், அந்தச் செலவுகள் செய்ததற்கான ஆவணங்களின் அடிப் படையில், உடன் நிகழ் தணிக்கை செய்யப்பட வேண்டும். எந்த

விதமான நிதிப் பரிவர்த்தனைகளை எந்த அளவிற்கு உடன் நிகழ் தணிக்கை செய்ய வேண்டும் என்பதைத் திட்டமிட்டு வரையறை செய்து கொள்ளலாம்.

உடன் நிகழ் தணிக்கையின் கண்டுபிடிப்புகளை, மேல் நடவடிக்கைக்காக உடனுக்குடன் நிர்வாகத்திற்குத் தெரியப்படுத்த வேண்டும். மேலும், குறித்த காலத்தே, (மாதம்/ காலாண்டு/ அரையாண்டுக்கு ஒருமுறை) அனைத்து தணிக்கைக் குறிப்புகளையும் தொகுத்து தணிக்கை அறிக்கையாக நிர்வாகத்திற்கு வழங்க வேண்டும். தேவை கருதி, தணிக்கைக் குழு உடன் நிகழ் தணிக்கைக் கண்டுபிடிப்பு களையும், அறிக்கைகளையும் விவாதத்திற்கு எடுத்துக் கொள்ளலாம்.

அகத் தணிக்கையர் நிறுவனத்துடன் பணிபுரிந்து தவறுகளையும் குறைகளையும் எளிதில் இனம் காணும் இடத்தில் இருப்பது போல், உடன் நிகழ் தணிக்கையில் ஈடுபடுவோரும், நிறுவனத்துடன் அண்மையில் இருந்து செயல்படுவதால், இடர் அதிகமுள்ள பரிவர்த்தனைகளையும், தவறுகள் மற்றும் குறைகள் அதிகம் நிகழ வாய்ப்புள்ள பரிவர்த்தனை களையும் இனம் கண்டு சிறப்பாகத் தணிக்கை செய்ய முடியும். அதே போல், நிறுவனத்தின் செயல்பாடுகள் குறித்து இயல்பாகத் தெரியவரும் கருத்துக்களின் அடிப்படையில் மிகவும் கூர்ந்து நோக்கித் தணிக்கை செய்ய முடியும். ஆகவே, உடன் நிகழ் தணிக்கை சிறப்பாகச் செயல்படும் நிலையில், நிறுவனத்தின் நிதி மேலாண்மை நிச்சயம் மேம்படும்.

7.5. நிதித் தணிக்கையின் முடிவுகள்

நிதியறிக்கை மீதான தணிக்கையின் நோக்கமே அதன் நம்பகத் தன்மை மற்றும் உண்மைத்தன்மை குறித்த தணிக்கையின் கருத்துக்களை முறையாகத் தெரியப்படுத்துவதே. தணிக்கை செய்யப்படுவதன் நோக்கமே நிதியறிக்கை குறித்த தணிக்கையின் கருத்தை உருவாக்குவதே. அந்தக் கருத்து பயனாளிகள் அனைவருக்கும் சென்றடையும் வண்ணம் எழுத்து வடிவில்-சான்றிதழாக, அறிக்கையாக வழங்கப்பட வேண்டும். அவ்வாறு வழங்கப்படும் தணிக்கைச் சான்றிதழ் அல்லது அறிக்கை அதில் குறிப்பிடப்படும், கருத்துக்களின் அடிப்படையில் பின்வரும் நான்கு பிரிவுகளாக வரையறுக்கலாம்.

- குறைபாடுகளற்ற தணிக்கைச் சான்றிதழ் (Unqualified audit certificate)
- குறைபாடுகளுடன் கூடிய தணிக்கைச் சான்றிதழ் (Qualified audit certificate)
- பாதகமான தணிக்கைச் சான்றிதழ் (Adverse audit certificate)

- பொறுப்பேற்காத் தணிக்கை அறிக்கை (Audit disclaimer statement)

பொதுவாக நிதித் தணிக்கை அறிக்கையில் நிர்வாகத்தின் பங்கு, தணிக்கையரின் பங்கு, தணிக்கைப் பின்பற்றிய செயல் முறைகள், தணிக்கைப் பின்பற்றிய அடிப்படைகள் மற்றும் தரக் கோல்கள், தணிக்கைக்கு நிறுவனம் கொடுத்த ஒத்துழைப்பு முதலியவை குறித்து தணிக்கை அதனது கருத்தைப் பதிவு செய்ய வேண்டும். இவை நிதியறிக்கை குறித்த தணிக்கையின் தொடக்க பத்திகளாக அமையும்.

மேற்கண்ட நான்கு வகை தணிக்கைச் சான்றிதழ்கள் குறித்த சிறு குறிப்பையும் அதன் படிவத்தையும் தனித்தனியே காணலாம்.

1. குறைபாடுகளற்ற தணிக்கைச் சான்றிதழ்/அறிக்கை

குறைபாடுகளற்ற தணிக்கைச் சான்றிதழ் என்பது தணிக்கை நிறுவனத்தின் நிதிநிலை அறிக்கையை முழுமையாக ஆய்வு செய்தபின், நிதி அறிக்கையை முழுமையாக ஏற்றுக்கொண்டு, குறிப்பிடத்தக்க தவறுகள் மற்றும் குறைகள் ஏதுமில்லை என்பதற்கு அத்தாட்சியாக வழங்கும் சான்றிதழ். இது நிதிநிலை அறிக்கை உண்மையானதாகவும், நடுநிலைமையுடனும் தயாரிக்கப்பட்டுள்ளது என்பதைக் குறிப்பதாகும். இதன் உட்பொருள் என்னவென்றால் (அ) நிறுவனத்தின் நிதிநிலை அறிக்கையில் இடம்பெற்றுள்ள விடயங்கள் நிறுவனத்தின் உண்மையான நிலவரத்தை வெளிப்படுத்துகின்றன, (ஆ) நிறுவனத்தின் மூலக்கணக்குகளோடு ஒத்துப் போகின்றன, (இ) நிதிநிலை அறிக்கையின் பயனாளிகள் அவ்வறிக்கையை முழுமையாகப் புரிந்து கொள்ள போதுமான அனைத்து தகவல் வெளியீடுகளும் (Disclosures) முறையே சொல்லப்பட்டுள்ளன, (ஈ) பயனாளிகள் நிதிநிலை அறிக்கையை முழுமையாக நம்பலாம் என்பதும் ஆகும். இங்கே முக்கியமாக கவனத்தில் கொள்ள வேண்டியது என்னவெனில் தணிக்கை செய்யப்பட்ட நிறுவனத்தின் நம்பகத்தன்மை குறித்தும், நிலைத்தன்மை குறித்தும் எந்தவிதக் கருத்தையும் பதிவு செய்யவில்லை. பயனாளிகள் நிதிநிலை அறிக்கையில் கூறப்பட்டுள்ள பதிவுகளின் அடிப்படையில் அவர்கள் நிறுவனத்தின் நம்பகத்தன்மை குறித்தும், நிலைத்தன்மை குறித்தும் முடிவு செய்யவேண்டும்.

நிதியறிக்கை குறித்த தணிக்கையின் மையக் கருத்தாக குறைபாடுகளற்ற தணிக்கைச் சான்றிதழ்/ அறிக்கையில் பின்வரும் கருத்து இடம்பெறும்:

...*தணிக்கையின் அடிப்படையில் இதனுடன் இணைக்கப் பட்டுள்ள ##### நிறுவனத்தின்* XXXX *ஆண்டுக்கான நிதியறிக்கை*

நிறுவனத்தின் உண்மை மற்றும் நியாயமான கணக்கு/ நிதி நிலை மையைக் காட்டுவதாகவும்... இந்திய கணக்குத் தரநிலைகளின் படி மேற்கொள்ளப்பட்டதாகவும் உள்ளன.

இந்தத் தணிக்கை அறிக்கை, நிறுவனத்தின் நிதியறிக்கையில் குறிப்பிடத்தக்க சுட்டிக்காட்டும்படியான தவறுகள் ஏதுமில்லை என்றும், அவ்வறிக்கை நம்பிக்கைக்கு உரியது என்று உத்திரவாதம் அளிக்கும் விதமாகவும் அமையும். இவ்விதத் தணிக்கை அறிக்கையில் வேறு தணிக்கைக் குறிப்புகள் ஏதும் இடம் பெறாது.

2. குறைபாடுகளுடன் கூடிய தணிக்கைச் சான்றிதழ்/அறிக்கை

குறைபாடுகளுடன் கூடிய தணிக்கைச் சான்றிதழ் என்பது தணிக்கைத் தடைகளை உள்ளடக்கிய தணிக்கைச் சான்றிதழ். இதில் சான்றிதழை தணிக்கைக் குறிப்புகளுடன் சேர்த்தே பார்க்கப்பட வேண்டும். இந்தச் சான்றிதழில் நிதிநிலை அறிக்கை குறைபாடுடையது என்றும் நிதிநிலை அறிக்கையில் உள்ள சில விடயங்கள் நிறுவனத்தின் உண்மையான நிதி நிர்வாகத்தையும், நிதி நிலைமையையும் வெளிப்படுத்தவில்லை என்றும் உண்மைநிலையை அறிய தணிக்கைக் குறிப்புகளையும் சேர்த்துப் பார்க்க வேண்டும் என்றும் குறிப்பிடுவது இவ்வகைத் தணிக்கை அறிக்கை. இத்தணிக்கை அறிக்கையின் உட்பொருள் சான்றிதழுடன் இணைக்கப்பட்டுள்ள தணிக்கைக் குறிப்புகளுடன் படித்தால் நிதிநிலை அறிக்கை முந்தைய பத்தியில் குறிப்பிட்ட நான்கு கருத்துக்களையும் ஏற்கலாம் என்பதாகும். இது தவிர்த்து நிறுவனத்தின் நம்பகத்தன்மை மற்றும் நிலைத்தன்மை குறித்து குறைபாடுகளற்ற தணிக்கைச் சான்றிதழ்/அறிக்கை சொல்லப்பட்ட கருத்துகள் இத்தணிக்கைச் சான்றிதழுக்கும் பொருந்தும்.

இத்தணிக்கை அறிக்கையும் குறைபாடுகளற்ற தணிக்கைச் சான்றிதழ் போலவே அமையப் பெறும். இத்தணிக்கை அறிக்கையிலும் நிதியறிக்கை தொடர்பான நிர்வாகத்தின் பங்கு, தணிக்கையரின் பங்கு, தணிக்கைப் பின்பற்றிய செயல்முறைகள், தணிக்கைப் பின்பற்றிய தரக் கோல்கள், தணிக்கைக்கு நிறுவனம் கொடுத்த ஒத்துழைப்பு முதலியவை குறித்து தணிக்கையின் கருத்துக்கள் இடம் பெறும். இது தவிர நிதியறிக்கையில் உள்ள குறைகள் மற்றும் தவறுகளைச் சுட்டிக் காட்டி தணிக்கைக் குறித்த கருத்துக்கள் அறிக்கையில் இடம்பெறும். இவ்வகைத் தணிக்கை அறிக்கையில் தணிக்கையின் மையக் கருத்து பின்வரும் படிவத்தில் அமையும்:

...தணிக்கையின் அடிப்படையில் இதனுடன் இணைக்கப் பட்டுள்ள ##### நிறுவனத்தின் XXXX ஆண்டுக்கான நிதியறிக்கை,

இவ்வறிக்கையுடன் இணைக்கப்பட்டுள்ள தணிக்கைக் குறிப்பு களுடன் சேர்த்துப் பார்க்கையில், நிறுவனத்தின் உண்மை மற்றும் நியாயமான கணக்கு/நிதி நிலைமையைக் காட்டு வதாகவும்... இந்திய கணக்குத் தரநிலைகளின்படி மேற்கொள்ளப் பட்டதாகவும் உள்ளன.

மேற்கண்ட பத்தியில் உள்ள கோடிட்ட பகுதியை உன்னிப்பாகக் கவனிக்க. அது மட்டுமே குறைபாடுகளற்ற தணிக்கை அறிக்கையிலிருந்து குறைபாடுகளுடன் கூடிய தணிக்கை அறிக்கையை வேறுபடுத்திக் காட்டும். இந்தக் கோடிட்ட குறிப்பு இடம்பெறும் நிலையில் தணிக்கைக் குறிப்புகளும், அதனால் நிதியறிக்கையில் ஏற்படும் பாதிப்பும் தெளிவாகக் குறிப்பிடப்பட வேண்டும். அந்தத் தணிக்கைக் குறிப்புகளுக்கு நிறுவனத்தின் கருத்தும் (பதில்) அதற்கு தணிக்கையின் மாற்றுக் கருத்தும் இடம்பெற வேண்டும்.

இந்த வகைத் தணிக்கை அறிக்கை நிதியறிக்கை உண்மையான தாகவும், நியாயமானதாகவும் இருந்தாலும், நிதியறிக்கையில் குறிப்பிடத்தக்க தவறுகள் உள்ளன என்றும், அந்தத் தவறுகளை தவிர்த்துவிட்டால் அல்லது அவற்றுடன் இணைத்துப் பார்க்கையில் நம்பகத்தன்மை உடையது என்றும் கருதலாம். முடிவாக சொல்வதென்றால் நிதியறிக்கையில் குறைகளிருந்தாலும் அது ஏற்றுக் கொள்ளத்தக்கதே எனலாம்.

3. பாதகமான தணிக்கைச் சான்றிதழ்/அறிக்கை

பாதகமான தணிக்கைச் சான்றிதழ் என்பது தணிக்கை தகுந்த ஆய்வுகளுக்குப் பின் நிதிநிலை அறிக்கையில் தெரிவிக்கப்பட்ட கணக்குகள் நிறுவனத்தின் மூலக் கணக்குகளுடன் ஒத்துப்போகவில்லை என்றும், அல்லது அவை நடுநிலையுடன் தயாரிக்கப்படவில்லை என்றும் முற்றிலும் நம்பகத்தன்மை அற்றவை என்பதையும் குறிக்கும். அதன் உட்பொருள் என்னவெனில் நிதிநிலை அறிக்கை பெரும் பான்மையாகத் தவறான விடயங்களைக் கொண்டது என்றும், தணிக்கை அதனை ஏற்கவில்லை என்றும் பயனாளிகள் யாரும் ஏற்க வேண்டாம் என்பதுவும் ஆகும். இந்த வகை தணிக்கை அறிக்கையுடனும் தணிக்கைக் குறிப்புகள் இடம்பெறும். ஆனால் அவை முழுமையாக இருக்காது. பெரும்பாலும் சில முக்கியமான தணிக்கைக் கருத்துகள் மட்டுமே அறிக்கையில் இடம் பெறும். அதற்குக் காரணம், இந்தவகை தணிக்கைச் சூழலில் பல்வேறு தணிக்கைத் தடைகளிருக்கும். தணிக்கையின் கருத்து, இந்தக் குறிப்பிட்ட நிதிநிலை அறிக்கையைக் குறித்தது மட்டுமே என்பதும், நிறுவனத்தின் நம்பகத்தன்மை மற்றும்

நிலைத்தன்மை குறித்து மேற்கொண்டு சொல்வதற்கு ஒன்றுமில்லை என்பது சரியான புரிதலாகும்.

பொதுவாக இந்த வகைத் தணிக்கை அறிக்கை ஆழமான ஆய்விற்குப் பிறகே வழங்கப்படுகின்றது. அதாவது நிறுவனத்தின் கணக்குகளையும், நிதி நிலையையும், நிதி மேலாண்மைக் கட்டுப்பாடு களையும் நன்கு ஆய்ந்த பிறகு, நிறுவனத்தின் நிதியறிக்கை நம்பத் தகுந்தது அல்ல என்ற உறுதியான முடிவிற்கு வந்த பின்னரே, இவ்வகைத் தணிக்கை அறிக்கை வழங்கப்படுகின்றது. பிறவகை தணிக்கை அறிக்கை குறித்து மேலே கூறப்பட்டது போல் இவ்வகை தணிக்கை அறிக்கையிலும், தணிக்கையின் செயல்முறை குறித்த விரிவான முன்னோட்டம் இருக்க வேண்டும்.

குறைபாடுகளுடன் கூடிய தணிக்கை அறிக்கை போல இவ்வகைத் தணிக்கை அறிக்கையிலும் பல்வேறு தணிக்கைத் தடைகள் இடம் பெற்றிருக்கும். பெரும்பாலான தணிக்கைக் கருத்துகள் தணிக்கைக் குறிப்புகளுக்கான ஒப்பீட்டளவைக் (Materiality) கடந்ததாக இருக்கும். இவ்வகைத் தணிக்கை அறிக்கையிலும் தணிக்கையர் தனது கருத்தை தணிக்கைச் சான்றிதழ் அல்லது தணிக்கை அறிக்கை வழியாக வெளியிட வேண்டும். பாதகமான தணிக்கை அறிக்கை தரப் படுவதற்கான தக்க காரணங்களை தணிக்கை அறிக்கை கொண்டிருக்க வேண்டும். அதேபோல் தணிக்கைத் தடைகளும் வலுவானதாக இருக்க வேண்டும். இவ்வகைத் தணிக்கை அறிக்கையில் தணிக்கையின் மையக் கருத்து பின்வரும் படிவத்தில் அமையும்:

...தணிக்கையின் அடிப்படையில் இதனுடன் இணைக்கப் பட்டுள்ள ##### நிறுவனத்தின் XXXX ஆண்டுக்கான நிதியறிக்கை, நிறுவனத்தின் உண்மை மற்றும் நியாயமான கணக்கு/நிதி நிலைமையைக் காட்டத் தவறுவதாகவும்... இந்திய கணக்குத் தரநிலைகளின்படி அமையவில்லை எனவும், ஆழ்ந்த தணிக்கையின் வெளிப்பாடாக இத்துடன் இணைக்கப்பட்ட தணிக்கைக் குறிப்பு களின் படியும் கருத்துகளின் படியும் அவ்வாறு கருதப்படுகின்றது.

பாதகமான தணிக்கை அறிக்கை தவிர்க்க முடியாத சூழ்நிலை களிலேயே வழங்கப்படுகின்றது. இவ்வகை தணிக்கை அறிக்கை நிறுவனத்திற்கு மிகுந்த பாதகமான விளைவுகளை ஏற்படுத்த வல்லதால், ஆழ்ந்த ஆய்விற்குப் பின்னர் தீர்க்கமான முடிவிற்கு வந்த பின்னரே வழங்கப்பட வேண்டும். தணிக்கைக் குறிப்புகளுக்கும் தடைகளுக்கும் நிறுவனம் தரும் விளக்கங்களை ஆழமாக ஆய்ந்த பின்னரே இத்தகு தணிக்கை அறிக்கைகளை வழங்க வேண்டும்.

நிதியறிக்கையை திருத்தி வழங்கவும், அதில் உள்ள தவறுகளை சரி செய்வதற்கும் நிறுவனத்திற்கு தக்க வாய்ப்புகள் வழங்கப்பட வேண்டும். இத்தகைய தணிக்கை அறிக்கை வழங்குகையில் தணிக்கையரின் தனிப்பட்ட விருப்பு வெறுப்புகளின்றி செயல் பட்டதை உறுதி செய்துகொள்ள வேண்டும். நிறுவனத்தின் விதிகளுக்கு உட்பட்டும், தணிக்கைக் கொள்கைகளுக்கு உட்பட்டும் பாதகமான தணிக்கை அறிக்கை குறித்து நிறுவனத்தின் தணிக்கைக் குழுவின் கவனத்திற்கு நேரடியாகக் கொண்டுவர வேண்டும்.

4. பொறுப்பேற்காத் தணிக்கைச் சான்றிதழ்/அறிக்கை

பொறுப்பேற்காத் தணிக்கைச் சான்றிதழ் என்பது நிறுவனம் கொடுத்த நிதிநிலை அறிக்கையின் மேல் தணிக்கைக் கருத்து சொல்வதற்கில்லை என்பதை பதிவு செய்வதாகும். நிதிநிலை அறிக்கை தணிக்கையிடம் வழங்கப் பட்டாலும், முழுமையாகத் தணிக்கைச் செய்வதற்கு சரியான சூழல் நிலவவில்லை என்ற காரணத்தால் தணிக்கையால் தனது கருத்தைத் தெரிவிக்க இயலாமல் போகலாம். இதற்குக் காரணமாக (அ) நிதிநிலை அறிக்கை குறித்த படிமத்தில் சரியான முறையில் தயாரிக்கப்படாமை, (ஆ) நிறுவனத்தின் மூலக்கணக்குகள் சரியான முறையில் பராமரிக்கப்படாமை, (இ) நிறுவனம், தணிக்கைக்கு தக்க ஒத்துழைப்பை நல்காமை (ஈ) நிறுவனம் தணிக்கை அறிக்கையை மாற்றும் படி அழுத்தம் கொடுப்பது அல்லது (உ) வேறு காரணங்கள் போன்ற வற்றைக் கூறலாம். இந்தத் தணிக்கை அறிக்கை நிதிநிலை அறிக்கை குறித்தது மட்டுமே என்றாலும், நிறுவனத்தின் நம்பகத் தன்மை மற்றும் நடுநிலை குறித்தும் எதிர்மறைப் பொருளையே தரும்.

முன் கூறப்பட்ட தணிக்கை முறைகளிலிருந்து பொறுப்பேற்காத் தணிக்கைச் சான்றிதழ் சற்றே வேறுபட்டது. மற்ற மூன்று வகைத் தணிக்கை அறிக்கைகளில் தணிக்கை முழுமையாகச் செய்யப்பெற்று, தணிக்கையர் ஒரு முடிவிற்கு வர முடிகிறது. ஆனால் இவ்வகைத் தணிக்கையில் தணிக்கைச் செய்வதில் உள்ள சிக்கல்கள் காரணமாக நிதியறிக்கை மீது தணிக்கை எந்தவொரு முடிவிற்கும், கருத்து ஏற்படுத்துவதற்கும் முடியாமல் போகும் சூழல் ஏற்படும். அதனால் தணிக்கை முற்றுப் பெறாத சூழ்நிலையில் தணிக்கைப் பொறுப்பேற்காச் சான்றிதழ் வழங்குகின்றது.

தணிக்கை நிதியறிக்கை குறித்து தெளிவான முடிவெடுக்க முடியாத சூழ்நிலைக்கு பல்வேறு காரணங்கள் இருக்கலாம். அவற்றுள் சில:

1. நிறுவனத்தின் அடிப்படைக் கணக்குகளும், கணக்கேடுகளும், பேரேடுகளும் முறையாகப் பராமரிக்கப்படாமை. அவை

தணிக்கைக்குரிய முழுக் காலத்திற்கும் தக்க சான்றுகளுடன் தணிக்கையின் ஆய்விற்கு அளிக்கப்படாமை.

2. நிறுவனத்தின் நிதி மேலாண்மை குறித்த அகக் கட்டுப்பாடுகள் சரியாகக் கட்டமைக்கப்பட்டுள்ளது என்றும் அவை சரியாக செயல்படுகின்றன என்பதனையும் ஆய்வுக்குட்படுத்தும் சூழல் அமையாமை.

3. நிதியறிக்கையை முழுமையாக தணிக்கைச் செய்ய தேவையான சில ஆவணங்கள்:- வங்கிப் பரிவர்த்தனை அறிக்கைகள், முதலீடு சான்றிதழ்கள், வரவேண்டிய கணக்குகள் மற்றும் செலுத்த வேண்டிய கணக்குகள் முதலியன குறித்த உறுதிப் படுத்தும் அறிக்கைகள் குறித்த ஆவணங்கள் முறையாகப் பராமரிக்கப்படாமை.

4. நிறுவனம் தணிக்கைக்கு முழுமையாக ஒத்துழைக்காமை- ஆவணங்கள், விளக்கக் குறிப்புகள் முதலியன குறித்த நேரத்தில் வழங்காமை.

5. நிதியறிக்கை பொருத்தமான நிதிக்கணக்கு தரநிலைகளைப் பின்பற்றி தயாரிக்கப்படாமை.

மேற்குறிப்பிட்ட காரணங்கள் பொதுவானவையே. நிறுவனம் வழங்கிய ஆவணங்களையும், ஒத்துழைப்பையும், நிதியறிக்கை பின்பற்றிய தரநிலைகளையும் கருத்தில் கொண்டு தணிக்கையர் பொறுப்பேற்காத் தணிக்கை அறிக்கை வழங்குவது குறித்து முடிவெடுக்க வேண்டும். இவ்வகைத் தணிக்கை அறிக்கையில் தணிக்கையின் மையக் கருத்து பின்வரும் படிவத்தில் அமையும்:

...தணிக்கையின் அடிப்படையில் இதனுடன் இணைக்கப் பட்டுள்ள ##### நிறுவனத்தின் XXXX ஆண்டுக்கான நிதியறிக்கை ...ஆகிய காரணங்களால், முறையாக தணிக்கைச் செய்ய முடியாத/தணிக்கைச் செய்து கருத்துத் தெரிவிக்க முடியாத நிலையில் இந்த பொறுப்பேற்காத் தணிக்கைச் சான்றிதழ் வழங்கப்படுகின்றது. இந்த வகைச் சான்றிதழ் கொடுப்பதற்கான முழுமையான சான்றுகள் இணைக்கப்பட்டுள்ளன.

நிதியறிக்கை குறித்து பொறுப்பேற்காத் தணிக்கை அறிக்கை நிறுவனத்திற்கு மிகுந்த பாதகமான விளைவுகளை ஏற்படுத்தவல்லது. ஆகவே மிகுந்த கவனமாகச் செயல்பட வேண்டும். தணிக்கை முழுமையாக மேற்கொள்ள தணிக்கையர் மேற்கொண்ட அனைத்து முயற்சிகளும் பதிவு செய்யப்பட வேண்டும். தேவை கருதி நிறுவனத்தின் மூத்த நிர்வாகிகளையோ அல்லது தணிக்கைக்

குழுவையோ நேரில் சந்தித்து விளக்கமளிக்க வேண்டும். அத்தகு முயற்சி குறித்த பதிவுகளையும் தணிக்கையர் பராமரிக்க வேண்டும்.

நிதியறிக்கையை தணிக்கை செய்யும் போது தணிக்கையர் மிகுந்த கவனமுடன் செயல்பட வேண்டும். நிதியறிக்கை குறித்த தணிக்கைப் பங்குதாரர்களிடம் சமர்ப்பிக்கப்படுவதாலும், அரசு மற்றும் நிறுவனத் துறை சார்ந்த ஒழுங்குமுறை அமைப்பு, நிறுவனத்தின் செயல்பாட்டை நெருக்கமாகக் கவனிப்பதாலும், தணிக்கையர் மிகுந்த கவனத்துடன் செயல்பட வேண்டியது அவசியம். தணிக்கையர் செய்யும் சிறு தவறு கூட நிறுவனத்தையும், பங்குதாரர்களையும் பாதிப்பதால், அந்தத் தவறுக்கு தணிக்கையர் பொறுப்பேற்க நேரிடலாம். தணிக்கையர் செய்யும் தவறு அவருக்கே பாதகமாக அமையலாம். கவனக் குறைவினால் ஏற்படும் தவறுகூட மிகுந்த பாதிப்பை ஏற்படுத்தும். அரசு மற்றும் ஒழுங்குமுறை நிறுவனம் தவறிழைத்த தணிக்கையர் மீது ஒழுங்கு நடவடிக்கை மற்றும் குற்ற நடவடிக்கை மேற்கொள்ள சட்டம் இடமளிக்கிறது.

தணிக்கையர் தணிக்கைத் தொழில் நெறிகளுக்கு உட்பட்டு நிதியறிக்கையை ஆய்வு செய்ய, பிற துறை அறிஞர்களின் உதவியை நாடலாம். நிதித்துறை மற்றும் வங்கித்துறை அறிஞர்கள், வரி விற்பன்னர்கள் மற்றும் சட்ட வல்லுனர்களின் ஆலோசனைகளைக் கேட்டுப் பெறலாம். அவர்களின் கருத்துக்களை சான்றுகளாகப் பயன்படுத்தலாம். அவ்வாறு பிற துறை அறிஞர்களைப் பயன்படுத்தும் போது, நிர்வாகத்தின் கவனத்திற்குக் கொண்டு செல்வது அவசியம்.

7.6. நிதித் தணிக்கை அறிக்கை சொல்லும் செய்தி

தணிக்கை அறிக்கைகளில் முக்கியமானதும் சிக்கலானதும் நிதித் தணிக்கை அறிக்கையாகும். பிற தணிக்கை அறிக்கைகளைவிட நிதித் தணிக்கை அறிக்கையைப் புரிந்துகொள்ள சில முக்கியமான விடயங்களைக் குறிப்பாக கவனத்தில் கொள்ள வேண்டும். அவை குறித்து விரிவாகக் காணலாம்.

- நிதித் தணிக்கை பெரும்பாலும் நிறுவனங்களில் செய்யப் பட்டாலும், தற்போது அரசின் நிதிநிலை குறித்தும் நிதித் தணிக்கைச் செய்யப்படுகிறது. அது மத்திய, மாநில மற்றும் உள்ளாட்சி அமைப்புகளுக்கும் பொருந்தும்.
- நிதித் தணிக்கை ஆண்டுதோறும், குறித்த காலத்தே நடத்தப்பட்டு தணிக்கை அறிக்கை நிறுவனத்திற்கும் அதன் முதலீட்டாளர்கள் உட்பட பயனாளர்களுக்கு அளிக்கப்படவேண்டும்.

- பெரும்பாலான நாடுகளில் நிதித் தணிக்கை என்பது சட்டபூர்வமாக செய்யப்பட வேண்டிய செயல். முதலீட்டாளர்கள் மற்றும் பங்குதாரர்களின் நலனைக் காக்க வேண்டி நிதித் தணிக்கைகள் குறித்த காலத்தே நடத்தப்பட்டு, பங்குதாரர்களிடமும் அரசு மற்றும் கட்டுப்பாட்டாளர்களிடமும் கொடுக்கப்பட வேண்டும் என்பது சட்டமாகும்.

நிதித் தணிக்கையைப் புரிந்து கொள்வது எப்படி?

நிதித் தணிக்கையின் முடிவில் தணிக்கையர் நிதிநிலை அறிக்கை குறித்து தனது கருத்தைப் பதிவு செய்ய வேண்டும். தணிக்கையில் கண்டறியப்பட்ட தணிக்கைக் கருத்துகளைத் தவிர நிதிநிலை குறித்த மொத்த நம்பகத்தன்மை குறித்து தணிக்கையர் தனது கருத்துப் பதிவு செய்ய வேண்டும். இந்தக் கருத்து பொதுவாக நான்கு விதமாக அமையும் என்பதை முன்னர் கற்றோம். மேற்கண்ட சான்றிதழ்கள் மூலம் தணிக்கை அதன் பயனாளர்களுக்குத் தரும் செய்தி என்ன என்பதை அறிய வேண்டும்.

நான்கு விதமான தணிக்கைச் சான்றிதழ்கள் தெரிவிக்கும் செய்திகளை விளக்கப்படம் 8இன் மூலம் தொகுத்துக் கூறப்பட்டுள்ளது.

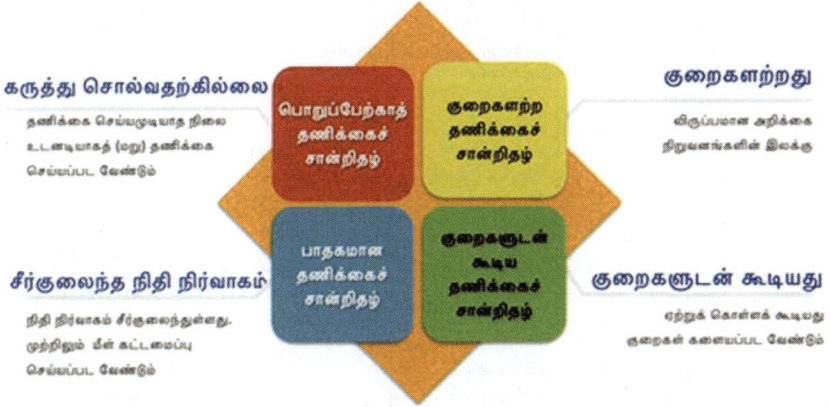

விளக்கப்படம் - 8 நிதித் தணிக்கைச் சான்றிதழ்கள்

மேலே குறிப்பிடப்பட்ட கருத்துக்களின் அடிப்படையில் தணிக்கைச் சான்றிதழ்களின் பொருளை அட்டவணை 7இல் உள்ளபடித் தொகுக்கலாம்.

அட்டவணை-7 நிதித் தணிக்கைச் சான்றிதழ்கள் ஒப்பீடு

தணிக்கைச் சான்றிதழ் வகைகள்	நிதிநிலை அறிக்கையின் நடுநிலைமையும் நம்பகத் தன்மையும்	இணைக்கப்பட்ட தணிக்கைக் குறிப்புகளின் நிலைமை	மூலக்கணக்குகளின் நிலைமை	நிறுவனத்தின் நம்பகத் தன்மையும் நிலமைத் தன்மையும்
குறைபாடு களற்ற சான்றிதழ்	நம்பக மற்றும் நடுநிலைத் தன்மையை நேரடியாக உறுதி செய்கிறது.	தணிக்கைக் குறிப்புகளற்றது	மூலக்கணக்குகளும் நிதிநிலை அறிக்கையும் முழுமையாக ஒத்துப் போகின்றன	நம்பகத்தன்மை நிலைத்தன்மை முதலியனவற்றை மறைமுகமாக உறுதியளிக்கிறது
குறைபாடு களுடன் கூடிய சான்றிதழ்	தணிக்கைக் குறிப்புகளுடன் சேர்த்துப் பார்க்கையில் நம்பக மற்றும் நடுநிலைத் தன்மையை உறுதிசெய்கிறது.	தணிக்கைக் குறிப்புகளுடன் கூடியது.	மூலக்கணக்குகளும் நிதிநிலை அறிக்கையும் பெரும்பாலும் ஒத்துப் போகின்றன. தவறுகள் தணிக்கைக் குறிப்புகளில் இடம் பெறும்.	நம்பகத் தன்மையும் நிலைத் தன்மையும் தணிக்கைக் குறிப்புகளின் படி மாறுபடும். பயனாளிகள் முடிவு செய்து கொள்ள வேண்டும்
பாதகமான சான்றிதழ்	நிதிநிலை அறிக்கை நடுநிலையுடன் தயாரிக்கப் படவில்லை என்றும், நம்பத்தகுந்த தன்று என்றும் கூறுகிறது.	தணிக்கைக் குறிப்புகள் அளவுக்கு அதிகமாக இருக்கும். நிதிநிலை அறிக்கை எண்ணற்ற தவறுகளைக் கொண்டதாக இருக்கும்	மூலக்கணக்கு களும் நிதிநிலை அறிக்கையும் பெரும்பாலும் ஒத்துப் போகவில்லை. மூலக்கணக்கு களிலும் தவறுகளிருக்கும். அதுவும் நம்பகத் தன்மையற்றது.	நம்பகத் தன்மையையும் நிலைத் தன்மையையும் உறுதியளிப் பதில்லை நம்பகத் தன்மை, நிலைத் தன்மை அற்றது எனக் கொள்ளலாம்.
பொறுப் பேற்கா சான்றிதழ்	நிதிநிலை அறிக்கை குறித்து முடிவு செய்ய இயலாத நிலை.	தணிக்கை முழுமையாக செய்யப்படாததால் தணிக்கைக் குறிப்புகள் இருப்பதில்லை	முறையாக பதிவு செய்யப்படாமையைக் குறிக்கிறது.	தணிக்கையால் வெளிப்படையாகக் கூறமுடியாத நிலை. பயனாளிகளாலும் கணிக்க முடியாத நிலை.

தணிக்கை அறிக்கைகளை மதிப்பீடு செய்தால் குறைபாடுகளற்ற தணிக்கைச் சான்றிதழ் அனைவராலும் விரும்பப்படுவது; ஏற்கப் படுவது. குறைபாடுகளுடன் கூடிய தணிக்கைச் சான்றிதழ் விரும்பப் படாததாயினும் சிறிது எச்சரிக்கையுடன் அனைவராலும் ஏற்கக்கூடியது; ஆனால் சிறிது எச்சரிக்கையுடன். பாதகமான தணிக்கைச் சான்றிதழ்

யாராலும் விரும்பத்தக்கது அல்ல; ஏற்கத்தக்கதும் அல்ல. பொறுப் பேற்காத தணிக்கைச் சான்றிதழ் நிறுவனத்தின் அவல நிலையைக் காட்டுவது. அது மிகவும் மோசமான விளைவுகளை உண்டாக்கக் கூடியது.

மேற்குறிப்பிட்ட தணிக்கைச் சான்றிதழ்கள் தவிர, நிதித் தணிக்கை அறிக்கையில் வேறு சில கூறுகளும் கவனிக்கப்பட வேண்டியவை. கீழ்க்கண்ட விடயங்களில் தணிக்கையின் கருத்துக்கள் முக்கியமாகக் கருதவேண்டும்.

1. நிதி நிர்வாகத்தில் உள்ள அகக் கட்டுப்பாடுகளின் தரம், அது நிதி நிர்வாகத்தில் தவறுகள் நிகழ வாய்ப்புகள் உள்ளனவா அல்லது முறைகேடுகளுக்கு எதிராக போதுமான தடுப்புகள் உள்ளனவா என்பது குறித்த உண்மை, களநிலவரத்தை தெளிவுபடுத்தும்.

2. முதலீடுகள் சரியாகவும் முறையாகவும் செய்யப்பட்டு உள்ளனவா என்றும் முதலீடு செய்யப்பட்டதற்கான ஆவணங்கள் முறையாகப் பராமரிக்கப்படுகின்றனவா? அதே போல் நிறுவனத்தின் வங்கிக் கணக்குகளுடன் நிறுவனக் கணக்குகள் ஒத்திசைந்துள்ளனவா, வேறுபாடுகள் களையப்பட்டுள்ளனவா?

3. நிறுவனத்தின் சொத்துகள் (அசையும் மற்றும் அசையாச் சொத்துகள், மற்றும் கையிருப்பிலுள்ள சரக்குகள்) சரியாக பராமரிக்கப்படுகின்றனவா என்றும், அவை மற்றும் பொறுப்புகள் முறையாக கணக்கில் பதியப்பட்டு உள்ளனவா? அதேபோல் நடப்பு சொத்துக்களும் நடப்பு பொறுப்புகளும் சரியான முறையில் கணக்கில் கொள்ளப்பட்டு உள்ளனவா? சொத்துக்கள் மற்றும் முதலீடுகளின் நிகழ் கால மதிப்புகள் குறைந்திருப்பின், அவற்றின் உண்மை நிலவரம் நிதிநிலை அறிக்கையில் விளக்கப்பட்டுள்ளதா?

4. நிறுவனத்தின் கடன் மற்றும் பற்று ஆகியன சரியான முறையில் கணக்குகளில் பதிவு செய்யப்பட்டுள்ளனவா? குறிப்பாக இதர அல்லது பலதரப்பட்ட கடன்கள் மற்றும் பற்றுகள் சரியான முறையில் பதிவு செய்யப்பட்டுள்ளனவா?

5. நிறுவனத்தில் நிகழ்ந்த மோசடிகள், ஊழல்கள் மற்றும், ஏமாற்று வேலைகள் ஏதேனும் நடந்திருப்பின் அதுகுறித்து தணிக்கையின் கருத்து கவனிக்கப்பட வேண்டும். ஏதேனும் நடக்கவில்லையாயினும் அதைத் தணிக்கை அறிக்கையில் குறிப்பிடப்பட வேண்டும்.

பெரும்பாலான நிறுவனங்களில் நிதித் தணிக்கையின் அறிக்கையுடன் அகக் கட்டுப்பாடுகளின் தரம் குறித்த தணிக்கையின் குறிப்பு இருக்கும். குறிப்பாக, நிறுவனத்தின் சொத்துக்கள், சரக்கு மேலாண்மை, முதலீடு மற்றும் பணம் உட்பட்ட நிதி நிர்வாகம், மற்றும் மோசடிகளுக்கு எதிரான அகக் கட்டுப்பாடுகளின் தரம் - கட்டமைப்பு மற்றும் செயல்பாடு குறித்து தணிக்கையின் குறிப்பு நிதித் தணிக்கை அறிக்கையுடன் இணைக்கப் பட்டிருக்கும். அகக் கட்டுப்பாடுகள் தணிக்கை அறிக்கையின் கருத்துக் களைப் புரிந்து கொள்ளல் குறித்து அடுத்து விவரிக்கப்பட்டுள்ளது.

7.7. அகக் கட்டுப்பாடுகள் தணிக்கையைப் புரிந்து கொள்ளல்

அகக் கட்டுப்பாடுகள் குறித்து அத்தியாயம் 5இல் விவரிக்கப் பட்டுள்ளது. அகக் கட்டுப்பாடுகள் தணிக்கையை தனியாகவும், நிதித் தணிக்கையின் ஒரு பகுதியாகவும் செய்ய முடியும். ஒரு நிறுவனத்தில் தவறு மற்றும் முறைகேடுகள் ஏற்படா வண்ணம் செயல்படுவதற்காக ஏற்படுத்தப்பட்ட கட்டமைப்பின் தரத்தைப் பற்றிய தணிக்கையின் கருத்தைத் தெரிவிப்பது அகக் கட்டுப்பாடுகள் குறித்த தணிக்கை அறிக்கை. இந்தத் தணிக்கை அறிக்கை தனித்தோ அல்லது நிதிநிலை அறிக்கையின் இணைப்பு அறிக்கையாகவோ வழங்கப்படலாம். அகக் கட்டுப்பாடுகள் தணிக்கையின் முக்கிய கூறுகளாகக் காண வேண்டியது பின்வரும் கருத்துக்களாகும்.

- நிறுவனத்தில் கட்டமைக்கப்பட்டுள்ள அகக் கட்டுப்பாடுகள் போதுமானதா?

- அகக் கட்டுப்பாடுகள் சரியான முறையில் நிறுவனத்தில் செயல்படுகின்றனவா?

- நிறுவனத்தின் நிர்வாகம் அகக் கட்டுப்பாடுகளுக்கு எந்த அளவில் முக்கியத்துவம் அளிக்கிறது?

- பெரும்பாலான அகக் கட்டுப்பாடுகள் எந்த வகை யிலானவை?

- அகக் கட்டுப்பாடுகளை மேம்படுத்துவதற்கு வாய்ப்புகள் உள்ளனவா?

- அகக் கட்டுப்பாடுகள் இல்லாத நிலையில் உள்ள இடர்கள் யாவை?

மேற்கண்டவற்றின் மீதான தணிக்கையின் கருத்துக்களை மிகவும் கவனத்துடன் பரிசீலிக்க வேண்டும். அகக் கட்டுப்பாடுகள் குறித்து தணிக்கை தெரிவிக்கும் கருத்துக்களை அட்டவணை 8இல் உள்ளது போல் புரிந்து கொள்ளலாம்.

அட்டவணை - 8 அகக் கட்டுப்பாடுகள் தணிக்கை முடிவுகள் விளக்கம்

அகக் கட்டுப்பாடுகளின் நிலை	அகக் கட்டுப்பாடுகள் போதுமானவை	அகக் கட்டுப்பாடுகள் போதுமானவை அல்ல
அகக் கட்டுப்பாடுகள் சரியாகச் செயல் படுகின்றன	நிறுவனம் சிறப்பாக செயல்படுவதற்கான அகக் கட்டுப்பாடுகள் போதுமான அளவில் கட்டமைக்கப் பட்டுள்ளன. அவை சரியாகச் செயல்படுகின்றன. இது அகக் கட்டுப்பாடுகள் குறித்த திருப்திகரமான நிலையைக் குறிக்கும். ஆயினும் அகக் கட்டுப்பாடுகள் செயல்படும் விதத்தை முறையாகக் கண்காணிக்க வேண்டும். அவற்றை மேம்படுத்தும் தொடர் முயற்சி நிறுவனத்தை மேலும் வலிமையானதாக மாற்றும்.	நிறுவனம் சிறப்பாக செயல்படுவதற்கான அகக் கட்டுப்பாடுகள் போதுமான அளவில் கட்டமைக்கப் படவில்லை. ஆயினும் கட்டமைக்கப்பட்ட கட்டுப்பாடுகள் சரியாகச் செயல்படுகின்றன. நிறுவனம் கட்டுப்பாடுகளை முறைப்படுத்த கவனம் செலுத்த வேண்டும். போதுமான கட்டுப்பாடுகள் இல்லாததால் தவறுகளும் முறைகேடுகளும் நிகழ்வதற்கு வாய்ப்பு உள்ளது.
அகக் கட்டுப்பாடுகள் சரியாகச் செயல்படவில்லை	நிறுவனம் சிறப்பாக செயல்படுவதற்கான அகக் கட்டுப்பாடுகள் போதுமான அளவில் கட்டமைக்கப்பட்டுள்ளன. ஆனால் அவை சரியாகச் செயல்படவில்லை. நிர்வாகம் அகக் கட்டுப்பாடுகளை முறையாக செயல்படுத்துவதற்கு தக்க முக்கியத்துவம் அளிக்கவில்லை. நிறுவனம் அகக் கட்டுப்பாடுகளை சரியாக செயல்படுத்த சிறப்பு நடவடிக்கைகளை மேற்கொள்ள வேண்டும்.	அகக் கட்டுப்பாடுகள் போதுமான அளவில் கட்டமைக்கப் படவில்லை. இருக்கும் கட்டுப்பாடுகளும் சரியாகச் செயல்படவில்லை. இது மிகவும் மோசமான நிலைமையைக் குறிக்கிறது. நிறுவனத்தின் மீது நிர்வாகத்திற்கு அக்கறை இன்மையைக் காட்டுகிறது. நிறுவனம் பெரும் இடர்களைச் சந்திப்பதற்கு வாய்ப்பு உண்டு. உடனடியாக சரிக்கட்டும் நடவடிக்கைகள் எடுக்கப்பட வேண்டும்.

மேற்கண்ட அட்டவணையின் பயன்பாட்டை இரண்டு விதமாக அணுகலாம். நிறுவனத்தின் மொத்த அகக் கட்டுப்பாடுகளைக் குறித்தனவாகவும், நிறுவனத்தின் ஒரு குறித்த பிரிவின் அல்லது குறித்த பணியின் அகக் கட்டுப்பாடுகளைக் குறித்தனவாகவும் அமையலாம். அது மேற்கொள்ளப்பட்ட தணிக்கையின் பரப்பைப் பொருத்தது. தணிக்கை

அறிக்கையை படிப்போர் அல்லது பயன்படுத்துவோர் அதற்கேற்றவாறு தணிக்கைக் கருத்துகளைப் புரிந்து கொள்ள வேண்டும்.

மற்ற தணிக்கைக்கு இருப்பதுபோல் அகக் கட்டுப் பாடுகள் தணிக்கைக்கும் பரிந்துரைகள் இருப்பதுண்டு. அதற்குரிய கருத்துக்கள் இத்தணிக்கைக்கும் பொருந்தும். பரிந்துரைகள் குறித்து அத்தியாயம் 15இல் விவரிக்கப்பட்டுள்ளது.

கடைசியாக அனைத்து வகைத் தணிக்கைகளுக்கும் பொதுவான கருத்து ஒன்று உண்டு. அதாவது தணிக்கை முடிவுகள் மற்றும் பரிந்துரைகள் யாவும் தணிக்கை நிகழ்வுகளின் கோவையாக அமைய வேண்டும். அதாவது தணிக்கையின் நோக்கம், தணிக்கைக் குறிப்புகள், தணிக்கைக் கருத்துருக்கள், தணிக்கை முடிவுகள், தணிக்கைப் பரிந்துரைகள் யாவும் ஒரு கோவையாக அமைந்திருக்க வேண்டும்.

பயிற்சிக்கான தணிக்கைச் சூழல்கள்: கீழ்க்கண்ட சூழல்களில் தணிக்கையர் கருத்துக்கள் எப்படி இருந்தால் சரியாக இருக்கும் என எண்ணிப் பார்க்க.

1. கொள்முதல் கணக்கில் அலுவலகத்துக்கு வாங்கிய ரூ.90,000 பெறுமான அறைகலன் கொள்முதலாகக் காண்பிக்கப்பட்டுள்ளது.
2. விற்பனைக் கணக்கில் ரூ.2,00,000க்கு விற்கப்பட்ட நிறுவனக் கட்டிடம் விற்பனையாகக் காண்பிக்கப்பட்டுள்ளது.
3. தொழிலாளர்களுக்கு கணக்காண்டில் வழங்கப்படவேண்டிய கூலி நிலுவைத் தொகை ரூ.2,50,000 கணக்கில் எடுத்துக் கொள்ளப்படவில்லை.
4. அலுவலகத்துக்கான கணக்கு ஆண்டுக்கு உரிய வாடகை ரூ.25,00,000 கணக்காண்டுக்குப் பிறகு செலுத்தப்பட்டுள்ளது. ஆனால் அதை கணக்காண்டில் செலவினமாகக் காண்பிக்கப் படவில்லை.
5. நிறுவனத்தின் முதலீட்டின் கணக்காண்டுக்குரிய வட்டி ரூ.25,00,000 கணக்காண்டுக்குப் பிறகு வழங்கப்பட்டதால் கணக்காண்டில் வரவாக எடுத்துக்கொள்ளப்படவில்லை.
6. நிறுவனத்தால் செலுத்தப்பட்ட காப்பீட்டுத் தொகை ரூ.4,00,000 ஆறு மாதங்கள் கணக்காண்டிற்கும் மற்ற ஆறு மாதங்கள் அடுத்த ஆண்டிற்குமானது. ஆனால் மொத்தத் தொகையும் கணக்காண்டில் செலவீனமாகக் காண்பிக்கப் பட்டுள்ளது.

7. நிறுவனத்துக்காகக் கட்டப்படும் கட்டிடத்திற்கு பொருட்கள் கொண்டு வந்ததற்கான சரக்குக் கட்டணம் ரூ.50,000, சரக்குக் கட்டணமாக இலாப நட்டக் கணக்கில் காண்பிக்கப்பட்டுள்ளது.

8. நிறுவனம் ரூ.5,00,000 இலட்சத்திற்கு முதலீடாக வாங்கிய பங்குகள் செலவீனமாக இலாப நட்டக் கணக்கில் காண்பிக்கப் பட்டுள்ளது.

9. நிறுவனம் அதன் பொதுக் குழுக் கூட்டத்தில் நிறுவனத்தின் ஊழியர்களுக்கு ரூ.5,00,000 இலட்சம் ஊக்கத்தொகை கணக்காண்டில் கொடுப்பதற்கு ஒப்புதல் அளிக்கப்பட்டது. ஆனால் அதற்கான செலவினம் இலாப நட்ட கணக்கில் காண்பிக்கப்படவில்லை

10. நிறுவனத்தின் கணக்காண்டின் சொத்து வரி ரூ.50,000 கணக்காண்டுக்குப் பிறகு செலுத்தப்பட்டதால் அதை கணக்காண்டில் செலவினமாகக் காட்டப்படவில்லை.

11. நிறுவனத்தின் பொதுக்குழு நடத்த வாங்கப்பட்ட ரூபாய் ஒரு இலட்சத்திற்கான அறைகலன்கள் பொதுக்குழு கூட்டத்திற்கான செலவீனமாகக் காட்டப்பட்டுள்ளது.

12. நிறுவனத்தின் கணக்காண்டு ஏப்ரல் 1ஆம் தேதி முதல் மார்ச் 31ஆம் தேதி வரை. நிறுவனத்தின் பயன்பாட்டிற்காக வங்கியில் கணக்காண்டில் அக்டோபர் 1ஆம் தேதி வாங்கிய கடனுக்கான ஒருவருட வட்டி 10 இலட்சம் செலுத்த வேண்டிய தேதி அடுத்த ஆண்டு ஆகஸ்ட் 31ஆம் தேதி. கணக்காண்டில் வட்டி செலவினம் எதுவும் காண்பிக்கப்படவில்லை.

13. மின்சார வாரியத்திற்கு மின் இணைப்பிற்காகச் செலுத்தப்பட்ட ரூ.1,00,000 இலட்சம் பிணை வைப்புத் தொகை (Security Deposit) மின்சார செலவீனமாக இலாபநட்ட கணக்கில் காட்டப்பட்டுள்ளது.

14. நிறுவனத்தின் கட்டிடம் ஒன்றின் குத்தகைதாரரிடமிருந்து பெறப்பட்ட வாடகை முன்பணம் (Rent Advance) ரூ. 5 இலட்சம் வாடகை வரவாக இலாபநட்ட கணக்கில் காட்டப்பட்டுள்ளது.

15. நிறுவனம் 2020 ஏப்ரல் முதல் தேதி அன்று ரூ.7% நிதிஈட்டு பத்திரங்கள் (Debentures) மூலமாக ரூ.1 கோடி நிறுவன உபயோகத்திற்காகத் திரட்டியுள்ளது. இவை 5 வருடங்களுக்குப் பிறகு வட்டியுடன் திருப்பிச் செலுத்தப்படவேண்டும். 2020 ஏப்ரல் 1 முதல் 2021 மார்ச் 31 வரைக்கான கணக்கில் இதற்கான வட்டி செலவினம் காட்டப்படவில்லை.

16. இயந்திரங்கள் நிறுவுவதற்குக் கொடுக்கப்பட்ட கூலி ரூ1 இலட்சம் நிறுவனத்தின் சம்பளம் மற்றும் கூலி கணக்கில் காண்பிக்கப்பட்டுள்ளது.

17. எழுது பொருள் செலவினத்தில் ரூ 50,000 மடிக் கணினி வாங்கியது காண்பிக்கப்பட்டுள்ளது.

18. ABC Ltd., என்கிற ரூ 50,000 நிலுவையிலுள்ள வாடிக்கையாளர் திவாலானது நிறுவனக் கோப்புகளிலிருந்து தெரிய வருகிறது. ஆனால் இந்த வாராக்கடன் கணக்கில் எடுத்துக்கொள்ளப்பட வில்லை.

19. இருப்பு சரி பார்ப்பு அறிக்கையில் (Physical Verification Report) ரூ.50,000 பெறுமான சரக்கு கணக்கில் எடுக்கப்படாதது குறிப்பிடப்பட்டிருக்கிறது. ஆனால் அது கணக்கில் எடுத்துக் கொள்ளப்ப்படவில்லை.

20. இயக்குநர் A என்பவருக்கு திரும்பப் பெறும் முன்பணமாகக் கொடுக்கப்பட்ட தொகை ரூ.50,000 சம்பள செலவீனமாகக் காண்பிக்கப்பட்டுள்ளது.

சிந்திக்க...

1. நிதித் தணிக்கை அறிக்கையைத் தவறாகப் புரிந்து கொள்வதன் விளைவுகளை எண்ணிப் பார்க்க.
2. நிதித் தணிக்கை அறிக்கை வழங்கும் சான்றிதழ் வரையறைக்கு உட்பட்டதாக இருப்பதற்கான காரணத்தை எண்ணிப் பார்க்க.
3. நிதித் தணிக்கை அறிக்கையின் பல்வேறு கூறுகளை புரிந்து கொள்ளத் தேவையான அடிப்படைக் கூறுகளை எண்ணிப் பார்க்க.
4. நிதித் தணிக்கை மேற்கொள்ள முடியாத சூழல்களையும், அச் சூழல்களில் தணிக்கையரின் பொறுப்புகளையும், அந்தத் தணிக்கையறிக்கையின் விளைவுகளையும் எண்ணிப் பார்க்க.
5. பாதகமான தணிக்கை அறிக்கைக்கான சூழலுக்கும், குறைகளை சுட்டிக் காட்டும் தணிக்கைக்குமான இடைவெளி குறித்து எண்ணிப் பார்க்க.
6. குறைபாடுகளற்ற தணிக்கைச் சான்றிதழைப் பெறுவது, நிறுவனத்தின் கைகளில் உள்ளது: தணிக்கையரின் கைகளில் இல்லை-எண்ணிப் பார்க்க.
7. குறைபாடுகளுடன் கூடிய தணிக்கைச் சான்றிதழ் குற்றமுமல்ல; தவறுமல்ல. எண்ணிப் பார்க்க.
8. அகக் கட்டுப்பாடுகள் குறித்து ஆய்வு செய்யாமல் நிதியறிக்கை களைத் தணிக்கை செய்து சான்றிதழ் அளிப்பது பலனைத் தராது. எண்ணிப் பார்க்க.

பயிற்சிக்கான தணிக்கை சூழலிற்கு தீர்வுகளாகப் பரிந்துரைக்கும் தணிக்கைக் குறிப்புகள்:

1. அறைகலன் வாங்கியது அறைகலன் என்கிற சொத்துக் கணக்கில் காண்பிக்கப்பட வேண்டும். கொள்முதலாக கணக்கிடுவது லாபமாக இருந்தால் அதை குறைவாகவும், நட்டமாகவும் இருந்தால் அதை அதிகமாகவும் காண்பிக்கும்.

2. கட்டிட விற்பனை சொத்து கணக்கில் கணக்கிடப்பட வேண்டும். அதில் கிடைத்த நிகர இலாபநட்டத்தை இலாப நட்ட கணக்கில் காண்பிக்க வேண்டும். சொத்து விற்பனையை நிறுவன விற்பனை வரவாகக் கணக்கிட்டால் அது லாபத்தை அதிகமாகக் காட்டும்.

3. திரட்டல் அடிப்படைக் கணக்கியல் முறைப்படி கூலி நிலுவைத் தொகை கணக்காண்டின் கூலியாகக் கணக்கிடப்படவேண்டும். அவ்வாறு செய்யாவிட்டால் லாபமாக இருந்தால் இலாபத்தை அதிகமாகவும், நட்டமாக இருந்தால் நட்டத்தைக் குறைவாகவும் காட்டும்.

4. திரட்டல் அடிப்படைக் கணக்கியல் முறைப்படி மேற்கூறிய செலவினம் கணக்காண்டில் வாடகை செலவினமாகக் காண்பிக்கப் படவேண்டும். அவ்வாறு செய்யாவிட்டால் லாபமாக இருந்தால் இலாபத்தை அதிகமாகவும், நட்டமாக இருந்தால் நட்டத்தைக் குறைவாகவும் காட்டும்.

5. திரட்டல் அடிப்படைக் கணக்கியல் முறைப்படி மேற்கூறிய வரவு கணக்காண்டில் வரவாகக் காண்பிக்கப்பட வேண்டும். அவ்வாறு செய்யாவிட்டால் லாபமாக இருந்தால் இலாபத்தைக் குறைவாகவும், நட்டமாக இருந்தால் நட்டத்தை அதிகமாகவும் காட்டும்.

6. ரூ.2 இலட்சமே கணக்காண்டிற்கு ஆனதால் ரூ.2 இலட்சத்தை மட்டும் கணக்காண்டின் செலவீனமாகவும், மீதமுள்ள ரூ.2 இலட்சத்தை முன்னதாக செலுத்திய செலவீனமாக இருப்பு நிலைக் குறிப்பில் காண்பிக்க வேண்டும். பின்னர் அத்தொகையை அடுத்த ஆண்டு செலவுக் கணக்கிற்கு மாற்ற வேண்டும்.

7. சரக்கு கட்டணம் ரூ.50,000 கட்டப்பட்டுக் கொண்டிருக்கும் கட்டிடத்திற்காக செலவு செய்யப்பட்டுள்ளதால் அதை கட்டிடக் கணக்கில் சேர்த்து இருப்புநிலைக் குறிப்பில் சொத்தாகக் காண்பிக்க வேண்டும். அவ்வாறு செய்யாவிட்டால் லாபமாக இருந்தால் இலாபத்தை ரூ.50,000 குறைவாகவும், நட்டமாக இருந்தால் நட்டத்தை ரூ.50,000 அதிகமாகவும் காட்டும்.

8. நிறுவனம் ரூ.5 இலட்சத்திற்கு முதலீடாக வாங்கிய பங்குகள் முதலீடாக இருப்பு நிலைக் குறிப்பில் காண்பிக்க வேண்டும். அவ்வாறு செய்யாவிட்டால் லாபமாக இருந்தால் இலாபத்தை

ரூ.5 இலட்சம் குறைவாகவும், நட்டமாக இருந்தால் நட்டத்தை ரூ.5 இலட்சம் அதிகமாகவும் காட்டும்.

9. நிறுவனத்தின் இலாப நட்ட கணக்கில் ரூ.5 இலட்சம் ஊக்கத் தொகை செலவீனமாகக் காண்பிக்க வேண்டும். அவ்வாறு செய்யா விட்டால் இலாபநட்ட கணக்கு இலாபத்தை ரூ.5 இலட்சம் அதிகமாகக் காட்டும்.

10. திரட்டல் அடிப்படைக் கணக்கியல் முறைப்படி சொத்துவரி கணக்காண்டைச் சேர்ந்ததால் கணக்காண்டில் செலவீனமாக இலாபநட்ட கணக்கில் காட்டப்பட வேண்டும். அவ்வாறு செய்யாவிட்டால் இலாபநட்ட கணக்கு இலாபமாக இருந்தால் இலாபத்தை ரூ.50,000 அதிகமாகவும், நட்டமாக இருந்தால் ரூ 50,000 குறைவாகக் காட்டும்.

11. பொதுக்குழு நடத்த வாங்கப்பட்ட ரூபாய் ஒரு இலட்சத்திற்கான அறைகலன்கள் நிறுவனத்தின் தொடர் பயன்பாட்டில் உள்ளதால் அவற்றை அறைகலன்கள்(Furniture and fittings) கணக்கில் இருப்புநிலைக்குறிப்பில் சொத்தினமாகக் காண்பிக்க வேண்டும். அவ்வாறு செய்யாவிட்டால் இலாபநட்ட கணக்கு இலாபமாக இருந்தால் இலாபத்தை ரூ.1,00,000 குறைவாகவும், நட்டமாக இருந்தால் ரூ.1,00,000 அதிகமாகவும் காட்டும்.

12. திரட்டல் அடிப்படைக் கணக்கியல் முறைப்படி நிறுவனம் செலுத்தவேண்டிய வட்டியில் ரூ.5 இலட்சம் (அக்டோபர் 1 முதல் மார்ச் 31 வரை) கணக்காண்டை சேர்ந்ததால் ரூ.5 இலட்சம் கணக்காண்டின் செலவீனமாகக் காண்பிக்கப்பட வேண்டும். அவ்வாறு செய்யாவிட்டால் இலாபநட்ட கணக்கு இலாபமாக இருந்தால் இலாபத்தை ரூ 5,00,000 அதிகமாகவும், நட்டமாக இருந்தால் நட்டத்தை ரூ 5,00,000 குறைவாகவும் காட்டும்.

13. ரூ.1 இலட்சம் பிணை வைப்புத் தொகை (Security Deposit) திரும்பப் பெறத்தக்கதால் அவற்றை இருப்புநிலைக் குறிப்பில் சொத்தாகக் காண்பிக்கப்படவேண்டும். அவ்வாறு செய்யாவிட்டால் இலாப நட்ட கணக்கு இலாபமாக இருந்தால் இலாபத்தை ரூ.1,00,000 குறைவாகவும், நட்டமாக இருந்தால் நட்டத்தை ரூ.1,00,000 அதிகமாகவும் காட்டும்.

14. வாடகை முன்பணம் (Rent Advance) ரூ.5 இலட்சம் குத்தகை தாரருக்கு திருப்பித் தர வேண்டிய தொகையானதால் அதனை பொறுப்பினமாக இருப்புநிலைக் குறிப்பில் காண்பிக்கவேண்டும். அவ்வாறு செய்யாவிட்டால் இலாபநட்ட கணக்கு இலாபமாக இருந்தால் இலாபத்தை ரூ.5,00,000 அதிகமாகவும், நட்டமாக இருந்தால் நட்டத்தை ரூ.5,00,000 குறைவாகவும் காட்டும்.

15. ரூ.1 கோடிக்கு 7% நிதிஈட்டு பத்திரங்களுக்கான கணக்காண்டிற்குரிய வட்டி ரூ.7 இலட்சம் கணக்காண்டின் வட்டியாக இலாபநட்ட கணக்கில் காட்டப்பட்டு செலுத்த வேண்டிய வட்டியாக இருப்பு நிலைக் குறிப்பில் காட்டவேண்டும். அவ்வாறு செய்யாவிட்டால் இலாப நட்ட கணக்கு இலாபமாக இருந்தால் இலாபத்தை ரூ.7 இலட்சம் அதிகமாகவும், நட்டமாக இருந்தால் நட்டத்தை ரூ.7 இலட்சம் குறைவாகவும் காட்டும்.

16. ரூ.1 இலட்சம் இயந்திரங்கள் நிறுவுவதற்கு சார்ந்த செலவினமாகக் கொடுக்கப்பட்டதால் அவை இயந்திரங்கள் கணக்கில் சேர்க்கப் பட்டு இருப்பு நிலைக் குறிப்பில் காட்டப்படவேண்டும். அவ்வாறு செய்யாவிட்டால் இலாபநட்ட கணக்கு இலாபமாக இருந்தால் இலாபத்தை ரூ.1 இலட்சம் குறைவாகவும், நட்டமாக இருந்தால் நட்டத்தை ரூ.1 இலட்சம் அதிகமாகவும் காட்டும்.

17. ரூ.50,000 மடிக் கணினி நிறுவனத்தின் செயல்பாட்டில் ஒன்றிற்கும் மேற்பட்ட ஆண்டு பயன்படுத்தப்படுவதால், அதனை நடப்பு ஆண்டு செலவாகக் கருதக் கூடாது. மாறாக, அவற்றை கணினி கணக்கில் சேர்க்கப்பட்டு சொத்தினமாக இருப்பு நிலைக் குறிப்பில் காண்பிக்கவேண்டும். அவ்வாறு செய்யாவிட்டால் இலாபநட்ட கணக்கு இலாபமாக இருந்தால் இலாபத்தை ரூ.50,000 குறைவாகவும், நட்டமாக இருந்தால் நட்டத்தை ரூ.50,000 அதிகமாகவும் காட்டும்.

18. ரூ.50,000 வாராக்கடனாக (Bad Debts) இலாபநட்ட கணக்கில் இழப்பாகக் காண்பிக்கப்படவேண்டும். அவ்வாறு செய்யாவிட்டால் இலாபநட்ட கணக்கு இலாபமாக இருந்தால் இலாபத்தை ரூ.50,000 அதிகமாகவும், நட்டமாக இருந்தால் நட்டத்தை ரூ.50,000 குறைவாகவும் காட்டும்.

19. இருப்பு சரிபார்ப்பு அறிக்கையில் (Physical Verification Report) விடுபட்டுப் போனதாக சொல்லப்பட்ட ரூ.50,000 பெறுமான சரக்கு, சரக்கு கணக்கில் சேர்க்கப்பட்டு இலாபநட்ட கணக்கிலும் இருப்பு நிலைக் குறிப்பிலும் காண்பிக்கப்பட வேண்டும் அவ்வாறு செய்யா விட்டால் இலாபநட்ட கணக்கு இலாபமாக இருந்தால் இலாபத்தை ரூ.50,000 குறைவாகவும் நட்டமாக இருந்தால் நட்டத்தை ரூ.50,000 அதிகமாகவும் காட்டும்.

20. இயக்குநர் கி என்பவருக்குக் கொடுக்கப்பட்ட முன்பணத் தொகை ரூ.50,000 நிறுவனத்தின் சம்பளம் செலவாகாது. எனவே, அவற்றை சம்பளச் செலவீனத்திலிருந்து கழிக்கப்பட்டு கடன்களும் முன் பணங்களும் (Loans and Advances) என்ற கணக்கில் இருப்புநிலைக் குறிப்பில் காண்பிக்கப்பட வேண்டும். அவ்வாறு செய்யாவிட்டால் இலாபநட்ட கணக்கு இலாபமாக இருந்தால் இலாபத்தை ரூ.50,000 குறைவாகவும், நட்டமாக இருந்தால் நட்டத்தை ரூ.50,000 அதிகமாகவும் காட்டும்.

8. செயலாக்கத் தணிக்கை

தற்போதைய காலகட்டத்தில் மிக முக்கியமான மற்றொரு தணிக்கை முறை செயலாக்கத் தணிக்கையாகும். இது நிதித்தணிக்கையையும் இணக்கத் தணிக்கையையும் கடந்து, ஒரு நிறுவனத்தின், நிறுவனப் பிரிவின், ஒரு செயலின் அல்லது திட்டத்தின் செயல்திறனை அளவிடுவது செயலாக்கத் தணிக்கையாகும். செயலாக்கத் தணிக்கை முழு நிதியாண்டு மற்றும், முழு நிறுவனம் என்பதனைக் கடந்து வேறுபட்ட காலகட்டத்திலும், வேறுபட்ட நிறுவன அளவிலும் பயன்படுத்த முடியும்.

8.1. செயலாக்கத் தணிக்கை விளக்கம்

செயலாக்கத் தணிக்கை என்பது ஒரு நிர்வாக அமைப்பினுடைய செயல்பாட்டை அதன் சிக்கனமான செயல்பாடு, செயல்திறன் மற்றும் அதன் நோக்கத்தை எட்டிய நிலை ஆகியன குறித்து உண்மையாகவும் ஆழமாகவும் ஆய்வு செய்து, அவற்றின் அடிப்படையில் நிர்வாகத் திறனை மேம்படுத்தும் வண்ணம் தணிக்கையர் தனது கருத்தைப் பதிவு செய்யும் தணிக்கை முறையாகும். இத்தணிக்கை முறை நிதித் தணிக்கை மற்றும் இணக்கத் தணிக்கை வகையையும் கடந்து, ஆனால், அனைத்து வகை மேலாண்மை கோட்பாடுகளையும் கருத்தியல்களையும் உள்ளடக்கியதாக அமையும். நிறுவனத்தின் நோக்கத்தை எட்டுவதற்கு செய்ய வேண்டிய நடவடிக்கைகளையும், செய்யத்தகாத நடவடிக்கைகளையும் ஒருங்கே கருதிப்பார்க்கும் வண்ணம் செயலாக்கத் தணிக்கை அமையும்.

தமிழின் தொன்மை இலக்கியமான திருக்குறளில் செயலாக்கத் தணிக்கைக்கு உரிய கூறுகள் கொண்ட இரு குறள்கள் உள்ளன. அவற்றைக் கற்பதன் மூலம் செயலாக்கத் தணிக்கையின் தன்மையை நன்கு புரிந்துகொள்ள முடியும்.

முதலாவதாக, தெரிந்து செயல்வகை என்னும் அதிகாரத்தில் பல குறள்கள் நிர்வாகத் திறனைக் காட்டுவதாகவும், செயலாக்கத் தணிக்கைக்கு வழிகாட்டுவனவாகவும் உள்ளன. எண்ணித் துணிக

கருமம் என்ற குறளை அனைவரும் அறிந்ததே. அதே அதிகாரத்தில் அமைந்த மற்றுமொரு குறள்:

அழிவதூஉம் ஆவதூஉம் ஆகி வழிபயக்கும்
ஊதியமும் சூழ்ந்து செயல்.

இக்குறள், நன்மை பயக்கும் திட்டங்களைத் தீட்டுவது எப்படி என்பதனைத் தெளிவுபடுத்துகிறது. அதாவது, ஒரு செயலைச் செய்யும் போது, அதனால் ஏற்படும் நன்மை தீமைகளை நன்கு ஆராய்ந்து, அதனைச் செய்வதால் ஏற்படும் பலன்களை கருத்தில் கொண்டு செய்ய வேண்டும் எனத் திட்டமிடல் குறித்து வழி காட்டுகிறது. அதாவது, நிர்வாகத்தில் திட்டமிடுகையில் தீயவைகளை விலக்கி, நல்லவற்றை உறுதி செய்து, சமூகத்திற்குக் கிட்டும் பலன்களை நோக்கமாகக் கொண்டே தெரிந்து செயல்பட வேண்டும் என்கிறார் வள்ளுவர். இந்த அணுகுமுறை பிற பொது மற்றும் தனியார் துறை நிறுவனங்களுக்கும் பொருந்தும்.

திட்டமிட்ட பின்னர் அதனைச் செயல்படுத்தும் வகை குறித்தும் வள்ளுவர் வினை செயல்வகை என்ற அதிகாரத்தில் விவரிக்கிறார்.

பொருள்கருவி காலம் வினையிடனொடு ஐந்தும்
இருள்தீர எண்ணிச் செயல்.

ஒரு செயலைச் செய்யும் முன், அதற்குத் தேவையான *(1)* மூலப் பொருட்கள், *(2)* பிற கருவிகள் மற்றும் உபகரணங்கள், *(3)* செய்ய வேண்டிய காலம், *(4)* செய்ய வேண்டிய முறை மற்றும் *(5)* செய்யத் தகுந்த இடம், இவை யாவற்றையும் கருத்தில் கொண்டு, அவற்றிலுள்ள குறைகளைக் களைந்து, திட்டமிட்டுச் செயல்பட வேண்டும். அவ்வாறு செய்யும் செயல், செயலின் நோக்கத்தை எளிதாக எட்டும். செயலாக்கத் தணிக்கையின் போது இந்த ஐவகைக் காரணிகளையும் நன்கு ஆராய்ந்து அச்செயல் செய்யப்பட்டதா என்பதை ஆய்வு செய்ய வேண்டும்.

8.2. செயலாக்கத் தணிக்கையின் நோக்கம்

ஒரு அமைப்பையோ அல்லது திட்டத்தையோ செயலாக்கத் தணிக்கை செய்யும் போது அத்தணிக்கையின் நோக்கத்தைத் தெளிவாக வரையறுக்க வேண்டும். தணிக்கையின் நோக்கம் ஒவ்வொரு செயலாக்கத் தணிக்கைக்கும் வேறுபடும். ஆயினும், அனைத்துச் செயலாக்கத் தணிக்கைகளின் அடிப்படை நோக்கம் பொதுவானதாகவே அமையும். அவற்றைக் கீழ்க்கண்டவாறு தொகுக்கலாம்.

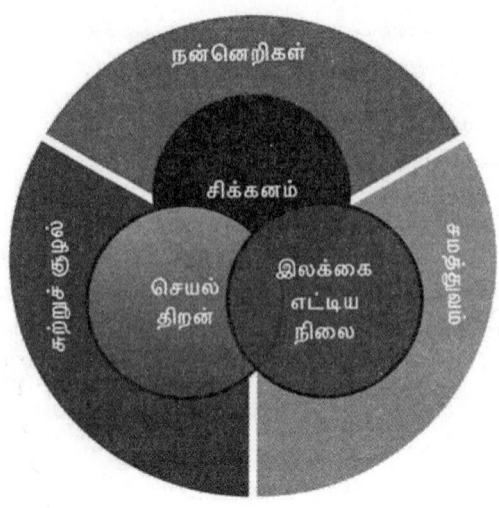

1. **சிக்கனம்:** (Economy) ஒரு அமைப்போ திட்டமோ சிக்கனமாக செயல்பட்டு எட்ட வேண்டிய இலக்கை எட்டியுள்ளதா என்பதை ஆய்வு மூலம் அறிவது செயலாக்கத் தணிக்கையின் முக்கிய நோக்கம். இது குறைந்த மூலதனத்தில் அதிக பலன்களை எட்டும் நோக்கத்திலானது. ஆனால் சிக்கனம் கருதி எட்ட வேண்டிய நோக்கத்திலோ கருதிய விளைவிலோ வேறுபாடு ஏற்படுவதை செயலாக்கத் தணிக்கை ஏற்காது.

2. **செயல்திறன்:** (Efficiency) ஒரு அமைப்போ திட்டமோ, அதன் இலக்கை எட்டும் செயல்பாட்டில் கிடைக்கப் பெற்ற வளங்களை-நிதி, மனிதவளம், தொழில்நுட்பம், கருவிகள், காலம் முதலியன, மிகவும் திறம்பட பயன்படுத்தப்பட்டு உள்ளனவா என்பதனைத் தணிக்கை மூலம் ஆய்வு செய்தல். மேற்குறிப்பிட்ட மூல வளங்கள் அவற்றின் முழு ஆற்றலை வெளிப்படுத்தும் அளவிற்கு அல்லது தேவையான ஆற்றலை வெளிப்படுத்தும் அளவிற்கு பயன்படுத்தப்பட்டதா என்பதனை ஆய்வு மூலம் கண்டறிதல். செயலாக்கத் தணிக்கை, தேவைக்கு அதிகமாகவோ அல்லது தேவைக்குக் குறைவாகவோ மேற்குறிப்பிட்ட வளங்களைப் பயன்படுத்துவதைத் தவிர்க்க விழைவது.

3. **இலக்கை எட்டிய நிலை:** (Effectiveness) ஒரு அமைப்போ திட்டமோ நிர்ணயிக்கப்பட்ட இலக்கை அல்லது நோக்கத்தை, குறிப்பிட்ட தரத்துடன் குறித்த காலத்தே எட்டியுள்ளதா என்பதனைத் தணிக்கை மூலம் ஆய்வு செய்தல் செயலாக்கத்

தணிக்கையின் தலையாய நோக்கம். இலக்கு மற்றும் நோக்கத்தை எட்டுவது என்பது எண்ணிக்கையிலும் தரத்தின் அடிப்படையில் மட்டும் அமைவதல்ல. அவற்றையும் கடந்து திட்டமிட்ட, கருதிய விளைவு எட்டப்பட்டதா என்பதை ஆய்வு மூலம் உறுதி செய்வதைக் குறிக்கும்.

மேலே குறிப்பிட்ட செயலாக்கத் தணிக்கை மூன்று வகை நோக்கங்களும், அந்த அமைப்பின் அல்லது திட்டத்தின் நோக்கத்தைப் பொறுத்து தெளிவாக வரையறை செய்யப்பட வேண்டும். மூன்றுவகை நோக்கங்களுமே முக்கியமானவை. அவற்றின் முக்கியத்துவம் கருதி வரிசைப்படுத்த முடியாது. பொதுவாக இலக்கை எட்டுவதை முக்கிய நோக்கமாகக் கருதப்பட்டாலும், சிக்கனத்தை விட்டொழித்து, செயல் திறனை புறக்கணித்துவிட்டு எட்டப்படும் இலக்கு, வெற்றி பெற்றதாகக் கருத முடியாது. ஆகவே, மூன்று நோக்கங்களையும் ஒருங்கே பார்ப்பதுதான் சரியான முறையாகும்.

இவை தவிர வேறு மூன்று நோக்கங்களையும் செயலாக்கத் தணிக்கையின் நோக்கங்களாகக் கருதலாம். அவை:

கருதிய நோக்கத்தை எட்டுவதற்குச் செய்யப்படும் செயல்கள் சுற்றுச் சூழலைப் பாதிக்காத வகையில் அமைந்திருக்க வேண்டும் (Environment). அவ்வாறு செய்யும் செயல்கள் அனைத்து மக்களுக்கிடையேயான சமத்துவத்தை முன்னிறுத்தும் செயல்களாகவும் அமைய வேண்டும் (Equity). மேலும், செய்யக் கூடிய செயல்கள் யாவும் தொழில் மற்றும் சமூக நன்னெறிகட்கு (Ethics) உட்பட்டு செய்யத் தகுந்தவையாக இருக்க வேண்டும்.

செயலாக்கத் தணிக்கையின் போது ஒவ்வொரு நோக்கத்தையும் தனித்தனியே அணுகத் தேவையில்லை. ஒட்டு மொத்தமாக அணுகி அந்த அமைப்பு அல்லது திட்டம் ஏற்படுத்தும் விளைவை மேற்கண்ட நோக்கங்களைக் கருத்தில் கொண்டு தணிக்கை செய்ய வேண்டும். செயலாக்கத் தணிக்கையின் அடுத்த நிலையாக விளைவுத் தணிக்கை (Outcome Audit) அமையும்.

8.3. செயலாக்கத் தணிக்கை அணுகுமுறை

தணிக்கை அணுகுமுறைத் தணிக்கைத் திட்டமிடல், தணிக்கைத் திட்டத்தைத் தெரிவித்தல், முதற்கட்ட தகவல்கள் திரட்டுதல், தொடக்கக் கூட்டம், தணிக்கை வேண்டுகோள்கள், தணிக்கை வினாக்கள், தணிக்கைக் குறிப்புகள், வரைவுத் தணிக்கை அறிக்கை மற்றும் தணிக்கை அறிக்கை என்ற தொடர் நிலையில் அமையும். இதனை விளக்கப்படம் 9இல் தெளிவாகக் காணலாம்.

விளக்கப்படம்-9 தணிக்கை அணுகுமுறை

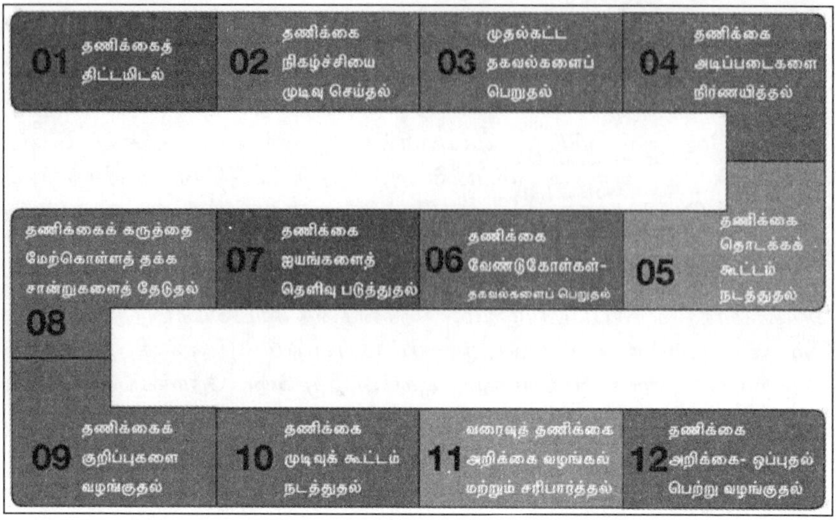

01 தணிக்கைத் திட்டமிடல்
02 தணிக்கை நிகழ்ச்சியை முடிவு செய்தல்
03 முதல்கட்ட தகவல்களைப் பெறுதல்
04 தணிக்கை அடிப்படைகளை நிர்ணயித்தல்
05 தணிக்கை தொடக்கக் கூட்டம் நடத்துதல்
06 தணிக்கை வேண்டுகோள்கள்- தகவல்களைப் பெறுதல்
07 தணிக்கை ஐயங்களைத் தெளிவு படுத்துதல்
08 தணிக்கைக் கருத்தை மேற்கொள்ளத் தக்க சான்றுகளைத் தேடுதல்
09 தணிக்கைக் குறிப்புகளை வழங்குதல்
10 தணிக்கை முடிவுக் கூட்டம் நடத்துதல்
11 வரைவுத் தணிக்கை அறிக்கை வழங்கல் மற்றும் சரிபார்த்தல்
12 தணிக்கை அறிக்கை- ஒப்புதல் பெற்று வழங்குதல்

மேற்கண்ட தணிக்கை அணுகுமுறை அனைத்து வகைத் தணிக்கைகளுக்கும் பொதுவானதே. அதனை செயலாக்கத் தணிக்கைக்குப் பொருத்திப் பார்க்கலாம்.

1. தணிக்கைத் திட்டமிடல்: (Audit planning)

ஒரு நிறுவனம் அல்லது அமைப்பு தணிக்கைக்கு தெரிவு செய்யப்பட்ட உடன், அந்த நிறுவனம் நேர்கொள்ளும் இடர்களைக் கண்டறிய வேண்டும். இடர்களின் தன்மை மற்றும் நிகழ்வதற்கான வாய்ப்புகள் முதலானவற்றைக் கருத்தில் கொண்டு நிறுவனம் நேர்கொள்ளும் ஆபத்தை அதிக இடர், நடுத்தர இடர் மற்றும் குறைந்த இடர் என்று வகைப்படுத்தி, அதனடிப்படையில் அதிக இடருள்ள பிரிவு அல்லது நிகழ்வுகளை தணிக்கைக்குக் கட்டாயம் உட்படுத்த வேண்டும். தணிக்கைக்கு கிட்டிய மனித ஆற்றலின் அடிப்படையில் நடுத்தர மற்றும் குறைந்த இடர் உள்ள பகுதிகளையும் தணிக்கைக்கு உட்படுத்த வேண்டும். தணிக்கைத் திட்டமிடலில் பின்பற்ற வேண்டிய தணிக்கை அடிப்படைகள், தணிக்கைக் கருவிகள், தணிக்கைக்கு உட்படுத்த வேண்டிய மாதிரிகள் மற்றும் மாதிரிகளை தெரிவு செய்யும் முறை, தணிக்கையின் கால அளவு முதலானவற்றை குறித்து முடிவு செய்ய வேண்டும். தணிக்கைத் திட்டமிடல் குறித்து விரிவாக அத்தியாயம் 13இல் விளக்கப்பட்டுள்ளது.

2. தணிக்கைத் திட்டத்தைத் தெரிவித்தல்: **(Intimation of audit)**

தணிக்கைத் திட்டத்தைத் தணிக்கைக்கு உட்படும் நிறுவனத்தின் அல்லது அமைப்பின் தலைமைக்குத் தெரியப்படுத்த வேண்டும். தணிக்கைத் திட்டத்தை முழுமையாகத் தெரியப்படுத்தத் தேவையில்லை. பொதுவாக, தணிக்கைக்குத் தெரிவு செய்யப்பட்ட பிரிவுகள்/பகுதிகள், தணிக்கையின் கால அளவு, தணிக்கைக்குத் தேவைப்படும் உதவிகள், தணிக்கை தொடக்கக் கூட்டத்திற்கு ஆயத்தம் செய்தல் முதலானவற்றை தெரியப்படுத்த வேண்டும்.

3. முதற்கட்ட தகவல்களைத் திரட்டல்: **(Initial Audit Requisition)**

தணிக்கைக்குத் தேவையான அடிப்படை மற்றும் முதற்கட்ட தகவல்களைத் திரட்ட வேண்டும். நிறுவனத்தின் செயல்பாடுகள் மற்றும் நிதி குறித்த அடிப்படைத் தகவல்கள், ஆண்டறிக்கைகள், நிறுவனத்தின் கொள்கை மற்றும் செயல்பாட்டு நெறிமுறைகள், ஆண்டுத் திட்டம் மற்றும் நிதிநிலைத் திட்டம், முந்தைய தணிக்கை அறிக்கைகள், அகத் தணிக்கை அறிக்கைகள், வழக்குகள், பணியாளர்கள் மீதான ஒழுங்கு நடவடிக்கை குறித்த அறிக்கைகள் முதலானவற்றை நிறுவனத்திடம் கேட்டுப் பெற வேண்டும். மேற்குறிப்பிட்டவை தேவையான தகவல்கள் குறித்த அறிகுறிகளே. தேவைப்படும் தகவல்கள் குறித்த முழுமையான தகவல்கள் குறித்த பட்டியலை தணிக்கையின் நோக்கம் மற்றும் பரப்பின் அடிப்படையில் தணிக்கையர் முடிவு செய்ய வேண்டும்.

4. தணிக்கை அடிப்படைகள்: **(Audit criteria)**

தணிக்கை செய்யப்படும் நிறுவனத்தின் வரம்புகளுக்கு உட்பட்டே தணிக்கை செய்யப்படுகின்றது. தணிக்கை அடிப்படைகள் தணிக்கைக்கு அளவுகோல்களாக அமைகின்றன. பொதுவாக தணிக்கைக்குரிய அடிப்படைகள் அல்லது அளவுகோல்கள் தணிக்கை செய்யப்படும் நிறுவனத்திலிருந்தே பெறப்படுகின்றன. அவை அந்நாட்டின் சட்டம், நிறுவனம் பின்பற்ற வேண்டிய விதிகள், ஒழுங்குமுறைகள், நிறுவனத்தின் கொள்கைகள், வழிகாட்டும் குறிப்புகள், நன்நெறிகள், தொழில் நியதிகள், திட்டங்கள், செயல்பாட்டு நடைமுறைகள், நிர்ணயிக்கப்பட்ட இலக்குகள், நிதி ஒதுக்கீடுகள் மற்றும் பணியாளர் கடமைகள் மற்றும் பொறுப்புகள் போன்றவற்றின் மூல ஆவணங்களிலிருந்து பெறப்படுகின்றன. இங்கே குறிப்பிடப்பட்டுள்ளவை மாதிரிக் குறியீடுகளே. தணிக்கையர், தணிக்கை நிறுவனத்திற்கு பொருந்தக் கூடிய எந்த மூலத்தி லிருந்தும் தணிக்கை அடிப்படை அளவுகோல்களைப் பெற முடியும்.

இங்கே கவனத்தில் கொள்ள வேண்டியது தணிக்கை பின்பற்ற முடிவு செய்த அடிப்படை அளவுகோல்கள் தணிக்கை செய்யப்படும் நிறுவனத்திற்கு ஏற்புடையதாக இருக்க வேண்டும். தணிக்கையர் தன்னிச்சையாக எந்த அளவுகோலையும் பின்பற்ற முடியாது.

தணிக்கையர் அடிப்படை அளவுகோலை உருவாக்கவும் முடியாது. ஆகவே தணிக்கை அளவுகோலை முடிவு செய்வதில் மிகுந்த கவனம் தேவை.

5. தணிக்கை தொடக்கக் கூட்டம்: (Entry meeting)

களத் தணிக்கையின் முதல் மற்றும் தொடக்க நிகழ்வாக தணிக்கை தொடக்கக் கூட்டம் நிகழ்த்தப்பட வேண்டும். இது பொதுவாகத் தணிக்கை செய்யப்படும் நிறுவனத்தின் தலைமை அதிகாரியுடன் நடத்தப்படும். இக் கூட்டத்தில் தணிக்கையர், தணிக்கைத் திட்டம் மற்றும் தணிக்கை நடவடிக்கைகளை எடுத்துரைப்பார். தணிக்கை நிகழ்வானது வெளிப்படையாக நிகழ்த்தப்பட வேண்டும் என்பதற்காகவே தணிக்கை தொடக்கக் கூட்டம் நடத்தப்படுகிறது. தணிக்கை செய்யப்படும் நிறுவனம் குறித்த சிக்கல்கள், இடையூறுகள், செயல்பாட்டில் உள்ள நடைமுறைப் பிரச்சனைகள் முதலானவற்றை நிறுவனத்தின் சார்பாக தலைமை அதிகாரி பகிர்ந்து கொள்ளலாம். இக்கூட்டத்தில் தணிக்கைக்குத் தர வேண்டிய ஒத்துழைப்பு குறித்து இரு தரப்பினரும் முடிவு செய்ய வேண்டும் (தணிக்கை ஒருங்கிணைப்பாளர், தணிக்கைக்கு தகவல்கள் மற்றும் தரவுகள் தர வேண்டிய கால அளவு முதலியன). தணிக்கையின் தொடக்கக் கூட்டத்தில் வெளிப்படையான விவாதம், இரு தரப்பினரிடையே நல்ல நம்பிக்கையை ஏற்படுத்தி, சிறப்பான தணிக்கைக்கு வழிவகுக்கும்.

6. தணிக்கை வேண்டுகோள்கள்: (Audit requisitions)

தணிக்கையர் தணிக்கைக்குத் தேவையான ஆவணங்கள், கோப்புகள், தகவல்கள், தரவுகள் முதலானவற்றை தணிக்கை செய்யப்படும் நிறுவனத்தின் நிர்வாகத்திடமிருந்து எழுத்து மூலமாகக் கேட்டுப் பெற வேண்டும். இந்த வேண்டுகோள்கள் முதல் கட்டமாகத் திரட்டிய பொதுவான தகவல்களைக் கடந்து, தணிக்கைக்குத் தேவையான குறிப்பிட்ட கோப்புகளையும், தகவல்களையும் தரவுகளையும் கேட்பதாக அமைய வேண்டும். இந்த வேண்டுகோள்கள் மூலக் கோப்பாகவோ, அதன் பகுதியாகவோ அல்லது குறிப்பிட்ட தலைப்பிலான தகவல்களின் திரட்டாகவோ இருக்கலாம். தணிக்கைக்கு வேண்டிய தகவல்கள் உள்ளது உள்ளபடியே அல்லது தணிக்கையின் தேவைக்கு ஏற்ப தொகுக்கப்பட்ட தகவல்களாகவோ இருக்கலாம். வேண்டிய தகவல்கள், தரவுகள், முழுமையாகவோ அல்லது அதில் பகுதியோ நிறுவனத்திடம் இல்லையெனில், அது குறித்த எழுத்து மூலமான விளக்கம் தரப்பட வேண்டும்.

7. தணிக்கை ஐயங்கள் : (Audit queries)

நிறுவனத்தின் கோப்புகளையும் தரவுகளையும் ஆய்வு செய்யும் போது, தணிக்கையருக்கு பல்வேறு ஐயங்கள் ஏற்படலாம். அந்த ஐயங்களுக்குரிய விளக்கங்களைப் பல்வேறு வினாக்கள் மூலம்

கேட்டுப் பெறலாம். பொதுவாக தணிக்கை ஐயங்களுக்கு உரிய விளக்கங்களை எழுத்து மூலமாகக் கேட்டுப் பெறுதல் வேண்டும். அந்த ஐயங்களை சம்பந்தப்பட்ட அலுவலருடன் விவாதித்து வாய் மொழி விளக்கம் பெறலாம். தேவைப்படும் சூழலில் அவற்றை விவாதக் குறிப்பாகப் பதிவு செய்யலாம். தணிக்கை ஐயங்களுக்கு விளக்கம் கேட்டுப் பெறுவது, தணிக்கைக் கருது பொருளை ஆழமாக ஆய்வு செய்வதற்கும், நிறுவனத்தின் விளக்கத்தை ஆய்வு செய்வதற்கும் ஒரு நல்ல வாய்ப்பாக அமையும். திருப்திகரமான விளக்கத்தைப் பெற்ற தணிக்கை ஐயங்கள் முடித்து வைக்கப்படுகின்றன. மற்றவை தணிக்கைக் கருத்துருக்களாக உருப்பெறுகின்றன.

8. தணிக்கைச் சான்றுகள்: **(Audit evidence)**

தணிக்கைக் குறிப்புகளுக்கு மிக அடிப்படையாக அமைவது தணிக்கைச் சான்றுகள். தணிக்கைச் சான்றுகள் பெரும்பாலும் தணிக்கைச் செய்யப்படும் நிறுவனத்தில் உள்ளது உள்ளபடியே காட்டும் ஆவணங்களாக இருப்பவை. அவை அந்நிறுவனம் செய்யத் தவறியதை அல்லது தவறாகச் செய்ததை உறுதிப்படுத்தும் ஆவணமாக இருக்கும். தணிக்கை அறிக்கையில் இடம் பெறும் ஒவ்வொரு வரிக்கும், பதியப்படும் ஒவ்வொரு கருத்திற்கும் தணிக்கையர் சான்றுகள் வைத்திருக்க வேண்டும். அவற்றை நிறுவனத்தின் உரிய அதிகாரியின் அனுமதியுடன் தணிக்கையர் பத்திரப்படுத்த வேண்டும். தேவை கருதி நிறுவனத்தின் வெளியிலிருந்தோ, பிற நிறுவனங்களிலிருந்தோ அரசு, அலுவலகத்திலிருந்தோ தணிக்கைக்குத் தேவையான சான்றுகளைப் பெறலாம். தணிக்கைச் சான்றுகள் குறித்து அத்தியாயம் 17இல் விரிவாகக் கூறப்பட்டுள்ளது.

9. தணிக்கைக் கண்டுபிடிப்புகள்: **(Audit observations)**

இவை தணிக்கையால் கண்டறியப்பட்டு சான்றுகள் மூலம் உறுதிப்படுத்தப்பட்ட தணிக்கைக் குறிப்புகள். அவை தணிக்கைக் குறிப்புகள் என்று அழைக்கப்படுவதும் உண்டு. அவை தணிக்கையில் கண்டறியப்பட்ட உண்மைகள் மற்றும் கள நிலவரங்கள், தணிக்கையின் கருத்துகள், கணிப்புகள் மற்றும் தணிக்கையின் பரிந்துரைகள் எனப் பல்வேறு வகையினைக் கொண்டதாக இருக்கும். பொதுவாக தணிக்கைக் கண்டுபிடிப்புகள் மூன்று உட் பிரிவுகளைக் கொண்டதாக இருக்கும். அவை 1) தணிக்கை அடிப்படைகள்: ஒரு நிறுவனம் செய்ய வேண்டிய கூறு தொடர்புடைய தணிக்கை அடிப்படைகள். அதாவது ஒரு நிறுவனம் ஒரு செயலை எவ்வாறு செயல்படுத்த வேண்டும் என்று நிர்ணயிக்கப்பட்டுள்ள வரையறைகள்; 2) அந்த நிர்ணயிக்கப்பட்ட வரையறைகளுக்கு மாறாக, நிர்வாகத்தால் எடுக்கப்பட்ட நடவடிக்கைகள் / செயல்கள் (உள்ளது உள்ளபடியே); 3) மேற்குறிப்பிடப்பட்ட இரண்டுக்குமான இடைவெளி மற்றும் அந்த இடைவெளியினால் ஏற்படும் விளைவுகள்.

சுருக்கமாகச் சொல்லப் போனால், நிறுவனத்தின் ஒரு செயல் எவ்வாறு செய்யப்பட்டிருக்க வேண்டும் என்பதற்கும் எவ்வாறு செய்யப் பட்டது என்பதற்குமான இடைவெளியே தணிக்கைக் கண்டுபிடிப்புகளில் இடம் பெறும். தணிக்கைக் கண்டுபிடிப்புகள் ஒவ்வொரு கருது பொருளுக்கும், தனித்தனியே அல்லது தொடர்புடைய தலைப்பு மற்றும் கருது பொருளின் தொகுப்பாக எழுதப்பட வேண்டும். பொதுவாகத் தணிக்கைக் குறிப்புகள் மிகவும் விரிவானதாக, அனைத்து விவரங்களையும் உள்ளடக்கியதாக இருக்கும். இந்தத் தணிக்கைக் கண்டுபிடிப்புகளுக்கு உரிய விளக்கத்தை நிறுவனத்திடம் கேட்டுப் பெற வேண்டும். அதற்குரிய விளக்கத்தைக் கொடுக்க நிர்வாகத்திற்கு உரிய கால அவகாசத்தை வழங்க வேண்டும்.

10.தணிக்கை நிறைவுக் கூட்டம் (Exit conference)

தணிக்கைக் கண்டுபிடிப்புகளை நிறுவனத்திடம் பகிர்ந்த பின்னர், அவை குறித்து நிறுவனத்தின் தலைமையுடனும் மூத்த அதிகாரிகளிடமும் விரிவாகக் கலந்துரையாட வேண்டும். இந்தக் கலந்துரையாடல் கூட்டம் தணிக்கை நிறைவுக் கூட்டம் எனப்படும். அந்தக் கூட்டத்திற்கு, தணிக்கைக் கண்டுபிடிப்புகளுக்குத் தொடர்புடைய செயல் அதிகாரிகளையும் அழைக்கலாம். இக்கூட்டத்தில், தணிக்கையின் சார்பில் தணிக்கைக் கண்டுபிடிப்புகள் குறித்து அறிமுக விளக்கம் கொடுக்க வேண்டும். தணிக்கைக் கண்டுபிடிப்புகளை ஏற்கனவே நிர்வாகத்திடம் கொடுத்து விட்டதால் விரிவான விளக்கம் தேவையில்லை. நிர்வாகத்திற்குத் தணிக்கைக் கண்டுபிடிப்பு குறித்த விளக்கம்/பதில் தருவதற்கு வாய்ப்புத் தர வேண்டும். நிர்வாகம் கொடுக்கும் விளக்கத்தில், தணிக்கையருக்கு ஏற்படும் ஐயங்களுக்கு உரிய விளக்கத்தை நிறுவனத்திடம் கேட்டுப் பெற வேண்டும். நிறுவனம் தரும் விளக்கத்திற்கு உரிய சான்றுகளையும் கேட்டுப் பெற வேண்டும். தணிக்கையர் நிறுவனத்தின் விளக்கம் குறித்து உடனே முடிவெடுக்கத் தேவையில்லை. நிர்வாகம் கொடுத்த விளக்கத்தையும், அதற்குச் சான்றுகளாகக் கொடுத்த ஆவணங்களையும் ஆய்வு செயதபின் தக்க முடிவெடுக்கலாம்.

தணிக்கையின் அனைத்துக் கண்டுபிடிப்புகள் குறித்தும் விவாதித்த பின்னர், நிறுவனம் மேற்கொள்ள வேண்டிய மேல் நடவடிக்கை குறித்து முடிவு செய்ய வேண்டும். சில கண்டுபிடிப்புகளுக்கோ, அல்லது அனைத்துக் கண்டுபிடிப்புகளுக்குமோ நிறுவன நிர்வாகம் விளக்கம் கொடுக்கவில்லையெனில், அவற்றிற்கு எழுத்து மூலமாக விளக்கம் கொடுப்பதற்கு உரிய கால அளவை, இரு தரப்பினரும் கலந்து பேசி முடிவு செய்யலாம். நிறைவுக் கூட்டம் முடிந்த உடன், நிறைவுக் கூட்டத்தில் நிகழ்ந்த கலந்துரையாடல் குறித்தும், மேற்கொள்ளப்பட்ட முடிவுகள் குறித்தும் நிகழ்ச்சிக் குறிப்புகளாகப் பதிவு செய்து, இரு தரப்பினரும் கையொப்பமிட வேண்டும்.

11. வரைவுத் தணிக்கை அறிக்கை: **(Draft audit report)**

தணிக்கைக் குறிப்பு என்பது ஒரு தனிப்பட்ட நிகழ்வு தொடர்பாகவோ அல்லது தொடர்புடைய நிகழ்வுகளின் தொகுப்பாகவோ இருக்கும். ஒரு நிறுவனத்தின் தணிக்கையில், பல்வேறு தணிக்கைக் குறிப்புகள் எழுதுவதற்கு வாய்ப்புகள் உண்டு. வரைவுத் தணிக்கை அறிக்கையென்பது அனைத்து தணிக்கைக் குறிப்புகளையும் தொகுத்து, ஒரு முழுமை பெற்ற அறிக்கையாக தயாரிக்கப்படுவது. இந்த வரைவு அறிக்கையில் தணிக்கைக் குறிப்புகளில் உள்ளவற்றைத் தொகுத்து, சுருக்கமாக வழங்கப்படும். அவை தவிர தணிக்கை அறிக்கை குறித்த ஒரு அறிமுகம், தணிக்கையின் நோக்கம், தணிக்கையின் பரப்பு, தணிக்கைச் செயல்முறை, தணிக்கைக்கு நிறுவனம் கொடுத்த ஒத்துழைப்பு முதலானவை பதிவு செய்யப்படும். இது முழுமைபெற்ற தணிக்கை அறிக்கையாயினும், வரைவுத் தணிக்கை அறிக்கை என்று அழைக்கப்படுகிறது. அதற்குக் காரணம், இவ்வரைவுத் தணிக்கை அறிக்கை நிறுவனத்தின் தலைமை அதிகாரிக்கு அளிக்கப்பட்டு, நிறுவனத்தின் விளக்கம் பெற வேண்டும். அதுவரை வரைவு அறிக்கையே.

12. தணிக்கை அறிக்கை: **(Audit report)**

வரைவுத் தணிக்கை அறிக்கையின் அடிப்படையில் இறுதித் தணிக்கை அறிக்கை தயாரிக்கப்படுகிறது. நிறுவனத்திடமிருந்து பெறப்பட்ட விளக்கத்தின் அடிப்படையில் தணிக்கை அறிக்கையில் கூறப்பட்ட கருத்துகள் மறு ஆய்வு செய்யப்பட வேண்டும். நிறுவனத்தின் விளக்கங்கள் ஏற்புடையதாகக் கருதப்படும் தணிக்கைக் குறிப்புகள் நீக்கப்பட்டு, மற்றவற்றில் பொருத்தமான திருத்தம் மேற்கொள்ளப்பட்டு அல்லது நிறுவனத்தின் விளக்கத்தை உரிய மறுதலிப்போடு (Rebuttal) தணிக்கைக் குறிப்புகள் திருத்தப்பட வேண்டும். அவ்வாறு திருத்தப்பட்ட தணிக்கைக் குறிப்புகளோடு தணிக்கை அறிக்கை இறுதி செய்யப்பட வேண்டும். இறுதித் தணிக்கை அறிக்கை வரைவுத் தணிக்கை அறிக்கையிலிருந்து சற்று மாறுபட்டதாகவும், நிறுவனத்தின் விளக்கங்களை உள்ளடக்கியதாகவும் இருக்கும். இறுதித் தணிக்கை அறிக்கை தகுதியுள்ள அதிகாரியின் கையொப்பத்துடன் தணிக்கை செய்யப்பட்ட நிறுவனத்தின் தலைமை அதிகாரியிடம் வழங்கப்பட வேண்டும். இந்த இறுதித் தணிக்கை அறிக்கையின் அடிப்படையிலேயே நிறுவனம் தணிக்கைக் குறிப்புகளின் மீதான நடவடிக்கை மேற்கொள்ள வேண்டும். தணிக்கை அறிக்கை குறித்து அத்தியாயம் 18இல் விவரிக்கப்பட்டுள்ளது. நிதியறிக்கை சான்றிதழ் குறித்து விரிவாக அத்தியாயம் 7.5இல் விவரிக்கப்பட்டுள்ளது.

மேலே குறிப்பிட்ட தணிக்கை அணுகுமுறை தணிக்கை வல்லுனர்களால் ஏற்கப்பட்டு உலகம் முழுவதும் பொதுவாகப் பின்பற்றப்படும்

நடைமுறையாகும். ஆயினும், பின்பற்றப்பட வேண்டிய தணிக்கைத் தரங்களின் அடிப்படையில் இந்த அணுகுமுறையில் மாற்றம் தேவைப் படலாம். அல்லது தணிக்கை நிறுவனத்தின் கொள்கைகள், செயல் முறைகள் மற்றும் தணிக்கைச் செய்யப்படும் நிறுவனத்தின் சூழல் முதலானவற்றின் அடிப்படையில் மாற்றம் தேவைப்படலாம். ஆகவே தணிக்கைப் பின்பற்ற வேண்டிய நடைமுறைகளை நன்கு அறிந்து கொள்வது மிகவும் இன்றியமையாதது. தணிக்கைச் செயல்முறைகளின் முக்கிய நிகழ்வுகள் குறித்து 15ஆம் அத்தியாயத்தில் விரிவாகக் கூறப்பட்டுள்ளது.

8.4. செயலாக்கத் தணிக்கையின் முடிவுகள்

நிதித் தணிக்கை அறிக்கை போன்று செயலாக்கத் தணிக்கை அறிக்கையைத் தெளிவாக வகைப்படுத்தும் விதத்திலும், குறிப்பிட்ட படிவத்திலும் அமைவதில்லை. ஒவ்வொரு நிறுவனத்தின் செயல்பாடும் மாறுபட்டு அமைவதால் மாறுபட்ட தணிக்கை முடிவுகளே கிடைக்கப் பெறும். ஆனால் தணிக்கையின் முடிவுகளை மூன்று விதமான தலைப்பிற்குள் தொகுத்துவிடலாம். அவை:

1. ***சிக்கனம் தொடர்புடையன:*** செயலாக்கத் தணிக்கையின் நோக்கங்களுள் ஒன்று நிறுவனம் சிக்கனமாகச் செயல் படுகிறதா அல்லது திட்டம் சிக்கனமாகச் செயல்படுத்தப் பட்டதா என்பது குறித்து தணிக்கைக் கருத்துத் தெரிவிப்பது. இதன் தொடர்ச்சியாக நிதி மேலாண்மை குறித்தும், திட்ட மிடப்பட்ட நிதி அளவிற்குள் செயல் செய்து முடிக்கப் பட்டதா என்பது குறித்தும் தணிக்கையர் கருத்து தெரிவிக்க வேண்டும். கால தாமதத்தால் செலவுகள் அதிகரித்ததா என்பது குறித்தும் தணிக்கையர் ஆய்வு செய்து கருத்து தெரிவிக்க வேண்டும். தணிக்கையின் முடிவில் சிக்கனமாக செலவிடப்படவில்லை என்று கருத்து தெரிவிப்பது மட்டும் போதுமானதல்ல. எவ்வளவு நிதி அதிகமாக செலவிடப் பட்டது அல்லது வீணடிக்கப்பட்டது என்பது குறித்தும் தணிக்கையர் கருத்து பதிவு செய்வது நலம். சிக்கனமான செயல்பாட்டை தணிக்கை அறிக்கையில் பதிவு செய்வது, ஒரு சமநிலையான தணிக்கை அறிக்கை தயாரிக்க உதவும்.
2. ***செயல்திறன் தொடர்புடையன:*** ஒரு நிறுவனத்தின் செயல் திறனும் அதன் வெற்றிகரமான செயல்பாடும் ஒன்றுக் கொன்று நேரடி மற்றும் நேர்மறை தொடர்புடையவை. செயலாக்கத் தணிக்கையில் செயல்திறன் தொடர்பான தணிக்கைக் குறிப்புகள் நிச்சயம் இடம் பெறும். அது மனித வளத்தைச் சிறப்பாகப் பயன்படுத்தியது, குறித்த காலத்தில்

திட்டமிடப்பட்ட செயலை செய்து முடித்தல், கருவிகளைத் திறம்பட பயன்படுத்துதல், தொழில்நுட்ப வளங்களையும், தரவுகளையும் திறன்பட பயன்படுத்துதல் முதலியன தொடர்பான தணிக்கைக் கருத்துகள் இடம்பெறும். மேற்கண்ட வளங்கள் திறன்படப் பயன்படுத்தப்பட்ட நிலையில் அது குறித்த குறிப்புகளும், திறன்படப் பயன் படுத்தப்படாத நிலையில் அது குறித்த குறிப்புகளும் தணிக்கை அறிக்கையில் இடம் பெறும். திறன்பட பயன்படுத்தப்படாத நிலையில், ஏன் பயன்படுத்தப்பட வில்லை, அதற்கு சூழ்நிலை காரணமா அல்லது நிறுவனம் காரணமா என்றும், எந்த அளவிற்கு செயல்திறன் குறைபாடு இருந்தது என்றும், செயல்திறனை மேம்படுத்த என்ன நடவடிக்கைகள் எடுக்கப்பட வேண்டும் என்பதனையும் தணிக்கை அறிக்கையில் பதிவு செய்ய வேண்டும்.

3. **நோக்கம் மற்றும் விளைவுகள் தொடர்புடையன:** செயலாக்கத் தணிக்கையின் நோக்கமே, ஒரு அமைப்பு நிறுவப்பட்டதன் நோக்கம் அல்லது ஒரு திட்டம் செயல் படுத்தப்பட்டதன் நோக்கம் நிறைவேறி இருக்கிறதா என்றும், அதனால் திட்டமிட்ட விளைவுகள் உண்டாகியிருக்கின்றனவா என்றும் தணிக்கை அறிக்கையில் பதிவு செய்யப்பட வேண்டும். சில நிறுவனங்களில் அதன் நோக்கம் முழுமையாக எட்டப் படாமல், ஒரு பகுதி மட்டும் எட்டப்பட்டு இருக்கும். அச் சூழலில் எந்த அளவிற்கு நோக்கம் நிறைவேறி இருக்கிறது என்றும், முழுமையாக நிறைவேறாததற்குக் காரணம் என்ன வென்றும், மேற்படி முழுமையாக நிறைவேற என்ன செய்ய வேண்டும் என்றும் தணிக்கை அறிக்கையில் பதிவு செய்யப் பட வேண்டும். பல நிறுவனங்கள்/திட்டங்கள் ஒன்றுக்கும் மேற்பட்ட நோக்கம் கொண்டவைகளாக இருக்கும். அவற்றுள் எவையெல்லாம் முழுமையாக நிறைவேறின என்றும், எவையெல்லம் ஓரளவு நிறைவேறி இருக்கின்றன என்றும், எவையெல்லாம் முழுமையாக நிறைவேறவில்லை என்றும் தணிக்கை அறிக்கையில் பதிவு செய்யப்பட வேண்டும்.

விளைவுகளைப் பொருத்தமட்டில் அமைப்பு அல்லது திட்டம் ஏற்படுத்திய நேர்மறையான விளைவுகள், எதிர்மறையான விளைவுகள் மற்றும் பக்க விளைவுகள் முதலியன குறித்த தணிக்கை அறிக்கையில் பதிவு செய்ய வேண்டும். நோக்கம் மற்றும் அதன் உப நோக்கம் முதலியன நிறைவேறியது குறித்தும் அவை ஏற்படுத்திய விளைவுகள் குறித்தும் தெளிவாகத் தணிக்கை அறிக்கையில் பதிவு செய்ய வேண்டும்.

8.5. செயலாக்கத் தணிக்கையைப் புரிந்து கொள்ளல்

செயலாக்கத் தணிக்கையைப் புரிந்து கொள்ளும் முன் செயலாக்கத் தணிக்கையின் கூறுகளையும் அதன் நோக்கத்தையும் நன்கு புரிந்து கொள்ள வேண்டும். செயலாக்கத் தணிக்கை நிறுவனத்தின் அல்லது திட்டத்தின் செயல்பாட்டை மூன்று முக்கிய கோணங்களில் ஆய்வு செய்கிறது. அதாவது (1) சிக்கனமாக செயல்படல், (2) அதிக செயல் திறனுடன் செயல்படல் (3) நோக்கத்தை எட்டுதல். இந்த மூன்றும் அனைத்துவிதமான செயலாக்கத் தணிக்கைக்கும் பொருந்தும். ஆனால் தணிக்கையின் நோக்கம் நிறுவனம் அல்லது திட்டத்தின் நோக்கத்தைப் பொறுத்து மாறுபடும். மேலும், சிக்கனம் மற்றும் செயல்திறன் குறித்த செயலாக்கத் தணிக்கையின் அறிக்கைகள் மேற்கூறிய இணக்கத் தணிக்கை அறிக்கைகளை உள்ளடக்கியதாகவே இருக்கும். ஆகவே இணக்கத் தணிக்கையின் கருத்துக்களைப் பார்ப்பது நன்று.

செயலாக்கத் தணிக்கையின் நோக்கத்தை தனித்துப் பார்க்க இயலாது. அது தணிக்கைச் செய்யப்படும் திட்டம் அல்லது நிறுவனத்தின் நோக்கத்தைப் பொறுத்தே மாறுபடும். செயலாக்கத் தணிக்கை அறிக்கைகளில் பொதுவாகக் காணப்படும் நோக்கம் நிறைவேறியது குறித்த தணிக்கைக் கருத்துக்களை அட்டவணை 9இல் உள்ளது போல் தொகுக்கலாம்.

அட்டவணை - 9 செயலாக்கத் தணிக்கை அறிக்கையின் முடிவுகள்

எ ண்	தணிக்கையின் கருத்து	தணிக்கைக் கருத்தின் விளக்கம்
1	திட்டமிட்டபடி பணம் செலவழிக்கப்பட்டாலும் நோக்கம் எட்டப்படவில்லை.	நிதிநிலை அறிக்கையில் ஒதுக்கப்பட்ட பணம் முழுமையாக செலவிடப்பட்டாலும், திட்டமிட்ட நோக்கம் நிறைவேறவில்லை. இது நிறுவனம் அல்லது திட்டத்தின் மோசமான செயல்பாட்டைக் குறிக்கும்.
2	திட்டமிட்டபடி பணம் செலவழிக்கப்பட்டாலும் நோக்கம் ஓரளவே எட்டப்பட்டது.	நிதிநிலை அறிக்கையில் ஒதுக்கப்பட்ட பணம் முழுமையாக செலவிடப்பட்டாலும், நோக்கம் ஓரளவே நிறைவேறியது. இது திட்டமிடல் குறைபாட்டாலோ செயல்திறன் குறைபாட்டாலோ நிகழலாம்.
3	திட்டமிட்டபடி பணம் செலவழிக்கப்பட்டு நோக்கம் முழுமையாக எட்டப்பட்டது.	இந்தக் கருத்தை தணிக்கையின் நேர்மறைக் கருத்தாகக் கருத வேண்டும். நோக்கம் திட்டமிட்டபடி, சிக்கனத்துடனும், குறிப்பிட்ட செயல்திறனுடனும் எட்டப்பட்டதைக் குறிக்கும்.
4	திட்டமிட்டபடி பணம் செலவழிக்கப்படாததால் நோக்கம் எட்டப்படவில்லை.	நிதிநிலை அறிக்கையில் ஒதுக்கப்பட்ட பணம் திட்டமிட்டபடி செயல்படாததால் கருதிய நோக்கம் எட்டப்படவில்லை. இது நிறுவனம் அல்லது திட்டத்தின் மோசமான செயல்பாட்டைக் குறிக்கும்.

5	திட்டமிட்டபடி பணம் செலவழிக்கப்படாததால் நோக்கம் ஓரளவே எட்டப்பட்டது.	நிதிநிலை அறிக்கையில் ஒதுக்கப்பட்ட பணம் திட்டமிட்டபடி செலவிடப்படாததால், கருதிய நோக்கம் ஓரளவே எட்டப்பட்டது. இது செயல்திறன் குறைபாட்டைக் குறிக்கும்.
6	நோக்கம் எட்டப்பட்டாலும், விரும்பத்தகாத விளைவுகளும் ஏற்பட்டன.	திட்டமிட்டபடி பணம் செலவழிக்கப்பட்டு, நோக்கமும் எட்டப்பட்டுள்ளது. ஆனாலும் சில விரும்பத்தகாத விளைவுகளும் ஏற்பட்டுள்ளது. அது திட்டமிடலில் உள்ள குறைபாட்டைக் குறிக்கும். விரும்பத்தகாத விளைவு மோசமானதாக இருப்பின், அது திட்டமிடலின் தோல்வியைக் குறிக்கும்.
7	நோக்கம் எட்டப்பட்டாலும் நிறுவன வளங்கள் திட்டமிட்ட செயல்திறனுடன் செயல்படாததால், பணம் வீணானது.	திட்டமிட்டபடி நோக்கம் எட்டப்பட்டது. ஆயினும், நிதி உட்பட பிற வளங்கள் தேவைக்கு அதிகமாக, திட்டமிடப்பட்டதற்கு அதிகமாக பயன்படுத்தப்பட்டதைக் குறிக்கிறது. இது திட்டமிடலின் குறைபாட்டைக் குறிக்கும்.
8	நோக்கம் எட்டப்பட்டாலும் சிக்கனமாக செயல்படாததால், பணம் வீணானது.	திட்டமிட்டபடி நோக்கம் எட்டப்பட்டது. ஆயினும் நிதி திட்டமிட்டதற்கு அதிகமாக செலவிடப்பட்டது. நிறுவனம் சிக்கனமாக செயல்பட வாய்ப்பு இருந்த போதிலும் அவ்வாறு செயல் படவில்லை.

நிறுவனம் அல்லது திட்டத்தின் செயல்பாட்டை அது நோக்கத்தை எட்டியது குறித்தான செயலாக்கத் தணிக்கை அறிக்கையின் அடிப்படையில் மட்டும் கணிக்க இயலாது. அது தொடர்பான இணக்கத் தணிக்கை குறித்த கருத்துக்களையும் சேர்த்தே பார்க்க வேண்டும். சட்டவிதிகளுடன் இணக்கம் காணாமல் நோக்கத்தை மட்டும் எட்டுவது விரும்பத்தக்கதல்ல. ஆகவே சட்டவிதிகளுக்கு இணங்கி, திட்டமிட்ட நோக்கத்தை எட்டுவதே நிறுவனம் மற்றும் திட்டத்தின் இலக்காக இருக்க வேண்டும். அச்சூழல் குறித்த தணிக்கை அறிக்கை நேர்மறையான தணிக்கை அறிக்கையாக அமையும்.

பெரும்பாலான செயலாக்கத் தணிக்கை அறிக்கைகளில் செயலாக்கத் திறனை மேம்படுத்துவதற்காகப் பரிந்துரைகள் சேர்க்கப்படுவது உண்டு. அந்தப் பரிந்துரைகள் தணிக்கைக் கருத்துக்களின் அடிப்படையில் அமைவன. மேலும் அந்தப் பரிந்துரைகள் நிறுவனத்தால் ஏற்றுக்கொள்ளப் பட்டவையா இல்லையா என்பது குறித்தும் தெரிவிக்கப்பட்டிருக்கும். அவ்வாறு ஏற்றுக்கொள்ளப்பட்ட பரிந்துரைகள் யாவும் நிறுவனத்தால் உடனடியாக செயல்படுத்தத் தக்கவை எனக் கொள்ள வேண்டும். மற்ற பரிந்துரைகள், அதாவது நிறுவனத்தால் ஏற்றுக்கொள்ளப்படாத பரிந்துரைகளும் செயல்படுத்தப்பட வேண்டிய பரிந்துரைகளே. அவற்றிற்கும் உரிய முக்கியத்துவம் அளிக்கப்பட வேண்டும்.

பயிற்சிக்கான தணிக்கை சூழல்கள்: கீழ்க்கண்ட சூழல்களில் தணிக்கையர் கருத்துக்கள் எப்படி இருந்தால் சரியாக இருக்கும் என எண்ணிப் பார்க்க.

1. வரி விலக்கிற்குரிய வாய்ப்புகளைப் பயன்படுத்தாமல் மூலப் பொருட்களை வாங்கிய நிறுவனம், அந்த மூலப் பொருட்களுக்கான மொத்த செலவையும், வாடிக்கையாளருக்கான விலையில் சேர்த்து தனது நட்டத்தைத் தவிர்த்தது.

2. நிறுவனம் தன்னுடைய ஆண்டு விற்பனை இலக்காக நிர்ணயிக்கப்பட்ட ரூ.50 கோடி மதிப்பிலான 5 லட்சம் அலகு (Unit) பொருட்களை எட்டிவிட்டது. நிறுவனத்தின் விற்பனை மேம்பாட்டிற்கான செலவு திட்டமிட்டதை விட ரூ.50 லட்சம் கூடுதலாக இருந்தது.

3. நிறுவனம் வாடகைக் கட்டிடத்தில் இயங்கி வரும் தனது கிளை அலுவலகத்திற்கான கட்டிடத்தை, ஆறு மாதங்கள் தாமதமானாலும், திட்டமிட்ட நிதிக்குள் கட்டி முடித்துவிட்டது.

4. நிறுவனம் தனது சிறப்புத் திட்டத்தின் செயல்பாடு குறித்த மாதாந்திர ஆய்வின் போது திட்டமிட்ட முன்னேற்றம் இல்லாததால், தனது பணியாளர்களைக் கூடுதலாகப் பயன்படுத்தி, திட்டமிட்ட இலக்கை குறிப்பிட்ட காலத்தில் எட்டிவிட்டது.

5. ஒரு நிறுவனம் ரூ.50 இலட்சம் செலவு செய்த பின்னர், திறன் மிக்கவர்கள் இல்லாததால் ஏற்பட்ட சிக்கல்களால், அது தொடங்கிய திட்டத்தை முடிக்காமல் இடையிலேயே நிறுத்திவிட்டது.

6. நிறுவனம் தனது திட்டமிட்ட ஆலையைத் திட்டமிட்ட காலத்திற்குள் திட்டமிட்ட நிதியையும் பணியாளர்களையும் கொண்டு கட்டி முடித்து, நிறுவி செயல்பாட்டிற்குக் கொண்டு வந்தது. நிறுவனம் செயல்பட அரசு நெறியாளரிடம் அனுமதி கோரும் போது, சுற்றுச் சூழல் விதிகள் முறையாகப் பின்பற்றப்படவில்லை என அனுமதி மறுக்கப்பட்டது.

7. திட்டமிட்டபடி இலக்கை எட்டிய நிறுவனத்திற்கு, அரசின் அனுமதிக்கான நிபந்தனைகளை மீறியதற்காக எச்சரிக்கை அறிவிப்புக் கடிதம் அனுப்பப்பட்டது. அந்த அறிவிப்பின் மேல் நடவடிக்கை எடுக்காமலிருக்க அரசு ஊழியர்களுக்கு கையூட்டு வழங்கப்பட்டதாகப் புகார் எழுந்தது.

8. ஒரு நிறுவனம், தனது நிறுவன சமூகப் பொறுப்பை நிறைவேற்றத் திட்டமிட்டதில், இலவச மரக்கன்றுகள் வழங்கி சமூகக் காடுகள் வளர்க்கும் திட்டத்தை, அந்த நிறுவனத்தின் ஒரு கிளை அலுவலகத்தைச் சார்ந்த பகுதியில் மட்டும் செயல்படுத்தியது.

9. நிறுவனம் செயல்படுத்திய ஆலை, திட்டமிட்டபடி குறித்த காலத்தே, குறித்த செலவிற்குள் செயல்படத் தொடங்கி திட்டமிட்டபடி உற்பத்தியைத் தொடங்கி இருந்தது. ஆலையிலிருந்து உற்பத்தி செய்யப்பட்ட பொருட்கள் தரம் குறைவாக இருந்ததாக விமர்சனம் எழுந்தது.

10. நிறுவனம் திட்டமிட்ட இலக்கை, திட்டமிட்டபடி, குறித்த காலத்தில், குறித்த நிதிக்குள் எட்டிவிட்டது. ஆனால், நிறுவனம் இலக்கை நிர்ணயிக்கும் போது அதன் ஆற்றலுக்கும் திறனுக்கும் பொருத்தமாக இல்லாமல் குறைவாக நிர்ணயித்துள்ளது.

சிந்திக்க...

1. செயலாக்கத் தணிக்கை செய்ய முடியாத சூழல் ஏற்படுவதற்கான வாய்ப்புகளை எண்ணிப் பார்க்க
2. செயலாக்கத் தணிக்கை செயல்படுத்தப்படாவிடில் நிறுவனத்திற்கு ஏற்படும் விளைவுகளை எண்ணிப் பார்க்க.
3. செயலாக்கத் தணிக்கையின் முடிவுகள் மட்டும் நிறுவனத்தின் செயல் திறனை வெளிப்படுத்துவதாக அமையாது. எண்ணிப் பார்க்க.
4. செயலாக்கத் தணிக்கை செய்யும் போது செயல்திறனை நிர்ணயிக்கும் கூறுகளை முடிவு செய்வதும் நிர்ணயிப்பதும் எளிதல்ல. எண்ணிப் பார்க்க.
5. இணக்கத் தணிக்கையைச் செயல்படுத்துவது தணிக்கை செய்யப்படும் நிறுவனத்தின் ஒத்துழைப்பின் அடிப்படையிலானது: எண்ணிப் பார்க்க.
6. திட்டமிட்டு மறைக்கப்பட்ட தவறுகளையும் முறைகேடுகளையும் செயலாக்கத் தணிக்கையில் வெளிக் கொணர்வது அரிது: எண்ணிப் பார்க்க.

பயிற்சிக்கான தணிக்கை சூழலிற்கு தீர்வுகளாகப் பரிந்துரைக்கும் தணிக்கைக் குறிப்புகள்:

1. நிறுவனத்திற்கு இழப்பு ஏதுமில்லையாயினும், வரி விலக்கிற்கான வாய்ப்பைப் பயன்படுத்தி இருந்தால், வாடிக்கையாளருக்கான விலையைக் குறைத்து விற்பனை அதிகரித்திருக்க வாய்ப்பு அதிகரித்திருக்கும். நிறுவனத்தின் செயல்திறன் உயர்ந்திருக்கும்.
2. நிறுவனத்தின் செயல் முடிக்கும் திறன் நன்றாக இருந்தாலும், விற்பனை மேம்பாட்டுச் செலவு கூடுதலாக ஆனதால், அதன் செயல்திறன் சிறப்பாக இல்லை. நிறுவனத்தின் செயல்பாடு சிக்கனமாகவும் இல்லை.
3. கிளை அலுவலகக் கட்டிடத்தை திட்டமிட்ட நிதிக்குள் கட்டி முடித்திருந்தாலும், கால தாமதம் ஏற்பட்டதால் இலக்கை செயல்

திறத்துடன் எட்டியதாகக் கருத முடியாது. கிளை அலுவலகம் வாடகைக் கட்டிடத்தில் இயங்கி வருவதால், அதற்குரிய வாடகைப் பணம் இழப்பாகக் கருதப்படும். நிறுவனம் சிக்கனமாகவும், செயல் திறத்துடனும் செயல்பட்டதாகக் கருத முடியாது.

4. நிறுவனம் திட்டமிட்ட நிதிக்குள், குறிப்பிட்ட இலக்கை எட்டி இருந்தாலும், அதிக பணியாளர்களைப் பயன்படுத்தி இருப்பதால் செயல்திறனுடன் செயல்படவில்லை. ஆனால் செயல் முடிக்கும் திறனுடனும் செயல்பட்டுள்ளது.

5. நிறுவனம் சரியாகத் திட்டமிடாததால் ரூ. 50 லட்சம் இழப்பை சந்தித்ததோடு திட்டமிட்ட இலக்கை எட்டாமலேயே கைவிட்டது. சிக்கனமும் இல்லாமல், செயல்திறனும் இல்லாமல், செயல் முடிக்கும் திறனும் இல்லாமல் அந்தத் திட்டத்தைக் கையாண்டுள்ளது.

6. நிறுவனத்தின் சிக்கனம், செயல்திறன் ஆகியவற்றை எட்டி இருந்தாலும், நிறுவனம் செயல்பட அனுமதி பெற முடியாததால் செயல் முடிக்கும் திறன் பெற்றதாகக் கருத முடியாது. ஆலை கட்டு மானத்திற்குச் செலவிடப்பட்ட தொகை பயனற்ற நிலையில் உள்ளது.

7. சிக்கனமாகவும், செயல் திறத்தோடு செயல்பட்டிருந்தாலும் நிபந்தனைகளை மீறி இலக்கை எட்டியதை சரியான செயல் பாடாகக் கருத முடியாது. கையூட்டு வழங்கிய குற்றச்சாட்டை ஆய்வு செய்வது தணிக்கையரின் பணி இல்லை என்றாலும், அந்தப் புகாரின் அடிப்படையில், நிறுவனத்தின் நெறிமுறைகளை (Ethics) மீறியதாகவே கருத வேண்டும். ஆனால் தணிக்கையர் தக்க சான்றுகள் உள்ளதை உறுதி செய்து கொள்ள வேண்டும்.

8. நிறுவனம் இலக்குகளைத் திட்டமிட்டபடி எட்டி இருந்தாலும், நிறுவனத்தில் அமைந்துள்ள கிளைகளில் ஒரு பகுதியில் மட்டும் செயல்படுத்தியதால் சமத்துவத்தை (Equality) எட்டியதாகக் கருத முடியாது. அந்த நிறுவனத்தின் வாடிக்கையாளர்கள் நிறைந்த இடங்களில், அந்தக் கிளைகளில் பரவலாக செயல்படுத்தி இருக்க வேண்டும்.

9. சிக்கனம் மற்றும் செயல்திறத்தில் நிறுவனம் சிறப்பாக செயல் பட்டிருக்கிறது. ஆனால், உற்பத்திப் பொருட்களின் தரம் இலக்கை எட்டுவதோடு தொடர்புடையது. தரம் குறைந்த பொருட்களை உற்பத்தி செய்வதை இலக்கை எட்டியதாகக் கொள்ள முடியாது. அதனால், சிக்கனத்தாலும், செயல் திறத்தாலும் பயனில்லை.

10. இலக்கை நிர்ணயிப்பது நிறுவன நிர்வாகத்தின் உரிமை. ஆனால் இலக்கு பொருத்தமற்றதாக இருக்கும் போது, அந்த இலக்கை எட்டுவதால், நிறுவனம் செயல்திறத்துடன் செயல்பட்டதாகக் கருத முடியாது. இலக்கை எட்டுவது முக்கியம் என்பது போல, சரியான இலக்கை நிர்ணயிப்பதும் முக்கியம்.

9. இணக்கத் தணிக்கை

இணக்கத் தணிக்கை என்பது ஒரு அமைப்பு அல்லது நிறுவனத்தின் செயல்பாடுகளை குறிப்பிட்ட வரைமுறைகளுக்கு உட்பட்டு செயல் படுகின்றனவா என ஆய்வு செய்யும் தணிக்கை முறையாகும். எந்த வொரு அமைப்பும் நிர்வாக மற்றும் சமூக வரம்புகளுக்கு உட்பட்டே செயல்பட வேண்டும்; செயல்பட முடியும். அவ்வாறு செயல்படும் போதுதான் நிறுவனத்தின் நிலைத் தன்மையையும், தொடர்ந்த செயல் பாட்டையும் உறுதி செய்ய முடியும். இங்கே சமூகம் என்பது நிர்வாகத்தின் வெளியிலிருந்து செயல்படும் அனைத்து வகைக் கட்டுப் பாடுகளையும் குறிக்கும். ஆகவே ஒரு அமைப்பு நிர்வாக மற்றும் சமூக வரம்புகளுக்கு இணக்கமாகச் செயல்படுகிறதா என்பது குறித்து ஆய்வு செய்வதே இணக்கத் தணிக்கையாகும். செயலாக்கத் தணிக்கை போன்றே இணக்கத் தணிக்கையும் வேறுபட்ட கால அளவிலும், அமைப்பின் முழுமைக்கும், அதன் உட்பிரிவுகளுக்கும் தனியே நடைமுறைப்படுத்த முடியும்.

9.1. இணக்கத் தணிக்கை விளக்கம்

இணக்கத் தணிக்கை என்பது ஒரு அமைப்பு, அது பின்பற்ற வேண்டிய அனைத்து வரைமுறைகளையும் பின்பற்றிச் செயல்படுகிறதா என ஆய்வு செய்து தணிக்கைக் கருத்தை தெரிவிப்பதாகும். இது நிதியறிக்கையிலான தணிக்கையைக் கடந்து அமைப்பின் அனைத்து வகை செயல்பாடு குறித்தும், பின்பற்றப்பட வேண்டிய வரையறைகளின் அடிப்படையில் ஆய்வு செய்வதாகும்.

எந்தவொரு அமைப்பும் ஒரு குறிப்பிட்ட வரைமுறைக்குள் செயல்பட வேண்டும். அந்த வரைமுறைகள் சட்டம், விதிகள், ஒழுங்கு முறைகள், வழிகாட்டும் குறிப்புகள், நன்னெறிகள், தொழில் நியதிகள், திட்டங்கள், செயல்பாட்டு நடைமுறைகள் மற்றும் கடமைகள் மற்றும் பொறுப்புகள் என பல்வேறு வகைகளாகத் தொகுக்கப்பட்டுள்ளன. நிறுவனமோ அல்லது அமைப்போ மேற்கண்ட வரைமுறைக்கு உட்பட்டு செயல்பட வேண்டியது, அவ்வமைப்பின் நிர்வாகிகள் மற்றும் பணியாளர்களின் பொறுப்பாகும். அவை சரிவர செய்யப்பட்டதா என்பதை தணிக்கைச் செய்து கருத்துத் தெரிவிப்பது இணக்கத் தணிக்கை வகையைச் சார்ந்ததாகும். அதாவது, ஒரு அமைப்பு அந்நிறுவனம் செயல்படுவதற்காக ஏற்படுத்தப்பட்ட முறைகளின் படி செயல்படுகிறதா

என்பதனை உறுதி செய்யும் வண்ணம் தணிக்கை செய்வது இணக்கத் தணிக்கையாகும்.

தமிழின் தொன்மை இலக்கியமான திருக்குறளில் காணப்படும் குறளின் துணை கொண்டு ஆய்வு செய்தால் இணக்கத் தணிக்கை நன்கு புரியும். அக் குறள்:

செய்தக்க அல்ல செயக்கெடும்; செய்தக்க
செய்யாமை யானும் கெடும்

அதன் பொருளானது செய்யத் தகாத செயல்களைச் செய்தால் கேடு நேரும்; செய்யத் தகுந்த செயல்களைச் செய்யாமல் விடுவதாலும் கேடு நேரும் என்பதாகும். அதாவது செய்ய வேண்டிய செயலை செய்ய வேண்டிய முறையில், செம்மையான விளைவுகளை உண்டாக்கும் வகையில் செய்ய வேண்டும். செய்யத்தகாத செயல்களை எந்த வகையிலும் (நேரிடையாகவும்/மாற்று வகையிலும்), யாராலும் (தானாகவும்/பிறர் மூலமாகவும்), எச்சூழலிலும் செய்யாமல் விட்டுவிட வேண்டும். இந்தத் திருக்குறளின் உட்பொருளை விட்டு விலகி நிர்வாகத்தால் மேற்கொள்ளப்படும் எந்தவொரு நிர்வாகச் செயல் பாடும் இணக்கத் தணிக்கைக்கு உரிய கருது பொருளாக அமையும்.

நிர்ணயிக்கப்பட்ட வரம்புகளுக்கு இணக்கமின்றிச் செயல்படும் நிர்வாகம் மிகவும் ஆபத்தானதாகும். நிறுவனத்தின் நிலைத் தன்மைக்கும், தொடர்ந்த செயல்பாட்டிற்கும் மேற்கண்ட வரைமுறைகளுக்கு முழுவதும் இணக்கமாகச் செயல்பட வேண்டியது மிக முக்கியம். இணக்கமின்மையால் ஏற்படும் இடர்கள், இணக்கமில்லாமலிருக்கும் வரம்பைப் பொருத்து மாறுபடும். சான்றாக வழிகாட்டிகளுக்கு இணக்கமின்றி செயல்படுவதை விட, சட்டத்திற்கு இணக்கமின்றி செயல்படுவதால் ஏற்படும் இடர்கள் அதிகம்.

9.2. இணக்கத் தணிக்கையின் நோக்கம்

இணக்கத் தணிக்கையின் முக்கியமான நோக்கம் அமைப்பின் செயல்பாடு செம்மையாக உள்ளதா என்பதை அறிவதற்கும், அமைப்பில் உள்ள குறைகளையும் இடைவெளிகளையும் கண்டறிவதற்கும், அதன்மூலம் அமைப்பின் செயல்பாட்டை மேம்படுத்துவதற்குரிய வழிவகைகளைக் கண்டறிவதும் ஆகும். பொதுவாக இணக்கத் தணிக்கையின் நோக்கத்தை கீழ்க்கண்டவாறு வரையறுக்கலாம்.

1. நிர்வாகத்தின் செயல்பாடு பின்பற்றப்பட வேண்டிய வரை யறைகளை முழுமையாகப் பின்பற்றி நடைபெறுகிறதா என்பதனை ஆராய்ந்து அறிதல். பின்பற்ற வேண்டிய வரை யறைகளுள், சட்டங்கள், ஒழுங்குமுறைகள், விதிமுறைகள்,

அலுவலக செயல்முறைகள், கொள்கைகள், திட்டங்கள் முதலியன உள்ளடங்கும். மேற்கண்டவற்றுடனான இணக்கமான செயல்பாட்டை ஆய்வு செய்வதே இணக்கத் தணிக்கையின் தலையாய நோக்கமாகும்.

2. நிர்வாகத்தின் அகக் கட்டுப்பாடுகள் சரியாகக் கட்டமைக்கப் பட்டுள்ளதா என்பதனை ஆராய்ந்து, கட்டமைப்பில் உள்ள குறைகளையும் இடைவெளிகளையும் கண்டறிந்து அவற்றை வலுப்படுத்த அறிவுறுத்துதல். நிர்வாக கட்டமைப்பு முறையே நிறுவனத்தின் நிலைத் தன்மையையும், நிர்வாகத்தின் செயல் திறனையும் நிர்ணயிக்கின்றன. இந்த ஆய்வு அமைப்பு ரீதியிலான தணிக்கை வகையினதானாலும், அக்கட்டமைப்பின் முக்கியத் துவம் கருதி இணக்கத் தணிக்கையின் முக்கிய நோக்கமாகக் கருதலாம்.

3. நிதி சரியாகப் பயன்படுத்தப்பட்டுள்ளதா என்றும், கணக்குகள் சரியாக பராமரிக்கப்பட்டுள்ளனவா என்றும், முதலீடுகளும், பணம் பரிமாற்றமும் விதிமுறைகளின்படியும், நிதிக் கோட்பாடுகளின் படியும் செய்யப்பட்டுள்ளனவா என்றும் ஆய்வு செய்தல். நிதியே நிறுவனத்தின் செயல்பாட்டை வழி நடத்துவதால், சரியான நிதிப் பயன்பாட்டை இணக்கத் தணிக்கை உறுதி செய்ய விழைகிறது.

4. சட்டத்தின்படி செய்ய வேண்டிய அனைத்துக் கடமைகளும் முறையாகச் செய்யப்பட்டுள்ளனவா என்றும், செலுத்த வேண்டிய அனைத்து கட்டணங்களும் முறையாகச் செலுத்தப்பட்டு உள்ளனவா என்றும் உறுதி செய்தல். சட்டத்திற்கு இணக்க மில்லாமல் செயல்படுதல் நிறுவனத்தின் நிலைத்தன்மையையும், தொடர்ந்து செயல்படும் நிலையையும் குலைத்துவிடும். ஆகவே இதுவும் இணக்கத் தணிக்கையின் முக்கிய நோக்கமாகும்.

5. நிறுவனத்தில் உள்ள சொத்துகள், ஆவணங்கள், கோப்புகள், செலவழிக்கப்பட்டதற்கான ஆவணங்கள், பணியாளர்கள் குறித்தக் குறிப்புகள் முதலியன முறையாகப் பராமரிக்கப்படு கின்றனவா என்றும், அவை பாதுகாக்கப்படுகின்றனவா என்றும் உறுதி செய்தல். நிறுவன நினைவு (Institutional memory) நிறுவனத்தின் தொடர் செயல்பாட்டிற்கான முக்கியமான கூறாகும். ஆகவே இதுவும் இணக்கத் தணிக்கையின் நோக்கங்களுள் ஒன்றாகும்.

நிதிக் குற்றங்களைத் தடுப்பதில் தணிக்கையின் பங்கு:

இணக்கத் தணிக்கையின் நோக்கம் பற்றிக் கற்கையில் முக்கியமான வினா ஒன்று எழுகிறது. ஏன் தணிக்கையால் நிறுவனங்களில் நிகழும் தவறுகளையும், நிதிக் குற்றங்களையும் தடுக்க முடிவதில்லை என்ற வினா எழுவது இயல்பே. தணிக்கையினால் குற்றங்களையும் தவறுகளையும் தடுக்க முடிவதில்லை என்பது தவறு. தவறுகளை தடுக்கும் வரைமுறைகள் தணிக்கைச் செயல்முறைகளிலேயே கட்டமைக்கப்பட்டுள்ளன எனலாம். தணிக்கை இருப்பதனாலேயே பல தவறுகள் தடுக்கப் படுகின்றன. தணிக்கையில் தவறுகள் வெளிப்பட்டுவிடும் என்பதனாலேயே நிறுவனங்களில் தவறுகள் தவிர்க்கப்படுகின்றன; தடுக்கப்படுகின்றன. 'தணிக்கை பயம்' என்ற உணர்வினாலேயே நிறுவனத்தில் தணிக்கை தவறுகள் குறைந்துள்ளன எனலாம்.

பின் எவ்வாறு தணிக்கைக்குப் பின்னும் நிதி தொடர்பான தவறுகளும் மோசடிகளும் நிகழ்கின்றன என ஆராய்ந்து பார்க்க வேண்டும். தணிக்கை என்பது ஆவணங்களின் அடிப்படையிலானது. நிதி மோசடி மற்றும் ஊழல் செய்பவர்கள் எந்தவிதச் சான்றுகளையும் விட்டுச் செல்வதில்லை. அதற்குரிய ஆவணங்களை விட்டுச் செல்வதில்லை. ஆகவே தணிக்கைச் செயல்முறைகளுக்கு அப்பால் நடைபெறும் தவறு களையும் குற்றங்களையும் தணிக்கையால் கணிக்க முடிவதில்லை. மேலும் தணிக்கை என்பது சோதனை அடிப்படையில் நிகழ்வதால் சோதனைக்கு உட்படாத பகுதிகளில், பிரிவுகளில் நிகழும் தவறு களையும் குற்றங்களைக் கண்டறிய முடியாதநிலை ஏற்படும். அது இடர் அடிப்படையிலான தணிக்கைத் திட்டங்கள் சரியாகப் பின்பற்றப் படாமையைக் காட்டுகிறது.

தற்கால தணிக்கை ஒழுங்குமுறையின்படி நிதி தொடர்பான தவறுகள், நிதியிழப்புகள் ஏற்படுமாயின், அந்த நிறுவனத்தின் தணிக்கையர் அல்லது தணிக்கை நிறுவனம் பொறுப்பேற்க வேண்டும். அவர்களின் மேல் தணிக்கை ஒழுங்குபடுத்தும் அமைப்பு மூலம் நடவடிக்கை எடுக்கலாம். குற்ற நடவடிக்கை மேற்கொள்ளவும் வழிவகுக்கிறது.

இத்தகு சூழலைக் கையாள்வதற்கு சரியான தணிக்கைச் செயல் முறையைப் பின்பற்றுவதும், அதனைத் தணிக்கை அறிக்கையில் தெளிவாகக் குறிப்பிடுவதும், தணிக்கையின் நோக்கம், பரப்பு மற்றும் பரப்புச் சுருக்கம் முதலானவற்றை அறிக்கையில் தெளிவாகக் குறிப்பிடுவதும் நலம்.

6. நிறுவனத்தில் தவறுகள், முறைகேடுகள், மோசடிகள், திருட்டுகள் ஏமாற்றுதல்கள் முதலியன நடக்கா வண்ணம் தடுத்தலும், அதற்கான சூழலைக் களைதலும், அவ்வாறு நடப்பதை தொடக்க நிலையிலேயே கண்டறிந்து தடுத்தலும் இணக்கத் தணிக்கையின் ஒரு நோக்கமாகும். இதனைத் தணிக்கையின் நேரடியான நோக்கமாகக் கருத முடியாது. ஆயினும் தணிக்கையின் உள்ளார்ந்த நோக்கமாகக் கருதலாம்.

9.3. இணக்கத் தணிக்கை அணுகுமுறை

இணக்கத் தணிக்கையின் அணுகுமுறையும் செயலாக்கத் தணிக்கையின் அணுகுமுறையை ஒட்டியே அமையும். தணிக்கைத் திட்டமிடல், தணிக்கைத் திட்டத்தை தெரிவித்தல், முதற்கட்ட தகவல்கள் திரட்டுதல், தொடக்கக் கூட்டம், தணிக்கை வேண்டுகோள்கள், தணிக்கை வினாக்கள், தணிக்கைக் குறிப்புகள், வரைவுத் தணிக்கை அறிக்கை மற்றும் தணிக்கை அறிக்கை முதலியன யாவும் செயலாக்கத் தணிக்கைக்கும், இணக்கத் தணிக்கைக்கும் பொதுவாகவே அமையும். ஆனால் செயல் படுத்தும் முறைகளில் சில வேறுபாடுகள் உண்டு. அவற்றை மட்டும் இங்கே காணலாம்.

1. தணிக்கைத் திட்டமிடலில் அமைப்பு ரீதியிலான தணிக்கைக்கு அதிக முக்கியத்துவம் தரப்படும். நிறுவனத்தின் கட்டமைப்பு நிறுவனத்தின் இணக்கமான செயல்பாட்டிற்கு போதுமான வையா என்பதைக் கண்டறியும் வகையில் திட்டமிடப்படும். இணக்கமின்றி செயல்படுவதற்கு வாய்ப்பு அதிகமுள்ள நிர்வாகப் பிரிவுகள் அதிக முக்கியத்துவம் பெறும். தணிக்கைக்கு உட்படுத்த வேண்டிய மாதிரிகளைத் தெரிவு செய்யும் போது இணக்கத் தன்மையை சோதனை செய்யும் விதத்தில் பரவலான மாதிரிகளைத் தெரிவு செய்ய வேண்டும்.
2. தணிக்கையின் போது திரட்டப்படும் தகவல்கள், ஆய்வு செய்யப்படும் அமைப்பு முறைகள், தணிக்கை வேண்டு கோள்களில் கேட்கப்படும் வினாக்கள் யாவும் நிறுவனத்தின் விதிகளுக்கு இணக்கமாகச் செயல்படும் நிர்வாக முறையை ஆய்வு செய்வதாக அமையும். வினாப் பட்டியல் தேவையான அனைத்து இணக்கத்தை உறுதி செய்யும் வகையிலான வினாக்களைக் கொண்டு அமையும்.
3. தணிக்கையில் பொதுவாக அமைப்பு ரீதியிலான இணக்க மின்மை அதிகம் கவனிக்கப்படும். ஆயினும், தனிப்பட்ட இணக்கமில்லா நிகழ்வுகள், தனிநபர்கள்/பணியாளர்கள் செய்த அல்லது செய்யத் தவறிய இணக்கமில்லா நிகழ்வுகள்

தணிக்கையில் கவனிக்கப் பட வேண்டும். இவ்வகையான இணக்கமில்லாச் செயல்கள் அதிகமாக இருப்பின் அது அமைப்பு ரீதியான இணக்கமின்மையை வெளிப்படுத்தும்.

4. தணிக்கைக்குத் தேவையான சான்றுகளைத் திரட்டுவதில் இணக்கத்தை அல்லது இணக்கமின்மையை உறுதி செய்யத் தேவையான சான்றுகள் திரட்டப்பட வேண்டும். தணிக்கையில் அடிப்படை அளவுகோல்கள் பின்பற்றப்படாமல் மேற்கொள்ளப் பட்ட நடவடிக்கைகள் குறித்த சான்றுகள் திரட்டப்பட வேண்டும். சான்றுகளின் தன்மை மாறுவதில்லை. ஆனால் யாவும் இணக்கமின்மையை வெளிப்படுத்தும் விதமாக அமைய வேண்டும்.

5. தணிக்கைக் குறிப்புகளைத் தயாரிக்கும் போது இணக்க மின்மையைத் தெளிவாகக் காட்டும் வகையில் குறிப்புகள் எழுதப்பட வேண்டும். பின்பற்ற வேண்டிய வரைமுறை களையும், நிறுவனம் பின்பற்றிய அல்லது பின்பற்றத் தவறிய நடவடிக்கைகளையும், அதனால் ஏற்படும் விளைவுகளையும் தெளிவாகப் பதிவு செய்ய வேண்டும். இணக்கமின்மைக்கான காரணங்களையும் பதிவு செய்வது நன்மை பயக்கும்.

பொதுவாக இணக்கத் தணிக்கைக்கும், செயலாக்கத் தணிக்கைக்கும் தணிக்கைக் கருவிகளைப் பயன்படுத்துவதில் வேறுபாடு இருப்பதில்லை. தணிக்கைத் திட்டமிடலிலும், வினாக்களைத் தொடுப்பதிலும், சான்று களைத் தேடுவதிலும் தணிக்கைக் குறிப்புகளை தயார் செய்வதிலும் வேறுபாடுகள் இருக்கும். மேலே குறிப்பிட்டவை கற்பதற்கு இலகுவாக இருந்தாலும், பின்பற்றுவதற்கு சற்று கடினமே. அந்தத் திறமையை அனுபவத்தின் மூலமாகவே பெறமுடியும்.

9.4. இணக்கத் தணிக்கையின் முடிவுகள்

நிதித் தணிக்கை போன்றும், செயலாக்கத் தணிக்கை போன்றும் இணக்கத் தணிக்கையின் முடிவுகளை பல்வகையாகப் பிரிக்கவோ, குறிப்பிட்ட பிரிவுகளாக தொகுக்கவோ முடியாது. இணக்கத் தணிக்கையின் முடிவுகளை எந்தக் கட்டுப்பாட்டிலும் கொண்டுவர முடியாது. பரவலாகக் காணப்படும் இணக்கத் தணிக்கை முடிவுகளின் அடிப்படைக் கூறுகளை இங்கே காணலாம்.

1. **ஒரு குறிப்பிட்ட சட்டம், விதி, வழிகாட்டு முறைகள், செயல் முறை ஆணை முதலானவற்றை முறையாகப் பின்பற்றாமல் ஒரு செயலைச் செய்தல்.** கவனக்குறைவினாலோ அல்லது அறியாமையினாலோ இது நடக்கலாம். இவ்வாறு செய்வது

மிக ஆபத்தாக முடிய வாய்ப்பு உண்டு. செயலின் முக்கியத் துவம் மற்றும் நடக்கும் கால இடை வெளியைப் பொருத்து விதி மீறலின் முக்கியத்துவம் அல்லது பாதிப்பு இருக்கும். அது குறித்து தணிக்கைக் கருத்தைப் பதிவு செய்ய வேண்டும்.

2. **ஒரு குறிப்பிட்ட சட்டம், விதி, வழிகாட்டி முறைகள், செயல் முறை ஆணை முதலானவற்றைப் புறக்கணித்துவிட்டு ஒரு செயலைச் செய்தல்.** இது நிறுவனத்தால் திட்டமிட்டு அல்லது அவற்றை வேறு நோக்கத்துடன் ஒதுக்கிவிட்டு ஒரு செயலைச் செய்வது. இது மிகுந்த ஆபத்தை விளைவிக்கும். இந்த வகை நிர்வாக அணுகுமுறை, தவறுகளையும் கடந்து மோசடி, கையாடல், ஊழல் முதலான குற்றங்களைச் செய்ய வழி வகுக்கும்.

3. **உரிய அல்லது தகுதி வாய்ந்த அதிகாரியின் ஒப்புதல் இல்லாமல் செலவு செய்தல் அல்லது ஒரு செயலைச் செய்தல்.** இது கவனக் குறைவாகவும், திட்டமிட்டும் நடைபெறுவதுண்டு. திட்டமிட்டு இவ்வாறு செய்வது மிகுந்த ஆபத்தானது. இது தவறை மறைக்கவோ அல்லது அனுமதி மறுக்கப்படுவதைத் தவிர்க்கவோ செய்யப்படலாம். காரணம் எதுவாயினும் தணிக்கை அறிக்கையில் பதிவு செய்ய வேண்டும்.

4. **திட்டமிடப்படாத மற்றும் நிதி ஒதுக்கீடு செய்யப்படாத செயலைச் செய்தல்.** அதற்குரிய செலவை, வேறொன்றிற்கு திட்டமிடப்பட்ட அல்லது ஒதுக்கப்பட்ட நிதியிலிருந்து செலவு செய்தல். இத்தகு செயல்முறை நிறுவனத்தின் நோக்கத்தி லிருந்து பிறழ்வதற்கு வழிகோலுவதோடு அல்லாமல், நிறுவனத்தில் ஒழுக்கமின்மையை ஏற்படுத்திவிடும்.

5. **திட்டமிடப்பட்ட செயலுக்கு, திட்டமிட்ட நிதியை விட அதிகம் செலவழித்தல்.** அது சரியாக திட்டமிடாததைக் காட்டுகிறது. திட்டமிடப்பட்ட அளவைவிட எத்தனை விழுக்காடு அதிகம் செலவிடப்பட்டது என்பதனைப் பொருத்து தணிக்கையின் கருத்து பதிவு செய்யப்பட வேண்டும். திட்டமிடப்பட்ட செயலை செயல்படுத்தி, செலவு செய்திருந்தாலும், திட்டமிடப்பட்ட செயல் நிறைவேறவில்லை என்றால், அதுவும் இணக்கத் தணிக்கையின் ஒரு பகுதியே.

6. **நிறுவனத்தின் கட்டமைப்பை குறைபாடுகளுடன் வடிவமைத்தல்.** கட்டமைப்பில் உள்ள குறைபாடு நிர்வாகத் திறனைக் கெடுத்து விடும். கட்டமைப்புக் குறைபாடு வெகுவாக இருக்குமாயின், அல்லது நிறுவனத்தின் முக்கியப்

பகுதியில் இருக்குமாயின், அவை நிறுவனத்தின் நிலைத் தன்மையும், தொடர்ந்து செயல்படும் தன்மைக்கு ஆபத்தை உண்டாக்கும்.

7. **நிறுவனத்தின் சொத்துக்களைப் பாதுகாக்கத் தவறுதல் அல்லது நிறுவனத்தின் சொத்துக்களை வீணடித்தல்.** கவனக் குறைவினாலோ அல்லது நிறுவனக் கட்டமைப்பில் குறைபாடு இருப்பதாலோ அல்லது பணியாளரின் தவறினாலோ சொத்துக் களை வீணடிப்பது நிகழும். சொத்துக்களை வீணடிப்பது மிகவும் மோசமான சூழலை ஏற்படுத்தவல்லதாகையால் தணிக்கை அதனைப் பதிவு செய்ய வேண்டும்.

8. **நிறுவனத்தின் பணியாளர்களுக்கு முறையற்ற சலுகைகள் மற்றும், முறையற்ற ஊதியம் வழங்குதல்.** இது பெரும்பாலும் தனிமனித தவறுகளாலேயே ஏற்படும். திட்டமிட்டு நடை பெறும் நிலையில் அது, மோசடியாகக் கருதப்பட வேண்டும். கணினி மூலம் அல்லது ஊதிய மென்பொருள் மூலம் கணக்கிடப் படுகையில் மென்பொருள் தவறு மூலம் நடக்கவும் வாய்ப்பு உண்டு. அது கண்டறியப்படாவிட்டால் தொடர் தவறுகள் நடக்கும் சூழலை உண்டாக்கும்.

9. **தவறான ஆவணங்கள் மற்றும் சான்றுகளின் அடிப்படையில் அனுமதி பெறுதல் மற்றும் பணம் செலுத்துதல்.** இத்தகைய தவறுகள் திட்டமிட்டே செய்யப்படுவதாக அமையும். ஆகையால் இதுவும் மோசடியே. இத்தகைய நடவடிக்கை களில் ஈடுபடுவோர் மேல் நிறுவனம் சார்ந்த ஒழுங்கு நடவடிக்கையும், குற்றவியல் நடவடிக்கையும் மேற்கொள்ளப் பட வேண்டும்.

10. **நிறுவனத்திற்கு வர வேண்டிய பணத்தைப் பெறாமல் இருத்தல்.** நிறுவனமென்றால் அதன் வாடிக்கையாளர் களிடம் இருந்து பெறத் தவறுதல். இது கவனக் குறைவால் அல்லது திட்டமிட்டே நடைபெறலாம். அரசு அலுவலக மென்றால் வரிவருவாயாகவோ அல்லது வேறுவிதமான வருவாயாகவோ இருக்கலாம். வரிவருவாயாக இருந்தால், தவறாகக் கணக்கிடப்பட்டதா அல்லது குறைவாக வசூலிக்கப் பட்டதா என்றும், அது கவனக் குறைவால் ஏற்பட்டதா அல்லது திட்டமிட்டு நிகழ்ந்ததா என்று கண்டறிந்து தணிக்கையின் கருத்தைப் பதிவு செய்ய வேண்டும்.

மேற்கண்ட தணிக்கை முடிவுகள் யாவும் சில தணிக்கைக் குறிப்புகளின் மாதிரிகளே. தணிக்கைக் குறிப்புகள் நிறுவனத்தைப் பொருத்தும், அந்நிறுவனத்தின் செயல்பாடு பொருத்தும் மாறுபடும். ஆகவே குறிப்பிட்ட தணிக்கை அறிக்கையை முழுமையாகப் படிப்பதன் மூலமே தணிக்கையின் கருப்பொருள் குறித்தும், தணிக்கையின் கருத்து குறித்தும் முழுமையாக அறிந்துகொள்ள முடியும்.

9.5. இணக்கத் தணிக்கையைப் புரிந்து கொள்ளல்

இணக்கத் தணிக்கை அறிக்கையானது நிறுவனம் அல்லது அலுவலகம் பின்பற்ற வேண்டிய சட்டங்களையும், விதிகளையும், நிர்வாகத்தின் ஆணைகளையும், வழிகாட்டுதல்களையும் பின்பற்றியது குறித்து தணிக்கையின் கருத்தைத் தெரிவிக்கும். இங்கே முக்கியமாக கவனிக்கப்பட வேண்டிய தணிக்கைக் கருத்தானது,

(1) தனிப்பட்ட பரிவர்த்தனை குறித்ததா, அல்லது

(2) அதே போன்ற நிறுவனத்தின் மற்ற பரிவர்த்தனைகளைக் குறித்ததா, அல்லது

(3) நிறுவனத்தின் மொத்தப் பரிவர்த்தனைகளைக் குறித்ததா,

என்ற கேள்விகள் குறித்து தெளிவு கொள்ள வேண்டும். முதல் வகையைச் சேர்ந்த கருத்து குறைந்த விளைவுகளையும், மூன்றாம் வகையைச் சேர்ந்த கருத்து அதிக விளைவுகளையும் ஏற்படுத்த வல்லது. அவை நிறுவனச் செயல்பாடுகள் விதிகளுக்கு இணக்கமாகச் செயல்படவில்லை என்ற கருத்து மிக முக்கியமாகக் கவனிக்கப்பட வேண்டும். நிறுவனத்தின் மொத்த பரிவர்த்தனைகள் விதிகளுக்கு இணக்கமாகச் செயல்படவில்லை என்ற தணிக்கையின் கணிப்பு அதிகத் தாக்கத்தை ஏற்படுத்தவல்லது. அது நிறுவனத்தின் மோசமான நிலையைக் குறிப்பது.

இணக்கத் தணிக்கையில் பரவலாகக் காணப்படும் தணிக்கையின் கருத்துக்களை அட்டவணை 10இல் உள்ளவாறு தொகுக்கலாம்.

அட்டவணை - 10 இணக்கத் தணிக்கை அறிக்கையின் முடிவுகள்

எண்	தணிக்கையின் கருத்து	தணிக்கைக் கருத்தின் விளக்கம்
1	தேவையற்ற செலவுகள்	செலவுகள் நிறுவன விதிகளுக்கு அப்பாற்பட்டவை. நிறுவன வளர்ச்சிக்கும் நோக்கத்திற்கும் தேவையில்லாதவை.
2	ஒழுங்கற்ற முறையில் செலவுகள்	நிறுவன வளர்ச்சிக்கும் நோக்கத்திற்கும் தேவையானவையாக இருக்கலாம். ஆனால் விதிகளை மீறிச் செய்யப்பட்ட செலவுகள்.

3	அதிகப்படியான செலவுகள்	நிறுவன வளர்ச்சிக்கும் நோக்கத்திற்கும் தேவையான செலவுகள். ஆனால் தேவைக்கு அதிகமாகச் செய்யப்பட்ட செலவுகள். சிக்கனமாக செலவு செய்யப்படவில்லை.
4	வீணடிக்கப்பட்ட செலவுகள்	நிறுவன வளர்ச்சிக்கும் நோக்கத்திற்கும் தேவையான செலவுகள். ஆனால் சரியாக (திட்டமிடல் மற்றும் செயல்படுத்துதல் காரணமாக) அச்செலவுகளால் தகுந்த பலன்கள் கிடைக்கப் பெறவில்லை.
5	முறைகேடான செலவுகள்	விதிகளை மீறிச் செய்யப்பட்ட செலவுகள். பணம் தவறாகப் பயன்படுத்தப்பட்டுள்ளது. தனிநபர்கள் பயனடைந்ததைக் குறிக்கிறது.
6	கையாடல் செய்யப்பட்டது	நிறுவன பணியாளர் நிறுவனத்தின் பணத்தை முறையற்ற வழியில் தனதாக்கியுள்ளார். திட்டமிட்டு செய்யப்பட்டது, திருடப் பட்டதற்குச் சமம்.
7	பணத்தை சேமித்து வைத்தது	நிறுவன வளர்ச்சிக்கும் நோக்கத்திற்கும் செலவிடப்பட வேண்டியவை. நிறுவன வளர்ச்சியும் நோக்கமும் நிறைவேறவில்லை. திட்டமிட்டபடி நிதி செலவு செய்யப்படவில்லை
8	அதிக வட்டியில் கடன்கள்	நிறுவன வளர்ச்சிக்கும் நோக்கத்திற்கும் தேவையான பணம் அதிக வட்டி மூலம் பெறப்பட்டுள்ளது. அதாவது குறைந்த வட்டியில் கிடைக்கும் பணத்தைத் தவிர்த்து அதிக வட்டியில் நிதி திரட்டப்பட்டுள்ளது.
9	வருமான இழப்புகள்	நிறுவனத்திற்கு கிடைக்க வேண்டிய வருமானத்தை முழுமையாக வசூலிக்காமல் விடப்பட்டுள்ளது. இழந்த வருமானத்தைப் பெற வழியில்லை.
10	தவறான வருமான கணக்குகள்	கிட்ட வேண்டிய வருமானம் தவறாகக் கணக்கிடப்பட்டுள்ளது. மீண்டும் கணக்கிட்டு வருமானம் ஈட்ட வேண்டும்.
11	சொத்துக்கள் இழப்பு	சொத்துக்களை நிறுவனம் முறையற்ற வழியில் இழந்துள்ளது. முறையாக பராமரிக்கப் படாமை, பாதுகாக்கப்படாமை, திருட்டு முதலானவற்றால் சொத்துக்கள் இழக்கப் பட்டுள்ளன.
12	ஒருவருக்கு சாதகமாக செயல்பட்டது	நிறுவனத்தின் வாடிக்கையாளருக்கு விதிகளை மீறி சாதகமாக உள்நோக்கத்துடன் செயல்பட்டது. பெரும்பாலும் நிறுவனத்தின் ஒப்பந்ததாரர் களுக்கு சாதகமாக செயல்படுவதைக் குறிக்கும்.

13	சொத்துக்களைத் தவறாகப் பயன்படுத்தியது	நிறுவனத்தின் சொத்துக்களை நிறுவனம் சாராத பணிகளுக்குப் பயன்படுத்தியது. இதில் பணியாளர் தன் சொந்த நலனுக்காக, பணிக்காக நிறுவனச் சொத்தைப் பயன் படுத்தியதும் அடங்கும்.
14	தவறாக ஊதியம் வழங்கப்பட்டது	நிறுவனத்தின் பணியாளருக்கு தவறான முறையில் ஊதியமும் இதர படிகளும் நிர்ணயிக்கப்பட்டுள்ளது அல்லது வழங்கப் பட்டுள்ளது. இது கவனக்குறைவாலோ அல்லது திட்டமிட்டோ நடைபெற்றதாக இருக்கலாம்.
15	சட்டவிதிகளை முறையாகப் பின்பற்றாமை.	நிறுவனம் கட்டாயமாகப் பின்பற்ற வேண்டிய அரசின் சட்டங்கள், ஒழுங்குபடுத்தும் அலுவலகத்தின் விதிகளை முறையாகப் பின் பற்றாமை; தக்க வரிகளையும், கட்டணங்களையும் செலுத்தாமை ஆகியன அடங்கும்.

மேற்கண்ட தொகுப்பு தணிக்கை அறிக்கைகளில் பரவலாகக் காணப்படும் தணிக்கைக் குறிப்புகளாகும். தணிக்கை சொல்ல வரும் கருத்தின் முழுமையான விவரத்தை, அறிக்கையை முழுமையாகப் படிப்பதன்மூலமே புரிந்து கொள்ள முடியும். இது தவிர இணக்கத் தணிக்கைகளில் தணிக்கையின் பரிந்துரைகளைக் காணமுடியும். பரிந்துரைகள் வழங்க வேண்டும் என்ற கட்டாயமில்லை. தணிக்கை செய்யப்படும் நிறுவனத்தின் தேவையின் அடிப்படையில் முடிவு செய்து கொள்ளலாம்.

பயிற்சிக்கான தணிக்கை சூழல்கள்: கீழ்க்கண்ட சூழல்களில் தணிக்கையர் கருத்துக்கள் எப்படி இருந்தால் சரியாக இருக்கும் என எண்ணிப் பார்க்க.

1. *நிறுவனத்திற்கு வந்த ஐந்து ஒப்பந்தப் புள்ளிகளின் அடிப்படையில், ரூ.55 லட்சம் மதிப்பிலான பணிக்காக, ரூ.67 லட்சத்தைக் குறைந்த பட்ச தொகையாக ஒப்பந்தப் புள்ளியை அளித்த நிறுவனத்திற்கு பணி ஆணை வழங்கப்பட்டது.*
2. *நிறுவனத்தில் அன்றாடப் பணியாளர்கள் 50 நபர்களுக்கு 20 நாள் பணிக்காக ரூ.3 லட்சம் கூலியாக வழங்கப்பட்டதாக செலவுக் கணக்கில் பதிவு மட்டும் செய்யப்பட்டிருந்தது.*
3. *நிறுவனம் 8 GB நினைவுத் திறன் (Memory) உள்ள 100 கணினிகளை வாங்க குறைந்தபட்ச ஒப்பந்தப்புள்ளி அடிப்படையில் கொள்முதல் ஆணை வழங்கி இருந்தது. கணினி நிறுவனம் 4 GB நினைவுத்திறன் (Memory) உள்ள கணினிகளை வழங்கியது. கணினியில் உள்ள புதிய வகை வன் பொருட்கள் நவீன வகையைச் சார்ந்ததால், கணினியின் செயல்திறன் 8 GB நினைவுத்திறன் (Memory) உள்ள கணினிக்கு சமமாக இருக்கும் என்ற கருத்து அப்படியே ஏற்றுக் கொள்ளப்பட்டது.*
4. *நிறுவனத்தில் தரவு ஆய்வாளராக, உரிய தகுதிகளுடன் தக்க ஊதியத்திற்குப் பணியமர்த்தப்பட்டவர், அந்தப் பணியைச் செய்யாமல், தரவுகளை கணினியில் உள்ளிடும் பணியையும், கணினிகளைப் பராமரிக்கும் பணியையும் செய்கிறார்.*
5. *நிறுவனச் செலவிற்காக முன்பணம் பெற்ற காசாளர், அந்த முன்பணத்திற்கான செலவுக் கணக்கைத் தானே எழுதி முன்பணக் கணக்கை சரி செய்து, அந்த கணக்குப் பதிவை நிறைவு செய்துவிட்டார்.*
6. *நிறுவனத்தின் கையிருப்பில் உள்ள சரக்குகளில் பயன்படுத்தப் படாமல் காலாவதியான சரக்குகளைக் கழிக்காமல், அவற்றிற்கும் சேர்த்து காப்பீடு செய்யப்பட்டுள்ளது.*
7. *கள அலுவலர்களுக்கு மட்டுமே உரித்தான கூடுதல் ஊக்கத் தொகை, ஒருவர் களப் பணி முடித்துத் தலைமை அலுவலகத்திற்கு மாறுதல் பெற்ற பின்னரும் தொடர்ந்து அளிக்கப்பட்டது. அந்த அலுவலர் களப்பணிக்காக சேர்க்கப்பட்டவர் என்பதால், அவரின் பணி ஒப்பந்தப்படி, அந்த ஊக்கத் தொகை தொடர்ந்து அளிக்கப்பட்டதாகக் கூறப்பட்டது.*

8. ஒரு நிறுவனம், அந்நிறுவனம் கட்டாயமாகப் பின்பற்ற வேண்டிய சுற்றுச்சூழல் விதிகளைப் பின்பற்றாததன் மூலம், கடந்த 5 ஆண்டுகளில் ஆண்டிற்கு ரூ.5 லட்சம் சேமித்தது.

9. நிறுவனத்தின் ஆலைக்குத் தேவையான முக்கிய மூலப் பொருளை வாங்க கொள்முதல் ஆணை வழங்கும் போது அதன் தரம் குறித்துத் தெளிவாக வரையறுக்கப்பட்டிருந்தது. ஆனால் அந்த மூலப் பொருட்களை, அவற்றின் தரத்தை சோதித்து உறுதி செய்யாமல் வாங்கப்பட்டது.

10. நிறுவனத்தின் முதலீடுகள் சரியான முறையில் மேற் கொள்ளப்பட்டிருப்பதாகத் தெரிவித்தாலும் அதற்கான ஆவணங்களும் சான்றிதழ்களும் தணிக்கைக்காக வழங்கப் படவில்லை.

சிந்திக்க...

1. இணக்கத் தணிக்கை செய்ய முடியாத சூழல் ஏற்படுவதற்கான வாய்ப்புகளையும் மற்றும் செயல்படுத்தப்படாவிடில் நிறுவனத்திற்கு ஏற்படும் விளைவுகளையும் எண்ணிப் பார்க்க.

2. இணக்கத் தணிக்கையின் முடிவுகள் மூலம் நிறுவனத்தின் செயல் பாடுகளை அதன் விதிகளுடனான இணக்கத்தை மேம்படுத்தலாம்: எண்ணிப் பார்க்க.

3. இணக்கத் தணிக்கையில் இணக்கத்திற்கான வரையறைகளை தணிக்கை நிர்ணயிக்கக் கூடாததன் காரணத்தை எண்ணிப் பார்க்க

4. இணக்கத் தணிக்கையைச் செயல்படுத்துவது தணிக்கை செய்யப் படும் நிறுவனத்தின் ஒத்துழைப்பின் அடிப்படையிலானது: எண்ணிப் பார்க்க.

5. திட்டமிட்டு மறைக்கப்பட்ட தவறுகளையும் முறைகேடுகளையும் இணக்கத் தணிக்கையில் வெளிக் கொணர்வது அரிது: எண்ணிப் பார்க்க.

பயிற்சிக்கான தணிக்கை சூழலிற்கு தீர்வுகளாகப் பரிந்துரைக்கும் தணிக்கைக் குறிப்புகள்:

1. குறைந்தபட்ச ஒப்பந்தப் புள்ளியை அளித்த நிறுவனத்திற்கு பணி ஆணை வழங்கப்பட்டாலும், ஒப்பந்தப் புள்ளியில் கோரப்பட்ட தொகை நியாயமான தொகையா என நிறுவனம் தனியாக ஆய்வு செய்து, குறைந்தபட்ச ஒப்பந்தப் புள்ளிக்கான தொகை சரியானதா என உறுதி செய்து கொள்ள வேண்டும்.

2. செலவுக் கணக்கில் பதிவு செய்தது சரியானாலும், கூலியாக வழங்கப்பட்ட தொகைக்கு, அதனைப் பெற்றுக் கொண்டதாக

சம்பந்தப்பட்ட நபரின் கையொப்பமிட்ட ரசீதுகளை அல்லது வங்கிப் பரிவர்த்தனைகளை ஆவணப்படுத்தி இருக்க வேண்டும்.

3. ஒப்பந்தப் புள்ளியில் தெரிவிக்கப்படாத, கொள்முதல் ஆணைக்கு இணக்கமில்லாத கணினிகளை வழங்கியதை ஏற்றுக் கொண்டது தவறு. கணினி நிறுவனத்தின் கருத்து உண்மையிலேயே ஏற்றுக் கொள்ளத் தக்கதாக இருந்தாலும், அந்தத் தரமுடைய கணினிகள் குறித்து ஒப்பந்தப் புள்ளி கோருவதற்கு முன்னரும், கொள்முதல் ஆணை வழங்குவதற்கு முன்னரும் முடிவு செய்திருக்க வேண்டும்.

4. உயர்ந்த தகுதிகளுடன் அதிக ஊதியத்திற்குப் பணியமர்த்தப் பட்டவர், அதற்கான பணியைச் செய்யாமல், குறைந்த தகுதி களுடன் குறைந்த ஊதியம் கொண்டவர் செய்யும் பணியைச் செய்வது முறையாகாது. அதனால் நிறுவனத்திற்கு இழப்பே. அந்தப் பணிகளைத் திறம்படச் செய்வார் என உறுதியாகக் கூற முடியாது. மேலும், தற்போது செய்யும் பணிகளில், தவறு நிகழும் சூழலில் அந்த நபரைப் பொறுப்பேற்கச் செய்ய முடியாது.

5. நிறுவனக் காசாளரிடமே நிறுவனத்திற்காக செலவு செய்யும் பொறுப்பையும், அதற்கான கணக்கைப் பதிவு செய்யும் பொறுப்பையும் கொடுத்தது அகக் கட்டுப்பாட்டு வழிமுறைகளை மீறிய செயல். செலவளித்தல், பணமளித்தல், கணக்கைப் பதிவு செய்தல், கணக்குப் பதிவிற்கு ஒப்புதல் வழங்கல் எனத் தொடர்புடைய அனைத்துப் பணிகளையும் ஒருவரே செய்வது முறைகேட்டிற்கு வாய்ப்பளிக்கும்.

6. சரக்குகளைக் காலாவதியாவதற்கு முன்னரே பயன்படுத்தி இருக்க வேண்டும். தவிர்க்க முடியாத சூழலில் சரக்குகள் காலாவதி ஆகி இருந்தாலும், அவற்றை காப்பீடுக்கான கணக்கில் சேர்த்திருக்கக் கூடாது. காலாவதியான பொருட்களுக்கு காப்பீடு திரும்பப் பெறும் வாய்ப்பு இல்லாததால், அதற்கு காப்பீட்டுச் சந்தாவாக செலுத்தப்பட்ட பணம் வீணே.

7. களப் பணிக்காக மட்டும் நியமிக்கப்பட்டவரை, தலைமை அலுவலகப் பணிக்கு மாற்றியது தவறு. அவ்வாறான மாற்றத்தைத் தவிர்க்க முடியாது என்றால், அந்த அலுவலருக்கான ஊதியத்தையும், உரிய பிற பணப் பலன்களையும் அதற்கேற்றாற் போல் முன்னரே முடிவு செய்திருக்க வேண்டும்.

8. சுற்றுச்சூழல் விதிகளைப் பின்பற்றாதது தவறு. இவ்விடத்தில் சேமிப்பு முக்கியமல்ல. விதிகளைப் பின்பற்றாததால், நிறுவனம்

தொடர்ந்து செயல்படும் அனுமதி ரத்து செய்யப்படலாம்; அல்லது அதிக தண்டத் தொகை செலுத்த நேரிடலாம். அல்லது குற்றவியல் நடவடிக்கைகளுக்கு உள்ளாகலாம். இவை அனைத்தையும் சேர்ந்து சந்திக்க நேரலாம்.

9. மூலப் பொருளின் தரத்தை உறுதி செய்வது கொள்முதல் ஆணை வழங்குவதோடு நின்று விடுவதில்லை. பொருளைப் பெரும் சமயத்தில், கண்டிப்பாக தரத்தை சோதித்துப் பெற்றுக் கொள்ள வேண்டும். சோதனை அடிப்படையிலாவது தரத்தை கட்டாயம் சோதிக்க வேண்டும். மேலும் தரத்தை சோதிக்காமல் வாங்குவது, நெறிகளை மீறிய செயலாகும்.

10. முதலீடுகள் சரியான முறையில் மேற்கொள்ளப்பட்டிருப்பதை உறுதி செய்பவை அதற்குரிய ஆவணங்களே. அந்த முதலீடுகளைப் பராமரிக்கவும், புதுப்பிக்கவும், முதலீடுகளைப் பணமாக்கவும் அடிப்படையாகத் தேவைப்படுபவை அந்த மூல ஆவணங்கள். ஆவணங்களைச் சரி பார்க்கத் தணிக்கைக்கு வழங்க மறுத்தால், அதனைத் தணிக்கையர் அறிக்கையில் பதிவு செய்ய வேண்டும்.

10. சிறப்பு மற்றும் நவீனத் தணிக்கைகள்

சிறப்புத் தணிக்கைகளாக இனம் காணப்பெற்ற சுற்றுச்சூழல் தணிக்கை, தொழில்நுட்பத் தணிக்கை, ஆற்றல் தணிக்கை மற்றும் சமூகத் தணிக்கை குறித்து சிறு விளக்கம் அத்தியாயம் 6.6இல் இடம் பெற்றுள்ளது. ஆகையால் அந்தத் தணிக்கைகளைப் பற்றிய அறிமுக விளக்கமில்லாமல் அந்த வகைத் தணிக்கையின் முக்கியக் கூறுகளை சற்று விரிவாக இங்கே கற்கலாம். தொழில்நுட்பத் தணிக்கையை உள்ளடக்கிய இன்றைய தணிக்கை முறைகள் குறித்து விரிவாக விளக்கப்பட்டுள்ளது.

10.1. சுற்றுச்சூழல் தணிக்கை

சுற்றுச்சூழல் தணிக்கையை ஒரு தனித் தணிக்கையாகவோ அல்லது இணக்க மற்றும் செயலாக்கத் தணிக்கையின் ஒரு பகுதியாகவோ கருதி சுற்றுச்சூழல் குறித்த பின்வரும் வினாக்களுக்கு விடை காண முயல வேண்டும்:

1. ஒரு நாட்டில், ஒரு நிறுவனத்தில் செயல்படுத்தப்படும் திட்டம் மற்றும், பிற செயல்பாடுகள் அந்நாட்டின் சுற்றுச்சூழல் சார்ந்த கொள்கைகள், உலக அளவில் மேற்கொள்ளப் பட்ட ஒப்பந்தங்கள் மற்றும் வழிகாட்டி நெறிகள், முதலான வற்றிற்கும், குறிப்பிட்ட நிறுவனத்தின் நோக்கத்திற்கும், நிறுவனத்தின் தோற்றப் பட்டயத்திற்கும் (Foundation charter) உட்பட்டு, சுற்றுச்சூழலை பாதிக்காதவாறு நிகழ்கின்றனவா என்பதனை தணிக்கை மூலம் கண்டறிதல்.

2. குறிப்பிட்ட நிறுவனத்தால் அல்லது குறிப்பிட்ட திட்டத்தால் சுற்றுச் சூழல் பாதிப்பு ஏதேனும் நிகழ்ந்துள்ளதா என்பதனைக் கண்டறிய வேண்டும். பாதிப்பு ஏற்பட்டுள்ளது எனில், எந்த வகைப் பாதிப்பு, அதனால் ஏற்படும் அபாயங்கள் என்ன? அவற்றைச் சரிசெய்ய வழிவகைகள் மேற்கொள்ளப்பட்டு உள்ளனவா போன்றவற்றிற்கு தணிக்கை விடை காண வேண்டும்.

3. ஒரு நிறுவனம் அல்லது அலுவலகம் தொடங்கும் முன்னர் அதனால் ஏற்படும் சுற்றுச்சூழல் பாதிப்பு குறித்து ஆய்வு செய்யப்பட்டதா? செய்யப்பட்டதெனில் ஆய்வின் முடிவுகள் காட்டுவதென்ன? குறிப்பிடத் தகுந்த அளவு பாதிப்பு ஏற்படுமெனில் அத்திட்டத்திற்கு அல்லது அலுவலகத்திற்கு எவ்வாறு அனுமதி வழங்கப்பட்டது? ஆய்வு அறிக்கை ஏற்படும் பாதிப்பு குறித்து சுட்டிக் காட்டியிருந்தால், அவற்றை இல்லாது செய்ய அல்லது மாற்று வழி காண நடவடிக்கை எடுக்கப்பட்டதா எனபது குறித்தும் தணிக்கையில் ஆய்வு செய்ய வேண்டும்.

4. நிறுவனம் அல்லது அலுவலகம் செயல்படுவதால், நிலம், நீர்நிலை, காற்று மற்றும், வனவளம் முதலியவற்றில் தற்காலிகமாகவும் நீண்ட கால அளவிலும் ஏற்படும் மாற்றங்கள் யாவை என்றும், நிலையான வளர்ச்சியை அவை எந்த அளவில் பாதிக்கின்றன என்றும், அவற்றிற்கு மாற்று வழிமுறைகள் உள்ளனவா என்றும் தணிக்கைக் கண்டறிய வேண்டும்.

5. அரசு நிர்வாக அமைப்பின் செயல்பாட்டிலும், தனியார் நிறுவனங்களின் செயல்பாட்டிலும், மக்களின் அன்றாட வாழ்க்கை முறையிலும் உண்டாகும் திட, திரவ மற்றும் வாயுக் கழிவுகள் தோன்றுவதைக் குறைக்க முயற்சி மேற்கொள்ளப்பட்டதா என்றும், அவை பாதுகாப்பான முறையில் கையாளப்படுகின்றனவா, வெளியேற்றப்படுகின்றனவா என்பது குறித்தும் ஆய்வு செய்து தணிக்கைக் கருத்தைப் பதிவு செய்ய வேண்டும்.

6. பல்வேறு அரசு மற்றும் தனியார் துறைத் திட்டங்களை செயல்படுத்தும் முன்னரும், செயல்படுத்தும் போதும் பின்பற்ற வேண்டிய விதிகள் மற்றும் வழிமுறைகள் முழுமையாகப் பின்பற்றப்பட்டனவா என்றும், அவற்றிற்குரிய கட்டமைப்பு முறை சரியாகச் செயல்படுகின்றதா என்பதையும் தணிக்கை ஆய்வு செய்ய வேண்டும்.

7. சுற்றுச்சூழலில் முக்கிய இடம் பெறும் பிற உயிரினங்களைக் காப்பதற்கும், அழிந்து வரும் உயிரினங்களை அழிவிலிருந்து தடுப்பதற்கும், செயல்படுத்தப்பட்ட திட்டங்கள் குறித்து தணிக்கை செய்வது. தீங்கு விளைவிக்கும் அல்லது சுற்றுச் சூழலுக்கு ஒவ்வாத தாவரங்களின் வளர்ச்சியைத் தடுப்பதற்கு ஏற்படுத்தப்பட்ட முயற்சிகள் குறித்து தணிக்கை செய்தல்.

பசுமையாக்கல் மற்றும் வன வளர்ச்சி குறித்த திட்டங்களை தணிக்கை செய்து உரிய பரிந்துரைகள் வழங்கவும் தணிக்கை செய்தல் வேண்டும்.

8. சுற்றுச்சூழல் தொடர்பான பாதிப்புகளையும் இழப்புகளையும் அளவீடு செய்து, அவற்றால் ஏற்படும் பண இழப்புகளை கணிக்கிடுவது அல்லது அவற்றைச் சரி செய்யத் தேவைப்படும் தொகையைக் கணக்கிடுவது உள்ளிட்ட பணிகளைச் செய்தல். சுற்றுச்சூழல் தொடர்பான தனிப்பட்ட நிதியறிக்கைகளைத் தணிக்கை செய்தல் வேண்டும்.

9. சுற்றுச்சூழலை மேம்படுத்துவதற்கென்று ஏற்படுத்தப்பட்ட சிறப்புத் திட்டங்களைப் பொருத்தவரை, சுற்றுச்சூழல் பொருளாதாரம் குறித்து ஆய்வு செய்வது தணிக்கையின் முக்கிய கருதுகோளாக இருக்கும். பெரும்பாலான சுற்றுச் சூழல் வளங்களும், சுற்றுச்சூழல் பாதிப்புகளும் அறிவியல் ரீதியாக கணக்கிடப்பட்டுள்ளனவா என்று தணிக்கை ஆய்வு செய்ய வேண்டும்.

10. கதிரியக்க தனிமங்கள், கனமான தாதுக்கள், நச்சுத் தன்மையுள்ள திரவ மற்றும் வாயுக் கழிவுகள் முதலான வற்றைத் தவிர்ப்பதற்கும், குறைப்பதற்கும், அவற்றைத் தவிர்க்க முடியாத சூழலில் அவற்றைப் பாதுகாப்பாக அப்புறப் படுத்துவதற்கும், அவற்றை முறையாகப் பராமரிக்க சிறப்பு முயற்சிகள், வழிமுறைகள் முதலானவை முறையாகப் பின்பற்றப்பட்டதா என்பதைத் தணிக்கை ஆய்வு செய்ய வேண்டும்.

11. அரசு தணிக்கையைப் பொருத்தவரையில் வனப் பரப்பில் ஏற்படும் மாற்றம், நில, நீர்ப் பரப்புகளில் ஆக்கிரமிப்பு அகற்றம், சுரங்கங்கள் தோண்டுவதால் ஏற்படும் சிக்கல்கள், பெரும் அணைகள் கட்டுவதால் ஏற்படும் பாதிப்பு, அவற்றைத் தவிர்ப்பதற்கு அல்லது குறைப்பதற்கு மேற்கொண்ட வழிவகைகள், பாதிப்பை சமாளிப்பதற்கு மேற்கொண்ட வழிவகைகள் ஆகியன குறித்து தணிக்கை ஆய்வு செய்ய வேண்டும்.

12. நிறுவனங்களும், தொழிற்சாலைகளும் சுற்றுச்சூழலுக்கு செய்ய வேண்டிய நிறுவன சமூகக் கடமைகளை சரியான முறையில் செய்துள்ளனரா என்றும், அவற்றின் விளைவுகள் என்ன என்பதையும் நிறுவனம், தொழிற்சாலை தொடங்க அனுமதிக்கப்பட்ட ஒப்புதல் ஆணையில் உள்ள நிபந்தனைகள்

முழுமையாகப் பின்பற்றப் பட்டுள்ளனவா என்றும் தணிக்கை ஆய்வு செய்ய வேண்டும்.

13. அரசும், சுற்றுச்சூழல் மேம்பாட்டிற்கு நேரடிப் பொறுப்பு உடையவர்களும் பொது மக்களிடையேயும், தொழிலாளர்களிடையேயும் சுற்றுச்சூழலைப் பேணிக் காக்க வேண்டியதன் முக்கியத்துவம் குறித்தும், சுற்றுச்சூழலை சீரழிப்பதால் ஏற்படும் விளைவுகள் குறித்தும் போதுமான விழிப்புணர்வு ஏற்படுத்தத் தக்க நடவடிக்கைகள் மேற்கொண்டனரா என்பதையும் தணிக்கை ஆய்வு செய்ய வேண்டும்.

மேற்கண்ட பட்டியல் தணிக்கைக்கு உட்படுத்த வேண்டிய செயல் பாடுகள், தணிக்கை முறை இணக்கத் தணிக்கையாகவோ அல்லது செயலாக்கத் தணிக்கையானதாகவோ இருக்கலாம். தணிக்கையின் அணுகுமுறையிலும், தணிக்கைக் கருத்துக்களை பதிவு செய்வதில் வேறுபாடு இருக்கலாம். ஆனால் செய்பொருள் ஒன்றே.

உள்நாட்டளவிலும் பன்னாட்டளவிலும், நிலையான வளர்ச்சிக்கான குறிக்கோள்களை எட்டுவதற்கு மேற்கொள்ளப்பட்ட நடவடிக்கைகளை ஆய்வு செய்வது சுற்றுச்சூழல் தணிக்கையின் ஒரு பகுதியே. பன்னாட்டளவிலான சுற்றுச்சூழல் தணிக்கையை மேற்கொள்ளும் போது அதில் உள்ள பன்னாட்டு அரசியலையும், பெரு நிறுவனங்களுக்கிடையிலான போட்டியையும் கடந்து உண்மையான சுற்றுச் சூழல் தணிக்கை, தணிக்கைக்குரிய பொருளில் கவனம் செலுத்த வேண்டும்.

சுற்றுச்சூழல் குறித்த தணிக்கைக்கு, சூழலியல் குறித்த அறிவும், சூழலியல் குறித்த விதி முறைகள் குறித்த தெளிவும் தணிக்கையருக்குத் தேவை. அது தவிர தணிக்கை செய்யப்படும் நிறுவனம் அல்லது தொழிற்சாலையினால் ஏற்படும் சுற்றுச் சூழல் கேடு குறித்த தெளிந்த அறிவு முக்கியம்.

10.2. ஆற்றல் தணிக்கை

ஆற்றல் தணிக்கை கடந்த பத்தாண்டுகளாக அதிக கவனத்தை ஈர்த்த தணிக்கை வகையாக இருக்கிறது. பல்வேறு வகையான ஆற்றல் உற்பத்தி நிறுவனங்கள் பெருகி வரும் நிலையில், அவை சுற்றுச் சூழலில் பாதிப்பு ஏற்படுத்தும் என்பதாலும், அது நிதி மேலாண்மையைப் பாதிப்பதாலும், ஆற்றல் தணிக்கை முக்கியத்துவம் பெறுகிறது. ஆற்றல் தணிக்கை வளரும் நாடுகளில் மட்டுமல்லாமல், வளர்ந்த நாடுகளிலும் முக்கியமாகக் கவனிக்கப்படுகிறது. ஆற்றல் தணிக்கையானது உபயோகிப்பாளர் நிலையிலும், உற்பத்தியாளர் நிலையிலும், மின்

பகிர்ந்தளிப்பு நிலையிலும், தணிக்கைக்கு உட்படுத்தவல்லது. இம் மூன்று நிலைகளிலும், தணிக்கையில் கவனிக்க வேண்டிய முக்கிய கூறுகள் அல்லது வினாக்கள் பின்வரும் பத்திகளில் காணலாம்.

மின் உபயோகிப்பாளர் நிலையில்:

1. மின்சாரம் மிகவும் சிக்கனமான விதத்தில் பயன்படுத்தப்பட்டதா?
2. மின் சாதனங்கள் மின்சாரத்தை குறைவாகப் பயன்படுத்தும் விதத்தில் கட்டமைக்கப்பட்டுள்ளதா?
3. மின்சாரம் தேவைப்படாத இடத்திலும், நேரத்திலும் பயன் படுத்துவது தவிர்க்கப்பட்டதா?
4. மின் சாதனங்களும் மின் கம்பிகளும் பாதுகாப்பான வகையில் அமைக்கப்பட்டுள்ளதா?
5. கட்டடங்கள் மின் விளக்கு மற்றும் மின் விசிறிகளின் தேவையைக் குறைக்கும் வகையில் காற்றோட்டமாகவும், சூரிய வெளிச்சம் கிட்டும் வகையிலும் கட்டமைக்கப்பட்டுள்ளதா?
6. உபயோகிப்பாளர்கள் பயன்படுத்தும் மின்சாரம் முழுமையாக அளவீடு செய்யப்பட்டு கணக்கில் கொள்ளப்பட்டதா?
7. மின் பயன்பாட்டை முறைப்படுத்தும் பசுமை மின் சாதனங்கள் போதுமான அளவில் பயன்படுத்தப்பட்டுள்ளனவா?
8. மரபு சாரா மின் உற்பத்தி முறைகளும், இயற்கையில் கிடைக்கும் ஆற்றலை மின் ஆற்றலாக மாற்றும் முறைகளும் நடைமுறைப் படுத்தப்பட்டுள்ளனவா?

மின் உற்பத்தி நிலையில்:

1. மின் உற்பத்தி மிகுந்த சிக்கனமான முறையில், சிக்கனமான தொழில்நுட்பத்தின் துணையோடு உற்பத்தி செய்யப்பட்டதா?
2. மின் உற்பத்திக்குப் பயன்படும் இயற்கை வளம் மிகவும் சிக்கனமாகவும், அதிக செயல்திறத்தோடும் பயன்படுத்தப் பட்டுள்ளதா?
3. மரபு சாரா எரிபொருளைக் கொண்டு மின் உற்பத்தி செய்யப் பட்டதா? மற்றும் எவ்வளவு உற்பத்தி செய்யப்பட்டது?
4. மின் உற்பத்தி நிலையத்திலிருந்து வெளியேறும் கழிவுகள் முறையாக, பாதுகாக்கப்பட்ட வகையில், வெளியேற்றும் வகையில் கட்டமைக்கப்பட்டுள்ளதா?
5. மின் உற்பத்தி நிலையங்களில் மாசுக்கட்டுப்பாடு செயல்முறைகள் சரியாகக் கட்டமைக்கப்பட்டு, சிறப்பாகச் செயல்படுகிறதா?

6. இயற்கையில் கிடைக்கும் ஆற்றலை மின் ஆற்றலாக மாற்றும் முறைகளும் நடைமுறைப் படுத்தப்பட்டுள்ளனவா?

மின் பகிர்மான நிலையில்:

1. மின் பகிர்மானத்திற்குரிய கட்டமைப்பு சிறப்பான மின் கடத்துதலுக்கு உகந்த வகையில் கட்டமைக்கப்பட்டுள்ளதா?
2. மின் பகிர்மானத்திற்கு மின்சாரத்தைக் கடத்துகையில் ஏற்படும் இழப்புகள் மிகவும் குறைவாக இருக்கும் வகையில் கட்டமைக்கப் பட்டுள்ளனவா?
3. மின் மாற்றிகள், மின் தேவை மற்றும் மின்சாரம் கடத்த வேண்டிய தூரம் முதலானவற்றின் அடிப்படையில் மின்சாரத்தைச் சேமிக்கும் வகையில் கட்டமைக்கப்பட்டுள்ளனவா?
4. மின் உற்பத்தி நிலையத்திலிருந்து மின்சாரத்தைக் கடத்துகையில் முறையற்ற வகையில், அனுமதியில்லாமல் மின்சாரம் பயன்படுத்தப்பட்டுள்ளதா?

மேற்கண்டவை தவிர, மின் உற்பத்தி, பகிர்மானம் மற்றும் பயன்பாட்டு நிலையில், ஆற்றல் கட்டுப்பாடு நெறியாளர்களின் ஆணைகளுக்கும் வரைமுறைகளுக்கும் இணக்கமாகச் செயல்படுகிறதா என்பதையும் தணிக்கை ஆய்வு செய்ய வேண்டும்.

10.3. சமூகத் தணிக்கை

சமூகத் தணிக்கை பொது மக்களுக்காக, மக்களால் தெரிவு செய்யப்பட்ட அமைப்போ அல்லது மக்கள் குழுவோ நிகழ்த்தும் தணிக்கை முறை. பொதுவாக சமூகப் பணிகளில் ஈடுபட்டுள்ள அமைப்புகளின் செயல்பாடு குறித்து, அதன் பயனாளிகளான பொது மக்களே செய்யும் தணிக்கை, இந்தியாவில் இது உள்ளாட்சி நிர்வாகத்தை மேம்படுத்தும் விதமாகவும், அவற்றிற்கு கிட்டும் நிதியை சரியான முறையில் பயன்படுத்துவதை உறுதி செய்யும் வகையிலும், உள்ளாட்சி நிர்வாகத்தைத் தொடர்ந்து கண்காணிப்பதற்கும் பெரிதும் உதவும். சமூகத் தணிக்கையின் கூறுகளாகப் பார்க்காமல், சமூகத் தணிக்கை எப்படி அமைய வேண்டும் என்ற அடிப்படையைப் புரிந்து கொள்வது நலம் பயக்கும்.

சமூகத் தணிக்கையின் முதல்நிலையாக, மக்கள், தங்களுடைய உள்ளாட்சி அமைப்பிற்கு எவ்வளவு நிதி, எந்தத் திட்டத்திற்கு, எப்போது ஒதுக்கப்பட்டது, எப்போது கிடைக்கப் பெற்றது என்பதனை தெளிவாக அறிந்து கொள்ள வேண்டும். மேலும், ஒதுக்கப்பட்ட நிதி எப்படிப் பயன்படுத்தப்பட வேண்டும், சரியான பயனாளிகளை தேர்வு செய்வது எப்படி மற்றும் சரியான ஒப்பந்ததாரர்களைத் தேர்வு செய்வது எப்படி போன்ற அரசு நிர்வாகம் குறித்த அடிப்படை புரிதலையும் பெற

வேண்டும். இந்தத் தகவல்களை உள்ளாட்சிப் பிரதிநிதிகளிடமிருந்தும், அரசுத் துறைகளிடமிருந்தும், வலைதளங்களிலிருந்தும், தகவல் உரிமைச் சட்டத்தின் மூலமாகவும் எளிதில் பெற முடியும்.

விழிப்புணர்வு ஏற்படுத்துவது முதல்நிலை என்றால், உள்ளாட்சி அமைப்புகளின் செயல்பாட்டையும், திட்டங்களைச் செயல்படுத்துவதைக் கண்காணிப்பதையும், கள நிலவரத்தின் உண்மைத் தன்மையை அறிந்து கொள்வதும் அடுத்த இன்றியமையாத நிலையாகும். உள்ளாட்சி அமைப்புகளுக்கு வழங்கப்பட்ட நிதி, (1) சிக்கனமாகவும், (2) செயல் திறத்தோடு தரமாகவும், (3) திட்ட நோக்கத்தை நிறைவேற்றும் வகையிலும், (4) சுற்றுச்சூழலைக் காக்கும் வகையிலும் (5) குறித்த காலத்திலும் செயல்படுத்தப்படுகின்றனவா என்பதனைத் தொடர்ந்து கண்காணிக்க வேண்டும். இவை தவிர, சமூகத் தணிக்கையில் சமூகப் பொருளாதார விளைவுகள் மற்றும் சமூக நீதி குறித்த பார்வையும் கவனிக்கப்பட வேண்டும். மேற்கண்ட அணுகுமுறையிலான கண்காணிப்பு, திட்டமிடல் தொடங்கி, ஒப்பந்ததாரரைத் தெரிவு செய்வதிலும், திட்டத்தை நிறைவேற்றுவதிலும், நிதி மேலாண்மையிலும், தரத்தை உறுதி செய்வதிலும் இருக்க வேண்டும். செயல்படுத்தப்படும் திட்டம் குறித்தும், பணி குறித்தும் ஒரு பொதுவான புரிதலே மேற்கண்ட கூறுகளின் அடிப்படையில் கண்காணிக்கவும், உண்மையான கள நிலவரத்தை அறிந்து கொள்ளவும் போதுமானதாகும்.

சமூகத் தணிக்கையின் அடுத்த நிலை, அதிகாரிகளிடமும் பொறுப்பில் இருப்பவர்களிடமும் விவரங்களைக் கேட்டுத் தெளிதல். உண்மையான கள நிலவரத்தைக் கண்டறிந்த உடன், அது குறித்து எழும் ஐயங்களையும், வினாக்களையும் சம்பந்தப்பட்ட உள்ளாட்சிப் பிரதிநிதிகளிடமோ அல்லது அதிகாரிகளிடமோ கேட்டுத் தெளிவு பெற வேண்டும். அதற்காகத் திட்டமிட்டு நடைபெறும் உள்ளாட்சி அமைப்புக் கூட்டங்களைப் பயன்படுத்திக் கொள்ள வேண்டும். தேவைப்பட்டால் சிறப்புக் கூட்டத்திற்கு அழைப்பு விடுக்கலாம். தகவல் அறியும் உரிமைச் சட்டத்தையும் உரிய முறையில் பயன்படுத்தலாம்.

மக்கள் கண்காணிக்கிறார்கள், கேள்வி கேட்கிறார்கள் என்றாலே உள்ளாட்சிப் பிரதிநிதிகளிடமும், அதிகாரிகளிடமும் அவர்களின் அணுகுமுறையிலும், செயல்பாட்டிலும் மாற்றம் ஏற்படும். இந்த விசயத்தில் அரசியல் கட்சி பாகுபாடின்றி, உறவினர் மற்றும் தெரிந்தவர் என்ற பாகுபாடின்றி அனைத்து மக்களும் உள்ளாட்சி அமைப்புகளின் செயல்பாட்டைக் கண்காணிப்பதிலும், கூட்டங்களில் பங்கேற்றுக் கேள்வி கேட்பதிலும் ஈடுபட வேண்டும். நியாயமான ஐயங்களுக்கு சரியான விடை கிடைக்கும் வரையிலும், திட்டங்களைச் சரியாகச்

செயல்படுத்தும் வரையிலும் கேள்விகள் கேட்டுக் கொண்டே இருக்க வேண்டும். அது அவர்களின் முக்கியமான குடிமக்கள் கடமை.

10.4. தணிக்கையின் நவீனத்துவம்

தற்காலத்தில் வேகமாக வளர்ந்து வரும் தணிக்கை முறைகள் மற்றும் பரவலாகப் பின்பற்றப்படும் தணிக்கை முறைகள் பற்றி அறிந்து கொள்வது, தணிக்கையைப் பற்றி நன்கு கற்கவும், தணிக்கைப் பணியை சிறப்பாக மேற்கொள்ளவும் மிகவும் உதவும். தற்காலத்தில் தகவல் தொழில்நுட்ப வளர்ச்சியும் கணினிப் பயன்பாடும் அனைத்து தொழில்களிலும் பணிகளிலும் ஊடுருவிய நிலையில், அவை தணிக்கையில் என்ன விளைவுகளை ஏற்படுத்தியுள்ளன என அறிந்து கொள்வது முக்கியம். இந்தச் சூழலை இரண்டு விதங்களில் அணுக வேண்டும்.

1. தகவல் தொழில்நுட்பத் தணிக்கை
2. தணிக்கையில் தொழில்நுட்பத்தின் பயன்பாடு

தகவல் தொழில்நுட்பத் தணிக்கை

தணிக்கை வகைகளில் கடந்த கால் நூற்றாண்டாக அதிக முக்கியத்துவம் பெற்று வருவது தொழில்நுட்பத் தணிக்கை வகையாகும். தகவல் தொழில்நுட்ப வன்பொருட்களும் மென்பொருட்களும் நிறுவனங்களில் பெருமளவில் பயன்படத் தொடங்கியதால், தகவல் தொழில்நுட்பத் தணிக்கை மிகவும் முக்கியத்துவம் பெறத் தொடங்கியது. இவ்வகைத் தணிக்கையும் சிறப்புத் தணிக்கையாகக் கருதப்பட்டாலும், தற்காலத்தில் பெரிதும் பயன்படுத்தப்படுவதாலும் நவீனத் தணிக்கையாகக் கருதித் தொகுக்கப்பட்டுள்ளது.

தகவல் தொழில்நுட்பத் தணிக்கை (Information Technology audit) என்பது நிறுவனத்தில் பின்பற்றப்படும் தகவல் தொழில்நுட்பக் கட்டமைப்பு தொடர்பாக, அதன் முழுமை பற்றியும், தகவல் தொழில் நுட்பக் கருவிகள் மற்றும் தரவுகளின் பாதுகாப்பு குறித்தும், அவை செயல்படும் விதம் குறித்தும் ஆய்வு செய்யும் தணிக்கையாகும். பிற வகைத் தணிக்கைகள் போன்றே தகவல் தொழில்நுட்பத் தணிக்கையும், தேவை கருதி அக்கட்டமைப்பை முழுமையாகவோ அல்லது பகுதியாகவோ செய்வதற்கு உகந்ததாகும்.

நிறுவனத்தில் செயல்படும் தகவல் தொழில்நுட்ப அமைப்பின் அடிப்படையில் தகவல் தொழில்நுட்பக் கட்டமைப்புத் தணிக்கை மற்றும் தகவல் தொழில்நுட்ப பாதுகாப்புத் தணிக்கை என வகைப் படுத்தலாம். தகவல் தொழில்நுட்பக் கட்டமைப்புத் தணிக்கை என்பது நிறுவனத்திற்கான மென்பொருளும் வன்பொருளும், நிர்வாகத்தைத்

திறம்பட நடத்துவதற்கும், பணியாளர்கள் எளிதாகப் பயன்படுத்து வதற்கும் வழிவகுக்கும் வகையில் கட்டமைக்கப்பட்டுள்ளதா எனும் நோக்கில் தணிக்கை செய்வது. தகவல் தொழில்நுட்பப் பாதுகாப்புத் தணிக்கை என்பது நிறுவனத்தின் தகவல்களும் தரவுகளும் பாதுகாப்பான முறையில் பயன்படுத்தவும் சேமிக்கவும் தேவையான கட்டுப்பாடுகள் உள்ளனவா என்றும், மென்பொருள் ஊடுருவல் மற்றும் தகவல் தரவுகள் திருட்டு போன்ற ஆபத்துகளிலிருந்து பாதுகாப்பாக உள்ளதா என்றும் ஆய்வு செய்வதைக் குறிக்கும். நோக்கம் வேறாக இருப்பினும், தணிக்கை அணுகுமுறை பொதுவானதாகவே இருக்கும்.

பிற தணிக்கை முறைகளை ஒப்பிடுகையில் தகவல் தொழில் நுட்பத் தணிக்கையின் அணுகுமுறை முற்றிலும் மாறுபட்டதாகும். இந்த வகை தணிக்கையில், தணிக்கையின் நோக்கத்தைப் பொறுத்து அதன் அணுகுமுறையில் சிறு மாற்றம் தேவைப்படலாம். தணிக்கையர், தணிக்கையருக்கான தகுதிகளுடன், தகவல் தொழில்நுட்பம் குறித்த தெளிவான அறிவும் அனுபவமும் பெற்றிருக்க வேண்டும்.

எதிர்காலத்தில் முழுத் தணிக்கையும் தகவல் தொழில்நுட்ப சாதனங்கள், மென்பொருட்கள் மற்றும் செயலிகளின் துணையோடு செய்யப்படுவதற்கு வாய்ப்பு உள்ளது. தற்காலத்தே 'தரவு'களின் பயன்பாடுகள் நிறுவனங்களில் அதிகரித்து உள்ளது. 'மாபெரும் தரவுகள்' (Big data) துணையுடன் நிறுவனத்தின் முடிவுகளும் திட்டமிடலும் மேற்கொள்ளப்படுகின்றன. ஆகவே தணிக்கையும் தரவுகள் சரியாகப் பயன்படுத்தப்படுகின்றனவா என்றும், அவற்றின் அடிப்படையில் சரியான முடிவுகள் மேற்கொள்ளப்படுகின்றனவா என்றும் கண்டறிய வேண்டும். தரவுகள் ஆய்வு குறித்து அத்தியாயம் 16இல் விரிவாக விளக்கப்பட்டுள்ளது.

பொதுவாக, தகவல் தொழில்நுட்பத் தணிக்கையானது காலத்தின் கட்டாயம் என்ற நிலையிலும், எதிர்காலத் தணிக்கையின் முக்கிய அங்கம் என்ற நிலையிலும் மிக முக்கியத்துவம் பெறுகிறது. தகவல் தொழில்நுட்ப செயலிகளின் (Apps) பயன்பாடுகளும் அதிகரித்துள்ள நிலையில் தணிக்கைச் செயல்பாட்டிலும் அத்தகு செயலிகள் பயன்பாடு அதிகரிக்கத் தொடங்கியுள்ளது.

தகவல் தொழில்நுட்பத் தணிக்கையில் முக்கியக் கூறுகளாகப் பின் வருவனவற்றைக் கூறலாம்.

1. பொதுவாகத் தகவல் தொழில்நுட்பத் தணிக்கையானது அமைப்புத் தணிக்கையாகக் கருதப்படுகிறது. தகவல் தொழில் நுட்ப மென்பொருளானது, சரியாகவும், வலுவாகவும்,

கட்டமைக்கப்பட்டால், அதன் செயல்பாட்டில் சிக்கல் ஏதும் எழாது என்ற அடிப்படையில், அதற்கு முக்கியத்துவம் தரப்படுகிறது.

2. தகவல் தொழில்நுட்பத் தணிக்கை, தகவல் தொழில்நுட்ப வன்பொருள், மென்பொருள், வலை தொடர்பு, பயனாளர்கள் அனுமதி உள்ளிட்ட அனைத்து வகையான காப்புக்குட்பட்ட செயல்களை உள்ளடக்கியதாக அமையும்.

3. தகவல் தொழில்நுட்பத் தணிக்கையில் முக்கியமாகக் கவனிக்க வேண்டிய பகுதி, தகவல்களைப் பாதுகாப்பாக வைத்து, பாதுகாப்பாகப் பயன்படுத்துவது ஆகும். தகவல் தொழில்நுட்ப வளர்ச்சியால், ஒரு நிறுவனம் அல்லது அலுவலகம் சார்ந்த தகவல்கள் அலுவலகத்திற்கு வெளியே பரவுவதற்கும், போட்டியாளர்கள் மற்றும், தீங்கிழைப்போரிடம் செல்வதற்கும் வாய்ப்புகள் உள்ளதால் அவற்றிற்குப் போதுமான பாதுகாப்பு வழிவகைகள் அமைத்திருக்க வேண்டும்.

4. மென்பொருள் கட்டமைப்பு, நிறுவனம் அல்லது அலுவலகம் செயல்படும் முறையை உள்ளடக்கியதாகவும், செயல்முறைகளை முழுமையாகப் பின்பற்றுவதாகவும் கட்டமைக்கப்பட்டு உள்ளதா என்பதை ஆய்வு செய்ய வேண்டும். மென்பொருள் நிறுவனத்தின் அனைத்து விதிமுறைகளையும் உள்ளடக்கியதா என்பது தணிக்கையில் உறுதி செய்யப்பட வேண்டும்.

5. மென்பொருள் கட்டமைப்பில், ஒரு பணியாளர், தனது பொது அறிவிற்கு உட்பட்டு எடுக்கப்பட வேண்டிய முடிவுகள், செயல்பட வேண்டிய செயல்கள் முழுமையாகப் பயன் படுத்தப்பட்டுள்ளதா என்பதனை உறுதி செய்ய வேண்டும். அது சரிபார்த்தல் (Validation) என அறியப்படும். மென் பொருளானது, ஏற்கனவே கணினிக்குள் உள்ள தகவல் களையும், பொதுவெளியில் உள்ள தகவல்களையும், கணினி பயன்படுத்தப்படும் துறை சார்ந்த பொது அறிவையும் பயன்படுத்தி கணினிக்கு உள்தரப்படும் இடுகையும், அதன் படிவமும் சரியாக, ஏற்றுக் கொள்ளத்தக்க வகையில் உள்ளதா என்பதனையும் தணிக்கை ஆய்வு செய்ய வேண்டும்.

6. தகவல் தொழில்நுட்பத் தணிக்கையின் மற்றுமொரு முக்கிய பகுதி உள்இடுகைக் (Input) கட்டுப்பாடு. அதாவது கணினிக்கு உள் செலுத்தப்படும் தரவு மற்றும் தகவல்களின் அடிப்படையில்தான் மென்பொருளின் செயல்பாடு அமையும். ஆகவே இடுகைக் கட்டுப்பாடு மிக முக்கியம். சான்றாக,

தேதி நிரப்ப வேண்டிய படிவம் தேதியைக் குறிப்பிடும் படிவத்தில் நிர்ணயிக்கப்பட்டுள்ளதா? பாலினம் குறித்த இடுகை உள்ளமைப்பாக உள்ளதா? பயன் படுத்தப்படும் நாணயவகை சரியாக இடுகையில் உள்ளமைப்பாக உள்ளதா? போன்றவை கணினி தானாகவே இனம் கண்டறியும் வகையில் உள்ளதா (இது போல் நீண்ட பட்டியலுள்ளது) என்பதை தணிக்கை உறுதி செய்ய வேண்டும்.

7. இதே போல வெளியிடுகைக் கட்டுப்பாடும் மிக முக்கியத் துவம் கொண்டது. கணினி ஒரு செயல்முறையை நிகழ்த்திய பின்னர் கிட்டும் 'வெளியீடு' எவ்வாறிருக்க வேண்டும் என்று தெளிவாக முடிவு செய்யப்பட்டிருக்க வேண்டும். அவை நிர்வாகத்திற்கும் முடிவுகள் எடுக்க ஏதுவாக இருக்க வேண்டும். ஒரு செயல் முறையின் வெளியீடு மற்றொரு செயல்முறைக்கு உள்ளீடாக அமையும் போது, அது சரியானதாக அமைந்துள்ளதா என்பதனைத் தணிக்கையர் உறுதி செய்ய வேண்டும்.

8. கணினியின் முக்கியப் பயன்பாடு வலைதளத் தொடர்பு மூலமாகவே நிகழ்கிறது. தகவல் தொழில்நுட்ப அமைப்பை ஊடுருவல்காரர் களிடமிருந்தும், தீங்கிழைப்போரிடமிருந்தும் பாதுகாக்க வேண்டியது நிறுவனத்தின் தலையாய கடமை. அது சரியாகச் செய்யப்பட்டுள்ளதா என்பதனைத் தணிக்கை ஆய்வு செய்ய வேண்டும்.

9. நிறுவனப் பணியாளர்களுக்கு அவர்கள் செயல்படுவதற்குத் தொடர்பான மென்பொருள் பகுதியை மட்டும் அனுமதிக்கப் பட வேண்டும். ஒரு பணியாளருக்கு, அவர் பொறுப்பில் அல்லாத மென்பொருள் பகுதியைப் பயன்படுத்துவதற்கு அனுமதியளிக்கக் கூடாது. இந்தக் கட்டுப்பாட்டு முறையை தணிக்கையர் உறுதி செய்ய வேண்டும்.

10. கணினியில் உள்ள தகவல்களும் தரவுகளும் எளிதில் அழிந்து விடக்கூடிய ஆபத்தைக் கொண்டவை. அந்நியர் கைகளுக்குப் பரவும் தன்மை கொண்டவை. அவற்றை அழிவிலிருந்தும், அந்நியர் கைகளுக்கு கிட்டுவதைத் தடுக்கவும், அவற்றின் சரியான பயன்பாட்டினை உறுதி செய்வதும், அவற்றின் மந்தணத்தைப் பாதுகாப்பதும் தகவல் தொழில்நுட்பத்தின் முக்கியப் பகுதி. அது சரியாகச் செய்யப்பட்டுள்ளதா என்பதனை தணிக்கை உறுதி செய்ய வேண்டும்.

11. தகவல் தொழில்நுட்பப் பயன்பாடு ஒரு நிறுவனத்திற்கு தங்கு தடையின்றி தொடர்ந்து கிடைக்கப் பெறுவது, கருவிகளுக்குத் தேவையான மின்சாரம், வலைத்தொடர்பு முதலானவற்றைப் பொருத்து அமையும். ஆகவே அவை தொடர்ந்து கிட்டும் வண்ணம் கட்டமைக்கப்பட்டுள்ளதை தணிக்கை உறுதி செய்ய வேண்டும். அவை பாதுகாப்பான அளவில் உள்ளதா என்பதனையும் உறுதி செய்ய வேண்டும்.

12. தகவல் தொழில்நுட்ப அமைப்புகள் மூலம் பணப் பரிவர்த்தனை நிகழும் போது நிதி தொடர்பான அனைத்து தகவல்களும் தரவுகளும் பாதுகாப்பாக உள்ளனவா என்பதனைத் தணிக்கை உறுதி செய்ய வேண்டும். பரிவர்த்தனையின் போது, அவை பொருத்தமாக மறைவாக்கப் (encrypt) பட்டுள்ளனவா என்பதனையும் உறுதி செய்ய வேண்டும்.

13. தகவல் தொழில்நுட்ப அமைப்பில், உள்ளீடுகள், செயல் முறை நிகழ்வுகள் மற்றும் வெளியீடுகள் முதலியன பேரிடர் மீட்பிற்கு (Disaster recovery) ஏற்ற வகையில், அலுவலக இடத்திலும், அலுவலக அண்மை இடத்திலும், அலுவலகத்திற்கு அதிக தொலைவில் உள்ள இடத்திலும் தக்க முறையில் பாதுகாத்து வைக்கப்பட்டுள்ளனவா என்றும், தகவல்கள், தரவுகள் மற்றும் பண இழப்புகள் முற்றிலும் இல்லாமல், அல்லது மிகவும் குறைவாக இருக்கும் வண்ணம், கட்டமைக்கப்பட்டு உள்ளனவா என்பதை தணிக்கை உறுதி செய்ய வேண்டும்.

14. தகவல் தொழில்நுட்ப அமைப்பின் பயன்பாடு குறித்த வரலாற்றை முழுமையாகப் பதியப்பட்டு, சேமிக்கப்பட்டு, யாரும் மாற்றியமைக்க இயலாத வகையில் அமைக்கப்பட்டு உள்ளதா என்பதை தணிக்கை உறுதி செய்ய வேண்டும்.

15. தகவல் தொழில்நுட்பப் பயன்பாட்டில் சேவைக் கணினியிலோ அல்லது கணினி செயல் அமைப்பின் பின்புலத்திலோ (Back end changes) மாற்றங்கள் செய்ய வாய்ப்புள்ளனவா என்றும், அவ்வாறு செய்யப்பட்டுள்ளதா என்றும் தணிக்கை ஆய்வு செய்ய வேண்டும்.

16. மென்பொருள் வடிவமைப்பில் மாற்றங்கள் செய்யப்பட்டு உள்ளனவா என்றும், செய்யப்பட்ட மாற்றங்கள் முன் அனுமதியுடன் செய்யப்பட்டுள்ளனவா என்றும், அவை முறையாகப் பதிவு செய்யப்பட்டுள்ளனவா என்றும் தணிக்கை ஆய்வு செய்ய வேண்டும்.

17. தணிக்கை மென்பொருள் கட்டமைப்பு, முறையாக தணிக்கை செய்யப்பட்டுள்ளதா என்றும், அவற்றிற்குரிய காப்புரிமை பெறப்பட்டுள்ளதா என்றும், மென்பொருள் கட்டமைப்பின் மூலக் குறியீடு நிறுவனத்தின் கட்டுப்பாட்டில் உள்ளதா என்றும் தணிக்கை ஆய்வு செய்ய வேண்டும்.

தகவல் தொழில்நுட்பத் தணிக்கை, தகவல் தொழில்நுட்ப நிறுவனங்களுக்கு மட்டுமல்லாமல், அவற்றைப் பயன்படுத்தும் அனைத்து அலுவலகங்களுக்கும் பொருந்தும். ஆயினும், அத்தணிக்கைக்கு தகவல் தொழில்நுட்ப அறிவும், அனுபவமும் தேவை.

தணிக்கையில் தொழில்நுட்பப் பயன்பாடு

மற்ற துறைகளில் தகவல் தொழில்நுட்பம் மற்றும் கணினியின் பயன்பாடு அதிகரித்துள்ளது போலவே, தணிக்கைத் துறையிலும் அவற்றைப் பயன்படுத்தும் வாய்ப்புகள் அதிகம் உள்ளன. கணினியைப் பயன்படுத்தித் தணிக்கை செய்வதும், தணிக்கை அறிக்கை தயார் செய்வதும் மிகவும் இலகுவானது. ஆனால் கணினியின் முக்கியத் தேவை, தக்க ஆய்வுகளை மேற்கொண்டு தணிக்கை முடிவுகளுக்குத் தேவையான சான்றுகளைப் பெறுவதில் உள்ளது. தகவல் தொழில் நுட்ப வளர்ச்சியைத் தணிக்கைக்கு எவ்வாறு பயன்படுத்தலாம் என்பதை நன்கு புரிந்து கொள்ள வேண்டும்.

1. மாபெரும் தரவுகளை முழுமையாக ஆய்வு செய்து அதன் முடிவுகளை தணிக்கைக் கருத்தை உருவாக்குவதற்குப் பயன் படுத்தலாம். தரவுகளை ஆய்வு செய்வதற்கான பிரத்யேகமான செயலிகளைப் பயன்படுத்தலாம். தணிக்கைக்கு கருவியாகப் பயன்படவல்ல, தரவுகள் ஆய்வு முறை குறித்து அத்தியாயம் 16.3இல் விரிவாகக் கொடுக்கப்பட்டுள்ளது.

2. நிதித் தணிக்கைக்கு மையமாக உள்ள சான்றாய்வு (அத்தியாயம் 16.2) மூலம் நிதியறிக்கையின் உண்மைத் தன்மையை எளிதில் கண்டறியலாம்.

3. நிறுவனத்தில் கட்டமைக்கப்பட்டுள்ள அகக் கட்டுப்பாடுகளின் தரத்தை முழுமையாக ஆய்வு செய்து நிறுவனத்தின் திடத் தன்மையைக் கணிக்கலாம். அகக் கட்டுப்பாடுகளின் தரம் குறித்த வரைபடம் தயாரித்து, பலவீனமான நிர்வாக முறைகளை எளிதில் கண்டறியலாம்.

4. தொலை உணர்வு தொழில்நுட்பத்தின் மூலம் நாட்டின் இயற்கை வளங்கள் பயன்பாடு மற்றும் உள் கட்டமைப்பு வசதிகள் உருவாக்கப்பட்டதை எளிதில் உறுதி செய்து கொள்ளலாம்.

5. ஆளில்லா விமான தொழில்நுட்பத்தின் மூலம் பெரிய பரப்பளவு கொண்ட நிறுவனம் மற்றும் பொதுத்துறைத் தணிக்கைக்குத் தேவையான பல்வேறு சான்றுகளைத் திரட்ட முடியும்.

தணிக்கையில் பின்பற்றப்படும் தகவல் தொழில்நுட்ப மென் பொருட்களை இரண்டு வகைகளாகப் பிரிக்கலாம். அவை:

1. **தணிக்கைக்கென்று உருவாக்கப்பட்ட மென் பொருட்கள்:** நிறுவனத்தின் செயல்முறைகளும், தரவுகளும் மின்மயமாக்கப் பட்ட நிலையில், தணிக்கைக்கு உரிய மென்பொருட்களைப் பயன்படுத்தலாம். **சான்றுகள்:** IDEA, Audit Software, iAuditor, eAudit. தணிக்கைக்குத் தேவையான சரியான மென்பொருளைத் தேர்ந்தெடுக்க வேண்டும்.

2. **கணினிமயமாக்கப்பட்ட நிர்வாக மென்பொருளில் உள் பதிக்கப்பட்ட தணிக்கைத் தொகுதிகள்:** நிறுவனம் பயன்படுத்தும் நிர்வாக மென்பொருளில் தணிக்கைக்குரிய பகுதிகளும் உள்ளீடாகக் கட்டமைக்கப்பட்டிருக்கும். நிர்வாக மென்பொருள் கட்டமைக்கும் போதே தணிக்கைக் கென்று தனியான தணிக்கைத் தொகுதிகள் (Audit Modules) கட்டமைக்கப்பட்டிருக்கும். அது தணிக்கையர் மட்டும் பயன்படுத்தும் வகையில் கட்டுப்படுத்தப்பட்டிருக்கும். இது தணிக்கை தொடர்ந்து நிகழ்வதற்கும் உடன் நிகழ் தணிக்கை செய்வதற்கும் வழிவகுக்கும்.

நவீன தொழில்நுட்பத்தைப் பயன்படுத்தி தணிக்கை செய்யும் போது கவனத்தில் கொள்ள வேண்டியவற்றைக் காணலாம்.

1. பயன்படுத்த வேண்டிய தொழில்நுட்பம் மற்றும் தகவல் தொழில்நுட்ப மென்பொருள் தணிக்கை செய்யப்படும் நிறுவனம் மற்றும் செயல்முறைக்குப் பொருத்தமானதா?

2. தேர்ந்தெடுக்கப்பட்ட தொழில்நுட்பம் மற்றும் மென்பொருளைப் பயன்படுத்துவதற்கான போதுமான மனிதத் திறன் உள்ளதா அல்லது பிறரிடமிருந்து ஒப்பந்த அடிப்படையில் பெற முடியுமா?

3. குறிப்பிட்ட தொழில்நுட்பத்தைப் பயன்படுத்த நிர்வாகம் ஒத்துழைக்கின்றதா? அத்தொழில்நுட்பத்தைப் பயன்படுத்தி தணிக்கை செய்வது நிறுவனத்தின் பயனாளர்கள் ஏற்றுக் கொள்வரா?

4. போதுமான நிதி மற்றும் தொழில்நுட்பத் தணிக்கைக்குத் தேவையான காலம் உள்ளதா?

தணிக்கைக்கென சரியான தொழில்நுட்ப முறை தேர்ந்தெடுக்கப் பட்ட பின்னர் கவனிக்க வேண்டிய தணிக்கைச் செயல்முறைகள்:

1. தணிக்கைக்கு நவீன தொழில்நுட்ப செயல்முறையைப் பின்பற்றும் முடிவை நிறுவனத்திற்கு முழுமையான விவரங்களோடு தெரியப்படுத்த வேண்டும். அது குறித்து நிர்வாகத்திற்கு உள்ள ஐயங்களைப் போக்க வேண்டும்.

2. தணிக்கைக்குத் தேவையான சரியான ஒப்பீட்டு அடிப்படைகளை நிர்ணயிக்க வேண்டும். நவீன தொழில்நுட்பத்தைத் தணிக்கைக்குப் பயன்படுத்துவதில் உள்ள சிக்கலே சரியான தணிக்கை அடிப்படைகளை நிர்ணயிப்பதுதான். நிறுவனத்தின் நிகழ்வின் தற்போதைய நிலையை தொழில்நுட்பக் கருவிகள் மற்றும் மென்பொருட்கள் மூலம் அளவிட முடியும். ஆனால் அதனை ஒப்பிட்டு, மூலமாக இருக்க வேண்டிய தணிக்கை அடிப்படைகள் இருப்பதில்லை. ஆகவே தணிக்கை அடிப்படைகளை மிகவும் கவனமாகத் தேர்ந்தெடுக்க வேண்டும். நிறுவனத்தின் ஒத்துழைப்பையும் கோரலாம்.

3. தொழில்நுட்பத்தை தணிக்கைக்குப் பயன்படுத்தும் செயல் திட்டத்தை நடைமுறைப்படுத்த வேண்டும். தணிக்கைக்குத் தேவையான சான்றுகளை உருவாக்க வேண்டும். சான்றுகள் பிற்காலத்தில், தொழில்நுட்பத்தின் உதவியின்றி எளிதில் மீட்டுருவாக்கம் செய்யும் வகையிலும், எளிதில் காணும் வகையில் காகிதத்திலும் இருப்பது நலம்.

4. தொழில்நுட்பத்தைப் பயன்படுத்தி தணிக்கை முடிந்த உடன், அதன் செயல்முறை, தணிக்கைக் கண்டுபிடிப்புகள் மற்றும் தொடர்புடைய சான்றுகள் ஆகியவற்றை நிறுவனத்துடன் பகிர்ந்து கொள்ள வேண்டும். நிறுவனத்தின் பதிலை அல்லது விளக்கத்தைப் பெறுவது நல்லது. பிற கருவிகளைக் கொண்டு தணிக்கை செய்யும் போது சான்றுகளைத் தருவது கட்டாயமல்ல. பெரும்பாலும் தொழில்நுட்பத்தைப் பின்பற்றி செய்யப்பட்ட தணிக்கைச் சான்றுகள் நிறுவனத்திடம் இருப்பதில்லை. ஆகையால் அவற்றை நிறுவனத்திற்கு வழங்குவது தணிக்கைச் செயல்முறையை வலுவானதாக்கும்.

5. நிறுவனத்தின் விளக்கத்தைப் பொருத்து தணிக்கையர் தனது கருத்தைத் தணிக்கை அறிக்கையில் சேர்க்க வேண்டும். இந்தக் கருத்தைப் பிற கருவிகள் மூலம் பெற்ற தணிக்கைக் கருத்துக்களுடன் பொருத்திப் பார்க்க வேண்டும்.

நவீன மற்றும் தகவல் தொழில்நுட்பத்தைப் பயன்படுத்தி நடத்தப் பட்ட தணிக்கைக் கண்டுபிடிப்புகளை தனியாகவும் மற்ற வகைத் தணிக்கைகளுக்கு வலுச் சேர்க்கவும் பயன்படுத்தலாம். மேலும் தொழில்நுட்பத்தைப் பின்பற்றி முழுமையான தணிக்கை செய்யும் போக்கு தற்காலத்தில் அதிகரித்து வருகிறது.

தொழில்நுட்ப வளர்ச்சி அதிவேகமாக நடந்து வரும் சூழலில், எதிர்காலத்தில் ஏற்படவல்ல மாற்றங்கள் குறித்தும் அவற்றை எதிர் கொள்வது குறித்தும் அத்தியாயம் 30இல் விரிவாகக் கூறப்பட்டுள்ளது.

சிந்திக்க...

1. சிறப்புத் தணிக்கைகளின் செயல்முறைகளும் அணுகுமுறைகளும் மற்ற தணிக்கைகளிலிருந்து மாறுபட்டவை அல்ல. எண்ணிப் பார்க்க.
2. சிறப்புத் தணிக்கைகள் செயல்படுத்துவதற்கு தணிக்கை அறிவுடன், சிறப்புத் தணிக்கை செய்யும் பொருள்/ கருத்துரு குறித்த அறிவும் தேவை: எண்ணிப் பார்க்க.
3. சுற்றுச்சூழல் தணிக்கையைச் சுற்றுச்சூழலைப் பாதிக்கும் விடயங்கள் அனைத்திலும் செயல்படுத்த முடியும். பெரு நிறுவனங்களில் தணிக்கையில் சுற்றுச்சூழல் தணிக்கைக் கோட்பாட்டைப் பின்பற்ற முடியும். எப்படி என்பதை எண்ணிப் பார்க்க.
4. ஆற்றல் தணிக்கை என்பது மின் சாதனங்களைச் சிறப்பாகவும் சிக்கனமாகவும் பயன்படுத்துவது மட்டுமல்ல. எப்படி என்பதை எண்ணிப் பார்க்க.
5. தகவல் தொழில்நுட்பத் தணிக்கை அந்தத் துறையில் பணி புரிபவர்களுக்கு மட்டும் உரியதல்ல. அந்தத் துறை நிறுவனங் களுக்கு மட்டும் உரியதல்ல. எண்ணிப் பார்க்க.
6. சமூகத் தணிக்கை, சமூகத் திட்டப் பயனாளிகளின் பங்களிப்புடன் மட்டுமே செய்ய முடியும். தொழில்முறைத் தணிக்கையரால் மட்டுமே செய்வதல்ல. எண்ணிப் பார்க்க.
7. சிறப்புத் தணிக்கைகள் மேற்கொள்ள தணிக்கைக் குழுவிடம் தேவையான மொத்த அறிவும் ஆற்றல் இருந்தால் போதுமானது. தனிப்பட்ட முறையில் தணிக்கையரிடம் அனைத்துத் திறனும் இருக்க வேண்டிய அவசியமில்லை. எண்ணிப் பார்க்க.

11. அக மற்றும் புறத் தணிக்கைகள்

தணிக்கையின் பண்புகள் பற்றியும் தணிக்கையின் கோட்பாடுகள் பற்றியும் முதல் அத்தியாயத்தில் விரிவாகப் பார்த்தோம். அவை அனைத்து வகையான தணிக்கைக்கும் பொதுவாக அமைவன. அவற்றின் தொடர்ச்சியாக தணிக்கை செய்யும் அமைப்பிற்கென்று சில சிறப்புக் கூறுகள் உண்டு. அவற்றைப் பற்றி அறிந்து கொள்வதன் மூலம் தணிக்கைப் பணியாளர்கள் தம் கடமையை சரியாகச் செய்ய முடியும். அது தணிக்கையின் நோக்கத்தை சரியாக நிறைவேற்ற உதவும்.

தணிக்கை செய்யும் அமைப்பின் நிர்வாகத் தன்மையின் அடிப்படையில் அகத் தணிக்கை (Internal audit) மற்றும் புறத் தணிக்கை (External audit) என இரு வகைகளாகப் பிரிக்கலாம். இந்த இருவகைத் தணிக்கை முறைகளிலும் தணிக்கையின் நோக்கம், தணிக்கையின் அணுகுமுறை, தணிக்கைக் கருவிகள், தணிக்கைச் சான்றுகள் மற்றும் தணிக்கை அறிக்கைகள் முதலியன பொதுவாக அமைகின்றன. தணிக்கை செய்யும் அமைப்பின் நிர்வாக அமைப்பிலும், தணிக்கையின் பயனாளிகளிலும், தணிக்கை ஏற்படுத்த முற்படும் விளைவுகளிலும் குறிப்பிடத் தகுந்த மாறுபாடுகள் காணப்படுகின்றன. மற்றவை பொதுவாக அமைந்தாலும் அவற்றுள் நுண்ணிய வேறுபாடுகளைக் காணலாம். அவ்வாறான வேறுபாடுகளைப் புரிந்து கொள்வது தணிக்கைப் பணியில் உள்ள அனைவருக்கும் பயனளிக்கும்.

11.1. அகத் தணிக்கை

அகத் தணிக்கை என்பது தணிக்கை செய்யப்படும் நிர்வாக அமைப்பைச் சார்ந்தவர்களே தணிக்கைப் பணியைச் செய்வதாகும். ஒரு நிறுவனத்தை அல்லது அரசுத் துறையைச் சார்ந்த தனிப் பிரிவின் (தனிப்பட்ட) மூலம் தணிக்கைப் பணியைச் செய்வது அகத் தணிக்கையாகும். இந்தத் தனிப்பட்ட பிரிவென்பது நிர்வாகத்தினின்று தனிப்பட்டு செயல்படுவது. நிர்வாகத்தின் கட்டுப்பாட்டில் இல்லாமல் தன்னிச்சையாக செயல்படும் அமைப்பாகும். இங்கு முக்கியமாக கவனிக்கப்பட வேண்டியது, நிர்வாகத்தில் உள்ளவர்களே அகத்தணிக்கை செய்ய முடியாது; அகத்தணிக்கை என்பது நிர்வாகத்திற்கு உட்பட்ட,

ஆனால் தனித்து இயங்கவல்ல அலுவலர்கள் மூலம் தணிக்கை செய்வதாகும்.

அகத்தணிக்கை என்பது ஒரு நிர்வாகத்தை மேம்படுத்தும் விதமாகவும், நிர்வாகத் தவறுகளையும், நிதிப் பயன்பாட்டுப் பிறழ்வையும் தடுக்கும் நோக்கில் நிர்வாகச் செயல்பாடுகளை குறிப்பிட்ட காலத்தில் முறையே ஆய்வு செய்து நிறுவனத்தின் உச்ச அமைப்பிடம் அறிக்கை அளிக்கும் விதமாக அமைக்கப்பட்டது என வரையறுக்கலாம்.

இவ்விடத்தில் அகத் தணிக்கையின் நோக்கத்தை அறிந்து கொள்வது இன்றியமையாதது. நிர்வாகத்தை மேம்படுத்த உதவுவதும், நிர்வாகச் சீர்கேட்டைத் தடுக்க உதவுவதும், நிதிப் பிறழ்வைத் தடுக்கவும் வழிகாட்டுவதும் தணிக்கையின் பொதுவான நோக்கங்களாக அமைந்தாலும், அகத் தணிக்கை அதனை உடனுக்குடன் செயல்படுத்தும் நோக்கத்திலானது. 'தவறு சிறிதாக இருக்கையில் திருத்திக் கொள்' என்ற அடிப்படையில் நிர்வாகத்தில் தவறுகள் நிகழும் முன்போ அல்லது நிகழ்ந்த உடனேயோ அறிந்து தக்க நடவடிக்கை எடுக்க வேண்டும் என்கிற நோக்கத்தில் வடிவமைக்கப்பட்டது அகத் தணிக்கை.

அகத் தணிக்கை குறித்து விரிவாகக் கற்கும் முன்னர் அகத் தணிக்கையின் பயன்களை நன்கு அறிந்து கொள்ள வேண்டும். அவை:

1. நிறுவனத்தைப் பற்றியும், அதன் நோக்கம் பற்றியும், அதன் செயல் முறைகள் பற்றியும் நன்கு புரிந்து கொள்ள வாய்ப்புள்ளதால் நிறுவனத்தின் மேம்பாட்டிற்கு உகந்த ஆலோசனை வழங்கும் வகையில் தணிக்கை செய்ய முடியும்.

2. நிறுவனத்தின் செயல்பாடுகளைத் தன்னிச்சையான அமைப்பு தொடர்ந்து-குறிப்பிட்ட கால இடைவெளியில்-தணிக்கைக்கு உட்படுத்துவதால் நிறுவனத்தில் தவறுகள் குறைகின்றன அல்லது தவிர்க்கப்படுகின்றன.

3. நிறுவனத்தை அகத்தே இருந்து ஆய்வு செய்வதாலும், நிர்வாகத்தை அருகே இருந்து பார்ப்பதாலும் நிறுவனத்தின் செயல்பாட்டையும், அதன் நிறை மற்றும் குறைகளையும், தவறுகள் நடப்பதற்கு வாய்ப்புள்ள சூழல்களையும் நன்கு அறிந்து கொள்ள வாய்ப்புள்ளதால் சிறப்பாகத் தணிக்கை செய்ய முடியும்.

4. நிறுவனத்தை உள்ளிருந்து ஆய்வு செய்வதால் நிறுவனம் சந்திக்க உள்ள இடர்களையும் நன்கு அறிந்து, நிர்வாகத்திற்கு தக்க அறிவுரை வழங்க முடியும்.

5. நிறுவனத்தின் சொத்துக்களைப் பாதுகாப்பது தொடர்பான தக்க ஆலோசனைகளை அகத் தணிக்கையால் மட்டுமே சிறப்பாகச் செய்ய முடியும்.

அடுத்து, அகத் தணிக்கையின் நோக்கத்தையும் தெளிவாகப் புரிந்து கொள்ள வேண்டும். நிர்வாகத்தின் நோக்கமும் அகத் தணிக்கையின் நோக்கமும் ஒன்றே என்பதை அனைவரும் - தணிக்கையர், நிர்வாகத்தினர் மற்றும் பிற பயனாளிகள்-உணர வேண்டும். நிறுவனத்தின் நிர்வாகத்தை மேம்படுத்துவதற்கும், நிறுவனத்தின் நோக்கத்தை எட்டுவதற்கு உதவுவதே தணிக்கையின் அடிப்படை நோக்கமாகும். நிறுவனத்தின் நோக்கமும் அதுவாகவே இருக்கும். இது தவிர ஒவ்வொரு தணிக்கைக்கும் அதன் நோக்கம் நிர்ணயிக்கப்படும். அது மேற்கண்ட நோக்கத்தினுள் அமையும் குறிப்பிட்ட நோக்கத்தைக் குறிக்கும். அது ஒவ்வொரு தணிக்கைக்கும் மாறுபடும். குறிப்பாக வரையறுக்கப்படும்.

அகத் தணிக்கையின் பரப்பும், பொதுவாக நிறுவனத்தின் மொத்தப் பரப்பைத் தழுவியதாகவே இருக்கும். சில குறிப்பிட்ட சுழலில் நிறுவனத்தினர் இயக்குநர் குழு தணிக்கையின் மூலோபாய (strategy) காரணத்தால் பரப்பை மாற்றியமைக்கக் கூடும். நிறுவனத்தின் நிர்வாகம் தன்னிச்சையாகத் தணிக்கையின் பரப்பை மாற்றியமைக்க இயலாது.

அகத் தணிக்கைக்கும் நிர்வாகத்திற்கும் இடையேயான தொடர்பை நன்கு புரிந்து கொள்ள வேண்டும். அதற்கு இரண்டு முரண்பட்ட விடயங்களை நன்கு அலசி ஆராய வேண்டும். அந்த இரண்டு முரண்பட்ட விடயங்கள்:

அ. தணிக்கை நிர்வாகத்தினின்று தன்னாட்சி பெற்ற அமைப்பால் செய்யப்படுவது.

ஆ. அகத் தணிக்கை நிறுவனத்தின் ஓர் உட்பிரிவினால் செய்யப்படுவது.

கூர்ந்து கவனித்தால் மேற்கண்ட இரண்டு தணிக்கைக் கூறுகளும் ஒன்றுக்கொன்று முரண்பட்டவை என அறியலாம். அதாவது, ஒரு நிறுவனத்தின் உட்பிரிவாக செயல்படும் ஓர் அமைப்பு எப்படி தன்னாட்சி பெற்றதாக செயல்பட முடியும்?; எப்படி தணிக்கைப் பணியை தனித் துவத்துடன் செய்ய முடியும்?; நிர்வாகத்தின் குறுக்கீட்டைத் தகர்த்து எப்படி சுதந்திரமாக தணிக்கை செய்ய முடியும்? போன்ற வினாக்கள் மேற்கண்ட இரண்டு கூறுகளுக்கும் உள்ள முரணை எடுத்துரைக்கின்றன. இந்த முரணை எப்படித் தீர்ப்பது என்ற வினாவிற்கு விடை அகத் தணிக்கை நிர்வாகத்தை கட்டமைப்பதிலும், அதன் பொறுப்புகளை,

அதிகாரங்களை வடிவமைப்பதிலும், தணிக்கையோடு நிர்வாகத்திற்குள்ள உறவை வடிவமைப்பதிலும் அமைந்திருக்கின்றது. அவை குறித்து இங்கு விரிவாகக் கணலாம்.

அகத் தணிக்கை 'நிர்வாக ரீதியாக' நிறுவனத்தின் நிர்வாகத்துடன் தொடர்புடையதாக இருக்க வேண்டும். ஆனால் 'செயல் ரீதியாக' தனித்து செயல்படும் அமைப்பாக இருக்க வேண்டும். நிர்வாகத் தொடர்பு என்பது, தணிக்கைக்குத் தேவையான பணியாளர்கள், நிதி மற்றும் தேவையான பிற வளங்களை அளிப்பது என்ற வகையில் மட்டுமே. இங்கு முக்கியமாக கவனிக்க வேண்டியது தேவையான வளங்களை அளிப்பது மட்டுமே நிர்வாகத்தின் பணி. அவற்றை எவ்வாறு பயன்படுத்த வேண்டும் என்று முடிவு செய்வது அகத் தணிக்கைப் பிரிவே. மேலும் நிர்வாகம் வளங்களைத் தருவதில் சுணக்கம் காட்டினால், அது குறித்து நிர்வாக அல்லது இயக்குநர் குழுவின் கவனத்திற்கு எடுத்துச் செல்லலாம்.

அகத் தணிக்கைத் துறையின் தலைமை அதிகாரியின் பொறுப்பு, அவர் அன்றாட நிர்வாகத்தின் கட்டுப்பாடுகளுக்கு அப்பாற்பட்டு செயல் படுபவராக கட்டமைக்கப்பட வேண்டும். அவர் நிறுவனங்கள் குழுவால் நேரடியாக நியமிக்கப்பட்டு, அக்குழுவின் நேரடி மேற்பார்வையில் செயல்படும் விதமாக, அந்தப் பொறுப்பு கட்டமைக்கப்பட வேண்டியது அவசியம். அதாவது நிறுவனத்தின் அன்றாட நிர்வாகத்தை மேற் கொள்பவர் 'நிர்வாக இயக்குநர்' என்றால், தணிக்கைத் துறையின் தலைமை அதிகாரி நிர்வாக இயக்குனருக்கு கட்டுப்பட்டு பணி புரியாமல் 'நிர்வாகக் குழு'வின் கட்டுப்பாட்டில் பணிபரியும் படி தணிக்கைச் செயல்முறை அமைப்பைக் கட்டமைக்க வேண்டும். தணிக்கைத் தலைமை அதிகாரியின் பணிக்காலம், ஊதியம் மற்றும் பணிக் கொடை முதலியன அவ்வதிகாரியின் பணிக் காலத்தில் மாற்றியமைக்கலாகாது என்பன போன்ற பாதுகாப்பு முறைகள் இருக்க வேண்டும்.

அகத் தணிக்கை அறிக்கை நிர்வாகக் குழுவிடம் தணிக்கைத் தலைமை அதிகாரியால் நேரடியாக சமர்ப்பிக்கப்படும் வண்ணம் செயல்முறைகள் கட்டமைக்கப்பட வேண்டும். தொடக்க நிலை தணிக்கைக் குறிப்புகளும், தணிக்கைக் கருத்துக்களும் நிர்வாகத்தைச் சார்ந்த அதிகாரிகளிடம் வழங்கப்பட்டாலும், இறுதி அறிக்கை தலைமை இயக்குனரிடமும், இயக்குநர் குழுவிடமே நேரடியாக வழங்கப்பட வேண்டும். நிர்வாகம் இயக்குநர் குழுவிடமே விளக்கமளிக்க வேண்டும். ஆக, அகத்தணிக்கை நிர்வாக ரீதியாக நிறுவனத்தின் நிர்வாகத்துடனும், செயல் ரீதியாக இயக்குநர் குழுவுடனும் பணியாற்ற வேண்டும்.

தலைமைத் தணிக்கை அதிகாரி தணிக்கை செய்வதற்குத் தேவையான ஆவணங்களை கேட்டுப் பெறுவதற்கும், அதிகாரிகளிடம் விளக்கம் கேட்பதற்கும், நிறுவனத்தின் எந்தவொரு இடத்தையும் செயல் முறையையும் பார்வையிடவும் அதிகாரம் பெற்றவராக இருக்க வேண்டும். இரகசியம் மற்றும் மந்தணத் தன்மையுடைய கோப்பு களையும் செயல்முறைகளையும் தணிக்கைக்கு உட்படுத்த வழிவகை செய்யும் வழிகாட்டிகளை நிர்வாகத்துடன் இணைந்து உருவாக்க வேண்டும். நிறுவனத்தின் தரவுகளை ஆய்வு செய்யும் உரிமையும், அதற்குத் தேவையான தொழில்நுட்பத்தை பயன்படுத்தும் அதிகாரமும் வழங்கப்பட்டிருக்க வேண்டும். தேவையின் அடிப்படை கருதி, நிறுவனத்தின் காப்புரிமை மற்றும் அறிவுசார் சொத்துரிமை பாதிக்கப் படாத வகையில், நிறுவனத்திற்கு வெளியிலுள்ள வல்லுனர்களை பயன்படுத்தவும், ஆலோசனை பெறவும் வாய்ப்புகள் வழங்கப்பட வேண்டும்.

மேற்கண்ட அடிப்படைக் கோட்பாடுகளை உள்ளடக்கி அகத் தணிக்கையின் கட்டமைப்பு ஏற்படுத்தப்பட்டால், அகத் தணிக்கை சிறப்பாக செயல்பட முடியும்.

11.2. புறத் தணிக்கை

புறத் தணிக்கை என்பது அகத் தணிக்கையிலிருந்து சற்றே வேறுபட்டது - நிர்வாக அளவிலும் செயல்பாட்டு அளவிலும். புறத் தணிக்கை என்பது தணிக்கை செய்யும் அமைப்பு, தணிக்கை செய்யப் படும் அமைப்பிலிருந்து முற்றிலும் தன்னிச்சையான - நிர்வாக அளவிலும், செயல்பாட்டு அளவிலும், அமைப்பினால் செய்யப்படும் தணிக்கை யாகும். நிர்வாகக் குறுக்கீடுகள் ஏதுமின்றி, தன்னிச்சையாக செயல் பட்டு, தணிக்கைத் தொழில் நெறிகளைப் பின்பற்றி, உரிய தணிக்கைச் செயல்முறைகளைப் பின்பற்றி தணிக்கை அறிக்கை தயார் செய்வதாகும்.

அகத் தணிக்கையிலிருந்து புறத் தணிக்கை எவ்வாறு மாறுபட்டது, புறத்தணிக்கை தேவையா, மற்றும் அதனால் விளையும் பயன்கள் யாவை என்ற வினாக்கள் இயல்பாக எழுபவை. அவை குறித்து விரிவாகக் கற்கலாம்.

புறத் தணிக்கை முற்றிலும் தன்னிச்சையாக செயல்படுவதால் தணிக்கை அறிக்கை நேர்மையாகவும், நடுநிலைமையுடனும் தயாரிக்கப் படுவதால், அதிக நம்பகந்தன்மை வாய்ந்ததாக அமைகிறது. தணிக்கை அறிக்கையின் நம்பகத் தன்மை என்பது, தணிக்கை செய்யும் அமைப்பின் நம்பகத் தன்மையைப் பொறுத்தே அமையும். ஏனென்றால் தணிக்கை அறிக்கையில் சொல்லப்பட்ட விவரங்கள் சரியா, தவறா என்றும்,

தணிக்கையின் கருத்துக்கள் முறையாக மேற்கொள்ளப்பட்டனவா என்றும் ஆய்வு செய்து உணரும் வாய்ப்பு தணிக்கை அறிக்கையைப் பயன்படுத்துவோர் அனைவருக்கும் கிட்டுவதில்லை. ஆகையால் தணிக்கை அறிக்கை அப்படியே ஏற்றுக்கொள்ளப்படுகிறது. இச்சூழலில் தணிக்கை செய்யும் அமைப்பின் நம்பகத்தன்மையை வைத்தே அறிக்கையின் நம்பகத் தன்மை முடிவு செய்யப்படுகின்றது. நிர்வாகத்திற்கு உட்பட்ட அமைப்பு தணிக்கை செய்யும் போது முழுமையான நம்பகத் தன்மை ஏற்படுவதில்லை. ஆகவே நிர்வாகத்தை சாராத, வெளியிலிருந்து இயங்கும் அமைப்பு மூலம் தணிக்கை செய்வது இன்றியமையாததாகிறது.

11.3. புறத் தணிக்கையின் தனித்துவம்

புறத் தணிக்கை அமைப்பின் தணிக்கை நடைமுறைகளில் சில சிறப்புகள் உண்டு. அவை:

1. தணிக்கைத் திட்டத்தை புறத்தணிக்கை அமைப்பே முழுமையாக முடிவு செய்ய முடியும். தணிக்கைத் திட்டம் தயாரிக்கையில் தணிக்கை செய்யப்படும் நிர்வாகத்தின் கருத்துக்களைக் கேட்கலாம். ஆனால் அவற்றை ஏற்பது குறித்து புறத்தணிக்கை அமைப்பே முடிவு செய்யும்.

2. தணிக்கை செய்யப்படும் நிறுவனத்தின் உட்பிரிவுகளையும், கிளை அலுவலகங்களையும் தெரிவு செய்யும் அதிகாரம் புறத் தணிக்கை அமைப்பிற்கே முழுமையாக உண்டு. அதேபோல் தணிக்கைக்கு உட்படுத்தும் கோப்புகள் மற்றும் தரவுகளின் மாதிரிகளைத் தெரிவு செய்யும் உரிமையும் புறத்தணிக்கை அமைப்பிற்கே முழுமையாக உண்டு. அதாவது தணிக்கையின் பரப்பளவைத் தெரிவு செய்வது புறத் தணிக்கையின் முழு உரிமையாகும். அகத் தணிக்கையைப் பொறுத்த மட்டில் தணிக்கையின் பரப்பில் தலையிட நிறுவனத்தின் நிர்வாகத்திற்கு உரிமை/ வாய்ப்பு உண்டு.

3. தணிக்கை தொடர்பாக தேவைப்படும் ஆவணங்களையும், சான்றுகளையும் தணிக்கை செய்யப்படும் நிறுவனத்தின் புறத்தே இருந்து திரட்டுவதற்கு புறத் தணிக்கை அமைப்பிற்கு உரிமை உண்டு. ஆயினும் புறத்தே இருந்து திரட்டப்படும் சான்றுகள் நிறுவனத்தால் ஏற்றுக்கொள்ளத் தக்கவையாக இருக்க வேண்டும்.

4. பொதுவாக அகத் தணிக்கையின் அறிக்கை நிர்வாகப் பயன் பாட்டிற்காக அமைகையில், புறத் தணிக்கை அறிக்கை

நிர்வாகம் உள்ளிட்ட அனைத்து வகைப் பயனாளிகளுக்கும் உரியதாகிறது. மேலும் நிறுவனத்தின் பங்குதாரரர்களும், சட்டபூர்வ ஒழுங்குமுறை ஆணையங்களுமே புறத் தணிக்கை அறிக்கையின் பயனாளிகள்.

5. புறத் தணிக்கையரின் பார்வை நிர்வாகம் மற்றும் அகத் தணிக்கையரின் பார்வையிலிருந்து விலகி இருந்து முற்றிலும் மாறுபட்ட கோணத்தில் நிறுவனத்தையும், நிர்வாக முடிவு களையும் அணுகுவதால் நிறுவனம் குறித்தும், நிர்வாகத்தின் செயல்திறன் குறித்தும் புதிய கருத்துக்கள் தோன்ற வழிவகுக்கும்.

11.4. அக மற்றும் புறத் தணிக்கை ஒப்பீடு

அகத் தணிக்கை மற்றும் புறத் தணிக்கை ஆகியவற்றிற்கிடையேயான ஒற்றுமை மற்றும் வேற்றுமைகளை கீழ்க்கண்டவாறு ஒப்பிடலாம்.

அக மற்றும் புறத் தணிக்கைக்கிடையேயான ஒற்றுமைகளாக கீழ்க்கண்டவற்றைக் குறிப்பிடலாம்:

1. இரண்டுமே நிறுவனத்தை மேம்படுத்துவதையும், நிறுவனம் அதன் நோக்கத்தை எட்டுவதற்கு உதவுவதையும் நோக்கமாகக் கொண்டவை. ஆகவே இருவகை தணிக்கைகளும் பொதுவான நோக்கத்தையே கொண்டுள்ளன. சில தனிப்பட்ட/ சிறப்பு நோக்கங்கள் இருப்பினும், இரண்டிற்கும் பொதுவான நோக்கம் ஒன்றே என்றறிக.

2. தணிக்கைச் செயல்முறை இரு தணிக்கை முறைகளிலும் பெருமளவில் ஒத்துப் போகின்றன. தணிக்கை நடைமுறை யானது இரு வகை தணிக்கையிலும் தணிக்கை வேண்டு கோள்களில் தொடங்கி, தணிக்கை விளக்க வினாக்களாகத் தொடர்ந்து, தணிக்கைக் குறிப்புகளாக உருப்பெற்று, இறுதியில் தணிக்கை அல்லது ஆய்வு அறிக்கையில் இடம் பெறுகின்றன.

3. தணிக்கைக் குறிப்புகள் மற்றும் தணிக்கைக் கருத்துகள் நிறுவனத்திற்கு உள்ளிருந்தே அல்லது நிறுவனம் பின் பற்றப்பட வேண்டிய தரக்கூறுகள் அல்லது வழிமுறைகளின் அடிப்படையிலேயே பெறப்படுகின்றன.

4. தணிக்கை பின்பற்ற வேண்டிய தரக்கூறுகள் இரண்டு வகை தணிக்கைக்கும் பொதுவானவைகளாகவே அமைகின்றன. பின்பற்ற வேண்டிய தரக்கூறுகளில் சிறு வேறுபாடுகள் இருந்த

போதிலும், அவை பின்பற்ற வேண்டிய தரக்கூறுகளின் மூலக் கருத்துக்கள் பொதுவானதாகவே அமைகின்றன.

5. தணிக்கையர் பின்பற்ற வேண்டிய நெறிமுறைகள் இரு வகைத் தணிக்கைகளுக்கும் பொதுவாகவே அமைகின்றன. தணிக்கையர் நெறிமுறைகளை மீறும் சூழலில் எடுக்கப்பட வேண்டிய மேல்நடவடிக்கைகளில் வேறுபாடு இருக்கலாம். ஆனால் முன்னர் குறிப்பிட்ட நெறிமுறைகள் பொதுவாகவே அமைகின்றன.

அடுத்து, இருவகைத் தணிக்கை முறைகளுக்குமிடையேயான வேறுபாடுகளை அட்டவணை 11இல் விரிவாகக் காணலாம்:

அட்டவணை - 11

அகத் தணிக்கை மற்றும் புறத் தணிக்கை வேற்றுமைகள்

எண்	தணிக்கையின் பண்பு	அகத் தணிக்கை	புறத் தணிக்கை
1	நிறுவன அமைப்பு நிலை	நிறுவனத்திற்கு உள்ளிருந்து செயல்படுவது.	நிறுவனத்திற்கு புறத்திருந்து செயல்படுவது.
2	நிர்வாகத்தின் மேலாதிக்கம்	தணிக்கை நிர்வாகத்தில் தாக்கம் ஏற்படுத்தும்	நிர்வாகத்திலும் செயல்பாட்டிலும் தாக்கம் ஏற்படுத்த முடியாது.
3	தணிக்கையின் நோக்கம்	நிர்வாகத்தின் தேவை கருதியே முடிவு செய்யப்படுகிறது.	பங்குதாரர்களின் மற்றும் சட்ட பூர்வ தேவை குறித்தே முடிவு செய்யப் படுகிறது.
4	தணிக்கையின் பரப்பு	பரப்பை முடிவு செய்வதில் நிர்வாகத்திற்கு நேரடிப் பங்கு உண்டு.	பரப்பை முடிவு செய்வதில் நிர்வாகத்திற்கு நேரடிப் பங்கு இல்லை. பரப்பு குறித்து கருத்து மட்டுமே கூற முடியும்.
5	தணிக்கை நடைமுறை களைத் தெரிவு செய்தல்	நிர்வாகத்தின் விருப்பத்திற்கேற்ப செயல்படும்நிலை உண்டு.	நடைமுறைகள் குறித்து முடிவு செய்யும் உரிமை தணிக்கைக்கு மட்டுமே முழுமையாக உண்டு.
6	நிர்வாகப் பிரிவுகளையும், கோப்புகளையும் தெரிவு செய்யும் உரிமை.	நிர்வாகத்தின் தேவையைப் பொறுத்து அமையும்.	தணிக்கையின் நோக்கத்தை தன்னிச்சையாக நிறைவு செய்யும் வகையில் அமையும்.

7	தணிக்கைக்கு தேவையான சான்றுகள் மற்றும் ஆவணங்கள்	நிறுவனத்திற்கு உள்ளிருந்து மட்டும் பெறப்படுகிறது.	நிறுவனத்திற்கு வெளியிலிருந்தும் பெறலாம்.
8	தணிக்கை அறிக்கையின் மேல் நடவடிக்கை	தவறுகளை சரி செய்வது. நிர்வாகத்தை மேம்படுத்துவது	நிர்வாகத்தை மேம்படுத்துவது மற்றும் சட்டபூர்வ நடவடிக்கைகள்.
9	தணிக்கை அறிக்கையின் படிவம்	நிர்வாகத்தின் தேவையையும் கருத்துக்களையும் கருத்தில் கொள்ளப்பட வேண்டும்	பங்குதாரர்களின் மற்றும் சட்ட பூர்வ தேவையின் அடிப்படையில் அமைவது.
10	தணிக்கையின் பயனாளிகள்	பொதுவாக, நிர்வாகம் மட்டுமே.	நிர்வாகத்திற்கு புறத்தே உள்ள பயனாளிகளுக்கானது.

சிந்திக்க...

1. அகத் தணிக்கையராகத் தேர்ச்சி பெற்றவரால் புறத் தணிக்கையையும் மேற்கொள்ள முடியும். எப்படி என்பதை எண்ணிப் பார்க்க.

2. புறத் தணிக்கையரை விட அகத் தணிக்கையர் நிறுவனத்தில் சந்திக்கும் இடர்களையும், நிறுவனத்தில் நிலவும் தவறுகளையும் எளிதாக அறிந்து கொள்ள முடியும். எண்ணிப் பார்க்க.

3. அகத் தணிக்கையரால், தன் நிறுவன நிர்வாகத்தின் அழுத்தம் மற்றும் குறுக்கீடுகளைக் கடந்து தனித்து செயல்பட முடியும். எண்ணிப் பார்க்க.

4. புறத் தணிக்கையர் தரும் நிதித் தணிக்கை சான்றிதழே அதிக நம்பகத் தன்மை வாய்ந்தது. அதற்கான காரணங்களை எண்ணிப் பார்க்க.

5. அகத் தணிக்கையின் பயனாளிகளைவிட புறத் தணிக்கையின் பயனாளிகள் முற்றிலும் வேறுபட்டவர்கள். எண்ணிப் பார்க்க.

6. தணிக்கையர்கள் பின்பற்ற வேண்டிய நன்னெறிகள் அகத் தணிக்கைக்கும் புறத் தணிக்கைக்கும் பொதுவானதே. எண்ணிப் பார்க்க.

7. புறத் தணிக்கையர் அகத் தணிக்கையரின் அறிக்கையை தனது தணிக்கைச் செயல்முறையில் பயன்படுத்திக் கொள்ள முடியும். எவ்வாறு என்று எண்ணிப் பார்க்க.

12. அரசு மற்றும் தனியார் தணிக்கைகள்

தணிக்கை என்பது பல்வேறு துறைகளுக்கும் பொதுவானதாக இருந்தாலும், சில துறைகள் சார்ந்த தனிப்பட்ட தணிக்கை முறைகளும் நடைமுறையில் உள்ளன. அவற்றுள் முக்கியமானவை அரசு மற்றும் தனியார் தணிக்கை குறித்த நடைமுறைகள். இரண்டுமே அடிப்படைத் தணிக்கைக் கூறுகளைப் பொதுவாகக் கொண்டிருந்தாலும், அவற்றிடையே உள்ள ஒற்றுமை வேற்றுமைகளை ஒப்பிட்டு அறிந்து கொள்வது நலம் பயக்கும்.

12.1. அரசுத் தணிக்கை

அரசுத் தணிக்கை, சில சமயங்களில் பொதுத் துறைத் தணிக்கை என்றும் அறியப்படும். ஒரு நாடு, ஒரு மாநிலம் அல்லது பிராந்தியம் என்பது சரியான நிர்வாகத்தை வழங்குவதற்கும், அடிப்படைக் கட்டமைப்புகளை உருவாக்குவதற்கும், மக்கள் நலம் பேணும் நடவடிக்கைகளை மேற்கொள்வதற்கும் கட்டமைக்கப்பட்ட நிர்வாக அமைப்பு. அந்த அமைப்புகளைத் தணிக்கை செய்ய ஒவ்வொரு நாடும் தணிக்கைக் கட்டமைப்பை உருவாக்கி வைத்துள்ளன. பொதுவாக அரசு தணிக்கை அமைப்புகள் தன்னாட்சி அதிகாரம் பெற்ற ஒரு அரசுத் துறையாகவே இருக்கும். மற்ற அரசுத் துறைகளுக்கும் தணிக்கைத் துறைக்கும் சில முக்கிய வேறுபாடுகள் உண்டு. அவற்றைப்பற்றி சிறு விளக்கம்:

1. அரசின் தலைமைத் தணிக்கை அதிகாரி, அரசால் நியமிக்கப் பட்டவர் ஆயினும், அரசுக்குக் கட்டுப்பட்டவராக இல்லாமல், தன்னாட்சி அதிகாரம் பெற்றவராக இருக்க வேண்டும். அவருடைய பணி சார்பான வரைமுறைகளும் நிபந்தனைகளும், அவரின் நலனுக்கு எதிரானதாக இருக்கக் கூடாது அல்லது மாற்றியமைக்க முடியாததாக, சட்டம் மூலம் உறுதியளிக்கப் பட்டு இருக்க வேண்டும்.

2. தலைமைத் தணிக்கை அதிகாரியும், தணிக்கை அதிகாரிகளும், பிற அரசுத் துறை அலவலகங்களிடமிருந்து தணிக்கைக்குத் தேவையான ஆவணங்களையும், தகவல்களையும், தரவு களையும், தணிக்கை வினாக்களுக்குரிய விளக்கங்களையும்,

தணிக்கைக் கருத்துகள் குறித்து எடுக்கப்பட்ட நடவடிக்கைகள் குறித்தும், குறித்த காலத்தே தணிக்கை செய்யப்படும் நிறுவனங்களிலிருந்து கேட்டுப் பெறுவதற்கும், வழிமுறைகளும், ஆணைகளும் இருக்க வேண்டும்.

3. தணிக்கை செய்யும் செயல்முறையையும், தணிக்கை செய்யும் அலுவலகத்தையும், தணிக்கையின் நோக்கம் மற்றும் பரப்பு முதலானவற்றை நிர்ணயிக்கும் அதிகாரம் பெற்றவராக இருக்க வேண்டும். தணிக்கை செய்யப்படும் அமைப்பிடமிருந்தும், அரசிடமிருந்தும் ஆலோசனைகள் பெறலாம். ஆனால் இறுதி முடிவு எடுக்கும் உரிமை தணிக்கை அதிகாரிக்கும், தணிக்கைத் துறைக்கும் இருக்க வேண்டும்.

4. தணிக்கைத் துறைக்கும், தணிக்கைத் துறைத் தலைவருக்கும் அரசு போதுமான நிதியளிப்பதை அரசு உறுதியளிக்க வேண்டும். போதுமான நிதி தராமல், தணிக்கைத் துறையின் செயல்பாட்டுக்கு சிரமம் ஏற்படுத்துவதன் மூலம் அதன் செயல்பாட்டைக் குறைப்பது அரசு தணிக்கையின் தன்னாட்சி நிலையைச் சீர்குலைக்கும்.

5. தணிக்கை அறிக்கை அரசின் சட்டமியற்றும் அவையில் சமர்ப்பிக்கப்பட்டு, அந்த அவையினாலோ, அதன் குழுவினாலோ அல்லது அந்த அவை நிர்ணயிக்கும் உறுப்பினர்களாலோ, தகுந்த முறையில் விசாரிக்கப்பட வேண்டும். அதற்குத் தேவையான அமைப்பு முறையை அரசியல் சாசனம் மூலமாகவோ, சட்டம் மூலமாகவோ உறுதி செய்யப்பட வேண்டும்.

மேலே குறிப்பிட்ட ஐந்து அம்சங்களை உள்ளடக்கிய தணிக்கைத் துறைத் தலைவரின் தன்னாட்சி அமைப்பு முறை அரசுத் தணிக்கையை சிறப்பாகச் செயல்பட வைக்கும். அடுத்து அரசு தணிக்கையின் முக்கிய கூறுகளை கவனிக்கலாம்:

1. அரசு என்பது பல்வேறு நிர்வாகப் பணிகளைச் செய்யும் வண்ணம் பல்வேறு துறைகளாகவும், அரசு நிறுவனங்களாகவும், ஒழுங்குமுறை ஆணையங்களாகவும் பரந்து விரிந்து செயல்படுவதால், அரசுத் தணிக்கையும் அனைத்துத் துறைகளிலும் விரிந்து செயல்படத் தேவைப்படுகிறது.

2. பெரும்பாலான அரசின் செயல்பாடுகள் மக்கள் நலன் சார்ந்ததாகவும், வளர்ச்சித் திட்டங்களை செயல்படுத்துவதாகவும், உள்கட்டமைப்பை ஏற்படுத்துவதற்காகவும், நாட்டின்

பாதுகாப்பு சார்ந்ததாகவும் இருப்பதால், அரசுத் தணிக்கைத் துறை, அரசின் வருவாய், இலாபம் என்ற நிலைகளைக் கடந்து, அரசின் நோக்கம் சார்ந்ததாகவும், நிர்வாகத் திறனை மேம்படுத்துவது சார்ந்ததாகவும் அமையும்.

3. அரசுத் தணிக்கைத் துறைத் தலைவர் ஒருவரேயானாலும், உண்மையில் அரசு அலுவலகங்களைத் தணிக்கை செய்யும் அலுவலர்கள், தணிக்கை செய்யப்பட வேண்டிய அலுவலகத்திற்கேற்ப, தக்க திறன் கொண்டவர்களாக இருப்பது அவசியம். தணிக்கையர் துறை வாரியாகத் தணிக்கை செய்யத்தக்க சிறப்புத் திறன் கொண்டவர்களாக இருத்தல் வேண்டும்.

4. அரசுத் தணிக்கை, பொதுவாக இணக்கத் தணிக்கையாகவே இருக்கும். அதாவது, ஒரு அரசு அலுவலகம் அரசின் சட்ட திட்டங்களுக்கு உட்பட்டு, அனைத்து விதிகளையும் பின்பற்றி, செய்ய வேண்டிய கடமைகளை சரியாகவும், முறையாகவும் செய்கிறதா என்பதனை ஆய்வு செய்யும் அடிப்படையில் தணிக்கை அமையும்.

5. அரசுத் தணிக்கையிலும் தேவை கருதி, குறிப்பிட்ட துறை, அலுவலகம், திட்டம் போன்றவற்றை செயலாக்கத் தணிக்கைக்கு உட்படுத்தலாம்.

6. அரசுத் துறையில் நிதித் தணிக்கை, அரசு நேரடியாக நடத்தும் நிறுவனங்களிலும், தன்னாட்சி பெற்ற அமைப்புகளிலும் அந்நிறுவனங்களின் நிதியறிக்கைகளை தணிக்கை செய்ய வேண்டியதாகிறது.

7. அரசின் வரவு மற்றும் செலவுகள் அந்நாட்டின் சட்டமியற்றும் அமைப்பின் (நாடாளுமன்றம், சட்டமன்றம் முதலியன) ஒப்புதலுடன் செய்யப்படுவதால், அரசுத் தணிக்கையில் கண்டறியப் பட்ட முக்கியமான தணிக்கை முடிவுகளை அந்த அரசின் சட்டமியற்றும் அமைப்பிடம் சமர்ப்பிக்க வேண்டும்.

8. அரசின் வருமானம் குறித்த தணிக்கைக்காக, தனித்துவம் பெற்ற தணிக்கை அமைப்பு முறை இருக்க வேண்டும். அரசின் வரி வருவாய் மற்றும் பிற வருவாய்கள் சரியாக கணக்கிடப்பட்டதா என்றும், முறையாக வசூலிக்கப்பட்டதா என்றும் வருவாய்த் தணிக்கையில் கவனிக்கப்பட வேண்டும்.

9. அரசின் நிர்வாகம் உள் மற்றும் வெளிப் பாதுகாப்பு தொடர்பானதாகவும் இருப்பதாலும், அது குறித்து தணிக்கை

செய்யும் போது, அத்தணிக்கையில் கவனிக்கப்பட வேண்டிய தணிக்கை அறிக்கையில் குறிப்பிடப்பட வேண்டிய தகவல்கள் குறித்து மிகுந்த கவனம் தேவை. சில தகவல்களை மந்தணமாக வைத்திருக்க வேண்டிய தேவை ஏற்படலாம்.

10. பொதுவாக, மக்களாட்சி நடைபெறும் நாட்டில் தணிக்கை அறிக்கைகள் யாவும் பொதுத் தளத்தில் வெளியிடப்பட வேண்டும். அதே சமயம், சட்டமியற்றும் அமைப்புகளின் நடைமுறைக்கு ஏற்ப, தணிக்கை அறிக்கைகள் சட்டமியற்றும் அமைப்பில் சமர்ப்பிக்கப்பட்ட பின்னரே அவற்றை பொதுத் தளத்தில் வெளியிடப்பட வேண்டும்.

அரசுத் தணிக்கையின் செயல்முறையில் முக்கியமாக கவனிக்கப் பட வேண்டிய சில முறைகளும் உள்ளன. அவை தனியார் துறைத் தணிக்கையோடு ஒத்துப் போனாலும் சில நடைமுறை வேறுபாடுகளைக் காணலாம். அவற்றை அறிந்து கொள்வது மிகவும் பயனுள்ளதாக இருக்கும்.

1. அரசு அலுவலகங்களில், தணிக்கை செய்யப்பட வேண்டிய அலுவலகங்கள் யாவை என்பது தெளிவாக வரையறுக்கப் பட்டுள்ளன. ஆனால், தனியார் தணிக்கை நிறுவன வாடிக்கையாளர்கள் ஆண்டுக்கு ஆண்டு மாறுபடும் வாய்ப்பு உண்டு. அனைத்து அரசு நிறுவனங்களும் தணிக்கைக்கு உட்பட வேண்டிய கட்டாயத்தில் உள்ளவை.

2. தனியார் நிறுவனங்கள் தங்கள் தணிக்கை நிறுவனத்தை தெரிவு செய்யும் நிலையில் உள்ளவை. அரசு நிறுவனங்கள் தங்கள் தணிக்கையரை தேர்ந்தெடுக்க முடியாது. மாறாக, தணிக்கைத் துறை ஒவ்வொரு ஆண்டும் தணிக்கை செய்ய வேண்டிய அலுவலகத்தைத் தேர்ந்தெடுக்கும் அதிகாரம் பெற்றவை.

3. அரசுத் துறையில் தணிக்கை செய்ய தெரிவு செய்யப்படும் அலுவலகம், தணிக்கை அலுவலகம் மேற்கொண்ட இடர் ஆய்வின் (Risk analysis) அடிப்படையில் செய்யப்படும். இடர் ஆய்விற்கு பயன்படுத்தப்படும் காரணிகள் துறைவாரியாக மாறுபடும். ஆகையால் தணிக்கைத் திட்டமிடல் மிக முக்கிய பங்கு வகுக்கிறது.

4. அரசு அலுவலகங்களை தணிக்கை செய்வதற்கென்றே தணிக்கைத் துறை தனியாக செயல்முறை ஆவணங்களும், தணிக்கைத் தர அளவீடுகளும் கொண்டிருக்கும். அவற்றின் அடிப்படையிலேயே தணிக்கை மேற்கொள்ளப்பட

வேண்டும். அரசுத் தணிக்கைச் செயல் முறைகள், செய்ய வேண்டிய தணிக்கை வகை, மற்றும் தணிக்கை செய்ய வேண்டிய துறையின் அடிப்படையில் மாறுபடலாம்.

5. பொதுவாக அரசுத் தணிக்கையில், தணிக்கை செய்யும் தணிக்கையர்களும், தணிக்கை அல்லது ஆய்வறிக்கைக்கு ஒப்புதல் அளிக்கும் அதிகாரியும், அதனை வழங்கும், அதிகாரியும் வேறுவேறாக இருப்பதால், தணிக்கை அறிக்கை நன்கு சரிபார்க்கப்பட்டே வழங்கப்பட வேண்டும். தணிக்கை அறிக்கை முழுமையான விவரங்களோடும், போதுமான சான்றுகளோடும் தயாரிக்கப்பட வேண்டும்.

6. அரசுத் தணிக்கை முறையில், ஒரு அலுவலகத்தின் செயல் பாட்டை மற்றொரு அலுவலகத்தின் செயல்பாட்டோடு பொருத்திப் பார்க்க (ஒப்பிட அல்ல) வாய்ப்பு உண்டு. அதாவது, ஒரு அலுவலகத்தின், செயல்பாடு மற்றொரு அலுவலகத்தின் செயல்பாட்டோடு தொடர்புள்ளதாகையால், அந்த அலுவலகத்தின் ஆணைகள், வழிமுறைகள், திட்டங் களை நிறைவேற்றுதல் முதலானவற்றை பொருத்திப் பார்க்க வாய்ப்பு உண்டு.

7. பொதுவாக அரசுத் தணிக்கை, ஒரு துறை சார்ந்து முழுமையாக செய்யாமல், தனித்தனி அலுவலகமாக செய்யப்படுவதால், இணக்கத் தணிக்கையோடு, அந்த அலுவலகத்தின் செயல்திறனை அளவிடும் நோக்கிலும் தணிக்கை செய்யப்படும். தணிக்கை அறிக்கை அந்த அலுவலகத்தின் செயல்பாட்டை மேற்பார்வையிடும் அதிகாரிக்கும் அனுப்பப்படும்.

8. அரசு அலுவலகங்கள் மக்கள் சேவை சார்ந்ததாக அமைவதால், தணிக்கை அறிக்கைகள் சம்பந்தப்பட்ட அதிகாரிகளுக்கு அனுப்புவதோடு, மக்கள் பார்வைக்காக பொதுத் தளத்திலும் வெளியிடப்பட வேண்டும். அல்லது, பொதுமக்கள் அதனைக் கோரும் போது வழங்கப்பட வேண்டும்.

மேற்கண்டவை செயல்முறைகளில் உள்ள வேறுபாடுகளே. பெரும்பாலானவை நிர்வாகக் காரணங்களுக்காகவும், அரசுத் துறையின் பணி பிற துறைகளின் பணியையும் நோக்கத்தையும் விட்டு மாறுபட்டு இருப்பதாலும் இத்தகைய மாற்றங்கள் தேவைப்படுகின்றன. அரசுத் தணிக்கையின் பரப்பு பல்வேறு துறைகளிலும், பல்வேறு வகைகளிலும் விரிந்து இருப்பதாலும் தணிக்கைச் செயல்முறையில்,

அதன் அணுகுமுறை தேவைப்படுகிறது. ஆயினும் தணிக்கையின் அடிப்படைக் கூறுகளில் எந்தவித மாற்றமும் இல்லை என்பதனை உணர்க.

12.2. தனியார் தணிக்கை

இது தனியார் நிறுவனங்கள் மீது நடத்தப்படும் தணிக்கை முறையைக் குறிக்கும். தனியார் நிறுவனங்கள் குறித்து இங்கு விளக்கத் தேவையில்லை. அரசின் கட்டுப்பாட்டில் உள்ள நிறுவனங்களைத் தவிர்த்த அனைத்து வகை நிறுவனங்களும் தனியார் தணிக்கைக்கு உட்பட்டதாகக் கருதலாம். பொதுவாக தனியார் துறைத் தணிக்கை நிறுவனங்கள் புறத் தணிக்கை நிறுவனங்களாகவே செயல்படுகின்றன. ஆயினும் சிறு நிறுவனங்களில், தனித்த அகத் தணிக்கை அமைப்பை ஏற்படுத்த முடியாத சூழலில், தனியார் தணிக்கை நிறுவனங்களையும் அகத் தணிக்கைக்கு பயன்படுத்திக் கொள்ளலாம். தனியார் தணிக்கை நிறுவனங்களின் பொதுக் கூறுகளைப் பற்றி இங்கே காணலாம்:

1. தனியார் தணிக்கை செய்பவர் ஒரு தகுதி வாய்ந்த தனி நபராகவோ அல்லது அங்கீகாரம் பெற்ற தணிக்கை நிறுவனமாகவோ இருக்கலாம்.

2. தணிக்கை செய்பவர் தனியார் தணிக்கை ஒழுங்குமுறை ஆணையத்தால் நிர்ணயிக்கப்பட்ட தகுதி வாய்ந்தவராக இருக்க வேண்டும். தக்க தகுதி பெற்றவர் தணிக்கை செய்யும் பணிக்காக தன்னை உரிய நிறுவனத்திடம் பதிவு செய்து கொள்ள வேண்டும் அல்லது விதிகளின்படி தக்க அங்கீகாரம் பெற்றிருக்க வேண்டும்.

3. தனியார் நிறுவனம் தணிக்கை செய்யும் பொறுப்பை எந்தவொரு தணிக்கை நிறுவனத்திடமும் ஒப்படைக்கும் உரிமை உண்டு. அந்நிறுவனம், தன் நிர்வாக விதிகளுக்கு உட்பட்டு தணிக்கை நிறுவனத்தை தேர்ந்தெடுக்க வேண்டும்.

4. ஒரு தணிக்கை நிறுவனம், தன் தொழிலுக்கும் இலாபத் திற்கும், பிற நிறுவனங்கள் தரும் தணிக்கைப் பணியை நம்பி இருந்தாலும், தணிக்கைத் தொழில் தர்மத்தையும், தணிக்கைத் தரநிலைகளையும் முக்கியமாகக் கருத வேண்டும். ஆகவே தணிக்கை நிறுவனம், பிற/ குறிப்பிட்ட நிறுவனங்களை அண்டியிருக்கும் நிறுவனமாக இருக்கக் கூடாது.

5. ஒவ்வொரு தனியார் நிறுவனமும், அரசு அமைத்துள்ள நிறுவனங்கள் ஒழுங்குமுறை ஆணையத்தாலும், அந்நிறுவனம் செய்யும் தொழில் சார்ந்த ஒழுங்கு முறைகளுக்கு உட்பட்டு அந்நிறுவனத்தை தணிக்கைக்கு உட்படுத்தப்பட வேண்டும்.

பொதுவாகத் தனியார் தணிக்கை நிறுவனங்கள் நிதித் தணிக்கைப் பணியையே பெரும்பாலும் செய்கின்றன. அதற்குக் காரணம் நிதித் தணிக்கை செய்து நிதித் தணிக்கை சான்றிதழ் பெறுவது அனைத்து பதிவுபெற்ற நிறுவனங்களுக்கும் கட்டாயமாகும். மேலும் நிதித் தணிக்கையின் போது தணிக்கை நிறுவனம் தணிக்கை செய்யப்படும் நிறுவனத்தில் உள்ள நிதி மேலாண்மைக் கட்டுப்பாடுகளை ஆய்வு செய்து அவற்றின் தரம் குறித்து கருத்து தெரிவிக்க வேண்டும்.

சில நிறுவனங்கள் நிதித் தணிக்கையையும் கடந்து, அகக் கட்டுப்பாடுகள் தணிக்கையையும், இணக்கத் தணிக்கையையும் செய்கின்றன. அது நிறுவனத்தின் தேவையைப் பொறுத்தது. பொதுவாக அகத் தணிக்கை வலுவாக உள்ள நிறுவனங்களில் அகக் கட்டுப்பாடுகள் தணிக்கையோ, இணக்கத் தணிக்கையோ முக்கியத்துவம் பெறுவதில்லை. அகத் தணிக்கை பலவீனமாக இருக்குமிடங்களில், தனியார் துறைத் தணிக்கை முக்கியத்துவம் பெறுகிறது. தவிர, சிறப்புத் தணிக்கையான தகவல் தொழில்நுட்பத் தணிக்கைக்கு தணிக்கை நிறுவனமும், தகவல் தொழில்நுட்ப நிறுவனமும் இணைந்து செயல்படலாம். அல்லது தணிக்கை நிறுவனம், தகவல் தொழில்நுட்ப நிறுவனத்தை ஆலோசகராக நியமிக்கலாம். அல்லது அப்பணியை வெளி நிறுவனத்திற்கு கொடுத்து விடலாம். அதே போலத்தான் பிற சிறப்புத் தணிக்கை முறைகளையும் கையாள வேண்டும்.

பல தனியார் தணிக்கை நிறுவனங்கள் தங்கள் தணிக்கைப் பணிகளோடு, ஆலோசனை வழங்கும் பணிகளையும் செய்கின்றன. குறிப்பிட்ட சூழலில் எத்தகைய முடிவுகள் எடுப்பது என்றும், நிறுவனத்தில் உள்ள குறிப்பிட்ட சிக்கலுக்கு என்ன காரணம் என ஆராய்ந்து ஆலோசனை வழங்குவது போன்ற பணிகளையும் செய்கின்றன. அந்நிறுவனத்தின் தணிக்கைப் பணிக்கும் ஆலோசனைப் பணிக்கும் நலமுரண் ஏற்படாத வரையில் தணிக்கை நிறுவனம் ஆலோசனைப் பணியை மேற்கொள்வதற்கு தடையில்லை.

ஆகவே தனியார் தணிக்கை நிறுவனத்தின் நோக்கமென்ன, அதன் செயல்முறைகள் யாவை, அதனுடைய தரநிலைகள் யாவை போன்றவற்றை தெளிவாக வரையறுத்திருக்க வேண்டும்.

12.3. அரசு மற்றும் தனியார் தணிக்கை - ஒத்திசைவு

அரசுத் தணிக்கைக்கும் தனியார் தணிக்கைக்குமான அடிப்படைக் கூறுகளை, இரண்டிலும் ஒத்திசைவாக உள்ள கூறுகளை கீழ்க்கண்ட பட்டியலில் காணலாம்:

1. இரு தணிக்கை முறைகளுமே, தணிக்கை செய்யப்படும் நிறுவனத்தின் பயனாளிகளின் (stake-holders) நோக்கத்தை எட்டுவதையே நோக்கமாகக் கொண்டவை.

2. இரு தணிக்கை முறைகளும், அந்த அலுவலகத்தின் நிர்வாகத் திறனை மேம்படுத்துவதை நோக்கமாகக் கொண்டே செய்யப் படுகின்றன. ஆகவே அடிப்படை நோக்கம் ஒன்றே.

3. தணிக்கை நடத்தப்படுவதற்கான தகவல், பரிமாறிக்கொள்ளப்பட வேண்டும். தனியார் துறைத் தணிக்கையில் தகுந்த ஒப்பந்தம் தேவைப்படலாம்.

4. தணிக்கை தொடங்குவதற்கு தணிக்கைத் திட்டத்தை விளக்கக்கூடிய தொடக்கக் கூட்டம் நடத்தப்பட வேண்டும்.

5. தணிக்கைச் செயல்முறை (1) தணிக்கை வேண்டுகோள்கள், (2) தணிக்கை ஐயங்கள்/வினாக்கள், (3) தணிக்கைக் கருத்துக்கள் (4) வரைவுத் தணிக்கை அறிக்கை (5) தணிக்கை/ஆய்வு அறிக்கை என்ற வரிசையில் பின்பற்றப்பட வேண்டும்.

6. தணிக்கையில் பின்பற்றப்பட வேண்டிய தணிக்கை அளவு கோல்களை முழுமையாகப் பின்பற்றி தணிக்கை செய்யப்பட வேண்டும்.

7. தணிக்கை முறையில் தணிக்கையின், நோக்கம், தணிக்கையின் பரப்பு, தணிக்கைச் செயல்முறை, பின்பற்றப்படும் தணிக்கை அளவுகோல்கள், தணிக்கையில் பின்பற்றப்பட்ட மாதிரி மற்றும் சோதனை முறைகள் முதலியன தணிக்கை செய்யப் படும் நிறுவனத்துடன் வெளிப்படையாக பகிர்ந்து கொள்ளப்பட வேண்டும்.

8. தணிக்கை செய்யப் பின்பற்றப்படும் கருவிகள் இரு வகைத் தணிக்கை முறைக்கும் பொதுவானதே. ஆவணங்களை ஆய்வு செய்தல், தரவுகளை ஆய்வு செய்தல், நேரடிப் பார்வை, நேர்காணல், வினாத்தாள் முறை முதலியன யாவும் இரண்டிற்கும் பொதுவானதே.

9. தணிக்கைக் கருத்துக்கள் முழுமையாக, நம்பத் தகுந்த, ஏற்றுக் கொள்ளத் தக்க சான்றுகளின் அடிப்படையில் அமைய வேண்டும்.

10. தணிக்கைக் கருத்துகள் யாவும் நிறுவனம் அல்லது அலுவலகத்தின் விளக்கங்களைப் பெற்று, முழுமையாக பரிசீலிக்கப்பட்ட பின்னரே மேற்கொள்ளப்பட வேண்டும்.

11. தணிக்கைக் கருத்துகள், நிர்வாகத்தின் கட்டுப்பாட்டுக்கு உட்பட்ட நிகழ்வுகளின் மீது மட்டுமே இருக்க வேண்டும். நிர்வாகத்தின் கட்டுப்பாட்டிற்கு வெளியே அமையும்

நிகழ்வுகளில், அவை நிர்வாகத்தை பாதிப்பதாகவே இருந்தாலும், அவற்றின் மீது தணிக்கைத் தடைகளை ஏற்படுத்துவது பொருத்தமற்றது.

12. தணிக்கையின் முடிவில் தணிக்கை நிறைவுக் கூட்டம் நடத்தி தணிக்கையில் கண்டறியப்பட்டவை குறித்து விவாதிக்கப்பட வேண்டும். நிறுவனம் அல்லது அலுவலகம் தரும் விளக்கத்தை கருத்தில் கொண்டு தணிக்கை அறிக்கை தயாரிக்கப்பட வேண்டும்.

13. தணிக்கை நிறைவு பெற்ற உடன், தணிக்கைக் குறிப்புகளின் அடிப்படையில், மேல் நடவடிக்கை எடுக்கப்பட வேண்டும். தணிக்கைத் தடைகளின் மீதான மேல் நடவடிக்கை, பொதுவாக, இரண்டு வகைக்குள் அடங்கும். ஒன்று, தணிக்கைத் தடையானது தவறு என்று சான்றுகளின் அடிப்படையில் நிறுவுவது. மற்றொன்று, தணிக்கைத் தடைகளை ஏற்றுக் கொண்டு, சுட்டிக்காட்டிய தவறுகளை, குறைகளை நிவர்த்தி செய்வது.

14. தணிக்கை என்பது அனைத்து துறை நிர்வாகத்திற்குமான, நிர்வாகத்தை மேம்படுத்தும் வகையிலான தொடர் நிகழ்வு. குறிப்பட்ட கால இடைவெளியில் மீண்டும் தணிக்கை செய்யப்பட வேண்டும்.

மேற்கண்டவற்றிலிருந்து அனைத்து வகை தணிக்கையிலும், தணிக்கையின் அடிப்படைக் கூறுகள் அனைத்திற்கும் பொதுவானதே என்பதை அறிந்து கொள்ளலாம்.

12.4. தனியார் தணிக்கை நெறியாளர்

ஒரு நாட்டில் உள்ள தணிக்கை நிறுவனங்களை நிர்வகிக்க, ஒருங்கிணைக்க, அவற்றின் செயல்பாடுகளை கட்டுப்படுத்த அனைத்து அதிகாரங்களும் கொண்ட ஒரு அமைப்பு தேவைப்படுகிறது. அத்தகைய அமைப்பு அரசின் நேரடி அமைப்பாகவோ, அரசால் ஏற்படுத்தப்பட்ட ஒழுங்குமுறை ஆணையமாகவோ அல்லது அரசால் அங்கீகரிக்கப்பட்ட பிற அமைப்பாகவோ இருக்கலாம். பிற அமைப்பு என்று கூறும் போது அது அரசால் அங்கீகரிக்கப்பட்ட தனியார் அமைப்பாகவோ அல்லது தணிக்கையாளர்களை உறுப்பினர்களாகக் கொண்ட கூட்டமைப்பாகவோ இருக்கலாம். அதன் நிறுவனத் தன்மை எப்படி இருந்தாலும், தணிக்கையை முறைப்படுத்த போதுமான அதிகாரம் பெற்ற அமைப்பாக இருக்க வேண்டும்.

தனியார் தணிக்கை நெறியாளரின் அதிகாரங்களும் கடமைகளும்:

தணிக்கை நெறியாளருக்குரிய கடமைகளை, கட்டாயக் கடமைகள் மற்றும் கூடுதல் கடமை என்று இரு வகையாகத் தொகுக்கலாம். தணிக்கை நெறியாளர் செய்ய வேண்டிய கட்டாயக் கடமைகள்:

1. தணிக்கையாளர் கொண்டிருக்க வேண்டிய தகுதியை நிர்ணயிக்கவும், அத்தகுதியை தக்கவைத்துக் கொள்ளவும் தகுதியை மேம்படுத்தும் வழிமுறைகளைப் பரிந்துரைக்கவும் தக்க அதிகாரம் கொண்டிருக்க வேண்டும்.
2. தணிக்கையரையும் தணிக்கை நிறுவனங்களையும் பதிவு செய்து அவர்கள் தணிக்கைப் பணி செய்ய அங்கீகாரம் அளிக்கும் அதிகாரம் கொண்டிருக்க வேண்டும்.
3. நாட்டிற்குள் பின்பற்ற வேண்டிய தணிக்கைத் தரநிலைகளை நிர்ணயிக்கவும், அவற்றை மேம்படுத்தவும், மாற்றியமைக்கவும் அதிகாரம் கொண்டிருக்க வேண்டும்.
4. தணிக்கையர் பின்பற்ற வேண்டிய நடத்தை விதிகளை முடிவு செய்யவும், அந்த விதி மீறப்படும் போது, மீறியவர்கள் மேல் தக்க நடவடிக்கை எடுக்கப் போதுமான அதிகாரம் கொண்ட அமைப்பாகவும் இருக்க வேண்டும்.
5. நிறுவனங்களின் நிர்வாகத்திலும், அவற்றின் அணுகுமுறையிலும் ஏற்படும் மாற்றத்தை தொடர்ந்து கண்காணித்து அவற்றின் செயல்பாடுகளுக்கேற்ப தணிக்கை நடைமுறைகளில் தேவைப்படும் மாற்றங்களைச் செய்யத் தேவையான அதிகாரம் கொண்டிருக்க வேண்டும்.

தணிக்கை நெறியாளர் செய்யத்தக்க கூடுதல் கடமைகளைப் பின்வருமாறு தொகுக்கலாம். இவை கட்டாயக் கடமைகள்/ அதிகாரங்களாகக் கொள்ளக்கூடாது.

1. தணிக்கையர்களுக்குத் தேவையான பயிற்சி நிறுவனங்களை நடத்துதல் அல்லது பயிற்சியளிப்போரைக் கண்காணித்தல். பயிற்சி நிறுவனங்களையும், நெறியாளரையும் ஒன்றாக்குவதால் ஏற்படும் நலமுரணைப் போக்க தக்க வழிமுறைகள் இருக்க வேண்டும்.
2. தணிக்கையர் தகுதிகளை நிர்ணயிக்கவல்ல தகுதித் தேர்வுகளை நடத்துதல். நெறியாளரே தகுதித் தேர்வை நடத்துவதால் தணிக்கையரின் தரத்தை உறுதி செய்ய முடியும். ஆயினும், தணிக்கையர் திறன் குன்றிச் செயல்படும்போது,

அவர்மேல் நடவடிக்கை மேற்கொள்ள நலமுரண் ஏற்படும். ஆகவே, தகுந்த பாதுகாப்பு வழிமுறைகள் மேற்கொள்ளப்பட வேண்டும்.

3. நிறுவனங்கள் பின்பற்ற வேண்டிய கணக்கியல் மற்றும் நிதியறிக்கைத் தரநிலைகள் குறித்து முடிவு செய்யும் அதிகாரத்தை தணிக்கை நெறியாளரிடம் கொடுக்கலாம். ஆனால் நிதியறிக்கை தயாரிக்கும் பொறுப்பும், தணிக்கை செய்யும் பொறுப்பும் வேறுவேறு நபர் அல்லது நிறுவனத்திடம் இருக்க வேண்டியது முக்கியம் என்ற கோட்பாட்டைக் கவனத்தில் கொள்ள வேண்டும்.
4. அரசுடன் இணைந்து செயல்பட்டு தணிக்கையர்கள் நாட்டின் பொருளாதார வளர்ச்சிக்கும், நிறுவனங்களின் சிறப்பான செயல்பாட்டிற்கும், முதலீட்டாளர்களின் நலனைப் பாதுகாப்பதற்கும் எவ்வாறு துணை நிற்க முடியும் என்பது குறித்து ஆலோசனை வழங்கும் அமைப்பாகத் தணிக்கை நெறியாளர் செயல்படலாம்.
5. பிற நாட்டுத் தணிக்கை நெறியாளருடனும், பன்னாட்டுத் தணிக்கைக் கூட்டமைப்புகளுடனும் இணைந்து பணியாற்றி தணிக்கையின் தரத்தை உயர்த்துவதற்குரிய வழிவகைகளைத் தேடுதல். இது தணிக்கையில் மிக நல்ல பண்புகளைப் (Best practices) பின்பற்ற வழிவகுக்கும்.

இந்தியாவில் பெரு நிறுவனங்கள் விவகாரத்துறையின் கீழ் 2018இல் எற்படுத்தப்பட்ட தேசிய நிதியறிக்கை அதிகாரம் (National Financial Reporting Authority -NFRA) தணிக்கையரை ஒழுங்குபடுத்தும் அமைப்பாக செயல்படுகிறது. அதற்கு முன்னர் இந்தியப் பட்டயக் கணக்காளர்களின் நிறுவனம் தணிக்கை (Institute of Chartered Accountants of India) நெறியாளராக செயல்பட்டது. மேற்கண்ட இரு அமைப்புகளைப் பற்றியும் 28ஆம் அத்தியாயத்தில் கற்கலாம்.

சிந்திக்க....

1. அரசுத் துறை மற்றும் தனியார் துறைத் தணிக்கைகள் அவற்றின் நோக்கம், பரப்பு மற்றும் செயல்முறைகளில் அடிப்படையில் ஒன்றே. சரியா என எண்ணிப் பார்க்க.
2. தணிக்கையரின் தகுதிகள் தனியார் துறைத் தணிக்கையருக்கும் அரசுத் துறைத் தணிக்கையருக்கும் ஒன்றே. எண்ணிப் பார்க்க.

3. அரசு அலுவலகமோ அல்லது நிறுவனமோ தனது தணிக்கையரைத் தெரிவு செய்ய முடியாது. ஆனால் தனியார் துறை நிறுவனம் அதனது தணிக்கையரைத் தேர்ந்தெடுக்க முடியும். உண்மையா என எண்ணிப் பார்க்க.

4. தனியார் துறைத் தணிக்கை அறிக்கையின் பயனாளிகள் அந்நிறுவனத்தின் நிர்வாகம் மற்றும் பங்குதாரர்கள் மட்டுமல்ல. பிற பயனாளிகளும் உள்ளனர். எண்ணிப் பார்க்க.

5. தனியார் துறைத் தணிக்கைக்கும் அரசுத் துறைத் தணிக்கைக்கும் வெவ்வேறு தணிக்கை நெறியாளர்கள் இருப்பது நன்மை பயக்கும். ஏன் என்று எண்ணிப் பார்க்க.

பகுதி 3
தணிக்கைச் செயலாக்கம்

தணிக்கைத் திட்டமிடலும் செயலாக்கமும் தணிக்கையின் மிக முக்கியமான செயல்கள். சிறு நிறுவனங்களில் தணிக்கைத் திட்ட மிடலும் அதன் செயலாக்கமும் தொடர் நிகழ்வுகளாக அமைகின்றன. ஆனால் அரசாங்கத் தணிக்கையிலும், பெரு நிறுவனங்கள் தணிக்கையிலும் தணிக்கைத் திட்டமிடல் இரு நிலைகளில் தேவைப்படுகின்றது. தணிக்கைத் திட்டமிடலும் செயலாக்கமும் தணிக்கை வகைகளுக்கேற்ப வேறுபடுகின்றன.

தணிக்கைத் திட்டமிடல் தொடர்பாக, திட்டமிடலுக்கு அடிப் படையான காரணிகள், திட்ட அறிக்கை தயாரிப்பது மற்றும் தணிக்கை தொடர்பான வளங்களை சரியாகப் பயன்படுத்துவது குறித்து தெளிவாக விளக்கப்பட்டுள்ளது. இது தவிர, களத் தணிக்கை செய்யும் போது பின்பற்ற வேண்டிய நடைமுறைகளும் தெளிவாக விளக்கப் பட்டுள்ளன. தணிக்கையாளரின் கண்டுபிடிப்புகளும், அவரின் முடிவுகளும் தணிக்கை அறிக்கை வாயிலாகவே வெளிப்படுகின்றன. தணிக்கை அறிக்கைகள் குறித்தும், அறிக்கைகள் எழுதும் பொழுது கவனத்தில் கொள்ள வேண்டிய குறிப்புகளும், தணிக்கையின் பொறுப்புத் துறப்பு மற்றும் தணிக்கைக்குப் போதுமான ஒத்துழைப்பை கொடுக்காமை குறித்து பின்பற்ற வேண்டிய நெறிமுறைகள் குறித்தும் விளக்கப்பட்டுள்ளன.

தணிக்கைக் கருவிகளைக் கையாளும் மற்றும் பின்பற்றும் முறைகளும், எந்தச் சூழலிலும் நிலை நிறுத்தவல்ல தணிக்கை அறிக்கைக்குத் தேவையான தணிக்கைச் சான்றுகளும், தணிக்கையின் வெற்றியை தீர்மானிக்கின்றன. இந்தப் பகுதியின் பிற்பாதியில், களத் தணிக்கையின் போது தேவைப்படும் கருவிகள் குறித்தும், தணிக்கை முடிவுகளை மேற்கொள்ளத் தேவையான சான்றுகள் குறித்தும் தெளிவாக விளக்கப்பட்டுள்ளன.

தணிக்கை அறிக்கைகள் தணிக்கையின் வெளிப்பாடு மட்டுமல்ல. அவை நிர்வாகத்தை மேம்படுத்தும் வழிகாட்டியாகவும் விளங்குகின்றன.

அந்த அறிக்கைகள் தரமானவையாக இருக்க வேண்டும். நிர்வாகத்தால் ஏற்றுக்கொள்ளத்தக்கதாக அமைய வேண்டும். அதற்கு வலுவூட்டும் காரணிகளாக தணிக்கைத் தரநிலைகளும், தணிக்கை நெறிமுறைகளும் அமைகின்றன. இவை குறித்த தெளிவான விளக்கம் இந்தப் பகுதியில் இடம்பெற்றுள்ளன.

தணிக்கை செய்வதென்பது பிறர் சார்ந்த பணி. தணிக்கையர் களத் தணிக்கை செய்யும் பொழுது சந்திக்கும் இடர்கள் குறித்தும், அவற்றைக் கையாளும் முறைகள் குறித்தும், தேவையான சிறப்பு ஆலோசனைகளும் இந்தப் பகுதியில் இடம் பெற்றுள்ளன. இடர்களைக் கையாளும் திறனே தணிக்கையருக்கும் தணிக்கைக்கு உட்படும் நிர்வாகத்தினருக்கும் சுமூகமான உறவை ஏற்படுத்தும். தணிக்கை தவிர, தணிக்கையர்கள் மேற்கொள்ளும் மற்றொரு பணி நிர்வாகத்திற்குத் தேவையான ஆலோசனைகள் வழங்குவது. இந்த ஆலோசனை வழங்கும் பணி தணிக்கை நிறுவனத்தைப் பொறுத்தும், தணிக்கை செய்யப்படும் நிறுவனத்தைப் பொறுத்தும் மாறுபடும். இப்பணி குறித்த போதுமான விளக்கம் இப்பகுதியில் தரப்பட்டுள்ளது.

13. தணிக்கைத் திட்டமிடல்

மேலாண்மைத் துறையும், மேலாண்மைக் கோட்பாடுகளும், நன்கு வளர்ச்சியடைந்து, நிறுவனங்களின் செயல்பாடுகள் யாவும், திட்டமிட்டு நடைபெறுகையில் திட்டத்தின் முக்கியத்துவத்தையும், அது நிறுவனங்களின் வளர்ச்சியில் வகிக்கும் பங்கு, அது பயன்படும் விதம் முதலானவற்றை விளக்கத் தேவையில்லை. ஆனால், தணிக்கைத் திட்டமிடல் என்பது மேலாண்மைத் துறையின் திட்டக் கோட்பாடுகளின் அடிப்படையில் அமைந்தாலும், தணிக்கைத் திட்டமிடல் குறித்த குறிப்புகளும், வழிகாட்டிகளும் பொதுத் தளத்தில் அதிகம் இடம் பெறவில்லை எனலாம். ஆகவே தணிக்கைத் திட்டமிடல் குறித்த அறிமுகமும், விளக்கமும் குறித்து தெளிவாகக் கற்பதன் மூலம், தணிக்கை செய்வது எளிதாகவும் தெளிவாகவும் அமையும்.

13.1. தணிக்கைத் திட்டம் - ஓர் விளக்கம்

தமிழில் திட்டமிடல் குறித்துக் கற்க வேண்டுமென்றால், அதன் தொடக்கம் திருக்குறளாகத்தான் அமையும். பல்வேறு குறள்கள் திட்டமிடல் தொடர்பானதாக இருந்தாலும், முக்கியமான குறளாகப் பின்வரும் குறளைக் கூறலாம்:

எண்ணித் துணிக கருமம்; துணிந்தபின்
எண்ணுவம் என்பது இழுக்கு

அதன் பொருளானது, செய்யத்தகுந்த செயல்களையும், வழிகளையும், செய்ய வேண்டிய முறைகளையும் ஆராய்ந்து அறிந்த பிறகே, அவ்வாறு ஆய்ந்த அறிவின்படியே செய்யத் தொடங்க வேண்டும். மாறாக, ஒரு செயலைச் செய்யத் தொடங்கிய பின் அதனைப்பற்றி எண்ணிப் பார்க்கலாம் என்பது தவறாகும். இழுக்கு என்று கூறுவது, தவறையும் கடந்து, செயலைத் தொடங்கிய பின்னர் எண்ணிப் பார்க்கலாம் என்பது இழுக்கான செயலாகும்; தோல்வியைத் தழுவும் செயலாகும். இலகுவாகக் கூற வேண்டுமென்றால், திட்டமிடாமல் எந்த செயலையும் செய்யாதே என்பது திருவள்ளுவரின் கருத்தாகும். கருமம் என்பது ஒரு செயலைக் குறிக்கும். அது மேலாண்மை தொடர்பானதாகவோ, அரசு தொடர்பானதாகவோ, தனி மனித செயல்பாடுகள் குறித்ததாகவோ

இருக்கலாம். அது தணிக்கை தொடர்பானதாகவும் பொருத்திப் பார்க்க முடியும்.

13.2. திட்டமிடலின் தேவை

தணிக்கைத் திட்டமிடலின் தேவை என்ன; அதனால் விளையும் நன்மை என்ன என்பதனை கீழ்க்கண்டவாறு தொகுக்கலாம்:

1. சிறப்பான தணிக்கைக்கு, தணிக்கை செய்யப்படும் நிறுவனம் மற்றும் அலுவலகம் குறித்த ஆழமான அறிவும் நல்ல புரிதலும் தேவைப்படுகிறது. தணிக்கை என்பது தணிக்கை செய்யப்படும் நிறுவனம், அலுவலகம் சார்ந்தது என்பதால், அந்த நிறுவனத்தின் செயல்முறைகள், நிர்வாகக் கட்டமைப்பு முறை, நிதி மேலாண்மை முறை முதலியன குறித்த பொதுவான புரிதல் இருக்க வேண்டும். அது தவிர, அந்தத் துறை சார்ந்த புரிதலும் சிறப்பான தணிக்கை செய்யத் தேவைப்படுகிறது. தணிக்கைத் திட்டம், தேவையான புரிதலை ஏற்படுத்த உதவுகிறது.
2. தணிக்கை என்பது நிறுவனத்தின் செயல்முறைகளைக் குறித்து பொதுவான ஆய்வுடனும், இடர் அதிகம் உள்ள செயல்முறைகளை ஆழமாக ஆய்வு செய்யும் செயல்முறை. இடர் அதிகம் உள்ள நிர்வாகப் பிரிவுகளையும், செயல்முறை களையும் கண்டறிய தணிக்கைத் திட்டமிடல் மிகவும் இன்றியமையாதது. இடர் அடிப்படையிலான தணிக்கை சிக்கனமாகவும், சிறப்பாகவும் அமையும். இந்த வகைத் தணிக்கை முறை குறித்து விரிவாக அடுத்த பகுதியில் கற்கலாம்.
3. தணிக்கைத் திட்டம் தணிக்கை எந்த அளவுக்கு ஆய்வு செய்ய வேண்டும் என்பற்குரிய வழிவகைகளை நிர்ணயிக்கும். அதாவது எத்தனை ஆவணங்களைத் தணிக்கை செய்ய வேண்டும், தேவையான சான்றுகளின் அளவு மற்றும், தணிக்கைக் கருத்துக்களை முடிவு செய்ய வழிவகுக்கும் பொதுவாக வரையறுக்கப்பட்ட ஒப்பீட்டளவு (Materiality) முதலியனவற்றைத் தணிக்கைத் திட்டத்தின் மூலம் நிர்ணயம் செய்ய வேண்டும். அதனை நிறுவனத்துடன் பகிர்ந்து கொள்ள வேண்டும்.
4. தணிக்கை என்பது நிறுவன நிர்வாகத்தின் செயல்பாடுகளை சான்றுகளின் துணையோடு ஆய்வு செய்யும் செயல்முறை. நிறுவனத்தின் செயல்பாடுகளை முழுமையாகத் தணிக்கை

செய்வது நீண்ட காலத்தே, அதிக செலவுடன் செய்யவல்ல செயல் முறையாகும். அது நடைமுறையில் இயலாத ஒன்று. தணிக்கையை குறித்த காலத்தே குறைந்த செலவில் செய்வதற்குத் தணிக்கைத் திட்டமிடல் மிக இன்றியமையாதது.

5. நிறுவனம், அலுவலகம் குறித்த தணிக்கையில், அதன் நிர்வாகத்துடன் தணிக்கையருடனான தொடர்பை நிர்ணயிப்பதற்கு தக்க திட்டம் தேவைப்படுகிறது. இருவருக்குமான உறவு, தணிக்கை சுமூகமாக நடைபெறுவதைத் தீர்மானிக்கிறது. எப்போது தணிக்கை செய்வது, தணிக்கைக்குத் தர வேண்டிய ஒத்துழைப்பு, கால நிர்ணயம், முக்கியத்துவம் தர வேண்டிய நிர்வாகப் பிரிவுகள் முதலியன குறித்து இரு தரப்பினரிடையே வெளிப்படையான கருத்துப் பரிமாற்றத்திற்கு தணிக்கைத் திட்டம் உதவும்.

6. தணிக்கையின் நோக்கம், அதன் பரப்பு, தணிக்கையில் பின்பற்ற வேண்டிய மாதிரி முறைகள், தணிக்கை அளவீடாகக் கொள்ளும் தணிக்கை அடிப்படைகள், தணிக்கைக்கு அடிப்படையாக அமையும் சான்றுகள் முதலியன குறித்து தெளிவான முடிவு எடுக்க வேண்டும். அந்த முடிவுகளைத் தணிக்கை செய்யப்படும் நிறுவனத்தின் நிர்வாகத்துடன் பகிர்ந்து கொள்ள வேண்டும். மேற்கண்டவை குறித்து தணிக்கை ஆழமாக ஆய்வு செய்து திட்டமிட வேண்டும்.

7. தணிக்கையின் போது எதிர்கொள்ள நேரும் சிக்கல்களை தணிக்கையர் அல்லது தணிக்கை நிர்வாகம் கணித்து, அவற்றை எதிர்கொண்டு அச்சிக்கல்களை தீர்க்கும் வழி முறைகளை தணிக்கை கண்டறிய வேண்டும். தணிக்கைத் திட்டம் அத்தகு சிக்கல்களை எதிர்கொள்ளத் தக்க அணுகு முறையைத் தரும்.

8. தணிக்கைத் திட்டம் தணிக்கையின் அணுகுமுறை குறித்து தெளிவான செயல்முறையை வரையறை செய்து கொள்ள உதவும். தணிக்கை துவங்கியதிலிருந்து, தணிக்கை அறிக்கை அளிக்கும் வரை, தணிக்கையின் ஒவ்வொரு படிநிலையிலும் தணிக்கை செய்ய வேண்டிய செயல்முறைகளை, தணிக்கைத் திட்டம் தெளிவாகப் பதிவு செய்யும். அது தணிக்கை சிறப்பாக செயல்படுத்த உதவும். மேலும் தணிக்கைத் திட்டம் நெகிழ்வுத் தன்மை உடையதாக அமைக்கத் திட்டமிடல் தேவைப்படுகிறது.

9. தணிக்கைக்குத் தேவையான வளங்கள்-மனித வளம், நிதி வளம், தொழில்நுட்ப வளம், தணிக்கை அறிவு வளம் முதலிய வளங்களின் தேவை குறித்து தெளிவாக முடிவு செய்ய வேண்டும். அதற்கு தணிக்கைத் திட்டமிடல் முக்கிய மானது. தணிக்கை வளங்களை அதிக செயல்திறனோடு பயன்படுத்த தணிக்கைத் திட்டமிடல் வழிவகுக்கும். குறிப்பாக, தேவையான மனித வளம் குறித்த திட்டமிடல் மிக முக்கியமானது.

10. தணிக்கை நடத்தும் கால அளவு குறித்த தெளிவான திட்டமிடல் வேண்டும். தணிக்கை அறிக்கை, தணிக்கைச் சான்றிதழ் முதலியனவற்றைக் குறிப்பிட்ட காலத்திற்குள் முடித்து, அதனை அனைத்துப் பயனாளிகளுக்கும் தர வேண்டும். தணிக்கைத் திட்டமிடல் தணிக்கையைக் குறித்த காலத்தே முடிப்பதற்கு வழிவகுக்கும்.

மேலே உள்ள பதிவுகள் தணிக்கைத் திட்டமிடலின் தேவையை முக்கியமானதாகக் காட்டுகிறது. ஆகவே தணிக்கைத் திட்டம் தவிர்க்க முடியாததாகிறது.

13.3. திட்டக் காரணிகள்

தணிக்கை செய்யத் தேவைப்படும் முக்கியமான வளங்கள் குறித்து முடிவெடுக்க வேண்டியது தணிக்கைத் திட்டமிடலின் முக்கிய

விளக்கப்படம் 10

பகுதியாகும். தணிக்கையின் முக்கிய வளங்களாக கருதப்படுபவை மனித வளம், தணிக்கை செய்யத் தேவைப்படும் நிதி முதலியன. தணிக்கைக்குத் தேவைப்படும் மனித ஆற்றல் அல்லது மனித வளம் என்பது 'பொதுவாக தணிக்கைக்குத் தேவைப்படும் திறன்' மற்றும் 'தணிக்கை செய்யப்படும் நிறுவனம்/அலுவலகம் சார்ந்த துறை குறித்த சிறப்புத் திறன்' என இரு வகையாகக் கொள்ளலாம். தணிக்கைக்குத் தேவைப்படும் பொதுத் திறனில் தணிக்கை பின்பற்ற வேண்டிய தணிக்கை அளவுகோல்களும் அடங்கும். மேலே குறிப்பிட்டுள்ளதில் முதல்வகைத் திறன் அனைத்து தணிக்கையருக்கும் இருக்க வேண்டிய அடிப்படைத் தணிக்கைத் திறனாகும். அது குறித்து முன்னரே கற்றுள்ளோம். தணிக்கையரின் தகுதிகளை அத்தியாயம் 21லும் விளக்கப்பட்டுள்ளது. ஆகவே தணிக்கைத் திட்டமிடலுக்குத் தேவையான சிறப்புத் திறன் குறித்தும், பிற காரணிகள் குறித்தும் இங்கு விரிவாகக் கற்கலாம்.

1. நிறுவனம் மற்றும் அலுவலகம் செயல்படும் துறை:

தணிக்கை செய்யப்பட வேண்டிய நிறுவனம் செயல்படக்கூடிய துறை குறித்து பொதுவான புரிதல் இருக்க வேண்டும். அந்தத் துறை சார்ந்த தொழில் முறைகள், சந்தை நிலவரம், நிர்வாகச் சிக்கல்கள், பணியாளர் பிரச்சனைகள் முதலியன குறித்து பொதுவான புரிதல் இருக்க வேண்டும். உற்பத்தித் துறை சார்ந்த நிறுவனத்திற்கான தணிக்கை உத்தியும், சேவைத் துறை சார்ந்த நிறுவனத்தின் தணிக்கை உத்தியும் வெவ்வேறாக அமையும். ஆகவே தணிக்கைத் திட்டம் அதனைப் பிரதிபலிப்பதாக அமைய வேண்டும். மேலும் அந்தத் துறையில் பின்பற்றப்படும் தொழில்நுட்பங்கள், நிதி மேலாண்மையில் அந்தத் துறை சார்ந்த சிறப்புக் கூறுகள் முதலியன குறித்துப் புரிதல் இருக்க வேண்டும். அத்தகைய திறன் கொண்டோரைத் தேர்ந்தெடுத்து தணிக்கைக்குப் பயன்படுத்த வேண்டும். மேற்கண்ட திறன் ஒவ்வொரு தணிக்கையரிடமும் இருக்க வேண்டியதில்லை. தணிக்கைக் குழுவாக செயல்படும் போது, குழு உறுப்பனர்களின் ஒட்டு மொத்த திறனும், மேற்கண்ட திறனை உள்ளடக்கியதாக இருப்பது நலம்.

2. நிறுவனத்தின் நிதிப் பயன்பாட்டின் அளவு:

தணிக்கை செய்யப்படும் நிறுவனத்தின் நிதிப் பயன்பாட்டின் அளவு தணிக்கைக்குத் தேவையான வளங்கள் குறித்து முடிவு செய்வதற்குப் பயன்படும். அனைத்து வகைத் தணிக்கையிலும் நிதி மேலாண்மை குறித்த ஆய்வு முக்கிய இடம் பெறுகிறது. பல்வேறு சூழல்களில் நிதி மேலாண்மையும், நிதிப் பயன்பாட்டின் தரம் குறித்த நிர்வாகச் செயல்முறைகளே தணிக்கையின் பரப்பையும், ஆழத்தையும்,

நிர்ணயிக்கின்றன. நிதி மேலாண்மை குறித்த அகக் கட்டுப்பாடுகள், முதலீடுகள், பணப்பாய்வு (Cashflow statement) அறிக்கைகள், வங்கி மற்றும் கையிருப்புப் பணம், கடன்கள் முதலியன குறித்த ஒரு பொதுவான புரிதல் தணிக்கைத் திட்டமிடலுக்கு உதவும். மேற்கண்ட தகவல்கள் தணிக்கை செய்யப்படும் நிறுவனத்தின் ஆண்டறிக்கையில் அல்லது முந்தைய தணிக்கை அறிக்கையில் அவை குறித்த விவரங்கள் காணப்படும். தணிக்கைத் திட்டமிடலுக்கு நிறுவனத்தைப் பற்றிய மேற்கண்டவை குறித்த முழுமையான விவரங்கள் கிட்டாத நிலையில், கிடைக்கப்பெற்ற சில விவரங்களின் அடிப்படையில் தணிக்கைத் திட்டம் மேற்கொள்ளலாம். ஆனாலும், அந்நிறுவனத்தின் நிதி மேலாண்மை தொடர்பான கட்டுப்பாடுகளின் தரம் குறித்த புரிதல் தணிக்கைத் திட்டமிடலுக்கு அடிப்படைத் தேவையாகும்.

3. முன்பு நடத்தப்பட்ட தணிக்கை அறிக்கை:

ஒரு நிறுவனம் குறித்த தணிக்கைத் திட்டமிடலுக்கு, அந்த நிறுவனம் குறித்த முந்தைய தணிக்கை அறிக்கைகள் பல முக்கிய தகவல்களையும் குறிப்புகளையும் வழங்க வல்லது. முந்தைய தணிக்கை அறிக்கைகளில் சுட்டிக் காட்டப்பட்ட தவறுகள், குறைகள் தணிக்கை செய்யப்படும் நிறுவன நிர்வாகத்தின் தரம் மற்றும் அங்குள்ள பொதுவான சிக்கல்கள் குறித்த பொதுவான தகவல்களைத் தரவல்லது. தணிக்கைக் குறிப்பில் இடம் பெற்றுள்ள அகக் கட்டுப்பாடுகள் குறித்த தகவல்கள் நிறுவனத்தின் பலத்தையும் பலவீனத்தையும் சுட்டிக்காட்ட வல்லன. அதேபோல் தொடர்ந்து மீண்டும் மீண்டும் சுட்டிக்காட்டப்படும் தவறுகளை மிகவும் கூர்மையாக கவனிக்க வேண்டும். ஆகவே முந்தைய தணிக்கை அறிக்கைகளையும், நிலுவையில் உள்ள தணிக்கைக் குறிப்புகளையும் முழுமையாக ஆய்வு செய்ய வேண்டும். ஆகவே, முந்தைய தணிக்கை அறிக்கைகள் தணிக்கைத் திட்டமிடலுக்கு மிகவும் உதவிகரமாக இருக்கும்.

4. தணிக்கை நிறுவனத்தின் முன் அனுபவம்:

தணிக்கை நிறுவனத்தின் முன் அனுபவம், தணிக்கையர் அல்லது தணிக்கையர் குழுவின் அறிவு மற்றும் செயல்திறன் குறித்த பரிசீலனை, தணிக்கைத் திட்டமிடலுக்கு மிகவும் பயனுள்ளதாக அமையும். தணிக்கையின் அணுகுமுறை நிறுவனத்திற்கு நிறுவனம் மாறுபடும். முன் அனுபவத்தின் அடிப்படையில், முக்கியத்துவம் கொடுத்து கவனத்தோடு ஆய்வு செய்ய வேண்டிய செயல்முறைகளையும்

நிகழ்வுகளையும் எளிதில் கணிக்க முடியும். இவை தணிக்கை நிறுவனம் குறித்த தகவல்களாகையால், அவை அந்நிறுவனத்திடமே இருக்கும். தணிக்கையரின் சிறப்புத் திறன் குறித்த தகவல்களும் தணிக்கை நிறுவனத்திடமே இருக்கும். அதனையும் கருத்தில் கொள்ள வேண்டும்.

5. நிறுவனத்தின் அகக் கட்டமைப்பின் தரம்:

தணிக்கை செய்யப்படும் நிறுவனத்தின் அகக் கட்டுப்பாடுகள் தணிக்கைச் செயல்முறைகளை நிர்ணயிப்பதில் முக்கியப் பங்கு வகிக்கின்றன. அகக் கட்டமைப்பு வலுவாக இல்லாத நிறுவனத்தில், தணிக்கையின் பரப்பும், ஆழமும் அதிகமாக அமைக்கப்பட வேண்டும். அகக் கட்டமைப்பு வலுவாக உள்ள நிறுவனத்தில் தணிக்கையின் பரப்பையும், ஆழத்தையும் அதிகரிப்பதால் தணிக்கைக்கு பெரும் பயன் கிட்டுவதில்லை. நிறுவனத்தில் அகக் கட்டமைப்புகள் வலுவில்லாமல் இருக்கும் பிரிவுகள் அதிக ஆபத்தைச் சந்திக்க வல்லவை. மேலும், சரியான கட்டமைப்பு வகைகளும், கட்டமைப்பு செயல்முறைகளும் நிர்வாகத்தில் திடத் தன்மையைக் காட்டும். கட்டமைப்பில் நிகழும் தவறுகளும் குறைகளும் நிதி முறைகேட்டிற்கும், நிதி இழப்பிற்கும் வாய்ப்புகள் ஏற்படுத்தும். நிதி மேலாண்மை குறித்த கட்டமைப்புகள், பணியாளர்களின் அலுவல் பிரிப்பு முறைகள் குறித்த புரிதல் தணிக்கைச் செயல்முறைகள் குறித்து திட்டமிடுவதற்கு உறுதுணை புரியும்.

6. தணிக்கைப் பயனாளிகளின் எதிர்பார்ப்புகள்:

தணிக்கை அறிக்கையின் பயனாளிகளின் கருத்தும், அவர்களின் எதிர்பார்ப்பும் தணிக்கைத் திட்டமிடலில் கருத்தில் கொள்ள வேண்டும். தணிக்கையின் பயனாளிகளின் பட்டியல் 3ஆம் அத்தியாயத்தில் உள்ள 1ஆம் அட்டவணையில் இடம் பெற்றுள்ளது. தணிக்கை செய்யப்படும் நிறுவனத்தின்/நிர்வாகத்தின் எதிர்பார்ப்புகளுக்கு முக்கியத்துவம் தரப்பட வேண்டும். நிர்வாகத்தின் நோக்கம் நிர்வாகத் திறனை மேம்படுத்தும் நோக்கத்தில் அமையும் நிலையில் தணிக்கை நிர்வாகத்தின் எதிர் பார்ப்புகளை, வேண்டுகோள்களைத் தணிக்கை நிறுவனம் பரிசீலனை செய்ய வேண்டும். அது தவிர, முதலீட்டாளர்கள், பணியாளர்கள் முதலானோரின் எதிர்பார்ப்புகளுக்கு தக்க முக்கியத்துவம் அளிக்கப்பட வேண்டும். பொதுவான தணிக்கை அறிக்கையில் நிறுவனத்தின் நிலைத் தன்மை குறித்தும், தொடர்ந்து நீடிக்கும் தன்மை குறித்தும், அகக் கட்டமைப்பின் தரம் குறித்தும் தணிக்கையின் கருத்தை அனைத்து பயனாளிகளும் எதிர்பார்ப்பர். அந்த எதிர்பார்ப்பை நிறைவேற்றும் வண்ணம் தணிக்கைத் திட்டமிடல் இருக்க வேண்டும்.

7. நிறுவனத்தின் மீதான புகார்கள், குறைகள்:

ஒரு நிறுவனம் மீதான குறைகள், புகார்கள் அந்த நிறுவனத்தின் தரம் குறித்த குறியீடுகளாகும். தணிக்கை நிறுவனம் மீது எழுப்பப்படும் புகார்கள், குறைகள் முதலியவற்றை ஆய்வு செய்ய வேண்டும். குறைகளின் மற்றும் புகார்களின் தீவிரம், அவற்றின் தன்மை, அவற்றின் அளவு, அவை நிறுவனத்தில் ஏற்படுத்தும் பாதிப்பு முதலியனவற்றை முழுமையாக ஆய்வு செய்ய வேண்டும். சான்றாக, நிறுவனத்தில் விதி மீறல்கள் நடைபெற்றுள்ளது என்ற புகாருக்கும், அங்கு நிதி மோசடி அல்லது கையாடல் நடைபெற்றுள்ளது என்ற புகாருக்கும், தகவல்கள் மற்றும் தரவுகள், அறிவு சார் சொத்துக்கள் ஆகியன திருட்டு தொடர்பான புகாருக்கும் தணிக்கைத் திட்டமிடல் வெவ்வேறாக அமையும். அதேபோல் நிதி மேலாண்மைப் பிரிவின் மீதான புகாருக்கும், நிறுவனத்தின் விற்பனைத் துறை மீதான புகாருக்கும், அந்நிறுவனத்தின் தனிப்பட்ட பணியாளர்கள் மீதான புகாருக்கும் தணிக்கைத் திட்டமிடல் வெவ்வேறாக அமையும். மேலும் குறைகள் மற்றும் புகார்களைத் தீர்க்கும் அமைப்புமுறை குறித்தும் (கட்டமைப்பு மற்றும் செயல்முறை), தணிக்கை பரிசீலனை செய்து, தணிக்கைத் திட்டமிடலுக்குப் பயன்படுத்திக் கொள்ள வேண்டும்.

8. தணிக்கைக்குத் தேவைப்படும் கால அளவு:

தணிக்கைக்கு முக்கியமான தேவை காலம். காலம் என்பது உகந்த அல்லது சரியான காலம் என்பதல்ல. தணிக்கைக்கு தேவைப்படும் கால அளவு- எத்தனை நாட்கள், எவ்வளவு மணித்துளிகள் என்பதை முடிவு செய்ய வேண்டும். தணிக்கை செய்ய வேண்டிய பணியின் அளவு, அப்பணியைச் செய்ய நியமிக்கப்பட்ட தணிக்கையர், என இரண்டையும் கணக்கில் கொண்டால் தணிக்கைக்குத் தேவைப்படும் கால அளவு தெரியும். அஃதோடு, தணிக்கைச் சான்றுகளைத் திரட்ட தேவைப்படும் கால அளவு, தணிக்கை அறிக்கை தயார் செய்வதற்கான கால அளவு முதலானவற்றைக் கணக்கில் கொள்ள வேண்டும்.

மேற்கண்ட காரணிகள் யாவும் தணிக்கைத் திட்டமிடலுக்கு முக்கியமான காரணிகளாகும். அந்தக் காரணிகள் குறித்த முழுமையான தகவல்களைத் தொகுக்க வேண்டும். அந்தத் தகவல்களை (1) நிறுவனத்தின் ஆண்டறிக்கை, (2) நிறுவனத்தின் கொள்கைகள் மற்றும் செயல் முறைகள் குறித்த தொகுப்புகள், (3) நிறுவனம் குறித்த முந்தைய தணிக்கை அறிக்கைகள், (4) முந்தைய தணிக்கைத் திட்டம், (5) செய்திக் குறிப்புகள் முதலிய மூலங்களில் தணிக்கைக்குத் தேவையான தகவல்களைத் தொகுக்கலாம். பிற மூலங்களிலிருந்து தொகுக்கலாம்.

13.4. தணிக்கைத் திட்ட அறிக்கை

தணிக்கைத் திட்ட அறிக்கையை இரண்டு நிலைகளில் மேற் கொள்ளலாம். தணிக்கை நிறுவனத்திற்கு முழுமையாகவும், தணிக்கை செய்யப்படும் நிறுவனத்திற்கு உரியதாகவும் தணிக்கைத் திட்டத்தை தயாரிக்கலாம். இரு வகைத் தணிக்கைத் திட்டங்களும் இன்றியமையாதது. தணிக்கை நிறுவனம் சிறியதாகவும், தனி நபர் சார்ந்ததாகவும் இருக்கும் சூழலில் தணிக்கை நிறுவனத்திற்கான தணிக்கைத் திட்ட அறிக்கை கட்டாயமில்லை என்றாலும், அதனை தயாரிப்பது பயனுள்ளதாக இருக்கும்.

இரண்டில் முதலானவற்றைப் பற்றி சுருக்கமாகவும், தணிக்கை செய்யப்படும் நிறுவனம் குறித்த தணிக்கைத் திட்ட அறிக்கையைப் பற்றி விரிவாகவும் இங்கு கற்கலாம்.

தணிக்கை நிறுவனத்திற்கான திட்டம்: இந்தத் தணிக்கைத் திட்டத்தின் நோக்கம் தணிக்கை நிறுவனத்தை சிறப்பாக நிர்வகிக்க வேண்டும் என்பதே. பொதுவாக, இந்தத் தணிக்கைத் திட்டம் தணிக்கை நிறுவனத்திற்கான மேலாண்மைத் திட்டம் ஆகும். இந்தத் திட்டத்தில், தணிக்கைக்குரிய வளங்களை எவ்வாறு சிறப்பாகப் பயன்படுத்தப்பட வேண்டும் என்பது குறித்தும், தணிக்கை செய்ய வேண்டிய நிறுவனங்களுக்கு அந்த வளங்களைப் பொருத்திப் பார்ப்பது, இந்த நிறுவனத்திற்கான திட்டமாகும். அந்தத் திட்டத்தில் இடம் பெற்றிருக்க வேண்டிய தகவல்களை கீழ்க்கண்டவாறு தொகுக்கலாம்:

1. தணிக்கை செய்ய வேண்டிய நிறுவனம் தொடர்பான தகவல்கள்,
2. தணிக்கை வகை மற்றும் தணிக்கை அணுகுமுறை,
3. தணிக்கைக்குத் தேவையான தணிக்கையரின் எண்ணிக்கை,
4. ஒவ்வொரு தணிக்கைக்கும் ஒதுக்கப்பட்ட கால அளவு,
5. தணிக்கையில் பின்பற்ற வேண்டிய சிறப்பு செயல்முறை அல்லது அணுகுமுறை, மற்றும்
6. தணிக்கை திட்டச் செலவு- தணிக்கை தொடர்பான வரவு மற்றும் செலவு.

மேற்கண்ட தகவல்களைத் திரட்டி தொகுப்பாக, அதனுடன் எட்ட வேண்டிய இலக்குகளையும், காலத்தே செய்ய வேண்டிய நடவடிக்கைகள் முதலிய குறிப்புகளையும் சேர்த்து ஒரு அறிக்கை வடிவில் உருவாக்க வேண்டும். நிர்வாகத்தின் தேவை கருதி, தணிக்கை தொடர்பான திட்டத்தைத் அதிக தகவல்களுடன்,

நெகிழ்வுடையதாக உருவாக்கலாம். தேவைப்படின், திட்ட அறிக்கையை மறுபரிசீலனை செய்யலாம்.

தணிக்கைத் திட்டம்:

அது தணிக்கை செய்யப்படும் நிறுவனத்திற்கான தணிக்கைத் திட்டம். இது ஒவ்வொரு தணிக்கைக்கும் தனித்தனியாக திட்டம் தயாரிக்கப்பட வேண்டும்.

தணிக்கைத் திட்ட அறிக்கை கொண்டிருக்க வேண்டிய கூறுகள்:

1. தணிக்கையின் நோக்கம் மற்றும் பரப்பு,
2. தணிக்கைச் செயல்முறை, அணுகுமுறை,
3. தணிக்கையில் பின்பற்ற வேண்டிய அடிப்படைகள்,

விளக்கப்படம் - 11 தணிக்கைத் திட்ட அறிக்கை

4. தணிக்கையில் பயன்படுத்த வேண்டிய தணிக்கைக் கருவிகள்,
5. தணிக்கை வினாக்கள், உள்-வினாக்கள்,
6. தணிக்கை அறிக்கைக்குத் தேவையான சான்றுகள்,
7. தணிக்கை வடிவமைப்புக் கட்டம்,

மேற்கண்ட கூறுகளைப் பற்றிய சிறு குறிப்புகளை இங்கே காணலாம்.

1. தணிக்கையின் நோக்கம்:

தணிக்கையின் பொதுவான நோக்கம் குறித்து இரண்டாம் அத்தியாயத்தில் விரிவாகக் கற்றோம். ஒவ்வொரு தணிக்கைக்கும் தனிப்பட்ட, குறிப்பான நோக்கத்தைத் தெளிவாகக் குறிக்க வேண்டும். தணிக்கையின் நோக்கத்தின் அடிப்படையிலேயே, அதன் பின்வரும் தணிக்கை வினாக்களும், உப-வினாக்களும், குறிக்கப் பெறும். பொதுவாக, தணிக்கையின் நோக்கம் அந்த நிறுவனத்தின், அலுவலகத்தின் அல்லது திட்டத்தின் நோக்கத்தை ஒட்டியே அமைய அந்த நோக்கம் எட்டப் பட்டதா அல்லவா என்று வினா எழுப்பும வடிவத்தில் அமையும். தணிக்கையின் பரப்பு விரிவாக இருக்குமாயின், ஒரு நோக்கத்தின் கீழ் பல்வேறு உப-நோக்கங்களைக் கொண்டிருக்கலாம். அட்டவணை 12இல் குறிக்கப்பட்ட தணிக்கையின் நோக்கங்களை உற்று நோக்குக. இவையிரண்டும் மிகவும் இலகுவாகக் குறிக்கப்பட்ட தணிக்கை நோக்கங்கள். ஆனால் உண்மையில் களத் தணிக்கையின் நோக்கத்தைக் குறிப்பது கடினமாகவும், குழப்பமாகவும் அமையும். தெளிவான பார்வை ஆழ்ந்த ஆய்வின் மூலம் தணிக்கையின் நோக்கத்தை சரியாக நிர்ணயிக்க முடியும்.

2. தணிக்கையின் பரப்பு:

தணிக்கையின் பரப்பு என்பது, நிறுவனத்தின் எந்த பிரிவுகள், துறைகள், திட்டங்கள் தணிக்கைக்கு உட்படுத்தப்படுகின்றன என்பது நிர்ணயிக்க வேண்டும். மேலும், தணிக்கைக்கு எடுத்துக் கொள்ளப்படும் கால கட்டம், அதாவது தணிக்கைக்கு உட்படுத்தப்படும் நிர்வாக செயல்பாடுகள் ஓராண்டு, ஈராண்டு அல்லது அரையாண்டுக்கு உட்பட்ட நிகழ்வுகளா என்பது குறித்த கால நிர்ணயம் செய்ய வேண்டும். தணிக்கையின் பரப்பை நிர்ணயித்ததன் மூலம் தணிக்கை மேற்கொள்ள வேண்டிய பணியின் அளவையும், தணிக்கைக்குத் தேவையான கால அளவை சரியாக நிர்ணயிக்க முடியும்.

3. தணிக்கைச் செயல்முறை:

தணிக்கை செயல்படுத்தப்படும் முறை, நிகழ்ச்சி நிரல் குறித்து திட்டத்தில் தெளிவாகக் குறிக்க வேண்டும். அது திட்டமிட்டபடி தணிக்கையை செயல்படுத்த உதவிகரமாக இருக்கும். மேலும் தணிக்கைச் செயல்முறையை, தணிக்கை செய்யப்படும் நிர்வாகத்துடன் பகிர்ந்து கொள்ள வேண்டும். அது தணிக்கையை வெளிப்படையாக நடத்த உதவிபுரியும். அது தணிக்கை செய்யப்படும் நிறுவனத்தின் நம்பிக்கையைப் பெற்று, அதன் முழுமையான ஒத்துழைப்பை உறுதி செய்ய உதவும். தணிக்கைச் செயல்முறையில் தணிக்கையின் நோக்கம், பரப்பு, பின்பற்றப்படும் அடிப்படைகள், தணிக்கைக் கருவிகள், தேடப்படும் சான்றுகள் குறித்து தெளிவாக குறிக்கப்பட வேண்டும்.

4. தணிக்கை அடிப்படைகள்:

அடிப்படைகள் (Criteria) என்பவை தணிக்கையில் பின்பற்ற வேண்டிய அளவுகோல்கள். அவை தணிக்கை செய்யப்படும் நிறுவனம் பின்பற்ற வேண்டிய வழிமுறைகள். அவை தணிக்கை நிறுவனத்தால் நிர்ணயிக்கப்பட்டவை. அவற்றை துலாக்கோலாகக் கொண்டுதான் தணிக்கை செய்ய முடியும். அந்த அடிப்படைகள் யாவை எனத் தணிக்கை முடிவு செய்ய வேண்டும். தணிக்கை அந்த அடிப்படைகளை உருவாக்க முடியாது. அந்த நிறுவனத்திலிருந்தே அவற்றைக் கண்டெடுக்க வேண்டும். அந்த அடிப்படைகள் நிர்ணயிக்கப்பட்டால்தான் தணிக்கையே செய்ய முடியும். அடிப்படைகள் இல்லையெனில், அவற்றை உருவாக்கும்படி நிறுவனத்தைக் கோரலாம்.

5. தணிக்கைச் சான்றுகள்:

தணிக்கையின் போது அடிப்படைகளுக்கான இணக்கத்தையும், அடிப்படைகளுக்கெதிரான செயலாக்கத் திறனையும் பதிவு செய்ய வேண்டியது தணிக்கையரின் முக்கிய பணி. தெளிவாகக் கூறுவதென்றால், அதுதான் தணிக்கையே. நிறுவனம் பின்பற்ற வேண்டிய, நிறைவேற்ற வேண்டிய அடிப்படைகளுக்கு எதிராக, தணிக்கை செய்யப்படும் நிறுவனத்தில் உள்ள உண்மை நிலையைப் பதிவு செய்வது தணிக்கையரின் கடமை. அந்த உண்மை நிலை குறித்த சான்றுகளை தணிக்கையர் பதிவு செய்ய வேண்டும். அந்தச் சான்றுகள் பின்வரும் குறிப்பிடத்தகுந்த கூறுகளைக் கொண்டதாக இருக்க வேண்டும்: நம்பகத்தன்மையானது (Credible), மீட்டுருவாக்கம் செய்யவல்லது (Reliability), உறுதியான/ திடத்தன்மை வாய்ந்தது (Stable), எளிதில் விளங்கவல்லது, போதுமானதாக இருத்தல் (Sufficiency) மற்றும் பொருத்தமானது (Appropriateness). மேற்கண்ட சான்றுகளின் பண்புகள் குறித்து விரிவாக அத்தியாயம் 17இல் விவரிக்கப்பட்டுள்ளது. சான்றுகளை சேகரித்தல் குறித்தும் தணிக்கைத் திட்டத்தில் தெளிவாக இடம் பெற வேண்டும்.

6. தணிக்கைக் கருவிகள்:

தணிக்கைக் கருவிகள் என்பது தணிக்கை அடிப்படைகளையும், தணிக்கை சான்றுகளுக்கு மூலமாக அமையும் ஆவணங்களையும், கோப்புகளையும், தரவுகளையும் ஆய்வு செய்வதற்குத் துணை புரியும் செயல்முறைகள். கோப்புகள் ஆய்வு, நேர்காணல், வினாத்தாள் முறை, கள ஆய்வு மற்றும் தரவுகளை ஆராய்தல் எனப் பல்வகை தணிக்கைக் கருவிகள் உண்டு. அனைத்து வகைத் தணிக்கைக் கருவிகளையும் அவற்றைப் பயன்படுத்துவது குறித்தும் விரிவாக அத்தியாயம் 16இல் கற்கலாம்.

7. தணிக்கை வினாக்கள்:

தணிக்கையின் நோக்கமும் உப நோக்கமும் தெளிவாக வரையறுக்கப்பட்ட பின்னர், தணிக்கை வினாக்களையும், உள் வினாக்களையும் வரையறுக்க வேண்டும். தணிக்கை வினாக்கள் என்பது நிறுவனத்தின் சிறு பிரிவை அல்லது சிறு கூறு அல்லது சிறு செயல்முறையை, ஆழ்ந்து, முழுமையாக ஆய்வு செய்யும் நோக்கில் எழுப்பப்படும் வினாவாகும். அந்த வினாவிற்குக் கிட்டும் விடை, தணிக்கையின் கருத்தை நிர்ணயம் செய்வதாக அமையும். தணிக்கை வினாக்கள், நிறுவனத்தின் நோக்கத்தை சிறு சிறு கூறுகளாக பகுத்து, அவை சரியாக செய்யப்பட்டதா, சிறப்பாக செய்யப்பட்டதா, எதிர்பார்த்த பலன் கிட்டியதா, சரியான காலத்தே செய்யப்பட்டதா என்பன போன்ற வினாக்களைத் தொடுக்க வேண்டும்.

வினாக்கள் பெரு வினாவாகவும், உள் வினாவாகவும் இருக்கலாம். அனைத்து உள் வினாக்களைத் தொகுக்கும்போது, பெரு வினாவிற்குரிய மொத்தமாகவும், அனைத்து பெரு வினாவிற்குரிய தொகுப்பாக தணிக்கையின் நோக்கத்தின் அல்லது உள் நோக்கத்தின் மொத்தமாகவும் அந்த வினாக்களின் தொகுப்பாக அமைய வேண்டும். இங்கே முக்கியமாக கவனிக்க வேண்டியது மேலே கூறப்பட்ட 'நோக்கம்-துணை நோக்கம்-வினா-துணை வினா' என நான்கும், மேலிருந்து கீழாக, ஓர் அடுக்காக அமையும். இந்த அடுக்கு முறையில், கீழடுக்கில் உள்ள அனைத்தின் (வினா/ துணை-வினாக்களின்) தொகுப்பாக அமையும். அத்தொகுப்பில் கீழ்நிலையில் உள்ள அடுக்கு நிறைவடையாமல், குறைபாடுடையதாக இருந்தால், அவ்வடுக்கிற்கான தணிக்கை முழுமையடையாமல் போவதோடு, அதன் மேலடுக்கிற்கான தணிக்கைக் கருத்தை முழுமையாக உருவாக்க முடியாமல் போகும். ஒவ்வொரு அடுக்கும் முழுமையானதாக அமைய வேண்டியது கட்டாயம். அப்போதுதான் தணிக்கை, தனது கருத்தை முழுமையானதாக உருவாக்க முடியும்.

தணிக்கைத் திட்டத்தைப் பின்வரும் வரைபடம் மூலமாகத் தெளிவாக விளக்கலாம் (அட்டவணை 12). இந்த தணிக்கைத் திட்டத்தில் இடம் பெரும் அனைத்து நோக்கம், துணை நோக்கம், வினாக்கள் மற்றும் துணை வினாக்கள் யாவும் ஒன்றுக்கொன்று தொடர்புடையதாகவும், அதிக இடைவெளியின்றி அமையப் பெற்றதாகவும் இருக்க வேண்டும், அவ்வாறு அமைக்கப்பெற்ற தணிக்கைத் திட்டம், தணிக்கைக் கருத்தை உருவாக்க முழுமையாக துணை புரியும்.

அட்டவணை - 12 மாதிரித் தணிக்கைத் திட்ட வரைபடம்

தணிக்கையின் நோக்கம் 1 : நிறுவனத்தின் நிதி மேலாண்மை சிறப்பாக உள்ளதா என்பதை உறுதி செய்தல்				
தணிக்கைவினா 1 : திட்டத்திற்கு போதுமான மற்றும் தேவையான நிதி கணக்கிடப்பட்டதா?				
தணிக்கை துணை-வினா	நிறுவனம் பின்பற்ற வேண்டிய அடிப்படைகள்	தணிக்கை சான்றுகள் / தணிக்கைக்கு உட்படும் ஆவணங்கள்	தணிக்கை செயல்முறை/ கருவிகள்	மேற்படிக் குறிப்புகள்
1. நிதிக் கணக்கீடு முறை சரியா?				
2. அனைத்து வகை செயல்களுக்கும் முழுமையாக நிதி கணக்கிடப் பட்டதா?				
தணிக்கையின் நோக்கம் 1 : நிறுவனத்தின் நிதி மேலாண்மை சிறப்பாக உள்ளதா என்பதை உறுதி செய்தல்				
தணிக்கை வினா 2 : திட்டத்திற்கு பயன்படுத்தப்பட்ட நிதி சிக்கனமாக செலவிடப்பட்டதா?				
1. திட்டச் செலவுகள் விதிகளின்படி செய்யப்பட்டதா?				
2. செலவு குறைவானதா, சரியானதா என உறுதிசெய்யப் பட்டதா?				
தணிக்கையின் நோக்கம் : 2 நிறுவனம் சரியான இலக்கு நோக்கி செயல்படுகிறதா என்பதை உறுதி செய்தல்				
தணிக்கை வினா : 2 நிறுவனத்திற்கு சரியான இலக்கு நிர்ணயிக்கப்பட்டுள்ளதா?				
1. நிறுவனத்தின் அனைத்து பணிகளுக்கும் இலக்கு நிர்ணயிக்கப் பட்டுள்ளதா?				

2. நிர்ணயிக்கப் பட்ட இலக்கு நியாயமானதா?				
தணிக்கையின் நோக்கம் 2 : நிறுவனம் சரியான இலக்கு நோக்கி செயல் படுகிறதா என்பதை உறுதி செய்தல்				
தணிக்கைவினா 2 : நிர்ணயிக்கப்பட்ட இலக்கை எட்டுவதற்கு சரியாக திட்டமிடப்பட்டுள்ளதா?				
1. இலக்கை எட்ட சரியான செயல் திட்டம் உள்ளதா?				
2. செயல்திட்டம் நடைமுறைப் படுத்த தகுதியானதா?				

மேற்குறிப்பிட்ட தணிக்கைத் திட்ட விவரங்களின் சில முக்கிய கூறுகளை இங்கே காணலாம்.

1. தணிக்கை நோக்கங்களுக்கு எண்ணிக்கையில் கட்டுப்பாடு கிடையாது. தணிக்கை நிறுவனம் மற்றும் தணிக்கை செய்யப் படும் நிறுவனத்தின் தேவைகளுக்கேற்ப எண்ணிக்கையை முடிவு செய்து கொள்ளலாம். பொதுவாக நான்கு, அல்லது, அதிகபட்சமாக ஐந்து தணிக்கை நோக்கங்களை நிர்ணயிப்பது நடைமுறைக்கு உகந்ததாக இருக்கும்.
2. தணிக்கையின் ஒரு நோக்கத்தின் கீழ் இரண்டு அல்லது மூன்று துணை நோக்கங்களிருக்கலாம். அதிக துணை நோக்கங்கள் குழப்பத்தை உண்டாக்கும். மேலுள்ள அட்டவணையில் துணை நோக்கங்கள் குறிப்பிடப்படவில்லை. தேவை கருதி மேற்கண்ட அட்டவணையில் நோக்கத்தின் கீழ் துணை நோக்கத்தை இணைத்துக் கொள்ளலாம்.
3. வினாக்களுக்கும், துணை வினாக்களுக்கும் எண்ணிக்கை கட்டுப்பாடு கிடையாது. வினாக்கள் பொதுவாக, மிகவும் குறிப்பானதாக இருக்க வேண்டும். ஆம் / இல்லை என்று விடை கிட்டும் வகையில் இருப்பது நலம். விடையில் பதிலுக்கான காரண காரியங்களை விவரித்துக் கொள்ளலாம்.
4. நிறுவனம் பின்பற்ற வேண்டிய அடிப்படைகள் மற்றும் நிறுவனம் பின்பற்றிய நடவடிக்கைகள், தணிக்கைக்கு கிடைக்கப் பெற்ற சான்றுகள் ஆகியவற்றுக்கிடையேயான இடைவெளிதான் தணிக்கைத் தடையாக மாறுகிறது. ஆகவே நிறுவனம் பின்பற்ற வேண்டிய அடிப்படைகளும்,

நிறுவனத்தின் உண்மை நிலவரத்தைக் குறிக்கும்-கள நிலவரத்தைக் குறிக்கும் ஆவணங்களும் தணிக்கைச் சான்றுகளாக அமைகின்றன.

5. அட்டவணையில் குறிப்பிடப்பட்டுள்ள ‘மேற்படிக் குறிப்புகள்’ பத்தியில், தேவையான சிறப்புக் குறிப்புகளைப் பதிவு செய்யலாம். தணிக்கை செய்ய வேண்டிய காலம், கால வரிசை, தணிக்கைக்கு பொறுப்பான நபர் (தணிக்கையர்), தணிக்கை செய்யத் தேவைப்படும் சிறப்பு ஏற்பாடுகள், முதலியன குறித்த குறிப்புகள் இடம் பெறலாம்.

தணிக்கைத் திட்ட அட்டவணைதான் ஒரு தணிக்கைக்கு அடித்தளமாக அமைகின்றது. தணிக்கையின் வெற்றி, சரியான தணிக்கை நோக்கத்தையும், தணிக்கை வினாக்களையும் சரியாகக் கட்டமைப்பதில் உள்ளது எனலாம். நிறுவனம் பின்பற்ற வேண்டிய அடிப்படைகளை இனம் கண்டு, அவற்றை தணிக்கைச் சான்று களாக்குவதிலும், ஆய்வின் மூலம் நிறுவனத்தின் உண்மை நிலையைக் கண்டு அவற்றை சான்றுகளாக்குவதிலும் தணிக்கையின் நம்பகத் தன்மை வெளிப்படும். மேலும், தணிக்கைக் கருவிகளை சரியாகவும், திறம்படவும் பயன்படுத்துவதன் மூலமும், தணிக்கையில் காரண காரியங்களை சரியாக ஆய்வு செய்து பதிவு செய்வதன் மூலமும் தணிக்கையின் தரத்தை உறுதிப்படுத்த முடியும். தணிக்கையின் தரம் குறித்து அத்தியாயம் 19இல் விளக்கப்பட்டுள்ளது.

13.5. தேவையான வளங்கள்

தணிக்கைக்குத் தேவையான அடிப்படை வளமே மனித ஆற்றல் தான். தணிக்கைச் செயல்முறைகளை நன்கு அறிந்த, அனுபவம் உள்ள தணிக்கையர் தேவை. தணிக்கைக் கருவிகளின் பயன்பாடு குறித்தும், தரவுகளை ஆய்வு செய்யும் திறன் உள்ளவராயும் இருத்தல் வேண்டும். மேலும் அந்தத் தணிக்கையர், தணிக்கை செய்யப்படும் நிறுவனம் சாரந்த துறை குறித்த போதுமான புரிதல் உள்ளவராய் இருத்தல் வேண்டும். இத்தகு தகுதி இல்லாதிருப்பின் பயிற்சி மூலம் தேவையான தகுதியைப் பெற்ற பின்னரே தணிக்கைப் பணியைத் தொடங்க வேண்டும். தணிக்கையருக்குரிய கடமைகளையும், உரிமைகளையும் விரிவாக மூன்றாம் அத்தியாயத்தில் கற்றோம்.

தணிக்கை செய்வதற்குத் தேவையான நிதி ஆதாரங்களைக் கணக்கில் கொள்ள வேண்டும். தணிக்கை நிறுவனத்திற்கும், தணிக்கை செய்யப்படும் நிறுவனத்திற்குமிடையேயான ஒப்பந்தத்தின் அடிப்படையில், நிதித் தேவையைக் கணக்கில் கொள்ள வேண்டும். தணிக்கையரின் ஊதியம், பயணச் செலவுகள், தணிக்கைக் கருவிகளைப் பயன்படுத்துவதற்கான செலவுகள், தணிக்கை நிர்வாகச் செலவுகள்

மற்றும் இதரச் செலவுகள் எனப் பலவகைப்பட்ட செலவுகள் நிதித் தேவையில் உள்ளடங்கும். பொதுவாகத் தணிக்கைக் கட்டணத்தில் ஒரு பகுதி முன் பணமாகவும், மீதமுள்ள பணம் தணிக்கை முடிவு பெற்ற உடனும் பெறப்படும். தணிக்கைக் கட்டணத்தை முழுமையாகப் பெறும் வரையில் தணிக்கைக்குத் தேவையான நிதியைத் தணிக்கை நிறுவனம் உறுதி செய்துகொள்ள வேண்டும்.

தணிக்கைக்குத் தேவையான முக்கியமான வளம் தணிக்கை செய்யத் தேவையான கால அளவு. தணிக்கை செய்ய வேண்டிய பணியின் அளவு, மற்றும் செய்யப் பயன்படுத்தப்படும் தணிக்கையரின் எண்ணிக்கை மற்றும் திறன் முதலானவற்றின் அடிப்படையில் தணிக்கைக் கால அளவு நிர்ணயிக்கப்படும். காலத்தை நிர்ணயிப்பதோடு அல்லாமல், தணிக்கையில் எட்ட வேண்டிய மைல் கற்களையும் நிர்ணயிக்க வேண்டும். அது தணிக்கையைக் குறித்த காலத்தே செய்து முடிப்பதற்கும், தணிக்கைப் பணியின் முன்னேற்றம் குறித்து ஆய்வு செய்வதற்கும் உதவும்.

தணிக்கை அலுவலகப் பணிக்குத் தேவையான இதர பொருட்கள் குறித்த திட்டமிடலும் இருக்க வேண்டும். முக்கியமாகக் கணினிகள், தணிக்கை ஆய்விற்கு கணினி மென்பொருள், அச்சுக் கருவிகள் மற்றும் புகைப்படக் கருவிகள் முதலியன தேவைப்படலாம். அவை குறித்தும் திட்டமிட வேண்டும்.

சிந்திக்க...

1. திட்டமின்றித் தொடங்கப்படும் தணிக்கை, தணிக்கையின் நோக்கத்தை எட்டாமல் தோல்வியில் முடிய வாய்ப்பு உண்டு. உண்மையா என்று எண்ணிப் பார்க்க.
2. தணிக்கையைச் செயல்படுத்துவதற்குத் தேவையான வளங்களை தணிக்கை செய்யப்படும் நிறுவனத்திலிருந்து பெறவது தணிக்கையின் தனித்தன்மையைச் சீர்குலைக்கும். இக்கூற்றின் உண்மைத் தன்மையை எண்ணிப் பார்க்க.
3. தணிக்கைத் திட்டமிடலுக்கு, தணிக்கைக்குரிய நிறுவனம்(கள்) வழங்கும் தகவல்களையும் தரவுகளையும் மட்டுமே பயன்படுத்த வேண்டும். பிற மூலங்களிலிருந்து தரவுகளைத் திரட்டிப் பயன் படுத்தினால், அதனை நிறுவனத்திற்குத் தெரியப் படுத்த வேண்டும். இக் கூற்றின் உண்மைத் தன்மையை எண்ணிப் பார்க்க.
4. தணிக்கைத் திட்டமும், தணிக்கை நிறுவனத்தின் செயல் திட்டம் மற்றும் தணிக்கை செய்யப்படும் நிறுவனத்தின் செயல் திட்டம் ஆகிய மூன்றையும் ஒப்பிட்டுப் பார்க்க.
5. ஒரு நிறுவனத்திற்கான தணிக்கை திட்டம் நிரந்தரமானது அல்ல. ஒவ்வொரு முறையும் மறுபரிசீலனை செய்து புதுப்பிக்க வேண்டும். உண்மையா என எண்ணிப் பார்க்க.

14. இடர் ஆய்வு

நிறுவனம் சந்திக்கும் இடர்கள் குறித்து ஆய்வு செய்து அதன் முடிவுகளை தணிக்கைக்கு பயன்படுத்துவது மிகவும் பயனுள்ளதாக இருக்கும். இடர் ஆய்வு என்ற செயல்முறை தணிக்கைக்குப் பயனுள்ளதாயினும், அது ஒரு தனிப் பாடம், தனித் துறை என்பதை கருத்தில் கொள்ள வேண்டும். அதனைக் கற்பதென்பது நெடுங்கல்வி என்றாலும், தணிக்கைக்குத் தேவையான அளவிற்கு இடர் ஆய்வு குறித்து கற்க வேண்டியது மிக முக்கியமாகும்.

14.1. இடர்: ஓர் அறிமுகம்

இடர் என்பது நிறுவனத்தில் செயல்பாடுகளில் நிலவும் குறைபாடுகளாலும், தவறுகளாலும் நிறுவனத்திற்கு ஏற்படும் இழப்பு மற்றும் பாதிப்புகளைக் குறிக்கும். நிறுவனத்தில் நிலவும் இடர் என்பது நிறுவனத்தின் செயல்பாடுகளிலும், நிறுவனத்தின் நிதி மேலாண்மையிலும், அதன் நோக்கத்தை எட்டுவதிலும் உள்ள நிச்சயமற்ற நிலையைக் குறிக்கும். அந்த நிச்சயமற்றநிலை நிறுவனம் சந்திக்க உள்ள பாதிப்பு மற்றும் இழப்புகளை முன்கூட்டியே காட்டுவதாக அமையும். அந்த முன்கூட்டியே குறிக்கும் சூழலை ஆராய்ந்து

பார்த்து தணிக்கைக்குப் பயன்படுத்தும் போது தணிக்கை சிறப்பாக அமையும்.

இடர் ஆய்வு என்பது தணிக்கைத் திட்டத்தை முழுமையாக வரைவதற்கு மிகவும் உதவிகரமாக இருக்கும். இடர் ஆய்வின் முடிவுகள் தணிக்கையின் கவனத்தைத் தீர்மானிப்பதற்கு காரணியாக அமைகின்றன. இடர் அடிப்படையிலான தணிக்கைத் திட்டம் தணிக்கை வளங்களை சிக்கனமாகப் பயன்படுத்துவதை உறுதி செய்கின்றன. அதிக இடர் உள்ள இடங்களில் அதிக மனித வளத்தையும், குறைந்த இடர் உள்ள செயல்களில், குறைந்த மனித வளத்தையும் பயன்படுத்தும் வண்ணம் தணிக்கைத் திட்டம் தயாரிக்கப்பட வேண்டும்.

இடர் குறித்த மூன்று முக்கிய கூறுகளை நன்கு புரிந்து கொள்ள வேண்டும். முதலாவதாக நிறுவனத்தில் உள்ள தவறுகள் நிகழும் வாய்ப்புகளும், செயல்பாடுகளில் குறைகள் ஏற்பட உள்ள வாய்ப்புகளும். இவை நிறுவனக் கட்டமைப்பில் உள்ள குறைபாடாகவோ, கட்டமைப்பை செயல்படுத்துவதில் உள்ள குறைபாடாகவோ இருக்கலாம். இதனைப் புரிந்து கொள்ள கட்டமைப்பின் தரம் குறித்தும், அதன் செயல்பாடு குறித்தும் நன்கு அறிந்திருப்பது மிகவும் முக்கியம். அடுத்து, மேற்கூறிய தவறுகளும், குறைபாடுகளும் நிறுவனத்தின் மீது ஏற்படுத்தும் தாக்கம். அந்தத் தாக்கம் நிறுவனத்தின் நிலைத் தன்மை குறித்தோ, நிதி நிலைமை குறித்தோ, அதன் நற்பெயர் குறித்தோ, வேறு எதுவாக வேண்டுமானாலும் இருக்கலாம். இந்த தாக்கம் குறித்தும் நன்கு புரிந்து கொள்ள வேண்டும். மூன்றாவதாக, ஒரு நிறுவனம் தவறுகளையும், இடைவெளிகளையும் குறைப்பதற்கும் அவற்றின் தீய விளைவுகளைக் குறைப்பதற்கும் எடுத்த முயற்சிகள் மிக முக்கியமானவை. நிறுவனம் எடுக்கும் முயற்சி வெவ்வேறு வகையினதாகவும், வேறுபட்ட பலன்களைத் தருவதாகவும் இருக்கும். ஆகவே அவற்றைப் புரிந்து கொள்வது தணிக்கைக்கு மிக முக்கியமானதாகும்.

மற்றொரு முறையில் இடரை அணுகுவதென்றால் அறிகுறிகளின் அடிப்படையில் புரிந்துகொள்வது. திட்டமிட்டபடி நடக்காத செயல்கள் அல்லது திட்டமிட்டதற்கு எதிராக நடக்கவல்ல செயல்கள் யாவும் ஆபத்தைக் குறிக்கும் செயல்களாகும். இலக்குகளை எட்டாத நிலையும் ஆபத்தை சுட்டிக்காட்டும் நிலையாகும். ஆகவே தொடர்ந்து கண்காணிப்பது மிக முக்கியம்.

நிறுவனத்தில் நிலவும் இடருக்கும், நிறுவனம் சந்திக்கும் இடருக்கும் சிறு வேறுபாடு உண்டு. பொதுவாக நிறுவனத்தில் நிலவும் இடர் அந்நிறுவனத்தின் முழு கட்டுப்பாட்டிற்கு உட்பட்டதாக

இருக்கும். நிறுவனம் சந்திக்கும் இடர் பெரும்பாலும், நிறுவனத்திற்கு வெளியிலிருந்து, அதன் முழுக் கட்டுப்பாட்டிற்கு அப்பாற்பட்டதாக இருக்கும்.

14.2. நிறுவனங்களில் நிலவும் இடர்கள்

நிறுவனங்களில் பொதுவாக நிலவும் இடர்களை அறிந்து கொள்வது தணிக்கைத் திட்டமிடலுக்கும் தணிக்கைச் செயல்படுத்தலுக்கும் மிகவும் உறுதுணையாக இருக்கும். இடர்களைக் கணிக்கும் போது செய்யப்படும் தணிக்கை வகையை கவனத்தில் கொள்ள வேண்டும்.

இடர் ஆய்வு தணிக்கையின் கவனத்தையும் நிறுவனங்களில் நிலவும் இடர்களை அட்டவணை 13இல் உள்ளது போல் பல்வேறு தலைப்புகளில் தொகுக்கலாம்.

அட்டவணை - 13 நிறுவனங்களில் நிலவும் இடர்கள்

நிறுவனங்களில் நிலவும் இடர்கள்	பரவலாக அறியப்பட்ட இடர்கள் (எடுத்துக்காட்டுகள்)
இலக்குகளை எட்டுவது தொடர்பானவை	1. நிறுவனத்தில் எட்டப்படாத இலக்குகள், 2. சரியாக நிர்ணயிக்கப்படாத இலக்குகள், 3. தரம் குறைபாடுடைய உற்பத்தி/சேவைகள்.
நிதி மேலாண்மை தொடர்பானவை	1. திட்டமிட்டதைவிட அதிக செலவுகள், 2. சரியாக திட்டமிடாத நிதிநிலை அறிக்கை, 3. சிக்கனமின்றி செலவு செய்தல், 4. வரவுகளை முழுமையாக ஈட்டாமை, 5. நிறுவனத்திற்குத் தேவையான நிதிச்சுழற்சியின்மை.
நிதி அறிக்கை தொடர்பானவை	1. கணக்குத் தரக்கோல்கள் பின்பற்றப்படாமை, 2. நிதியறிக்கைக் கொள்கை மற்றும் குறிப்புகள் இல்லாமை, 3. நிதியறிக்கை வெளியீடுகள் முழுமையின்மை, 4. நிதியறிக்கை மூலக் கணக்குகளைப் பிரதிபலிக்காமை, 5. நிதியறிக்கை பகுதிகளுக்குள் ஒத்திசைவின்மை, 6. கணக்கியல் கோட்பாடுகளை பின்பற்றாமை.
பணியாளர்கள் செயல்திறன் தொடர்பானவை	1. பணியாளர்கள் திறமையின்மை, 2. பணியாளர்களின எதிர்மறை மனப்பாங்கு, 3. பணியாளர்கள் இலக்குகளை எட்டாமை, 4. பணியாளர்களின் நேர்மையின்மை, 5. பணியாளர்கள் குழுவாக செயல்படாத நிலை.
தகவல் தொடர்பு சாதனங்கள் தொடர்பானவை	1. தகவல் தொடர்பு சாதனங்களின் பாதுகாப்பு இன்மை, 2. தகவல்களுக்கும் , தரவுகளுக்கும் பாதுகாப்பு இன்மை, 3. மென்பொருளுக்குள் நுழைவதில் கட்டுப்பாடுகள் இன்மை, 4. மின்னனு பணப் பரிவர்த்தனையில் பாதுகாப்புகள் இன்மை.

நேர்மை மற்றும் நன்நெறிகள் தொடர்பானவை	1. நேர்மை, நன்நெறிகளுக்கு நிர்வாகம் தரும் முக்கியத்துவமின்மை, 2. நிறுவனத்தில் மோசடி நிகழ உள்ளதற்கான வாய்ப்புகள், 3. நிகழ்ந்த தவறுகளில் நடவடிக்கைகள் எடுக்கப்படாதது?, 4. நிறுவனத்தில் தவறுகளைக் கண்காணிக்க கட்டமைப்பு இன்மை.
நிறுவனச் சொத்துக்கள் தொடர்பானவை	1. நிறுவனச் சொத்துக்களின் வகைகள், 2. அசையும் அசையாச் சொத்துக்களை பாதுகாக்கும் முறை, 3. முதலீட்டைப் பாதுகாக்க உள்ள வழிமுறைகள், 4. அறிவுசார் சொத்துரிமை உள்ள பாதுகாப்புகள்.
வர்த்தகப் பரிவர்த்தனை தொடர்பானவை	1. நிறுவனம் பின்பற்றும் வாங்குதல் மற்றும் வழங்குதல் முறைகள், 2. வாங்குவதில் உள்ள சிக்கன நடவடிக்கைகள், 3. வழங்குவதில் உள்ள லாபகரமான முறைகள், 4. வரவு செலவுகளை முறையாகப் பதிவு செய்தல், 5. கணக்குகளை சரியாகப் பராமரிக்காமை, 6. மூல ஆவணங்களில் உள்ள குறைபாடுகள்.

(இந்த அட்டவணையில் உள்ள குறிப்புகள் நிறுவனத்தில் நிலவும் முழுமையான இடர்கள் அல்ல. புரிதலுக்காக வழங்கப்பட்ட சிறு பட்டியல் மட்டுமே.)

14.3. இடர்களை அடையாளம் காணல்

நிறுவனங்களில் நிலவும் இடர்களை அடையாளம் காண்பதென்பது மிகவும் சிக்கலான செயலாகும். தணிக்கைத் திட்டமிடலுக்கு அடையாளம் காணப்பட்ட இடர்கள் குறித்த தகவல்கள் தேவையாதலால், இடர் ஆய்வு தணிக்கைத் திட்டமிடலுக்கு முன்னரே செய்யப்பட்டிருக்க வேண்டும். இடர் ஆய்வை தணிக்கை நிறுவனமே செய்திருப்பது மிக நல்லது. அவ்வாறு செய்ய இயலவில்லையெனில், தணிக்கை செய்யப்படும் நிறுவனமோ, அல்லது பிறரோ செய்த இடர் ஆய்வை, தகுந்த முன் எச்சரிக்கையுடன் பின்பற்றலாம்.

இந்த விடயத்தை இரு விதங்களில் அணுகலாம். முதலாவதாக, முக்கிய இடர் அறிகுறிகளை அடையாளம் கண்டு, அந்த அறிகுறிகளை தொடர்ந்து கண்காணிக்க வேண்டும். பொதுவாக நிறுவனங்களே, அதன் செயல்பாட்டைக் கண்காணிக்கும் நோக்கில் அதனைச் செய்வதுண்டு. சான்றாக உற்பத்தி இலக்கை நோக்கிய வளர்ச்சி, தரம் குறைந்த பொருட்களின் விகிதம், பணியாளர்களின் செயல்திறன் அறிக்கை, பணியாளர் ஒழுங்கீன அறிக்கை போன்று பல அறிகுறிகளைக் கண்டறிந்து, அவற்றைக் குறிப்பிட்ட கால இடைவெளியில் கண்காணிப்பதன் மூலம் நிறுவனம் சந்திக்கும் இடர்களைக் கண்டறிய முடியும். அவ்வாறு அறியப்படும் இடர்கள், நிறுவனத்திற்கு மட்டுமல்ல, தணிக்கைக்கும் உதவிகரமாக இருக்கும்.

இரண்டாவதாக, இடர்களைக் கண்டுபிடிக்கும் தொழில்நுட்பத்தைப் பின்பற்றுதல். இந்த வகையில் நேர்காணல் (Interview) கலந்துரையாடல் (Discussion), சரிபார்ப்புப் பட்டியல் (checklist), இலக்குக் குழு (Focus group), காரண-விளைவு ஆய்வு (Cause-effect analysis) குழு சிந்தித்தல் (Brainstorming), வினாத்தாள் முறை (Questionnaire) முதலிய ஆய்வு முறைகளைப் பின்பற்றலாம். இந்த நிர்வாகச் செயல்முறைகள், நிறுவனத்தின் பணியாளர்கள் பங்கெடுத்து, நிறுவனம் சந்திக்கும் இடர்களை இனங்காண்பதால், அவ்வாறு இனங்கண்ட இடர்கள் உண்மை நிலவரத்தைக் காட்டும். ஆகவே அது தணிக்கைக்கு மிகவும் பயனுள்ளதாக இருக்கும்.

இந்த இரண்டு வகை அணுகுமுறையும் நிறுவனத்தால் செய்யப்பட வேண்டியவை. அவற்றை தணிக்கை பயன்படுத்திக் கொள்ளலாம். ஆனால், பல சூழ்நிலைகளில் நிறுவனம் அது சந்திக்கும் இடர் ஆய்வுகளை இனங்கண்டிருப்பது இல்லை. அவ்வாறு இனங்கண்டிருந்தாலும், அவை முறையாக ஆவணப்படுத்தப்பட்டிருப்பதில்லை. நிறுவனம் இனங்கண்ட இடர்களை தணிக்கைக்குப் பயன்படுத்தும் போது, அவை சரியாக இனம் காணப்பட்டிருக்கிறதா என்பதை உறுதி செய்து கொள்ள வேண்டும். தணிக்கையில் பயன்படுத்தவல்ல இடர் ஆய்வை, தணிக்கை மீண்டும் பகுத்தாய்வு செய்து பார்க்க வேண்டும். இடர் அடிப்படையில் தணிக்கைத் திட்டம் தயாரித்து, அதன் அடிப்படையில் தணிக்கை செய்யப்படுவதால் தணிக்கையின் நம்பகத் தன்மைக்கும் உண்மைத் தன்மைக்கும் பொறுப்பேற்க வேண்டும். ஆகவே நிறுவனத்தின் இடர் ஆய்வு சரியானதுதானா என்பதனை உறுதி செய்து கொள்ள வேண்டும்.

நிறுவனத்தைச் சார்ந்திருக்காமல், தணிக்கை தன்னளவிலேயே நிறுவனம் குறித்த இடர் ஆய்வை மேற்கொள்ளலாம். அதற்கு அடிப்படைத் தேவை நிறுவனம் குறித்த ஆழமான புரிதல். தனிநபர் சார்ந்த முயற்சியாக இல்லாமல், தணிக்கை நிறுவனத்தின் அல்லது குழுவின் மொத்த முயற்சியாக இடர் ஆய்வு மேற்கொள்ள வேண்டும். தணிக்கைக்கு உட்படுத்தப்படும் நிறுவனத்திடமிருந்து முழுமையான தகவல்களைப் பெற்று, முதலில் கூறப்பட்ட முக்கிய இடர் அறிகுறிகள் ஆய்வு மேற்கொள்ளலாம். தணிக்கை நிறுவனப் பணியாளர்களும், நிறுவனம் தொடர்பான அறிஞர்களும், நிறுவனப் பணியாளர்கள் முதலியோருடன் இணைந்து மேலே இரண்டாவதாகக் குறிப்பிடப்பட்ட செயல்முறைகளைப் பின்பற்றி தணிக்கைக்குத் தேவையான இடர் ஆய்வைச் செய்யலாம்.

இடர் அடிப்படையிலான தணிக்கை என்பது தணிக்கையின் முழுமையான செயல் முறையாகையால், அதன் விளைவிற்குத் தணிக்கையர் முழுப் பொறுப்பேற்க நேரிடும்.

14.4. இடர்களை அளவிடுதல்

இடர்களை அடையாளம் கண்டபின் அவற்றை அளவிடுவது தணிக்கையின் மிக முக்கியமான பணியாகும். இடர்களை அளவிட பல்வேறு கணக்கிடும் முறைகள் உண்டு. இடர்களை அளவிடுவது குறித்து ஒரு இலகுவான, ஆனால் மிகவும் பயனுள்ள அளவிடும் முறையை இங்கு கற்கலாம். இந்த இடர் அட்டவணை முறையில், இடரை அளவிடுவதற்கு (1) இடர் நிகழ்வதற்கான வாய்ப்பு (2) இடரினால் ஏற்படும் விளைவுகள் என இரண்டு முக்கிய கூறுகளை கவனத்தில் கொள்ள வேண்டும். இடர் ஏற்படுவதற்கான வாய்ப்பை குறைவு, இடைநிலை, அதிகம் என மூன்று நிலைகளாகப் பிரிக்கலாம். இவ்வாறு வகைப்படுத்துவதற்குத் தணிக்கை செய்யப்படும் நிறுவனத்தின் செயல்முறைகள் குறித்து நன்கு அறிந்திருக்க வேண்டும். அடுத்ததாக, குறிப்பிட்ட இடரினால் ஏற்படும் தீய விளைவுகள் குறித்து வகைப்படுத்த வேண்டும். தாங்கிக் கொள்ளக்கூடிய அளவு, சிறு விளைவுகளை ஏற்படுத்த வல்லவை மற்றும் மோசமான விளைவுகளை ஏற்படுத்த வல்லவை எனப் பல்வேறு பிரிவுகளாகப் பிரிக்கலாம். அட்டவணை 14இல் உள்ள இடர்களை அளவிடும் முறை குறித்த வகைப்பாடு, மாதிரிக்காகத் தரப்பட்டவையே. தேவை கருதியும், நிறுவனத்தில் நிலவும் ஆபத்தின் பரவல் கருதியும், தணிக்கையர் மேற்கண்ட காரணிகளின் நிலையை வகைப்படுத்திக் கொள்ளலாம்.

அட்டவணை - 14 இடர்களை அளவிடும் முறை

		இடர்கள் நிகழ்வதற்கான வாய்ப்பு		
		குறைவு	இடைநிலை	அதிகம்
இடர்களினால் ஏற்படும் விளைவுகள்	தாங்கிக் கொள்ளலாம்	1	2	3
	சிறிய விளைவுகளை உண்டாக்கும்	2	3	4
	மோசமான விளைவுகளை உண்டாக்கும்	3	4	5

குறிப்பு : எண் வரிசையைக் கூர்ந்து கவனிக்க.

அட்டவணை 13இன் அடிப்படையில் இனங் காணப்பட்ட இடர்களை, அட்டவணை 14ல் குறிப்பிட்டுள்ள இடர் அளவிடும் முறையில் பொருத்திப் பார்க்க வேண்டும். முதலில், அட்டவணையில் உள்ள எண்களைப் புறக்கணித்துவிட்டு, இடர் நிகழ்வதற்கான வாய்ப்பு மற்றும் ஆபத்தினால் ஏற்படும் விளைவுகளின் அடிப்படையில், இனங் காணப்பட்ட இடர்களை அட்டவணையில் குறிப்பிட்ட பெட்டியில் பொருத்த வேண்டும். ஒரு குறிப்பிட்ட பெட்டியில் ஒன்றுக்கும்

மேற்பட்ட இடர்கள் பொருத்தப்படலாம். அவை வெவ்வேறு வகையான இடர்களைக் குறித்தாலும், அவை ஆபத்தின் அளவில் ஒத்திசைகின்றன எனக் கருத வேண்டும்.

இடர்களை அட்டவணையில் பொருத்திய உடன், அவற்றை வரிசைப்படுத்த வேண்டும். ஐந்தாம் மற்றும் நான்காம் நிலையில் உள்ள இடர்கள் குறித்து தணிக்கையில் அதிக கவனம் செலுத்த வேண்டும். இடர் அளவீடு கீழ்க்கண்ட அட்டவணையில், இடர் வரிசை எண், இடர் வரையறை, இடர் அளவீடு வரையறை முதலியன அட்டவணையில் தலைப்புகளாக்கப்பட்டுள்ளன. இவை இடர் குறித்து புரிந்து கொள்வதற்கு மட்டுமே. தணிக்கைத் திட்டமிடலுக்கு அளவிடும் போது, இடர் வரிசை எண்/இடர் வறையறை மற்றும் இடர் பட்டியல் மட்டும் பதிவு செய்தால் போதுமானது. இடர் அட்டவணையில் மேல் நிலையில் உள்ள இடர்களுக்கு தணிக்கையில் அதிக முக்கியத்துவம் தரப்பட வேண்டும். இடர் வரிசை அட்டவணை 15இல் கொடுக்கப்பட்டுள்ளது.

அட்டவணை 15. இடர் வரிசை

வரிசை எண்	இடர் வறையறை	இடர் அளவீடு வறையறை	இடர் பட்டியல் (எடுத்துக்காட்டுகள்)
1	பொறி நிலை	ஆபத்தின் அறிகுறி	பாதிப்பு இல்லா விதி மீறல்கள், ஒழுங்கீனங்கள், காலம் தவறுதல்
2	புகை நிலை	ஆபத்தின் தொடக்கம்	பாதிப்பு ஏற்படுத்தும் விதி மீறல்கள், ஒழுங்கீனங்கள், காலம் தவறுதல்
3	அனல் நிலை	பாதிக்கும் இடர்	வீணான செலவுகள், திட்டத்தைத் தவறவிடுதல், நோக்கத்தை எட்டாமை, சட்ட மீறல்கள்
4	நெருப்பு நிலை	இடர்பாடு	பணியாளர்கள் நிகழ்த்தும் நிதி முறைகேடுகள், கையாடல், ஊழல்
5	தீப்பிழம்பு நிலை	பேரிடர்	நிர்வாகமே நிகழ்த்தும் நிதி முறைகேடுகள், கையாடல், ஊழல்

14.5. தணிக்கை இடர்

இதுவரை, நிறுவனம் நேர்கொள்ளும் இடர்களை அடையாளம் காண்பது குறித்தும், அவற்றை அளவிடுவது குறித்தும் கற்றோம். இந்தப் பகுதியில் இடர்களைத் தணிக்கையின் அணுகுமுறையில் வகைப் படுத்துவது குறித்து கற்கலாம். இது தணிக்கை இடர் என்பதை முழுமையாகப் புரிந்து கொள்ள வேண்டும்.

தணிக்கை இடர் என்பது தணிக்கையர் தனது கருத்தைத் தவறாகக் கூறுவதால் ஏற்படும் இடர். அதாவது, தணிக்கை தனது கருத்தைக் கூறும் போது தவறான செயலைச் சரி என்றும், சரியான செயலைத் தவறு என்றும் பதிவு செய்வதால் ஏற்படும் விளைவுகளைக் குறிப்பதாகும். இது போன்ற தணிக்கை இடர் தணிக்கையர் தனது ஆய்வைத் தேவையான அளவு மேற்கொள்ளாததாலும், தணிக்கையர் திட்டமிட்டே தவறு செய்வதாலும் நிகழும்.

தணிக்கை இடர் = உள்ளார்ந்த இடர் X கட்டுப்பாடு இடர் X கண்டுபிடிக்கும் இடர்

தணிக்கை இடர் என்பது (1) உள்ளார்ந்த இடர், (2) கட்டுப்பாடு இடர் (3) கண்டுபிடிக்கும் இடர் என்ற மூன்று வெவ்வேறு வகையான இடர் களின் பெருக்கல் விகிதமாகும். அதனைப் பின்வருமாறு குறிப்பிடலாம்.

உள்ளார்ந்த இடரென்பது (Inherent risk) நிறுவனத்தின் இயல்பிலேயே உள்ள, அகக் கட்டுப்பாடுகள் மூலம் கட்டுப்படுத்த முடியாத இடர். ஒரு குறிப்பிட்ட தொழிலில் அல்லது துறையில் உள்ள நிறுவனத்தில் இயற்கையிலேயே அமைந்திருக்கக் கூடிய இடர். புதிய தொழில்நுட்பத்தைப் பின்பற்றி செயல்படும் நிறுவனங்களில் இயற்கையிலேயே எழக்கூடிய சிக்கல்களை உள்ளார்ந்த இடர் எனலாம். நிறுவனம் சிக்கலான பணப் பரிவர்த்தனைகளில் ஈடுபடும் போது உள்ளார்ந்த இடர் இயற்கையாகவே ஏற்படுகிறது. சான்றாக பங்குச்சந்தை, காப்பீடு துறைகளில் நிகழும் முதலீடுகளைக் குறிப்பிடலாம். சில வேளைகளில், இந்த வகையான இடர் நிறுவனத்திற்கு வெளியிலிருந்தும் வரலாம். சான்றாக சுற்றுச் சூழல் மாற்றம், இயற்கைப் பேரிடர், அரசியல் மாற்றங்கள் முதலியனவற்றைக் குறிப்பிடலாம்.

கட்டுப்பாடு இடர் (Control risk) என்பது நிறுவனத்தில் தற்போது கட்டமைக்கப்பட்டுள்ள அகக் கட்டுப்பாடுகள், நிறுவனத்தில் நிகழும் தவற்றை, குறைபாட்டை, குற்றத்தை தடுக்க வல்லதாகவோ, அல்லது அவற்றைக் காட்டிக் கொடுக்கும் வகையிலோ அமையாமல் போவதைக் குறிக்கும். இந்த இடர் நிறுவனத்தில் உள்ள அகக் கட்டுப்பாடுகளையும், அவற்றின் செயல்பாட்டின் விளைவாகவே அமையும் நிறுவனத்தில் உள்ள அகக் கட்டுப்பாடுகளின் தரம், அந்நிறுவனத்தின் முறையான செயல்பாட்டையும், அதன் நிதியறிக்கைகள் சரியாக எழுதப் படுவதையும் உறுதி செய்யும். ஆகவே, தணிக்கையர் நிறுவனத்தில் உள்ள அகக் கட்டுப்பாடுகளின் தரத்தை ஆய்வு செய்து உறுதி செய்து கொள்ள வேண்டும். அகக் கட்டுப்பாடுகளின் தரம், தணிக்கையர் மேற்கொள்ள வேண்டிய ஆய்வின் அளவை நிர்ணயிக்க உதவும். அகக் கட்டுப்பாடுகளின் தரம் குறைவாக இருக்கும் போது, தணிக்கையின் அளவும் ஆழமும் அதிகமாக இருக்க வேண்டும். இந்த வகை இடர்

முழுக்க நிறுவனம் சார்ந்ததாயினும், அவற்றை சரியாகக் கணிப்பது தணிக்கையின் பொறுப்பாகும்.

கண்டுபிடிக்கும் இடர் (Detection risk) அல்லது கண்டுபிடிக்காத இடர் என்பது தணிக்கை கண்டுபிடிக்கத்தவறிய நிறுவனத்தில் நிலவும் தவறு, குறை, குற்றம் போன்றவற்றால் ஏற்படும், விளைவைக் குறிப்பதாகும். இது தணிக்கையரின் தவறால் நிகழ்வது. சரியாகத் தணிக்கைத் திட்டமிடாமை, தணிக்கைச் செயல்முறையை சரியாகப் பின்பற்றாமை, தணிக்கைக் கருவிகளை சரியாகப் பயன்படுத்தாமை போன்ற காரணங்களால் நிகழும். கண்டுபிடிக்கும் இடர் முழுக்க, தணிக்கையரின் தவற்றைக் குறிப்பதாகும்.

மேலே குறிப்பிட்டது போல, தணிக்கை இடர் என்பது மேற்கண்ட மூன்று வகை இடர்களின் ஒட்டுமொத்த விளைவாகும். தணிக்கை இடரையும், அதற்கு பங்களிக்கக்கூடிய மூன்றுவகை இடர்களையும் நன்கு புரிந்து கொள்ளும் போதுதான் தணிக்கைத் திட்டத்தைச் சரியாக வரையறை செய்து செயல்படுத்த முடியும்.

ஒரு நல்ல தணிக்கையரின் பண்பு தணிக்கை இடரை அகற்றி சரியான தணிக்கைக் கருத்தைப் பதிவு செய்வதாகும். மேற்குறிப்பிட்ட மூன்று வகையான இடர்களின் அளவீடு குறித்தும், அவற்றிற்கு காரணமாக அமையும் மூலக் காரணிகள் குறித்தும் ஆய்வு செய்து அதனடிப்படையில் தணிக்கைத் திட்டத்தை வரைய வேண்டும்.

14.6. இடர்கள் அடிப்படையிலான தணிக்கை

தணிக்கை இடரின் கூறுகளான, உள்ளார்ந்த இடர், அகக் கட்டுப்பாடு இடர் மற்றும் கண்டுபிடிக்கும் இடர் ஆகியவற்றின் தரம் தணிக்கைத் திட்டத்தை எவ்வாறு பாதிக்கின்றன, மாற்றியமைக்கின்றன என்பது குறித்துக் கற்கலாம். அட்டவணை 16ஐ கூர்ந்து நோக்குக.

அட்டவணை - 16 நிர்வாக இடர் தணிக்கையில் ஏற்படுத்தும் தாக்கம்

இடர் அளவு	உள்ளார்ந்த இடர்	அகக் கட்டுப்பாடுகள் இடர்	கண்டுபிடிக்கும் இடர்
குறைவு/ இல்லை	நிறுவனம் மற்றும் தணிக்கை இரு தரப்பும் பொறுப்பில்லை.	நிறுவனம் சிறப்பாக செயல்படுகிறது; தணிக்கையின் பொறுப்பு குறைவு.	நிறுவனம் பொறுப்பல்ல. தணிக்கையின் செயல்பாடு சரியில்லை
அதிகம்	இரு தரப்பும் பொறுப்பு. நிறுவனம் சரியாக செயல்படாத நிலையில் தணிக்கையின் பொறுப்பு அதிகரிக்கும்.	நிறுவனத்தின் தோல்வியைக் குறிக்கும். தணிக்கையின் பொறுப்பு அதிகரிக்கும்	தணிக்கையின் தோல்வியைக் குறிக்கும். நிறுவனம் பொறுப்பில்லை

மேலே குறிப்பிட்ட தணிக்கை இடர் அட்டவணைப்படி கண்டு பிடிக்கும் இடர் குறித்து அதிக கவனம் செலுத்த வேண்டும். இந்த அத்தியாயத்தில் முன்னர் குறிப்பிட்டபடி, இனம் காணப்பட்ட, அளவிடப்பட்ட இடர்களில், நிறுவனத்தில் நிலவும் கண்டுபிடிக்கும் இடர்களைக் கருத்தில் கொண்டு, தணிக்கைத் திட்டத்தை மேற்கொள்ள வேண்டும். அதேபோல் உள்ளார்ந்த இடர் மற்றும் அகக் கட்டுப்பாடு இடர்கள் குறித்தும், அவற்றின் அளவு குறித்தும் தணிக்கையர் கவனத்தில் கொள்ள வேண்டும். அதற்கேற்றவாறு, தணிக்கைப் பணியாளர்களின் திறன், தணிக்கைக் கருவிகள், தணிக்கைக் காலம், தணிக்கைச் செயல்முறை மற்றும் பரப்பு போன்றவற்றை முடிவு செய்ய வேண்டும்.

சிந்திக்க....

1. இடர் ஆய்வு செய்யாமல் செய்யப்படும் தணிக்கை, தணிக்கையின் செயல் திறனையும் செயல் முடிக்கும் திறனையும் குறைக்கும். எண்ணிப் பார்க்க.

2. தணிக்கை செய்யப்படும் நிர்வாகம் மேற்கொண்ட இடர் ஆய்வை முழுமையாகப் பயன்படுத்தலாம். அதே வேளையில் தணிக்கையர் தனியாக இடர் ஆய்வு செய்ய வேண்டும். இரண்டிற்கும் உரிய சூழல்களை எண்ணிப் பார்க்க.

3. நிறுவனம் செயல்படும் துறை சார்ந்த இடர்களையும், தொழில் நுட்பம் சார்ந்த இடர்களையும் அடையாளம் காண்பது எப்படி என எண்ணிப் பார்க்க.

4. இடர் ஆய்வில் இடர்களைத் தெளிவாக அடையாளம் காண்பது தணிக்கையருக்கு எளிதல்ல. இடரின் தீவிரத்தை அளவிடுவதில் குழப்பமான மனநிலையே மேலோங்கி இருக்கும். உண்மையா என எண்ணிப் பார்க்க.

5. தணிக்கை இடரைக் கணக்கிடுவதில், தணிக்கை கண்டுபிடிக்க வேண்டிய இடரை முடிவு செய்வதுதான் தணிக்கையருக்கு மிகவும் கடினம். உண்மையா என எண்ணிப் பார்க்க.

15. தணிக்கை நிகழ்ச்சி நிரல்

தணிக்கைச் செயல்முறைதான் தணிக்கையின் முக்கியமான செயல் பகுதி. இதைத் தணிக்கையின் நிகழ்ச்சி நிரலாகவும் கொள்ளலாம். தணிக்கைத் திட்டத்தை வெற்றிகரமாக நிறைவேற்றவதில்தான் தணிக்கையின் வெற்றி உள்ளது. தணிக்கைத் திட்டத்தை செயல் படுத்துதல் குறிப்பிட்ட முறைப்படியும் வெளிப்படையானதாகவும் இருக்க வேண்டும். தணிக்கை நிகழ்ச்சி நிரலைப் பின்வரும் நிகழ்வுகளின்படி வரிசைப்படுத்தலாம்.

15.1. தணிக்கை மேற்கொள்வதைப் பகிர்தல்

தணிக்கைச் செயல்முறையின் முதல் நிகழ்வு தணிக்கை மேற்கொள்ளும் முடிவை தணிக்கை செய்யப்படும் நிறுவனத்திற்குத் தெரியப்படுத்த வேண்டும். அதாவது தணிக்கை மேற்கொள்ளத் தெரிவு செய்யப்பட்ட நாட்கள் குறித்த முடிவை தணிக்கை செய்யப்படும் நிறுவனத்தின் நிர்வாகத்திற்கு உரிய காலத்தே தெரியப்படுத்த வேண்டும். தெரிவு செய்யப்பட்ட நாட்கள் தணிக்கை செய்யப்படும் நிறுவனத்திற்கு ஏற்புடைய நாட்களா என்பதனை உறுதி செய்து கொள்ள வேண்டும். எத்தனை நாட்கள் தணிக்கை மேற்கொள்ளப்பட உள்ளன என்றும், எந்த விதமான தணிக்கை மேற்கொள்ளப்பட உள்ளது என்பதையும் தெரியப்படுத்த வேண்டும். அதனை முடிவு செய்வது குறித்து தணிக்கைத் திட்டமிடல் பகுதியில் விவரிக்கப்பட்டுள்ளது.

தணிக்கை மேற்கொள்வதைப் பகிரும் போது, தணிக்கைக்குத் தேவையான ஒத்துழைப்பு நல்கும்படி நிறுவனத்திடம் வேண்டிக் கொள்ள வேண்டும். அதோடு, தணிக்கைக்குத் தேவையான ஆவணங்கள், கோப்புகள், அறிக்கைகள், தகவல்கள் மற்றும் தரவுகள் குறித்த பட்டியலைத் தயார் செய்து தணிக்கை செய்யப்படும் நிறுவனத்திற்கு அளிக்க வேண்டும். அந்த பட்டியலில் உள்ளவற்றை தணிக்கை தொடங்கும் நாளில் தணிக்கைக் குழுவிடம் அளிக்கும்படி வேண்டிக் கொள்ள வேண்டும். மேலும், தணிக்கை வெற்றிகரமாக நடத்த தணிக்கைக்கு வேண்டிய பிற உதவிகளைப் பற்றியும் தணிக்கை கேட்டுக் கொள்ளலாம். நிறுவனத்தின் சார்பில் தணிக்கையுடன் பணியாற்ற ஒருங்கிணைப்பாளர்

ஒருவரை நியமிக்கும்படி கேட்டுக் கொள்ள வேண்டும். ஒருங்கிணைப் பாளரை நியமிப்பது தணிக்கைப் பணியை இரு தரப்பினரும் இணைந்து பணியாற்றி தணிக்கையை முறைப்படி செய்ய உதவும்.

தணிக்கைக் கடிதத்தில் இடம் பெற வேண்டிய அடுத்த முக்கிய தகவல், தணிக்கை தொடங்கும் தினத்தில் தணிக்கை தொடக்கக் கூட்டம் நடத்த வேண்டி அழைப்பு விடுத்தல். தணிக்கை தொடக்கக் கூட்டம் பற்றி அடுத்த பகுதியில் கற்கலாம்.

தணிக்கை மேற்கொள்வதைப் பகிரும் கடிதத்தில் தனிப்பட்ட வேண்டுகோள்கள் ஏதும் இருக்கக் கூடாது என்பதை எப்போதும் நினைவில் கொள்ள வேண்டும். தணிக்கையருக்குத் தேவையான தங்கும் வசதி மற்றும் வாகன வசதி போன்றவற்றை கேட்பதும் பயன்படுத்துவதும் தணிக்கை நன்னெறிகட்கு முரணானதாகும். தணிக்கையர் தனது தனிப்பட்ட வாழ்க்கைக்குத் தணிக்கை செய்யப்படும் நிறுவனத்தை அண்டி இருத்தல் கூடாது. மேலும், தணிக்கை செய்யப்படும் நிறுவனத்தோடு அல்லது அதன் நிர்வாகப் பொறுப்பில் உள்ளவரோடு, தணிக்கையரோ அல்லது தணிக்கைக் குழுவோ நலமுரண் இல்லாமலிருத்தலை உறுதி செய்து கொள்ள வேண்டும்.

பொதுவாக தணிக்கை மேற்கொள்வது குறித்த தகவல் பரிமாற்றம் சுமார் ஒரு மாதத்திற்கு முன்பாவது மேற்கொள்ளப்பட வேண்டும். சிக்கலான சூழலில் சுமார் இரு வாரங்களுக்கு முன்பே தெரியப்படுத்த வேண்டியது அவசியம். சில சமயங்களில் தணிக்கை மேற்கொள்ள முடிவு செய்யப்பட்ட நாட்களில் மாற்றம் செய்ய நேரிடலாம். அது குறித்து தணிக்கை செய்யப்படும் நிறுவனத்திடம் கலந்து பேசி முடிவு செய்யலாம். தணிக்கை நாட்களை முடிவு செய்யும் போது, தணிக்கை அறிக்கையை பயனாளிகளுக்கு வழங்க வேண்டிய கடைசித் தேதியை தணிக்கையர் கவனத்தில் கொள்ள வேண்டும்.

15.2. தொடக்கக் கூட்டம்

தணிக்கை செய்யப்படும் நிறுவனத்தின் முழு ஒத்துழைப்பைப் பெறுவதற்குத் தணிக்கைத் தொடக்கக் கூட்டம் மிக முக்கியமானதாகும். இக் கூட்டம் தணிக்கையின் தொடக்க நாளில் தொடக்க நிகழ்வாக நடத்தப்படும் நிகழ்வாகும். இந்தக் கூட்டம் நிகழ்த்துவது குறித்து முன்பே திட்டமிடப்பட்டு இரு தரப்பினரின் ஒப்புதலோடு நிகழ்த்தப்பட வேண்டும்.

தொடக்கக் கூட்டத்தில் நிறுவனத்தின் அனைத்துப் பிரிவுகளிலும் தலைமைப் பொறுப்பில் இருப்பவர்(கள்) கட்டாயமாகக் கலந்து கொள்ள வேண்டும். நிறுவனத்தின் தலைவர் அல்லது தலைமை

இயக்குநர் கலந்து கொள்வது நலம். மேலும் தணிக்கையின் முக்கிய கவனத்தில் உள்ள நிறுவனப் பிரிவின் தலைமையில் உள்ளவர்கள் கலந்து கொள்ள வேண்டும். தணிக்கையின் தரப்பிலிருந்து, முழுத் தணிக்கைக் குழுவும் கலந்து கொள்ள வேண்டும்.

தொடக்கக் கூட்டத்தில் தணிக்கையின் செயல்முறைத் திட்டம் குறித்து விரிவாகக் கூற வேண்டும். தணிக்கையின் நோக்கம், தணிக்கையின் பரப்பு, தணிக்கை அடிப்படைகள், தணிக்கைச் செயல்முறை குறித்து தெளிவாக விரிவாக எடுத்துரைக்க வேண்டும். தணிக்கையில் பின்பற்றப்படவுள்ள தணிக்கைக் கருவிகள், சோதனைத் தணிக்கையில் பின்பற்றவுள்ள மாதிரி முறைகள் குறித்தும் எடுத்துரைக்க வேண்டும். தணிக்கையின் வேண்டுகோள்கள், தணிக்கை ஐயங்கள் மற்றும் தணிக்கைக் கருத்துகள் முதலியனவற்றிற்கு குறித்த காலத்திற்குள் தக்க விளக்கம் அளிக்க வேண்டியதன் முக்கியத்துவம் குறித்து தெளிவு படுத்தி, விளக்கம் அளிப்பதற்குரிய காலகட்டம் குறித்து நிர்ணயம் செய்ய வேண்டும். மேலும், தணிக்கை ஒரு மூன்றாம் தரப்பினரையோ அல்லது வெளியிலிருந்து ஆலோசகரையோ பயன்படுத்தத் திட்டமிட்டிருந்தால், அதனைக் குறித்தும் தெளிவு படுத்த வேண்டும்.

தணிக்கை தொடக்கக் கூட்டத்தில் தணிக்கை நிறுவனம் குறித்த குறிப்புகளைக் எடுத்துக் கூறலாம். தணிக்கை செய்யப்படும் நிறுவனம் தன் கருத்தை தணிக்கைக்கு வெளிப்படையாக தெரிவிக்க வேண்டும். தணிக்கையின் நோக்கத்தில், பரப்பில் மற்றும் தணிக்கை அணுகுமுறை குறித்த தனது கருத்துக்களை, அவற்றை ஏற்பது அல்லது மறுப்பது அல்லது மாற்றியமைப்பது குறித்த கருத்துக்களைத் தெளிவு படுத்த வேண்டும்; அதற்கு ஒப்புதல் அளிக்க வேண்டும். முக்கியமாக தணிக்கை பின்பற்றவுள்ள தணிக்கை அடிப்படைகள் குறித்தும், அவற்றை ஏற்பது குறித்தும் கருத்து தெரிவிக்க வேண்டும். தணிக்கையில் முக்கியமாகக் கவனிக்க வேண்டிய நிர்வாகப் பிரிவுகள் மற்றும் நிர்வாக செயல் முறைகள் குறித்தும், தணிக்கையின் ஆலோசனை தேவைப்படும் பிரிவுகள் மற்றும் நிர்வாக செயல்முறைகள் குறித்தும் தணிக்கை செய்யப்படும் நிறுவனம் தனது கருத்தைப் பதிவு செய்ய வேண்டும். தணிக்கை மூன்றாம் தரப்பினரையோ அல்லது வெளியிலிருந்து ஆலோசகரையோ பயன்படுத்தத் திட்டமிட்டிருப்பது குறித்து தணிக்கை செய்யப்படும் நிறுவனம் கருத்துத் தெரிவிக்க வேண்டும்; அதற்கு ஒப்புதல் வழங்க வேண்டும். மேற்கண்ட விடயங்களில், இரு தரப்பினரிடையே வேறுபாடு இருக்குமானால், அவற்றைக் கலந்து ஆலோசித்து, ஒருமித்த கருத்து எட்டப்பட வேண்டும்.

இந்தக் கூட்டத்தில் இரு தரப்பினரும் விளக்கக் காட்சி (Presentation) அல்லது காணொலிக் காட்சி மூலம் விளக்குவது இலகுவாக இருக்கும். அல்லது, அச்சிடப்பட்ட குறிப்புகளைப் பகிர்ந்து கொள்வது பலனளிக்கும். ஆனால் அவற்றைப் பயன்படுத்துவது கட்டாயமில்லை.

கூட்டத்தின் முடிவில் கூட்டத்தில் பகிரப்பட்ட கருத்துக்களை, குறிப்புகளை கூட்டக் குறிப்புகளில் பதிவு செய்ய வேண்டும். அதில் இரு தரப்பிலிருந்தும், உரிய அதிகாரிகள் கையொப்பமிட்டு ஆவணப்படுத்த வேண்டும். இந்தக் கூட்டத்தில் எடுக்கப்படும் முடிவுகள் தணிக்கை முழுமையும் பின்பற்றப்பட வேண்டியதால், இந்தக் கூட்டத்தில் மிக கவனமான, திடமான முடிவுகள் எடுக்கப்பட வேண்டும்.

15.3. தகவல்கள் வேண்டுதல்

தணிக்கைச் செயல்முறையின் தொடக்கப்புள்ளி தணிக்கைக்குத் தேவையான தகவல்களை வேண்டுதல். தணிக்கை மேற்கொள்வது குறித்த தகவல் தணிக்கை தெரியப்படுத்தும் போதே தணிக்கைக்குத் தேவையான தகவல்கள் குறித்த முதல் கட்ட பட்டியலை அளிக்க வேண்டியதன் தேவையை முன்பே கற்றிருந்தோம். முதல் கட்ட பட்டியலில் வேண்டப்பட்ட தகவல்கள், நிறுவனம் குறித்த பொதுவான தகவல்களாகவே இருக்கும். அதற்கு அடுத்த நிலையில் தணிக்கைக்குத் தேவைப்படும் குறிப்பிட்ட, சிறப்புத் தகவல்களை வேண்டுதல் தணிக்கைக்கு முக்கியமானதாகும்.

தணிக்கைக்குத் தேவையான தகவல்களை நிறுவனத்திடம் கேட்டுப் பெறுவதற்கு கால நிர்ணயம் ஏதுமில்லை. ஆனால், பொதுவாக தணிக்கைக்குத் தேவையான தகவல்களை தணிக்கையின் தொடக்கத்தில் கேட்டுப் பெற வேண்டும். ஆனாலும் தணிக்கை முடிவு நாளுக்கு முன்னர் வரை தணிக்கைக்குத் தேவையான தகவல்களையும் ஆவணங்களையும் கேட்டுப் பெறலாம். முதல்கட்டத் தணிக்கை வேண்டுதல்களில் தரப்பட்ட தகவல்களைத் தவிர்த்து பிற தகவல்களைக் கேட்டுப் பெற வேண்டும்.

அடுத்த முக்கியமான விடயம், தணிக்கைக்குத் தேவைப்படும் தகவல்களை பெற வேண்டிய வடிவம் மற்றும் படிவம் குறித்தது. பொதுவாகத் தணிக்கைக்குத் தேவையான தகவல்களை, நிறுவனத்தில் உள்ளது உள்ளபடியே பெறுவது சரியானதாகும். ஆனாலும், சில சூழலில் தணிக்கையர், தனக்குத் தேவையான படிவத்தில் தணிக்கைத் தகவல்களை வேண்டிப் பெறலாம். தகவல்களை எந்த வடிவத்தில் பெற்றாலும், தணிக்கை செய்யப்படும் நிறுவனத்தைச் சார்ந்த தகுந்த அதிகாரியால் சான்றளிக்கப்பட வேண்டும்.

தணிக்கைக்குத் தேவையான தரவுகளை எப்படிப் பெறுவது என்பது முக்கியமாக கவனிக்கப்பட வேண்டிய செயலாகும். தரவுகள் பெரும்பாலும் மென்பொருளாகப் பெறப்படுகின்றது. அவ்வாறு மென் பொருள் கொடுக்கப்பட்டது என்றும், எந்த வடிவத்தில் தரப்பட்டது என்றும், அதன் முக்கியமான சில கூறுகள் ஆகியவற்றை குறிப்பிட்டு, நிறுவனத்தின் தக்க அதிகாரம் பெற்ற அதிகாரியால் சான்றளிக்கப்பட வேண்டும். தரவுகள் மென்பொருள் வடிவில் இருப்பதால் அவற்றில் இலகுவாக மாற்றம் செய்ய முடியும். தணிக்கை செய்யப்பட்ட தரவுகளில் மாற்றம் ஏற்பட வாய்ப்பு உள்ளதால், தணிக்கையின் கருத்துக்களை மறுக்க முடியும். அது தணிக்கையின் தரத்தையும் நம்பகத் தன்மையையும் பாதிக்கும். ஆகவே தரவுகளைப் பெறும் போது அவற்றுடன் தரவுகளின் அடிப்படைகளைக் குறித்த சான்றிதழைப் பெற வேண்டியது மிக முக்கியம்.

தேவை கருதி வெளி நிறுவனங்களிடமிருந்தும் அலுவலகங்களி லிருந்தும் தகவல்களைப் பெற வேண்டிய சூழ்நிலை ஏற்படலாம். அதற்குத் தடை ஏதும் இல்லை. ஆனால் அவ்வாறு தகவல்களைத் திரட்டும் போது, தணிக்கை செய்யப்படும் நிறுவனத்திற்கு தெரியப்படுத்த வேண்டியது தணிக்கையின் கடமை. சில சூழல்களில், தணிக்கை செய்யப்படும் நிறுவனத்தையே பிற நிறுவனங்களிடமிருந்து வேண்டிய தகவல்களை, பெற்றுத்தரக் கோரலாம். ஆனால், எச்சூழலிலும், தணிக்கை செய்யப்படும் நிறுவனத்திற்குத் தெரியாமல், தணிக்கை நிறுவனத் தகவல்களையோ அல்லது வெளியிலிருந்து பெறப்பட்ட தகவல்களையோ தணிக்கைக்குப் பயன்படுத்தக் கூடாது.

தணிக்கை வேண்டுதல்களில் தகவல்களைக் குறிப்பிட்ட கால வரையறைக்குள் வழங்க வேண்டும் என்ற விண்ணப்பத்தை வைக்க வேண்டும். அவை குறிப்பிட்ட காலத்திற்குள் வழங்கப்படுவதை உறுதி செய்ய வேண்டும்.

சில சூழலில் தணிக்கை செய்யப்படும் நிறுவனம் வேண்டிய தகவல் களையும், ஆவணங்களையும் தரமுடியாமல், தராமல் போகலாம். அது தற்செயலாகவோ, இயலாமையாலோ, அல்லது திட்டமிட்டோ நடைபெறலாம். அவ்வாறு தராமல் போன தகவல்களை, அவற்றின் இன்றியமையாமை கருதி, தணிக்கை அறிக்கையில் குறிப்பிட வேண்டும். அதனை நோக்கக் கட்டுப்பாடு/ தடை என்று கருத வேண்டும். அது தணிக்கைத் தடையைவிட மிகவும் முக்கியமானதாகக் கருத வேண்டும்.

15.4. விளக்கம் கேட்டல்

தணிக்கையின் போது தணிக்கையருக்கு பல்வேறு விதமான ஐயங்கள் ஏற்படலாம். அந்த ஐயங்களுக்கு விளக்கம் கேட்டுப் பெறுவது முக்கியமான தணிக்கை நடவடிக்கையாகும். தணிக்கையின் கருத்துக்களுக்கு, தணிக்கை விளக்கங்கள் அடிப்படையாக அமைகின்றன என்பதை நினைவில் கொள்ள வேண்டும். தணிக்கையர் விளக்கம் கேட்பதென்பது, தணிக்கை வேண்டுதல்களுக்கும், தணிக்கைத் தடைகளைத் தெரியப்படுத்துவதற்கும் இடைப்பட்ட நிகழ்வாக, இரண்டிற்குமிடையே ஒரு பாலமாக அமைகின்றது.

தணிக்கையின் போது கோப்புகளையும், ஆவணங்களையும், தரவு களையும் ஆய்வு செய்யும் போது தணிக்கையின் அடிப்படைகளையும், நிறுவனத்தின் நடவடிக்கைகளையும் ஆய்வு செய்யும் போது, தணிக்கையரின் புரிதலில் குறைபாடும், இடைவெளியும் ஏற்படுவது இயல்பே. மேலும், தணிக்கையரின் அனுபவத்திலும், அவரின் திறனிலும், அவரிடம் இயல்பாகவே இருக்கும் மெய்ப்பொருள் காணும் அறிவு பல்வேறு ஐயங்களை அவருள் எழுவது இயல்பே. அவ்வாறு எழும் ஐயங்களையும் வினாக்களையும் தணிக்கை நிறுவனத்திடம் விளக்கம் கேட்டு, தணிக்கையரின் புரிதலில் உள்ள குறைபாட்டையும், இடைவெளியையும் நீக்குதல் வேண்டும். தணிக்கை விளக்கம் கேட்பதென்பது ஏன், எதற்கு, எப்பொழுது, எப்படி, எது, என்ன போன்ற வினாக்களுக்கு விடை தேடும் வகையில் அமையும். மேற்கண்ட வினாக்களுக்கு, பொதுப்படையான விளக்கம் போதுமானதாக இருப்பதில்லை. தெளிவான, குறிப்பான, வினாவிற்கு நேரடியாக பதிலளிக்கும் வகையிலான விளக்கங்கள் தேவை.

தணிக்கையருக்கு ஏற்படும் ஐயங்களையும் வினாக்களையும் தணிக்கை நிறுவனத்தின் பணியாளர்களிடம், விவாதம் செய்து தெளிவு பெறுவதற்கு வாய்ப்பு உள்ளது. ஆனால் தணிக்கைச் சான்றுகளின் அடிப்படையில் அமைவதால், நிறுவனம் தரும் விளக்கத்தை சான்றுகளாக்கி தணிக்கைக்குப் பயன்படுத்த வேண்டியது கட்டாயமாகிறது. தணிக்கையின் போது பின்பற்ற வேண்டிய தணிக்கை அடிப்படைகள் குறித்து ஐயமின்றி புரிந்து கொள்வது இன்றியமையாதது. அதனை உறுதி செய்து கொள்ள உரிய விளக்கங்களைக் கேட்டுப் பெற வேண்டும்.

தணிக்கையர் கேட்கும் விளக்கங்கள் மிகவும் கூர்மையானதாகவும், தெளிவானதாகவும் அமைய வேண்டும். எந்தச் சூழலில், நிறுவனத்தின் எந்தச் செயல்முறையில், எந்தக் குறிப்பிட்ட நிகழ்வில் ஐயம்/வினா எழுகிறது என்பதை விரிவாகக் கூற வேண்டும். தேவைப்பட்டால்

ஐயம் எழுவதற்கான காரணத்தை குறிப்பாக விவரித்து, தணிக்கையில் ஏற்பட்ட ஐயங்களுக்கு விளக்கம் கேட்கலாம்.

தணிக்கை விளக்கத்தில், தணிக்கை வேண்டுகோள்களில் கிடைக்கப் பெற்ற தகவல்களின் அடிப்படையில், கூடுதல் தகவல்களைக் கேட்கலாம். அவை ஐயங்களாகவும், வினாக்களாகவும் இல்லாமல், ஏற்கனவே கிடைக்கப் பெற்ற தகவல்களின் அடிப்படையில் கூடுதல் தகவல்களைக் கேட்கலாம். தணிக்கை விளக்கத்தில், தணிக்கையர் தன்னுடைய புரிதலைக் குறிப்பிட்டு அது குறித்து, நிறுவனத்தின் கருத்தைக் கேட்டுப் பெறலாம். அவ்வாறு கேட்கும் போது, நிறுவனம் தணிக்கையின் புரிதலை சரியென ஏற்றுக் கொள்ளலாம்; அவற்றில் சிறு மாற்றங்களைக் கூறலாம்; அல்லது முழுமையாக மறுத்துக் கூறலாம்.

தணிக்கையின் விளக்கம் கேட்பதென்பது உண்மை நிலவரத்தைப் புரிந்து கொள்ளும் நோக்கிலானது. நிறுவனம் தரும் விளக்கங்களைப் பெறுவதோடு முடிவதல்ல. நிறுவனம் விளக்கம் கொடுக்கும் போது, அந்த விளக்கத்தில் கூறப்பட்டுள்ள தகவல்களுக்கு தக்க சான்றுகளையும் இணைத்து அளிக்க வேண்டும். அந்த சான்றுகளை ஆய்வு செய்து, அந்த ஆய்வின் அடிப்படையில்தான் தணிக்கை, நிறுவனம் அளித்த விளக்கத்தைப் பரிசீலனை செய்ய வேண்டும். தரவுகளை நன்கு ஆய்வு செய்து, அதில் கிடைக்கும் தெளிவுகளின் அடிப்படையில், நிறுவனத்தின் விளக்கத்தை ஆய்வு செய்ய வேண்டும்.

தணிக்கை விளக்கம் கோராமல், தணிக்கைத் தடைகளை நேரடியாக முடிவு செய்வது அரிதாக நிகழும் தணிக்கை நடைமுறை என்பதைக் கருத்தில் கொள்க.

15.5. கண்டுபிடிப்புகளை முடிவு செய்தல்

தணிக்கை செய்த கள ஆய்வின் முடிவில் தணிக்கைக் கண்டு பிடிப்புகளை முடிவு செய்ய வேண்டும். தணிக்கை அடிப்படை களுக்கும், தணிக்கையில் கண்டறியப்பட்ட நிறுவனத்தின் கள/ உண்மை நிலவரத்திற்கும் இடையிலுள்ள இடைவெளியே தணிக்கைத் தடையாக உருவெடுக்கிறது. இரண்டிற்குமுள்ள இடைவெளியை காரண காரியங்களோடும், அதன் விளைவுளோடும் வெளிப்படுத்துவது/ பதிவிடுவது தணிக்கைக் கண்டுபிடிப்பாகும்.

தணிக்கைத் தடைகளை முடிவு செய்வதன் செயல்முறை குறித்து தெளிவாக அறிந்து கொள்வது மிக முக்கியமாகும். அதனைச் செயல் படுத்துவது மிக முக்கியமாகும். தணிக்கைத் தடைகளை முடிவு செய்வதற்குத் தணிக்கை வேண்டுகோள்களுக்கு அளிக்கப்பட்ட

தகவல்களையும், தணிக்கை விளக்கங்களையும் தணிக்கைக் கருவிகளை கொண்டு ஆய்வு செய்து முடிவுகள் மேற்கொள்ளப்பட வேண்டும். தணிக்கையில் எட்டப்பட்ட முடிவுகளை ஒப்பீட்டளவுடன் (Materiality) ஆய்வுக்கு உட்படுத்த வேண்டும். ஒப்பீட்டளவு என்பது நிதியறிக்கைகளில் கூறப்பட்டுள்ள நிதித்தகவல்களில் உள்ள தவறின் அளவு-குறிப்பாக எண்களில் உள்ள தவறுகள், நிதியறிக்கையின் உண்மைத் தன்மையைக் குறிப்பிட்ட அளவில் மாற்றும் அல்லது தாக்கத்தை ஏற்படுத்தும் என்று தணிக்கையர் கருதும் அளவைக் குறிக்கும். அந்த அளவை நிர்ணயிக்கும் உரிமை தணிக்கையருக்கு மட்டுமே உண்டு. நிர்ணயிக்கப்பட்ட ஒப்பீட்டளவை தணிக்கை செய்யப்படும் நிறுவனத்திற்குத் தகவல் தெரிவிக்க வேண்டும். தணிக்கை நிர்ணயித்த ஒப்பீட்டளவைவிட அதிகமாக இருக்கும் நிலையில், அதனைத் தணிக்கைத் தடையாக உருவாக்க வேண்டும். அந்த ஒப்பீட்டளவிற்கு குறைவான விளைவுகளை ஏற்படுத்தவல்ல தணிக்கைக் கண்டுபிடிப்புகள் தணிக்கைத் தடைகளாக உருப்பெறுவதில்லை.

நிறுவனத்தின் முன்னேற்றத்திற்குத் தூண்டடக்கூடிய, விளைவுகளை ஏற்படுத்துகின்ற தணிக்கைத் தடைகளை கண்டறிவது மிக முக்கியமான தணிக்கைச் செயல்முறையாகும். விளைவுகளைக் கண்டறிவதற்கு முக்கியமான இரு கூறுகளைக் கவனத்தில் கொள்ள வேண்டும். முதலாவதாக, தணிக்கை அடிப்படைக்கும், உண்மை நடப்பிற்குமான இடைவெளியால் *(1)* ஏற்படக்கூடிய பண இழப்பு, *(2)* மோசடி நடப்பதற்குரிய வாய்ப்பு, *(3)* நிறுவனத்தின் நிலைத்தன்மையை பாதிக்கும் வாய்ப்பு, *(4)* நிதியறிக்கை/நிறுவனத்தின் நம்பகத் தன்மையை பாதிக்கும் வாய்ப்பு, *(5)* பயனீட்டாளர்களின் எதிர்பார்ப்பு களுக்கு ஏற்ப அமைதல் போன்றவற்றை ஆய்வு செய்ய வேண்டும். அந்த விளைவின் அடிப்படையில், மேற்கண்ட விடயங்களுக்கு கிடைக்கும் விடைகளின் அடிப்படையில் தணிக்கைத் தடையை முடிவு செய்ய வேண்டும். இரண்டாவதாக, மேற்குறிப்பிட்ட இடைவெளி *(1)* கவனக் குறையால் அல்லது அறியாமையால் ஏற்பட்டதா *(2)* தனிநபரால் அல்லது நிறுவனத்தால் திட்டமிட்டு நிகழ்த்தப்பட்டதா *(3)* மோசடி செய்யும் அல்லது ஏமாற்றும் நோக்கில் செய்யப்பட்டதா என்பன போன்றவற்றைக் கருத்தில் கொண்டு ஆய்வு செய்ய வேண்டும். மேற்கண்ட விளைவுகளின் அடிப்படையில், தணிக்கைத் தடைகளை முடிவு செய்ய வேண்டும். விளைவுகளை ஆய்வு செய்யும் போது, உடனடியாக ஏற்படும் விளைவுகள், நீண்டகாலத்தில் ஏற்படும் விளைவுகள் மற்றும், இடைக் காலத்தில் ஏற்படுத்தும் விளைவுகளைக் கருத்தில் கொள்ள வேண்டும்.

தணிக்கைத் தடையின் வடிவம் எப்படி அமைய வேண்டும் என்பதை தணிக்கையர் அறிந்து கொள்ள வேண்டும். தணிக்கைத் தடை ஐந்து பிரிவுகளாக இருக்க வேண்டும்.

1. தணிக்கை செய்யப்படும் நிகழ்வு தொடர்பான அடிப்படை களைத் தெளிவாக, முழுமையாகக் குறிப்பிட வேண்டும்.

2. தணிக்கை நிறுவனத்தில் அந்த நிகழ்வு தொடர்பான உண்மை, கள நிலவரத்தை முழுமையாகப் பதிவு செய்ய வேண்டும்.

3. தணிக்கை அடிப்படைக்கும், கள நிலவரத்திற்கும் இடையேயான தொடர்பு மற்றும் அவற்றிற்கிடையேயான இடைவெளி; தணிக்கை அடிப்படையிலிருந்து கள நிலவரம் விலகிச் சென்ற விதத்தை விளக்குதல்.

4. மேற்கண்ட இடைவெளிக்கான மற்றும் விலகிச் சென்றதற்கான காரணம், அது நிகழ்ந்த சூழல், அதற்கான நிர்வாகத்தின் பொறுப்பு.

5. மேற்கண்ட இடைவெளி மற்றும் விலகிச் சென்றது எற்படுத்தும் விளைவுகள்; நேர்மறை மற்றும் எதிர்மறை விளைவுகள்.

மேற்கண்ட வரிசையில் முதல் மூன்றும் தணிக்கைக் கண்டு பிடிப்புக்கு மிக முக்கியமானவை. கடைசி இரண்டும், கட்டாயமில்லை என்றாலும், அவை தணிக்கையின் தரத்தை மேம்படுத்தும் விதத்தில் அமைவன. மேற்கண்ட வடிவம் ஒரு மாதிரி வடிவமாகும். அதன் வடிவத்தை தணிக்கையர் முடிவு செய்து கொள்ளலாம்; தேவை கருதி மாற்றியமைத்துக் கொள்ளலாம். ஆனால், மேலே பட்டியலிடப்பட்ட கூறுகள் அனைத்தும் இடம் பெற வேண்டும். வரிசையில் மாற்றம் இருக்கலாம். கூறுகளை இழக்கலாகாது. தெளிவாகக் கட்டமைக்கப் பட வேண்டும். வடிவத்தையும் கடந்து தணிக்கைத் தடைகளில் பயன் படுத்தக்கூடிய வார்த்தைகளை மிகவும் கவனமாகத் தேர்ந்தெடுக்க வேண்டும். பொதுவாக தணிக்கை அறிக்கைகள் ஆங்கிலத்தில்தான் பதிவு செய்யப்படுகின்றன. ஆங்கிலத்தில் ஒரு சொல் பல பொருட்களை தரவல்லது. தணிக்கை அறிக்கைகளில் பயன்படுத்தும் சொற்கள் குறிக்கும் பொருளை கவனிக்க வேண்டும். சரியான சொல்லைப் பயன் படுத்தித் தணிக்கை அறிக்கை பதிவு செய்வதால் (1) தணிக்கையின் கருத்து பயனாளிகளால் தெளிவாகப் புரிந்து கொள்ள முடிகிறது, (2) நிறுவனத்தால் தணிக்கைத் தடை ஏற்கத் தக்கதாகிறது. ஆகவே சரியான சொற்களைப் பயன்படுத்தி, தக்க சான்றுகளைக் கொண்டு, தெளிவாகப் பதிவு செய்யப்பட்ட தணிக்கைத் தடை சிறப்பான விளைவுகளை ஏற்படுத்தும்.

மேற்கண்ட தணிக்கைக் கண்டுபிடிப்பிலிருந்து நிறுவனம் மேற்கொள்ள வேண்டிய நடவடிக்கைகள் குறித்து பரிந்துரைகளைக் கூற வேண்டும். அவ்வாறு தணிக்கை வழங்கக் கூடிய மேல் நடவடிக்கை குறித்த பரிந்துரைகள், ஆழ்ந்து ஆய்வு செய்து மிகவும் பொருத்தமானதாக வழங்க வேண்டும். தணிக்கை வழங்கவல்ல ஆலோசனைகள் (1) தணிக்கை கண்டறிந்த தவற்றை நிவர்த்தி செய்வதாகவும், (2) நிறுவனத்தில் நடைமுறைப்படுத்த வல்லதாகவும், (3) குறைந்த செலவில் செயல் படுத்தத் தக்கதாகவும், (4) தீய பக்க விளைவுகள் ஏற்படுத்த முடியாத தாகவும் (5) எளிமையானதாகவும் இருக்க வேண்டும். ஒரு தணிக்கைக் கண்டுபிடிப்புக்கு ஒன்றுக்கு மேற்பட்ட தணிக்கை பரிந்துரைகள் இருக்கலாம். அவற்றின் ஒட்டு மொத்த விளைவைக் கருத்தில் கொண்டு தணிக்கைத் தரும் பரிந்துரைகளை முடிவு செய்ய வேண்டும். தணிக்கை வழங்கும் பரிந்துரைகள் குறித்து நிறுவனத்தின் கருத்தைக் கேட்டறிய வேண்டும். நிறுவனத்தின் கருத்தைப் பரிசீலித்த பின்தான் தணிக்கை பரிந்துரைகளை இறுதி செய்ய வேண்டும். தேவைப்படின், நிறுவனத்தின் கருத்துக்களின் அடிப்படையில் பரிந்துரைகளை மாற்றியமைக்கலாம். அல்லது நிறுவனத்தின் கருத்து ஏற்புடையது இல்லையெனில், தணிக்கையர் தனது பரிந்துரையை மீண்டும் வலியுறுத்திக் கூறலாம்.

தணிக்கை அடிப்படையிலிருந்து தணிக்கை பரிந்துரை வரை உள்ள நிலைகளை ஒரு தொடராகக் கருத வேண்டும். அவை ஒன்றுக்கொன்று தொடர்புடையதாக, ஒன்றின் மேல் ஒன்றாக அடுக்கப்பட்ட கட்டமைப்பாகக் கருத வேண்டும். விளக்கப்படம் 12ஐ கவனிக்க.

விளக்கப்படம் - 12 தணிக்கைச் செயல் முறைகளின் தொடர் நிகழ்வுகள்

அமைப்பு/திட்டத்தின் நோக்கம்-> தணிக்கையின் நோக்கம் -> தணிக்கை அடிப்படை->நிறுவன கள நிலவரம்-> தணிக்கை கண்டறிந்தது-> தணிக்கை பரிந்துரை

இந்தத் தொடர் சரியாக அமையும் போது தணிக்கை முடிவுகள் - தணிக்கைக் கண்டுபிடிப்புகளும் ஆலோசனைகளும் - சரியானதாகவும் சிறப்பானதாகவும் அமையும். தணிக்கையின் நோக்கம், கண்டுபிடிப்பு மற்றும் தணிக்கை பரிந்துரைகள் அனைத்தும் ஒன்றுக்கொன்று நேரடித் தொடர்புள்ளதாகவும், அனைத்தும் ஒரே நேர்கோட்டில் அமைவதாகவும் இருக்க வேண்டும். இவ்வாறு அமைவதை அட்டவணை - 17இல் உள்ளது போல் பொருத்திப் பார்ப்பதன் மூலம் உறுதி செய்யலாம்.

அட்டவணை - 17

தணிக்கை நோக்கம் மற்றும் முடிவுகளுக்கிடையிலான தொடர்பு

தணிக்கை நோக்கம்	தணிக்கை அடிப்படைகள்	தணிக்கை சான்றுகள்	தணிக்கைக் கண்டுபிடிப்புகள்	தணிக்கை முடிவுகள்	தணிக்கைப் பரிந்துரைகள்

தணிக்கை நோக்கம்-முடிவுகள் அட்டவணையில் இடம் பெறும் குறிப்புகள் ஒன்றுக்கொன்று தொடர்புடையதாக இருக்க வேண்டும். தணிக்கைக் கண்டுபிடிப்புகள் தணிக்கை நோக்கத்திற்கு நேரடித் தொடர்புடையதாகவும், அந்தக் கண்டுபிடிப்புகளின் அடிப்படையிலேயே தணிக்கை முடிவுகளை மேற்கொள்ள வேண்டும். தணிக்கை முடிவுகளின் அடிப்படையில், நிறுவனத்தை மேம்படுத்தவல்ல பரிந்துரைகளை தணிக்கை நிறுவனத்திற்குத் தெரிவிக்க வேண்டும்.

இவையெல்லாம் ஒரே நேர்கோட்டில் அமைய வேண்டியது மிக முக்கியம். தொடர்பில்லாமல் கிடைக்கும் தணிக்கைக் குறிப்புகளும், தணிக்கை முடிவுகளும், நிறுவனத்தில் உள்ள தவறுகளையும், குறை களையும் சுட்டிக் காட்டுவதாக இருக்கலாம். ஆனால், நிறுவனத்தின் திட்டமிட்ட மேம்பாட்டுக்கான உத்திகளை வெளிப்படுத்துவதில்லை. தணிக்கை திட்டமிட்ட நிகழ்வாக தணிக்கை செய்யும் போது மேற்குறிப்பிட்டவை யாவும் நேர்கோட்டில் அமையும்.

15.6.கண்டுபிடிப்புகளைத் தெரியப்படுத்துதல்

தணிக்கைத் தடைகளை / கண்டுபிடிப்புகளை முடிவு செய்தவுடன், அதனைத் தணிக்கை செய்யப்படும் நிறுவனத்தின் நிர்வாகத்திற்கு அனுப்பி, நிறுவனத்தின் கருத்தைக் கேட்டுப் பெற வேண்டும். பொதுவாகத் தணிக்கைத் தடைகளை நிர்வாகத்தின் தலைவருக்கு, அதாவது அதன் மேலாண்மை இயக்குனருக்கு முகவரியிட்டு அனுப்ப வேண்டும். ஆனால், அதனைத் தணிக்கை ஒருங்கிணைப்பாளரிடம் வழங்க வேண்டும். தணிக்கை ஒருங்கிணைப்பாளர் நிறுவனத்தில் பொருத்தமான, தகுதியுடைய பணியாளரிடமிருந்து தகுந்த விளக்கம் பெற்று, அதனை நிர்வாகத் தலைமையின் ஒப்புதலோடு தணிக்கைக்கு குறித்த காலத்திற்குள் அளிக்க வேண்டும்.

பொதுவாகத் தணிக்கைக் கண்டுபிடிப்பு அட்டவணை அமைப்பிலோ அல்லது வழக்கமான அறிக்கை வடிவிலோ தயாரிக்கப்பட வேண்டும். அட்டவணை அமைப்பைப் பின்பற்றுவது, நிறுவனத்தின் விளக்கத்தைப் பரிசீலிக்கும் போது இலகுவாக இருக்கும். அட்டவணை மாதிரியிலான தணிக்கைக் கண்டுபிடிப்புப் படிவம் விளக்கப்படம் 13இல் தரப்பட்டுள்ளது.

விளக்கப்படம் - 13 மாதிரி தணிக்கைக் கண்டுபிடிப்புகள் படிவம்

மேலாண் அதிகாரி, ………… நிறுவனம்.		தணிக்கைக் கண்டுபிடிப்பு எண்:………… நாள்:………………………
பத்தி எண்	தணிக்கைக் கண்டுபிடிப்புகள்	நிறுவன நிர்வாகத்தின் விளக்கம்
	தணிக்கைக் கண்டுபிடிப்பு குறித்த விளக்கம்	
	தணிக்கை தரும் பரிந்துரை(கள்)★	
★குறிப்பு: மேலே தணிக்கையில் அறிவுறுத்தப்பட்ட ஆலோசனைகள் தற்காலிகமானவை. இறுதித் தணிக்கை அறிக்கை அளிக்கும் வரை நடவடிக்கை எடுக்கத் தேவையில்லை.		
தணிக்கைப் பொறுப்பு அதிகாரி		நிறுவனத்தின் தலைமை அதிகாரி

தணிக்கைக் கண்டுபிடிப்புடன் பிற்சேர்க்கை ஏதும் இருக்குமாயின், அதுவும் தணிக்கைக் கண்டுபிடிப்புடன் நிறுவனத்திற்கு வழங்கப்பட வேண்டும். தணிக்கைக் கண்டுபிடிப்புக்கு விளக்கம் அளிக்க வேண்டிய கால வரம்பு தெளிவாகக் குறிப்பிடப்பட வேண்டும். ஒரு நல்ல தணிக்கைக் கண்டுபிடிப்பானது, அந்தக் கண்டுபிடிப்புகளுக்குத் தொடர்புடைய தணிக்கை வேண்டுதல்களையும், தணிக்கை விளக்கக் கோரல்களையும் குறிப்பிட்டு, தணிக்கை ஆய்வு மேற்கொண்ட செயல்முறையைக் குறிப்பிடுவதாக இருக்க வேண்டும்.

சில தணிக்கைக் கண்டுபிடிப்புகள் மிகவும் முக்கியமானதாகவும், தொழில் இரகசியம் சார்ந்ததாகவும், போட்டித் தொழில் நிறுவனங்களுக்கு சாதகமான தகவல்களைத் தருவதாகவும் இருக்கலாம். அத்தகைய தணிக்கைக் கண்டுபிடிப்புகளைப் பற்றி நிறுவனத் தலைமையுடன் நேரடியாக விவாதிக்கலாம்; அல்லது தெரியப்படுத்தலாம். இந்த வகைச் சூழல் பெரும்பாலும் அரசுத்துறைத் தணிக்கையில்-சட்டப் பிரச்சனை, பாதுகாப்பு, பிற நாட்டுடனான நல்லுறவு முதலியன-நிலவுவதற்கு வாய்ப்பு உண்டு. ஆகவே அதிக கவனத்துடன் கையாளவேண்டும்.

தணிக்கைக் கண்டுபிடிப்பு நிறுவனத்திற்கு தெரியப்படுத்தப் பட்ட பின்னர், நிறுவனம் தன்னுடைய விளக்கத்தை, மறுப்பை நிறுவனத்தின் விரிவான மறுமொழியை தணிக்கைக் குழுவிடம் குறித்த காலத்திற்குள் வழங்க வேண்டும். மறுமொழியுடன், அதில் கூறப்பட்டுள்ள விளக்கத்திற்கு வலு சேர்க்கும் விதமாக, தக்க சான்றுகளையும் இணைத்து அனுப்ப வேண்டும். நிறுவனத்தின் மறுமொழி தணிக்கைக் கண்டுபிடிப்பில் கூறப்பட்டுள்ள பதிவுகளுக்கு நேரடியாக விளக்கம் தருபவைகளாக இருக்க வேண்டும். அதேபோல், தணிக்கைக் கண்டுபிடிப்பில் பதிவு செய்யப்பட்ட ஆலோசனைகள் குறித்த நிறுவனத்தின் கருத்தும், மறுமொழியில் இடம் பெற வேண்டும்.

தணிக்கைக் கண்டுபிடிப்புகளுக்கு மறுமொழி அளிக்க மேலும் கால அவகாசம் வேண்டுமெனில், தணிக்கையுடன் கலந்து ஆலோசித்து முடிவெடுக்கலாம். மேலும், தணிக்கைக் கண்டுபிடிப்புகளுக்கு, தணிக்கை முடிவுக்கு வரும் முன்னர், இடைக்கால/ தற்காலிக மறுமொழி கொடுப்பதும் உண்டு. இறுதி மற்றும் முழு மறுமொழி காலம் தாழ்த்தி வழங்கப் படலாம். இறுதி மற்றும் முழு மறுமொழியைப் பரிசீலிப்பது அவசியம்.

15.7. நிறுவனத்தின் விளக்கத்தைப் பரிசீலித்தல்

தணிக்கைக் கண்டுபிடிப்புகளுக்கு நிறுவனம் அளித்த மறுமொழியை முழுமையாகப் பரிசீலிக்க வேண்டும். தணிக்கையர் நிறுவனத்தின் மறுமொழியை நிராகரித்து தணிக்கைக் கண்டுபிடிப்பை தணிக்கைத் தடையாக மாற்றுவதற்கு வாய்ப்பு உண்டு. ஆகவே, தணிக்கைக் கண்டுபிடிப்புக்கு நிறுவனம் அளிக்கும் மறுமொழி, தணிக்கைக் கண்டுபிடிப்பைக் கைவிடுவதற்கு வாய்ப்பு உள்ளதால், நிறுவனத்தின் மறுமொழியை முழுமையாக பரிசீலிக்க வேண்டும். தணிக்கை அறிக்கையை இறுதி செய்வதற்கு முன்னர், தணிக்கைத் தடை குறித்து முடிவு செய்வதால் தேவையற்ற தணிக்கைத் தடையை/ கண்டுபிடிப்பை நிறுவனத் தலைவரிடமோ அல்லது நிறுவனத்தின் இயக்குநர் குழுவிடமோ அளிப்பதைத் தவிர்க்க முடிகிறது.

நிறுவனத்தின் மறுமொழியைப் பரிசீலிக்கும் போது சில முக்கிய கூறுகளை கவனிக்க வேண்டும். அவை:

1. மறுமொழி குறித்த காலத்தே, உரிய அதிகாரியின் ஒப்புதலுடன் வழங்கப்பட்டுள்ளதா? இது தணிக்கைச் செயல்முறை தொடர்பான ஆய்வாகும்.

2. மறுமொழி அனைத்து தணிக்கைக் கண்டுபிடிப்புகளுக்கும் முழுமையாக வழங்கப்பட்டுள்ளதா? மறுமொழி தரப்படாத தணிக்கைக் கண்டுபிடிப்பு தணிக்கைத் தடையாக மாற்று வதற்குப் பரிசீலிக்கலாம்.

3. மறுமொழியில் கொடுக்கப்படும் விளக்கத்துடன் தக்க மற்றும் போதுமான சான்றுகள் பிற்சேர்க்கையாக இணைக்கப் பட்டுள்ளதா? போதுமான சான்றுகள் இல்லாமல் தரப்படும் விளக்கம் ஏற்புடையதல்ல. தணிக்கைத் தடையாக மாற்ற முயற்சிக்க வேண்டும்.

4. தணிக்கையின் கண்டுபிடிப்பை நிறுவனத்தின் நிர்வாகம் ஏற்றுக்கொண்டுள்ளதா? ஏற்றுக் கொண்ட தணிக்கைக் கண்டு பிடிப்பு தணிக்கைத் தடையாக மாற்றம் பெறும். தணிக்கைக் கண்டுபிடிப்பின் அடிப்படையில், தணிக்கை தரும் ஆலோசனையை ஏற்றுக் கொண்டதா என்பதையும் கருத்தில் கொள்ள வேண்டும்.

5. தணிக்கைக் கண்டுபிடிப்பதை ஏற்காமலிருப்பதற்கு, நிறுவனம் கொடுக்கும் விளக்கம் ஏற்புடையதா? விளக்கம் ஏற்புடைய தாயின், தணிக்கைக் கண்டுபிடிப்பைக் கைவிட வேண்டும். விளக்கம் ஏற்புடையதல்ல எனில், ஏன் ஏற்புடையதல்ல என்ற விளக்கத்தையும் இணைத்து, தணிக்கைக் கண்டுபிடிப்பைத் தணிக்கைத் தடையாக மாற்ற வேண்டும்.

6. சில சூழலில், தணிக்கைக் கண்டுபிடிப்பில் குறிப்பிட்டுள்ள தகவல்களை நிறுவனம் ஏற்றுக் கொள்ளலாம். மாறாக, தணிக்கையின் முடிவுக் கருத்தை ஏற்க மறுக்கலாம். அச்சூழலில், தணிக்கை முடிவுக் கருத்தைப் பரிசீலனை செய்யும்போது, வரிசை எண் 5இல் கூறப்பட்ட கருத்தைப் பரிசீலிக்க வேண்டும்.

7. தணிக்கையின் கண்டுபிடிப்பில் ஒரு பிரிவை ஏற்றுக்கொண்டும், மற்றதை மறுத்தும் விளக்கமளித்தால், அதனைத் தணிக்கையர் மிகக் கவனமாகப் பரிசீலிக்க வேண்டும். அச்சூழலில், தணிக்கையின் ஆய்வும், தணிக்கைக் கண்டுபிடிப்பை முடிவு செய்த செயல் முறையும் சரியாக செய்யப்பட்டதா என்பதை மறுபரிசீலனை செய்ய வேண்டும்.

8. தணிக்கை தரும் ஆலோசனையை நிறுவனம் ஏற்றுக் கொண்டால், அதனைத் தணிக்கை அறிக்கையில் சேர்க்கலாம். ஆலோசனை ஏற்கப்படாவிடின், அதற்கான காரணத்தை ஆராய்ந்து பார்த்து, ஆலோசனையில் தக்க மாற்றம் செய்து அறிக்கையில் இணைக்க வேண்டும்.

9. தணிக்கைக் கண்டுபிடிப்புகளுக்கு பதிலேதும் தராமல், அல்லது விளக்கம் பின்னர் தரப்படும் என்று பதிலளிக்கும் நிலை மையும் உண்டு. அத்தகு சூழலில், விளக்கம் தரப்படவில்லை

எனில், அதனை உயர் அதிகாரிகளின் கவனத்திற்குக் கொண்டு வரவேண்டும். அதன் பின்னரும், விளக்கம் தரப்படவில்லை யெனில் அதனை தணிக்கைத் தடையாக மாற்றி, அதில் விளக்கம் தரப்படவில்லை என்பதையும் பதிவு செய்ய வேண்டும்.

தணிக்கைக் கண்டுபிடிப்புகளை தணிக்கைத் தடைகளாக மாற்றும் நிகழ்வில் தணிக்கை அடிப்படைகளை கவனத்தில் கொள்ள வேண்டும். தணிக்கைச் சான்றுகள் சரியாகவும், வலுவாகவும் இருக்கும் சூழலில் மட்டுமே தணிக்கைத் தடைகளாகக் கருதப்படும்.

15.8. நிறைவுக் கூட்டம்

தணிக்கையர், தனது தணிக்கைப் பணியை முடித்த உடன், தணிக்கைக் கண்டுபிடிப்புகளையும், தடைகளையும் நிறுவனத்தின் நிர்வாகத்துடன் முழுமையாக விவாதிக்க வேண்டும். நிறைவுக் கூட்டம், பொதுவாக தணிக்கையின் இறுதி நாளில், குறித்த நேரத்தில், இரு தரப்பினரும் கலந்து கொண்டு நிகழ்த்தப்பட வேண்டும்.

நிறைவுக் கூட்டத்தில் தணிக்கை பின்பற்றிய செயல்முறை குறித்தும் அதற்கு நிறுவனம் கொடுத்த ஒத்துழைப்பு குறித்தும் தணிக்கையின் கருத்தைப் பதிவு செய்ய வேண்டும். அதோடு, இக்கூட்டத்தில் தணிக்கையர் தனது கண்டுபிடிப்புகளை நிறுவனத் தலைமையுடன் நேரடியாக விவாதிக்க வேண்டும். ஒவ்வொரு தணிக்கைக் கண்டுபிடிப்பையும், தெளிவாக விளக்கி, அந்தக் கண்டுபிடிப்பு குறித்த நிறுவனத்தின் மறுமொழியைக் கேட்டுப் பெற வேண்டும். நிறுவனம் எழுத்து மூலமாக விளக்கம் அளித்திருந்தாலும், கலந்துரையாடல் வகையிலான நேரடி விளக்கம் மிகவும் பயனுள்ளதாக அமையும்.

இங்கு ஒரு கேள்வி எழுகிறது. தணிக்கைக் கண்டுபிடிப்பு குறித்து நிறுவனம் எழுத்து மூலமாக மறுமொழி கொடுத்துவிட்டதால், நிறைவுக் கூட்டத்தில் விவாதிப்பதினால் என்ன பயன்? நிறுவனம் அதனது கருத்தை நேரடியாக விளக்கிக் கூறுவதால், தணிக்கையர் நன்கு புரிந்து கொள்ள வாய்ப்பு உள்ளது. அதேபோல், நிறுவனம், எழுத்து மூலமாக தரப்படும் விளக்கத்தைவிடக் கூடுதல் தகவல்களுடன் நீண்ட, தெளிவான விளக்கத்தை நேரடியாகத் தரமுடியுமாகையால், நிறைவுக் கூட்டத்தில் தரும் விளக்கம் தணிக்கையின் புரிதலை மேம்படுத்த உதவுகிறது. அவை தணிக்கைக் கண்டுபிடிப்பை, தடையை மறு பரிசீலனை செய்ய உதவுகிறது.

நிறைவுக் கூட்டத்தில் விளக்கக் காட்சியைப் பயன்படுத்தி தணிக்கைக் கண்டுபிடிப்புகளை விளக்கிக் கூறலாம். தணிக்கைச் செயல் முறையையும், தணிக்கைக் கொண்டுள்ள சான்றுகளையும், தணிக்கை

பின்பற்றிய அடிப்படைகளையும், ஒப்பீட்டளவையும் எடுத்துக் கூறலாம். தரவுகளின் அடிப்படையில் தணிக்கைக் கண்டுபிடிப்பு அமையுமானால், தரவு ஆய்வு முறையை விளக்கிக் கூறலாம். மாறாக, நிறுவனத்தின் தரப்பிலிருந்து விளக்கம் தருவதற்கு வாய்ப்பு தரவேண்டும்.

தணிக்கை நிறைவுக் கூட்டத்தில் விவாதிக்கப்பட்ட கருத்துக்களைக் கூட்ட அறிக்கையில் பதிவு செய்ய வேண்டும். கூட்ட அறிக்கைப் பதிவில் இரு தரப்பின் தலைவரும் கையொப்பமிட வேண்டும். விவாதிக்கப் பட்ட கருத்துகள், ஏற்கப்பட்ட தணிக்கைக் கண்டுபிடிப்புகள் மற்றும் தடைகள், கைவிடப்பட்ட தணிக்கைக் கண்டுபிடிப்புகள் குறித்து தெளிவாகப் பதிவு செய்ய வேண்டும். மேலும், தணிக்கை வேண்டுதல் களுக்கும், விளக்கங்களுக்கும் கிடைக்கப் பெற்ற விவரங்கள் குறித்த பதிவும் நிறைவுக் கூட்ட அறிக்கையில் பதிவு செய்யப்பட வேண்டும். மேலும், தணிக்கை சீராக நடைபெறுவதற்கு நிறுவனம் கொடுத்த ஒத்துழைப்பு குறித்தும் கூட்ட அறிக்கையில் பதிவு செய்ய வேண்டும்.

நிறைவுக் கூட்ட அறிக்கை தணிக்கைப் பணிக் குறிப்புகளில் இடம்பெற வேண்டும். தணிக்கை அறிக்கையிலும் நிறைவுக் கூட்டத்தில் விவாதிக்கப்பட்டது குறித்துப் பதிவு செய்ய வேண்டும். அக் கூட்டத்தில் எடுக்கப்பட்ட முடிவுகள் பின்பற்றப்பட்டது குறித்து கண்காணிக்க வேண்டும். தணிக்கை நிறைவுக் கூட்டம் இரு தரப்பினருக்குமே பயனுள்ளதாக அமையும்.

15.9. தணிக்கை ஆவணங்களும் பணிக் குறிப்புகளும்

தணிக்கையர் தணிக்கை செய்யும் போதும், தணிக்கை தொடர்பான பிற பணிகளில் ஈடுபடும் போதும், செய்யும் பணி தொடர்பான ஆவணங்களையும் பணிக்குறிப்புகளையும் முறையாகப் பதிவு செய்து பராமரிக்க வேண்டும். தணிக்கையரின் கடமையில் தொடங்கி, செய்து முடித்த வேலை குறித்த அத்தனை விடயங்களும் பணிக்குறிப்பில் பதிவு செய்து, தக்க சான்றுகளுடன் ஆவணப்படுத்த வேண்டும்.

தணிக்கை செயல்முறை ஆவணங்களையும், பணிக்குறிப்பையும் என்ன நோக்கத்திற்காகப் பதிவு செய்ய வேண்டும் எனப் புரிந்து கொள்ள வேண்டும்.

1. பொதுவாக தணிக்கைத் தரநிலைகள் தணிக்கைப் பணியை ஆவணப்படுத்துவதையும், பணிக் குறிப்புகள் முறையாகப் பராமரிப்பதையும் வலியுறுத்துகின்றன. ஆகவே தணிக்கைத் தரநிலைகளை எட்டுவதற்கு தக்க ஆவணங்களையும், பணிக் குறிப்புகளையும் பராமரிக்க வேண்டும்.

2. தணிக்கையின் போது செய்ய வேண்டிய பணியையும், ஒரு தணிக்கையருக்கு ஒதுக்கப்பட்ட பணியைச் சரியாகச் செய்து முடித்ததையும், அவற்றின் தரத்தை உறுதிப்படுத்தவும், தணிக்கை நிகழ்வுகளை ஆவணப்படுத்துதல் இன்றியமையாதது.
3. தணிக்கை முடிவுகள் மேற்கொள்ளும் போது, எச்சூழலில் ஏன் ஒரு குறிப்பிட்ட முடிவு எடுக்கப்பட்டது என்பதற்கான காரண காரியங்களை முறையாகப் பதிவு செய்ய பணிக் குறிப்புகள் தேவைப்படும்.
4. தணிக்கை ஓர் தொடர் நிகழ்வாதலால், தணிக்கையில் அடுத்தடுத்துச் செய்ய வேண்டிய செயல்களை அறிந்து கொள்ளவும் அது குறித்துத் திட்டமிடவும், பிற்காலத் தேவைக்காகவும் தணிக்கைப் பணிக் குறிப்புகள் ஆவணப் படுத்தப்பட வேண்டும்.
5. தணிக்கை நிறுவனத்திற்கும், தணிக்கைப் பணி செய்த தணிக்கையருக்கும் அலுவல் ரீதியாகவும் சட்ட ரீதியாகவும் தக்க பாதுகாப்பு ஏற்படுத்தும் நோக்கில் தணிக்கை ஆவணப்படுத்துதல் இன்றியமையாதது.

தணிக்கை நிகழ்ச்சி நிரலைச் செயல்படுத்தும் போது கீழ்க்கண்டவற்றை முக்கியமானதாக ஆவணப்படுத்த வேண்டும்

1. தணிக்கை நோக்கங்கள், தணிக்கையின் பரப்பு, தணிக்கை வினாக்கள், தணிக்கை அடிப்படைகள், தணிக்கைத் தரநிலைகள் தொடர்பான ஆவணங்கள்.
2. தணிக்கை வினாக்கள், தணிக்கை ஐயங்கள், தணிக்கைக் கண்டுபிடிப்புகள், தணிக்கை ஆலோசனைகள், மற்றும் அவற்றிற்கு நிறுவனம் கொடுத்த பதில்களும் விளக்க ஆவணங்களும்.
3. மேற்கண்டவற்றிற்கு மூல காரணமாகவும் சான்றாகவும் உள்ள ஆவணங்கள்.
4. தொடக்க மற்றும் நிறைவுக் கூட்டக் குறிப்புகள்; பிற வகைக் கூட்டம் மற்றும் கலந்துரையாடல் குறிப்புகள்.
5. பின்பற்றப்பட்ட தணிக்கை அணுகுமுறையும், பயன்படுத்தப் பட்ட தணிக்கைக் கருவிகளும், அவற்றிற்கான காரணங்களும். தணிக்கையில் மாதிரிகளைத் தேரந்தெடுக்கப்பட்ட முறைகளும், ஏன் ஒரு குறிப்பிட்ட முறை பின்பற்றப்பட்டது என்பதற்கான விளக்கமும்.

6. தணிக்கை செய்யப்படும் நிறுவனம் விடுத்த கோரிக்கைகள், ஆலோசனைகள் மற்றும் கருத்துக்கள்.

7. நேரடி ஆய்வுகள் மேற்கொள்ளப்பட்டிருப்பின், அப்போது மேற்கொள்ளப்பட்ட குறிப்புகள் மற்றும் புகைப்படங்கள். தரவு ஆய்வு மேற்கொள்ளப்பட்டிருப்பின், மூலதரவுகள், ஆய்வு முறைகளும்.

8. தணிக்கைக் கண்டுபிடிப்புகளுக்கு நிறுவனம் கொடுத்த பதில்களும் விளக்கங்களும், அவை ஏற்றுக் கொள்ளப்பட்ட மற்றும் ஏற்றுக் கொள்ளப்படாதற்கான காரணங்கள்.

9. மூன்றாம் தரப்பினரின் அறிக்கைகள், குறிப்புகள் மற்றும் இன்னபிற ஆவணங்கள் பயன்படுத்தப்பட்டிருப்பின் அவையும், அவை பயன்படுத்தப்பட்டதற்கான காரணங்களும். அவை எந்த விதிகளின்படி, தரநிலைகளின்படி பயன்படுத்தப்பட்டன என்பதற்கான விவரங்கள்.

10. தணிக்கையரிடம் தரப்பட்ட கோப்புகள் மற்றும் தரவுகளின் விவரங்கள் மற்றும் அவை தரப்பட்ட காலம். அவை தணிக்கை வேண்டுகோள்களின்படி, முழுமையாகத் தரப்பட்டனவா என்ற விவரம்.

11. தணிக்கையின் அணுகுமுறையிலும், செயல்திட்டத்திலும், மாதிரிகளைப் பயன்படுத்தியதிலும் செய்யப்பட்ட மாற்றம், அதற்குத் தக்க விளக்கங்களுடன்.

12. தணிக்கையில் செய்ய முடியாமல் போன ஆய்வுகள் குறித்த விவரமும், அதற்கான காரணங்களும் அதனால் ஏற்படவல்ல விளைவுகளும்.

13. தணிக்கைக்காக சிறப்பு ஆலோசகர்கள் மற்றும் தரவு ஆய்வாளர்களைப் பயன்படுத்தி இருந்தால், அது குறித்த விளக்கங்களும், அவர்களின் பணியைத் தணிக்கையர் பயன்படுத்திய விதம் குறித்தும், அதற்குத் தணிக்கையர் எவ்வாறு பொறுப்பேற்கிறார் என்ற விவரமும்.

14. தணிக்கை செய்யப்படும் நிறுவனம் வழங்கிய ஒத்துழைப்பு குறித்தும், அதில் சிக்கல் நேருமாயின் அவற்றை எதிர்கொள்ளத் தணிக்கையர் மேற்கொண்ட நடவடிக்கைகள் குறித்த விவரங்கள்.

15. தணிக்கை மேலாண்மை குறித்தும், மேற்பார்வை செய்த விவரம் குறித்தும், தணிக்கையருக்குக் கொடுக்கப்பட்ட வழிகாட்டுதல்கள் குறித்த விவரங்கள்.

தணிக்கையின் தரத்தை அளவிட மட்டுமல்லாமல், தணிக்கையின் தரத்தை நிர்ணயிப்பது கூட தணிக்கையின் போது பதிவு செய்யப் பட்ட ஆவணங்களும் பணிக்குறிப்புகளுமே. தணிக்கை அறிக்கையில் இடம் பெறும் ஒவ்வொரு கருத்திற்கும் சான்றுகள் தேவைப்படுவது போல, தணிக்கையர் செய்யும் ஒவ்வொரு செயலுக்கும் முறையான ஆவணங்களும் பணிக் குறிப்பும் இடம் பெற வேண்டும். நல்ல தணிக்கைப் பணிக் குறிப்புகள் தெளிவாகவும், தக்க சான்றுகளுடனும், காரண காரியங்களுடனும், எளிதாகப் புரிந்து கொள்ளும் வண்ணமும், எளிதாக மீள்பார்வை செய்யும் வண்ணமும் பதிவு செய்யப்பட வேண்டும். தணிக்கையில் ஆவனப்படுத்தப்படும் பல்வகை சான்று களின் பன்புகள் மற்றும் இதர கூறுகள் குறித்து அந்தியாயம் 17இல் விவரிக்கப்பட்டுள்ளது.

சிறப்பான தணிக்கை ஆவணப்படுத்தல் என்பது, மற்றொரு தணிக்கையர் அந்த ஆவணங்களை மறு ஆய்வு செய்தால், நிறுவனம் குறித்து முதல் தணிக்கையர் எட்டிய கருத்தையே, அவரும் எட்டும் வண்ணம் அமைந்திருப்பதைக் குறிக்கும். இது மிகவும் கடினமான நிலை என்றாலும், எட்டுவதற்கு இயலாததல்ல. அதுதான் நல்ல தணிக்கையரின் பணியும் கூட.

சிந்திக்க...

1. அடிப்படைத் தணிக்கைச் செயல்முறைகள், அனைத்து வகை தணிக்கை முறைகளுக்கும் பொதுவானதே. தணிக்கைச் செயல் முறையில் மாறுபடும் இடங்கள், நிறுவனம் செயல்படும் துறை சார்ந்ததே. இவை சரியா என எண்ணிப் பார்க்க.

2. தணிக்கைச் செயல்முறைகளைத் தணிக்கையரே முடிவு செய்ய வேண்டும். தணிக்கை செய்யப்படும் நிறுவனத்தை கலந்து ஆலோசிக்கத் தேவையில்லை. இவ்விரண்டு சொற்றொடர்களின் உண்மைத் தன்மையை அறிக.

3. தணிக்கையின் செயல்முறைகள் யாவும் தணிக்கையின் கருத்தை உருவாக்குவதை நோக்கமாகக் கொண்டு அமைய வேண்டும். எண்ணிப் பார்க்க.

4. தணிக்கை செய்யப்படும் நிறுவனத்திற்குத் தெரியாமல் அல்லது தெரிவிக்காமல் தணிக்கைக்குத் தேவையான சான்றுகளைத் திரட்டுவது தணிக்கை நன்னெறிகளுக்கு உட்பட்டதா என எண்ணிப் பார்க்க.

5. தணிக்கைக் கண்டுபிடிப்புகள் அனைத்தும் தணிக்கைத் தடைகளாகக் கருதத் தக்கவை அல்ல. இரண்டையும் இனம் பிரித்துப் பார்க்க வேண்டும். உண்மையா என எண்ணிப் பார்க்க.

6. தணிக்கையின் தொடக்கக் கூட்டத்தையும் நிறைவுக் கூட்டத்தையும் நிறுவனத்தின் தலைமையுடன் மட்டுமே நடத்த வேண்டும். நிர்வாகத்தின் இடைநிலையில் உள்ளவர்களுடன் நடத்துவது பலன் அளிக்காது. உண்மையா என ஆய்வு செய்க.

7. தணிக்கை அடிப்படைகளும் ஒப்பீட்டளவும் தணிக்கைக் கண்டுபிடிப்புகளுக்கு மிக முக்கியம் என்ற கூற்று உண்மையா என எண்ணிப் பார்க்க.

16. தணிக்கைக் கருவிகளும் நுட்பங்களும்

தணிக்கைக் கருவிகளைக் (Audit tools) கொண்டே தணிக்கைச் செயல்முறைகள் செயல்படுத்தப்படுகின்றன. தணிக்கைக் கருவிகள் என்பன தணிக்கை செயல்முறை களை படிப்படியாக நடத்தி தணிக்கையை சரியாகச் செய்வதற்கு பின்பற்றப்படும் வழி முறைகள். கோப்புகளை ஆய்வு செய்தல், நேர்காணல், தொழில்நுட்ப ஆய்வு எனப் பல்வேறு தணிக்கைக் கருவிகள் பயன்
பாட்டில் உள்ளன. அவற்றுள் சரியான கருவிகளைத் தேர்ந்தெடுத்து அவற்றை சரியாகப் பயன்படுத்துவதில் தான் தணிக்கையின் வெற்றி உள்ளது. ஆகவே தணிக்கைக் கருவிகள் குறித்தும் அவற்றைப் பயன்படுத்தும் நுட்பங்கள் குறித்தும் மிகவும் தெளிவாக அறிந்து கொள்ள வேண்டியது தணிக்கையரின் கடமை. முக்கியமான தணிக்கைக் கருவிகள் குறித்த குறிப்புகளும், அவற்றைப் பயன்படுத்தும் முறைகளும் இங்கே கொடுக்கப்பட்டுள்ளன.

16.1. கோப்புகள் ஆய்வு

கோப்புகளை ஆய்வு (Document review) செய்வது தணிக்கை தோன்றிய காலத்தே தோன்றிய முதன்மையான தணிக்கைக் கருவி. மிகவும் எளிமையானதும் தவிர்க்க முடியாததும் கூட. கோப்புகளின் பயன்பாடு குறைந்த தற்போதைய தகவல் தொழில்நுட்பக் காலத்திலும் இந்த தணிக்கைக் கருவி முக்கிய இடம் பெறுகிறது. பிற வகை தணிக்கைக் கருவிகளைப் பயன்படுத்தாமல் கோப்புகளை ஆய்வு செய்வதன் மூலம், மட்டுமே தணிக்கையை முழுமையாக நிறைவு செய்ய முடியும். அதே வேளையில் கோப்புகளை ஆய்வு செய்யாமல் எந்தத் தணிக்கையும் நிறைவு பெறுவதில்லை.

நிறுவனத்தின் அன்றாட செயல்பாடுகளையும், நிறுவனத்தில் மேற்கொள்ளப்பட்ட முடிவுகளையும் அவற்றின் விளைவுகளையும் பதிவு

செய்யும் முறையே கோப்புகள். ஒரு நிறுவனத்தில் உள்ள பணியாளர்களை செயல்முறைகள் மூலம் இணைப்பதும், நிறுவனத்தில் முன்னர் நிகழ்ந்தவைகளையும் தற்போது நிகழ்வதையும் இணைப்பதும் அந்நிறுவனத்தின் கோப்புகள் மட்டுமே. ஆகவே கோப்புகளை ஆய்வு செய்வது தணிக்கையின் அடிப்படையாகும். கோப்புகளை ஆய்வு செய்வதில் உள்ள சில முக்கிய கூறுகளை அறிந்து கொள்ள வேண்டும். அவை:

1. தணிக்கையின் தொடக்கத்தில் நிறுவனத்தில் உள்ள, பராமரிக்கப்படும் கோப்புகளின் பட்டியலைப் பெற வேண்டும். அவற்றை நிறுவனத்தின் செயல்முறைகளின்படி பயன்படுத்தப்பட வேண்டிய கோப்புகள் பட்டியலுடன் ஒப்பிட்டு, நிறுவனத்தில் பயன்படுத்தப்படாத, இல்லாத கோப்புகள் குறித்து ஆய்வு செய்ய வேண்டும்.

2. பொதுவாக நிறுவனத்தில் மூலக் (அல்லது தாய்) கோப்புகள், அல்லது காப்பு (guard) கோப்புகள் என்கின்ற வகையிலான கோப்புகள் பராமரிக்கப்படும். அந்த வகையான கோப்புகளில் நிறுவனம் அல்லது அந்தத் தலைப்பு தொடர்பான சட்டங்கள், விதிகள், நிறுவனத்தின் நோக்கம், நிறுவனம் பின்பற்ற வேண்டிய செயல்முறை விளக்கங்கள், பல்வேறு கால கட்டத்தில் மேற்கொள்ளப்பட்ட முக்கிய முடிவுகள் (பின்பற்ற வேண்டிய முடிவுகள்) முதலியன இடம் பெற்றிருக்கும். அவற்றை தணிக்கையர் அறிந்து கொள்வது இன்றியமையாதது.

3. அடுத்து முக்கியமான பணி தணிக்கை நடத்தப்படும் கால கட்டத்திற்குரிய கோப்புகளை ஆய்வு செய்ய வேண்டும். அந்தக் கோப்புகளை முழுமையாக படிப்பதன் மூலம் நிறுவனத்தின் செயல்பாட்டைப் புரிந்து கொள்ள முடியும். அதன் அடிப்படையில் தணிக்கையர் சில வினாக்களுக்கு கோப்புகளில் விடை தேட வேண்டும். அவை:

    i. கோப்புகளில் பதிவு பெற்ற நிறுவன செயல்பாடுகள் நிறுவனத்தின் சட்ட, விதி மற்றும் செயல்முறைகளுக் கேற்ப நிகழந்துள்ளனவா?

    ii. நிர்வாகிகள் மேற்கொண்ட முடிவுகள் நிறுவனத்தின் விதிகளுக்கு உட்பட்டும், அதன் நோக்கத்தை நிறை வேற்றும் விதமாகவும் உள்ளதா?

    iii. நிறுவனம் மேற்கொண்ட செலவுகள் சிக்கனமானதாகவும் முறையாகவும் செய்யப்பட்டுள்ளதா? நிறுவனத்திற்கு

வரவேண்டிய வரவினங்கள் முழுமையாகப் பெறப்பட்டு உள்ளதா? நிறுவனம் வாங்கிய கடன்கள் முறையாகப் பெறப்பட்டு, அது திறமையாக பராமரிக்கப்பட்டுள்ளதா?

iv. நிறுவனம் மேற்கொண்ட ஒரு முடிவு, அதன் மற்ற முடிவு களுடனும், வேறு காலகட்டத்தில் மேற்கொள்ளப்பட்ட முடிவுகளுடனும் ஒத்திசைந்துள்ளதா? கோப்புகளின் பிற பக்கங்களில் பதிவு செய்யப்பட்ட கருத்துக்கள் ஒத்த முடிவை/கருவைப் பெற்றுள்ளனவா?

v. செலவினங்கள் உரிய அதிகாரியின் ஒப்புதலோடு செய்யப் பட்டதா? சரியாக செலவிடப்பட்டதற்கான சான்றுகள் உள்ளனவா? செலவினம் கணக்கு ஏடுகளில் முறையாகப் பதிவு செய்யப்பட்டுள்ளனவா?

vi. நிர்வாக முடிவுகளும், அதனை செயல்படுத்தியதால் ஏற்பட்ட விளைவுகளும் திட்டமிட்டபடி, நிறுவன வளர்ச்சிக்கு உதவுவதாக இருந்ததா? அதனால் ஏதேனும் பக்க விளைவுகள் இருந்ததா?

vii. நிறுவனத்தின் வளங்கள் சரியாகவும் சிக்கனமாகவும் பயன்படுத்தப்பட்டதா?

viii. நாட்டில் சட்டப்படி பின்பற்ற வேண்டிய வரிகள், சுற்றுச்சூழல், குறைந்த அளவு ஊதியம் போன்றவை முறையாக பின்பற்றப்பட்டுள்ளனவா?

ix. நிறுவனத்தின் செயல்பாடுகளில் சட்டச் சிக்கல் அல்லது வழக்கு ஏதேனும் உள்ளதா?

x. நிறுவனத்தில் ஊழல், முறைகேடுகள், பணம் கையாடல், திருட்டு, சொத்து இழப்பு முதலான தவறுகள் ஏதேனும் நடந்துள்ளதா?

4. மேற்கண்ட வினாக்களுக்கு விடை காண கோப்புகளின் பல்வேறு பக்கங்களில் பதிவு பெற்ற குறிப்புகளை ஒப்பிட்டு, ஒன்றோடொன்று இணைத்துப் பார்க்க வேண்டும். அதே போல் பிற கோப்புகளில் உள்ள குறிப்புகளுடனும், முந்தைய காலத்திற்கான குறிப்புகளுடனும் ஒப்பிட்டுப் பார்க்க வேண்டும்.

5. மேற்கண்ட வகையில் ஆய்வு செய்து, நிர்வாகம் சரியாக செயல்பட்டுள்ளது என தணிக்கையர் முடிவு செய்தால்,

அந்தக் கோப்புகளை மேலும் ஆய்வு செய்யத் தேவையில்லை என்பதை தணிக்கையரது பணிக்குறிப்புகளில் பதிவு செய்ய வேண்டும்.

6. மாறாக, நிர்வாகம் சரியாக செயல்படவில்லை என முடிவு செய்தால், அதனைத் தணிக்கைக் கண்டுபிடிப்பாகக் கருதி, நிறுவனத்திடம் விளக்கம் கேட்க வேண்டும். ஆனால் பெரும்பாலும், கோப்புகளில் உள்ள குறிப்புகளை மட்டும் கொண்டு தணிக்கையரால் தெளிவான முடிவு செய்ய முடிவதில்லை. அவ்வாறான சூழலிலும், தணிக்கையர் தனது ஐயங்களைப் பதிவு செய்து நிறுவனத்திடம் விளக்கம் கேட்க வேண்டும். நிறுவனம் தரும் விளக்கங்களின் அடிப்படையில் தணிக்கையர் தனது முடிவை மேற்கொள்ளலாம்.

7. தணிக்கையர் தனது கண்டுபிடிப்பு குறித்து ஒப்பீட்டளவு (Materiality) சோதனை நிகழ்த்த வேண்டும். அது நிறுவனத்தின் செயல்பாட்டை பெருமளவில் பாதிப்பதாக இருந்தால், தணிக்கைச் செயல்முறையை மேற்கொண்டு தொடரலாம். இல்லையெனில், தகுந்த குறிப்புகளைப் பதிவு செய்த பின், அந்தக் கோப்புகள் தொடர்பான ஆய்வை முடித்து வைக்கலாம்.

8. தேவைப்படும் சூழலில் தணிக்கையர் அதனது கண்டுபிடிப்பு தொடர்பாக நிறுவனத்தின்/நிறுவனப் பிரிவின் பொறுப்பு அதிகாரியுடன் நேர்காணல் மூலம் விளக்கம் கேட்கலாம். தொடர்புடைய இடத்தையோ அல்லது செயல்முறையையோ பார்வையிடக் கோரலாம்.

9. மேற்கண்ட வகையில் தணிக்கைக் கண்டுபிடிப்பு உறுதி செய்யப்பட்ட உடன், தணிக்கையர் தனது கண்டுபிடிப்பிற்கு தேவையாக சான்றுகளை சேகரிக்க வேண்டும். கோப்புகளில் உள்ள பதிவுகளின் நகல்களை நிறுவனத்தின் கவனத்திற்கு உட்பட்டு பெறலாம்.

பெரும்பாலான தணிக்கை, கோப்புகளை ஆய்வு செய்வதிலிருந்தே தொடங்குகிறது. கோப்புகள் காகிதங்களில் பதிவு பெற்றவையாகவோ, கணினியில் மென்பொருள் வடிவத்திலோ இருக்கலாம். மேற்கண்ட செயல்முறை இரண்டிற்கும் பொருந்தும். கணினியில் மென்பொருள் வடிவத்தில் கோப்புகள் இருக்கும்போது, அவை இலகுவாக மாற்றவல்லதாகையால், நிறுவனத்தில் பயன்பாட்டில் உள்ள சரியான கோப்புகளை ஆய்வு செய்வதை உறுதிப்படுத்திக் கொள்ள வேண்டும்.

மென்பொருள் கோப்புகளை ஆய்வு செய்ய சிறப்பு தகுதிகள் தேவையில்லை. அடிப்படை கணினி அறிவு இருந்தால் மட்டும் போதுமானது.

16.2. சான்றாய்வு

அத்தியாயம் 4இல் தணிக்கை சார் கருத்துருவாக சான்றாய்வு அறிமுகப்படுத்தப்பட்டது. தணிக்கையின் தரமும், வெற்றிகரமாகத் தணிக்கையை செய்து முடிப்பதும், தணிக்கை நிகழ்வின்போது முறையாகவும் முழுமையாகவும் சான்றாய்வு செய்வதில் அடங்கியுள்ளது. தெளிவாகச் சொல்வதென்றால் சான்றாய்வை தணிக்கையின் முதுகெலும்பாகக் கருதலாம். சான்றாய்வை தணிக்கைக் கருவியாக முழுமையாக அறிந்து கொள்வது தணிக்கை செயல்படுத்தும் போது மிகவும் உதவிகரமாக இருக்கும்.

கணக்குப் பதிவில் உள்ள தவறுகளையும் குறைகளையும் இனம் காணச் சான்றாய்வைக் கட்டாயமாகச் செய்ய வேண்டும். சான்றுகளைச் சரி பார்ப்பதன் மூலமே நிறுவனத்தின் மூலக் கணக்குகளிலும், அடிப்படை ஏடுகளில் உள்ள தகவல்களும் தரவுகளும் உண்மையானவையா என்றும் சரியானவையா என்றும் உறுதிப்படுத்த முடியும். சான்றாய்வின் மூலமாக மட்டுமே நிதியறிக்கையின் உண்மைத் தன்மையையும், அவை நேர்மையாக தயாரிக்கப்பட்டுள்ளது என்பதையும் உறுதி செய்ய முடியும்.

சான்றாய்வின் நோக்கங்களாகப் பின்வருவனவற்றைக் கூறலாம்:

(1) கணக்குகளின் உண்மைத் தன்மை மற்றும் அதிலுள்ள தவறுகளையும் மோசடிகளையும் கண்டுபிடித்தல்,

(2) விடுபட்ட மற்றும் மறைக்கப்பட்ட பரிவர்த்தனைகளைக் கண்டுபிடித்தல்,

(3) அனைத்துப் பரிவர்த்தனைகளுக்கும் முறையான சான்றுகள் உள்ளதை உறுதி செய்தல்,

(4) பதிவு செய்யப்பட்ட அனைத்துப் பரிவர்த்தனைகளும் முறையாக அனுமதிக்கப்பட்டுள்ளனவா என உறுதி செய்தல்,

(5) நிறுவனத்திற்குத் தொடர்புடைய பரிவர்த்தனைகள் மட்டும் பதிவு செய்யப்பட்டிருப்பதை உறுதி செய்தல்,

(6) அனைத்து பணப் பரிவர்த்தனைகளும் நிறுவனத்தின் அகச் சோதனைகளுக்கு உட்படுத்தப்பட்டுள்ளனவா என உறுதி செய்தல்.

நிறுவனத்தில் நிகழ்ந்த பணப் பரிமாற்றச் சான்றுகளின் அடிப்படையிலேயே கணக்கு ஏடுகளில் பதிவு செய்யப்பட வேண்டும். சான்றாய்வின் போது கவனத்தில் கொள்ள வேண்டிய கருத்துக்கள் பின்வருமாறு:

- தேவையான சான்றுகள் முழுமையாக இணைக்கப்பட்டு உள்ளதா (அ) பாதுகாக்கப்பட்டுள்ளதா?
- வழங்கப்பட்ட சான்றுகள் போதுமானவையா? ஏற்கத் தக்கவையா?
- பணப் பரிமாற்றம் குறித்த தேவையான விவரங்கள் முழுமையாகப் பதிவு செய்யப்பட்டுள்ளதா?
- பணப் பரிமாற்றம் பொறுப்பான அதிகாரியின் அனுமதி/ஆணையுடன் செய்யப்பட்டுள்ளதா?
- கணக்கில் பதிவு செய்யப்பட்ட விவரங்கள் சான்றுகளில் உள்ள விவரங்களுடன் ஒத்துப்போகின்றனவா?
- பதிவுசெய்யப்பட்ட கணக்கு எண்கள் சான்றுகளின் கூட்டுத் தொகையின்படி சரியாக உள்ளதா?

மேற்கண்ட வினாக்களுக்கு இல்லை என்ற பதில் கிட்டுமாயின், அவற்றை தணிக்கையர் கவனமுடன் பரிசீலித்து நிர்வாகத்தின் கவனத்திற்குக் கொண்டு செல்ல வேண்டும். தேவைப்படின், தணிக்கை அறிக்கையில் அந்தக் குறைபாட்டினைப் பதிவு செய்யலாம்.

சான்றாய்வு செய்யும்போது பின்பற்ற வேண்டிய நடைமுறைகளை அறிந்து கொள்வது மிக முக்கியம். பொதுவான நடைமுறைகளாகப் பின் வருவனவற்றைக் கூறலாம்.

1. சான்றாவணங்கள் முறையாக எண்ணிடப்பட்டு வரிசைப் படுத்தப்பட்டுள்ளதை உறுதி செய்தல்
2. ஆவணங்களில் உள்ள அடித்தல் திருத்தல்களை ஆய்வு செய்து உண்மை நிலையை அறிதல்
3. நிறுவனத்தின் பெயரில் இல்லாமல் தனி நபரின் பெயரில் உள்ள ஆவணங்களை இனம் கண்டு, அவற்றை முறைப் படுத்தல்
4. சரியான கணக்கு வரிசையை அல்லது பிரிவை உறுதி செய்தல்
5. ரத்து செய்யப்பட்ட சான்றாவணங்களை முறையாகச் சோதித்து உறுதி செய்தல்
6. காணாமல் போன சான்றாவணங்கள் குறித்து முழுமையாகப் புலனாய்வு செய்தல்
7. ஐயத்திற்குரிய சான்றாவணங்களையும், உயர் பண மதிப்புடைய சான்றாவணங்களையும் ஆழமாக ஆய்வு செய்தல்

சான்றாய்வின் சிறப்பு நடைமுறையாக சில செயல்முறைகளைக் கூறலாம் அவை:

1. சான்றாவணத்தின் தேதியும் கணக்குப் பதிவின் தேதியும் ஒத்துப் போவதை உறுதி செய்தல்
2. சான்றாவணங்கள் சட்ட ரீதியாக ஏற்றுக்கொள்ளத் தக்கவையா என உறுதி செய்தல்
3. சான்றாவணத்தில் எண்ணிலும் எழுத்திலும் குறிப்பிட்டுள்ள பண மதிப்பை ஒப்பீடு செய்தல்
4. சான்றாவணம் முறையாக சோதிக்கப்பட்டு உரிய அதிகாரியால் ஏற்றுக்கொள்ளப்பட்டுள்ளதா என உறுதி செய்தல்
5. ஒரே சான்றாவணம் பல முறை பணம் செலுத்தலுக்கும், கணக்குப் பதிவிற்கும் பயன்படுத்தப் பட்டுள்ளனவா என சோதித்தறிதல்.

மேற்கண்ட ஆய்வுகளை முடித்து குறிப்பிட்ட தொகுப்பிற்கான சான்றாவணங்களையோ அல்லது கால கட்டத்திற்கான சான்றாவணங் களையோ முறையாக ஆய்வு செய்த உடன் சான்றாய்வு முடிந்து விட்டதென முத்திரையிட்டு, கையொப்பமிட வேண்டும். இச்செயல் முறை, ஏற்கனவே பயன்படுத்தப்பட்ட ஆவணங்களை, மீண்டும் முறைகேடாகப் பயன்படுத்துவதைத் தவிர்க்கும்.

தணிக்கையில் மிக முக்கியமாகக் கவனிக்க வேண்டியது பணப் பதிவேட்டின் சான்றாய்வு. பணப்பதிவேட்டின் சான்றாய்வு (1) அனைத்து வரவுகளும் செலவுகளும் முறையாக பதிவு செய்யப்பட்டுள்ளதை உறுதி செய்யவும் (2) நிதித் தவறுகளும் முறைகேடுகளும் நிகழவில்லை என்பதை உறுதி செய்யவும் முக்கியமாகத் தேவைப்படுகிறது. அதில் பின்பற்ற வேண்டிய நடைமுறைகள் குறித்துக் கற்கலாம்.

1. அனைத்து வரவுகளுக்கும் செலவுகளுக்கும் இரசீது கொடுக்கப் பட்டு / பெறப்பட்டு வரிசைப்படி உள்ளதா என்பதை உறுதி செய்தல்
2. வரவாகப் பெறப்பட்ட பணம், பணம் பெறப்பட்ட மூலத்தைக் குறிப்பிட்டு உடனடியாக பதிவு செய்யப்பட்டுள்ளதை உறுதி செய்தல்
3. பண வரவு சரியாக, கூடுதல் குறைவு இல்லாமல்- துல்லியமாகப் பதிவு செய்யப்பட்டுள்ளதா என உறுதி செய்தல்
4. வரவில் பதிவு செய்யப்படாத, கணக்கில் எடுத்துக் கொள்ளப்படாத பண வரவு இருக்கிறதா என உறுதி செய்தல்

5. பண வரவினத்தில் வழங்கப்பட்ட தள்ளுபடி உண்மையாக வழங்கப்பட்டதா என்றும், அது குறித்த பதிவு சரியானதா என்பதையும் உறுதி செய்தல்
6. செலவினமாகக் காட்டப்பட்ட கணக்குகள் உண்மையிலேயே செலவிடப்பட்டதா என உறுதி செய்தல்
7. போலியான ரசீதுகளும், இரட்டை செலுத்தலுக்கான ரசீதுகளும் உள்ளனவா எனச் சோதித்தறிதல்
8. அபூர்வமான அல்லது அபரிதமான செலவினத்தை முறையாகக் கணக்கில் கொள்ளப்பட்டுள்ளதா எனவும் அவற்றிற்குரிய ஆவணங்கள் முழுமையாக உள்ளனவா என்றும் உறுதி செய்தல்
9. முதலீடுகளுக்கான ரசீதுகளும், கடன் வழங்கலுக்கான ஆவணங்களும் சரியாகப் பதிவு செய்யப்பட்டுள்ளதா எனவும், முறையான ஆவணங்கள் உள்ளனவா எனவும் உறுதி செய்தல்
10. வரவினமாகப் பெறப்பட்ட பணம் உடனடியாக வங்கிக் கணக்கில் செலுத்தப்பட்டுள்ளதா என உறுதி செய்தல்
11. நிதி மோசடி நிகழ்வதற்கு வாய்ப்புகள் உள்ளனவா என சோதித்து அறிதல்.

நிதித் தணிக்கையின் போது சான்றாய்விற்கு உட்படுத்த வேண்டிய மற்றொன்று, நிறுவனத்தில் உள்ள பேரேடுகள். பேரேடுகளில் மூலக் குறிப்புகளிலிருந்து கணக்குகளை இன வாரியாகப் பதிவு செய்வதைச் சரி பார்ப்பது நிதித் தணிக்கையின் முக்கிய பணி. இந்தப் பேரேடுகளிலிருந்துதான் நிதியறிக்கையைத் தொகுப்பதற்கான தகவல்கள் எடுக்கப்படுகின்றன என்பதால், அவற்றைச் சான்றாய்வு செய்வது முக்கியத்துவம் பெறுகிறது. பேரேடுகளை ஆய்வு செய்யும் போது கவனிக்க வேண்டிய அடிப்படைக் கூறுகள்:

1. பேரேட்டில் பதியப்பட்டுள்ள தொடக்க, நிறைவு இருப்புகளையும் அவற்றின் தொடர்ச்சியையும் சரிபார்த்து உறுதி செய்ய வேண்டும்.
2. பணப் பதிவேடு மற்றும் மூலக் குறிப்புகளிலிருந்து பேரேட்டில் பதிவு செய்யப்பட்டது சரியாக செய்யப்பட்டு உள்ளதா என்றும் சரியான பேரேட்டில் பதியப்பட்டுள்ளதா என்பதையும் உறுதி செய்ய வேண்டும்.

3. தவறான பதிவுகள், நிழல் பதிவுகள் மற்றும் போலியான பதிவுகள் இடம் பெற்றுள்ளனவா என்பதையும் கண்டறிய வேண்டும்.
4. கணக்குப் பதிவு மாற்றங்கள் சரியாகவும், முறையாகவும் செய்யப்பட்டுள்ளனவா என்பதை உறுதி செய்ய வேண்டும்.
5. பேரேடுகள் யாவும் முறையாகச் சரிபார்க்கப்பட்டு, தகுதி வாய்ந்த அதிகாரியால் ஒப்புதல் அளிக்கப்பட்டுள்ளதா என உறுதி செய்ய வேண்டும்.

சான்றாய்வின் அடிப்படையில் மூலக் கணக்குகளிலும், பணப் பதிவேட்டிலும் மற்ற பேரேடுகளிலும் உள்ள கணக்குப் பதிவுகளில் தவறு இருக்கும் நிலையில், அவை நிதியறிக்கையில் ஏற்படுத்தும் தாக்கத்தை ஆய்வு செய்ய வேண்டும். அவற்றை தணிக்கைக் குறிப்பு களாகக் கொண்டு, தக்க தணிக்கைக் கண்டுபிடிப்புகளாக / கருத்து களாக மாற்ற தணிக்கையர் நடவடிக்கை எடுக்க வேண்டும். மேலும் சான்றாய்வில் கண்டுபிடிக்கப்பட்ட தவறுகளை தணிக்கையர் நிர்ணயித்த ஒப்பீட்டளவின் அடிப்படையில் தணிக்கைக் கண்டு பிடிப்பாக மாற்ற வேண்டும்.

சான்றாய்வு என்பது நிதித் தணிக்கையின் முக்கிய கூறாகும். தணிக்கையின் போது மூலக் கணக்குகளின் உண்மைத் தன்மையை உறுதி செய்ய கட்டாயமாகச் செய்ய வேண்டிய தணிக்கை நடைமுறை. நிதித் தணிக்கையின் போது கவனத்தில் கொள்ள வேண்டிய சான்றாய்வுக்கான வினாக்கள், இணைப்புக் குறிப்புகளாகப் பிற்சேர்க்கை 1இல் தரப்பட்டுள்ளன.

16.3. தரவுகள் ஆய்வு

தரவுகள் ஆய்வு (Data analysis) தற்காலத் தணிக்கையில் முக்கியப் பங்கு வகிக்கிறது. தரவுகள் நிறுவனத்தின் கோப்புகளிலோ, பேரேடுகளிலோ எழுத்து மூலமாக பதியப் பெற்றவையாகவோ அல்லது கணினியில் மென் தரவுகளாகவோ இருக்கலாம். இரண்டையும் ஆய்வு செய்வதில் அணுகுமுறையில் சற்று வேறுபாடு இருந்தாலும், இரண்டு வகைகளின் ஆய்வுகள் அடிப்படையில் ஒன்றாகவே இருக்கின்றன. அவை குறித்து பின்வரும் வினாக்களுக்கு விடை காண்பதன் மூலம் அறிந்து கொள்ளலாம்.

1. நிறுவனத்தில் பராமரிக்கப்படும் தரவுகள் மற்றும் தணிக்கையிடம் கொடுக்கப்பட்ட தரவுகள் முழுமையாக உள்ளனவா? அவை தணிக்கைக்கு உட்பட்ட காலம்வரை புதுப்பிக்கப்பட்டதா?

2. தரவுகள் உள்-நிலைத்தன்மை வாய்ந்தவையாக உள்ளதா? அதாவது, தரவுகளுக்கு இடையேயான உள் தொடர்புகள் ஒத்திசைவுடன் இருக்கின்றனவா? (தரவு அட்டவணையில் உள்ள எண்களின் கூட்டல், இருவேறு நெடுவரிசைக்கு (Column) இடையான தொடர்புகள் (கூட்டல், கழித்தல், பெருக்கல், வகுத்தல், சதவீதம், விகிதாச்சாரம் முதலியன) சரியாக உள்ளனவா?

3. தரவு அட்டவணையில் உள்ள புள்ளி விவரங்கள் இடைவெளியின்றி முழுமையாக இருக்கின்றனவா?

4. குறுக்கு வரிசை அட்டவணையில் உள்ள பதிவுகளின் எண்ணிக்கை, நிறுவனத்தால் பராமரிக்கப்பட வேண்டிய தரவுத் தொகுப்புகளின் எண்ணிக்கையோடு ஒத்துப் போகின்றதா? (சான்றாக, நிறுவனத்தில் 250 பணியாளர்கள் இருப்பின், பணியாளர்கள் தரவு அட்டவணையில் உள்ள நெடுவரிசைகளின் எண்ணிக்கை 250ஆக உள்ளதா அல்லது மாறுபட்டு உள்ளதா?)

5. தரவு அட்டவணையில் பதிவு செய்யப்பட்ட புள்ளிவிவரங்கள் ஒரு முறை மட்டுமே பதிவு செய்யப்பட்டுள்ளனவா அல்லது ஒன்றுக்கு மேற்பட்ட முறை பதிவு செய்யப்பட்டுள்ளனவா?

6. தற்போதைய தரவுகள் மற்றும் முந்தைய காலத் தரவு களுக்கான வேறுபாடு மற்றும் இரு வேறு பதிவுகளுக்கான இடைவெளி ஏற்றுக்கொள்ளத்தக்கதாக உள்ளதா? அதே போல் தரவுகளில் உள்ள பதிவுகள் ஏற்றுக் கொள்ளத்தக்க வரம்புக்குள் உள்ளனவா?

7. தரவு அட்டவணையில் உள்ள நெடுவரிசை மற்றும் குறுக்கு வரிசைத் தகவல்கள் (அவற்றின் தலைப்புகள்) யாவும் தேவையானவையா? தேவையற்ற புள்ளி விவரங்கள் பதியப்பட்டுள்ளனவா?

8. தரவு அட்டவணையில் உள்ள பதிவுகள் யாவும் சரியான மற்றும் சீரான வடிவத்தில் (Format) பதிவு செய்யப்பட்டு உள்ளதா? (சான்றாக, நாட்குறிப்புகள், பணமதிப்புகள், பெயர்கள் முதலியன அவற்றிற்கு பொருத்தமான வடிவங்களில்). சரியாக, சீராக இல்லாத பதிவுகளினால் ஏற்படும் பாதிப்புகள் என்ன?

9. தரவுகளிலிருந்து பெறப்பட்ட அறிக்கைகள், அவற்றின்படி மேற்கொள்ளப்பட்ட முடிவுகள் சரியாக உள்ளனவா? முடிவுகள் சரியான தரவுகளின் அடிப்படையில் மேற் கொள்ளப்பட்டதா?

10. தரவுகள் யாவும் குறிப்பிட்ட கால இடைவெளியில் புதுப்பிக்கப்பட்டுள்ளதா? தரவு அட்டவணையில் உள்ள அனைத்துப் பதிவுகளும் குறித்த காலம் வரை புதுப்பிக்கப் பட்டுள்ளதா?

மேலே குறிப்பிட்டபடி தரவுகளை ஆய்வு செய்ய வேண்டிய அடிப்படைக் கூறுகள் பொதுவானதே. காகிதப் பதிவில் உள்ள தரவுகளை ஆய்வு செய்வது கடினமான செயல். அதிக காலம் தேவைப்படலாம். தரவு அட்டவணையில் உள்ள பதிவுகளை முழுமையாகச் சரிபார்ப்பது இயலாத செயல். குறிப்பாக மாபெரும் தரவுகளைப் (Big data) பயன்படுத்தும் காலச்சூழலில், முழுமையான ஆய்வு என்பது இயலாத செயல். தவிர்க்க முடியாத சூழலில் காகிதத்தில் உள்ள தரவுகளை மென் தரவுகளாக கணினியில் பதிவு செய்து முழுமையாக ஆய்வு செய்யலாம். அல்லது தணிக்கையர் மாதிரி சோதனை மட்டுமே நடத்தலாம். மிக முக்கியமானவற்றை முழுமையாக சரிபார்க்க வேண்டும்.

கணினியில் உள்ள மென் தரவுகளை ஆய்வு செய்வது எளிதானது. நவீன தொழில்நுட்பங்களின் அடிப்படையில், தக்க மென் பொருட்களைப் பயன்படுத்தி தரவுகளை முழுமையாக ஆய்வு செய்ய முடியும். இலகுவாகவும் குறுகிய காலத்திலும் செய்ய முடியும். ஆனால், மென் தரவுகளை எளிதாக மாற்ற முடியும் என்பதனால், தணிக்கையர் கவனமாக செயல்பட வேண்டும். நிறுவனத்திடமிருந்து தரவுகளைப் பெற்ற உடன், சரியான மற்றும் புதுப்பிக்கப்பட்ட தரவுகள் என்பதற்கான சான்றினை தரவுகளுக்கான பொறுப்பு அதிகாரியிடமிருந்து பெற வேண்டும். நிறுவனத்திடமிருந்து பெறப்பட்ட தரவுகளின் நகலை, உள்ளது உள்ளபடியே பாதுகாக்க வேண்டும். தரவு ஆய்வுக்கான சான்றுகளையும், அந்தச் சான்றுகளைப் பெற்ற முறையையும், கணினிப் பயன்பாட்டு பதிவுகளையும் (Computer log) பெற்று சேமித்து வைக்க வேண்டும்.

தரவுகளின் ஆய்வு தணிக்கைக் கண்டுபிடிப்புகளை தனியாகவோ அல்லது மற்ற கருவிகள் மூலம் கண்டுபிடிக்கப்பட்ட கருத்துக்களுக்கு வலுச் சேர்க்கும் விதத்திலோ பயன்படுத்தலாம்.

16.4. நேரடி ஆய்வு

நேரடி ஆய்வு (Direct inspection) என்பது தணிக்கைக் கருவிகளுள் மிக முக்கியமான ஒன்று. கோப்புகள் ஆய்வு, உரையாடல் மற்றும் தரவுகள் ஆய்வு போன்றவற்றைவிட களஆய்வு (Field in-spection) தணிக்கைக்கு நிறுவனத்தின் உண்மை நிலையை உள்ளது உள்ளபடியே அறிந்து

கொள்ள வழிவகுக்கும். கள ஆய்வு என்பது தணிக்கை நடைபெறும் நிகழ்வு குறித்த உண்மை நிலவரத்தை அது நிகழ்ந்த இடத்தை நேரடியாகப் பார்வையிட்டு ஆய்வு செய்வதன் மூலம் அறிந்து கொள்வது. பொதுவாக நிறுவனத்தின் சொத்துக்களை, அவை கட்டமைக்கப்பட்ட முறையை, அவற்றின் தற்போதைய நிலையை, இயற்கை வளங்களை, அவை பராமரிக்கப்படும் நிலையை நேரடியாக அவ்விடத்திற்குச் சென்று ஆய்வு செய்வது இவ்வகையைக் குறிக்கும். செயல் ஆய்வு (Operation inspection) என்பது நிறுவனத்தில் நிகழும் பல்வேறு தொடர்புடைய செயல்களை அவை செயல்படும் விதம் குறித்து ஆய்வு செய்வது. பொதுவாக இவ்வகை ஆய்வு ஒரு நிறுவனத்தில் உற்பத்தி எவ்வாறு நடைபெறுகிறது, தரக்கட்டுப்பாடு எவ்வாறு நடைபெறுகின்றது என்பதை நேரடியாக அறிந்து கொள்ளும் வகையிலானது.

மேற்கண்ட இரண்டும் எதை ஆய்வு செய்கிறோம் என்பதைப் பொருத்து மாறுபட்டாலும் அவற்றின் அடிப்படை கூறுகள் ஒன்றே. அவை:

1. நேரடி ஆய்வு தணிக்கை செய்யப்படும் நிறுவனத்தின் தொடர்புடைய அதிகாரியுடன் இணைந்து கூட்டு ஆய்வாகவே நிகழ்த்தப்பட வேண்டும். தணிக்கையர் தனியாக ஆய்வு செய்வது தணிக்கை அறிக்கைக்கு நேரடியாகப் பயன்படாது. அவ்வாறு செய்தால், கூடுதல் சான்றுகளைச் சேர்க்க வேண்டும்.

2. நேரடி ஆய்வின் போது ஆய்வுச் சூழலில் உள்ள உண்மை நிலவரத்தை உள்ளது உள்ளபடியே எழுத்து வடிவில் பதிவு செய்து அதில் இரு தரப்பினரும் கையொப்பமிட வேண்டும்.

3. தேவை கருதி, களத்தில் கண்டவற்றையும், செயல்முறையாகப் பார்த்தவற்றையும் நிழற்படமாகவோ காணொலிக் காட்சி யாகவோ தொடர்புடைய நிறுவன அதிகாரியின் ஒப்புதலுடன் பதிவு செய்து கொள்ளலாம். நிழற்படத்தில் இரு தரப்பினரும் கையொப்பமிட வேண்டும். காணொலிக் காட்சியில் உள்ளதை எழுத்தில் பதிவு செய்து அதில் இரு தரப்பினரும் ஒப்புதல் கையொப்பமிடலாம்.

4. ஆய்விற்குத் தேவையான கோப்புகளையும், தரவுகளையும், வரைபடங்களையும் நேரடி ஆய்விற்கு பயன்படுத்திக் கொள்ளலாம். அவற்றில் பதியப்பட்டுள்ள கருத்துகளை ஆய்வின் போது ஒப்பிட்டுப் பார்த்து உறுதிப்படுத்திக் கொள்ளலாம்.

5. ஆய்வின்போது அக் களச்சூழல் மற்றும் செயல்முறையில் ஏற்படும் ஐயங்களுக்கு தேவையான விளக்கங்களை நிறுவன அதிகாரியிடம் கேட்டுப் பெற வேண்டும். அந்த உரையாடலின் முக்கியக் கூறுகளை ஆய்வுக் குறிப்பில் இடம் பெறச் செய்ய வேண்டும்.

6. நேரடி ஆய்வுக் குறிப்புகளும், ஆய்வின் போது பதிவு செய்யப்பட்ட நிழற்படங்களையும் தணிக்கைச் சான்றுகளாகக் கொள்ளலாம்.

நேரடி ஆய்வில் கண்டவற்றை பிற தணிக்கைக் கண்டுபிடிப்புகளுக்கு பலம் சேர்க்கவே பெரும்பாலும் பயன்படுத்துவர். ஆனால் நேரடி ஆய்வின் முக்கியத்துவம் கருதி, நேரடி ஆய்வுக் குறிப்புகள் தனித்த தணிக்கைக் கண்டுபிடிப்புகளாக இடம் பெறச் செய்யலாம். அச்சூழலில் இரு தரப்பிலிருந்தும் உயர்ந்த பொறுப்பில் இருப்பவர்கள் நேரடி ஆய்வில் பங்கேற்பது தணிக்கைச் செயல்முறையை சிறப்பானதாக மாற்றும்.

16.5. நேர்காணல்

தணிக்கை நடைமுறையை செயல்படுத்துவதற்குத் தேவைப்படும் மற்றுமொரு முக்கியமான கருவி நேர்காணல் (Interview). இது கலந்துரையாடல் என்றும் அறியப்படும். அது அனைத்து தணிக்கை வகையிலும், அனைத்து நிறுவனங்களின் தணிக்கையின் போதும் துணைக் கருவியாக பயன்பட வல்லது. அதாவது இது தனித்து செயல்படாமல் பிறவகை தணிக்கைக் கருவிகள் சிறப்பாகச் செயல்பட வசதி செய்து கொடுப்பது. குறிப்பாக தணிக்கையருக்கு ஏற்படும் ஐயங்களைத் தீர்த்து வைக்கும் முக்கியமான தணிக்கைக் கருவியாகும். தணிக்கையருக்கு ஏற்படும் ஐயங்களுக்கு விளக்கம் கேட்க தணிக்கை விளக்கக் குறிப்பு முறை பயனுள்ளதாகவும், தக்க சான்றுகளைத் தருவதாகவும் அமையும். அதேவேளையில், ஐயங்களுக்கு தெளிவான விளக்கம் பெறவும், நல்ல புரிதலை ஏற்படுத்தவும் நேர்காணல் முறை மிகவும் பயனுள்ளதாக இருக்கும்.

நேர்காணல் நடத்தும் முறையும், நேர்காணலின் போது பின்பற்ற வேண்டிய நடைமுறைகள் குறித்தும் விரிவாகக் கற்கலாம்.

1. தணிக்கை நேர்காணல் யாருடன் நடத்த வேண்டும் என்றும், எந்தக் கருத்துரு தொடர்பாக கலந்துரையாடல் நடத்த வேண்டும் என்றும் தீர்மானிக்க வேண்டும். யாருடன் நேர்காணல் நடத்த வேண்டும் என முடிவு செய்ய நிறுவனத்தின் உதவியை நாடலாம்.

2. நேர்காணலின் தேவை குறித்து நிறுவனத்திற்கும், தொடர்பு உடைய பணியாளருக்கும் தெரியப்படுத்தி, எப்பொழுது, எங்கே எவ்வளவு கால அளவிற்கு என்பதை முடிவு செய்து தொடர்புடைய நபரின் ஒப்புதலைப் பெற வேண்டும்.

3. நேர்காணலுக்குத் தேவையான செய்திகளைத் தொகுத்து விளக்கம் பெற வேண்டிய வினாக்களை தெளிவாக வரையறை செய்து கொள்ள வேண்டும். தேவைப்படின் வினாப் பட்டியல் ஒன்றை தயாரித்துக் கொள்ள வேண்டும்.

4. நேர்காணலின் போது, அதன் தேவை குறித்த சிறிய அறிமுகத்துடன் தொடங்கி, வினாக்களையும் ஐயங்களையும் தெளிவாக எடுத்துக் கூற வேண்டும். நேர்காணல் தருபவரைக் குழப்பாமல் தெளிவாக வினாக்களைத் தொடுக்க வேண்டும்.

5. நேர்காணல் தருபவர் வினாக்களுக்குத் தரும் விளக்கங்களை குறிப்பெடுத்துக்கொள்ள வேண்டும். சில விளக்கங்கள் தெளிவாக இல்லாவிடில், மீண்டும் தெளிவாகவும் விரிவாகவும் விளக்கும்படி கேட்டுக் கொள்ளலாம்.

6. நேர்காணலின் போது பெறப்பட்ட விளக்கத்தின் அடிப்படையில், துணை வினாக்களை எழுப்பலாம். நேர்காணலுக்குத் தேவையான கோப்புகளையும், தரவுகளையும் பயன்படுத்திக் கொள்ளலாம்.

7. நேர்காணலின் போது நிகழ்ந்த உரையாடலை குறிப்பாக எழுதி அதில் இருவரும் கையொப்பமிட வேண்டும். அதனைத் தணிக்கைச் சான்றாக பயன்படுத்திக் கொள்ளலாம்.

நேர்காணலின் போது செய்யக் கூடாத சில செயல்கள் உண்டு. அவற்றை அறிந்து கொள்வது பயனளிக்கும்.

1. நேர்காணலின் போது உணர்ச்சிகளைக் கட்டுப்படுத்திக் கொள்ள வேண்டும். கோபத்திற்கும், ஏமாற்றத்திற்கும் இடமளிக்கக் கூடாது.

2. நேர்காணலின் போது விளக்கம் தருபவரை கட்டுப்படுத்தவோ, தணிக்கைக்குத் தேவையான விளக்கத்தைப் பெறும் வகையில் வழிநடத்தவோ கூடாது.

3. நேர்காணலில் வெற்றி பெறுவது நோக்கமல்ல. தணிக்கைக்குத் தேவையான தகவல்களைப் பெறுவதே முக்கிய நோக்கம். வெற்றி பெற வேண்டும் என்ற நோக்கில் நேர்காணல் நடத்துவதைத் தவிர்க்க வேண்டும்.

4. நேர்காணல் என்பது முறையாக நிகழ்த்தப்பட வேண்டிய செயல்முறை. அதனை முறைசாரா வகையில் நடத்துவதை தவிர்க்க வேண்டும்.

நல்ல முறையில் நிகழ்த்தப்பட்ட நேர்காணல் தணிக்கையரின் பல மணிநேர உழைப்பை மிச்சப்படுத்தும். ஐயமின்றி முடிவெடுக்கப்படும் தணிக்கை முடிவு சரியானதாகவே இருக்கும்.

16.6. வினாத்தாள் முறை

வினாத்தாள் முறையும் (Questionnaire method) தணிக்கைக் கருவிகளுள் அங்கீகரிக்கப்பட்ட ஒன்றாகும். இது தேர்வுக்குரிய வினாத்தாள் போன்றதல்ல. தணிக்கையின் வினாத்தாள் முறை எல்லா வினாக்களும் ஆம்/இல்லை என்ற பதிலுடன், சிறு விளக்கத்தைக் கோரும் வகையில் வடிவமைக்கப்பட்டதாகும்.

தணிக்கை வினாத்தாள் முறை இரு முக்கிய சூழலில் மிகவும் பயனுள்ளதாக அமையும். அகக் கட்டுப்பாட்டுத் தணிக்கையில் அகக் கட்டுப்பாடுகளின் தரத்தையும் நிலைத் தன்மையையும் அறிந்து கொள்ள வினாத்தாள் முறை மிகவும் பயனுள்ளதாக அமையும். நிறுவனத்தின் குறிப்பிட்ட செயல் குறித்து பின்னூட்டக் கருத்துகளை பலரிடமிருந்து பெற வேண்டியதிருப்பின் வினாத்தாள் முறையே மிகச்சிறந்த கருவியாகும்.

தணிக்கை வினாத்தாள் முறையில் வினாக்களைக் கட்டமைப்பதிலும், விடைகளையும் விளக்கங்களையும் ஆய்வு செய்வதிலும் அதிக கவனம் செலுத்தப்பட வேண்டும்.

வினாத்தாள் கட்டமைப்பு:

- வினாக்கள் யாவும், மிகவும் எளிமையாகவும் எளிதில் புரிந்து கொள்ளும் வகையிலும், குழப்பத்தைத் தவிர்க்கும் வகையிலும் இருக்க வேண்டும்.
- வினாக்கள் யாவும் ஆம் அல்லது இல்லை என்ற பதிலைப் பெறும் வகையிலும், அவற்றிற்குச் சிறு விளக்கம் தரும் வகையிலும் அமைக்கப்பட வேண்டும்.
- விடையளிப்பவரை குறிப்பிட்ட விடையளிக்கும் வகையில் தூண்டும் வினாக்களைத் தவிர்க்க வேண்டும்.
- ஒரே மாதிரியான விடைகளைத் தவிர்க்க நேர்மறை மற்றும் எதிர்மறை வினாக்களை கலந்து கட்டமைக்க வேண்டும்

- தனி நபர் தொடர்பான வினாக்களையும், உணர்வுகளைத் தூண்டக்கூடிய வினாக்களையும் கட்டாயம் தவிர்க்க வேண்டும்.

விடைகளை ஆய்வு செய்தல்:

- அனைத்து வினாக்களுக்கும் விடை பகிரப்பட்டுள்ளதா என்பதை உறுதி செய்ய வேண்டும்.
- ஒரு வினாவிற்கு நேர்மறையாகவும் எதிர்மறையாகவும் எத்தனை நபர்கள் விடையளித்துள்ளனர் என்பதைக் கணக்கிட வேண்டும்.
- நேர்மறை விடைகளுக்கும் எதிர்மறை விடைகளுக்கும் தரப்பட்டுள்ள விளக்கங்களையும் தொகுக்க வேண்டும்.
- மேற்கண்டவற்றின் அடிப்படையில் விளக்கக் குறிப்பொன்றை தயார் செய்து நிறுவனத்திற்கு வழங்க வேண்டும். அக் குறிப்பின் மீது நிறுவனத்தின் விளக்கத்தைப் பெறுவது சிறப்பாக இருக்கும்.

வினாத்தாள் விளக்கக் குறிப்பு மற்றும் நிறுவனத்தின் விளக்கத்தின் அடிப்படையில் தணிக்கையர் தனது முடிவை மேற்கொள்ள வேண்டும். தணிக்கையரின் இந்த முடிவை தனியாகவோ அல்லது பிற கண்டுபிடிப்ப களுக்குத் துணையாகவோ பயன்படுத்தலாம்.

வினாத்தாள் முறையில் உள்ள மிகப் பெரும் சிக்கல் வினாத் தாள்களை திரும்பப் பெறுதல். பொதுவாகப் பூர்த்தி செய்யப்பட்ட வினாத் தாள்களை குறிப்பிட்ட காலத்திற்குள் திரும்பப் பெற வேண்டும். ஆனால் அனைத்து வினாத்தாள்களும் திரும்ப வருவதில்லை. தணிக்கையர் விடைத்தாளை சமர்ப்பிக்க தாமதப்படுத்துவோர்க்கு மீண்டும் மீண்டும் நினைவூட்ட வேண்டும். எவ்வளவு முயன்றும் பல வினாத்தாள்கள் மீண்டும் வருவதில்லை என்பதை தணிக்கையர் உணர வேண்டும். வினாத்தாள் முறையில் உள்ள மற்றுமொரு சிக்கல் உண்மையாகவும், சிந்தித்தும் விடையளிப்பவர் மிகவும் குறைவு. ஆகவே வினாத்தாள் முறை அனைத்து சூழலிலும் சரியான முடிவைத் தரும் என்று உறுதியாகக் கூற முடியாது. இச்சிக்கலை வினாக்களை சரியாக கட்டமைப்பதன் மூலம் கட்டுப்படுத்தலாம்.

16.7. மதிப்பிடல்

தணிக்கைச் செயல்முறையில் நிதியறிக்கைகளில் தெரிவிக்கப் பட்டுள்ள சொத்துக்களின் மதிப்பை உறுதிப்படுத்துவதற்கு மதிப்பிடல் முறை பின்பற்றப்படுகிறது. மதிப்பிடல் என்பது நிதியறிக்கை தயாரிக்கப்பட்ட தேதியில், நிறுவனத்திற்குச் சொந்தமான சொத்துக்களின்

அன்றைய மதிப்பைக் கணக்கிட்டு அவற்றின் மதிப்பை நிதியறிக்கையில் பதிவிடுதலைக் குறிக்கும். பொதுவாகச் சொத்துக்களின் மதிப்பை அளவிட்டு, நிதியறிக்கையில் வெளியிடுவது நிறுவனத்தின் பொறுப்பு.

நிதியறிக்கையில் தெரிவிக்கப்பட்டுள்ள சொத்துக்களின் மதிப்பை உறுதி செய்வது தணிக்கையரின் பணி. சொத்துக்களின் மதிப்பீட்டில் தவறு இருந்தால், சமநிலைக் குறிப்பும், இலாப நட்டக் கணக்கும் சரியாக இருக்க முடியாது. ஆகவே தணிக்கையர் தணிக்கை கருத்தைப் பதிவு செய்யும் முன்னர் சொத்துக்களின் மதிப்பை உறுதிப்படுத்திக்கொள்ள வேண்டும்.

மதிப்பிடுதல் என்பது நிறுவனத்தின் உண்மையான நிதிநிலையை அறிந்து கொள்ள உதவும். நிறுவனத்தின் சொத்துக்களில் உள்ள முதலீடுகளை அறிந்து கொள்ளவும், அந்நிறுவனத்தின் சொத்துக்களின் மதிப்பில் அதனை வாங்கும் போது இருந்ததற்கும், நிதியறிக்கை தயார் செய்வதற்குமான கால கட்டத்தில் நிகழ்ந்த மாற்றத்தை அறிந்து கொள்வதற்கும் மிகவும் தேவையானதாகும். நிறுவனத்தின் சொத்துக்களை மதிப்பிடுவதற்கு பல்வேறு வழி முறைகள் உள்ளன. அவற்றுள் சிலவற்றை இங்கே காணலாம்.

1. சொத்துக்களை வாங்கும் போது செலுத்தப்பட்ட அடக்க விலையின் அடிப்படையில் கணக்கிடுதல்
2. சந்தை மதிப்பின் அடிப்படையில் சொத்துக்களின் மதிப்பை அளவிடுதல்- இம்முறையில், அந்தச் சொத்தை சந்தையில் விற்றால் கிடைக்கும் விலையையும், அந்தச் சொத்தை புதிதாக வாங்கும் போது கொடுக்க வேண்டிய விலையையும் குறிக்கும்.
3. சொத்துக்களுக்கு நிரந்தரமான விலையை நிர்ணயித்துக் கொள்ளுதல்
4. தேய்மானத்தைக் கணக்கிட்டு, சொத்துக்களின் புத்தக விலையின் அடிப்படையில் மதிப்பிடுதல்
5. சொத்துக்களை வீணான கழிவு என்ற அடிப்படையில் மதிப்பிடுதல்

மேற்கண்ட முறைகளில் சொத்துக்களின் மதிப்பீட்டை தணிக்கை செய்யப்படும் நிறுவனம் பின்பற்றும். நிறுவனம் பின்பற்றிய முறையை நிதியறிக்கையில் தெரிவிக்க வேண்டும். இந்த நிலையில், தணிக்கையர் பின்வருவனவற்றை தக்க ஆய்வு முறைகளின் மூலம் உறுதி செய்து கொள்ள வேண்டும்.

1. சொத்துக்களை மதிப்பீடு செய்யப் பின்பற்றப்பட்ட முறை சரியானதுதானா?

2. சொத்துக்களின் மதிப்பீடு சரியாக செய்யப்பட்டுள்ளதா என்றும் அது நிதியறிக்கையில் சரியாகக் காட்டப்பட்டுள்ளதா?

3. சொத்துக்களின் மதிப்பு செயற்கையாகவோ, கூடுதலாகவோ, குறைவாகவோ காட்டப்பட்டுள்ளதா?

4. சொத்துக்கள் குறித்து நிறுவனம் வெளியிட்ட தகவல்கள் சரியானதுதானா?

தணிக்கையர் சொத்துக்களை மதிப்பிடும் பொறுப்பில் இல்லை என்றாலும், நிதியறிக்கையில் தெரிவிக்கப்பட்ட சொத்துக்களின் மதிப்பு குறித்த உண்மைத் தன்மையை அறிந்து தணிக்கை கருத்தைப் பதிவு செய்ய வேண்டும்.

16.8. பிற தணிக்கைக் கருவிகள்

மேற்கண்ட தணிக்கைக் கருவிகள் பரவலாகப் பயன்படுத்தப்படுவன. இவை தவிர வேறு பலத் தணிக்கைக் கருவிகளும் தேவைக்கு ஏற்ப பயன்படுத்தப்படுகின்றன. அவை குறித்த பட்டியலும் அது குறித்த சிறு விளக்கமும் இங்கே தரப்பட்டுள்ளது:

1. **தணிக்கை மென் பொருட்கள்:** தணிக்கை செய்வதற்கு பொதுவான மென்பொருளும், தணிக்கைக்கென சிறப்பாக வடிவமைக்கப்பட்ட மென்பொருட்களும் பெருமளவில் பயன்படுத்தப்படுகின்றன. மைக்ரோசாப்ட் எக்ஸல், கூகுள் ஸ்பிரட்ஷீட்ஸ் மற்றும் ஆப்பிள் நம்பர்ஸ் போன்றவை தரவுகளை ஆய்வு செய்யவல்ல பொதுவான மென்பொருட்கள். ஐஆடிட்டர், ஐடியா போன்றவை தணிக்கைக்கென்றே சிறப்பாக வடிவமைக்கப்பட்ட மென்பொருட்கள். இவை போல எண்ணற்ற தணிக்கை மென்பொருட்கள் வலைதளத்தில் இலவசமாகவும் கட்டணத்திற்கும் கிடைக்கின்றன.

2. **நேரடி மற்றும் இணையவழி கருத்துக் கணிப்புகள் மற்றும் பின்னூட்டம்:** பயனாளிகளிடமும், நிறுவனம் தொடர்பானவர்களிடம், நிறுவனத்தைப் பற்றியும், நிறுவனத்தின் செயல்களையும் குறித்து தொடர்புடைய நபர்களிடம் கருத்துக்களையும் பின்னூட்டமும் கேட்டுப் பெறுவது. இவை நிறுவனத்தைப் பற்றிய மற்றவர்களின் கருத்துகளைத் தருமே அன்றி உண்மை நிலையை உணர்த்து வதாக உறுதி கூற முடியாது.

3. **நேரடி மற்றும் தொலைவிலிருந்த கவனிப்புகள், காணொலிகள், புகைப்படங்கள்:** நிறுவனத்தின் ஒரு

இடத்தையும், ஒரு நிகழ்வையும் தொடர்ந்து பார்வை யிடுவதன் மூலம் அவற்றில் உள்ள குறைகளையும், விதிகளின் படி செய்ய வேண்டிய நிலைக்கும், நிறுவனத்தில் இயல்பாக உள்ள நிலைக்குமான இடைவெளி தணிக்கைக் கருத்தாக அமையும். இங்கே முக்கியமாக கவனிக்க வேண்டியது தொடர்ந்து கவனிக்க வேண்டும். ஒரு முறை கவனித்ததன் பேரில் தணிக்கை முடிவு எடுக்க முடியாது. இந்தக் கவனிப்புகளுக்கு ஈடாக அமைவது நிழற்படங்களாகவும் காணொலிக் காட்சிகளாகவும் அமையும்.

4. **துறையைச் சேர்ந்த ஆலோசகர் மற்றும் அறிஞர்களின் கருத்துக்கள்:** தணிக்கை செய்யப்படும் நிறுவனத்தின் துறை சார்ந்த அறிஞர்களிடமும் ஆலோசகர்களிடம் சூழ்நிலையை அறிந்து அவர்களின் கருத்துக்களை தணிக்கைக்கு பயன் படுத்திக் கொள்ளலாம். பொதுவாக அவர்களது கருத்துகள் அவர்களது தனிப்பட்ட கருத்துகளாகவே கருதப்படும்.

5. **துறை சார்ந்த உயர்நிலை மற்றும் சிறப்பு மையங்களின் கருத்துகள்:** தணிக்கை செய்யப்படும் நிறுவனத்தின் துறையில் மிகவும் சிறந்து விளங்குகின்ற ஆராய்ச்சி நிலையங்கள், உயர்கல்வி நிறுவனங்கள் மற்றும், சிறப்பு மையங்கள் முதலானவற்றின் கருத்துகளை கேட்டறிந்து அதனைத் தணிக்கையின் கருத்தாகக் கருதலாம். அவ்வாறு பெறப்பட்ட கருத்து அந்நிறுவனத்தின் கருத்தாகக் கொள்ளப் படும். அது தணிக்கைக்கு வலுச் சேர்க்கும்.

தணிக்கையின் நோக்கம் மற்றும், தணிக்கை செய்யப்படும், நிறுவனத்தின் சூழல் முதலியவற்றை கருத்தில் கொண்டு, சரியான தணிக்கைக் கருவியை தெரிவு செய்வது தணிக்கையரின் திறமையையும் அனுபவத்தையும் பொருத்து அமையும். அதுவே தணிக்கையின் வெற்றிக்கு அடிகோலும்.

சிந்திக்க....

1. சரியான தணிக்கைக் கருவிகளே தணிக்கையர் தனது கருத்தைத் தெளிவாக முடிவு செய்வதற்குத் தேவையான தக்க சான்றுகளைத் தரும். ஆய்வு செய்க.
2. தணிக்கை செய்யப்படும் நிறுவனம், தணிக்கைக்குத் தேவையான கோப்புகள் அனைத்தையும் முழுமையாக வழங்கிவிட்டது என்பதை எவ்வாறு உறுதி செய்யலாம் என எண்ணிப் பார்க்க.

3. தணிக்கைக்கு வழங்கப்பட்ட தரவுகள் முழுமையானது என்றும், புதுப்பிக்கப்பட்டது என்றும், தணிக்கையின் கண்டுபிடிப்பிற்குப் பின் அவை மாற்றப்படவில்லை என்பதை உறுதி செய்யும் உத்திகள் எவை என்பதை எண்ணிப் பார்க்க.
4. நேரடி ஆய்வை தணிக்கையர், தணிக்கை செய்யப்படும் நிர்வாகத்தின் அதிகாரிகள் இல்லாமல் மேற்கொள்வதால் ஏற்படும் விளைவுகளை எண்ணிப் பார்க்க.
5. நவீன தொழில்நுட்பத்தைப் பயன்படுத்தி தணிக்கைச் சான்றுகளைச் சேகரிக்கும் போது பின்பற்ற வேண்டிய நடைமுறைகளையும், கூடுதல் செலவை சமாளிப்பது குறித்தும் எண்ணிப் பார்க்க
6. தணிக்கைக்கான தனிப்பட்ட மென்பொருளைப் பயன்படுத்தும் போது, தணிக்கையர் பின்பற்ற வேண்டிய வழிமுறைகள் குறித்து எண்ணிப் பார்க்க.
7. நேர்காணல் மற்றும் வினாத்தாள் முறையை ஒப்பிட்டு அவற்றின் நிறை குறைகளை ஆய்வு செய்க. இரண்டு முறைகளிலும் பதிலளிப்பவர் சரியான/ உண்மையான பதிலை அளிக்கிறார் என உறுதி செய்வது எங்ஙனம் என எண்ணிப் பார்க்க.

17. தணிக்கைச் சான்றுகள்

தணிக்கை அறிக்கைக்கு சான்றுகள் மிக முக்கியமானவை. தணிக்கை அறிக்கையே சான்றுகளின் அடிப்படையிலேயே அமையும். வலுவான சான்றுகளின் அடிப்படையில் அமைவதாலேயே தணிக்கை அறிக்கை நம்பகத் தன்மை வாய்ந்ததாக அமைகிறது. தணிக்கைச் சான்றுகளைக் குறித்து முழுமையாகப் புரிந்து கொண்டால் மட்டுமே தணிக்கை சிறப்பாக செயல்பட்டு, நடுநிலையான தணிக்கை அறிக்கை தயாரிக்க முடியும். தணிக்கையின் முழு செயல்முறையுமே தணிக்கைச் சான்றுகளைத் தேடும் நோக்கத்தில்தான் அமையும். தணிக்கைச் சான்றுகள் நிறுவனத்தில் உள்ள குறைகள் மட்டுமல்லாது, நிறுவனம் சிறப்பாக, சரியாக செயல்படுகிறது என்பதை பதிவு செய்யவும் தேவைப்படுகின்றது.

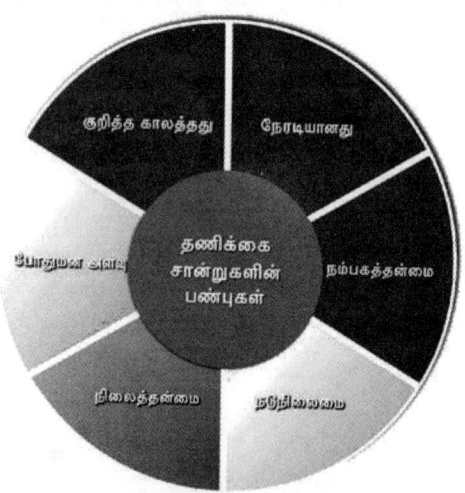

விளக்கப்படம் 14 தணிக்கை சான்றுகளின் பண்புகள்

தணிக்கை அறிக்கைக்கு சான்றுகளாக எவையெல்லாம் அமையும் என்பதனைப் புரிந்துகொள்ள வேண்டும். தணிக்கை செய்யப்படும் நிறுவனத்தின் கொள்கைகள், நிறுவனத்தின் கையேடுகள், வழிகாட்டிகள், நிறுவனத்தின் உள் அறிக்கைகள், வெளி அறிக்கைகள், நிறுவனத்தில்

பயன்படுத்தப்படும் பேரேடுகள், நிறுவனம் சார் தரவுகள், நாட்டில் பின்பற்றப்பட வேண்டிய சட்டங்கள், நிறுவனம் பின்பற்றப்பட வேண்டிய விதிகள் போன்ற நிறுவனத்தின் அனைத்து செயல்பாடுகள் தொடர்பான அனைத்தும் தணிக்கைச் சான்றுகளாகும் தகுதி பெற்றவை. சில சூழல்களில் நிறுவனம் செயல்படும் துறை சார்ந்த பிற நிறுவனங்கள், துறை சார்ந்த அடிப்படைகள் முதலியனவும் தணிக்கைச் சான்றுகளாகும் தகுதி வாய்ந்தவை. புகைப்படங்கள், கள ஆய்வு அறிக்கைகள் துறை சார் அறிஞர்களின் கருத்துகள் போன்றவையும் தணிக்கைச் சான்றுகளாகும் தகுதி பெற்றவையாகும்.

மேலும் தணிக்கை செய்யப்படும் நிறுவனம் தரும் விளக்கங்கள், மறுமொழிகள் போன்றவையும் தணிக்கைச் சான்றுகளாகும் தகுதியுடையவையே. தணிக்கையர், தணிக்கை செய்யும் நிறுவனத்தைச் சார்ந்த பணியாளர்களுடன் விவாதம் நடத்திய குறிப்புகள், தொடக்கக் கூட்டம் மற்றும் நிறைவுக் கூட்ட குறிப்புகள் முதலியவையும் தணிக்கைச் சான்றுகளாகும் தகுதி படைத்தவையே. மேலும், தணிக்கை செய்யப்படும் நிறுவனம் மேற்கொண்ட உடன்படிக்கைகள், புரிந்துணர்வு ஒப்பந்தங்கள் நிறுவனத் தொடக்க விதிகள் முதலியனவும் தணிக்கைச் சான்றுகளே.

17.1. சான்றுகளின் தேவை

தணிக்கை அறிக்கை தயாரிக்க, சான்றுகள் ஏன் தேவைப்படுகின்றன என்பதனைப் புரிந்து கொள்ள வேண்டும்.

1. தணிக்கை அறிக்கையில் பதிவு செய்யப்பட்ட கருத்துக்களுக்கு மூலமாக தணிக்கைச் சான்றுகள் விளங்குகின்றன. தணிக்கைக் கருத்துக்களை எழுப்புவதற்கு அடிப்படையாகச் சான்றுகளே அமைகின்றன.

2. தணிக்கை அறிக்கையை தணிக்கை நிறுவனத்திலும், தணிக்கை செய்யப்படும் நிறுவனத்திலும், பல அலுவலர்கள் கையாள நேரிடும். அத்தகு நிலைமை நெடுங்காலத்திற்கு நிகழலாம். அத்தகைய சூழல்களில் தணிக்கைச் சான்றுகளே தணிக்கைக் கருத்திற்கு ஆதாரமாக விளங்குகின்றன.

3. தணிக்கை அறிக்கையை, அவற்றை ஆய்வு செய்வதற்கு அதிகாரம் பெற்ற குழு அல்லது அமைப்பு, தணிக்கை அறிக்கையையும் அவற்றின் மேல் எடுக்கப்பட்ட நடவடிக்கைகள் குறித்து ஆய்வு செய்வது தணிக்கையின் சான்றுகளின் அடிப்படையில் மட்டுமே அமையும். அக்குழுக்கள் தணிக்கைக் கருத்திற்கு மூலமாக விளங்கும் சான்றுகளை நேரடியாக ஆய்வு செய்வதை விரும்புகின்றன.

4. தணிக்கை செய்யப்படும் நிறுவனம், தணிக்கைக் கருத்துக் களை ஏற்காமல், இரு தரப்பினருக்குமிடையே கருத்து வேறுபாடு ஏற்படும் சூழலில், சான்றுகளே தணிக்கைக்கு வலு சேர்ப்பதாக இருக்கும். சான்றுகள் இல்லாமல் தணிக்கைக் கருத்துகளை உறுதிப்படுத்த முடியாது.

5. பல சூழல்களில் தணிக்கையின் கருத்துக்களை, அரசும், ஒழுங்குபடுத்தும் அமைப்புகளும், நீதிமன்றங்களும் பயன் படுத்த வேண்டியிருக்கும். அச்சூழல்களில் தணிக்கைச் சான்றுகள் அந்த அமைப்புகளுடன் பகிர்ந்து கொள்ள வேண்டி யிருக்கும். அவ்வமைப்புகள், தணிக்கைச் சான்றுகளை நேரடியாக ஆய்வு செய்யும்.

17.2. சான்றுகளின் பண்புகள்

நிறுவனத்தில் பயன்படுத்தப்படும் அனைத்து கோப்புகளையும், ஆவணங்களையும், தரவுகளையும், தணிக்கைக்கு உட்படுத்தலாம். ஆனால் அவை அனைத்தையும் தணிக்கைச் சான்றுகளாக ஏற்கமுடியாது. பதிவு செய்யப்படும் தணிக்கைக் கருத்திற்கு மூலமாக அமைய தணிக்கைச் சான்றுகள் குறிப்பிட்ட பண்புகளைக் கொண்டதாக இருக்க வேண்டும். அத்தகைய பண்புகளைக் கொண்ட தணிக்கைச் சான்று களைத் தேர்ந்தெடுப்பது தணிக்கையரின் திறமை; கடமையும் கூட. சரியான பண்புகளைக் கொண்ட தணிக்கைச் சான்றுகளை முறையாக பதிவு செய்து, அவற்றைத் தணிக்கை முடிவுகளோடு நேரடியாக தொடர்பு படுத்தி, பதிவு செய்து ஆவணப்படுத்த வேண்டியது இன்றியமை யாதது. சரியான தணிக்கைச் சான்றுகளுக்குத் தேவையான பண்புகள் இங்கே பட்டியலிடப்படுகின்றது.

1. **நேரடியானது:** தணிக்கைச் சான்றுகள் தணிக்கையின் கருத்தை நேரடியாக (Direct) வலியுறுத்துவனவாக இருக்க வேண்டும். எளிதில் அனைவராலும் புரிந்து கொள்ளத்தக்க தாகவும், தணிக்கையின் கருத்திற்கு வலுச் சேர்ப்பதாகவும் இருக்க வேண்டும். சான்றுகளின் அடிப்படையில் தணிக்கையர் மேற்கொள்ளும் அதே முடிவை, அக்குறிப்பிட்ட சான்றை ஆய்வு செய்யும் யாவரும் மேற்கொள்ளும் வகையில் நேரடி யானதாக இருக்க வேண்டும். தணிக்கை முடிவுகளை மறைமுகமாகவும், ஆய்வு செய்து முடிவு செய்ய வேண்டிய சான்றுகள் சற்று வலுக் குறைந்ததாக இருக்கும். எந்தவிதமான அனுமானங்களும் தேவைப்படாமல், உண்மையான கள நிலவரத்தை தெளிவாக வெளிப்படுத்தவல்ல சான்றுகள் தணிக்கைக்கு வலுச் சேர்ப்பதாக அமையும்.

2. **நம்பகத்தன்மை:** தணிக்கை அறிக்கைக்கு வலுச் சேர்ப்பதற்குத் தணிக்கைச் சான்றுகள் நம்பகத்தன்மை வாய்ந்ததாக இருக்க வேண்டும். சான்றுகள் தணிக்கை முடிவுகள் குறித்த ஐயங்கள் இன்றி தணிக்கையரின் முடிவிற்குத் துணை நிற்க வேண்டும். தணிக்கை செய்யப்படும் நிறுவனத்தின் ஆவணங்கள், குறிப்பாக மூல ஆவணங்கள், தணிக்கை நிறுவனம் கொடுத்த விளக்கங்கள், கோப்புகள் மற்றும் தரவுகள், அரசுத் தரப்பிலிருந்து பெறப்பட்ட ஆவணங்கள் போன்றவை அதிக நம்பகத்தன்மை வாய்ந்ததாக கருதப்படுகின்றன. தணிக்கையர் பதிவு செய்த தணிக்கை நிறுவன அதிகாரி கையொப்பமிட்ட பதிவுகளும் நம்பகத்தன்மை வாய்ந்தவையாகும். அப்படிப்பட்ட ஆவணங்களின் நகல்களை தணிக்கை செய்யப்படும் நிறுவனத்திடமிருந்து முறையாகப் பெறப்பட வேண்டும். பொதுவாக, தணிக்கை செய்யப்படும் நிறுவனத்திற்கு நேரடித் தொடர்பில்லாத இடத்திலிருந்தும், மூன்றாம் நபர்களிடமிருந்தும், பொது மக்கள் மற்றும் வாடிக்கையாளர்களிடமிருந்து பெறப்பட்ட ஆவணங்கள் முதலியன குறைந்த நம்பகத்தன்மை உடையனவாகக் கருதப்படும். தணிக்கை செய்யப்படும் நிறுவன அதிகாரி கையொப்பமிட்ட ஆவணங்கள், கையொப்பமிடா ஆவணங்களைவிட அதிக நம்பகத்தன்மை வாய்ந்ததாகும்.

   ஆவணங்களைத் தவிர, நிழற்படங்கள், காணொளிக் காட்சிகள், உரையாடல் ஒலிப் பதிவுகள் முதலியனவும் நம்பகத்தன்மை வாய்ந்தவையாகும். ஆனால் அதன் உட்கருத்தை எழுத்தில் பதிவு செய்து தொடர்புடைய அதிகாரிகளுடைய ஒப்புதலைப் பதிவு செய்வது, தணிக்கைப் பணியை எளிமையாக்கும். பொதுவாக, தணிக்கைச் சான்றாக பயன்படுவன சட்டத்தினால் ஏற்கப்படுவதாகவும், பொது அறிவின்பால் ஒத்துக்கொள்ளத்தக்கதாகவும், தணிக்கை அறிக்கை பயனாளர்கள் ஏற்றுக்கொள்ளத்தக்கதாகவும் இருக்க வேண்டும்.

3. **நடுநிலைமை:** தணிக்கைக்குச் சான்றளிக்கும் மூலம் (Source) நடுநிலைமை வாய்ந்ததாகவும், தணிக்கை செய்யப்படும் நிறுவனத்திற்கு ஆதரவாகவோ எதிராகவோ இல்லாமல் நடுநிலைமை மிக்கதாக இருப்பது தணிக்கையின் முடிவிற்கு வலு சேர்க்கும். தணிக்கைக்கு சான்றளிக்கும் மூலம்

தணிக்கை செய்யப்படும் நிறுவனத்தாலும், தணிக்கைப் பயனாளிகளாலும் தணிக்கைச் சான்றளிப்பதற்கு உகந்த அமைப்பு என ஏற்றுக் கொள்ளத் தக்கதாக இருக்க வேண்டும. பொதுவாக, மூன்றாம் தரப்பிலிருந்து பெறப்படும் சான்றுகள் நடுநிலைமையாவையாக இருப்பதோடு, நம்பகத்தன்மை வாய்ந்ததாகவும் இருக்கும். மேலும் தனிநபர்களிடமிருந்து பெறப்படும் சான்றுகளைவிட நிறுவனங்களிலிருந்து பெறப் படும் சான்றுகள் வலுவாக இருக்கும். வாய்மொழியாக பெறப்படும் சான்றுகளைவிட எழுத்து வடிவில் பெறப்படும் சான்றுகளும், முறையாகவும் அதிகாரப்பூர்வமாகவும் பெறப்பட்ட சான்றுகள் அதிகாரப்பூர்வமற்ற முறைசாரா வகையில் பெறப்பட்ட சான்றுகளைவிட வலுவானதாகவும் ஏற்றுக் கொள்ளத்தக்கதாகவும் அமையும்.

4. **போதுமான அளவு:** தணிக்கைச் சான்றுகள் தணிக்கை முடிவிற்கு முழுமையான சான்றாக இருக்க வேண்டும். ஒரு தணிக்கைச் சான்று தணிக்கையின் முடிவிற்குப் போதுமானதாக (Sufficiency), முழுமையானதாக அமைவதில்லை. பல்வேறு சான்றுகளை ஒருங்கிணைத்தே தணிக்கையின் கருத்து முடிவு செய்யப்படுகின்றது. சான்றுகள் முழுமையாக இல்லாத தணிக்கை முடிவுகளை ஏற்றுக் கொள்ள முடியாது. எடுத்துக்காட்டாக, நிர்வாகத்தின் செயல் குறித்து தணிக்கை கருத்து தெரிவிக்கும் போது, நிர்வாகம் கவனக்குறைவாக செயல்பட்டது என்பதற்கும், திறனின்றி செயல்பட்டது என்பதற்கும், தவறு செய்துவிட்டது என்பதற்கும், முறைகேடாக செயல்பட்டது என்று கருதுவதற்கும் வெவ்வேறு விதமான சான்றுகள் தேவைப்படும். முறைகேடாக செயல்பட்டது என்பதற்கு மிக வலுவான சான்று தேவைப்படும். ஆகவே போதுமான சான்றுகளின் அடிப்படையிலேயே தணிக்கை கருத்தை முடிவு செய்ய இயலும். போதுமான சான்றுகள் இல்லாமல் தெரிவிக்கப்படும் தணிக்கையின் கருத்து தணிக்கையின் நம்பகத்தன்மையையும், நோக்கத்தையும் கேள்விக்குட் பட்டதாக்கிவிடும்.

5. **நிலைத்தன்மை:** சான்றாகப் பயன்படும் ஆவணங்களும் பதிவுகளும் நிலைத் தன்மையுடையதாக (Stability) இருக்க வேண்டும். தொடர்ந்து மாறிக்கொண்டு இருப்பவையும், இடம் மற்றும் சூழலுக்கு ஏற்ப மாறும் வகையிலான சான்றுகள் தணிக்கை முடிவுகளை வலுவற்றதாக்கிவிடும். குறிப்பாக

தரவுகளின் அடிப்படையில் தணிக்கை முடிவுகள் அமையும் போது, தணிக்கையின் முடிவிற்குக் காரணமான மூலத்தரவு களையும் அவற்றை ஆய்வு செய்து பெற்ற முடிவுகளையும் தெளிவாக பதிவு செய்து கொள்ள வேண்டும். நிறுவனத்தின் தரவுகள் மாறிக்கொண்டே இருப்பதாலும், புதுப்பித்துக் கொண்டே இருப்பதாலும், எந்தத் தரவுகளின் அடிப்படையில் முடிவுகள் மேற்கொள்ளப்பட்டன என்பதனைத் தெளிவாக பதிவு செய்துகொள்ள வேண்டும். தட்ப வெப்பநிலை அடிப்படை யிலும், உள்ளூர் விதிகளின் அடிப்படையிலும் தணிக்கை கருத்தைப் பதிவு செய்யும்போது, அச்சூழல் மற்றும் இடம் குறித்து தெளிவாகப் பதிவு செய்ய வேண்டும்.

6. **குறித்த காலத்திலானவை (Timeliness):** தணிக்கைச் சான்றுகள் தணிக்கை செய்யப்படும் காலத்தைச் சார்ந்ததாகவும், அந்த நிறுவனம் முடிவுகள் மேற்கொண்ட காலத்தைச் சார்ந்ததாகவும் இருக்க வேண்டும். தணிக்கை நிகழும் காலம், நிறுவனம் நிர்வாக முடிவுகளை மேற்கொண்டு, அதன் விளைவுகள் ஏற்கனவே ஏற்பட்டுவிட்டதால், தணிக்கைச் சான்றுகள் நிர்வாக முடிவுகள் மேற்கொள்ளப்பட்ட காலத்தைச் சேர்ந்ததாக இருக்க வேண்டும். அதே வேளையில் காலத்தால் மாறுபடாமல் நிலையானதாகவும் இருக்க வேண்டும்.

காலம் குறித்த மற்றுமொரு பண்பு தணிக்கைச் சான்றுகள் தேவைப்படும் காலத்தில் எளிதில் பெறத் தகுந்த வகையிலும் எளிதில் உறுதிப்படுத்த உகந்த வகையிலும் இருக்க வேண்டும். தணிக்கை செய்யப்படும் காலமும் தணிக்கை அறிக்கை ஆய்வுக்கு உட்படும் காலமும் வேறாக இருப்பதால், தேவைப்படும் சூழலில் எளிதில் மீட்டுப் பெறும் வகையில் முறையாக பராமரிக்கவல்லதாக இருக்க வேண்டும். குறித்த காலத்தே மீட்டுப் பெற இயலாத தணிக்கைச் சான்றுகள் தணிக்கை முடிவுகளை பலமிழக்கச் செய்யும்.

மேற்குறிப்பிட்ட பண்புகளைக் கொண்ட தணிக்கைச் சான்றுகளைக் கண்டெடுப்பது தணிக்கையரின் முக்கிய பணி. தணிக்கையர், நிறுவனத்தின் செயல்பாடு குறித்தும், நிதியறிக்கையின் தரம் குறித்தும் தணிக்கைக் கருத்துக்களை மேற்கொள்கிறார். அவ்வாறு மேற்கொள்ளப்பட்ட கருத்துகள் சரியானவையா இல்லையா என்பதனை தணிக்கைச் சான்றுகளே முடிவு செய்கின்றன. ஆகவே, நேரடியான நம்பகத்தன்மை உடைய நடுநிலையான நிலைத்தன்மை மிக்க, முடிவுக்குப் போதுமான சான்றைக் குறித்த காலத்தே பெற வேண்டும். அதுவே சிறந்த தணிக்கை முடிவுகளைக் கொடுக்கும்.

17.3. சான்றுகளைச் சேகரித்தல்

தணிக்கையரின் முக்கியமான பணி தணிக்கைச் சான்றுகளை சேகரித்தல். இப்பணி தணிக்கை நடைபெறும் போதே இயல்பாக நடக்க வேண்டும். தணிக்கைச் சான்றுகளைச் சேகரிக்கும் பணியை இரண்டு பிரிவுகளாகக் கொள்ளலாம். அவை: தணிக்கை மேலாண்மை குறித்த சான்றுகள் மற்றும் தணிக்கை முடிவுகளுக்கான சான்றுகள்.

தணிக்கை மேலாண்மை குறித்த சான்றுகள், அதன் செயல்முறை குறித்து தணிக்கை முறையாக, பின்பற்ற வேண்டிய அடிப்படைகளின் அடிப்படையில் சரியாக நடத்தப்பட்டது என்பதையும், தணிக்கை நிறுவனத்தின் கவனத்திற்குட்பட்டு வெளிப்படையாக நிகழ்த்தப்பட்டது என்பதற்கான சான்றாக அமையும். தணிக்கை மேலாண்மை குறித்த சான்றுகளே தணிக்கை சிறப்பாக நடத்தப்பட்டது என்பதற்கும், தணிக்கை மீதான நம்பிக்கையை மேம்படுத்துவதற்கும் உகந்ததாக இருக்கும். இந்த வகைச் சான்றுகள் தணிக்கை செய்யும் போதே, தொடர்ச்சியாக பதிவு செய்யப்பட வேண்டும். இதற்காக சிறப்பு முயற்சிகள் செய்யத்தேவையில்லை.

தணிக்கை முடிவுகளுக்கான சான்றுகளை சேகரிப்பதற்கு சிறப்பு முயற்சிகள் மேற்கொள்ளப்பட வேண்டும். இந்தச் சான்றுகள் நிறுவனத்தில் உள்ள குறைகளை சுட்டிக் காட்டுவதற்கும், குறைகள் ஏதுமில்லை எனப் பதிவு செய்வதற்கும் தேவைப்படுகின்றன. சான்றுகளை பெறும் முறைகள் சான்றுகளின் வகைகளையும் அதன் பண்புகளின் அடிப்படையிலும் அமைகின்றன. அவற்றுள் சில பற்றி விரிவாக இங்கே காணலாம்.

விளக்கப்படம் - 15 தணிக்கைச் சான்றுகளின் வகைகள்

1. **ஆவணங்கள்:**
1. ஆவணங்களின் நகல்களை தணிக்கை செய்யப்படும் நிறுவனத்தின் பொறுப்பதிகாரியின் ஒப்பதலோடு பெற வேண்டும்.
2. முடிந்த மட்டும் ஆவணத்தின் நகலை முழுமையாகப் பெற வேண்டும். ஆவணம் மிகப் பெரியதாகவோ, நிறுவனத்தின்

இரகசிய கூறுகளை உள்ளடக்கியதாகவோ இருப்பின், தேவைப்படும் பக்கங்களின் நகலை, மூல ஆவணம் குறித்த குறிப்புகளைப் பதிவு செய்து, அவற்றின் நகல்களில் உரிய அதிகாரியின் கையொப்பம் பெற்றிருக்க வேண்டும்.

3. மிகப் பழைய ஆவணங்கள், தரவுகளின் அடிப்படையிலான ஆவணங்கள், மந்தணமான ஆவணங்கள் போன்ற காரணங்களால் நகல் எடுக்க இயலாத சூழலில், தணிக்கைக்குத் தேவையான ஆவணக் குறிப்புகளை தனியாக பதிவு செய்து, தக்க அதிகாரியின் கையொப்பத்தோடு சான்றாக்கலாம். ஆவண நகல் இல்லாமைக்குரிய காரணங்களைப் பதிவு செய்ய வேண்டும்.

4. மூன்றாம் நபர் அல்லது நிறுவனத்தின் ஆவணங்களை தணிக்கைச் சான்றாகப் பயன்படுத்தும் போது, அது குறித்து தணிக்கை செய்யப்படும் நிறுவனத்திற்கு தெரியப்படுத்த வேண்டும்.

5. நிறுவனத்தின் கவனத்திற்கு அப்பாற்பட்டு, நிறுவனத்தின் ஆவணத்தின் நகலை எடுத்து அதனை தணிக்கைச் சான்றாகப் பயன்படுத்துவது தணிக்கை நெறிமுறைகளை மீறிய செயலாகும். அச்செயல்களைத் தவிர்க்க வேண்டும்.

2. கள ஆய்வுப் பதிவுகள்:

1. கள ஆய்வுகள் தணிக்கை நிறுவனத்தினரும், தணிக்கை செய்யப்படும் நிறுவனத்தினரும் இணைந்து நடத்த வேண்டும். கள ஆய்வு நடத்தப்படும் நிறுவனப் பகுதியின் அல்லது செயல்முறையின் பொறுப்பு அதிகாரியின் முன்னிலையில் நிகழ்த்தப்பட வேண்டும்.

2. கள ஆய்வின் முடிவில், ஆய்வில் கண்டதைக் கண்டபடி கள ஆய்வுக் குறிப்பாக பதிவு செய்ய வேண்டும். கள ஆய்வின் போது நிகழ்த்தப்பட்ட உரையாடலை அல்லது அதன் உட்கருத்துக்களைக் கள ஆய்வுக் குறிப்பில் பதிவு செய்ய வேண்டும்.

3. கள ஆய்வின் போது எடுக்கப்பட்ட நிழற்படம் அல்லது காணொலிக் காட்சி முதலியன அவற்றின் விதிகளுக்கு உட்பட்டு பயன்படுத்தலாம். அவற்றையும் துணை ஆவணமாகப் பயன்படுத்தலாம்.

4. சூழ்நிலை மற்றும் தேவை கருதி- மிகவும் சிக்கலான செயல்முறை பற்றிக் கள ஆய்வு செய்யும் போது, தணிக்கைக்கு உதவுவதற்காக, தணிக்கை செய்யப்படும் நிறுவனத்தின் ஒப்புதலோடு, மூன்றாம் நபர் அல்லது நிறுவனத்தை தணிக்கை ஆலோசகராக பயன் படுத்தலாம்.

5. கள ஆய்வுக் குறிப்பில் இரு தரப்பினரும்-தணிக்கை நிறுவனத்தினர் மற்றும் தணிக்கை செய்யப்படும் நிறுவனத்தினர்-ஒப்புதல் கையொப்பம் பெறப்பட்டு, அதன் நகல்கள் இரு தரப்பினருக்கும் வழங்கப்பட வேண்டும்.

3. புகைப்படங்கள்:

1. புகைப்படங்களும் நிழற்படங்களும் தணிக்கைக்கு சான்றாவதோடு, அவற்றைத் தணிக்கை அறிக்கையில் இடம் பெறச்செய்யும் போது, தணிக்கை அறிக்கையை மெருகூட்டுவதாக அமையும்.

2. புகைப்படங்களும் நிழற்படங்களும் தணிக்கை செய்யப்படும் நிறுவனத்தின் ஒப்புதலோடு எடுக்கப்பட வேண்டும். அல்லது தணிக்கை செய்யப்படும் நிறுவனமே அவற்றைப் பெற்றுத் தரலாம்.

3. அவை என்று, எச்சூழலில் எவ்விடத்தில் பதிவு செய்யப்பட்டது என்ற குறிப்புகள் அப்படங்களின் பின் புறம் பதிவு செய்யப்பட வேண்டும்.

4. அப்படங்களின் பின்புறம் தணிக்கை தொடர்புடைய இரு தரப்பினரும் கையொப்பமிடுவது கட்டாயம்.

5. தணிக்கை அறிக்கையில் இடம் பெறச்செய்யும் புகைப்படம் குறித்த தகவல்களைத் தணிக்கை செய்யப்படும் நிறுவனத்திடம் தெரியப்படுத்த வேண்டும்.

4. தரவுகள் மற்றும் மின்னணு வகையின

1. தரவுகள் மற்றும் தகவல் தொழில்நுட்பப் பதிவுகள் தொடர்ந்து மாறிக்கொண்டும், மேம்பட்டுக் கொண்டும் இருப்பதால், அவற்றை நிறுவனத்திடமிருந்து வாங்கும் பொழுது, அவை முழுமையானவை என்றும், குறிப்பிட்ட தினத்தில் புதுப்பிக்கப் பட்டவை என்றும் சான்றிதழ் பெற வேண்டும்.

2. தரவுகள் மற்றும் தகவல் தொழில்நுட்பப் பதிவுகள் கொண்டு செய்யப்பட்ட ஆய்வுகள் குறித்தும் அவற்றின் செயல்முறைகள் குறித்தும் எழுத்து முறையிலும் தகவல் தொழில்நுட்ப ரீதியாகவும் பதிவு செய்ய வேண்டும்.

3. தணிக்கைக்கு வழங்கப்பட்ட மூலத் தரவுகளையும், மூலத் தகவல் தொழில்நுட்பப் பதிவுகளையும் மீள் ஆய்விற்காக தனியே பாதுகாக்கப்பட வேண்டும். அவற்றின் மீது தணிக்கை ஆய்வுகளை மீண்டும் செய்யும் போது ஒரே மாதிரியான முடிவுகள் கிடைப்பதை உறுதி செய்து கொள்ள வேண்டும்.

4. தரவுகளைத் தணிக்கை செய்ய பின்பற்றப்பட்ட வழிமுறைகளை நிறுவனத்திற்கு தெரியப்படுத்தி, தரவுகள் ஆய்வு முறையில் அவர்களுக்கு ஏற்படும் ஐயங்களைத் தீர்க்க வேண்டும். தணிக்கை செய்யப்பட்ட நிறுவனத்தை ஏற்கச் செய்வது இன்னும் சிறப்பாக இருக்கும்.

5. தணிக்கை ஆய்வுகளின் அடிப்படையில், தரவுகளிலும் தகவல் தொழில்நுட்ப அமைப்பிலும் செய்யப்பெற்ற மேம்பாடுகளையும் சான்றாகப் பதிவு செய்ய வேண்டும்.

5. உரையாடல் பதிவுகள்

1. தணிக்கை செய்யப்படும் நிறுவனப் பிரிவின் பொறுப்பு அதிகாரியுடன் கலந்துரையாடி அதனை ஆவணமாகப் பதிவு செய்து தணிக்கைக்குச் சான்றாக பயன்படுத்தலாம். பொதுவாகக் கலந்துரையாடலில் ஒரு செயல்முறை குறித்தோ, தணிக்கை யருக்கு உள்ள ஐயம் குறித்தோ, அல்லது தணிக்கைக்கு வேண்டிய விளக்கமாகவோ இருக்கலாம்.

2. தணிக்கை செய்யப்படும் நிறுவனத் தலைவரிடமோ அல்லது ஒரு பிரிவின் பொறுப்பு அதிகாரியுடனோ கலந்துரையாடி அவர்களின் கருத்தைப் பதிவு செய்ய வேண்டும்.

3. கலந்துரையாடலின் போது நிறுவனத்தின் ஆவணங்களையும், தணிக்கை விளக்கக் குறிப்புகளையும் தொடர்பு படுத்திக் கொள்ளலாம்.

4. கலந்துரையாடலின் முக்கியக் குறிப்புகளையும், அந்த உரையாடலில் மேற்கொள்ளப்பட்ட முடிவுகளையும் பதிவு செய்து கலந்துரையாடிய இரு தரப்பினரும் கையொப்பமிடுவது முக்கியம்.

தணிக்கைச் சான்றுகளைச் சேகரிப்பது குறித்து முன் கூறிய விவரங்கள் யாவும் பொதுக் கருத்துக்களே. ஆயினும் அனுபவமே தணிக்கைச் சான்றுகள் சேகரிப்பதற்கு பலம் சேர்க்கும். அனுபவத்தோடு ஆழ்ந்து ஆய்வு செய்யும் அணுகுமுறை, தணிக்கையைச் சிறப்பாகவும், தரமான சான்றுகளுடனும் செய்து முடிக்க வழிவகுக்கும்.

தணிக்கை முடிவுகளுக்கான சான்றுகளைச் சேகரிப்பது மற்றும் முடிவுகளோடு இணைப்பது குறித்து முறையாக பின்பற்ற வேண்டிய செயல்முறைகள் பின்வரும் பத்திகளில் கொடுக்கப்பட்டுள்ளன. இவை அனைத்து வகையான தணிக்கை முறைகளுக்கும் பொருந்தும்.

1. குறிப்பிட்ட சான்று தணிக்கைக் கருத்து மற்றும் முடிவோடு தொடர்புடையதா என முடிவு செய்ய வேண்டும். தொடர்பற்ற சான்றுகள் நிராகரிக்கப்பட வேண்டும். தொடர்புடைய சான்றுகளை பின்வரும் வழிமுறையைப் பின்பற்றி மேலும் ஆய்விற்கு உட்படுத்த வேண்டும்.

2. சான்றானது அவற்றிற்குரிய பண்புகளைக் கொண்டுள்ளதா என்று ஆய்வு செய்து அச்சான்று ஏற்புடையதா என்பதை முடிவு செய்ய வேண்டும். ஏற்புடையதில்லை எனில் மேலும் சிறப்பான சான்றுகளைத் தேட வேண்டும்.

3. கிடைக்கப்பட்ட சான்றானது மற்ற சான்றுகளோடு ஒத்திசைந்துள்ளதா என்பதையும் ஆய்வு செய்ய வேண்டும். ஒத்திசைவு இல்லாத நிலையில் சான்றுகளையும் தணிக்கையின் முடிவுகளையும் மீண்டும் ஆய்வு செய்ய வேண்டும்.

4. சான்றுகள் தனித்தனியாகவோ அல்லது கூட்டாகவோ தணிக்கையின் முடிவை உறுதி செய்வதாக உள்ளதா, அல்லது, மேலும் சில சான்றுகள் தேவைப்படுகிறதா என்பதை முடிவு செய்ய வேண்டும். சான்றுகள் போதுமானதாக இல்லாவிடில், மேலும் தேவைப்படும் சான்றுகளைக் கண்டறிய வேண்டும்.

5. தணிக்கைச் சான்றுகளைத் தணிக்கைக் கருத்துகள் மற்றும் முடிவுகளோடு இணைத்துப் பதிவு செய்யப்பட வேண்டும்.

6. இணைக்கப்பட்ட சான்றுகளைத் தணிக்கையின் தலைப்பு வாரியாக தொகுத்து கோப்புகளில் பாதுகாக்கப்பட வேண்டும்.

7. தணிக்கை முடிவுற்ற பின்னர், நிறுவனம் தொடர்பான பிற தணிக்கை அறிக்கைகளுடனும், முந்தைய ஆண்டுகளுக்கான தணிக்கை அறிக்கைகளுடனும் தொடர்பு படுத்திக் கோப்புகளை பராமரிக்க வேண்டும்.

8. தணிக்கைக் குழு மற்றும் இயக்குநர் குழு தணிக்கை முடிவுகளின் மீது தக்க விவாதம் நடத்தி மேல்நடவடிக்கைகள் மேற்கொண்டு தணிக்கை முடிவுகள் மீதான மேல் நடவடிக்கையை முடித்து வைக்க வேண்டும்.

தணிக்கை நடைமுறைகளைச் சிறப்பாகப் பின்பற்றிச் சரியான முடிவுகளை மேற்கொண்ட களத் தணிக்கைச் செயல்முறையானது, சான்றுகளைச் சரியாகத் தெரிவு செய்து அவற்றை முறையாக ஆவணப்படுத்திய பின்னரே முற்றுப் பெறுகிறது. காலப்போக்கில்

தணிக்கைச் செயல்முறையைவிட, தணிக்கை முடிவுகளுக்குக் காரணமான சான்றுகளே அதிகம் பயன்படுத்தப்படும். அவையே தணிக்கையின் தரத்தைப் பற்றி எடைபோட அளவுகோலாக அமையும்

சிந்திக்க...

1. தணிக்கைச் செயல்முறை என்பது தணிக்கையரின் கருத்திற்குத் தேவையான மற்றும் சரியான சான்றுகளைத் தேடுவதே. இக் கூற்றின் உண்மைத் தன்மையை ஆய்வு செய்க.

2. சான்றுகள் தெளிவாகவும் முழுமையாகவும் இல்லாத போது தணிக்கையர் எவ்வாறு முடிவெடுப்பது என்றும், மேற்கொள்ள வேண்டிய நடவடிக்கைகள் குறுத்தும் எண்ணிப் பார்க்க.

3. தணிக்கை அறிக்கையில் குறிப்பிடப்பட்டிருக்கும் ஒவ்வொரு தகவலுக்கும் சான்றுகள் தேவை. தெளிவாகத் தெரிந்த விடயங் களுக்கும் சான்றுகள் தேவை. இக்கூற்றுகளின் முக்கியத்துவத்தை எண்ணிப் பார்க்க.

4. தணிக்கைச் சான்றுகளைத் தணிக்கைக் கண்டுபிடிப்புகளுடன் இணைத்தும் பொருத்தியும் ஆவணப்படுத்தும் நடைமுறைகள் குறித்து எண்ணிப் பார்க்க.

5. தணிக்கைச் சான்றுகளைச் சரியான முறையில் ஆவணப்படுத்தும் முறைகள் குறித்தும் பாதுகாத்து வைக்கும் முறைகள் குறித்தும் எண்ணிப் பார்க்க.

6. கோப்புகள் அடிப்படையிலான தணிக்கை முறையில், மின்னணு வகையிலான தணிக்கைச் சான்றுகளைத் தணிக்கைக் கண்டுபிடிப்பு களுடன் பொருத்திப் பார்ப்பது எங்ஙனம் என எண்ணிப் பார்க்க.

18. தணிக்கை அறிக்கைகள்

தணிக்கையின் முடிவில் தணிக்கையர் தனது கருத்துக்களை அறிக்கையாக பதிவு செய்ய வேண்டும். தணிக்கையின் முடிவில் தயாரிக்கப்படும் அறிக்கை, தணிக்கை அறிக்கை, ஆய்வு அறிக்கை என வெவ்வேறு பெயர்களில் அழைக்கப்படலாம். ஆனாலும் அதன் நோக்கம் பொதுவானதே. அதாவது, நிறுவனத்தின் உண்மை நிலையை தணிக்கை அறிக்கை மூலம் தெரிவிப்பது. பயனாளர்களின் தேவைக்காக தணிக்கை அறிக்கை உருவாக்கப்படுகிறது என்றாலும், அதனை மற்றவர்களும் பின்பற்றத்தக்கதே. முதலில் தணிக்கை அறிக்கையின் முக்கியத்துவம் மற்றும் அதன் வரம்புகள் குறித்து அறிந்து கொள்ள வேண்டும்.

18.1. தணிக்கை அறிக்கையின் பயன்பாடு

தணிக்கை அறிக்கையின் பயன்களையும், அதன் வரம்புகளையும் அறிந்து கொள்வது முக்கியம்.

தணிக்கை அறிக்கையின் பயன்கள்

1. நிறுவனத்தின் உண்மையான நிலவரத்தை - நிதி மேலாண்மை, செயல் மேலாண்மை, சொத்து மேலாண்மை போன்றவை குறித்து கள நிலவரத்தை பயனாளர்களுக்கு தணிக்கை அறிக்கை தெரியப்படுத்துகிறது.

2. நிறுவனத்தில் நிலவும் நிதி மற்றும் நிதி சாராத பிரச்சனைகளையும், சிக்கல்களையும் கண்டுபிடித்து அவற்றைச் சரி செய்ய உதவுகிறது. அது எதிர்காலத்தில் ஏற்படும் பெரும் பிரச்சனையைத் தவிர்க்க உதவுகிறது.

3. நிறுவனத்தின் நிர்வாகத்தினரின் நேர்மையையும், நம்பகத் தன்மை குறித்த உண்மை நிலவரத்தைக் கூறி, பயனாளர்களுக்குத் உறுதியளிக்கிறது. நிறுவனத்தில் நிகழும் தவறுகளையும் மோசடிகளையும் எடுத்துக் காட்டுகிறது.

4. தணிக்கை அறிக்கை ஒவ்வொரு நிறுவனத்திற்கும் சட்ட பூர்வமான தேவையாகும். மேலும் நிறுவனம் சட்டத்திற்கு

உட்பட்டு செயல்படும் நிலையை உறுதிப்படுத்துகிறது. அது நிறுவனத்தின் நிலைத் தன்மையை உறுதி செய்கிறது.

5. நிறுவனம் அதன் கொள்கை, விதிகள், செயல்முறைகளுக்கு உட்பட்டு செயல்படுகிறதையும், நிறுவனத்தின் நோக்கத்தை நிறைவேற்றும் விதத்தில் செயல்படுகிறது என்பதை உறுதி செய்ய தணிக்கை அறிக்கை உதவுகிறது.

தணிக்கை அறிக்கையின் வரம்புகள்

1. நிறுவனத்தின் முழுச் செயல்பாட்டை தணிக்கை செய்வதற்குப் போதிய கால அவகாசம் இருப்பதில்லை. ஆகையால் சோதனை முறையிலான தணிக்கை மேற்கொள்ளப்படுகிறது. தணிக்கை அறிக்கை சோதனைக்கு உட்படுத்தப்பட்ட நிகழ்வுகளின் அடிப்படை யிலேயே தயாரிக்கப்படுகிறது.

2. தணிக்கை அறிக்கையின் தரம், நிறுவனம் கொடுக்கும் ஒத்துழைப்பின் அளவைப் பொறுத்தே அமையும். அதாவது, நிறுவனம் கொடுக்கும் தகவல்கள் மற்றும் தரவுகளைப் பொருத்தே தணிக்கை மேற் கொள்ள முடியும். ஆகவே தணிக்கை அறிக்கையை நிறுவனம் தகவல்களைக் கொடுக்காமல் விடுவதன் மூலம் தணிக்கையை மறைமுகமாக கட்டுப்படுத்த முடியும்.

3. தணிக்கைச் செயல்பாடு இடர் ஆய்வின் மூலம் கண்டறியப்பட்ட நிறுவனத்தில் நிலவும் இடர்களின் அடிப்படையிலான தணிக்கைத் திட்டத்தைப் பொருத்தே அமையும். இடர் ஆய்வின் தரத்தைப் பொருத்தே தணிக்கையின் தரமும் அமையும்.

4. தணிக்கையர் மற்றும் தணிக்கை நிறுவனத்தின் திறன் மற்றும் தரம் ஆகியனவற்றைப் பொருத்தே தணிக்கையின் தரம் மற்றும் நம்பகத்தன்மையை அறிய முடியும்.

5. தணிக்கை அல்லது தணிக்கை நிறுவனத்தின் தன்னாட்சி நிலையைப் பொருத்து தணிக்கையின் முழுமையும் நேர்மையும் வெளிப்படும்.

தணிக்கையின் பயனையும், வரம்புகளையும் தணிக்கை நிறுவனம், தணிக்கை செய்யப்படும் நிறுவனம் மற்றும் செய்யப்படும் தணிக்கையைப் பொருத்துக் கணிக்க வேண்டும்.

18.2. தணிக்கை அறிக்கையின் கூறுகள்

நிதித் தணிக்கை உட்பட அனைத்து விதமான தணிக்கையின் அறிக்கைகளில் இடம்பெற வேண்டிய பொதுக் கருத்துகள் குறித்து இங்கே காணலாம்.

1. தணிக்கை எதனடிப்படையில் மேற்கொள்ளப்படுகிறது என்றும், எந்த அதிகாரத்தின் கீழ் செய்யப்படுகின்றது எனவும் தெளிவாகக் குறிப்பிடப்படவேண்டும். தனியார் நிறுவனமெனில் தணிக்கை நிறுவனம் செய்து கொண்ட ஒப்பந்தம் குறித்தும், அரசு நிறுவன மெனில் எந்த சட்டவிதிகளின்படி தணிக்கை மேற்கொள்ளப் படுகிறது என்பதனைக் குறிப்பிட வேண்டும்.

2. தணிக்கை அறிக்கையில் தணிக்கையின் வகை, தணிக்கையின் நோக்கம், தணிக்கையின் பரப்பு, தணிக்கையின் வரம்புகள், மற்றும் தணிக்கையின் அணுகுமுறை முதலானவையும் குறிப்பிடப்பட வேண்டும்.

3. தணிக்கை செய்வதற்கு நிர்வாகம் தகுந்த ஒத்துழைப்பு கொடுத்ததா என்றும், கோப்புகளும், ஏடுகளும், கணக்கிற்கு அடிப்படையான சான்றுகளும் தரவுகளும் குறித்த காலத்தே வழங்கியதா என்றும், அறிக்கையில் பதிவு செய்ய வேண்டும். அவ்வாறு கொடுக்கப் படவில்லை என்றாலோ அல்லது போதுமான அளவிற்குத் தரப்படவில்லை என்றாலோ அது குறித்து பதிவு செய்யப்பட வேண்டும்.

4. தணிக்கைக்குப் பின்பற்றப்பட்ட அடிப்படைகள், அவற்றின் பின்னணி குறித்தும் நிர்வாகம் அந்த அடிப்படைகள் ஏற்றுக் கொண்டதா என்பது குறித்தும் பதிவு செய்யப்பட வேண்டும்.

5. தணிக்கையின் முடிவில் தணிக்கையர் தனது கண்டுபிடிப்பு களையும், தனது கருத்தையும் தெளிவாக பதிவு செய்ய வேண்டும். இதில் ஐயப்பாடு எதுவும் இருக்கக்கூடாது.

6. தணிக்கையில் கண்டறிந்தவற்றை நிர்வாகத்தோடு பகிர்ந்து கொள்ளப்பட்டதா, அவற்றிற்கு நிர்வாகம் கொடுத்த பதில்(கள்) என்ன, அவை ஏற்றுக்கொள்ளத் தக்கவையா என்பது குறித்தும் தணிக்கையர் தனது கருத்தைப் பதிவு செய்ய வேண்டும்.

7. நிறுவனத்தில் மோசடி, ஊழல், கையாடல் நடந்ததற்கான தக்க சான்றுகள் கிடைக்கப்பெற்றால், அவை குறித்து சிறப்பாகக் குறிப்பிடப்பட வேண்டும். தக்க சான்றுகள் கிட்டவில்லையெனில் அதனையும் குறிப்பிட வேண்டும்.

8. தணிக்கையர் தணிக்கை முடிவுகளைக் கண்டறியவும், அறிக்கையில் பதிவு செய்யவும் அனுமானங்கள் ஏதும் மேற்கொண்டிருந்தால் அவற்றைக் குறிப்பிட வேண்டும். ஏன் அந்த அனுமானங்கள் மேற்கொள்ளப்பட்டன என்பதனையும் குறிப்பிட வேண்டும்.

9. தணிக்கையர் தணிக்கையின் போதும், அறிக்கையளிக்கும் போதும் நிறுவனத்தின் வெளியிலிருந்து சில தகவல்களையோ, தரவு களையோ அல்லது அளவுகோல்களையோ பயன்படுத்தி இருந்தால், அது குறித்து காரண காரியங்களோடு அறிக்கையில் குறிப்பிட வேண்டும்.

10. அதேபோல் அகத் தணிக்கையின் குறிப்புகளும், பிற தணிக்கையின் அறிக்கைகளும், வேறு ஆய்வுகளின் முடிவுகளும், பயன்படுத்தப் பட்டால் அவை எந்த அளவிற்கு பயன்படுத்தப்பட்டன என்றும், ஏன் பயன்படுத்தப்பட்டன என்றும் அறிக்கையில் குறிப்பிடப்பட வேண்டும்.

11. தணிக்கையின் முடிவில் சான்றிதழ் வழங்கப்படுமாயின் தணிக்கைக் கண்டுபிடிப்புகளை அவற்றின் பிற்சேர்க்கைகளுடன் சான்றிதழுடன் இணைக்கப்பட வேண்டும்.

12. இதர மற்றும் சிறப்பு செய்திகள் ஏதேனும் இருப்பின், அது குறித்து சொல்லப்பட வேண்டும்.

தணிக்கை அறிக்கையில் மேற்கண்ட விடயங்கள் இடம் பெற வேண்டியதானாலும் தணிக்கை அறிக்கையின் படிவம் குறித்து எந்தவிதக் கட்டுப்பாடுகளும் வரையறையும் இல்லை. அதனைத் தணிக்கையர் நிர்ணயிப்பது உண்டு. அவ்வாறு நிர்ணயிக்கையில் அந்தத் தணிக்கையின் பயனாளிகள் மற்றும் அவர்களின் தேவைகளைக் கருத்தில் கொள்ள வேண்டும்.

18.3. வரைவு அறிக்கை

தணிக்கை செய்யும் போது, தணிக்கை வேண்டுகோள்கள், தணிக்கை விளக்கங்கள் மற்றும் தணிக்கைக் கண்டுபிடிப்புகள், தணிக்கை ஆலோசனைகள் தணிக்கை செய்யப்படும் நிறுவனத்துடன் பகிர்ந்து கொள்ளப்படும். அவை யாவும் தனித்தனி நிகழ்வுகள் குறித்தும், கருதுகோள்கள் என்ற அளவிலும் அமைந்திருக்கும். ஆனால் பயனாளர் களுக்கு அனைத்து தணிக்கைக் கண்டுபிடிப்புகளையும் ஒருங்கிணைத்து, தணிக்கை ஆலோசனைகளையும் இணைத்து ஒரு அறிக்கையாக நிறுவனத்தின் மேலாண்மைக்கும் வழங்க வேண்டியதிருக்கிறது. அதுவே தணிக்கை அறிக்கை.

தணிக்கை அறிக்கையின் முதல்படி வரைவுத் தணிக்கை அறிக்கை. வரைவுத் தணிக்கை அறிக்கை என்பது, தணிக்கைக் கண்டுபிடிப்புகளை ஒன்றாகத் தொகுத்து, நிறுவனத்தின் கருத்துக்களைப் பெறுவதற்காக உருவாக்கப்படுவது. வரைவுத் தணிக்கை அறிக்கையில் தணிக்கையின்

கருத்து மட்டுமே இடம் பெற்று இருக்கும். அது தணிக்கை செய்யப் படும் நிறுவனத்தின் கருத்தைப் பெறும் நோக்கில் உருவாக்கப்படுவது. ஆகவே வரைவுத் தணிக்கை அறிக்கை மிகவும் விரிவாகவும், தெளிவாகவும், தணிக்கைக் கருத்துக்கு அடிப்படையான அனைத்துத் தகவல்களும் வரைவுத் தணிக்கை அறிக்கையில் இடம் பெற வேண்டும்.

அடுத்து வரைவுத் தணிக்கை அறிக்கையின் படிவம் குறித்து அறிந்து கொள்ள வேண்டும். அதில் பின் வரும் கருத்துகள் இடம் பெற வேண்டும்.

தணிக்கை அறிக்கையின் முன்னுரை: தணிக்கை குறித்த ஓர் அறிமுகம்.

தணிக்கை செய்யப்படும் நிறுவனம் குறித்த முன்னுரை: தணிக்கை செய்யப் படும் நிறுவனம் / நிறுவனப் பிரிவு/ திட்டம் குறித்த ஓர் அறிமுகம்.

தணிக்கைச் செயல்முறை: தணிக்கையின் போது பின்பற்றப்படும் வழிமுறைகள், பயன்படுத்தப்பட்ட தணிக்கைக் கருவிகள், சோதனைக்குத் தேவையான மாதிரிகள் தேர்வு முறைகள், தொடக்க மற்றும், நிறைவுக் கூட்டம் குறித்த தகவல்கள் முதலியன குறித்த குறிப்புகள்.

தணிக்கை ஆலோசனைகள்
தணிக்கை பொறுப்பு அதிகாரியின் கையொப்பம்
தணிக்கை கண்டுபிடிப்புகள்
தணிக்கை அறிக்கை பிற்சேர்க்கை
தணிக்கையின் பரப்பு
தணிக்கை பொறுப்பு துறப்பு
தணிக்கயின் நோக்கம்
தணிக்கையின் மேல் திணிக்கப்பட்ட பரப்புக் கட்டுப்பாடு
தணிக்கை செயல்முறை
தணிக்கை செய்யப்படும் நிறுவனத்தின் ஒத்துழைப்பு
தணிக்கை அறிக்கையின் முன்னுரை
தணிக்கை செய்யப்படும் நிறுவனம் குறித்த முன்னுரை

விளக்கப்படம் 16.1. தணிக்கை அறிக்கை கருத்துகள்

தணிக்கையின் நோக்கம்: நிறுவனம்/ பிரிவு/ திட்டம் குறித்த நோக்கம் மற்றும் அதன் அடிப்படையிலான தணிக்கையின் நோக்கம்.

தணிக்கையின் பரப்பு: தணிக்கைக்கு உட்படுத்தப்படும் பிரிவுகள், கிளைகள், ஆய்வுக்கு உட்படுத்தப்படும் பரிவர்த்தனை நிகழ்ந்த ஆண்டுகள், தணிக்கைக்கு உட்படாத நிகழ்வுகள் குறித்த குறிப்புகள்.

306 / தணிக்கை தெளிவாக்கமும் செயல்முறைகளும்

தணிக்கையின் கண்டுபிடிப்புகள்: தணிக்கைக் கண்டுபிடிப்புகளின் முறையான ஒருங்கிணைந்த தொகுப்பு.

தணிக்கை ஆலோசனைகள்: தணிக்கைக் கண்டுபிடிப்புகளின் அடிப்படையில் நிறுவனச் செயல்பாட்டை மேம்படுத்தவல்ல ஆலோசனைகள்.

தணிக்கைப் பொறுப்பதிகாரியின் கையொப்பம்:

தணிக்கைப் பிற்சேர்க்கைகள்: தணிக்கை அறிக்கையை முழுமையாகப் புரிந்து கொள்ள உதவும் அட்டவணைகள் மற்றும் பிற இணைப்புகள்.

நிறுவனத்தின் ஒத்துழைப்பு: தணிக்கை செய்யப்படும் நிறுவனத்தின் ஒத்துழைப்பை அல்லது ஒத்துழையாமையைப் பதிவு செய்தல்.

தணிக்கைப் பொறுப்பு துறப்பு: தணிக்கையின் பொறுப்பு மற்றும் தணிக்கையின் பொறுப்பிற்கு அப்பாற்பட்ட நிகழ்வுகள் குறித்துப் பதிவு செய்ய வேண்டும்.

தணிக்கைப் பரப்புக் கட்டுப்பாடு: தணிக்கை செய்யப்படும் நிறுவனம் தணிக்கை முழுமையாக செய்ய ஒத்துழைக்காமல், தணிக்கையின் கருத்தை மாற்ற முற்படல்.

மேற்கண்ட படிவம் தவிர தணிக்கை அறிக்கையின் அளவு மற்றும் கண்டுபிடிப்புகளைப் பொருத்து, நிர்வாகச் சுருக்கம் (Executive summary) என்பதனை தணிக்கையின் தொடக்கத்தில் அளிக்கலாம். மேற்கண்ட வரைவுத் தணிக்கையின் படிவம் ஒரு மாதிரியே. தேவை கருதி அதனை மாற்றியமைக்கலாம். வரைவுத் தணிக்கை அறிக்கையின் படிவமே தணிக்கை அறிக்கையின் படிவமாகவும் அமையும்.

வரைவுத் தணிக்கை அறிக்கையை நிறுவனத்தின் நிர்வாகத் தலைமைக்கு அனுப்பி அதில் குறிப்பிடப்பட்டுள்ள தணிக்கைக் கண்டுபிடிப்புகள் குறித்த, நிர்வாகத்தின்/நிர்வாகத் தலைமையின் மறுமொழியையும், அதன் கருத்துக்களையும் கேட்டுப் பெற வேண்டும். மறு மொழி தருவதற்குரிய கால அளவை நிர்ணயிக்க வேண்டும். பொதுவாக இக்கால அளவு இரண்டு முதல் நான்கு வாரங்கள் வரை மாறுபடும். மறுமொழி கிடைக்கப் பெற்றவுடன் அதனை முன்னர் குறிப்பிட்டபடி ஆய்வு செய்ய வேண்டும்.

18.4. ஆய்வு / தணிக்கை அறிக்கை

தணிக்கை அறிக்கைதான் தணிக்கைச் செயல்முறையின் இறுதி வெளிப்பாடு. அதனை உருவாக்கும் நோக்கத்தில்தான் தணிக்கை

செய்யப்படுகிறது. ஆகவே தணிக்கை அறிக்கை மிகுந்த கவனத்துடனும், மிகவும் சரியான கருத்தைப் பதிவு செய்யும் வகையிலும் தயாரிக்கப்பட வேண்டும்.

வரைவுத் தணிக்கை அறிக்கையில் கூறப்பட்ட தணிக்கைக் கண்டு பிடிப்புகளுக்கு, நிறுவனம் கொடுத்த மறுமொழியை இணைத்துக் கருதிப்பார்த்து, தணிக்கையின் இறுதிக் கருத்தைப் பதிவு செய்ய வேண்டும். நிறுவனத்தின் மறு மொழியை ஆய்வு செய்யும் போது, அதனுடன் இணைக்கப்பட்ட சான்றுகளையும் கவனத்தில் கொள்ள வேண்டும். சரியான மறுமொழி இல்லாத, சரியான மேல் நடவடிக்கை எடுக்கப்படாத தணிக்கைக் கண்டுபிடிப்புகள் தணிக்கைக் கருத்துகளாக ஆய்வு அல்லது தணிக்கை அறிக்கையில் இடம் பெறுகின்றன.

தணிக்கை அறிக்கையின் தரம் குறிப்பிடத் தகுந்ததாக, தரக் கோல்களை எட்டுவதாக இருக்க வேண்டும். தணிக்கை அறிக்கையில் பயன்படுத்தப்படும் சொற்கள் தெளிவானதாகவும், சரியான கருத்தை எதிரொலிப்பதாகவும் இருக்க வேண்டும். தணிக்கைக் கண்டுபிடிப்பு களையும், கருத்துக்களையும் சரியாக வெளிப்படுத்தாத சொற்கள் குழப்பத்தை ஏற்படுத்துவதுடன், நிறுவனத்தின் எதிர்ப்புக்குள்ளாக நேரிடும். தணிக்கை அறிக்கை தயாரிக்கும் போது

சொல்லுக சொல்லை பிறிதோர்சொல் அச்சொல்லை
வெல்லும்சொல் இன்மை அறிந்து.

என்ற திருவள்ளுவரின் வாக்கு அறிந்து தணிக்கையின் கருத்துக்களை வெளிப்படுத்தும் சொற்களை பயன்படுத்த வேண்டும். தணிக்கை வெல்ல முடியாததாக இருக்க வேண்டும் என்பதல்ல அதன் நோக்கம். சான்றுகளின் அடிப்படையில் நிறுவனத்தின் உண்மை நிலவரத்தை வெளிப்படுத்தும் வகையில் சரியான சொற்களைப் பயன்படுத்தித் தணிக்கை அறிக்கை தயார் செய்ய வேண்டும்.

தணிக்கை அறிக்கை சில நிறுவனங்களில் அல்லது சில சூழல்களில் ஆய்வு அறிக்கை என்றும் அழைக்கப்படும். அது நிறுவனத்தின் தேவை மற்றும் பயன்பாட்டைப் பொருத்தது. ஒரு நிறுவனத்தில் அவை இரண்டும், இரு வேறு அறிக்கைகளைக் குறிப்பதாக இருப்பின் அவற்றின் வேற்றுமையைக் கண்டறிய வேண்டும். பொதுவாக, அத்தகைய சூழல்களில், தணிக்கை அறிக்கை என்பது நிறுவனம் முழுமைக்குமான அறிக்கை என்றும், ஆய்வு அறிக்கை என்பது நிறுவனத்தின் ஒரு பிரிவையோ அல்லது ஒரு மண்டல அலுவலகத்தையோ குறிப்பதாக அமையும். ஆய்வு

அறிக்கையில் இடம் பெற்ற முக்கியமான தணிக்கைக் கருத்துக்களைத் தொகுத்து, அவற்றை முழுமையான அறிக்கையாக உருவாக்கி, அதனைத் தணிக்கை அறிக்கையாக நிறுவனத் தலைமையிடமும், நிறுவன இயக்குநர் குழுவிடமும் வழங்க வேண்டும். பொதுவாக, ஆய்வு அல்லது தணிக்கை அறிக்கை, அந்த நிறுவனப் பிரிவின் அல்லது மண்டல அலுவலகத்தின் தலைமையிடமும், அவரை மேற்பார்வையிடும் அதிகாரியிடம் வழங்கப்படுவது, நிர்வாகத்தை மேம்படுத்த உதவும்.

ஆய்வு / தணிக்கை அறிக்கை, தணிக்கை முடித்தவுடன் குறித்த காலத்திற்குள் வழங்கப்பட வேண்டும். அதற்குரிய கால அளவு நிர்ணயிக்கப்பட்டிருக்க வேண்டும். தணிக்கை அறிக்கையில் பதிவு செய்யப்பட்ட கண்டுபிடிப்புகளின்படி நிறுவனம் மேல் நடவடிக்கை எடுத்து, அது குறித்து தணிக்கை நிறுவனத்திற்கு அல்லது தணிக்கைக் குழுவிற்கு அறிக்கை அளிக்க வேண்டும். அதனைத் தணிக்கை நிறுவனம் அல்லது தணிக்கைக் குழு அல்லது தக்க அதிகாரம் பெற்ற குழு கண்காணிக்க வேண்டும்.

நிதித் தணிக்கையின் விளைவான தணிக்கைச் சான்றிதழ் மாதிரிகள் அத்தியாயம் 7இல் விரிவாகக் கொடுக்கப்பட்டுள்ளன. இணக்கத் தணிக்கை அறிக்கையின் மாதிரி பிற்சேர்க்கை 2இல் கொடுக்கப் பட்டுள்ளது. அதனை செயலாக்கத் தணிக்கைக்கும் பின்பற்றலாம். தணிக்கையின் நோக்கத்தை உரிய முறையில் நிர்ணயிப்பதன் மூலம் தணிக்கை அறிக்கையை உரிய விதமாகக் கட்டமைக்கலாம்.

18.5. தணிக்கை பொறுப்புத் துறப்பு

தணிக்கை அறிக்கையில் பொறுப்புத் துறப்பு என்பது மிக முக்கியமான பகுதி. அறிக்கையில், தணிக்கை நிறுவனத்தின் பொறுப்பு என்ன என்றும், தணிக்கையின் பொறுப்பு என்ன என்றும், தணிக்கை எவற்றிற்கெல்லாம் பொறுப்பேற்கவில்லை என்பதனையும் தெளிவாகக் குறிப்பிட வேண்டும். பொறுப்புத் துறப்பைப் பதிவு செய்வதன் மூலம் தணிக்கை நிறைவு செய்யப்பட்ட பின், நிறுவனத்தில் நிகழும் தவறுகளிலிருந்தும், குற்றங்களிலிருந்தும், அவற்றால் எழும் சட்டச் சிக்கல்களிலிருந்தும், தணிக்கையைக் காக்க முடியும். தணிக்கைப் பொறுப்புத் துறப்பு என்பது தணிக்கைக்கு ஒரு பாதுகாப்பு அரண் போல் செயல்படும்.

பொதுவாக, நிதித் தணிக்கையைப் பொருத்தவரையில், நிதியறிக்கையை தயாரிப்பது தணிக்கை செய்யப்படும் நிறுவனத்தின்

பொறுப்பாகும். அதனைத் தணிக்கை செய்து கருத்தைத் தெரிவிப்பது தணிக்கையின் பொறுப்பாகும். நிதியறிக்கையில் உள்ள தவறுகளையும், அவை மூலக் கணக்குகளோடு ஒத்திசைவதையும் கண்டறிந்து கருத்துக்களைத் தெரிவிப்பது தணிக்கையின் பொறுப்பாகும். மூலக் கணக்குகளில் உள்ள தவறுகளுக்கு நிறுவனம் முழுமையாகப் பொறுப்பேற்க வேண்டும். அவற்றில் வெளிப்படையாக உள்ள தவறுகளைக் கண்டுபிடிப்பது தணிக்கையின் பொறுப்பும் கூட. ஆகவே நிதித் தணிக்கையைப் பொருத்தவரையில், பங்குதாரர்களும், முதலீட்டாளர்களும் தணிக்கை அறிக்கையின் அடிப்படையில் முடிவுகள் மேற்கொள்வதால், தணிக்கையின் பொறுப்புத் துறப்புப் பதிவு முக்கிய பங்கு வகிக்கின்றது.

இணக்கத் தணிக்கை மற்றும் செயலாக்கத் தணிக்கையைப் பொறுத்த வரையில் தணிக்கையின் பொறுப்பு நிறுவனத்தின் கோப்பு களையும், ஆவணங்களையும் நிறுவனம் பராமரிக்கும் தரத்தையும், தணிக்கையுடன் பகிர்ந்து கொள்ளும் தகவல்களையும், நிறுவனம் தணிக்கைக்குத் தரும் மறுமொழியையும் பொறுத்து அமையும். ஆகவே அவை எந்த அளவிற்கு தணிக்கை செய்யப்படும் நிறுவனத்தால் வழங்கப்பட்டன என்பதனைத் தணிக்கை அறிக்கையில் பொறுப்புத் துறப்பாகப் பதிவு செய்ய வேண்டும். தணிக்கைக்கு வழங்கப்பட்ட தகவல்களுடன், வழங்கப்படாத தகவல்களின் பட்டியலையும், தணிக்கை அதனது பணிக் குறிப்புகளில் பராமரிக்க வேண்டும்.

18.6. தணிக்கைக்கு ஒத்துழையாமையை அறிவித்தல்

தணிக்கைச் செயல்முறையை முழுமையாகப் பின்பற்றி தணிக்கையைச் செவ்வனே செய்து முடிப்பதும், அதனால் விளையும் தணிக்கையின் வெற்றியும், தணிக்கை செய்யப்படும் நிறுவனம் தரும் ஒத்துழைப்பின் அடிப்படையிலேயே அமையும். தணிக்கை செய்யப்படும் நிறுவனம் தரும் ஒத்துழைப்பை பின்வரும் மூன்று நிலைகளில் இருந்து அணுக வேண்டும்.

1. நிர்வாகத் தலைமை தணிக்கைக்குத் தரும் முக்கியத்துவம்
2. தணிக்கைக்கு வேண்டியவற்றை உரிய காலத்தில் வழங்குவது
3. தணிக்கைக்குத் தராமல் விடுத்த தகவல்கள்

முதலாக, நிர்வாகத் தலைமை தணிக்கையை மிக முக்கியமாகக் கருதும் சூழலில், நிர்வாகத்தின் பிற மட்டங்களில் உள்ள அலுவலர்களும் தணிக்கையை முக்கிய நிகழ்வாகக் கருத வாய்ப்பு உள்ளது. தணிக்கை செய்யப்படும் நிறுவனப் பணியாளர்கள், நிறுவனத் தலைமையின்

உள்ளக் கிடக்கையை அறிந்து அதன்படியே தணிக்கைக்கு ஒத்துழைப்பு நல்குவர். ஆகவே தணிக்கை நிர்வாகத்தின் நண்பன் என நிர்வாகத் தலைமையை ஏற்றுக் கொள்ளச் செய்வது தணிக்கையின் பணியாகும். தணிக்கைக்கு நன்கு ஒத்துழைக்கும் தலைமையும், வெளிப்படையாக ஒத்துழைக்காத தலைமையும், உண்மையில் ஒத்துழைக்காமல் ஒத்துழைப்பது போன்ற தோற்றத்தை ஏற்படுத்தும் நிர்வாகத் தலைமையும் நடைமுறையில் காணலாம். மேற்கண்ட சூழல்களில் தணிக்கைத் தலைமையின் அணுகுமுறை முக்கியப் பங்கு வகிக்கும்.

இரண்டாவது முக்கிய அணுகுமுறை தணிக்கை செய்யப்படும் நிறுவனம், கோப்புகள், ஆவணங்கள் மற்றும் தகவல்களை உரிய காலத் திற்குள் வழங்க வேண்டும். அதே போல் தணிக்கை வேண்டுகோள்கள், விளக்கங்கள் மற்றும் கண்டுபிடிப்புகளுக்கு தரும் மறுமொழிகளும் விளக்கங்களும் உரிய காலத்தே வழங்கப்பட வேண்டும். இந்தக் கால அளவு, பெரும்பாலும், தணிக்கை தொடக்கக் கூட்டத்திலேயே முடிவு செய்யப்பட்டு, இரு தரப்பினரும் ஏற்றுக்கொள்ளப்பட வேண்டும். நடைமுறைச் சிக்கல்கள் கருதி, இந்தக் கால அளவு, தணிக்கையின் ஒப்புதலோடு நீட்டிக்கப்படலாம். பொதுவாக இந்தக் கால அளவைக் கடந்து, காலம் தாழ்த்தி, தணிக்கைக்குத் தேவையான தகவல்களை வழங்கும் போக்கை பெரும்பாலான நிறுவனங்கள் பின்பற்றுவதைப் பார்க்கலாம். தணிக்கைச் செயல்திட்டத்தை பாதிக்காத வரையில், இந்தக் காலம் தாழ்த்துதல் பிரச்சனையல்ல. இந்தக் காலம் தாழ்த்துதல் தணிக்கையைப் பாதிக்கும் சூழலில் தணிக்கை அறிக்கையில் பதிவு செய்ய வேண்டும்.

தணிக்கைக்குத் தேவையான கோப்புகள், ஆவணங்கள் மற்றும் தகவல்களைத் தணிக்கையின் கடைசிக் கட்டத்தில், அதாவது களத் தணிக்கை நிறைவு பெறும் வேளையில் வழங்குவது தணிக்கையர் சந்திக்கும் மற்றுமொரு நடைமுறைச் சிக்கல். தணிக்கையின் இறுதிக் கட்டத்தில் மொத்தமாகத் தகவல்களைத் தருவதால், போதிய நேரமின்மை காரணமாக, தணிக்கையை முழுமையாகவும், திறம் படவும் செய்ய முடியாமல் போகலாம். அத்தகைய சூழலில் தணிக்கைக் காலத்தை நீட்டிப்பு செய்யலாம். காலத்தை நீட்டிக்க முடியாத சூழலில், நிறுவனத்தின் அணுகுமுறையைத் தணிக்கைப் பதிவு செய்ய வேண்டும். உள் நோக்கத்துடன், திட்டமிட்டே காலம் தாழ்த்தி வழங்கும் போக்கை அழுத்தமாகப் பதிவு செய்ய வேண்டும்.

மூன்றாவதாக, தணிக்கைக்குக் கொடுக்கப்படாத கோப்புகள், ஆவணங்கள் மற்றும் தகவல்களைப் பற்றி தணிக்கை பதிவு செய்ய

வேண்டும். தணிக்கைக்கு வழங்கப்படாத கோப்புகள் குறித்து தணிக்கை தனது பணிக் குறிப்புகளில் பதிவு செய்து வைக்க வேண்டும். தணிக்கை நிறுவனத்திடம் கோப்புகள், ஆவணங்கள் மற்றும் தகவல்களை கேட்டதற்கான குறிப்புகள், தணிக்கை அவற்றிற்கு கொடுத்த மறுமொழி, தணிக்கை தகவல் தராமை குறித்து நிர்வாகத் தலைமையின் கவனத்திற்குக் கொண்டு சென்றது குறித்த குறிப்புகள் முதலியவற்றை தணிக்கை தனது பணிக் குறிப்புகளில் இடம் பெறச் செய்ய வேண்டும்.

தணிக்கைக்குத் தரப்படாத தகவல்கள் தணிக்கையின் கருத்துக்கள் உண்மை நிலவரத்தை வெளிப்படுத்தாமல் மாறுபட்ட கருத்தை வெளிப் படுத்துவதாக அமையும். ஆகையால் தணிக்கைக்குத் தரப்படாத தகவல்களின் முக்கியத்துவம், அவை தணிக்கையின் கருத்துக்களில் உண்டாக்கும் விளைவு குறித்துத் தணிக்கை அறிக்கையில் பதிவு செய்ய வேண்டும். இது போன்ற சூழலில், நிறுவனத்திடம் தணிக்கைக்குத் தேவையான தகவல்கள் உள்ளனவா என்றும், நிறுவனம் திட்ட மிட்டே தகவல்கள் தர மறுக்கின்றதா எனபது குறித்து தணிக்கைக் கண்டறிய வேண்டும். திட்டமிட்டே தகவல்களை மறுக்கின்றதெனில், அதற்கான சான்றுகள் யாவை என்பதை தணிக்கை உறுதிப்படுத்த வேண்டும். அதனடிப்படையில் தணிக்கையர், தகவல்கள் வழங்கப் படாமை குறித்த தனது இறுதிக் கருத்தை முடிவு செய்து அதனை அறிக்கையில் பதிவு செய்ய வேண்டும்.

தணிக்கைக்கு வழங்கப்படாத தகவல்களை பதிவு செய்வதன் விளைவு என்ன என்பதைப் புரிந்து கொள்ள வேண்டும். தணிக்கைக்குத் தகவல்கள் வழங்காத நிறுவனத்தின் செயல்பாட்டை மிக மோசமானதாகக் கருத வேண்டும்; கருதப்படும். பொதுவாக, தணிக்கைக் கண்டுபிடிப்பு களைவிட, தணிக்கைக்கு கோப்புகள் தரப்படாதது மிகவும் மோசமான நடவடிக்கையாக கருதப்படும். நிறுவனத்தின் நிர்வாகத்தை அதற்கு பொறுப்பாளியாக்க வேண்டும். திட்டமிட்டு தகவல்களை மறைத்த நிர்வாகப் பணியாளர்கள் மேல் தக்க நடவடிக்கை எடுக்க வேண்டும். அத்தகைய சூழலில் தணிக்கைக்கு நிறுவனம் தரும் ஒத்துழைப்பு மேம்படும் என்பதைப் புரிந்து கொள்ள வேண்டும். அது சிறப்பான தணிக்கைக்கு வழிவகுக்கும்.

சிந்திக்க....
1. தணிக்கை அறிக்கை தயாரித்து நிறுவனத்தின் பயனாளிகளுக்கு வழங்குவதுதான் தணிக்கையின் முக்கிய நோக்கம். இக்கூற்று சரியா என எண்ணிப் பார்க்க.

2. நிர்வாகம் தணிக்கைக்கு ஒத்துழையாமையைத் தணிக்கை அறிக்கையில் பதிவு செய்யப்படும் என்று தெரிவிப்பதால் மட்டும் நிறுவனத்தின் ஒத்துழைப்பை உறுதி செய்ய முடியாது. ஆனால், அது தணிக்கையருக்குத் தக்க பாதுகாப்பைத் தரும். இவ்விரு கூற்றுகளை ஆய்க.

3. பொறுப்புத் துறப்புப் பகுதியை உள்ளடக்கிய தணிக்கை அறிக்கை, தணிக்கையின் அடிப்படை நோக்கமான உறுதி யளித்தலுக்கு எவ்வாறு உதவும் என்பதை எண்ணிப் பார்க்க.

4. தணிக்கை அறிக்கையில் தெரிவிக்கப்பட்ட ஒரு குறிப்பிட்ட தகவலுக்கு அல்லது ஒரு குறிப்பிட்ட சொல்லிற்கு, தணிக்கை செய்யப்படும் நிறுவனம் ஆட்சேபம் செய்தால், அதனை எதிர் கொள்வது குறித்து எண்ணிப் பார்க்க.

5. தணிக்கை அறிக்கையில் அனுமானத்தின் அடிப்படையிலும், தக்க சான்றுகள் இல்லாமலும் தெரிவிக்கப்பட்ட கருத்துகள், தணிக்கை அறிக்கையின் தரத்தை பாதிக்கும். எண்ணிப் பார்க்க.

19. தணிக்கையின் தரத்தை உறுதி செய்தல்

தணிக்கையின் தரம் என்பது தணிக்கையின் நோக்கத்தை முழுமையாக எட்டும் வகையில் தணிக்கை அறிக்கை தயார் செய் வதையும், தணிக்கையர், தணிக்கையின் பயனாளிகள் எதிர்பார்ப்பதை உண்மையாக நிறைவேற்றுவதைக் குறிக்கும். நிதியறிக்கைத் தணிக்கையைப் பொருத்த வரையில், நிதியறிக்கையின் உண்மைத் தன்மை குறித்து நியாயமான வரையறைக்கு உட்பட்ட உத்திரவாதம் அளிப்பதையும், நிறுவனம் செய்த குறிப்பிடத் தகுந்த அளவிலான தவறுகளை சரியாகவும், முழுமையாகவும் தணிக்கை அறிக்கையில் குறிப்பிடுவதையும் குறிக்கும்.

தணிக்கைச் செயல்முறைகளைச் சரியாகவும், முழுமையாகவும் பின்பற்றினாலே தணிக்கை தரமானதாக இருக்கும் என்பதில் ஐயமில்லை. பொதுவாக, தணிக்கைத் தரநிலைகளையும், நன்னெறி களையும் எவ்விதக் குறையுமின்றிப் பின்பற்றினால், தணிக்கை அறிக்கைகளின் தரத்தை உறுதி செய்ய முடியும். அதே சமயம், தணிக்கையின் தரத்தை உயர்த்தவும், அதனை உறுதி செய்யவும், சில குறிப்பிட்ட காரணிகள் உண்டு. அவற்றோடு, களத் தணிக்கையில் கவனிக்க வேண்டிய கூறுகளையும், தணிக்கை அறிக்கையை தயாரிக்கும் முறைகளையும், சிறப்பாகச் செயல்படுத்தி தணிக்கையின் தரத்தை உயர்த்த முடியும். அவை குறித்துக் கற்கலாம்.

19.1. தணிக்கையின் தரத்தை உறுதி செய்யும் காரணிகள்

தணிக்கையின் தரத்தை நிர்ணயிக்கும் காரணிகளை அறிந்து கொள்வதன் மூலம், தணிக்கையின் தரத்தையும், அதன் அறிக்கையின் தரத்தையும் மேம்படுத்தலாம். தணிக்கை அறிக்கையின் தரத்தை எந்த ஒரு காரணியும் தனியே முடிவு செய்வதில்லை. அனைத்துக் காரணிகளும் ஒருங்கே செயல்பட்டால் மட்டுமே தணிக்கையின் தரம் உயரும். ஆனால், எந்த ஒரு காரணியும் சரியாக அமையாவிட்டாலோ, செயல்படாவிட்டாலோ, தணிக்கையின் தரம் குறைய வாய்ப்பு உள்ளது. அதாவது தரம் உயர அனைத்துக் காரணிகளும் ஒருங்கே செயல்பட வேண்டும்; தரத்தைக் குறைக்க ஒரு காரணி போதும். சில சமயங்களில், தணிக்கையை மோசமானதாக மாற்றிவிடும் ஆபத்தும்

உண்டு. ஆகவே, தணிக்கை செய்யும் போது அனைத்துக் காரணிகள் மீதும் கவனம் செலுத்த வேண்டும். அந்தக் காரணிகள்:

1. தணிக்கை செய்யும் நிறுவனத்தின் தரம்

தணிக்கை செய்யும் நிறுவனத்தின் தரம், அது செயல்படுத்தும் தணிக்கையின் தரத்தையும் நிர்ணயிக்கும். தணிக்கை நிறுவனம் பின்பற்றக் கூடிய தணிக்கைக் கொள்கை, அந்த நிறுவனத்தின் நிர்வாக நடைமுறைகள், அதன் பயிற்சித் திட்டங்கள், அந்தத் தணிக்கை நிறுவனத்தில் உள்ள அகக் கட்டுப்பாடுகள் மற்றும் அது செயல்படும் விதம் போன்ற கூறுகள் தணிக்கை நிறுவனத்தின் தரத்தை நிர்ணயிக் கின்றன. தணிக்கை நிறுவனத்தின் தலைமையின் தரமும், அந்தத் தலைமையின் நிர்வாகத் திறனும், அந்த நிறுவனம் மேற்கொள்ளும் தணிக்கையின் தரத்தை உறுதி செய்கின்றன.

தணிக்கை நிறுவனத்தின் அளவு முக்கியமல்ல. நிறுவனம் பெரிதாக இருந்தாலும் அதன் அணுகுமுறையில் குறைகளிருந்தால், தணிக்கையின் தரம் குறையவே செய்யும். சிறு நிறுவனங்களும் உயர்ந்த தரம் வாய்ந்த தணிக்கையை செயல்படுத்த வல்லவை. தணிக்கை நிறுவனங்கள், தங்கள் பணிகளில் செலுத்தும் கவனத்தைப் பொறுத்தே தணிக்கையின் தரம் அமையும்.

2. தணிக்கையரின் தன்னாட்சி உரிமை

தணிக்கையரின் தன்னாட்சி உரிமை என்பது தணிக்கையின் தரத்தை உயர்த்தக் கூடிய முக்கியக் காரணி. தன்னாட்சி உரிமை இல்லாவிடில், தணிக்கையரால் திறன்பட செயல்பட முடியாது. நிர்வாகத்தின் கட்டுப்பாட்டிற்கு உட்பட்டோ அல்லது நிர்வாகத்தை எதிர்பார்த்து செயல்படும் நிலை ஏற்பட்டாலோ, தணிக்கையரால் சிறப்பாக செயல்பட முடியாது. தணிக்கைக்குத் தேவைப்படும், அனைத்து ஆவணங்களையும், தரவுகளையும் ஆய்வு செய்யும் உரிமையும், தணிக்கையின் திட்டப்படி பொருத்தமான கருவிகளைப் பயன்படுத்தும் உரிமையும், தேவையான சான்றுகளைச் சேகரிக்கும் உரிமையும் இல்லாவிடில் தணிக்கைத் திட்டத்தை, திட்டமிட்டபடி செயல்படுத்த முடியாது. அகத் தணிக்கைக்கும், இந்தக் காரணி பொருந்தக் கூடியதே. இக்காரணி, தணிக்கைத் தரநிலைகளின் கூறாக இருந்தாலும், இக்கருத்தில் அதிக கவனம் செலுத்துவது தணிக்கையின் தரத்தை உயர்த்தும்.

3. தணிக்கையர்களின் திறமை

தணிக்கையர் உரிய தகுதி பெற்றிருப்பது சட்டரீதியிலான தேவையாகும். அடிப்படைத் தகுதியையும் கடந்து, தணிக்கையை

உயர் தரத்துடன் நிகழ்த்துவதற்குத் தணிக்கையரின் திறமை முக்கியக் காரணியாக அமைகிறது. தணிக்கையை அறிவியலாகக் கருதும் தகுதி இருந்தாலும், அது தனி நபர்களின் திறமையைப் பொறுத்து மாறுபடும் என்பதால் அது ஒரு கலையாகக் கருதப்படுகிறது. தனிநபரின் திறமைகள் என்பதையும் கடந்து, 'தணிக்கை உணர்வு' என்ற உள்ளுணர்வு தணிக்கையைத் திறம்பட நிகழ்த்த உதவும். அந்த உணர்வு, நிறுவனத்தில் தவறுகள் நிகழ உள்ள இடங்களையும், நிகழ்வு களையும், பரிவர்த்தனைகளையும் கோடிட்டுக் காட்டும். அது தவிர, தணிக்கையரின் கூடுதல் தகுதிகளும், தணிக்கைக் கருவிகளைத் திறம்பட கையாளவும், தரவுகளை ஆழமாக ஆய்வு செய்யவும் பெற்ற திறமைகள் தணிக்கையின் தரத்தை உயர்த்த உதவும்.

தணிக்கை செய்யப்படும் நிறுவனம் சார்ந்த துறை குறித்த அறிவும், அவற்றின் சிறப்புப் பரிவர்த்தனைகள் குறித்த புரிதலும் தணிக்கைக்கு இன்றியமையாதது. தணிக்கையைத் தொடங்கும் முன்னர் இந்தத் திறமையை வளர்த்துக் கொள்ள வேண்டும். தேவைப் பட்டால், அத்திறன் கொண்ட நிபுணர்களைத் தணிக்கைக்குப் பயன் படுத்திக் கொள்ள வேண்டும்.

4. தணிக்கைத் திட்டமும் செயல்படுத்துதலும்

தணிக்கையின் செயல் திட்டத்தைச் சரியாக வகுத்து அதனை முறையாக செயல்படுத்தும் போது தணிக்கையின் குறைந்தபட்ச தரம் உறுதி செய்யப்படும். ஆனால், தணிக்கைத் திட்டத்தின் குறிப்பிட்ட கூறுகள் தணிக்கையின் தரத்தை மேம்படுத்தும் பண்பு கொண்டவை. அவை குறித்து அடுத்து வரும் பத்திகளில் விரிவாகக் காணலாம்.

5. தணிக்கை வழிகாட்டுதலும், மேற்பார்வையும்

தணிக்கை முழுமையாகத் திட்டமிடப்பட்டு முறையாகச் செய்யப்படும் செயல்முறை என்றாலும், தணிக்கையைத் தொடர்ந்து வழிநடத்துவதும், மேற்பார்வையிடலும் இன்றியமையாததாகிறது. தணிக்கை நிறுவனத்தின் மேலதிகாரிகள், தணிக்கை திட்டமிட்ட படியும் முழுமையாகவும் நடைபெறுவதைத் தொடர்ந்து கண்காணிக்க வேண்டும். தணிக்கையருக்கு ஏற்படும் ஐயங்களைத் தீர்க்கும் வண்ணம் முறையாக வழி காட்ட வேண்டும். தணிக்கை அடிப்படைகளுக்கும், நிறுவனம் பின்பற்றும் நடைமுறைகளையும் ஆராய்ச்சி செய்து தகுந்த தணிக்கை முடிவுகளை மேற்கொள்ள வழிகாட்ட வேண்டியது அவசியமாகிறது. இந்த வழிகாட்டலும், மேற்பார்வை செய்தலும் களத் தணிக்கையின் போதும், தணிக்கை அறிக்கை தயாரிக்கும் போதும் தேவைப்படுகிறது.

6. தணிக்கைச் சான்றுகளைச் சரிபார்த்தல்

களத் தணிக்கையின் போதும், தணிக்கை அறிக்கை தயாரிக்கும் போதும், தக்க சான்றுகள் இருப்பதை உறுதி செய்ய வேண்டும். சரியான சான்றுகள் இல்லாவிடில், தணிக்கையின் முடிவுகள் தவறாகி விடுமாதலால், சான்றுகளின் நம்பகத் தன்மையை உறுதிப்படுத்த வேண்டும். சான்றுகள் தணிக்கை மேற்கொண்ட முடிவுகளை நிறுவுவதற்குப் போதுமானவையா என்பதையும் உறுதிப்படுத்த வேண்டும். நிறுவனத்தில் தவறு நடத்திருக்கும் பட்சத்தில், சரியான சான்றுகளைச் சேகரிப்பது தணிக்கையரின் கடமையாகும். சான்றுகள் இன்மையால், தவறுகளைக் கடந்து செல்வது தணிக்கையின் தரத்தைக் குறைத்துவிடும்.

7. தணிக்கை முடிவுகளை மறு ஆய்வு செய்தல்

தணிக்கை அறிக்கையை நிறுவனத்திற்கு வழங்கும் முன்னர் அதில் கூறப்பட்டிருக்கும் முடிவுகளை மறு ஆய்விற்கு உட்டுத்த வேண்டும். இந்தக் காரணி குறித்து விரிவாக அடுத்து வரும் பத்திகளில் காணலாம்.

19.2. களத் தணிக்கையில் கவனிக்க வேண்டியவை

களத் தணிக்கையின் வெற்றியானது, தணிக்கைக்குத் தகுந்த திட்டமிடலிலும், அதனைச் சரியாக செயல்படுத்துவதிலும் இருக்கிறது. களத் தணிக்கையின் தரம் உயரத்தும் கூறுகள்:

1. தணிக்கைத் திட்டம்

தணிக்கைக்கென நிர்ணயிக்கும் நோக்கங்கள், அதன் பரப்பு, மற்றும் செயல்முறை யாவும் தணிக்கையின் தரத்தை நிர்ணயிக்க வல்லவை. இடர் ஆய்வினைச் சரியாகச் செய்து, அதனடிப்படையில், தணிக்கைத் திட்டத்தை சரியாக மேற்கொள்ள வேண்டும். தணிக்கைக்கு ஒதுக்கப்படும் வளங்கள்- மனித வளம், நிதி மற்றும் தணிக்கைக்குரிய காலம் யாவையும் சரியாக நிர்ணயிக்க வேண்டும். தணிக்கையில் சோதனைக்கு உட்படுத்தப்படும் நிகழ்வுகள் மற்றும் பரிவர்த்தனையின் அளவுகள், (மாதிரியின் அளவு), தணிக்கை முடிவுகள் மேற்கொள்ளப்பட வேண்டிய ஒப்பீட்டளவு முதலியனவற்றைச் சரியாக முடிவு செய்ய வேண்டும்.

2. தணிக்கை வினாக்கள்

தணிக்கையின் வினாக்கள் சரியாக அமையும் போது தணிக்கையின் முடிவுகளும் சரியாக அமையும். இங்கு வினாக்கள் என்பது தணிக்கை செய்யப்படும் நிறுவனத்திடம் கேட்க வேண்டிய வினாக்கள் அல்ல. அவை, தணிக்கையர் தமக்குத் தாமே கேட்டுக்கொள்ள வேண்டிய

வினாக்கள். தணிக்கைத் திட்ட அட்டவணையில் இடம்பெறும் வினாக்கள். ஒரு நல்ல பதில் அல்லது நல்ல முடிவு, நல்ல வினாவிற்குக் கிடைக்கும் பரிசு. ஆகவே சரியான வினாக்களைத் தொடுத்து, அவற்றிற்குரிய பதில்களைப் பெறும் போது தணிக்கையின் முடிவுகள் சரியாக அமைகின்றன. வினாக்கள் நுணுக்கமாகவும், தெளிவான விடைகளைத் தேடுவனவாகவும் இருக்க வேண்டும். வினாக்களுக்கு சரியான விடைகள் கிடைக்கவில்லை எனில், தணிக்கைத் திட்டத்திலும், தணிக்கைச் செயல்முறையிலும் குறைபாடு இருப்பதாகப் பொருள். ஆகவே அவற்றை மறு பரிசீலனை செய்ய வேண்டும்.

3. தணிக்கை மாதிரிகள்

மாதிரிகளைப் பின்பற்றி தணிக்கை செய்யும் போது இரண்டு விடயங்களை முக்கியமாகக் கவனிக்க வேண்டும். முதலாவதாக, தணிக்கை மாதிரியின் அளவு. எத்தனை பரிவர்த்தனைகளை ஆய்வு செய்வது? நிர்ணயிக்கப்பட்ட அளவு தணிக்கை முடிவை மேற்கொள் வதற்குப் போதுமானதா? மாதிரியின் அளவை மாற்றினால் தணிக்கையின் முடிவில் குறிப்பிடத்தகுந்த மாற்றம் இருக்க வாய்ப்பு உள்ளதா? என்பன போன்ற வினாக்களுக்கு உண்மையான விடையைக் கண்டறிந்தால் தணிக்கையின் தரத்தை உயர்த்த முடியும். பொதுவாக, மாதிரியை அதிகப்படுத்தினால், தணிக்கையின் முடிவு திடமாக இருக்கும். ஆனால், அது தணிக்கையரின் தேவையை அதிகரிக்கும்; தணிக்கை காலத்தை நீட்டிக்கும்; செலவையும் அதிகரிக்கும்.

இரண்டாவதாக, தணிக்கைக்கு உட்படுத்தப்படும் மாதிரி களைத் தேர்ந்தெடுக்கும் முறை குறித்தது. பரிவர்த்தனையின் பண மதிப்பின் (Monetary value method) அடிப்படையில் தேர்ந்தெடுப்பதா? பரிவர்த்தனையின் சிறப்புத் தன்மையின் அடிப்படையில் தேர்ந் தெடுப்பதா? அல்லது சீரற்ற பரவலான முறையில் (Random sampling) தேரந்தெடுப்பதா? போன்ற விடயங்களை ஆய்வு செய்து தக்க முடிவு களை மேற்கொள்ள வேண்டும். தேர்ந்தெடுக்கும் முறை தணிக்கை செய்யப்படும் பரிவர்த்தனையின் தன்மையின் அடிப்படையில் மாறுபடும். அதிக கவனத்துடன் செயல்பட வேண்டும்.

4. தணிக்கைக் கருவிகள்

தணிக்கையில் பின்பற்றப்படும் கருவிகளும் தணிக்கையின் தரத்தை முடிவு செய்யும். தணிக்கைக்கு உட்படுத்தப்படும் பரிவர்த்தனையின் அடிப்படையில் இது மாறுபடும். பொதுவாக, தணிக்கையர் நேரடியாக ஆய்வு செய்து முடிவு செய்ய வல்ல கருவிகள், அதாவது, கோப்புகள்

ஆய்வு, தரவுகள் ஆய்வு, விகிதப் பகுப்பாய்வு தணிக்கையின் முடிவுகளை நம்பகத் தன்மை உடையதாக மாற்றும். நேர்காணல் மற்றும் வினாத்தாள் முறை மூலம் பெறப்படும் சான்றுகள் மற்றும் அதனடிப்படையில் மேற்கொள்ளப்பட்ட முடிவுகள், மற்ற கருவிகளை விடக் குறைவாக இருக்கும். புகைப்படம் மற்றும் காணொலிப் பதிவுகளின் அடிப்படையிலான முடிவுகள் தரம் மிக்கதாக அமையும்.

5. தணிக்கை ஆய்வின் ஆழம்

தணிக்கையர் ஆய்வு செய்யும் போது பரிவர்த்தனைகளை மிக நுணுக்கமாக ஆராய்ந்து, அவற்றின் காரண காரியங்களை முழுமையாக அறிந்து தணிக்கை முடிவுகளை மேற்கொண்டால், தணிக்கையின் முடிவுகள் தரமிக்கதாக இருக்கும். எந்தச் சூழ்நிலையிலும் தணிக்கையர் மேலோட்டமாகத் தணிக்கை செய்வதைத் தவிர்க்க வேண்டும்.

6. தணிக்கைச் சான்றுகள்

தணிக்கையின் முடிவுகளுக்குக் காரணமான சான்றுகள் திடமானதாக இருக்க வேண்டும். சான்றுகள் சரியாக இருக்க வேண்டியதை தணிக்கையர் உறுதி செய்ய வேண்டும். சான்றுகளைத் தணிக்கையரே மறுபரிசீலனை செய்வதோடு, பிறிதொரு தணிக்கையர், தணிக்கைச் சான்றுகளையும் அவற்றின் அடிப்படையில் எடுக்கப்பட்ட முடிவுகளையும் தன்னிச்சையாக ஆய்வு செய்ய வேண்டும். அந்த பிறிதொரு தணிக்கையரும் அதே முடிவிற்கு (முதல் தணிக்கையர் எடுத்த முடிவு) வந்தால், தணிக்கையின் தரத்தை உறுதி செய்ய முடியும்.

19.3. தணிக்கை அறிக்கை தயாரிக்கும் முறை

களத் தணிக்கை முடிந்த உடன், தணிக்கை அறிக்கை தயாரிக்கும் பணி தொடங்கும். வரைவுத் தணிக்கை அறிக்கையின் அடிப்படையில், தணிக்கை நிர்வாகத்துடன் நிறைவுக் கூட்டம் நடத்தி, அதில் நிர்வாகத்தின் உரிய விளக்கங்களைப் பெற்றும், தணிக்கைக் கண்டுபிடிப்புகளுக்குக்கான எழுத்து மூலமான விளக்கத்தையும் பெற வேண்டும். அதனடிப்படையில் இறுதித் தணிக்கை அறிக்கை தயாரிக்க வேண்டும். அவ்வாறு தணிக்கை அறிக்கையை இறுதிப்படுத்தும் போது தணிக்கையின் தரத்தை உறுதி செய்வதற்கு பல வாய்ப்புகள் உண்டு. அவை:

1. தணிக்கை முழுமையை உறுதி செய்தல்

களத் தணிக்கை முடிந்த உடன், தணிக்கையில் ஈடுபடாத மற்றோரு குழுவினர் களத் தணிக்கை அறிக்கையை ஆய்வு செய்ய வேண்டும். இந்தக் குழுத் தணிக்கை நிறுவனத்தைச் சார்ந்த, ஆனால், தணிக்கையில் ஈடுபடாத, பிற தணிக்கையர்களைக் கொண்டு வரைவுத்

தணிக்கையை ஆழ்ந்து ஆய்வு செய்ய வேண்டும். தணிக்கைத் திட்டப்படி முழுமையாக நடத்தப்பட்டதா என்பதை உறுதிப்படுத்த வேண்டும். தணிக்கை நடத்தப்பட்ட விதம், தணிக்கை முடிவுகளை மேற்கொள்ளத்தகுந்ததாக உள்ளதா என்பதை ஆய்வு செய்து உறுதிப்படுத்த வேண்டும். தணிக்கையர் செய்த பகுப்பாய்வு, ஆய்வின் ஆழம் போதுமானதா என்பதை அந்தக் குழு உறுதி செய்ய வேண்டும்.

2. சான்றுகளையும் முடிவுகளையும் ஒப்பிடுதல்

தணிக்கையின் தரத்தை முடிவு செய்வதில் சான்றுகளுக்கு முக்கியப் பங்கு உண்டு. தணிக்கை நிறுவனத்தைச் சேர்ந்த புதிய குழு, தணிக்கை முடிவிற்குக் காரணமான ஒவ்வொரு சான்றையும் முழுமையாக ஆய்வு செய்து தணிக்கை முடிவுகள் சரியானதுதான் என்பதை உறுதி செய்ய வேண்டும். சான்றுகளின் நடுநிலைத் தன்மை, நம்பகத் தன்மை, திடத்தன்மை குறித்தும், அவை முடிவுகளுக்குப் போதுமானவையா என்றும் பொருத்தமானவையா என்பதையும் ஆய்வு செய்ய வேண்டும். சான்றுகளில் குறைபாடுகள் இருந்தால், புதிய மற்றும் கூடுதல் சான்றுகளுக்கு ஏற்பாடு செய்ய வேண்டும். அவ்வாறு புதிய கூடுதல் சான்றுகள் கிடைக்கப் பெறவில்லை எனில் தணிக்கையின் முடிவை மாற்ற வேண்டும்.

3. நிறுவனத்தின் விளக்கத்தை மீள்பார்வை செய்தல்

தணிக்கையின் தரத்தை உயர்த்துவதற்கு தணிக்கை செய்யப் பட்ட நிறுவனத்தின் நிர்வாக விளக்கமும் முக்கியப் பங்கு வகிக்கிறது. நிறுவனத்தின் விளக்கம் ஏற்கத்தக்கது எனில், அந்தக் குறிப்பிட்ட தணிக்கைக் கண்டுபிடிப்பைத் தணிக்கை அறிக்கையிலிருந்து நீக்க வேண்டும். அவ்வாறு செய்யும் போது நிறுவனத்தின் விளக்கத்திற்கு தக்க சான்றுகள் உள்ளனவா என்பதையும் உறுதி செய்து கொள்ள வேண்டும். நிறுவனத்தின் விளக்கத்தைப் புறக்கணித்து, பொருத்தமற்ற தணிக்கை முடிவுகளை அறிக்கையில் சேர்ப்பது தணிக்கையின் தரத்தைக் குறைக்கும்.

4. அறிக்கையின் சொற்களை சரிபார்த்தல்

தணிக்கை அறிக்கையின் தரத்தை முக்கியமாகவும் வெளிப்படை யாகவும் பிரதிபலிப்பது அறிக்கையில் பயன்படுத்தப்பட்டிற்கும் சொற்கள். சொற்களை மிக கவனமாகத் தேர்ந்தெடுக்க வேண்டும். சொற்கள் குறிக்கும் பொருளைத் தணிக்கையர் முழுமையாக உணர்ந்து, அது தணிக்கையரின் முடிவைச் சரியாகப் பிரதிபலிக்கிறதா என்பதை உறுதி செய்ய வேண்டும். அறிக்கையில் உள்ள மொழி சார்ந்த இலக்கணப் பிழையை விட, சொற்கள் குறிக்கும் உண்மைப் பொருளில்

உள்ள பிழை, அதிக பாதிப்பை ஏற்படுத்தும். தணிக்கை அறிக்கையின் பயனாளிகளிடையே நம்பிக்கையைக் குலைக்கும். ஆகவே சரியான சொற்களைத் தேரந்தெடுத்து தணிக்கை அறிக்கை தயாரிக்க வேண்டும்.

19.4. தரத்தை உறுதி செய்யும் நடைமுறைகள்

தணிக்கை நிறுவனத்தின் நிர்வாகச் செயல்முறைகளை மேம் படுத்துவதன் மூலமும், அகக் கட்டுப்பாடுகள் வலுவாக அமைப்பதன் மூலமும், உயர்தரமான தணிக்கையை உறுதிப்படுத்த முடியும்.

1. தணிக்கையரின் பயிற்சியும், திறன் வளர்த்தலும்

தணிக்கை நிறுவனம், தணிக்கையரின் தகுதியையும், திறனையும் வளர்த்துக் கொள்வதற்கும், தணிக்கை அறிவை நவீனப்படுத்திக் கொள்வதற்கும், தொடர்ந்து பயிற்சியளிக்க வேண்டும். அவர்களின் திறன் மேம்பட்டுள்ளதா என்பதையும் உறுதி செய்து கொள்ள வேண்டும். ஒவ்வொரு தணிக்கைக்கு முன்னரும், ஒவ்வொரு தணிக்கையரும் போதுமான நிறுவனம் சார்ந்த அறிவைப் பெற்றுள்ளாரா என்பதையும் உறுதி செய்து கொள்ள வேண்டும்.

2. தணிக்கை நிறுவனத்தின் அகத் தணிக்கை

தணிக்கை நிறுவனத்திற்குள்ளேயே அகத் தணிக்கை முறையைப் பின்பற்றி, தணிக்கை நிறுவனம் சரியாக செயல்படுகின்றதா என்பதை உறுதி செய்ய வேண்டும். அகத் தணிக்கை அமைப்பு முறைக்குரிய அனைத்து நடைமுறைகளும், தணிக்கை நிறுவனத்திற்கும் பொருந்தும். தணிக்கை நிறுவனத்தில் உகந்த அகக் கட்டுப்பாடு முறைகள் கட்டமைக்கப்பட்டுள்ளதை உறுதி செய்ய வேண்டும்.

3. தணிக்கை சகாக்களின் மீள்பார்வை

ஒரு நிறுவனத்தின் புறத் தணிக்கை முறைக்கு ஈடாக, பிறிதொரு தணிக்கை நிறுவனத்தின் துணை கொண்டு, தணிக்கை நிறுவனத்தின் நடைமுறைகள் சரியாக உள்ளனவா என்பதை உறுதி செய்து கொள்ள வேண்டும். இது, தணிக்கை நிறுவனத்திற்குச் சட்டப் பூர்வமாகத் தேவைப்படும் நிதித் தணிக்கைச் சான்றிதழுக்கும் கூடுதலாக, இந்த மீள்பார்வை நிகழ்த்தப்பட வேண்டும். இது, இணக்கத் தணிக்கை மற்றும் செயலாக்கத் தணிக்கையின் தொகுப்பு போல் அமையும். இந்த மீள்பார்வை தணிக்கைத் துறையின் ‘நல்ல செயல்முறைகளை’ பிரதிபலிப்பதை உறுதி செய்ய உதவும்.

4. தணிக்கை நிறுவன சீராய்வு

தணிக்கை நிறுவனம் பின்பற்றக் கூடிய கொள்கைகளையும், அது பின்பற்றும் செயல்முறையையும் ஆண்டுக்கொரு முறையாவது மறு ஆய்வு செய்ய வேண்டும். கொள்கையும் செயல்முறையும் மாறிவரும் காலச் சூழலுக்கு ஏற்ப உள்ளதா என்றும், தணிக்கைத் துறையின் நவீன செயல்முறைகளையும், தரநிலைகளையும் பிரதிபலிக்கும் வண்ணம் உள்ளதா என்பதை உறுதி செய்ய இந்தச் சீராய்வு உதவும்.

5. தணிக்கையரின் சந்தேகத் தன்மை

தணிக்கை முடிவுகளை மேற்கொள்ளும் போது, தணிக்கையர் தன் தொழில் சார்ந்த சந்தேகத் தன்மையை முழுமையாகக் கடைப் பிடிக்க வேண்டும். எதையும் மேலோட்டமாக ஏற்றுக் கொள்ளாமல், ஆழ்ந்து ஆராய்ந்து தக்க சான்றுகளின் அடிப்படையில் முடிவு செய்யும் வழக்கத்தைப் பின்பற்ற வேண்டும். எந்த ஒரு பரிவர்த்தனையும் நிகழ்வும் சரியாக நடத்தப்பட்டது என்பதை உறுதிப்படுத்தும் வரை, அது தணிக்கைத் தடைக்கு உகந்தது என்ற எண்ணத்துடனே அணுக வேண்டும். இதில் கவனத்துடன் செயல்படுவது தணிக்கையின் தரத்தை உயர்த்த உதவும்.

19.5. நிதித் தணிக்கையின் தரத்தை உறுதி செய்தல்

நிதித் தணிக்கையில் நிறுவனத்தின் பங்குதாரர்களின் நலன் முக்கிய இடம் பெறுவதால், நிதித் தணிக்கையின் தரத்தை உறுதிப் படுத்துவதில் கூடுதல் கவனம் செலுத்த வேண்டும். பங்குதாரர்களின் நலனைப் பாதுகாப்பது தணிக்கையரின் கடமை என்பதால், நிதித் தணிக்கையின் தரத்திற்கு கூடுதல் கவனம் செலுத்த வேண்டும். அதில் கவனிக்க வேண்டிய கூறுகள்:

1. நிதியறிக்கையின் உட்பிரிவுகளும், நிதிக் கொள்கையும், நிதியறிக்கைக் குறிப்புகளும் சட்டப் பூர்வத் தேவைகளும் ஒத்திசைவுடன் இருப்பதை உறுதி செய்ய வேண்டும்.

2. பொருத்தமான விகிதாச்சாரப் பகுப்பாய்வு முறைகளைத் தேர்ந் தெடுத்து, நிதியறிக்கைக் கூறுகளைப் பகுப்பாய்வு செய்து, நிறுவனத்தின் நிதிநிலையின் உண்மைத் தன்மையைக் கண்டறிந்து தணிக்கையில் குறிப்பிட வேண்டும்.

3. சோதனைக்கான மாதிரிகளின் அளவையும், தணிக்கை அறிக்கையில் குறிப்பிடத் தகுதி பெறும் ஒப்பீட்டு அளவையும் மிகவும் கவனமாகத் தேர்ந்தெடுக்க வேண்டும். மாதிரியின் அளவு முடிந்த வரை அதிகமாக நிர்ணயித்துக் கொள்ள வேண்டும். ஒப்பீட்டளவை அல்லது அறிக்கையில் குறிப்பிடத் தகுந்த

அளவை மிகவும் கவனமாக, சரியான அளவைத் தேர்ந் தெடுக்க வேண்டும். அதனை அதிகமாக நிர்ணயித்தால், நிறுவன முதலீட்டாளர்களுக்கு பாதகமாகவும், குறைவாக நிர்ணயித்தால் நிறுவனம் முதலீடுகள் இன்றியும் பாதிக்கப் படும். ஆகவே கூடுதல் - குறைவு இன்றி, சரியான அளவை நிர்ணயிக்க வேண்டும்.

4. முதலீடுகள், ரொக்கம் மற்றும் வங்கி சேமிப்புகள் உண்மை யிலேயே இருப்பதை, அவற்றை முதலீடு மற்றும், சேமித்து வைத்துள்ள நிறுவனங்களிடமிருந்து நேரடியாக உறுதி செய்து கொள்ள வேண்டும்.

5. தனிப்பட்ட நபர்களுக்குப் கொடுக்கப்பட்ட பணம், காசோலைகள் முதலியனவற்றையும், முற்றிலும் புதிய நிறுவனங்களில் செய்யப்பட்ட முதலீடுகளையும் ஆழமாக ஆராய வேண்டும்.

6. நிதி மேலாண்மை குறித்த அகக் கட்டுப்பாடுகள் முறையாக இயங்காத நிலையில், அவற்றின் விளைவுகள் குறித்து ஆழமாக ஆய்வு செய்ய வேண்டும்.

மேற்கண்டவை அடிப்படை விடயங்களே. தரம் உயரத்துதல் என்பது ஒவ்வொரு தணிக்கையையும், சிறப்புத் திட்டமாகக் செயல் படுத்தும் போது மட்டுமே முழுமையாக சாத்தியமாகும்.

சிந்திக்க...

1. தணிக்கையின் தரத்தை உயர்த்துவதற்குத் தணிக்கையின் போது மட்டும் கவனம் செலுத்தினால் போதாது. தணிக்கைக்கு முன்னும் பின்னும் தக்க நடவடிக்கைகள் எடுத்தால் மட்டுமே தரத்தை உயர்த்த முடியும். உண்மை நிலையை எண்ணிப் பார்க்க.
2. தணிக்கை முடிந்த உடன் தணிக்கைச் சான்றுகளை மீண்டும் ஒருமுறை தனியாக ஆய்வு செய்வது தணிக்கையின் தரத்தை உயர்த்தும். எப்படி என ஆய்வு செய்க.
3. தணிக்கை சகாக்களின் மீள்பார்வைக்கான செயல்முறைகள் தணிக்கை நடைமுறைகளிலிருந்து மாறுபட்டவை. எண்ணிப் பார்க்க.
4. தணிக்கையரின் சந்தேகத் தன்மை தணிக்கையின் தரத்தை உயர்த்தும். ஆனால் தணிக்கையருக்கும் நிறுவன நிர்வாகத்திற்குமான உறவைப் பாதிக்கும். இரு கூற்றுகளிலும் உள்ள உண்மைத் தன்மையை எண்ணிப் பார்க்க.
5. நிதித் தணிக்கையின் தரம் தணிக்கையர் வழங்கும் சான்றிதழின் தன்மையை மாற்றவல்லது. அதற்கான காரணங்களையும் விளைவுகளையும் எண்ணிப் பார்க்க.

20. தணிக்கைத் தரநிலைகள்

தரநிலை என்பது ஒரு செயல் அல்லது பொருளின் தரத்தை உறுதி செய்ய நிர்ணயிக்கப்பட்ட வழிமுறைகள் மற்றும் குறியீடுகளைக் குறிக்கும். தணிக்கைத் தரநிலை தணிக்கை செய்யும் போது பின்பற்ற வேண்டிய வழிமுறைகளைக் குறிக்கும். இந்தத் தணிக்கைத் தர நிலைகள் தணிக்கைத் தொழிலில் பின்பற்ற வேண்டிய குறைந்த பட்ச நடைமுறைகளைக் குறிக்கும். மற்ற தரநிலைகள் போல் தணிக்கைத் தரநிலைகளும் கட்டாயம் பின்பற்றப்பட வேண்டியவை. அவை தணிக்கை அறிக்கை அதன் பயனாளர்களின் எதிர்பார்ப்புகளை எட்டும் வண்ணம் அமைவதை உறுதி செய்ய உதவுகின்றன. தரநிலைகளைப் பின்பற்றிச் செய்யப்படாத தணிக்கைகளும் தணிக்கை அறிக்கைகளும் நம்பகத்தன்மையை இழந்து விடுகின்றன. அவை பயனாளர்களால் ஏற்றுக் கொள்ளப்படுவதில்லை.

20.1. தணிக்கைத் தரநிலைகளின் தேவை

தணிக்கைத் தரநிலையின் தேவைகள் குறித்தும் அவற்றின் பயன்கள் குறித்தும் புரிந்து கொள்ள வேண்டும். தணிக்கைத் தொழிலை முறைப்படுத்துவதும், அதன் பயனாளர்களுக்கு தணிக்கை குறித்த சரியான புரிதலை ஏற்படுத்தி, தணிக்கை குறித்த நியாயமான எதிர்பார்ப்பை ஏற்படுத்த தணிக்கைத் தரநிலைகள் தேவை. தணிக்கைத் தரநிலைகளின் தேவை குறித்த நேரடியான விவரங்களை இங்கே காணலாம்.

1. தணிக்கைத் தரநிலைகள் தணிக்கையின் போது பின்பற்ற வேண்டிய அடிப்படைக் கோட்பாடுகளையும் நடைமுறை களையும் வரையறுக்கின்றன.
2. தணிக்கை நடைமுறைகளை தணிக்கைத் தொழில் புரிவோர் அனைவரும் பின்பற்றும் வகையிலான பொதுக் கட்டமைப்பைத் தருகின்றன.
3. தணிக்கைச் செயல்பாட்டை மதிப்பீடு செய்வதற்கும், அதன் செயல்திறனை மேம்படுத்துவதற்குமான வழிகளை உண்டாக்க உதவுகின்றன.

4. தணிக்கை அறிக்கையின் பயனாளர்களுக்கு தணிக்கை அறிக்கை குறித்த நம்பகத்தன்மையை ஏற்படுத்துகின்றன.
5. தணிக்கை நிறுவனத்திற்கும் தணிக்கை செய்யப்படும் நிறுவனத்திற்குமான உறவையும் தொடர்பையும் நிர்ணயிக்க உதவுகின்றன.

தரநிலையை நிர்ணயிப்பது யார் என்பதனை அனைத்து தணிக்கையரும் புரிந்து கொள்ள வேண்டும். தணிக்கைத் தரநிலையை நிர்ணயிக்கும் ஏற்பாடு நாட்டுக்கு நாடு மாறுபடும். பொதுவாக (1) அரசு, (2) அரசால் ஏற்படுத்தப்பட்ட தணிக்கை ஒழுங்குமுறை அமைப்பு (3) தணிக்கையர் மற்றும் தணிக்கை நிறுவனங்களின் கூட்டமைப்பு, இவற்றில் ஏதேனும் ஒரு அமைப்பு தணிக்கைத் தரநிலைகளை நிர்ணயிக்கும் அதிகாரம் பெற்ற அமைப்பாக இருக்கும். அரசு தவிர்த்த பிற அமைப்புகள் தரநிலைகளை நிர்ணயம் செய்யும் போது, அதற்கு அரசு முறைப்படி அங்கீகாரம் வழங்க வேண்டும். மேலும் தனியார் துறைத் தணிக்கைத் தரநிலைகளும், பொதுத் துறைத் தணிக்கைத் தரநிலைகளும் ஒன்றாகவோ, வெவ்வேறாகவோ இருக்கலாம். இதுவும் நாட்டுக்கு நாடு மாறுபடும்.

இந்தியாவைப் பொருத்த வரையில் பொதுத் துறைத் தணிக்கைக்கான தரநிலைகளும், தனியார் துறைத் தணிக்கை தொடர்பான தரநிலைகளும் வெவ்வேறாக உள்ளன. பொதுத் துறைத் தணிக்கைக்கான தரநிலைகளை, இந்திய கணக்கு மற்றும் தணிக்கைத் துறைத் தலைவர் (CAG of India) நிர்ணயிக்கிறார். தனியார் துறைத் தணிக்கைத் தரநிலைகளை இந்தியப் பட்டயக் கணக்காளர்கள் நிறுவனம் (ICAI) நிர்ணயிக்கின்றது. இந்த அமைப்பு இந்திய அரசின் நிறுவனங்கள் துறை அமைச்சகத்தின் கட்டுப்பாட்டில் இயங்கும் அங்கீகரிக்கப்பட்ட அனைத்து தணிக்கையர்களின் கூட்டமைப்பாகும். இது குறித்து அத்தியாயம் 28.1ல் விரிவாகக் கற்கலாம்.

தணிக்கைத் தரநிலைகள் நாட்டுக்கு நாடும், பொதுத் துறை மற்றும் தனியார் துறைகளுக்கிடையே வேறுபடுமானாலும், அவற்றிற் கிடையே மாபெரும் ஒற்றுமை உண்டு. அவற்றிற்கிடையேயான வேறுபாடு, அவை சொல்லப்பட்ட விதத்திலும், செயல்படுத்தும் விதத்திலும் மாறுபடும். அந்த பொதுக் கூறுகளை அறிந்து கொள்வது பலனளிக்கும்.

20.2. தர நிர்ணயத்தின் அடிப்படைகளும் அனுமானங்களும்

தணிக்கைத் தரநிலைகள் எந்தத் தத்துவத்தின் அடிப்படையில் அமைகின்றன என்றும் அவற்றின் அடிப்படைகள் என்ன என்பதனை அறிந்து கொள்ளுதல் மூலம் தரநிலைகளையும் அவற்றின் செயல்பாடுகளையும் நன்கு புரிந்து கொள்ள முடியும். தணிக்கைத் தரநிலையின் அடிப்படைக் கூறுகள்:

1. நிர்வாகத்தின் முடிவுகளையும், அதன் செயல்பாட்டையும் அவற்றால் ஏற்பட்ட விளைவுகளையும் சரிபார்க்க முடியும்.

2. நிதியறிக்கையையும் நிதித் தரவுகளையும் சரிபார்ப்பதால் நிறுவனத்தின் நிதி நலத்தைப் பற்றி அறிந்து கொள்ளலாம்.

3. நிர்வாகத்தின் நோக்கமும் தணிக்கையரின் நோக்கமும் ஒன்றே. அவர்களுக்கிடையே நலமுரண் இருக்கத் தேவையில்லை.

4. நிறுவனம் தயாரித்த நிதியறிக்கைகளில் அடிப்படைத் தவறுகளும், திட்டமிட்ட தவறுகளும் இருப்பதில்லை.

5. அகக் கட்டுப்பாடுகள் நிறுவனத்தில் சரியாக இருந்தால் நிறுவனத்தில் தவறுகள் நடப்பதற்கான வாய்ப்புகள் குறைவு.

6. நிறுவனத்தின் உண்மை நிலையை அதன் பயனாளர்களுக்கு நிதியறிக்கைகள் மூலம் தெரிவிக்க நிர்வாகம் விரும்புகிறது.

7. நிதிக் கணக்குகள் தயாரிக்கும் முறையை ஒரே மாதிரியாகவும் நிதிக்கணக்கு தரநிலையையும் தொடர்ந்து பின்பற்றுவதால் நிதியறிக்கைகள் நிறுவனத்தின் உண்மை நிலையைப் பிரதிபலிக்கின்றன.

8. நிறுவனத்தின் கோப்புகளையும் தரவுகளையும் தணிக்கை செய்யும் போது தணிக்கையர் தனது தொழில் ரீதியாக மட்டுமே செயல்படுகிறார்.

9. தணிக்கையர் சரியாகப் பணிசெய்யும் போது, நிறுவனத்தில் பொதுவாக நிகழும் தவறுகளும், குறைபாடுகளும் கண்டு பிடிக்க வாய்ப்பு உண்டு.

10. தக்க சான்றுகளுடன் தவறுகளும் குற்றங்களும் கண்டுபிடிக்கப் படாதவரை நிறுவனத்தின் செயல்பாடுகள் சரியாகவே இருக்கின்றது.

தணிக்கைத் தரநிலைகள் சில அனுமானங்களின் அடிப்படையில் அமைகின்றன. தணிக்கை குறித்த அறிவு புலன்களால் உணர முடியாத அறிவாகையால் தரநிலைகளைப் புரிந்து கொள்ள இந்த அனுமானங்கள் அல்லது நம்பிக்கைகள் தேவைப்படுகின்றன. இந்த அனுமானங் களையும் நம்பிக்கைகளையும் விட்டொழித்துப் பார்த்தால் தணிக்கைத் தரநிலைகள் செயல்படுத்த முடியாததாகிவிடும். அவை:

1. தணிக்கை நடைமுறைகளை நிர்வாகத்தினர் விருப்பமுடன் ஏற்றுக் கொள்கின்றனர் மற்றும் தணிக்கைக்கு நிர்வாகமும் நிறுவனப் பணியாளர்கள் விருப்பமுடன் ஒத்துழைக்கின்றனர்.

2. தணிக்கையின் கண்டுபிடிப்புகளையும் ஆலோசனைகளையும் நிர்வாகம் ஏற்றுக்கொண்டு, தக்க நடவடிக்கைகள் எடுக்க நிர்வாகம் உண்மையாக முயல்கின்றன.

3. தணிக்கை நடைமுறையால் நிறுவனத்தின் அன்றாட செயல் பாட்டில் குறிப்பிடத் தகுந்த பாதிப்பு எதுவும் இருப்பதில்லை.

4. சோதனை முறையில் தணிக்கை நடத்தினாலும், திட்டமிட்ட தணிக்கைச் செயல்முறையால் நிறுவனத்தில் நிகழும்/ நிகழ்ந்த குறிப்பிடத் தகுந்த தவறுகளைக் கண்டறிய முடியும்.

5. ஒரு நிறுவனம் நிலையானதாகவும், சிறப்பாக செயல் படுவதாகவும் உள்ளதை அந்நிறுவத்தின் தணிக்கை முடிவற்ற உடன் தணிக்கை உறுதி செய்கிறது என நிறுவனப் பயனாளர்கள் நம்புகிறார்கள்.

தணிக்கை அனுமானங்கள் தணிக்கை நடைமுறைகளையும், தரநிலைகளையும் புரிந்து கொள்வதற்கு மட்டுமே. உண்மை நிலைமை வேறுவிதமாகவும் நிறுவனத்திற்கு நிறுவனம் வேறுபட்டதாகவும் இருப்பதை அனுபவத்தால் மட்டுமே புரிந்து கொள்ளலாம்.

தணிக்கையின் தரநிலைகளை அடிப்படைத் தரநிலைகள் மற்றும் செயல்பாட்டுத் தரநிலைகள் என இரு பிரிவுகளாகத் தொகுக்கலாம். அடிப்படைத் தரநிலைகள் தணிக்கை நிறுவனம் (தனித் தணிக்கையர்) கொண்டிருக்க வேண்டிய அடிப்படைப் பண்புகளைக் குறிப்பதாக இருப்பவை. செயல்பாட்டுத் தரநிலைகள், தணிக்கை செய்யும் போதும் தணிக்கை அறிக்கையை முடிவு செய்யும் போதும் கவனத்தில் கொள்ள வேண்டியவை. தணிக்கைத் தரநிலைகளை விளக்கப்படம் 17இன் படித் தொகுக்கலாம்.

விளக்கப்படம் 17. தணிக்கைத் தரநிலைகள் தொகுப்பு

20.3. அடிப்படைத் தரநிலைகள்

அத்தியாயம் 1.2இல் தணிக்கையின் பண்புகளைப் பற்றி கற்கையில் தணிக்கைத் தரநிலைகள் சிலவற்றையும், தணிக்கையின் அடிப்படைத் தரநிலைகளின் சில கூறுகளையும் கற்றோம். இங்கே அவை குறித்து விரிவாகக் கற்கலாம்.

1. நிர்வாகத் தனித்துவம்

தணிக்கை நிர்வாகம், நிறுவனத்தின் நிர்வாகத்திடமிருந்து விலகி இருப்பதாக, விடுபட்டு இருப்பதாக இருக்க வேண்டும். தனித்துவம் பெற்ற தணிக்கையால் மட்டுமே நேர்மையாகவும் நடுநிலைமை யோடும் தணிக்கை செய்ய முடியும் என்பது தணிக்கைத் தரநிலையின் அடிப்படை. புறத் தணிக்கை அமைப்பு முறையில் இது போன்ற வெவ்வேறு நிர்வாக அமைப்பு, நிச்சயமாக சாத்தியமாக வல்லது. ஆனால் அகத் தணிக்கை அமைப்பு முறையில் தணிக்கை நிர்வாகம் நிறுவனத்தின் நிர்வாகத்திலிருந்து முற்றிலும் மாறுபட்டு இயங்குவது இயலாத செயல். நிறுவனத் தலைமையிடமே தணிக்கைத் தலைமையும் செயல்பட நேரலாம். ஆனாலும், தணிக்கையின் செயல்பாட்டைக் கட்டுப்படுத்தும் பொறுப்பு நிறுவன இயக்குநர் குழுவிடம் இருக்க வேண்டும். தணிக்கை அறிக்கையும் அக்குழுவிடமே அளிக்க வேண்டும்.

நிர்வாகத் தனித்துவத்தை உறுதி செய்ய முக்கியமாக கவனத்தில் கொள்ள வேண்டியவை:

1. தணிக்கை செய்வதற்கு உரிய சட்டப் பூர்வ அதிகாரம் தணிக்கைத் துறைக்கும்/ நிறுவனத்திற்கும் அதன் தலைவருக்கும் வழங்கப்பட வேண்டும்.
2. தணிக்கையின் நோக்கம், அதன் பரப்பு மற்றும் தணிக்கைச் செயல்முறை ஆகியவற்றை முடிவு செய்யும் இறுதிப் பொறுப்பு தணிக்கை நிறுவனத்திற்கும் அதன் தலைவருக்கும் உண்டு. தணிக்கை செய்யப்படும் நிறுவனத்தைக் கலந்து ஆலோசிக்கலாம்.
3. தணிக்கை செய்வதற்குத் தேவையான நிதி, மனிதவள மற்றும் தொழில்நுட்பத் தேவைகளை முழுமையாக நிறைவேற்று வதற்குரிய வழி வகைகள் இருக்க வேண்டும்.
4. தணிக்கைத் துறையின் செயல்பாட்டில் எந்த விதத்திலும், நேரடியாகவோ அல்லது மறைமுகமாகவோ, நிர்வாகத் தலையீடு இருக்கக் கூடாது. தன்னிச்சையாகக் கருத்துத் தெரிவிக்கும் உரிமையை உறுதி செய்ய வேண்டும்.
5. தணிக்கைத் தலைமை அதிகாரி உட்பட தணிக்கையில் ஈடுபடுபவரின் பணிக்காலம், அவர்களின் ஊதியம் மற்றும் பணிக்கொடைகள், பணி ஒப்பந்த நிபந்தனைகள் யாவும் அவர்களுக்கு பாதகமாகத் தணிக்கைக் காலத்தில் மாற்றக் கூடாது.
6. தணிக்கை நிறுவனத்தினரும் அதன் தலைவரும் நிறுவனத்தின் செயல்பாட்டில் எந்த விதத்திலும் தலையிடக் கூடாது.
7. இரு நிறுவனங்களுக்கிடையே ஏற்படும் வேறுபாடுகள் மற்றும் சிக்கல்களை நிறுவனத்தின் இயக்குநர் குழுவின் மூலம் தீர்க்க வேண்டும். அரசுத் தணிக்கையைப் பொறுத்த வரையில் சட்டமியற்றும் அமைப்பின் மூலம் தீர்க்க வேண்டும்.

2. உண்மை உணர்த்துதல்:

தணிக்கை என்பதே நிறுவனத்தின் உண்மை நிலையை கண்டறிய ஏற்படுத்தப்பட்ட கட்டுப்பாட்டு முறைதான். தணிக்கையின் தலையாய நோக்கமே நிறுவனத்தின் உண்மையான செயல்பாட்டையும், நிதியறிக்கையின் உண்மைக் கூறுகளையும் நிறுவனத்தின் பயனாளி களுக்கு தெரியப்படுத்துவதே. தணிக்கையின் வெளிப்பாடான தணிக்கை அறிக்கை நிறுவனத்தின் செயல்படும் நிலைமையை உள்ளது உள்ளபடியும், தணிக்கைக் கருத்தை உணர்ந்தபடியும் எடுத்துரைப்பதை உறுதி செய்ய வேண்டும்.

தணிக்கையில் உண்மையை உணர்த்துவதற்கு முக்கியத் தேவையாக அமைவது தணிக்கையரின் நடுநிலைமை. தணிக்கையர்

நிறுவனத்தின் தேவையை நிறைவேற்றுவதைவிட சட்டத்தின் தேவையை நிறைவேற்றுவதை முக்கிய குறிக்கோளாகக் கொள்ள வேண்டும். சட்டத்தின் தேவை எப்பொழுதுமே உண்மை நிலவரத்தைப் பயனாளிகளுக்குத் தணிக்கை நிறுவனம் தெரிவிக்கும் வகையிலேயே இருக்கும்.

தணிக்கையர் தனது பணியின் போது நிர்வாகத்திலிருந்தும், நிர்வாகத்திற்கு வெளியிலிருந்தும் வரக்கூடிய அழுத்தங்களைத் தவிர்ப்பதை உறுதி செய்ய வேண்டும். நிறுவனத்தின் அழுத்தம் தரும் எந்த முயற்சியையும் தவறாகக் கருதி அவற்றைத் தணிக்கை அறிக்கையில் பதிவு செய்யலாம். அல்லது நிறுவனத்தின் தணிக்கைக் குழுவிடம் அல்லது இயக்குநர் குழுவிடம் பதிவு செய்ய வேண்டும். அக்குழுக்கள் தணிக்கை நடுநிலையோடு செயல்படும் சூழலை உறுதி செய்ய வேண்டும்.

தணிக்கை நிர்வாகத்திற்கு எதிரான நிலைப்பாட்டை எடுப்பதையும் தவிர்க்க வேண்டும். தொழிற் போட்டி அல்லது தனது சொந்த இலாபங்களுக்காகவோ அல்லது வேறு எந்தக் காரணத்திற்காகவோ நிறுவனத்தின் செயல்பாட்டின் மீது, அளவுக்கு அதிகமாக, சான்றுகளைப் பயன்படுத்தி நிறுவனத்தின் தவறுகளை மிகைப்படுத்தக் கூடாது. அது தணிக்கையின் நடுநிலைமையை கேள்விக் குறியாக்கிவிடும்.

சுருக்கமாகக் கூற வேண்டுமெனில் தணிக்கையர்

சமன்செய்து சீர்தூக்குங் கோல்போல் அமைந்தொருபால் கோடாமை சான்றோர்க் கணி.

என்ற வள்ளுவர் வாக்கிற்கிணங்க தனது பணியைச் செய்ய வேண்டும்.

3. தணிக்கைப் புலமை

தணிக்கையர் இரண்டுவிதமான துறைகளில் புலமை பெற்றவராக இருக்க வேண்டும். (1) தணிக்கை சார்ந்த அறிவும் திறனும் (2) தணிக்கை செய்யப்படும் நிறுவனம் சார்ந்த துறை குறித்த அறிவு. தணிக்கையரின் புலமை தணிக்கைச் செயல்முறைகளிலும் தணிக்கை அறிக்கையிலும் வெளிப்பட்டுவிடும். ஆகவே தணிக்கையர் மேற்குறிப்பிட்ட இரு துறைகளைக் குறித்தும் கசடறக் கற்க வேண்டும்; தொடர்ந்து கற்க வேண்டும். தன் தணிக்கைப் புலமையை மேம்படுத்திக் கொள்ள வேண்டும்.

தணிக்கைச் செயல்முறைகள் குறித்த அறிவும் அவற்றைச் செயல்படுத்தும் திறனும், பின்பற்ற வேண்டிய தரநிலைகள் மற்றும் குறிப்பிட்ட தரநிலையைப் பயன்படுத்தவல்ல சூழல், தணிக்கைக்

கருவிகள் குறித்த அறிவும் அவற்றைப் பயன்படுத்தும் விதமும், தணிக்கைச் சான்றுகள் குறித்த அறிவும் அவற்றை சேகரிக்கும் திறனும், தணிக்கை அறிக்கை தயாரிக்கும் திறனும், தணிக்கைக் கருத்துக்களைச் சரியாகப் பதிவு செய்யும் விதமும் தணிக்கையர் கட்டாயம் கொண்டிருக்க வேண்டிய திறன்கள்.

தணிக்கையர் தணிக்கை செய்யப்படும் நிறுவனம் குறித்த நல்ல புரிதல் கொண்டிருக்க வேண்டும். தணிக்கை செய்யப்படும் நிறுவனம் குறித்த அடிப்படைப் புரிதல் இன்றி தணிக்கை செய்வது இயலாது. தணிக்கையர் தணிக்கை தொடர்பாகத் திட்டமிடும் முன்பே அந்நிறுவனம் குறித்து நன்கு கற்றுக் கொள்ள வேண்டும். தகுந்த ஏடுகளைப் படித்தும், துறை அறிஞர்களிடம் உரையாடியும், காணொலிக் காட்சிகள் மூலமாகவும், முந்தைய மற்றும் பிற நிறுவனங்களின் தணிக்கை அறிக்கைகளை வாசித்தும் தணிக்கை செய்யப்படும் நிறுவனம் குறித்தும் நன்கு அறிந்து கொள்ள வேண்டும்.

தணிக்கை என்பது அறிவியல் மற்றும் கலை இரண்டும் கலந்த கலப்பு. திட்டமிட்டபடி முறைப்படி நடத்தப்பட்டு, தகவல்களையும் தரவுகளையும் ஆய்வு செய்து, ஒருமித்த கருத்தின் அடிப்படையில் இயங்குவதால் அது அறிவியலின் ஒரு பிரிவாகவும், நிறுவனச் சூழலுக்கும், நாட்டின் சட்டவிதிகளுக்கு உகந்ததாக செயல்படுவதாலும், தணிக்கையரின் திறனின் அடிப்படையில் முடிவுகள் மாறுபடுவதாக இருப்பதாலும் தணிக்கையைக் கலை என்றும் கொள்ளலாம். தணிக்கையர் இதனை நன்கு புரிந்து கொள்ள வேண்டும்.

4. தொழில் கவனம்

தணிக்கைச் செயல்முறை திட்டமிட்டு செய்யப்பட வேண்டிய ஒன்று. தணிக்கை குறித்து திட்டமிடலிலும், அதனைச் செயல்படுத்துவதிலும் தணிக்கையர் தனிக் கவனம் செலுத்த வேண்டும். தணிக்கைச் செயல்முறையையும், தணிக்கை அறிக்கையையும் மேம்போக்காகக் கருதாமல் அதற்கு உரிய முக்கியத்துவம் கொடுத்து, முழுக் கவனத்துடன் செயல்பட வேண்டும். தணிக்கை அறிக்கையில் பதிவு செய்யப்படும் கருத்துகளும், அதற்கு பயன்படுத்தப்பட்ட வார்த்தைகளும் நிறுவனத்தை பாதிப்பதாகவும், அதில் மாற்றத்தை ஏற்படுத்துவதாகவும் அமையும் என்பதைத் தணிக்கையர் உணர வேண்டும். அது மட்டுமல்ல நிறுவனத்தோடு தொடர்புடைய பிற நிறுவனங்களையும், தனி நபர் முதலீட்டாளர்களையும் அது பாதிக்கும் என்பதை உணர்ந்து தனது பணியை மிகுந்த கவனமுடன் செய்ய வேண்டும்.

தணிக்கையின் மொத்தப் பணியும் கவனத்துடன் செய்ய வேண்டி இருந்தாலும், சில முக்கியமான நிலைகளில் அதிக கவனம் செலுத்த வேண்டும். அவை:

1. தணிக்கை செய்யப்படும் நிறுவனத்தின் இடர்களை அளவிடுதல் மற்றும் வகைப் படுத்துதல்.
2. தணிக்கையின் நோக்கம், பரப்பு, சோதனை ஆய்விற்கான வழிமுறைகளை நிர்ணயித்தல்.
3. தணிக்கையின் அடிப்படைகளைத் தேர்ந்தெடுத்தல் மற்றும் ஒப்பீட்டளவை நிர்ணயித்தல்.
4. விடைகாண வேண்டிய தணிக்கை வினாக்களைச் சரியாகத் தொடுத்தல் மற்றும் சரியான முறையில் விளக்கங்களைக் கோருதல்.
5. தணிக்கைக் கண்டுபிடிப்புகளைத் தக்க சான்றுகளின் அடிப்படையில் முடிவு செய்தல்.
6. தணிக்கைக் கண்டுபிடிப்புகளுக்கு நிறுவனம் தரும் விளக்கங் களைப் பரிசீலனை செய்தல்.
7. தணிக்கைச் சான்றிதழ் வகையை முடிவு செய்தல் மற்றும் சான்றிதழில் இடம் பெறும் தணிக்கை ஆட்சேபனைகளை முடிவு செய்தல்.
8. தணிக்கை அறிக்கை தயார் செய்தல் மற்றும் அறிக்கையில் பதிவு செய்யப்படும் செய்திகள், பயன்படுத்தப்படும் வார்த்தைகள் குறித்து முடிவு செய்தல்.

மேற்கண்ட தணிக்கையின் முக்கிய நிலைகளில் தணிக்கையர் மிகுந்த தொழில் கவனத்தைக் கையாள வேண்டும். இவற்றில் ஏற்படும் தவறுகள் தணிக்கையின் தரத்தைப் பாதிக்கும்.

5. தரத்தை உறுதி செய்தல்

மேற்கூறிய தணிக்கை அடிப்படைகள் யாவும் தணிக்கையின் தரத்தை உறுதி செய்வதை நோக்கமாகக் கொண்டவை எனலாம். தர நிலைகளின் நோக்கமே தணிக்கையின் தரத்தை உறுதி செய்வதுதான். இந்த தரநிலை தணிக்கையின் தரநிலையை எவ்வாறு உறுதி செய்வது என்பதனை விவரிக்கிறது.

1. தணிக்கைக் குழுவைத் தணிக்கை நிறுவனத்தைச் சார்ந்த உயர் பொறுப்பில் உள்ள ஒருவர் தலைமை தாங்கி நடத்திச் செல்ல வேண்டும்.

2. தணிக்கையின் செயல்முறைகளைக் குழுவின் தலைவரும், தணிக்கை நிறுவனத்தின் உயர் பொறுப்பில் இருப்பவர்களும் முறையாக மேற்பார்வையிட வேண்டும்.

3. தணிக்கை நேர்மையாக நடத்தப்பட்டது என்றும், தரநிலைகள் முழுமையாகப் பின்பற்றப்பட்டது என்றும் உறுதிப்படுத்த வேண்டும்.

4. தணிக்கையின் செயல்முறைகள் யாவும் முறையாக பதிவு செய்யப்பட்டு, அவை தணிக்கை நிறுவனத்தைச் சார்ந்த பொறுப்புடைய அதிகாரிகளால் சரிபார்க்கப்பட வேண்டும்.

5. தணிக்கைக் குழு தணிக்கை அறிக்கையை தயார் செய்தவுடன், அதனை நிறுவனத்தில் உள்ள வேறு பணியாளர்கள் தணிக்கைச் சான்றுகளின் அடிப்படையில் மறு ஆய்வு வேண்டும்.

6. தணிக்கை நிறுவனம் நல்லதொரு அகக் கட்டமைப்பைக் கொண்டிருக்க வேண்டும்; தணிக்கை நிறுவனமும் அகத் தணிக்கை முறையையும், சக பணியாளர்கள் ஆய்வு முறையையும் (peer review) பின்பற்றலாம்.

தணிக்கையின் தரத்தை அதன் செயல்முறையின் ஒவ்வொரு நிலையிலும், தணிக்கையின் ஒவ்வொரு குறிப்பிலும், அறிக்கையிலும் உறுதி செய்ய வேண்டும். தனி நபரால் செய்யப்படும் தணிக்கைக்கு அத்தணிக்கையரே பொறுப்பாகிறார். ஆனால் நிறுவனம் சார்பில் நடத்தப்படும் தணிக்கையில், தரத்தையும், தரநிலைகளைப் பின்பற்று வதையும் உறுதி செய்யத்தக்க கட்டமைப்புகளைத் தணிக்கை நிறுவனம் உருவாக்க வேண்டும். தரமின்றி செய்யப்படும் தணிக்கை, தணிக்கை செய்யப்பட்ட நிறுவனத்தை பாதிப்பதோடு, தணிக்கை செய்த நிறுவனத்திற்கும், தணிக்கையருக்குமே பெருமளவு பாதிப்பை ஏற்படுத்தும். ஆகவே தணிக்கைப் புலமை மற்றும் தொழில் கவனம் என்கிற தரக் கோட்பாடுகளும் தணிக்கையின் தரத்தை உறுதி செய்ய ஏற்படுத்தப்பட்டவையே.

6. தரத்தை மேம்படுத்தல்

தணிக்கையின் தரத்தை மேம்படுத்த தணிக்கையரும் தணிக்கை நிறுவனமும் தொடர்ந்து முயற்சிகள் மேற்கொள்ள வேண்டும். உலகப் பொருளாதாரச் சூழலிலும், தொழில் சூழலிலும், முதலீடு மற்றும் நிதிச் சந்தையில் ஏற்படும் மாற்றத்திற்கும் தன்னை தயார் செய்யும் பொருட்டு தனது தரத்தை தொடர்ந்து மேம்படுத்துவதில் முனைப்பு காட்ட

வேண்டும். ஒரு நாட்டின் சட்டம் மற்றும் விதி முறைகளில் அடிக்கடி மாற்றம் நிகழ்வதாலும், நிறுவனங்கள் தங்கள் தொழில்நுட்பங் களையும் தொழில் உத்திகளையும் மாற்றிக் கொண்டே இருப்பதாலும், அவற்றை சந்திக்க எப்போதும் தயார் நிலையிலேயே இருக்க வேண்டும். தணிக்கையின் தரத்தை மேம்படுத்துவதென்பது இரு நிலைகளில் நடைபெறுவது. அவை:

(1) ஏற்கனவே நடத்தப்பட்ட தணிக்கைச் செயல்முறைகளை மீள் ஆய்வு செய்து அவற்றில் உள்ள குறைகளைக் களைந்து தணிக்கையின் தரத்தை மேம்படுத்துவது. இவ்வகையில் தணிக்கை நடத்தப்பட்ட நிறுவனத்தின் பின்னூட்டக் கருத்துக் களை கேட்டுப் பெறுவது பயனளிக்கும். தணிக்கை நிறுவனத்தின் அகத்தணிக்கையின் கருத்துக்களும் பயனளிக்கும்.

(2) தணிக்கையருக்கென்று வரையறுக்கப்பட்ட சிறப்புப் பயிற்சி மற்றும் திறன் மேம்பாட்டுத் திட்டங்கள் மூலம் தணிக்கையின் தரத்தை மேம்படுத்துவது. இந்தத் தணிக்கைத் தரநிலை எந்த வகைப் பயிற்சி அளிக்க வேண்டும், எவ்வளவு கால இடை வெளியில் பயிற்சியளிக்க வேண்டும், எந்தத் துறைகளில் பயிற்சியளிக்க வேண்டும் என்றும் வரையறுத்துக் கூறும்.

தணிக்கை நிறுவனம் தனது தரத்தை மேம்படுத்த மேற்கூறிய இரண்டு முறைகளையும் பின்பற்ற வேண்டும். நவீன தொழில்நுட்பங் களைப் பின்பற்றுவதில் தயக்கம் காட்டக் கூடாது. எல்லாவிதமான சூழல்களையும் சந்திக்க தணிக்கை தயாராக இருக்க வேண்டும்.

தணிக்கையின் அடிப்படைத் தரநிலைகள் தணிக்கை நிறுவனம் சார்ந்தவை. தணிக்கை நிறுவனத்தின் கட்டமைப்பு எவ்வாறு இருக்க வேண்டும் என்பதை வரையறை செய்பவை. அவை உறுதிப்படுத்தப் பட்டாலன்றி செயல்பாட்டுத் தரநிலைகள் பயன்தராது. தணிக்கையர் தனி நபராக இருப்பினும், இந்த அடிப்படைத் தரநிலைகள் கட்டாயம் பின்பற்றப்பட வேண்டும்.

20.4. செயல்பாட்டுத் தரநிலைகள்

அடிப்படைத் தரநிலைகளுக்கு அடுத்து செயல்பாட்டுத் தரநிலைகள் தணிக்கைச் செயல்படுத்தும் போது பின்பற்ற வேண்டிய மிக முக்கியமானவையாகும். செயல்பாட்டுத் தரநிலைகள் ஒரு நிறுவனம் தொடர்பான தணிக்கையைச் செயல்படுத்தும் போது தவறாமல் பின்பற்ற வேண்டியவை. அவை குறித்துத் தணிக்கை செய்யப்படும் நிறுவனமும் அறிந்திருக்க வேண்டும்.

1. தணிக்கையை நிர்வகித்தல்

தணிக்கை நிர்வகித்தல் என்பது தணிக்கை நிறுவனத்திற்கும், தணிக்கை செய்யப்படும் நிறுவனத்திற்கும் இடையேயான தணிக்கை ஒப்பந்தத்தின் அடிப்படையில் அமைவது. இந்த ஒப்பந்தத்தில் தணிக்கையின் நோக்கம், பரப்பு, தணிக்கைக்கு உட்படுத்த வேண்டிய காலம், செயல்படுத்தும் முறை குறித்த வறையறைகள் மற்றும், தணிக்கை செய்யப்படும் நிறுவனம் செலுத்த வேண்டிய கட்டணம் மற்றும் இதரப் படிகள், இரு தரப்பினருடைய பொறுப்புகளும் கடமைகளும், விவரிக்கப்பட்டு இரு தரப்பினரும் ஒப்புக்கொண்டிருக்க வேண்டும். இந்தத் தொழில் ரீதியிலான ஒப்பந்தம் தணிக்கை தொடக்கத்தில் இருந்து இறுதிவரை இரு தரப்பினருக்குமுள்ள தொடர்பினை வரையறுப்பதாக அமையும்.

தணிக்கை ஒப்பந்தத்தில் உள்ள சரத்துகள் மேலே குறிப்பிட்டுள்ள தணிக்கை அடிப்படைத் தரநிலைகளுடன் ஒத்துப் போவதை உறுதி செய்து கொள்ள வேண்டும். தணிக்கை செய்யும் காலம், பின்பற்ற வேண்டிய தரநிலைகள் மற்றும் கொள்கைகள், தணிக்கை அறிக்கை அமைய வேண்டிய படிவம் போன்றவை குறித்து இரு தரப்பினரும் ஒத்துக்கொண்டிருக்க வேண்டும். பொதுவாக, இது ஒரு தொழில் முறை ஒப்பந்தமாக இருப்பினும், நிர்வாகத்தை சார்ந்திராமல் தன்னிச்சையாக செயல்படத் தணிக்கைக்கு உரிய அங்கீகாரம் அளிப்பதாலும், பெரும் பாலும், ஒரு நாட்டின் நிறுவனங்கள் தொடர்பான சட்டங்களின்படி தணிக்கையும் தணிக்கை அறிக்கையும் கட்டாயாக்கப்பட்டிருப் பதாலும், தணிக்கை ஒப்பந்தம் சிறப்பு நிலையை எட்டுகிறது.

தணிக்கை தொடங்குவதற்கு ஏதுவாகத் தணிக்கை உறுதிப்படுத்தும் (Engagement letter) கடிதத்தை தணிக்கையர் நிறுவனத்திற்கு வழங்குவார். தணிக்கையை ஏற்றுக் கொள்வது குறித்தும், தொடக்கக் கூட்டம் தொடர்பான தகவல் குறித்தும் முறையாகக் குறிப்பிட்டு நிறுவனத் தலைமைக்கு தணிக்கையர் எழுதும் கடிதம் உறுதிப்படுத்தும் கடிதம் என அறியப்படும். இந்தக் கடிதமே தணிக்கை தொடங்குவதையும், தணிக்கை நடக்கும் சூழலையும் தெளிவாகக் குறிப்பிடும்.

2. தணிக்கைத் திட்டமிடல்

தணிக்கைத் திட்டமிடல் குறித்து விரிவாக பிரிதொரு அத்தியாயத்தில் கற்றுள்ளோம். இங்கு திட்டமிடல் குறித்த தரநிலைகளின் பார்வை மட்டுமே பதியப்படுகிறது.

தணிக்கையின் முக்கிய நிகழ்வான தணிக்கைத் திட்டமிடலில் தணிக்கையின் நோக்கம், பரப்பு, தணிக்கைக்கு உட்படும் காலம்

மற்றும் தணிக்கைச் செயல்முறைகள் குறித்து தெளிவாக முடிவெடுக்க வேண்டும். தணிக்கைக்கும் நிறுவனத்திற்குமான ஒப்பந்தத்தில் இவை குறித்த வரையறை மட்டுமே இடம் பெறும். ஒப்பந்தத்திற்கு உட்பட்டு தணிக்கை என்ன, எப்போது, எப்படி செய்யப் போகிறது என்பதனைத் தெளிவாக முடிவு செய்து கொள்வது குறித்து தணிக்கைத் திட்டமிடல் குறித்த தரநிலைகள் விவரிக்கும்.

தணிக்கைத் திட்டமிடலின் அடிப்படையாக அமைவது இடர் ஆய்வு. இடர் ஆய்வின் மூலம் தணிக்கைக்குத் தெரிவு செய்யப்பட வேண்டிய தொழில் பிரிவுகள், கிளை அலுவலகங்கள், நிறுவன செயல்முறைகளைத் தேர்ந்தெடுப்பது என்பதை திட்டமிடல் தரநிலைகள் விளக்கும். தணிக்கை நோக்கம் மற்றும் பரப்புகளை எவ்வாறு நிர்ணயிப்பது, தணிக்கைச் சோதனைக்கு உட்படுத்த வேண்டியவற்றை எவ்வாறு இனம் காண்பது என்பது குறித்தும் இத்தரநிலைகள் விளக்கும். அதிக இடர்களைச் சந்திக்கக் கூடியவற்றை எவ்வாறு தேர்ந்தெடுப்பது என்பது குறித்த வழிவகைகள் இத்தர நிலைகளில் இடம் பெற்றிருக்கும்.

தணிக்கைத் திட்டத்தை வகுப்பதோடு தரநிலைகள் முடிந்து விடுவதில்லை. அத்திட்டத்தை தணிக்கை செய்யப்படும் நிர்வாகத்திடம் தெரிவுபடுத்தி, நிர்வாகத்தின் கருத்தைப் பெற்று அவற்றைப் பரிசீலனை செய்ய வேண்டியது இன்றியமையாதது. தணிக்கைத் திட்டமிடல் குறித்த தரநிலைகள் இவை குறித்து விவரிக்கும்.

3. தணிக்கைச் செயல்படுத்தல்

தணிக்கைச் செயல்படுத்தல் களத் தணிக்கையின் முக்கியமான நிலை. இந்த நிலையில்தான் தணிக்கை எவ்வாறு செய்யப்பட வேண்டும் என்பது குறித்து - தணிக்கை வேண்டுகோள்களைக் கேட்டுப் பொறுவது, ஐயங்களுக்கு உரிய விளக்கம் பெறுவது, தணிக்கையின் கண்டுபிடிப்புகளுக்கான பதிலைப் பெறுவது போன்றவை குறித்த தரநிலைகள் விவரிக்கப்பட்டிருக்கும். இவற்றின் அடிப்படையிலேயே தணிக்கை நடத்தப்பட வேண்டும். தணிக்கையின் செயல்முறையில் பின்பற்றப்பட வேண்டிய நிலைகளை முறையாகவும், வரிசையாகவும் பின்பற்ற வேண்டும். இந்த வரிசையில் ஏதேனும் விடுப்பட்டுப் போனால், அது தணிக்கையின் தரத்தைப் பாதிக்கும்.

செயல்படுத்தல் தரநிலைகள் சரியான தணிக்கைக் கருவிகளை தெரிந்தெடுத்துப் பயன்படுத்துவது என்பதை வலியுறுத்துகின்றன. அதேபோல் தக்க தணிக்கைச் சான்றுகளைக் கண்டறிந்து அவற்றை தணிக்கைக் கண்டுபிடிப்புகளோடு இணைத்து அவற்றை பாதுகாத்து

வைத்தல் குறித்து செயல்படுத்தும் தணிக்கைத் தரநிலைகள் விரிவாக எடுத்துரைக்கின்றன. தணிக்கைக்குரிய சான்றுகள் போதுமானவையாக இல்லாத போது, மாதிரிகளை சோதனை செய்யும் அளவை விரிவாக்க வேண்டியதன் தேவையையும் இத்தரநிலைகள் வலியுறுத்துகின்றன.

தணிக்கை செயலாக்கத் தரநிலைகள் வலியுறுத்தும் மற்றுமொரு முக்கியமான கருத்து தணிக்கைச் செயல்முறை வெளிப்படையாகவும், நிறுவனத்திற்கு ஏற்புடையதாகவும் இருக்க வேண்டும் என்பது. தணிக்கையின் கண்டுபிடிப்புக்கு மூலமாக அமையும் ஆய்வு மற்றும் அவற்றிற்குரிய சான்றுகள் முதலானவற்றை நிறுவனத்துடன் பகிர்ந்து கொள்ள வேண்டும் என்பதை வலியுறுத்துகிறது. தணிக்கைக் கண்டு பிடிப்பிற்கு மூலமான ஆய்வு முறைகளும், சான்றுகளும் நிறுவனத்திற்கு ஏற்புடையதாக இல்லாத போது, தணிக்கை வேறு முறைகளைக் கையாளலாம் அல்லது தணிக்கை தன்னுடைய நிலையை வலியுறுத்தி, அதற்கான காரணங்களைப் பதிவு செய்து கொள்ளலாம்.

தணிக்கைத் திட்டமிடல் மற்றும் செயல்பாட்டுத் தரங்கள் தணிக்கை முடிவுகளையும் அறிக்கையையும் பாதிப்பதால் அவற்றைக் கவனமுடன் பின்பற்ற வேண்டும்.

4. தணிக்கையைக் கண்காணித்தல்

தணிக்கைத் திட்டமிடலையும் செயல்பாட்டையும் தொடர்ந்து கண்காணிக்க வேண்டும் என்பதை இத்தரநிலைகள் வலியுறுத்து கின்றன. தணிக்கை நிறுவனத்தின் உயர் பொறுப்பில் இருப்பவராலும், அனுபவம் வாய்ந்த தணிக்கையராலும் தொடர்ந்து கண்காணிக்கப்பட வேண்டும். இது தணிக்கையைச் சரியாகத் திட்டமிடுவதற்கும், திட்டமிட்டபடி செயல்படுத்துவதற்கும், குறித்த காலத்தே, திட்டமிட்ட செலவிற்குள் தணிக்கையை நிறைவு செய்வதையும் உறுதி செய்யும். இது தணிக்கையின் நிர்வாகம் தொடர்பானது.

தணிக்கையைத் தொடர்ந்து கண்காணிப்பதன் முக்கிய நோக்கம் தணிக்கைச் செயல்முறை மற்றும் தணிக்கை அறிக்கையின் தரத்தை உறுதி செய்வது. தணிக்கையில் எழுப்பப்படும் நிறுவன விடயங்களையும், அவை சரியாக அமைகின்றனவா என்றும், தணிக்கையின் நோக்கத்தை எட்ட உதவுமா என்றும், தணிக்கையும் நிறுவனமும் ஒப்புக்கொண்ட பரப்பிற்குள் உள்ளதா, தணிக்கையரின் கருத்துக்களும் அவரின் முடிவுகளும் சரியாக உள்ளனவா என்றும் ஆய்வு செய்ய தணிக்கை தொடர்ந்து மேற்பார்வை செய்யப்பட வேண்டும். மொத்தத்தில் தணிக்கை சரியான திசையில் செல்கின்றதா என்றும் தணிக்கை

வளங்கள் சிறப்பாக பயன்படுத்தப்படுகின்றனவா என்பதையும் தணிக்கை மேற்பார்வையிடல் உறுதி செய்யும்.

தனிநபர் செய்யும் தணிக்கையில் தணிக்கையரே தனது செயல் பாட்டை மீள்ஆய்வு செய்து தக்க தரநிலைகளைப் பின்பற்றுவதை உறுதி செய்ய, அதனைப் பதிவு செய்ய வேண்டும்.

5. தணிக்கை முடிவுகளைத் தெரிவித்தல்

தணிக்கைச் செயல்முறையின் வெளிப்பாடாக அமையும் தணிக்கையின் முடிவுகளை, தணிக்கை செய்யப்படும் நிறுவனத்தின் நிர்வாகத்திற்கு முறைப்படி தெரிவிக்க வேண்டும். தணிக்கையின் கருத்தை இறுதியாக முடிவு செய்வதற்கு முன் பின்பற்ற வேண்டிய நடைமுறைகளை இந்தத் தரநிலைகள் தெளிவாக வரையறுக்கின்றன.

தணிக்கைக் கண்டுபிடிப்புகளை நிர்வாகத்திடம் தெரிவித்து அவற்றிற்குரிய விளக்கங்களைப் பெற்று தக்க முறையில் பரிசீலனை செய்த பின்னர் தான் தணிக்கைக் கருத்துக்களை இறுதி செய்ய வேண்டும். நிறுவனத்தின் விளக்கத்தை ஏற்காவிடில், அதற்குரிய காரணத்தைப் பதிவு செய்ய வேண்டும்.

தணிக்கையின் முடிவுகளைத் தணிக்கை நிர்வாகத் தலைமையுடன் விவாதிக்க வேண்டும். தணிக்கை அதனது முடிவுக்குக் காரணமாக அமைந்த ஆய்வுகளையும், தன்னிடம் உள்ள சான்றுகளையும், அந்தக் கண்டுபிடிப்பின் விளைவுகளையும், நிர்வாகத்தின் பதிலை ஏன் ஏற்கவில்லை என்றும், நிறுவனத் தலைமையிடம் விளக்க வேண்டும். அந்த விவாதத்தின் போது, நிர்வாகத் தலைமை தரும் விளக்கத்தை தணிக்கை பரிசீலிக்க வேண்டும். எச்சூழலிலும் தணிக்கையின் முடிவே இறுதியானது. தணிக்கையின் முடிவுகளைத் தெரிவிக்கும் போது நிறுவனத்தின் தேவைகளையும், சட்டத்தின் தேவைகளையும, கருத்தில் கொள்ள வேண்டும். தணிக்கை தன் கருத்துக்களைப் பதிவு செய்ய குறிப்பிட்ட தணிக்கைப் படிவத்தைப் பின்பற்ற வேண்டும்.

மொத்தத்தில் தணிக்கை நடைமுறையும், தணிக்கை முடிவுகளும் வெளிப்படையானதாக இருக்க வேண்டும். பயனாளர்களின் எதிர்பார்ப்புகளைப் பூர்த்தி செய்வதாக இருக்க வேண்டும்.

6. தணிக்கைப் பின்செய் நேர்த்தி

இந்தத் தணிக்கைத் தரநிலைகள் தணிக்கை முடிவுற்ற பின்னர், தணிக்கை அறிக்கை உரிய நபரிடம் அல்லது குழுவிடம் கொடுத்தவுடன் மேற்கொண்டு செய்ய வேண்டிய நடவடிக்கைகளை விவரிக்கிறது. பொதுவாகத் தணிக்கை அறிக்கை கொடுத்த உடன் தணிக்கையரின்

பணி நிறைவு பெறுவதில்லை. தணிக்கை அறிக்கையின் அடிப்படையில் நிறுவனம் எடுத்த மேல்நடவடிக்கைகளை அதற்கான குழுவினர் ஆய்வு செய்யும் போது அக்குழுவிற்கு தணிக்கையர் உதவ வேண்டும். நிறுவனம் எடுத்த நடவடிக்கைகள் சரியானவையா மற்றும் போது மானவையா என்பது குறித்து, குழு முடிவெடுக்க தணிக்கையர் ஆலோசனை கூறலாம். ஆனால் இந்த நிலையில் இறுதி முடிவெடுக்கும் அதிகாரம் அக்குழுவிற்கே உண்டு. தணிக்கையர் ஆலோசனை மட்டுமே கூறலாம்.

தணிக்கை முடிந்தவுடன் தணிக்கை அறிக்கை பதிவுகளின் மேல் நடவடிக்கை எடுக்க வேண்டிய பொறுப்பு அந்த நிறுவனத்திற்குரியது. தணிக்கை முடிவு குறித்துத் தகுந்த விளக்கம் அளித்து தக்க நடவடிக்கைகள் எடுக்க தணிக்கை உதவி செய்யலாம். இது தணிக்கைக்கும் நிறுவனத்திற்கும் உள்ள ஒப்பந்தத்தைப் பொருத்தது. தணிக்கை நேரடியாக சரி செய்ய முயல்வதைத் தணிக்கைத் தரநிலைகள் புறக்கணிக்கின்றன.

தணிக்கைப் பின் செய் நேர்த்தி குறித்து விரிவாகப் பகுதி 4இல் கற்கலாம்.

20.5 இந்தியத் தணிக்கைத் தரநிலைகள்

ஐ.சி.ஏ.ஐ நிறுவனம் தெளிவுபடுத்தும் சிறப்புத் திட்டத்தின் கீழ் வெளியிட்ட ‘செயல்படுத்தல் மற்றும் தரக் கட்டுப்பாட்டுத் தரநிலைகள்’ இங்கே தொகுக்கப்பட்டுள்ளது.

1. **பொதுக் கொள்கைகள் மற்றும் பொறுப்புகள்:** தணிக்கையரின் தன்னாட்சி மற்றும் தரநிலைகளின்படி தணிக்கை செய்தல் (SA 200), தணிக்கைச் செயல்முறை ஒப்பந்த விவரங்கள் (SA 210), நிதித் தணிக்கைத் தரக்கட்டுப்பாடுகள் (SA 220), தணிக்கை ஆவணப்படுத்துதல் (SA 230), மோசடி தொடர்பான தணிக்கையரின் பொறுப்புகள் (SA 240), தணிக்கையில் சட்டம் மற்றும் ஒழுங்கு முறைகளைக் கருத்தில் கொள்தல் (SA 250), நிர்வாகத்துடன் தொடர்புகொள்தல் (SA 260), அகக் கட்டுப்பாடுகளில் உள்ள குறைபாடுகளைத் தெரியப் படுத்துதல் (SA 265), கூட்டுத் தணிக்கை (SA 299) என ஒன்பது தரநிலைகளை உள்ளடக்கியது.
2. **இடர் அளவிடுதல் மற்றும் அவற்றின் மேல் நடவடிக்கைகள்:** தணிக்கைத் திட்டமிடல் (SA 300), இடர் அளவிடல் (SA 315), ஒப்பிட்டளவு (SA 320), இடர் தொடர்பான தணிக்கையரின் பொறுப்புகள் (SA 330), பிற நிறுவனத்தின் சேவையைப் பயன்

படுத்துவது தொடர்பான தணிக்கையின் பொறுப்புகள் (SA 402), தவறான அறிக்கையை மதிப்பீடு செய்தல் (SA 450) என ஆறு தரநிலைகளை உள்ளடக்கியது.

3. **தணிக்கைச் சான்றுகள்:** சான்றுகள் (SA 500), குறிப்பிடத்தக்க சான்றுகள் (SA 501), வெளியாரிடம் உறுதிப்படுத்தல் (SA 505), தொடக்கத் தணிக்கை அணுகுமுறைகள் (SA 510), பகுப்பாய்வுச் செயல்முறைகள் (SA 520), மாதிரிகள் (SA 530), கணக்கு மதிப்பீடுகள் மற்றும் அவை தொடர்பான வெளியீடுகள் (SA 540), தொடர்புடைய உறுப்புகள் (SA 550), பின்நிகழ்ந்த நிகழ்வுகள் (SA 560), தொடர்ந்து செயல்படும் நிறுவனம் (SA 570), எழுத்து மூலமான கோரிக்கை (SA 580) என பதினோரு தரநிலைகளை உள்ளடக்கியது.

4. **பிறரின் பணியைப் பயன்படுத்துதல்:** பிற தணிக்கையரின் பணியைப் பயன்படுத்துதல் (SA 600), அகத் தணிக்கையரின் பணியைப் பயன்படுத்துதல் (SA 610), தணிக்கை அறிஞர்களின் பணியைப் பயன்படுத்துதல் (SA 620) என மூன்று தரநிலைகளை உள்ளடக்கியது.

5. **தணிக்கை முடிவுகளும் அறிக்கையளித்தலும்:** தணிக்கைக் கருத்தை உறுவாக்கித் தெரியப்படுத்தல் (SA 700), முக்கியக் கருத்துக்களை அறிக்கையில் தெரிவித்ல் (SA 701), தணிக்கை அறிக்கையின் கருத்தை மாற்றியமைத்தல் (SA 705), வலியுறுத்திக் கூறவல்ல தணிக்கைக் கருத்துகள் (SA 706), ஒப்பிட்டு அளிக்கும் தகவல்கள் (SA 710), பிற தகவல்கள் குறித்த தணிக்கையரின் பொறுப்புகள் (SA 720) என ஆறு தரநிலைகளை உள்ளடக்கியது.

6. **சிறப்புத் தணிக்கைப் பகுதிகள்:** (SA 800, SA 805, SA 810) சிறப்புத் தேவைகள் தொடர்பான மூன்று சிறப்பு தரநிலை களை உள்ளடக்கியது.

7. **மீள் ஆய்வு செயல்படுத்தல்:** முந்தைய தணிக்கை அறிக்கைகளை ஆய்வு செய்தல் (SA 2400), தனிப்பட்ட தணிக்கையரின் அறிக்கையை ஆய்வு செய்தல் (SA 2410) என இரு தரநிலைகளை உள்ளடக்கியது

மேற்கண்டவை தவிர, பிற தணிக்கை மற்றும் உறுதியளித்தல் பணி தொடர்பான தரக் கட்டுப்பாட்டுத் தரநிலையை (SQC 1) வெளியிட்டுள்ளது. இவை தவிர அகத் தணிக்கையர்களுக்கானத் தனிப்பட்ட தரநிலைகளையும் வெளியிட்டுள்ளது.

முழுமையான விவரங்களுக்கு அந்நிறுவனத்தின் இணையதளத்தை பார்க்கவும். பன்னாட்டு அமைப்புகள் வெளியிட்ட பிற தரநிலைகள் பட்டியல், பிற்சேர்கை 3ல் தரப்பட்டுள்ளன.

சிந்திக்க...

1. தரநிலைகளை முழுமையாகப் பின்பற்றாமல் தணிக்கை செய்தால், அந்தத் தணிக்கையின் தரம் எப்படி இருக்கும் என்பதை எண்ணிப் பார்க்க.

2. தணிக்கைத் தரநிலைகளைத் தனியார் துறைத் தணிக்கைக்கும் அரசுத் துறைத் தணிக்கைக்கும் பொதுவானதாக இருப்பது சாத்தியமா என எண்ணிப் பார்க்க.

3. எந்தவித அனுமானங்களும் இன்றித் தணிக்கைத் தரநிலைகளை நிர்ணயிப்பது சாத்தியமா என்று எண்ணிப் பார்க்க.

4. தணிக்கைத் தரநிலைகள் தணிக்கையின் செயல்முறையின் போது மட்டும் பின்பற்ற வேண்டிய நடைமுறைகள் மட்டுமல்ல. அவை செயல் முறைகளோடு தணிக்கை நிறுவனம் மற்றும் தணிக்கையர் நடத்தை சார்ந்ததும் ஆகும். உண்மை நிலையை அறிக.

5. தணிக்கைத் தரநிலைகள் தணிக்கை நடைமுறைகளை முழுமையாக விளக்குகின்றன. தணிக்கையருக்கு நெகிழ்வுத் தன்மையை வழங்குவதில்லை. உண்மை நிலையை அறிக.

21. தணிக்கை நன்னெறிகள்

தணிக்கையர்களுக்குத் தேவையான அடிப்படைத் தகுதி பற்றியும் தணிக்கையர் பின்பற்ற வேண்டிய நெறிமுறைகளையும், தணிக்கைத் தொழில் நெறிகளையும் தணிக்கையர் அறிந்து கொள்வது இன்றியமை யாதது. அவை சரியாகப் பின்பற்றப்படாத போது பல்வேறு மோசமான விளைவுகள் ஏற்படுகின்றன. தணிக்கை தனிநபர் ஒழுக்க நெறி களையும், தொழில் நெறிகளையும் மீறும் போது என்ன விளைவுகள் ஏற்படும் என்றும், அவற்றை எவ்வாறு கையாள்வது என்றும் அறிந்து கொள்வதும் இன்றியமையாதது.

21.1. அடிப்படைத் தகுதிகள்

எந்த ஒரு தொழிலையும் அதனைத் திறம்பட செய்வது தக்க தகுதி உள்ளவர்களால் மட்டுமே இயலும். தணிக்கைத் தொழில் மிகவும் கடினமான, கவனமாக செய்ய வேண்டிய பணி. அதனைச் செவ்வனே செய்வதற்குப் பொருத்த மான தகுதிகளைக் கொண்டிருக்க வேண்டும். அடிப்படைக் கல்வியறிவு முக்கியமான தகுதியாகும். இது நாட்டிற்கு நாடு வேறுபடும். பொது வாகக் கல்லூரிக் கல்வி முடித்து பட்டம் பெற்றவர் தணிக்கைப் பணிக்கான தகுதியை எட்டுகிறார். பொதுவாக அனைத்து பாடப் பிரிவிலும் பட்டம் பெற்றவர் தணிக்கைப் பணிக்கு தகுதியுடையவரானாலும், பொருளாதாரம், கணக்கியல், வணிகவியல் மற்றும் நிதி மேலாண்மைப் பாடப் பிரிவில் பட்டப் படிப்பு பெற்றவர்கள் தணிக்கையர் பணிக்கு முன்னுரிமை பெற்றவர்களாவர். கல்வியறிவு மற்றும் அனுபவம் தவிர, தணிக்கைக்குத் தேவையான பிற திறன்களைப் பற்றி இங்கே காணலாம்.

1. தணிக்கைச் செயல்முறைத் திறன்

தணிக்கையருக்குத் தேவையான மிக முக்கியமான திறன் தணிக்கைச் செயல்முறைத் திறன். தணிக்கையரின் கல்வியறிவை விட, தணிக்கைச் செயல்முறைத் திறன் தணிக்கையை வெற்றிகரமாக முடிப்பதற்கு மிகவும் இன்றியமையாதது. தணிக்கைத் தரநிலைகளைப் பற்றிய முழுமையான அறிவு, செயல்முறைகளில் உள்ள நிலைகள், அவற்றைச் செயல்படுத்தும் விதம், அவற்றில் ஏற்படும் சிக்கல்களைக் களையும் பாங்கு, தணிக்கை முடிவுகளை எடுக்கும் திறன், தணிக்கை அறிக்கை தயாரிக்கும் திறமை முதலியவற்றை ஒருங்கே கொண்டவராக இருக்க வேண்டும். இதற்கென்று உள்ள பட்டயக் கணக்காளர் அல்லது பொதுக் கணக்காளர் பட்டம் அல்லது பட்டயப்படிப்பு படித்தவராக இருக்கலாம். அல்லது இவற்றிற்கென உள்ள சிறப்புப் பயிற்சி நிறுவனங்களில் தக்க பயிற்சி பெற்றவராக இருக்கலாம். ஒரு நாட்டின் சட்டம் மற்றும் தணிக்கை நிறுவனத்தின் கொள்கைகளின் அடிப்படையில் தக்க அனுபவம் பெற்றவராகவும் இருக்கலாம்.

2. தணிக்கைக் கருவிகளைக் கையாளும் திறன்

தணிக்கை செய்வதற்கு அடுத்த முக்கியத் தேவை முன்னர் குறிப்பிட்ட தணிக்கைக் கருவிகளைக் கையாளும் திறன். தணிக்கைக் கருவிகளைக் கையாளுவதில் உள்ள நுணுக்கங்களையும், அவற்றைத் தணிக்கைக்குப் பயன்படுத்துவதற்கான சூழலையும், அவற்றைத் தணிக்கைக் கருத்துகளுக்கும், முடிவுகளுக்கும் எவ்வாறு பயன் படுத்துவது என்பதையும் நன்கு அறிந்திருக்க வேண்டும். இத்திறனைப் பயிற்சி மூலமோ அனுபவம் மூலமோ பெறலாம். தற்காலத்தில் தரவுகளைக் கொண்டு ஆய்வு செய்வதற்கும், தொழில்நுட்ப உத்திகளைப் பின்பற்றி ஆய்வுகள் செய்வதற்கும் பிறவகைத் திறன்களை வளர்த்துக்கொள்வதற்கும் சிறப்பு வாய்ப்புகள் உள்ளன.

3. தலைமைப் பண்பு

தணிக்கையர் தக்க தலைமைப் பண்பு கொண்டவராக இருப்பது இன்னும் அதிக சிறப்பைத் தரும். தணிக்கையர் ஒரு குழுவைத் தலைமை தாங்கி நடத்திச் செல்வதாலும், தணிக்கை நிறுவனத்தின் பிரதிநிதி, தணிக்கை செய்யப்படும் நிறுவனத்துடன் பணியாற்றுவதாலும், தணிக்கை செய்யப்படும் நிறுவனத்தின் உயர் பொறுப்பில் உள்ள வருடன் இணைந்து பணியாற்றி முக்கிய முடிவுகளை மேற்கொள்வதனாலும் தணிக்கையர் தக்க தலைமைப் பண்பு கொண்டவராக இருத்தல் அவசியம். தணிக்கையருக்கு இருக்க வேண்டிய முக்கிய தலைமைப் பண்புகள்: முடிவெடுக்கும் திறன், வழிகாட்டும் திறன், தகவல் தொடர்பு திறன், ஆர்வமூட்டும் திறன், மேற்பார்வையிடும்

திறன் மற்றும் ஒருங்கிணைக்கும் திறன் முதலியனவற்றைக் குறிப்பிடலாம். இதனை ஒரு நபர் தனது கல்வியறிவு அல்லது பட்டறிவு அல்லது பயிற்சி மூலம் வளர்த்துக் கொள்ளலாம்.

4. இயல்பறிவு

இயல்பறிவு (Common sense) என்பது பொதுவாக நிகழ்வனவற்றை சரியாக புரிந்துகொள்ளும் திறன். இதனைத் தொடர்புடைய பல்வேறு விடயங்களைச் சரியாகத் தொடர்பு படுத்தி உண்மை நிலையைப் புரிந்து கொள்ளும் திறன் எனப் புரிந்து கொள்ளலாம். இயல்பறிவு என்பது இயற்கையாகவே அனைவரிடமும் இருக்க வேண்டியது. கற்றவர் களிடம் சற்று அதிகமாகவே இருக்க வேண்டும் என எதிர்பார்க்கலாம். இவ்வறிவு நிறுவனத்தில நடக்கும் நிகழ்வுகளைச் சரியாகப் பொருத்திப் பார்ப்பதற்கும், நிர்வாகத்தின் பின்புலத்தில் நடப்பதை சரியாகப் புரிந்து கொள்வதற்கும் துணை புரியும்.

5. தணிக்கை உணர்வறிவு

தணிக்கை உணர்வறிவு (Audit sense) என்பது நிறுவனத்தின் தணிக்கைக்கு உட்படுத்த வேண்டிய கூறுகளையும், ஒரு நிகழ்வை ஆய்வு செய்யும் பொது அவற்றில் உள்ள தணிக்கைக்கான துப்புகளை (Clue) உய்த்துணர்வதையும் குறிக்கும். ஒரு தேர்ந்த தணிக்கையருக்கு நிறுவனத்தின் அகக் கட்டமைப்புகளை ஆய்வு செய்யும் போதே தணிக்கைக் கருத்துகளுக்கும், முடிவுகளுக்கும் தேவையான துப்புகள் கிடைத்துவிடும். அது தணிக்கை உணர்வறிவினால் ஏற்படுவது. இது பெரும்பாலும் எண்ணற்ற தணிக்கைகளை வெற்றிகரமாகக் கையாண்டதாலும், நிறுவனத்தின் பண்புகளையும் செயல்பாட்டையும் தொடர்ந்து ஆய்வு செய்வதனாலும் ஏற்படும். தணிக்கை உணர்வறிவு கொண்டிருப்பது தணிக்கையருக்கு கூடுதல் சிறப்பாகும்.

21.2. தணிக்கையர் ஒழுக்க நெறிகள்

தணிக்கையர் கட்டாயம் பின்பற்ற வேண்டிய ஒழுக்கநெறிகள் மிக முக்கியமானவை. அவற்றைத் தணிக்கை நன்னெறிகள் என்றும் குறிப்பிடலாம். இந்த நன்நெறி களை மீறினால் தணிக்கையர் குற்றமிழைத்தவராகிறார். அவ்வாறு குற்றமிழைத்தவர் சட்ட ரீதியாக தண்டனைக்கு உரியவரா கிறார்.

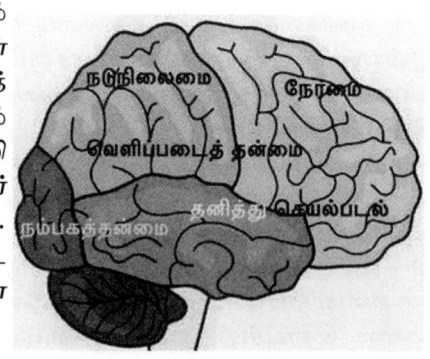

பொதுவாக அனைத்து நாடுகளைச் சார்ந்த தணிக்கைத் தர நிலைகளும், தணிக்கை நிறுவனக் கட்டமைப்பும் தணிக்கையர் ஒழுக்க நெறிகளை கட்டாயமாக்கியுள்ளன. அவற்றை அறிந்து கொண்டு பின்பற்ற வேண்டும். அவை:

1. நேர்மை

தணிக்கையர் நேர்மையாக செயல்பட வேண்டியது மிகவும் இன்றியமையாதது. தணிக்கையரின் நேர்மை, தனது கடமையிலிருந்து பிறழாது, செய்ய வேண்டிய பணியைச் செவ்வனே செய்வதைக் குறிக்கும். தணிக்கையர் உண்மையாக, நேர்மையாக இருப்பதோடு, தனது நேர்மையைச் சந்தேகிக்க இடமில்லாமல் பணியைச் செய்பவராக இருக்க வேண்டும். அவரது செய்கைகள் சந்தேகத்திற்கு அப்பாற் பட்டவையாக இருக்க வேண்டும். தணிக்கைப் பணியானது தவறான வழிகளில் ஆதாயம் தருவதற்கு பல்வேறு வாய்ப்புகளை உருவாக்க வல்லவை. ஆழ் மனதில் நேர்மை யற்றவர்கள் அத்தவறான வாய்ப்பு களைப் பயன்படுத்தி சுயலாபம் பெற முயல்வர். செய்த தவறை மறைக்கவும் முயல்வர். தணிக்கையர் தனது நோக்கத்திலும், செய்கையிலும் தூய்மை கொண்டவராகவும் உண்மையை வெளிப்படுத்துபவராகவும் இருக்க வேண்டியது திண்ணம். நேர்மை குறித்து பரிசீலிக்கும் போது கவனிக்க வேண்டிய இரு செயல்கள்:

- நிறுவனத்தில் தானோ, தன் குடும்பத்தைச் சார்ந்தவரோ, அல்லது தன்னுடன் நிதிப் பங்கீடு செய்து கொள்பவர் எவரேனும் பணிபுரியவில்லை என்பதை உறுதிமொழிப் பத்திரம் மூலம் வெளிப்படுத்த வேண்டும்.
- நிறுவனத்தின் நிர்வாகத்தில் தனக்கு எந்தவிதமான ஆர்வமும் இல்லை என்றும், நிறுவனத்தின் வாடிக்கையாளர்களுடன் நேரடியாகவோ மறைமுகமாகவோ எந்தத் தொடர்பும் இல்லை என்றும் உறுதிப்படுத்த வேண்டும்.

மேற்கண்ட உறுதிமொழிகள் தணிக்கையரின் நேர்மைக்கு வலு சேர்க்கும் விதமாக அமையும். நிறுவனத்தின் அகத் தணிக்கையில் பணிபுரிவோர் ஒவ்வொரு வருடமும் தனது வருமானம் மற்றும் சொத்து விவரங்களை, நிறுவனத்தின் நிர்வாகப் பிரிவிற்கு வழங்குவது அவரது நேர்மையை உறுதிப்படுத்தும்.

2. நடுநிலைமை

தணிக்கையர் நடுநிலைமையோடு பணிபுரியும் போதுதான் நிறுவனத்தின் நிதி மற்றும் பிற வகை செயல்பாட்டின் உண்மை நிலை

நிறுவனத்தின் முதலீட்டாளர்களுக்கும் பிற பயனாளிகளுக்கும் தெரிய வரும். நிறுவனத்திற்குச் சாதகமாக செயல்பட்டால் நிறுவனத்தின் தவறுகள் மற்றும் குறைகள் வெளியில் தெரியாமல் போய் விடும். நிறுவனத்தின் எதிர்ப்புநிலையில் தவறுகளும் குறைகளும் மிகைப் படுத்தப்படும். தணிக்கையரின் நடுநிலைமையை உறுதி செய்ய பின்வரும் அணுகுமுறைகள் துணைபுரியும்:

- குழுவாகத் தணிக்கை செய்தல் மற்றும் தக்க முறையில் மேற்பார்வையிடுவதல்,
- தணிக்கை அறிக்கையை வேறு ஒரு குழுவின் மூலம் சரிபார்ப்பதன் மூலம் அல்லது தரச் சோதனை செய்வதன் மூலம்.

3. நம்பகத்தன்மை

தணிக்கையர் நம்பகத்தன்மை வாய்ந்தவராக இருப்பது மிகவும் இன்றியமையாதது. நிறுவனத்தின் முதலீட்டாளர்களும் இயக்குநர் குழுவும், நிறுவனத்தின் செயல்பாட்டையும் உண்மை நிலையையும் அறிய தணிக்கை முறையை முழுமையாக நம்பி இருக்கின்றனர். அவர்களால் நிறுவனத்தின் உள் நடப்புகளையும், அன்றாட நிகழ்வு களையும் அறிந்து கொள்ளவும் கண்காணிக்கவும் முடியாது. ஆகவே தணிக்கை முறை ஒன்றே அவர்களுக்கான பூதக் கண்ணாடி. அப் பணியை தணிக்கையர் சரியாகச் செய்ய வேண்டும். நம்பகத்தன்மை வெளிப்படுத்தும், உறுதிப்படுத்தும் வழி முறைகள்:

- தணிக்கைச் செயல்முறைகள், முறையாகவும் வெளிப்படைத் தன்மையோடும், தரநிலைகளை உறுதிப்படுத்துவதாகவும் இருக்க வேண்டும்.
- தணிக்கைக் குழுவினர் தக்க திறன் கொண்டவர்களாகவும், தணிக்கை நடைமுறை மற்றும் நிறுவனத்தின் செயல்பாடுகள் குறித்து நன்கு அறிந்தவர்களாகவும் இருக்க வேண்டும்.
- தணிக்கையில் நன்கு அனுபவம் உள்ளவர்களாகவும், முந்தைய தணிக்கைகளைத் திறமையாகக் கையாண்டவர் களாகவும் இருக்க வேண்டும்.
- நிறுவனத்தில் உள்ள சிக்கலான செயல்களையும் தக்க முறையில் அணுகி, அதில் உள்ள பிரச்சனைகளையும் தகுந்த முறையில் தணிக்கை அறிக்கையில் பதிவு செய்ய வேண்டும்.

தணிக்கையர் தனது ஒவ்வொரு செயலிலும், தனது நேர்மையையும், நடுநிலைமையையும், நம்பகத்தன்மையையும் உறுதிப்படுத்த வேண்டும்.

4. வெளிப்படைத் தன்மை

தணிக்கைத் திட்டமும் செயல்முறையும் வெளிப்படையாக இருக்க வேண்டும். தணிக்கையர் தனது செயல்திட்டத்தை நிறுவனத்தின் கவனத்திற்கு உட்பட்டுச் செய்ய வேண்டும். தணிக்கையர் ஆய்வு செய்யும் கருப் பொருளும், ஆய்வு செய்யும் முறையும், ஆய்வின் முடிவும் வெளிப்படையாக நிர்வாகத்துடன் பகிர்ந்து கொள்ளப்பட வேண்டும். குறிப்பாக, தணிக்கைக்குத் தேவையான சான்றுகளைச் சேகரிக்கும் போது நிறுவனத்தின் கவனத்திற்கு உட்பட்டே சேகரிக்க வேண்டும். நிறுவனத்திற்குத் தெரியாமல் சான்றுகளைத் தாமாகவே எடுத்துக் கொள்வது முறையானதன்று. ஆகவே, தணிக்கையர் வெளிப்படைத் தன்மையுடன் செயல்படுபவராக இருக்க வேண்டும்.

5. தனித்து செயல்படல்

தனித்து செயல்படல் என்பது தணிக்கையர் எந்தவிதமான அழுத்தத்திற்கும் இடமளிக்காமல், தன்னிச்சையாக முடிவெடுப்பது. தணிக்கைக் குழுவாகச் செயல்படும் போது, அக்குழு தனித்து செயல் படுதலைக் குறிக்கும். அடிப்படையில் நிறுவனத்திலிருந்தோ அல்லது வேறு மூலத்திலிருந்தோ தரப்படும் அழுத்தம்- நேரடியாகவோ, மறைமுகமாகவோ, மடை மாற்றல் போன்றவற்றைத் தவிர்த்து, செய்ய வேண்டிய பணியைத் தொழில் நிமித்தமாக முறையாகச் செய்ய வேண்டும்.

தணிக்கையர் ஒழுக்க நெறிகள் குறித்து நாட்டின் தணிக்கை ஒருங்கிணைக்கும் அமைப்பு வெளியிட்டுள்ள விதிகளை நன்கு கற்க வேண்டும். இந்த விதிகளை மீறுபவர்கள் மீது அந்த ஒருங்கிணைக்கும் அமைப்பு தக்க நடவடிக்கை எடுக்கும். தணிக்கையர் தவறு செய்யும் போது தணிக்கையர் ஒழுக்க நெறிகளைத் தவிர, நாட்டின் பிற தனிநபர் மற்றும் நிதி தொடர்பான சட்டங்கள், நிறுவனங்கள் தொடர்பான சட்டங்கள் மற்றும் குற்றவியல் தொடர்பான சட்டங்களின் அடிப்படையிலும் தக்க நடவடிக்கை எடுக்கப்படலாம்.

21.3. தணிக்கைத் தொழில் நெறிகள்

தணிக்கையர் குறித்த தனிநபர் ஒழுக்கநெறிகளைத் தவிர்த்து, தணிக்கைத் தொழிலுக்கென்று சில நெறிமுறைகள் உண்டு. அவற்றையும் தணிக்கையர் முழுமையாகப் பின்பற்ற வேண்டும். பெரும்பாலும் இந்தத் தொழில் நெறிகள் உலகம் முழுமைக்கும் ஒன்றாகவே இருக்கின்றன. அவை குறித்த ஒரு தொகுப்பு:

1. தொழில் நேர்மை:

1. அனைத்து தணிக்கையரும், தாங்கள் பணிபுரியும் நாட்டில் பின்பற்ற வேண்டிய அனைத்து விதிமுறைகளை முழுமையாகப் பின்பற்ற வேண்டும்.
2. தணிக்கைத் தொழிலை மிகவும் நேர்மையாகவும் கவனமாகவும் செய்ய வேண்டும். அதற்குத் தேவையான திறன்களைத் தொடர்ந்து மேம்படுத்திக் கொண்டே இருக்க வேண்டும்.
3. தான் சார்ந்த தணிக்கை செய்யப்படும் நிறுவனத்தின் பயனாளி களுக்கு உண்மையாக இருக்க வேண்டும். தணிக்கை நிறுவனத்தில் நடக்கும் தவறுகளுக்கு உடன்படக் கூடாது. தவறு செய்யும் தணிக்கை நிறுவனம் பற்றி தணிக்கை ஒழுங்குபடுத்தும் அமைப்பிற்குத் தெரியப்படுத்த வேண்டும்.

4. தன் உணர்வுகளுக்கு இடமளிக்காமல், முழுமையாக அறிவின்பால் செயல்பட்டு, விதிகள் மற்றும் தரநிலைகளின்படி தணிக்கை முடிவுகளை மேற்கொள்ள வேண்டும்.
5. தன் சொந்த விருப்பு வெறுப்புகளையும், நலனையும் தணிக்கைச் செயல்முறைகளிலிருந்து விலக்கி வைக்க வேண்டும்.

2. உண்மைத் தன்மை

1. தணிக்கை ஆய்வுகளை உண்மையாகவும் முழுமையாகவும் மேற் கொண்டு அவை வெளிப்படுத்தும் முடிவுகளை உள்ளது உள்ளபடி பதிவு செய்ய வேண்டும்.
2. தணிக்கை வினாத்தாள் முறையையும், உரையாடல் முறையையும் கையாளும் போது தணிக்கையர் விருப்பு வெறுப்புகளையும் உணர்வுகளையும் வெளிப்படுத்தும் வினாக்களைத் தவிர்க்க வேண்டும்.
3. தரவுகளை ஆய்வு செய்யும் போது, ஆய்வு வெளிப்படுத்தும் முடிவு களைக் கருத்திற்கொண்டு தணிக்கை முடிவுகளை மேற்கொள்ள வேண்டும். தனக்குத் தேவையான ஒரு சார்பு கருத்துக்களை மட்டும் ஏற்றுக் கொள்ளக் கூடாது.

4. தணிக்கை ஆய்வுகளின் போது, ஒரு கருத்தியலின் இரு பக்கங்களையும் கருத்திற்கொண்டு நடுநிலைமையான முடிவை மேற்கொள்ள வேண்டும்.
5. தணிக்கை நிறுவனத்திற்கும், தணிக்கை செய்யப்படும் நிறுவனத்திற்கும் உண்மையாக இருத்தலை விட, தணிக்கைப் பயனாளிகளுக்கு உண்மையாக இருக்க வேண்டும். தணிக்கை நிறுவனத்திற்கும், தணிக்கையின் பயனாளிகளுக்கும் நலமுரண் ஏற்பட்டால், தணிக்கையர் பயனாளிகளின் பக்கத்தை நாட வேண்டும்.

3. மந்தணமாயிருத்தல்

1. தணிக்கையின் போது தணிக்கையரின் கவனத்திற்கு வரும் நிறுவனம் சார்ந்த அனைத்து தகவல்களையும், தரவுகளையும் மந்தணமாக (Confidential) வைத்திருக்க வேண்டும்.
2. தணிக்கையின் முடிவுகளை, தொடர்புடைய நிர்வாகப் பணியாளர்களுக்கோ அல்லது நிறுவனர் குழு அல்லது தணிக்கைக் குழுவிடம் மட்டுமே தெரிவிக்க வேண்டும். மூன்றாம் நபருக்கோ அல்லது பொது தளத்திலோ தெரியப்படுத்துவது கூடாது.
3. தணிக்கை முடிவுகளுக்கு சான்றாக அமைவனவற்றை அதற்கு மட்டுமே பயன்படுத்த வேண்டும். பிற காரணங்களுக்காகப் பயன்படுத்தக் கூடாது.
4. தணிக்கையின் போது தெரிய வரும் நிறுவனப் பணியாளர் குறித்த செய்திகளை யாரிடமும் பகிரக் கூடாது.
5. நிறுவனத்தில் தவறு செய்த நபர்கள் குறித்த தகவல்களை அறிய நேரிட்டால், அதனை நிர்வாகத்தின் மூத்த அதிகாரிகளிடம் தெரிவிக்க வேண்டும். நிர்வாகமே தவறு செய்திருந்தால் அதனை அரசிடமோ அல்லது அரசால் இனங்காணப்பட்ட பிற அதிகாரியிடமோ தெரிவிக்க வேண்டும்.

4. திறன் கொண்டிருத்தல்

1. தணிக்கைக்கு மிகவும் அடிப்படையான தொழில் திறன்களில் தணிக்கையர் முழுமையாக தேர்ச்சி/ பயிற்சி கொண்டவராக இருக்க வேண்டும். தணிக்கையை மேம்படுத்தக் கூடிய இதர தகுதிகளையும் தணிக்கையர் பெற்றிருக்க வேண்டும்.
2. தணிக்கை செய்யப்படும் நிறுவனம் குறித்த முழுமையான அறிவைத் தணிக்கையர் பெற்றிருக்க வேண்டும். சிக்கலான விடயங்களில் அடிப்படைப் புரிதல் இருத்தல் நலம்.

3. தணிக்கையர் தனது அறிவையும் திறனையும் தொடர்ந்து மேம் படுத்திக் கொண்டே இருக்க வேண்டும். சமீபத்திய நடைமுறை களையும் அறிந்திருத்தல் நலம். இந்திய அளவிலும் உலக அளவிலும் தணிக்கையரின் தகுதியை உயரத்தவல்ல தேர்வுகள் குறித்துப் பிற்சேற்கை 4ல் விரிவாகக் கொடுக்கப்பட்டுள்ளன.

4. தணிக்கைக்குத் தேவையான திறனை தணிக்கைக் குழுவின் திறனாகக் கருத வேண்டும். தனி நபர் தணிக்கையைவிட குழு தணிக்கை மேம்பட்டது.

5. தவறுகள் இல்லாத தணிக்கைச் செயல்முறையையும், தணிக்கை அறிக்கையையும் தவறுகளின்றி முழுமையான சான்றுகளின் அடிப்படையில் தயார் செய்வது.

5. தொழில் ஐயுறவு

1. தணிக்கைத் தொழில் ஐயுறவு (Professional skepticism) என்பது தணிக்கையர், நிறுவனத்தைப் பற்றி சந்திக்கின்ற, கவனத்திற்கு வருகின்ற அனைத்திலும் ஐயம் கொள்வது. அதாவது ஒரு செயல் அல்லது தரவு சரியென நிரூபணம் ஆகின்ற வரையில் அதில் தவறு இருக்கலாம் என்று ஐயம் கொள்வது.

2. நிதியறிக்கையைப் பொருத்தவரையில் அதில் குறிப்பிடப்பட்டுள்ள நிதித் தகவல்கள் மற்றும் தரவுகள் யாவும் தவறு என்ற அடிப் படையில் அணுகி, அவற்றை முழுமையாக ஆய்வு செய்து உண்மையைக் கண்டறிவது.

3. இணக்கத் தணிக்கை மற்றும் செயலாக்கத் தணிக்கையைப் பொருத்தவரையில் நிறுவனம் விதிகளின்படி செயல்படவில்லை என்றும், இலக்குகளையும் குறிக்கோள்களையும் எட்டவில்லை என்ற அடிப்படையில் அணுகி உண்மை நிலையைக் கண்டறிவது.

4. தணிக்கைத் தொழில் ஐயுறவு என்பது தணிக்கையர் மனதில் தோன்றும் ஐயம். அதனை நிரூபிக்கச் சான்றுகள் கிடைக்கும் வரை தணிக்கை நிறுவனத்திடம் வெளிப்படுத்தக் கூடாது.

5. தணிக்கையில் நிதி இழப்புகளைக் கணக்கிடும் போது, முழுமையான - மறுக்க முடியாத சான்றுகள் கிட்டும் வரை, நிதி இழப்பைக் குறைந்தபட்ச இழப்பாகக் கருதுவது. அதே போல் முறைகேடு என்று கருதத்தக்கச் சான்றுகள் கிட்டாத நிலையில், தவறு அல்லது கவனக்குறைவு என்று கருதுவது.

தணிக்கைத் தொழில் நெறிகளையும் தணிக்கையர் முழுமையாகப் பின்பற்ற வேண்டும். இல்லையெனில் தணிக்கைத் தொழில் புரியும் உரிமையை இழக்கக் கூடும்.

21.4. நெறி மீறல்களைக் கையாளுதல்

தணிக்கை நெறிமுறைகள் யாவும் முழுமையாகப் பின்பற்றப்பட வேண்டியவை. நெறிகளைப் பின்பற்றப்படாமலிருப்பதும், அவைகளை மீறுவதும் தவறாகும். சில சூழல்களில், அவை குற்றமாகவும் கருதப் படும். பொதுவாக தணிக்கைச் செயல்முறைகளும், தணிக்கை முடிவுகளும் தணிக்கையரின் பொறுப்பிலும், அவரின் திறனின் அடிப்படையிலும் நிகழ்பவை. ஆனால் நெறிகளைப் பின்பற்றாததால் ஏற்படும் குறைபாடுகளை, தணிக்கை அறிக்கை ஏற்படுத்தவல்ல விளைவுகளைக் கொண்டு கணக்கிடப்படுகின்றன. தணிக்கை நெறி மீறல்கள் எதனால் ஏற்படுகின்றன - கவனக்குறைவாலா? திறனில்லாமலா? திட்டமிட்டே நடந்ததா? ஆதாயம் கருதி நிகழ்த்தப்பட்டதா? போன்றவற்றையும், தணிக்கையின் முடிவுகளும் அறிக்கைகளும் நிறுவனத்தையும் பயனாளர் களையும் எந்த அளவிற்கு பாதிக்கின்றன என்பதனையும் கருத்தில் கொண்டு தணிக்கையரின் தவற்றை/ குற்றத்தை மதிப்பிட வேண்டும்.

தணிக்கையர் தவறு செய்யும் போது அது குறித்து யார் முடிவெடுப்பது, யார் நடவடிக்கை எடுப்பது என்பதில் தெளிவு இருக்க வேண்டும்.

தனிப்பட்ட தணிக்கையர் தவறு செய்யும் போது தணிக்கை ஒழுங்குமுறை அமைப்பு, தணிக்கையரின் மேல் நடவடிக்கை எடுக்கலாம். தணிக்கையர் ஒரு தணிக்கை நிறுவனத்தை சார்ந்தவ ரென்றால் அந்த நிறுவனம் நடவடிக்கை எடுக்க வேண்டும். நிறுவனம் மேற்கொண்ட நடவடிக்கையை தணிக்கை ஒழுங்குபடுத்தும் அமைப்பு ஆய்வு செய்ய வேண்டும். தேவைப்படின் அவ்வமைப்பும் மேல் நடவடிக்கை எடுக்கலாம். தணிக்கை நிறுவனமே தவறு செய்யும் நிலையில் தணிக்கை ஒழுங்குமுறை அமைப்பும், அரசும் நடவடிக்கை எடுக்க வேண்டும். மேற்கண்ட அனைத்து வகையான சூழல்களிலும் தணிக்கை செய்யப்படும் நிறுவனம், அத்தணிக்கையருடன்/ தணிக்கை நிறுவனத்துடன் இணைந்து பணியாற்றலாமா அல்லது ஒப்பந்தத்தைத் துண்டித்துக் கொள்ளலாமா என்பதனை முடிவு செய்ய வேண்டும். மேலும் ஒப்பந்தத்தை மீறியதற்காக சட்டப் பூர்வ நடவடிக்கைகள் மேற்கொள்ளலாம். தவிர, நாட்டின் பொதுச் சட்ட விதிகளின் படியும், நிறுவனச் சட்டத்தின் படியும் தவறு செய்த தணிக்கையர் மேல் நடவடிக்கை எடுக்கலாம். தணிக்கையரின் தவறான நடவடிக்கை களால் பங்குதாரர்கள் பாதிக்கப்படும் போதும் அவர்களுக்கு நிதி இழப்பு ஏற்படும் போதும், இந்திய குற்றவியல் மற்றும் இந்தியத் தண்டனை விதிகளின்படி சட்ட நடவடிக்கைகள் மேற்கொள்ளலாம்.

இறுதியாக, எந்தவிதமான நடவடிக்கைகள் எடுக்கப்பட வேண்டும் என்பதைக் கற்கலாம். தவறு செய்யும் தணிக்கையரின் மேல் அறிவுறுத்தல் / எச்சரிக்கையிலிருந்து, தணிக்கை செய்யும் உரிமத்தைப் பறிப்பது வரை, தவறு அல்லது குற்றத்தின் அடிப்படையில் எந்தவிதமான ஒழுங்கு நடவடிக்கையும் எடுக்கலாம். தணிக்கை நிறுவனம் செய்யும் தவறுக்கும் அதே போன்ற ஒழுங்கு நடவடிக்கை மேற்கொள்ளலாம். தவறு அல்லது குற்றத்தின் அடிப்படையில், சட்ட ரீதியான குற்றவியல் நடவடிக்கைகளையும் மேற்கொள்ளலாம். தணிக்கை நிறுவனத்துடன் மேற்கொண்ட ஒப்பந்தத்தின் அடிப்பையில், இழப்பீடும் கேட்டுப் பெறலாம். இழப்பீடு தராத நிலையில் நிதிமோசடி போன்ற குற்றவியல் நடவடிக்கைகளும் மேற்கொள்ளலாம்.

சிந்திக்க...

1. தணிக்கை நெறிமுறைகள் அனைத்தும் தணிக்கையரால் கட்டாயம் பின்பற்ற வேண்டியவை. அவற்றைப் பின்பற்றத் தவறுவது தண்டனைக்குரிய செயலாகும். உண்மையா என எண்ணிப் பார்க்க.
2. சிறந்த தணிக்கையராவதற்கு தணிக்கையருக்குத் தேவையான அடிப்படைத் தகுதிகள் மட்டும் போதுமானதன்று. கூடுதல் தகுதிகள் இன்றித் சிறந்த தணிக்கையராக முடியாது. இக்கூற்றின் உண்மைத் தன்மையை அறிக.
3. இயல்பறிவும், தணிக்கை உணர்வறிவும் தணிக்கையருக்குத் தேவையான சிறப்புப் பண்புகள். இந்தச் சிறப்புப் பண்புகள் வெற்றிகரமான தணிக்கையருக்கு முக்கியமானவை. எப்படி என எண்ணிப் பார்க்க.
4. எல்லாவற்றையும் ஐயப்படும் குணம் தணிக்கையருக்கு எந்த விதத்தில் உதவும் என எண்ணிப் பார்க்க.
5. தணிக்கை நெறிமுறைகளை மீறுவது நிர்வாக ரீதியிலான தவறு மட்டுமல்ல. சட்ட ரீதியீலான குற்றமும் ஆகும். உண்மைத் தன்மையை எண்ணிப் பார்க்க.

22. தணிக்கை செய்முறையில் இடர்கள்

உலகின் எந்த ஒரு பணியிலும், அதனை எவ்வளவு சிறப்பாகத் திட்டமிட்டாலும், கவனமாக செயல்படுத்தினாலும், அவற்றின் செயல்

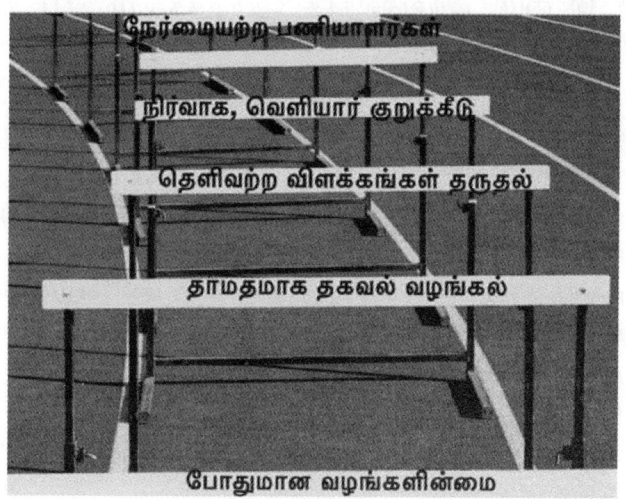

முறையில் சிக்கல்கள் ஏற்படுவது இயல்பே. தணிக்கையும் இதற்கு விலக்கல்ல. தணிக்கைப் பணியில் இயல்பாகத் தோன்றும் இடர் களையும் அவற்றை எவ்வாறு கையாள்வது என்றும் இங்கே கற்கலாம்.

22.1. கோப்புகள் தரவுகள் தருவதில் கால தாமதம்

பெரும்பாலான தணிக்கை நிறுவனங்களில் தணிக்கைக்குத் தேவையான கோப்புகளையும் தரவுகளையும் தருவதில் கால தாமதம் ஏற்படலாம். பொதுவாகத் தணிக்கை தொடங்குவதற்கு முன்னரே முக்கியமான அடிப்படைத் தகவல்கள் குறித்த கோப்புகளைத் தணிக்கைக்கென்று தயார் நிலையில் வைத்திருக்க வேண்டும். இந்தத் தணிக்கையின் தொடக்க வேண்டுகோள்கள் அடங்கிய பட்டியலை தணிக்கை தொடங்குவதற்கு குறைந்தபட்சம் சுமார் 15 நாட்களுக்கு முன்பே தணிக்கை நிறுவனத்திற்கு வழங்கப்பட வேண்டும். அதன் அடிப்படையில் தணிக்கைத் தொடங்கும் நாளன்று அனைத்து கோப்பு களையும் தரவுகளையும் தயார் நிலையில் வைத்திருக்க வேண்டும்.

மேலும் தணிக்கை தொடங்கியதற்கு பின்னர் தேவைப்படும் கோப்புகளையும் தரவுகளையும் தணிக்கை வேண்டுகோள்கள் கிடைக்கப் பெற்றதிலிருந்து இரண்டு/ அல்லது மூன்று நாட்களுக்குள் தரப்பட வேண்டும். இந்தக் கால அளவை தணிக்கையின் தொடக்கக் கூட்டத்திலேயே முடிவு செய்ய வேண்டும்.

குறிப்பிட்ட கால அளவிற்குள் தணிக்கையின் வேண்டுகோளின் படி, தணிக்கைக்குத் தேவையான தகவல்களையும், தரவுகளையும் கொடுப்பதில் தாமதம் பல்வேறு காரணங்களால் ஏற்படலாம். அவற்றை இரண்டு பிரிவுகளாகத் தொகுக்கலாம். (1) நிர்வாகச் சிக்கல்களால் ஏற்படும் கால தாமதம் (2) தணிக்கையைத் தவிர்க்க முயலும் நிர்வாக முயற்சிகள். முதல் வகையான காரணங்கள்:

- தணிக்கை பல்வேறு தகவல்களையும் தரவுகளையும் ஒரு சமயத்தில் வேண்டுதல்.
- தகவல்களும் தரவுகளும் தணிக்கை வேண்டும் படிவத்தில் தயார் நிலையில் இல்லாமை.
- தணிக்கைக்கு வேண்டிய தகவல்களை பல்வேறு பிரிவுகளிடமிருந்தும், கிளைகளிடமிருந்தும் திரட்டுதல்
- நிறுவனப் பணியாளர்கள் விடுமுறையில் இருத்தல் அல்லது பணியிடம் காலியாயிருத்தல்.
- எதிர்பாராத சூழலில் நிறுவனத்திற்கு ஏற்பட்ட சிக்கல்களால், மனித வளங்களை மாற்றியமைத்தல்.
- நிறுவனப் பணியாளர்கள், தனி நபர்கள்- செய்த தவறுகள்.

மேற்கண்ட காரணங்களால் ஏற்படும் கால தாமதத்தை நிர்வாகத்துடன் விவாதித்து, தேவைப்படும் கூடுதல் கால அவகாசத்தை வழங்கலாம். காலதாமதம் தணிக்கைத் திட்டத்தை பாதிப்பதாக இருந்தால், நிறுவனத் தலைமைக்கும், இயக்குநர் குழுவிற்கும் தெரிவிக்கலாம். இந்த வகை கால தாமதத்தில் அபாயகராமனவை அல்ல என்றாலும் தணிக்கைத் திட்டத்தையும் தரத்தையும் பாதிக்க வல்லவை. ஆகவே கவனம் வேண்டும்.

அதிக ஆபத்தானவை மேலே குறிப்பட்டதனுள் இரண்டாம் வகையைச் சார்ந்தவை. அவை:

- நிறுவனத்தில் நிகழ்ந்த தவறுகளை/ குற்றங்களை மறைத்தல், தனி நபர்களைக் காத்தல்.

- நிறுவனத்தின் மோசமான செயல்பாடு மற்றும் இலக்குகளை எட்டாமையை மறைத்தல்.
- அரசின் சட்ட, விதிகளை முறையாகப் பின்பற்றாமை, இலாபத்தைக் குறைத்துக் காட்டல்.

இந்த இரண்டாம் வகையைச் சார்ந்த காரணங்கள் உள் நோக்கத்துடன் திட்டமிட்டுச் செய்யப்படுவை. இவ்வகைக் காரணங்கள் மிகவும் ஆபத்தை உண்டாக்கும். அவற்றை முறையாகக் கணித்து, தக்க முறையில் பதிவு செய்ய வேண்டும்.

இரண்டாம் வகைக் காரணங்களால் ஏற்படும் கால தாமதத்தைத் தணிக்கையர் குறிப்பால் உணர்ந்து, அவை குறித்து நிறுவனத்துடன் கலந்தாலோசிக்க வேண்டும். தணிக்கையர் தன் குறிப்பால் உணர்ந்தவை சான்றுகள் மூலம் வலுப் பெற்றால் அதனை நிறுவனத் தலைமைக்கும், இயக்குநர் குழுவிற்கும் தெரிவிப்பது குறித்து முடிவு செய்ய வேண்டும். அவ்வாறெனில் அதனை எழுத்து மூலமாக தெரிவிப்பது முறையாகும்.

இது தொடர்புடைய மற்றுமொரு சிக்கல் தணிக்கைக்குத் தகவல் களையும் தரவுகளையும் தராமல் போவது. பொதுவாக நிறுவனம் தகவல்களையும், தரவுகளையும் தரமுடியாது என்று வெளிப் படையாகக் கூறுவதில்லை. அவ்வாறு கூறினால் அதனைத் தணிக்கை செய்யப்படும் நிறுவனம் ஏற்படுத்திய நோக்கச் சுருக்கம்/ கட்டுப்பாடு (Scope limitation) என்று கருதி, அதனைத் தணிக்கை அறிக்கையில் பதிவு செய்ய வேண்டும். அவ்வாறு செய்யப்பட்டப் பதிவு தணிக்கைக் கருத்துகள் மற்றும் கண்டுபிடிப்பைகளைவிட அதிக கவனத்தை ஈர்த்து நிறுவனத்தின் மோசமான நடத்தையாகக் கருதப்படும். அதன் அடிப்படையில் பயனாளிகளும், தணிக்கைக் குழுவும் நிறுவனத்தின் அணுகுமுறையை மாற்றிக் கொள்ளும்.

உண்மையில் தணிக்கை செய்யப்படும் நிறுவனம், தணிக்கைக்குத் தகவல்களையும் தரவுகளையும் வழங்க விரும்பாவிடில், அது கால தாமதத்தின் மூலம் தகவல்களையம் தரவுகளையும் தருவதைத் தவிர்க்க முயலும். மேலும் கால தாமதத்திற்கு மேற்கூறியதில் முதல் வகைக் காரணங்களையே முன்னிருத்த முயலும். ஆகையால், நிறுவனத்தின் நோக்கத்தை, உண்மையான நோக்கத்தைக் கண்டறிந்து தக்க முறையில் அதனைக் கையாள வேண்டும். சில சூழல்களில் தணிக்கைக்குத் தேவையானவற்றை குறித்த காலத்திற்குப் பின்னரும் நிறுவனம் தராமலே விட்டுவிடலாம். அச்சூழலில் ஆய்வில் உள்ள

தேவைப்படும் தகவல்களின் முக்கியத்துவம் கருதி, தணிக்கையின் கருத்தை ஒருதலையாகப் பதிவு செய்யலாம்.

22.2. தெளிவற்ற விளக்கங்கள் தருதல்

தணிக்கைக்குத் தேவைப்படும் விவரங்களையும் விளக்கங்களையும் தெளிவாகக் கொடுக்காமல், தெளிவற்ற விவரங்களையும் விளக்கங்களையும் தருவதன்மூலம் தணிக்கையருக்கு குழப்பத்தை ஏற்படுத்தவும், தெளிவான முடிவு எட்டுவதைத் தவிர்க்கவும், தணிக்கைக்கு உட்படும் நிறுவனம் காலகாலமாய் பின்பற்றும் உத்தி. நேரடியாகத் தணிக்கைக்குத் தேவைப்படும் தகவல்களைத் தராமல், தொடர்பற்ற பல செய்திகளைத் தருவதன் மூலம், தணிக்கையின் முடிவெடுக்கும் நிலையைத் தவிர்க்க முயலலாம். இதன் மூலம் தணிக்கைக்குத் தேவையான சான்றுகள் கிடைப்பதைத் தவிர்க்க அல்லது தடுக்க முயலலாம்.

தணிக்கையின் இத்தகு நிலைக்கான காரணங்களை (1) தணிக்கை கேட்கும் விவரங்கள் குறித்தும், விளக்கங்கள் குறித்தும் ஏற்பட்ட தவறான புரிதல் அல்லது (2) தணிக்கை கேட்கும் விவரங்களையும் விளக்கங்களையும் தர விருப்பமின்மை என்ற இரு வகைகளுக்குள் தொகுத்துக் கூற முடியும்.

முதல் வகைக் காரணத்தினால் ஏற்படும் சூழ்நிலையை எளிதில் கையாளலாம். நிர்வாகத்தின் குறித்த பணியாளர்களுடன் கலந்து ஆலோசித்து அல்லது மேற்கொண்டு தணிக்கை வேண்டுகோள் அல்லது தணிக்கை விளக்கக் குறிப்பு கொடுத்து, தேவையான விடயங்களையும் விளக்கங்களையும் கேட்டுப் பெறலாம். இது தணிக்கைப் பணியை தாமதப்படுத்தவோ அல்லது கடினப்படுத்தவோ விழையும். ஆனால் தணிக்கையின் தரத்தையும் கருத்துக்களையும் பாதிப்பதில்லை.

தணிக்கை செய்யப்படும் நிறுவனம் தணிக்கைக்கு ஒத்துழைப்பு தராத நிலையில், தணிக்கைக்கு முழுமையான விவரங்களையும் விளக்கங்களையும் தராமல் குழப்பம் ஏற்படுத்தலாம். இது திட்டமிட்டு

செய்யப்படும் நெறியற்ற செயலாகும். இது கட்டுப்படுத்த இயலாத அளவிலும், தணிக்கையின் தரத்தை பாதிக்கும் வகையில் அதிக மாகவும் இருக்குமானால், இது குறித்து நிறுவனத்திடமும், நிறுவனத் தலைமையிடமும் கலந்துரையாடித் தக்க முடிவை மேற்கொள்ளலாம். இதனைத் தணிக்கையர் உணர்ந்து கொள்வாராயின், தணிக்கைக்குத் தேவையான சான்றுகளைப் பெற வேறு வழிகளைக் காணலாம். தணிக்கை ஆய்வு முறையை மாற்றியோ, வேறு மூலத்திலிருந்தோ தேவையான சான்றுகளைப் பெற்று நிறுவனத்தின் உண்மை நிலையறிந்து தணிக்கை முடிவை மேற்கொள்ளலாம். திட்டமிட்டே தணிக்கைக்குத் தேவையான விவரங்களைத் தராமல் போவதற்கு நிறுவனத் தலைமையும் உடந்தையாக இருக்கலாம். தணிக்கை இதனைக் கண்டறிந்து, உரிய சான்றுகளுடன் தணிக்கை அறிக்கையில் பதிவு செய்யலாம்.

22.3. நிர்வாகக் குறுக்கீடு

தணிக்கையர் தணிக்கைச் செயல்முறையில் தனித்துச் செயல்பட வேண்டியது தணிக்கை நெறிமுறையாகவும், தணிக்கை விதிமுறை யாகவும், சில நாடுகளில் சட்டமாகவும் உள்ளன. தணிக்கை நிர்வாகத்தைச் சார்ந்து இல்லாமல், சுயமாக செயல்படும் வண்ணம் தணிக்கையின் அதிகார அமைப்பு கட்டமைக்கப்பட்டுள்ளது. ஆனால் சில சூழல்களில் தணிக்கையில் நிர்வாகக் குறுக்கீடு இருப்பது இயல்பாகவே இருக்கக்கூடிய ஒன்று. அத்தகு சூழல்களைத் தணிக்கையர் மிகவும் கவனமாகக் கையாள வேண்டும். நிர்வாகக் குறுக்கீடு தொடர்பாக நிர்வாகத்தின் உண்மையான நோக்கம் என்ன என்பதை தணிக்கையர் கணிக்க வேண்டும். அது நியாயமானது தானா, அதனால் தணிக்கையின் கருத்து / முடிவு மாறுபடுமா என்றும் ஆய்வு செய்து தக்க முடிவு எடுக்க வேண்டும்.

அடிப்படையில், தணிக்கை தன்னிச்சையாக முடிவு செய்ய வேண்டும் என்றாலும், நிறுவனத்தின் நியாயமான கருத்துக்களைப் பரிசீலனை செய்யலாம். அவை தணிக்கை முடிவுகளை மாற்றி யமைக்காத நிலையில், நிர்வாக வசதிக்காக சில கோரிக்கைகளை ஏற்றுக் கொள்ளலாம்.

தணிக்கையில் நிர்வாகக் குறுக்கீடு என்பது பொதுவாக நான்கு நிலைகளில் நிகழலாம். அவை:

1. தணிக்கையின் நோக்கம், பரப்பு, தணிக்கை செய்யப்படும் காலம், தணிக்கைக்கு தேர்ந்தெடுக்கப்படும் பிரிவுகள் மற்றும் கிளைகளை நிர்ணயிப்பது குறித்து.

2. தணிக்கைச் செயல்முறையில்- கருவிகளைப் பயன்படுத்தும் முறைகளில் மாற்றம் செய்வது குறித்து

3. தணிக்கை வேண்டுகோள்கள், விளக்கங்கள் தணிக்கைக் கண்டுபிடிப்பிற்கான பதில்களைத் தருவது குறித்து

4. தணிக்கைக் கண்டுபிடிப்புகளிலும், கருத்துத் தெரிவிப்பதிலும் மாற்றம் செய்ய வேண்டுவது மற்றும் நீக்கக் கோருவது.

இதில் முதல் இரண்டு தொகுப்புகளுள் நிர்வாக வசதிக்காக வேண்டிய கோரிக்கைகளை ஏற்றுக் கொள்ளலாம். ஆனால் தணிக்கையைத் தவிர்ப்பதற்கும், தவறுகளை மறைப்பதற்கும் நிகழும் குறுக்கீடு என்றால் அவற்றைக் கட்டாயம் விலக்க வேண்டும். தேவைப்படின் நிர்வாகத்தின் குறுக்கீடு குறித்து தணிக்கை அறிக்கையில் பதிவு செய்ய வேண்டும்.

மூன்றாம் தொகுப்பில் உள்ளவை தணிக்கைக்குத் தேவையான தகவல்கள் குறித்து புரிந்து கொள்ளும் நோக்கிலோ அல்லது எந்தவித விளக்கங்கள் தணிக்கையின் எதிர்பார்ப்பை நிறைவு செய்யும் என அறிந்து கொள்ளும் நோக்கிலானது என்றால், அதனை ஏற்றுக் கொள்ளலாம். அவ்வாறானவை குறுக்கீடாக கருதப்படமாட்டா. மாறாக தணிக்கையைத் தவிர்ப்பது அல்லது தணிக்கை முடிவுகளை மாற்றி யமைப்பது குறித்த குறுக்கீடு எனில், அவற்றைத் தவிர்க்க வேண்டும். அச்சூழலில் தனிக்கையர் தன்னிச்சையாக முடிவெடுப்பதுடன், தகுந்த சான்றுகள் இருக்கும் நிலையில், தனது பணிக் குறிப்புகளில் அது குறித்துப் பதிவு செய்ய வேண்டும். மேல் குறிப்பிட்டதில், நான்காம் வகையைச் சேர்ந்தது தவறான நடவடிக்கையாகும். தணிக்கை அதனைக் கண்டிப்பதுடன், தனது பணிக் குறிப்புகளிலும், தணிக்கை அறிக்கையிலும் தக்க முறையில் பதிவு செய்ய வேண்டும்.

மொத்தத்தில் தணிக்கையைத் தவிர்ப்பதற்காகவும், தணிக்கையின் கருத்து மற்றும் முடிவுகளை மாற்றி அமைக்கும் நோக்கிலான நிர்வாகக் குறுக்கீடுகள் கண்டிக்கப்பட வேண்டியதோடு, தணிக்கையின் பணிக் குறிப்புகளிலும், தணிக்கை அறிக்கைகளிலும் இடம் பெறச் செய்ய வேண்டும்.

22.4. வெளியாட்கள் குறுக்கீடு

வெளியாட்கள் குறுக்கீடு தணிக்கையில் பெரும்பாலும் இருப்பதில்லை. ஆனால் நடப்பதற்கு வாய்ப்பில்லை என்று விலக்கி விட்டுச் செல்ல முடியாது. தணிக்கைப் பயனாளிகளிடமிருந்து, நிறுவனப் போட்டியாளர்களிடமிருந்து, அரசிடமிருந்து என எந்த ஒரு

அமைப்பிடமிருந்தும், நிறுவன நிர்வாகமே, மூன்றாமவர் மூலமாக, தணிக்கையின் நோக்கத்தையும், பரப்பையும் மாற்ற வேண்டியும், தணிக்கையின் முடிவில் தணிக்கையின் கருத்தையும், முடிவையும் மாற்றியமைக்க வேண்டும் என அழுத்தம் கொடுக்கலாம். அவை யாரிமிருந்தும், எச்சூழலிலும் எந்த நோக்கத்திற்காகக் குறுக்கீடு செய்தாலும் அதனை, தணிக்கையர் அடிப்படையிலேயே நிராகரிக்க வேண்டும். அந்த அழுத்தத்திற்கு இடமளிப்பது தணிக்கையர் தனது தனித்துவத்தை விட்டொழிப்பதாகும்.

மேற்கண்டவற்றிற்கு விதிவிலக்காக, அரசும், தணிக்கை அறிக்கையை ஆய்வு செய்யும் அமைப்பும், தணிக்கையின் நோக்கத் தையும், பரப்பையும் விரிவாக்க விரும்பினால், அது தணிக்கை அறிக்கையை வலுப்படுத்துவதாக இருந்தால், அதனைப் பரிசீலனை செய்யலாம். ஆனாலும் அவற்றை ஏற்பதும், ஏற்காததும் தணிக்கையின் முடிவு; அதற்குரிய விளைவுகளைத் தணிக்கை சந்திக்க வேண்டும். மேலும் வெளியாட்களிடமிருந்தும் மூன்றாம் நபரிடமிருத்தும் எழுத்து வடிவில், புகார் ஏதேனும் இருப்பின் அவற்றை ஆய்வு செய்வது குறித்துத் தணிக்கை பரிசீலனை செய்யலாம்.

தணிக்கையின் செயல்முறையின்படி தணிக்கையில் வெளியாரின் குறுக்கீடு ஏதும் இருக்கக் கூடாது. அது தணிக்கையை வலுப்படுத்து வதாக இருந்தாலும் பொருந்தும். அத்தகு நிகழ்வுகளில் தணிக்கை தன் பணிக்குறிப்பில் பதிவு செய்ய வேண்டும். அதோடு, தேவைப் படின் தணிக்கை நிர்வாகத்திடமும், ஒழுங்குமுறை அமைப்பிடமும், சட்டம் ஒழுங்கைப் பராமரிக்கும் அமைப்பிடமும் உரிய முறையில் புகாரளிக்க வேண்டும்.

22.5. நேர்மையற்ற பணியாளர்கள்

தணிக்கை செய்யப்படும் நிறுவனத்தில் உள்ள அதிகாரிகளும், பணியாளர்களும் தணிக்கைச் செயல்முறைகளிலும், தணிக்கையின் செயல்முறைகளிலும் குறுக்கீடு செய்ய முயலலாம். பொதுவாக இத்தகைய குறுக்கீடுகள் அவர்கள் செய்த தவறுகளை மறைப்பதற்கும் தணிக்கை அறிக்கையில் அது குறித்த கருத்துக்களும் கண்டுபிடிப்பாக இடம் பெறாமல் மறைக்கும் நோக்கத்திற்காக இருக்கும். இவ்வாறு நடப்பதற்கான வாய்ப்புகள் அனைத்து தணிக்கைகளிலும் இருக்கின்றன.

தணிக்கையர் அத்தகைய குறுக்கீடுகளுக்கும், அழுத்தங்களுக்கும் இடம் கொடுக்கக் கூடாது. அது குற்றமாகவும், குற்றத்திற்கு துணை புரிந்ததாகவும் கருதப்படும். அது தணிக்கையரையும் நேர்மையற்ற வராக்கி, சட்டபூர்வ நடவடிக்கைகளுக்கும், தணிக்கை ஒழுங்கு முறை

அமைப்பின் ஒழுங்கு நடவடிக்கைக்கும் வழிவகுக்கும். சில சூழல்களில் தணிக்கையருக்கு பணம் மற்றும் பிற பரிசுப் பொருட்கள் கொடுத்து அவர்களின் தணிக்கையின் கருத்தை மாற்றியமைக்க முயலலாம். தணிக்கையரின் உணவு மற்றும் உறைவிடம் தொடர்பான செலவுகளை ஏற்க முன்வரலாம். அதற்கு உடன்படுவது குற்றமாகும். தக்க சட்ட விதிகளின்படி குற்றவியல் நடவடிக்கைக்கு உள்ளாக நேரிடும். பொதுவாக, தணிக்கை செய்யப்படும் நிறுவனத்தின் அதிகாரிகள் வழங்கும் எந்தவிதமான தனிப்பட்ட உதவிகளையும், மதிப்பு மிக்க பொருட்களையும் ஏற்பது தணிக்கை நெறிகளை மீறிய செயலாகும். அவ்வாறு செய்வது தணிக்கைப் பணி செய்யும் உரிமையை இழக்க நேரிடும்.

22.6.தேவையான வளங்களின்மை

தணிக்கைக்குத் தேவையான வளங்கள் தேவையான அளவில் இல்லாமை தணிக்கையின் செயல் முறையையும், முடிவையும் பாதிக்க வல்லவை. தணிக்கைக்குத் தேவையான வளங்கள் குறித்து முன்னரே விரிவாகக் கற்றுள்ளோம். வளங்களின் குறைபாடு தணிக்கையை எவ்வாறு பாதிக்கும் என்றும், அவற்றை சமாளிப்பது எப்படி என்பதையும் அறிந்து கொள்ளலாம்.

1. தணிக்கையரின்மை

தணிக்கை செய்வதற்கு போதுமான எண்ணிக்கையிலான தணிக்கையர்கள் இல்லாமலிருப்பது. இது தணிக்கை செய்யத் தேவையான கால அளவினைப் பொருத்து மாறுபடும். குறைந்த கால அளவில் தணிக்கையை நிறைவு செய்ய அதிக தணிக்கையர்கள் தேவை. போதுமான எண்ணிக்கையில் தணிக்கையர் இல்லையெனில் தணிக்கை நடத்தும் சோதனைகளை குறைத்துக் கொள்ள நேரிடும். இது தணிக்கையின் தரத்தை பாதிக்கும். இதனை எதிர்கொள்வதற்கு தணிக்கையரின் எண்ணிக்கையை கூட்ட வேண்டும்; அல்லது இடர் ஆய்வை கவனமாக மேற்கொண்டு தணிக்கைச் சோதனை மாதிரிகளை மிகவும் கவனமாகத் தேர்ந்தெடுக்க வேண்டும்.

2. சிறப்புத் திறன் இன்மை

மேலே குறிப்பிடப்பட்டது தணிக்கையரின் பொதுத் திறன் தொடர்பானது. ஆனால் தணிக்கைக்குத் தேவையான சிறப்புத் திறன்கள், தேவையான அளவு இல்லாமலிருப்பது தணிக்கையின் அணுகுமுறையையும், தரத்தையும் பாதிக்கவல்லவை. சிறப்புத் திறன் என்பன தரவுகளை ஆய்வு செய்தல், கணினி மூலம் தணிக்கை செய்தல், நிதியறிக்கையை ஆய்வு செய்தல் போன்றவை சிறப்புத்

தகுதிகள் என்றறியப்படுகின்றன. இந்தச் சிறப்புத் தகுதிகள் அனைத்து தணிக்கையருக்கும் தேவை என்பதில்லை. தணிக்கைக் குழுவினரில் யாருக்கேனும் இருந்தால் போதுமானது. சிறப்புத் திறன் இன்மை என்ற சூழ்நிலையை ஈடுகட்ட, தணிக்கையருக்கு தக்க பயிற்சியளிக்கலாம்; அல்லது தேவையான திறன் கொண்ட ஒருவரை தற்காலிகமாக பணியில் அமர்த்தலாம்.

தணிக்கையர் தனது திறமைகளைத் தொடர்ந்து மேம்படுத்திக் கொண்டே இருக்க வேண்டும். அன்றாடம் மாறிவரும் நவீன தொழில் நுட்பக் காலத்தில், தணிக்கையில் ஏற்படும் மாற்றங்கள் குறித்தும், தொழில் மற்றும் நிதித்துறையில் ஏற்படும் மாற்றங்கள் குறித்தும் அறிந்து வைத்திருப்பது நலம். மேலும் தணிக்கைக்குத் தேவையான கூடுதல் திறன்களைப் பெற பயின்று கொண்டே இருக்க வேண்டும்.

3. நிதியின்மை

பொதுவாக நிதியின்மை என்பது தணிக்கைக்கு ஒரு குறைபாடு அல்ல. ஏனெனில் தணிக்கைக்குத் தேவையான நிதி முழுமையும், தணிக்கை செய்யப்படும் நிறுவனத்திலிருந்து கட்டணமாகப் பெறப் படுகின்றது. நிதியின்மை என்பது உண்மையில் நிதிச் சுழற்சி இன்மையால் ஏற்படக் கூடிய தற்காலிகப் பிரச்சனையே. ஆகையால் தணிக்கையின் தரம் கெடும் என்ற வாதத்தை ஏற்க முடியாது. தேவையான நிதி வளத்தை அளிக்க வேண்டியது தணிக்கை நிறுவனத்தின் பொறுப்பு.

4. காலமின்மை

தணிக்கை என்பது குறித்த காலத்திலே செய்து முடித்து, குறித்த காலத்தே தணிக்கை அறிக்கையை நிர்வாகத்திற்குத் தர வேண்டும். அது தணிக்கை அறிக்கையை நிறுவனக் குழுவிற்கும் / இயக்குநர் குழுவிற்கும், மற்றும் பொதுக் குழு / பொது அவைக்கும் குறித்த காலத்தே சமர்ப்பித்து அவர்களின் ஒப்புதலைப் பெற முடியும். நிதியறிக்கையையும், தணிக்கை அறிக்கையையும், நிறுவனத்தின் பங்குதாரர்களைக் கொண்ட பொதுக் குழுவின் ஒப்புதலைப் பெற வேண்டியது சட்ட பூர்வமான தேவையாகிறது. பொதுவாக, நிதியறிக்கை தயார் செய்வதில் கால தாமதம் ஏற்பட்டால், தணிக்கை செய்வதற்குக் குறைந்த காலமே கிட்டும். குறைந்த காலத்தே தணிக்கையை செய்து முடிக்க நினைப்பது தணிக்கையின் தரத்தை பாதிக்கும். இதனைத் தவிர்க்க ஒரே வழி நிறுவனத்தை, அதன் நிதியறிக்கையை குறித்த காலத்திற்கு முன்பே தரச் செய்வது. அதனைச் செய்வதற்கு தணிக்கை, நிறுவனத்தின் நிர்வாகத்தை தொடர்ந்து

அழுத்தம் தர வேண்டும். மேலும் அதிக தணிக்கையர்களைப் பணியமர்த்தி தணிக்கையை விரைந்து முடிக்க முயலலாம்.

5. பிற வளங்களின்மை

தணிக்கைக்குத் தேவையான பிற வளங்கள் - தேவையான எண்ணிக்கையிலான கணினிகள், மடிக் கணினிகள், நவீன தொழில் நுட்பக் கருவிகள், தணிக்கை ஆய்வுக்குரிய மென்பொருட்கள் எழுது பொருட்கள் முதலியன தணிக்கைக்குத் தேவைப்படலாம். அவை போதுமான அளவில் கிடைக்கவில்லை எனில் தணிக்கைச் செயல் முறையையும் தணிக்கையின் தரத்தையும் பாதிக்கவல்லவை.

தணிக்கை தொடங்குவதற்கு முன் தணிக்கை குறித்து திட்டமிடும் போது தேவையான வளங்களின் அளவு, அவை கிடைக்கும் முறைகள் மற்றும் அவற்றைச் சிறப்பாகப் பயன்படுத்தும் விதம் குறித்து சரியாகத் திட்டமிட்டுச் செயல்படுத்த வேண்டும்.

சிந்திக்க...

1. தணிக்கைக்குத் தேவையான கோப்புகளையும் தரவுகளையும் தருவதில் தணிக்கை செய்யப்படும் நிறுவனம் செய்யும் கால தாமதத்தைத் தவிர்ப்பது எப்படி என எண்ணிப் பார்க்க.

2. தணிக்கை செய்யப்படும் நிறுவனம் தெளிவற்ற விளக்கங்களைத் தரும்போது சரியான விளக்கத்தைக் கண்டறியும் வழி முறைகள் குறித்து எண்ணிப் பார்க்க.

3. தணிக்கைக் கண்டுபிடிப்புகளையும் கருத்துக்களையும் மாற்றக் கோரி நிர்வாகத்திடமிருந்தும், வெளியாட்களிடமிருந்தும் வரும் அழுத்தத்தை எதிர்கொள்வது குறித்த வழிமுறைகள் குறித்து எண்ணிப் பார்க்க.

4. தணிக்கை நிறுவன அதிகாரிகளும் தணிக்கை செய்யப்படும் நிறுவன அதிகாரிகளும் நேர்மையற்ற முறையில் நடந்தால், அவர்களை எதிர்கொள்ளும் முறைகள் குறித்து அறிக.

5. தணிக்கையைச் சிறப்பாக செய்வதற்குரிய வளங்கள் போதுமான அளவு இல்லாவிடில், தணிக்கையின் நோக்கத்தையும், பரப்பையும் மாதிரி சோதனையின் அளவையும் மாற்றிக்கொள்ளலாம். இக்கூற்றின் உண்மை நிலை குறித்து ஆராய்ந்து அறிக.

23. தணிக்கையின் அறிவுறுத்தல் பணி

பெரும்பாலான தணிக்கை நிறுவனங்கள் தணிக்கைப் பணியோடு ஆலோசனை அல்லது அறிவுறுத்தல் பணியையும் சேர்த்தே செய்கின்றன. நிறுவனத்தின் நிதி நிலைமை, இணக்கமான தன்மை மற்றும் செயலாக்கத் தன்மையை தணிக்கை செய்து அறிக்கை வழங்கவல்ல நிலையில் உள்ள தணிக்கை நிறுவனம், ஆலோசனைப் பணியிலும் ஈடுபடுவது இயல்பே. தணிக்கையர்கள் அவற்றிற்கு முழுத் தகுதி பெற்றவர்களே. ஆனாலும் அறிவுறுத்தல் பணி மிகவும் கவனமுடன் செய்ய வேண்டியது. தணிக்கைப் பணிக்கும் அறிவுறுத்தல் பணிகளுக்கிடையே எழும் சிக்கல்களை கவனத்தில் கொண்டு, அப்பணியைச் செய்ய வேண்டும்.

23.1. அறிவுறுத்தல் பணியும் அதன் நோக்கமும்

விளக்கப்படம் 18.
தணிக்கை நிறுவனத்தின் பணிகள்

நிறுவனம் தான் சந்திக்கும் சிக்கலுக்குச் சரியான தீர்வு காணவும், ஒரு செயலைச் செய்யும் முன்னர் அதனைச் செய்வது சரியானதுதானா என்று, குறிப்பிட்ட துறையைச் சார்ந்த அறிஞர்களிடம் கருத்துக் களைக் கேட்டு, அவர்களின் கருத்துக் களைப் பரிசீலித்து முடிவெடுப்பது அறிவுறுத்தல் பணியாகும். தணிக்கை நிறுவனங்கள் சில துறை சாரந்த பணிகளில் அனைத்தும் அறிந்தவர் களாகவும், நல்ல திறன் பெற்றவர் களாகவும் இருப்பதால் நிறுவனங்கள் தணிக்கையின் ஆலோசனையைக் கோருகின்றன. பொதுவாக நிதி, கணக்கியல், அகக் கட்டுப்பாடுகள் மற்றும் மனிதவள மேம்பாடு முதலியன குறித்து தணிக்கையிடம் நிறுவனங்கள் ஆலோசனை கேட்பது வழக்கம்.

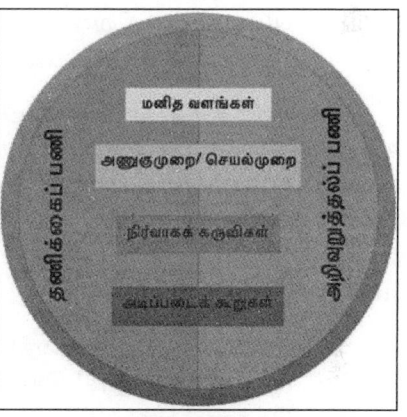

பொதுவாக தணிக்கை அறிவுறுத்தல் பணியை மேற்கொள்ளலாமா கூடாதா என்பதனை நன்கு புரிந்து கொள்ள வேண்டும். தணிக்கையர் ஆலோசனைப் பணியைச் செய்வதால் விளையும் நன்மைகள்:

1. நிறுவனம் வழங்கும் நிதியறிக்கை மற்றும் அகக் கட்டுப் பாடுகள் தொடர்பான ஆலோசனைகள் பெரும்பாலும் நல்ல தீர்வுகளாக அமைகின்றன.

2. தனித்துவம் பெற்ற அமைப்பினால் நன்கு ஆய்வு செய்து, செயல்படுத்தத் தக்க ஆலோசனைகளைத் தணிக்கையரால் தர முடியும் என்பதால், அவை சிக்கல்களுக்குச் சரியான தீர்வாக அமைகின்றன.

3. நிறுவனத்தின் செயல்முறைகளை மேம்படுத்துவதற்கு உரிய வாய்ப்புகளைத் தணிக்கையர் சரியாகவும் முழுமையாகவும் கணிக்க முடியும் என்பதால், நிறுவனம் முன்னேற்றம் அடையும்.

4. தணிக்கையரின் ஆலோசனையின் படி அகக் கட்டுப்பாடுகளைச் சீரமைப்பதன் மூலம், நிறுவனத்தின் திறன் மேம்படுவதோடு, நிர்வாகச் செலவும் கணிசமாகக் குறைய வாய்ப்பு உண்டு.

5. நிறுவனம் பற்றித் தணிக்கையரின் கவனத்திற்கு வரும் அனைத்துத் தகவல்களும் மந்தணமாக வைத்துக் கொள்ளப் படுவதால், நிறுவனம் நம்பிக்கையுடன் தணிக்கையரிடம் ஆலோசனை கேட்கலாம்.

நிறுவனத்திற்கு பல்வேறு துறைகள் மற்றும் செயல்கள் குறித்த ஆலோசனைகள் தேவைப்படலாம். அந்த செயல்களுக்கு சிறப்புத் தகுதி வாய்ந்த வல்லுனர்கள் மற்றும் அறிஞர்களின் ஆலோசனை தேவைப்படலாம். அச்சூழலில், ஆலோசனை வழங்குவதற்குத் தணிக்கையருக்கு உள்ள தகுதிகள் குறித்து அறிந்து கொள்வது நல்ல நம்பிக்கை தரும்:

1. தணிக்கையர் நிறுவனத்தின் நிதி மற்றும் பிற வகை செயல் பாடுகள் மற்றும் செயல்முறைகள் குறித்த நன்கு புரிதல் கொண்டவர்.

2. நிதிநிலைமை குறித்தும், நிதியறிக்கை குறித்தும், கணக்குகள் பராமரித்தல், கணக்குகளை வகைப்படுத்துதல் குறித்தும் தணிக்கையருக்குப் போதிய புரிதலும் அனுபவமும் அவருக்கு உண்டு.

3. நிறுவனத்தின் அகக் கட்டுப்பாடுகள் குறித்தும் அதில் உள்ள இடைவெளி மற்றும் குறைபாடுகள் குறித்தும் தணிக்கையருக்கு நல்ல புரிதல் தணிக்கையருக்கு உண்டு.

4. தணிக்கையர் பல நிறுவனங்களைத் தணிக்கை செய்வதால், அவற்றில் உள்ள நல்ல செயல்முறைகளை அறிந்தவராகிறார். ஆகையால் நல்ல செயல்முறைகள் குறித்து ஆலோசனை வழங்க தகுதி வாய்ந்தவராகிறார்.

5. நிர்வாகத்தினர் பின்பற்ற வேண்டிய தரநிலைகள் குறித்தும், அந்நிறுவன செயல்முறைகளைக் கட்டுப்படுத்துவது குறித்தும் தணிக்கையர் அறிந்தவராயிருக்கிறார்.

தணிக்கையர் நிறுவனத்திற்கு ஆலோசனை வழங்கும் பணியை நிறுவனத்தின் வேண்டுகோளுக்கு ஏற்ப செய்கிறார். நிறுவனத்தின் வேண்டுகோள் குறிப்பிட்ட நோக்கம் கொண்டதாக இருக்கும். தணிக்கையர் மேற்கொள்ளும் ஆலோசனைப் பணியின் நோக்கம் என்ன என்பதனையும் நன்கு புரிந்து கொள்ள வேண்டும். ஆலோசனைப் பணியின் நோக்கத்தை கீழ்கண்டவாறு தொகுக்கலாம்.

1. தணிக்கையின் வளங்களையும், அதனிடம் உள்ள திறன் மற்றும் அனுபவங்களை ஆக்கப் பூர்வமாக பயன்படுத்துவது தணிக்கையின் ஆலோசனைப் பணியின் அடிப்படை நோக்கம்.

2. நிறுவனத்தின் சூழலை நன்கு ஆய்வு செய்து தேவையான செயல்படுத்தத் தக்க ஆலோசனைகளைக் கொடுத்து, நிறுவனத்தின் மேம்பாட்டிற்கு உதவுவது தணிக்கையின் செயல்வகை நோக்கம்.

3. நிறுவனத்தின் அகக் கட்டுப்பாடுகளைச் சீர்ப்படுத்தி அதன் நிர்வாகத்திற்கு உதவுவதன் மூலம் நிதி மேம்பாட்டிற்கும், அச்செயல் மூலம் தணிக்கை நிறுவனத்திற்குத் தேவையான நிதியைத் திரட்டுவது இருவருக்குமான இணைந்த நோக்கம்.

23.2. அறிவுறுத்தல் மற்றும் தணிக்கைப் பணிகள் ஒப்பீடு

தணிக்கை நிறுவனத்தின் அறிவுறுத்தல் பணி, தணிக்கைப் பணியின் துணைப் பணியாகக் கருதப்படுகிறது. இருவகைப் பணிகளுக்குமிடைய மிக நுண்ணிய வேறுபாடுகள் உள்ளன. தணிக்கையின் அறிவுறுத்தல் பணி, மூலப் பணியான தணிக்கைப் பணியைத் துறந்து, அதனுடைய நோக்கத்தைப் புறக்கணித்து ஆலோசனைப் பணியை செய்வது உகந்ததன்று. நிறுவனத்தின் தணிக்கைப் பணியையும் அதன் அறிவுறுத்தல் பணியையும் ஒப்பிட்டு புரிந்து கொள்வது நன்று.

• தணிக்கைப் பணியும், அறிவுறுத்தல் பணியும் நிறுவனத்தை மேம்படுத்தும் நோக்கத்தில் அமைவன.

- இருவகைப் பணிகளும் நிறுவனத்தின் சூழலையும், செயல்முறைகளையும் தகவல்களையும், தரவுகளையும் நன்கு ஆய்வு செய்து, அவற்றின் அடிப்படையில் அமைவது.
- இருவகைப் பணிகளிலும் தணிக்கையர் தனது பரிந்துரைகளையும் ஆலோசனைகளையுமே வழங்குவார். அவற்றை செயல்படுத்தும் பொறுப்பு நிறுவனத்திற்குரியது.

தணிக்கைப் பணி மற்றும் அறிவுறுத்தல் பணிகளுக்குடையேயான நுண்ணிய வேறுபாட்டை அட்டவணை 18 ல் குறிப்பாகக் காணலாம்.

அட்டவணை 18. தணிக்கை நிறுவனங்களின் தணிக்கை மற்றும் அறிவுறுத்தல் பணி ஒப்பீடு

தணிக்கைப் பணி	அறிவுறுத்தல் பணி
முதன்மையான பணி.	கூடுதல் பணி
நிர்வாக முடிவுகள் மேற்கொண்ட பின் செயல்படும் வகையிலானது.	நிர்வாகத்திற்கு முடிவுகள் மேற்கொள்ள வழிகாட்டும் வகையில் முன்னரே செய்யப்படுவது.
சட்டபூர்வத் தேவையை நிறைவேற்றுவதற்காக இப்பணி செய்யப்படுகிறது.	நிறுவன நிர்வாகத்தின் வேண்டுகோள்களுக்கு இணங்க செய்யப்படுகிறது.
நிறுவனத்துடன் செய்யப்பட்ட ஒப்பந்தத்தின் அடிப்படையில் செய்யப்பட்டாலும், சட்டத்தின் / விதிகளைப் பூர்த்தி செய்ய விளைவது.	நிறுவனத்துடன் செய்யப்பட்ட ஒப்பந்தத்தின் அடிப்படையில் செய்யப்பட்டாலும், நிறுவனத்தின் விருப்பத்தின் பேரில் செய்யப்படுவது.
நிறுவனப் பயனீட்டாளர்களுக்குச் சரியான தகவல்களைத் தெரிவிக்க செய்யப்படுவது.	நிறுவன நிர்வாகத்திற்குப் பயனுள்ள ஆலோசனைகளைத் தெரிவிக்க உதவுவது.
நிறுவனத்தில் உள்ள தவறுகளையும் இடைவெளிகளையும் கண்டறிந்து, நிறுவனத்தை மேம்படுத்தவல்ல பரிந்துரைகளைத் தரவல்லது.	நிறுவனத்தில் உள்ள சிக்கல்களைப் போக்க அல்லது சரியான முடிவுகள் எடுப்பதற்கு தக்க ஆலோசனை கூறி, நிறுவனத்தை மேம்படுத்த வல்லது.

23.3. அறிவுறுத்தல் பணி செய்முறை

தணிக்கைப் பணிக்கும் அறிவுறுத்தல் பணிக்கும் இடையே செயல்முறையில் சற்று வேறுபாடுகள் உண்டு. அவற்றை அறிந்து கொள்வது அறிவுறுத்தல் பணியைப் பற்றி நன்கு புரிந்து கொள்வதற்கு உதவும்.

1. நிறுவனத்துடன் மேற்கொண்ட ஒப்பந்தத்தின் அடிப்படையில், ஒப்பந்தத்தில் குறிப்பிடப்பட்ட விடயம் குறித்து ஆய்வு செய்து அறிவுறுத்தல் பணியைத் தொடங்க வேண்டும்.

2. நிறுவனத்தின் நிரவாகத்தில் உள்ளவர்களுடனும், தொடர்பு உடைய பணியாளர்களுடனும் கலந்துரையாடல் நடத்தி, நிர்வாகச் சூழல் என்ன, அது சந்திக்கும் சிக்கலையும், நிர்வாகம் எதிர்பார்க்கும் தீர்வையும், தணிக்கையர் நன்கு புரிந்து கொள்ள வேண்டும்.

3. நிர்வாகச் சூழலையும், நிறுவனச் செயல்முறைகளையும், தேவைப்படும் தகவல்களைத் திரட்டி அவற்றை ஆய்வு செய்து உண்மை நிலவரத்தைப் புரிந்து கொள்ள வேண்டும்.

4. நிறுவனம் சந்திக்கும் சிக்கலையும், அதன் தன்மையையும், அதனால் ஏற்படும் விளைவுகளையும் ஆய்வு மூலம் நன்கு புரிந்து கொள்ள வேண்டும். அது குறித்து விரிவான கள ஆய்வு செய்ய வேண்டும். தேவையெனில் தணிக்கைக் கருவிகளைப் பயன்படுத்தலாம். ஆனால் தணிக்கைக் கருவிகளையும் செயல்முறைகளையும் பின்பற்ற வேண்டும் எனக் கட்டாயமில்லை.

5. சிக்கலைச் சரிக்கட்டுவதற்கென்று உள்ள தீர்வுகள், வழி வகைகள் அனைத்தையும் திரட்ட வேண்டும். அவற்றைச் செயல்படுத்துவதில் உள்ள நன்மை தீமைகளையும், அவற்றைச் செயல்படுத்துவதில் உள்ள சிக்கல்களையும் நன்கு புரிந்து கொள்ள வேண்டும்; அவற்றைப் பட்டியலிட வேண்டும்.

6. தீர்க்க வேண்டிய சிக்கலைப் போன்ற/ ஒத்த சிக்கல்களை பிற நிறுவனங்கள் எவ்வாறு சந்திக்கின்றன என்றும், அத்துறை சார்ந்த நிறுவனங்களில் பின்பற்றப்படும் மிகச் சிறந்த தீர்வுகளைக் குறித்தும், அவை அப்போதைய நிறுவனச் சூழலுக்குப் பொருந்துமா என்றும் ஆய்வு செய்ய வேண்டும்.

7. சிக்கலைத் தீர்க்க உள்ள வழிவகைகளில் சரியாகவும் பொருத்தமாகவும் கருதவல்ல தீர்வுகளைப் பிரித்தெடுக்க

வேண்டும்; சிறு பட்டியலைத் தயார் செய்ய வேண்டும்; அவற்றின் பொருத்தம் மற்றும் சிறப்புகளின் அடிப்படையில் வரிசைப்படுத்த வேண்டும்.

8. ஆலோசனைகளைச் செயல்படுத்துவதற்குத் தேவைப்படும் பணம் குறித்தும், சிக்கனமாக செலவு செய்வது குறித்தும், அது நியாயமானதுதானா என்றும் அலசி ஆராய வேண்டும்.

9. தயார் செய்யப்பட்ட சிறு குறிப்புகளின் பட்டியல் குறித்தும், அதன் நிறை குறைகள் குறித்தும், அவற்றை செயல்படுத்தும் முறை குறித்தும் நிர்வாகத்தினருடன் கலந்துரையாட வேண்டும். நிறுவனத்தின் கருத்துக்களுக்கு மதிப்பளித்து, அவர்களின் கருத்துக்களைப் பரிசீலிக்க வேண்டும்.

10. அனைத்தையும் பரிசீலித்து, சிறந்த தீர்வு குறித்து முடிவெடுக்க வேண்டும். அதனைச் செயல்படுத்தும் விதம் குறித்தும், கவனத்தில் கொள்ள வேண்டிய முக்கிய விடயங்கள் குறித்தும் பதிவு செய்து 'அறிவுறுத்தல் அறிக்கையை' தயார் செய்து நிறுவனத்திற்கு வழங்க வேண்டும்.

23.4. முரண் விலக்கல்

தணிக்கை நிறுவனம் அறிவுறுத்தல் பணி செய்யும் போது, அதன் முக்கியப் பணியான தணிக்கைப் பணியை எந்த விதத்திலும் பாதிக்காத வகையில் கவனமுடன் செயல்பட வேண்டும். இதில் இரண்டு முக்கிய செயல்முறைகளை கவனத்தில் கொள்ள வேண்டும்.

1. முரண் விலக்கல்

தணிக்கையரின் அறிவுறுத்தலின் அடிப்படையில் நிர்வாகம் சில முடிவுகளை மேற்கொண்டு செயல்படுத்தும் போது, அச்செயல்முறைகள் குறித்த தணிக்கைப் பணியை திறம்பட செய்வது எப்படி என்ற கேள்வி எழுகிறது. தணிக்கையரின் அறிவுறுத்தலின் அடிப்படையில் நிர்வாகம் செயல்படும் போது அதில் நிகழும் தவறுகளுக்கு தணிக்கையின் பொறுப்பு என்ன என்பதை தெளிவாகப் புரிந்து கொள்ள வேண்டும். இரு பணிகளுக்கும் இடையேயான முரணை விலக்குவது எப்படி என்பதையும் தெளிவாகப் புரிந்து கொள்ள வேண்டும்.

தணிக்கை நிறுவனம் அறிவுறுத்தும் போது, அது அறிவுறுத்தல் மட்டுமே செய்ய வேண்டும். அந்த அறிவுறுத்தலை ஏற்பது குறித்தும், செயல்படுத்துவது குறித்தும் நிறுவனமே இறுதி முடிவு செய்ய வேண்டும். அறிவுறுத்தலோடு தணிக்கை நிறுவனத்தின் பணி முடிந்து விடும். அந்த அறிவுறுத்தலின்படி செயல்படும் பொறுப்பையும், அதனால் ஏற்படும் விளைவுகளுக்கும், நிறுவனத்தின் நிர்வாகமே

பொறுப்பேற்க வேண்டும். அதனைச் செயல்படுத்துவதில் ஏற்படும் குறைகளுக்கும், தவறுகளுக்கும் நிறுவனமே பொறுப்பேற்று அதனைச் சரியாக செயல்படுத்த வேண்டும்.

அறிவுறுத்தல் செயல்முறையில் கவனிக்க வேண்டிய மற்றுமொரு முக்கியமான ஒன்று அறிவுறுத்தலின் தெளிவு குறித்தது. அறிவுறுத்தல் பணியின் முடிவில், நிறுவனம் சந்திக்கும் சிக்கலுக்குத் தீர்வு என்ன என்பதையும், அது சிறந்த வழி என்பதையும் மட்டுமே அறிவுறுத்த வேண்டும். அந்த அறிவுறுத்தலை நிறைவேற்ற வேண்டிய செயல் முறைகள் யாவை, அவற்றை எவ்வாறு செய்து முடிப்பது, எப்போது செய்வது, யார் செய்வது, எதனைக் கொண்டு செய்வது போன்ற செயல் திட்டத்தை முடிவு செய்வது நிறுவனத்தின் பொறுப்பு. ஆகையால் தவறான வகையில் செயல்படுத்தப்பட்ட திட்டத்திற்கு, செயல் முறைக்கு நிறுவனமே பொறுப்பு. தணிக்கை தெரிவித்த ஆலோசனைக்கு மட்டுமே அது பொறுப்பு. அந்த ஆலோசனையும் நிறுவனத்தின் வேண்டுகோளின் அடிப்படையில் தரப்பட்டது என்பதனைக் கவனத்தில் கொள்ள வேண்டும்.

தணிக்கை நிறுவனத்தின் அறிவுறுத்தல், நிர்வாகம் தரும் தகவல்கள் மற்றும் தரவுகளின் அடிப்படையிலேயே அமைகின்றன. நிறுவனம் தரும் தகவல்களிலும், தரவுகளிலும் சூழ்நிலை விளக்கங்களிலும் தவறு அல்லது குறைபாடு இருப்பின், அது தணிக்கையின் அறிவுறுத்தல் பணியைப் பாதிக்கும். அத்தகைய சூழலில் தணிக்கைப் பணியின் போது சரியான தகவல்கள் கிடைக்கப் பெற்றால், தணிக்கை நிறுவனம் நிர்வாகத்திற்கு தெரிவிப்பதோடு, அதற்குரிய தணிக்கைத் தடைகளையும் கண்டுபிடிப்புகளையும் நிர்வாகத்திற்கு தெரிவித்துத் தக்க நடவடிக்கை எடுக்கக் கோரலாம். நிறுவனம் அதற்கு முக்கியத்துவம் கொடுத்து சரியான நடவடிக்கைகள் எடுக்க வேண்டும்.

அறிவுறுத்தல் பணியின் செயல்முறையில் அடுத்த முக்கியப் பகுதி பொறுப்புத் துறத்தல். தணிக்கையர் நிறுவனத்திற்கு அறிவுறுத்தல் பணி செய்யும் போது, தனது பொறுப்பு என்னவென்றும், நிறுவனத்தின் பொறுப்பு என்னவென்றும் தெளிவாகக் குறிப்பிட வேண்டும். அவ்வாறு பொறுப்புகளை நிர்ணயிக்கும் போது, தணிக்கையின் பொறுப்பு அல்ல என்பதையும் தெளிவாகக் குறிப்பிட வேண்டும்.

நிறுவனத்தின் வேண்டுகோளின் அடிப்படையிலும், நிறுவனம் கொடுத்த தகவல்களின் அடிப்படையிலும், பொதுவாக நிலவும் சூழ்நிலை களின் அடிப்படையில் இந்த ஆலோசனை வழங்கப்படுகிறது என்றும், இந்தக் குறிப்பிட்ட ஆலோசனையைச் செயல்படுத்தும் முடிவும், செயல்படுத்தும் செயல்முறைகளும் நிறுவனத்தைச் சார்ந்தது என்றும்,

அதற்குத் தணிக்கை நிறுவனம் எந்த விதத்திலும் பொறுப்பேற்காது என்றும், ஆலோசனையை செயல்படுத்துவதால் ஏற்படும் விளைவு களுக்கும் தணிக்கை பொறுப்பேற்காது என்றும் தெளிவாகக் குறிப்பிட வேண்டும்.

தணிக்கைப் பணியின் செயல்முறைகளிலும், பொறுப்புத் துறப்பு குறித்த பதிவிலும் தெளிவைப் பின்பற்றுவதால் தணிக்கைப் பணிக்கும் அறிவுறுத்தல் பணிக்கும் இடையேயான முரணை விலக்கலாம்.

2. தணிக்கையரின் நல முரண் சிக்கல்

பன்னாட்டு நிறுவனங்களைத் தணிக்கை செய்வதற்கென்றே பல பன்னாட்டு தணிக்கை நிறுவனங்கள் செயல்பட்டு வருகின்றன. இந்த நிறுவனங்கள் பல்வேறு நாடுகளில் பறந்து விரிந்து இருந்தாலும், அவை தணிக்கை செய்யும் போது, தணிக்கை செய்யப்படும் நிறுவனம் செயல்படும் நாட்டின் சட்ட விதிமுறைகள் மற்றும் தணிக்கைத் தர நிலைகளின் அடிப்படையிலேயே தணிக்கை செய்யப்பட வேண்டும். அந்த நிறுவனத்தின் கிளை அமைப்புகளும் அலுவலகங்களும் அந்த அலுவலகம் செயல்படும் நாட்டின் விதிகளுக்கு உட்பட்டுத்தான் செயல்பட முடியும். தற்போதைய சூழலில் டிலாய்ட், கேபிஎம்ஜி, எர்னஸ்ட் மற்றும் யங், பிரைஸ்வாட்டர் கூப்பர் போன்று ‘பெரிய நான்கு’ என்று கருதக் கூடிய தணிக்கை நிறுவனங்கள் உட்பட எண்ணற்ற பன்னாட்டுத் தணிக்கை நிறுவனங்கள செயல்படுகின்றன. இந்த பன்னாட்டு தணிக்கை நிறுவனங்கள் பெரும்பாலும் தணிக்கைப் பணியோடு நிதி மற்றும் மேலாண்மை ஆலோசனைப் பணியையும் மேற்கொள்கின்றன.

இந்திய அளவிலும் பல தணிக்கை நிறுவனங்கள் முன்னோடி நிறுவனங்களாக வளர்ந்துள்ளன. சான்றாக, எஸ்எஸ் கொதாரி மேத்தா நிறுவனம், லோதா நிறுவனம், லூத்ரா மற்றும் லூத்ரா நிறுவனம் என சில நிறுவனங்களைக் கூறலாம். இந்தியாவிலும் நிறுவனங்கள் சட்டம் தணிக்கை நிறுவனங்கள், தங்கள் வாடிக்கையாளர்களுக்கு நிதி மேலாண்மை மற்றும் கணக்குகள் தொடர்புடைய பணிகளை மேற்கொள்வதில் கட்டுப்பாடுகள் விதித்திருந்தாலும், அவை ஆலோசனைப் பணிகள் மேற்கொள்வதை அனுமதிக்கின்றன.

தணிக்கை நிறுவனங்கள் தணிக்கைப் பணிக்கும் அவை மேற் கொள்ளும் பிற பணிகளுக்கும் இடையில் நல முரண் ஏற்படுவதைத் தங்கள் நிர்வாகக் கட்டுப்பாடுகள் மூலம் தவிர்க்க வேண்டும். அவை சரியாகச் செயல்படுவதை அரசு ஒழுங்குமுறை ஆணையங்கள் தொடர்ந்து கண்காணிக்க வேண்டும்.

பெரும்பாலான தணிக்கை நிறுவனங்களின் பணிகள் சிறப்பாகவே இருந்திருந்தாலும், உலகில் நடந்த பெரும்பாலான நிதி மோசடிகளில் தணிக்கை நிறுவனங்களின் கூட்டோ அல்லது அவை தம் பணியை சரியாக செய்யாமல் விட்டுவிட்டதோ காரணமாக இருந்திருக்கின்றன. தணிக்கையர் அல்லது தணிக்கை நிறுவனம் அனைத்துத் தவறு களையும் கண்டுபிடிக்க முடிவதில்லை. முடியாது என்பதை ஒப்புக் கொள்ளத்தான் வேண்டும். ஆனால் ஊழல் அல்லது மோசடி நடக்கும் போது தணிக்கையரின் பணி கேள்விக்கு உள்ளாக்கப்படுகிறது. நிர்வாகத்திலும், அகக் கட்டுப்பாட்டிலும் உள்ள குறைகளைத் தணிக்கையர் ஏன் சுட்டிக்காட்டவில்லை என்ற வினா எழும். அவ்வாறு சுட்டிக்காட்டப் படவில்லை எனில் அது தணிக்கையின் தோல்வியாகக் கருதப்படும்.

அப்பொழுது ஏற்படும் முதல் கேள்வி, தணிக்கைப் பணியையும் ஆலோசனைப் பணியையும் ஒருங்கே செய்யும் போது நல முரண் ஏற்படுவதைக் தவிர்க்க மேற்கொள்ளப்பட்ட நடவடிக்கைகள் என்ன என்பதுதான். இந்த நல முரணைத் தவிர்ப்பதில் ஏற்படும் சுணக்கம் காரணமாக பல நிறுவனங்களில் முறைகேடுகளும் ஊழல்களும் நிகழ்ந்த வரலாறும் உண்டு. இந்தப் பின்னணியில், தணிக்கையர், தங்கள் நலனைக் காத்துக் கொள்வதோடு, தணிக்கை செய்யும் நிறுவனங்களின் பங்குதாரர்களின் நலனையும் முழுமையாகக் காக்க வேண்டும்.

தணிக்கையரின் தவறுகளாலும் தோல்விகளாலும் ஏற்பட்ட மாபெரும் நிதி மோசடிகள் சிலவற்றைப் பிற்சேர்க்கை 5இல் இணைக்கப் பட்டுள்ளது. அவற்றிற்கு தணிக்கை நிறுவனம் முழுப் பொறுப்பு இல்லையெனிலும், அந்த நிதி மோசடிகளைக் கணிக்கத் தவறியதில் தணிக்கை தோல்வியடைந்துவிட்டது என அறியலாம்.

சிந்திக்க....

1. ஒவ்வொரு தணிக்கை நிறுவனமும் அறிவுறுத்தல் பணியினை மேற்கொள்ள வேண்டும் என்கிற கட்டாயமில்லை. உண்மைத் தன்மையை அறிக.
2. தணிக்கைப் பணிக்கும் அறிவுறுத்தல் பணிக்கும் இடையே முரண் ஏற்படும் போது, தணிக்கை நிறுவனம் ஏதாவது ஒரு பணியைச் செய்வதைக் கைவிட வேண்டும் என்ற கூற்றில் உள்ள உண்மை நிலையை அறிக.
3. ஒரு தணிக்கை நிறுவனம் அறிவுறுத்தல் பணியை மேற்கொள்ளும் போது, தணிக்கைச் செயல் முறைகளையும் தரநிலைகளையும்

முழுமையாகப் பின்பற்றத் தேவையில்லை. இது சரியா என எண்ணிப் பார்க்க.

4. தணிக்கையின் தவறுகளும் தோல்விகளும் தணிக்கையர் நல முரணை விலக்காததால் மட்டுமே ஏற்படுகின்றன என உறுதியாகக் கூற முடியுமா என எண்ணிப் பார்க்க.

5. தணிக்கையரின் அறிவுறுத்தல் பணியைத் தணிக்கை நிறுவனங்கள் மட்டுமே மேற்கொள்ள முடியும், தனி நபர் தணிக்கையரால் அறிவுறுத்தல் பணியை மேற்கொள்ள முடியாது எனபதில் உள்ள உண்மை நிலையைக் காண்க.

பகுதி 4

தணிக்கை அறிக்கை: பின்செய் நேர்த்தி

தணிக்கையாளர்கள் ஒவ்வொருவரும் தணிக்கை அறிக்கை ஏற்படுத்தும் விளைவுகளையும், தணிக்கை அறிக்கையின் அடிப்படையில் எடுக்கப்படும் மேல் நடவடிக்கைகளையும் அறிந்து கொள்வது இன்றியமையாதது.

இந்தப் பகுதியில் தணிக்கையில் சுட்டிக்காட்டப்பட்டுள்ள தவறுகளை நிவர்த்தி செய்வது எப்படி என்பது குறித்தும், தணிக்கைத் தடைகளை நீக்குவது எங்ஙனம் என்பது குறித்தும், அவ்வாறு தவறுகளைத் திருத்தாவிடில் என்ன செய்யப்பட வேண்டும் என்பது குறித்தும், அதற்காக ஏற்படுத்தப்பட்டுள்ள நிர்வாக அமைப்பு குறித்தும் தெளிவாக விளக்கப்பட்டுள்ளன.

தனியொரு அத்தியாயத்தில் தணிக்கை அறிக்கையின் பயனாளிகள் யாவர்?, அவர்களின் கடமைகள் என்ன? என்பது குறித்தும் போதுமான விளக்கம் கொடுக்கப்பட்டுள்ளன.

இந்த ஏட்டின் முக்கியமான பகுதியாக, சீர்மிகு நிர்வாகத்தில் தணிக்கையின் பங்கு குறித்த கருத்துக்கள் விளக்கப்பட்டுள்ளன. நிர்வாகம் மற்றும் தணிக்கையின் நோக்கம்-இரண்டும் ஒன்றே என்பது வலியுறுத்தப்பட்டுள்ளது. இதை நிர்வாகத்தில் உள்ள ஒவ்வொருவரும் நன்கு உணர்ந்தால் மட்டுமே தணிக்கையின் முழுப் பலனைப் பெற்று நிர்வாகத்தை மேம்படுத்த முடியும்.

24. தணிக்கை அறிக்கை மேல்நடவடிக்கைகள்

தணிக்கை அறிக்கையை தயார் செய்து நிர்வாகத்திடம் கொடுப்பதுடன் தணிக்கையரின் பணி நிறைவு பெறுவதில்லை. குறிப்பிட்ட சூழல்களில் அதில் சுட்டிக்காட்டப்பட்ட தணிக்கைக் கருத்துக்கள் - தவறுகள், குறைகள், ஒழுங்கின்மை, முறைகேடுகள் - முதலானவற்றை சரி செய்வதை மேற் பார்வையிட்டு, நிர்வாக மேம்பாட்டிற்கு உதவி செய்வதும் தணிக்கையின் கடமையாகும்.

தனியார் துறைகளில் நிகழும் புறத் தணிக்கையைப் பொறுத்த வரையில், நிறுவனத்திற்கும் தணிக்கையருக்கும் இடையேயான ஒப்பந்தத்தின் அடிப்படையில் தணிக்கையில் சுட்டிக்காட்டப்பெற்ற கருத்துக்களின் மேல்நடவடிக்கை எடுப்பது குறித்தத் தணிக்கையின் பணி அமையும். தனியார் துறைகளின் அகத் தணிக்கையைப் பொருத்த வரையில் தணிக்கைக் கண்டுபிடிப்புகளின் மேல் நடவடிக்கை எடுப்பதைக் கண்காணிப்பது அகத் தணிக்கைப் பிரிவையே சாரும். மேலும், நிர்வாகம் மேற்கொள்ளும் நடவடிக்கைகளுக்கு உதவுவதுடன் வழிகாட்டியாகவும் செயல்பட வேண்டும். மேலும் நிறுவனத்தின் நிதி மேலாண்மையையும், தணிக்கை அறிக்கைகளையும் கண்காணிப்பதற்கென்று அமைக்கப் பெற்ற சிறப்பு அமைப்புகளுக்கு உதவுவதும் தணிக்கையரின் பணியாகும்.

அரசு மற்றும் பொதுத் துறைத் தணிக்கைகளைப் பொருத்த வரை, தணிக்கை சுட்டிக்காட்டிய கருத்துக்களின் மேல் முழுமையான நடவடிக்கை எடுத்து, அந்நிறுவனத்தின் செயல்பாடு சரியாக அமைந்து உள்ளது எனத் தணிக்கைப் பிரிவு ஒப்புக் கொள்ளும் வரை தணிக்கையின் பொறுப்பும், செயல்பாடும் தொடரும். பொதுத் துறையைப் பொருத்த வரையில் தணிக்கை அறிக்கைகளின் மேல் எடுக்கப்பட்ட நடவடிக்கை களைக் கண்காணிப்பது தலைமை நிர்வாகியின் பொறுப்பு. ஆனால் நிர்வாகம் மேற்கொண்ட நடவடிக்கைகள் குறித்து ஆய்வு செய்ய, தலைமை நிர்வாகிக்கோ அல்லது தேர்ந்தெடுக்கப்பட்ட உறுப்பினர் களுக்கோ/ குழுக்களுக்கோ அல்லது சிறப்பு அமைப்புகளுக்கோ உதவி செய்ய வேண்டியது, வழிகாட்ட வேண்டியது தணிக்கையரின் கடமை.

ஆகவே தணிக்கையரின் பணி பெரும்பாலான சூழல்களில் தணிக்கை அறிக்கையை நிறுவனத்திடம் கொடுத்த பின்னரும் தொடரும். தணிக்கை மேல் நடவடிக்கைகள் குறித்து அறிந்து கொள்வது தணிக்கையர் தனது பணியைத் திறம்பட செய்வதற்கு உதவும்.

24.1. தணிக்கைத் தடைகளை நீக்குதல்

தணிக்கைத் தடைகள், தணிக்கையில் கூறப்பட்டுள்ள கருத்துக்கள் யாவும் பொருத்தமற்றதாக அல்லது பயனற்றதாக அல்லது தேவையற்றதாக மாறும் சூழலில் தணிக்கையர் தணிக்கைத் தடைகளை முடித்து வைத்தல் அல்லது அவற்றை திரும்பப் பெறுதல் மூலம் நிகழும். தணிக்கைத் தடைகளை நீக்குதல் பின்வரும் சூழல்களின் மூலம் அமையும்:

- நிர்வாகம் தேவையான நடவடிக்கைகளை மேற்கொள்ளுதல்.
- நிர்வாகச் சூழல் முற்றிலும் மாறுபட்டு, தணிக்கைக் கருத்து பயனற்றுப் போதல்.
- தணிக்கையர் தனது கருத்தை அல்லது முடிவை மாற்றிக் கொள்ளுதல்.

தணிக்கைத் தடைகளை நீக்குவதில் முதலாவதாக அமைவது, நிர்வாகம் மேற்கொள்ளும் நடவடிக்கைகள் மூலம் நிகழ்வது. அதாவது தணிக்கை நடவடிக்கைகளுக்கு தக்க எதிர்வினையாற்றி தடைகளை நீக்க நிர்வாகம் முயல்வது. நிர்வாகம் மேற்கொள்ள வேண்டிய நடவடிக்கைகள் மாறுபட்டாலும், பொதுவாக அவை இரண்டு வகை செயல்முறைகளின் மூலம் நிகழும்:

1. தணிக்கை சுட்டிக்காட்டியவற்றை ஏற்றுக் கொண்டு, நிறுவனத்தில் நிகழும் தவறுகள் மற்றும் முறைகேடுகளைச் சரி செய்ய முயல்வது,
2. தணிக்கை அறிக்கையில் கூறப்பட்டுள்ளவை ஏற்றுக் கொள்ளாது, அவை தவறு என்றும், நிர்வாகம் செய்தது சரி என்றும் தக்க சான்றுகள் மூலம் உறுதிப்படுத்துவது.

மேற்கண்ட வழிமுறைகளில் தணிக்கையின் கருத்துக்களை நிறுவனம் ஏற்றுக் கொண்டு, அவற்றின் மேல் நடவடிக்கைகள் மேற்கொள்வது ஆக்கப் பூர்வமான நடவடிக்கையாகும். அது குறித்து தனியே விரிவாக விளக்கப்பட்டுள்ளது.

அடுத்த நிலையில் தணிக்கையின் கருத்து தவறு என நிருபிக்க முயல்வது. இதற்கு வலுவான சான்றுகள் தேவை. தணிக்கையின்

கருத்துக்கள் யாவும் ஏற்கத்தக்க சான்றுகளின் அடிப்படையிலேயே அமைவதால், அவற்றை மறுதலிக்க வலுவான சான்றுகள் தேவை. மேலும் அத்தகு வலுவான சான்றுகள் மூலம் மறுப்பு தெரிவிக்கும் போது, அவற்றை தணிக்கை நிகழும் போது ஏன வழங்கவில்லை என்றும், அவ்வாறு வழங்கப்பட்டது எனில் அவற்றிற்கு தணிக்கை தெரிவித்த மறுப்பு என்ன என்றும், அந்த மறுப்பு எப்படி தவறாகும் என்பது குறித்தும் தெளிவாக விவரிக்க வேண்டும். தற்போதைய விளக்கம் ஏற்கப்படும் நிலையில் தணிக்கைத் தடை நீக்குவதற்குரிய நடவடிக்கைகளை மேற்கொள்ளலாம்.

பொதுவாக, தணிக்கையின் கருத்து தவறு என்று உறுதிப் படுத்துவது எளிதல்ல. அதற்குத் தணிக்கையிடம் உள்ள சான்றுகளை விட வலுவான சான்றுகள் தேவை. அப்படியே இருந்தாலும், அவற்றைத் தணிக்கையரிடம் ஏன் வழங்கவில்லை என்பதையும், புதிய சான்றுகள் எனில் அவை எச்சூழலில் கிட்டியது என்பதையும் தணிக்கையர் ஏற்றுக் கொள்ளும் வண்ணம் தெளிவு படுத்த வேண்டும்.

தணிக்கைத் தடைகளைக் களைவதில் அடுத்ததாக கவனிக்க வேண்டியது, நிர்வாகச் சூழலும், தணிக்கைத் தடை ஏற்படுத்தக் காரணமாக அமைந்த சூழலும் மாறுபட்டு, புது நிர்வாகச் சூழல் அமைந்து தணிக்கையின் கருத்துக்கள் பயனற்றுப் போதல். தணிக்கையின் கருத்து மாறுபட்ட சூழலுக்கு ஏற்புடையதற்றுப் போவது தணிக்கைத் தடைகளை நீக்க வழி வகுக்கும். இத்தகைய நிலைமை கீழ்க்கண்ட சூழல்களால் நிகழும்:

1. நிர்வாகச் செயல்முறை முற்றிலும் மாற்றியமைதல் - நிர்வாக உத்தி மாறுவதால் அல்லது நிர்வாகத்தின் நோக்கம் மாறுவதால்.
2. நிர்வாக அகக் கட்டுப்பாடுகளைச் செம்மைப்படுத்தி, நிர்வாகக் கட்டமைப்பை மேம்படுத்துவதால்.
3. கணினிமயமாக்கல் அல்லது தொழில்நுட்பப் பயன்பாடு மூலம் நிர்வாகச் சிக்கல்களுக்கு தீர்வு கண்டதால்.
4. நிர்வாகத்தில் உள்ள அதிகாரிகள் மற்றும் பணியாளர்களில் மாற்றம் நிகழ்வதால்.
5. தணிக்கைத் தடைக்கு உள்ளான செயல்முறை நிறுவனத்தில் வழக்கொழிந்து, புதிய வழிமுறைகளை ஏற்படுத்தியதால்.

ஒரு நிறுவனத்தில் சூழல் மாற்றம் அடிக்கடி நிகழ்வதில்லை. மேற்கண்ட காரணங்கள் அடையாளமாகக் கூறப்பட்டவையே. மேலும், சூழல் மாற்றம் எந்த விதமான காரணங்களாலும், எந்த

நேரத்திலும் நிகழலாம். தணிக்கையர் விழிப்புடன் இருக்க வேண்டும் அல்லது நிறுவனம் தரும் விளக்கத்தை ஏற்க வேண்டும். அந்த விளக்கத்தை ஏற்கும் முன்னர் அதில் உள்ள உண்மைத் தன்மையைக் கண்டறிய வேண்டும்.

அடுத்ததாக தணிக்கையர் தனது முடிவை மாற்றிக் கொள்வதனால் தணிக்கைத் தடையை நீக்குவதற்குரிய சூழல் ஏற்படும். தணிக்கைத் தடைக்குக் காரணமான நிகழ்வுகள் குறித்து தணிக்கையர் தனது முடிவை, தனது கருத்தை மாற்றிக் கொள்வதற்கு வாய்ப்புகள் உள்ளன. பொதுவாக பின் வரும் சூழல்களில் இவ்வாறு அமையும்:

1. நிறுவனம் தரும் விளக்கம் பொருத்தமானதாகவும், தணிக்கைக் கருத்திற்குரிய சூழ்நிலையை சரியாக விளக்குவதாகவும் இருந்தால்.
2. தணிக்கையரின் கருத்து தவறு என்று தக்க சான்றுகளுடன் உறுதிப்பட நிருபிக்கையில் (இந்த நிலையில் தணிக்கையரின் தரம் மற்றும் திறன் குறித்து ஐயம் ஏற்படலாம்).
3. தணிக்கையில் பின்பற்றப்பட்ட அளவுகோல்களில் மாற்றம் நிகழ்ந்து தணிக்கையின் கருத்து பொருத்தமற்றதாகி விடுவதால்.
4. தணிக்கையின் அடிப்படைகளில் மாற்றம் ஏற்பட்டு, தணிக்கையரின் கருத்து பொருத்தமற்றதாகிவிடுவதால்.

தணிக்கைத் தடைகளை நீக்குகையில் அதற்குரிய காரணங்களைத் தெளிவாக பதிவு செய்ய வேண்டும். அதே சூழலில், தணிக்கையின் ஒரு கருத்து அல்லது தடையினை நீக்குகையில், அதற்குரிய காரணம் பிற தணிக்கைக் கருத்து அல்லது தடைகளுக்கும் பொருந்துமா என்பதனையும் ஆய்வு செய்து தக்க நடவடிக்கை எடுக்க வேண்டும். அதே காரணம் மற்றவற்றிற்கும் பொருந்துமெனில் அவற்றையும் நீக்குவது குறித்துப் பரிசீலிக்க வேண்டும்.

தணிக்கைக் கருத்து மற்றும் தடைகளை நீக்குகையில் மேலும் சில கருத்துக்களையும் கவனத்தில் கொள்ள வேண்டும். அவை:

- தணிக்கைக் கருத்தை அல்லது தடையை நீக்குவதற்குரிய அதிகாரம் தனக்கு உண்டா?
- தணிக்கைக் கருத்தை அல்லது தடையை நீக்குவதால் தணிக்கைப் பின்செய் நேர்த்தி நடைமுறைகளுக்கு பாதிப்பு ஏற்படுத்துமா?
- அவற்றை நீக்குவதால் நிர்வாக மேம்பாட்டிற்கு அல்லது சிக்கலைத் தீர்ப்பதற்கு பாதிப்பு ஏற்படுமா?

- அவற்றை நீக்குவதால் நிறுவனம் பயனடையாமல், நிர்வாகம் அல்லது நிர்வாகத்தில் உள்ள தனி நபர் பயனடைவரா?
- தணிக்கையர் மீது அல்லது தணிக்கை நிறுவனத்தின் மீது குறைகாண்பதற்கும், குற்றம் சுமத்துவதற்கும் வாய்ப்புகள் உள்ளனவா?

மேற்கண்ட வினாக்களுக்கெல்லாம் தக்க விடைகள் கிடைக்கப் பெற்ற பின்னரே தணிக்கைத் தடைகளை நீக்குவது குறித்து இறுதி முடிவு எடுக்கப்பட வேண்டும். முதல் கேள்விக்கு 'ஆம்' என்றும் மற்ற கேள்விகளுக்கு 'இல்லை' என்ற விடை கிடைத்தால் மட்டுமே தணிக்கைத் தடைகளை நீக்க வேண்டும். முதல் கேள்விக்கு இல்லை என்ற பதில் கிட்டினால், தணிக்கைத் தடையை நீக்குவது குறித்து பரிசீலிக்கத் தேவையில்லை. அதேபோல், மற்ற வினாக்களுக்கு 'ஆம்' என்ற விடை கிட்டினால், அதனால் ஏற்படும் சிக்கலைத் தீர்த்த பின்னரே தணிக்கைத் தடையை நீக்க வேண்டும். அவ்வாறு நீக்கப்பட்ட தடைகள் குறித்து நிறுவனத்திற்கு உரிய முறையில் தெரிவிக்க வேண்டும்.

24.2. தவறுகளைத் திருத்துதல்

தணிக்கைத் தடைகளை நீக்குவதில் உள்ள முக்கியமான நிலை தணிக்கையில் சுட்டிக்காட்டிய தவறுகளையும், குறைகளையும் சரி செய்வதும், தணிக்கை வழங்கிய ஆலோசனைகளைச் செயல்படுத்துவதும் ஆகும். நிறுவனம் மேற்கொள்ள வேண்டிய நடவடிக்கைகள் தணிக்கையின் ஒவ்வொரு கருத்து அல்லது தடைக்கும் குறிப்பிட்ட தாகவும், தனித்துவம் மிக்கதாகவும் அமையும். தணிக்கையில் பொதுவாகச் சுட்டிக்காட்டப்படும் தவறுகள் / குறைகள் மீது நிறுவனம் மேற்கொள்ள வேண்டிய அடிப்படையான சில நடவடிக்கைகள் குறித்து அட்டவணை 19ல் தரப்பட்டுள்ளது.

அட்டவணை 19. தணிக்கை அறிக்கையில்
சுட்டிக் காட்டப்பட்ட தவறுகளைத் திருத்தும் சூழல்கள்

எண்	தணிக்கையின் கருத்து	நிறுவனம் மேற்கொள்ள வேண்டிய நடவடிக்கைகள்
	நிதித் தணிக்கை அறிக்கையில் கூறப்பட்ட கருத்துகள்	
1	நிதியறிக்கை மீதான தணிக்கை அறிக்கையில் கூறப்பட்ட கருத்துக்கள் திரும்பப் பெறப்படுவதில்லை. அதில் சுட்டிக் காட்டப்பட்ட தவறுகள் மற்றும் குறைகள் சரி செய்யப்பட்டு	

நிதியறிக்கை திருத்தி எழுதப்பட்டால் அது குறித்து மீண்டும் தணிக்கை நடத்தி தணிக்கையரின் கருத்துக்கள் பதிவு செய்யப்பட வேண்டும். திருத்தியமைக்கப்பட்ட நிதியறிக்கை மீதான சான்றிதழின் தன்மை மாறலாம். அச்சூழலில் தணிக்கையர் முதல் தணிக்கையறிக்கையில் எந்த வகைச் சான்றிதழ் வழங்கப்பட்டது என்றும், அதன் மேல் நிறுவனம் மேற்கொண்ட நடவடிக்கைகள் குறித்தும், மீண்டும் ஆய்வு நடத்தி வழங்கப்பட்ட தணிக்கை அறிக்கை குறித்தும் தெளிவாகக் குறிப்பட வேண்டும். அவ்வாறு தணிக்கைச் சான்றிதழை மாற்றியமைக்க சட்டத்திலோ விதிகளிலோ இடமுள்ளதா என்றும் திருத்தியமைக்கப்பட்ட நிதியறிக்கையும் அதன் மீதான சான்றிதழும் ஏற்கத்தக்கவையா என்றும் தன் கருத்தைப் பதிவு செய்ய வேண்டும்.

நிதியறிக்கைத் தணிக்கையில் இடம் பெற்ற அகக் கட்டுப் பாடுகள் தொடர்பான தணிக்கைக் கருத்துக்கள் மீது தக்க நடவடிக்கை மேற்கொண்டு, அகக் கட்டுப்பாடுகளைச் செம்மைப்படுத்தி, நிர்வாகத்தை வலுப்படுத்த வேண்டும்.

	இணக்கத் தணிக்கை அறிக்கையில் கூறப்பட்ட கருத்துகள்	
1	தேவையற்ற செலவுகள்	1. செலவினங்கள் தேவையானவை என்பதை சான்றுகளுடன் உறுதிப்படுத்த வேண்டும். 2. நிறுவனத் தலைமை/ பொறுப்பு அதிகாரி/ குழுவால் அச்செலவுகள் முறைப்படுத்த வேண்டும். 3. அச்செலவுகள் தவிர்க்க முடியாத சூழலில் நிகழ்ந்தது என உறுதிப்படுத்த வேண்டும். 4. எதிர்காலத்தில் நிகழாதென்று உறுதியளிக்க வேண்டும்; அதற்கென அகக் கட்டுப் பாடுகள் வலுப்படுத்தப்பட வேண்டும்.
2	ஒழுங்கற்ற முறையில் செலவுகள்	1. செலவுகள் சரியான விதிமுறைகளின்படி செய்யப்பட்டன என சான்றுகளுடன் உறுதிப்படுத்த வேண்டும். 2. நிறுவனத் தலைமை/ பொறுப்பு அதிகாரி/ குழுவால் விதிகளைப் பின்பற்றாது செய்த செலவுகளை முறைப்படுத்த வேண்டும்.

		3. விதிமுறைகள் தவிர்க்க முடியாத சூழல் / அவசரகாலத் தேவையினால் பின்பற்ற முடியவில்லை எனச் சான்றுகளுடன் உறுதிப்படுத்த வேண்டும்.
		4. எதிர்காலத்தில் நிகழாதென்று உறுதியளிக்க வேண்டும்; அதற்கென அகக் கட்டுப் பாடுகள் வலுப்படுத்தப்பட வேண்டும்.
3	அதிகப்படியான செலவுகள்	1. நிறுவனத் தலைமை/ பொறுப்பு அதிகாரி/ குழுவால் விதிகளைப் பின்பற்றி அதிகப் படியாக செய்த செலவுகளை முறைப் படுத்த வேண்டும்.
		2. அதிகப்படியான செலவுகள் தவிர்க்க முடியாத சூழல் / அவசரகாலத் தேவை யினால் ஏற்பட்டது எனச் சான்றுகளுடன் உறுதிப்படுத்த வேண்டும்.
		3. எதிர்காலத்தில் நிகழாதென்று உறுதியளிக்க வேண்டும்; அதற்கென அகக் கட்டுப் பாடுகள் வலுப்படுத்தப்பட வேண்டும்.
4	வீணடிக்கப்பட்டச் செலவுகள்	1. பலன் தராத செலவுகளைச் செய்தவர்கள் மீது தக்க ஒழுங்கு நடவடிக்கை மேற்கொள்ளப்பட வேண்டும்
		2. நிர்வாக மேல் நடவடிக்கைகளால் செலவினத்தின் மூலம் பலன் கிட்டியதை உறுதிப்படுத்த வேண்டும்.
		3. நிறுவனத் தலைமை/ பொறுப்பு அதிகாரி/ குழுவால் வீணடிக்கப்பட்ட செலவுகள் மன்னிக்கப்பட வேண்டும்.
		4. அத்தகு செலவுகள் எதிர்காலத்தில் நிகழா தென்று உறுதியளிக்க வேண்டும்; அதற்கென அகக் கட்டுப்பாடுகள் வலுப்படுத்தப்பட வேண்டும்.
5	முறைகேடான செலவுகள்	1. முறைகேடு செய்தவர் மீது நிறுவனம் சார் ஒழுங்கு நடவடிக்கையும், சட்டப் பூர்வ குற்ற நடவடிக்கையும் மேற்கொள்ளப்பட வேண்டும்.

		2. செலவு செய்யப்பட்டப் பணத்தைத் திரும்பப் பெற நடவடிக்கை மேற்கொள்ளப்பட வேண்டும். 3. அத்தகு செலவுகள் எதிர்காலத்தில் நிகழாத வண்ணம் அகக் கட்டுப்பாடுகள் வலுப்படுத்தப்பட வேண்டும்.
6	கையாடல் செய்யப்பட்டது	1. கையாடல் செய்தவர் மீது நிறுவனம் சார் ஒழுங்கு நடவடிக்கையும், சட்ட பூர்வ குற்ற நடவடிக்கையும் மேற்கொள்ளப்பட வேண்டும். 2. கையாடல் செய்யப்பட்ட பணத்தைத் திரும்பப் பெற நடவடிக்கை மேற் கொள்ளப்பட வேண்டும். 3. அத்தகு நிகழ்வுகள் எதிர்காலத்தில் நிகழாத வண்ணம் அகக் கட்டுப்பாடுகள் வலுப்படுத்தப்பட வேண்டும். 4. நேர்மையான பணியாளர்களை நியமிக்கவும், பணியாளர்களின் நேர்மையைக் கண்காணிக்கவும் தக்க வழிவகைகள் செய்ய வேண்டும்.
7	பணத்தை சேமித்து வைத்தது	1. திட்டமிட்டபடி செலவு செய்ய முடியாத தற்கும், அனுமதிக்கப்பட்ட பணம் செலவிடப்படாமல் சேமிக்கப்பட்ட தற்கும் விளக்கமளிக்க வேண்டும். 2. நிறுவனம் திட்டமிட்டபடி செலவு செய்வதையும், அதற்குரிய நிகழ்வுகளை உறுதிப்படுத்த வேண்டும். 3. செலவு செய்யாமல் சேமித்து வைத்ததால் நிறுவனத்திற்கு எந்தப் பாதிப்புமில்லை என்பதை சான்றுகளுடன் உறுதிப்படுத்த வேண்டும். (அப்படியெனில் ஏன் அச் செலவினம் திட்டமிடப்பட்டது என்ற கேள்வி எழுப்ப வேண்டும்).

8	அதிக வட்டியில் கடன்கள்	1. அதிக வட்டியில் கடன் பெற்றதற்கான சூழல், தவிர்க்க முடியாத நிதித் தேவை குறித்துச் சான்றுகளுடன் விளக்க வேண்டும். 2. அக் கடன் பெறப்படாவிடில், நிறுவனத்திற் குரிய இழப்புகள் அதிகமாக இருக்கும் என்பதை விளக்க வேண்டும். 3. குறைந்த வட்டியில் கடன் பெற மேற் கொள்ளப்பட்ட முயற்சிகள் பலன் அளிக்காததைச் சான்றுகளுடன் விளக்க வேண்டும்.
9	வருமான இழப்புகள்	1. இழந்த வருமானத்தை மீட்டல். 2. வருமான இழப்பு இல்லையென சான்று களுடன் உறுதிப்படுத்துதல். 3. வருமான இழப்பைத் தள்ளுபடி செய்தல். 4. வருமான இழப்பிற்கு காரணமானவர்கள் மீது ஒழுங்கு நடவடிக்கை மேற்கொள்ளல்.
10	தவறான வருமான கணக்குகள்	1. தவறாகக் கணக்கிடப்பட்ட வருமானத்தைச் சரி செய்தல். 2. தவறாகக் கணக்கிட்டு, அதனைச் சரி செய்து ஈட்டிய வருவாயை மீட்டல். 3. உள் நோக்கத்தோடு தவறாகக் கணக் கிட்டவர்கள் மீது நடவடிக்கை எடுத்தல். 4. வருவாய் இழப்பைச் சரிக்கட்ட சட்டப்பூர்வ நடவடிக்கை எடுத்தல்.
11	சொத்துக்கள் இழப்பு	1. இழந்த சொத்துக்களைத் திரும்பப் பெறுதல். 2. சொத்துக்கள் இழக்க காரணமானவர்கள் மீது நடவடிக்கைகள் மேற்கொள்ளல். 3. சொத்து இழப்புகளை உரிய அதிகாரியின் அனுமதியுடன் தள்ளுபடி செய்தல். 4. சொத்து இழப்பிற்குக் காரணமான வர்கள் மீது ஒழுங்கு நடவடிக்கை மேற்கொள்ளுதல்.

12	ஒருவருக்கு சாதகமாக செயல்பட்டது	1. நிறுவனம் சார் பணிகளில் நடுநிலையை உறுதி செய்யக் கட்டுப்பாடுகளை உறுதி செய்தல். 2. சாதகமாகச் செயல்படவில்லை எனச் சான்றுகளுடன் நிருபித்தல். 3. சாதகமாகச் செயல்பட்ட சூழலில், தக்க ஒழுங்கு நடவடிக்கை மேற்கொள்ளல்.
13	சொத்துக்களைக் தவறாகப் பயன்படுத்தியது	1. நிறுவனச் சொத்துக்களைச் சரியாகப் பயன்படுத்துவதை உறுதி செய்ய அகக் கட்டுப்பாடுகளை உறுதிப்படுத்தல். 2. சொத்துகளைத் தவறாகப் பயன்படுத்தியவர்கள் மேல் தக்க ஒழுங்கு நடவடிக்கை மேற்கொள்ளல். 3. சொத்துக்களைத் தவறாகப் பயன்படுத்தியவர்களிடமிருந்து தக்க இழப்பீடு அல்லது கட்டணத்தைத் திரும்பப் பெறுதல்.
14	தவறாக ஊதியம் வழங்கப்பட்டது	1. தவறாக வழங்கப்பட்ட ஊதியத்தைத் திரும்பப் பெறுதல். 2. ஊதியம் வழங்குவதில் தவறு நேரா வண்ணம் அகக் கட்டுப்பாடுகளை வலுப்படுத்துதல்.
15	சட்டவிதிகளை முறையாகப் பின்பற்றாமை.	1. சட்ட விதிகளை முறையாகப் பின்பற்றுவதை அகக் கட்டுப்பாடுகள் மூலம் உறுதி செய்தல். 2. சட்ட விதிகளைப் பின்பற்றாததால் ஏற்பட்ட இழப்புகளைச் சரிக் கட்டுதல். 3. சட்டவிதிகளைப் பின்பற்றத் தவறியவர்கள் மேல் நடவடிக்கை எடுத்தல்.
	செயலாக்கத் தணிக்கை அறிக்கையில் கூறப்பட்டக் கருத்துகள்	
1	திட்டமிட்டபடி பணம் செலவளிக்கப் பட்டாலும் நோக்கம் எட்டப் படவில்லை	1. நோக்கத்தை எட்டுவதற்கு மேற்கொள்ளப் பட்ட முயற்சிகளைப் பதிவு செய்தல். 2. திட்டத்திற்குரிய குறிப்பிட்ட செலவினத்தை நியாயப்படுத்தி போதுமான விளக்கமளித்தல். 3. திட்டத்திற்கு உதவாத செலவினங்களைத் தவிர்த்தல்.

		4. நோக்கம் எட்டப்படாததற்கான காரணங்களை ஏற்கத்தக்க வகையில் பதிவு செய்தல்.
2	திட்டமிட்டபடி பணம் செலவளிக்கப் பட்டாலும் நோக்கம் ஓரளவே எட்டப்பட்டது	1. நோக்கம் ஓரளவே எட்டப்பட்டதற்குரிய தக்க காரணங்களை தெளிவாகப் பதிவு செய்தல். 2. எட்டப்படாத நோக்கத்தை நிறைவேற்ற மேற்கொள்ளப்பட்ட நடவடிக்கைகளைப் பதிவு செய்தல். 3. நோக்கம் நிறைவேற்றப்படாததால் ஏற்பட்ட விளைவுகளையும், அதனை சரிப்படுத்த மேற்கொள்ளப்பட்ட முயற்சிகளையம் பதிவு செய்தல்.
3	திட்டமிட்டபடி பணம் செலவளிக்கப்பட்டு நோக்கம் முழுமையாக எட்டப்பட்டது	இத்தகு தணிக்கைப் பதிவுகளில் மேற்கொண்டு எடுக்கப்பட வேண்டிய எதுவும் கிடையாது. திட்ட செயல்பாட்டை மேம்படுத்தும் முயற்சிகளை மேற்கொள்ளலாம்.
4	திட்டமிட்டபடி பணம் செலவளிக்கப் படாததால் நோக்கம் எட்டப் படவில்லை	1. செலவளிக்கப்படாத காரணத்தை ஏற்றுக் கொள்ளும் வகையில் விளக்கமளித்தல். 2. திட்டச் செலவை மேற்கொள்வதற்கு எடுக்கப்பட்ட முயற்சிகளைப் பதிவு செய்தல். 3. நோக்கம் எட்டப்படாததால் ஏற்பட்ட விளைவுகளைச் சரிப்படுத்த செய்யப் பட்ட முயற்சிகளை விளக்குதல்.
5	திட்டமிட்டபடி பணம் செலவளிக்கப் படாததால் நோக்கம் ஓரளவே எட்டப் பட்டது	1. முழுமையாக செலவளிக்கப்படாத காரணத்தை ஏற்றுக் கொள்ளும் வகையில் விளக்கமளித்தல். 2. திட்டச் செலவை மேற்கொள்வதற்கு எடுக்கப்பட்ட முயற்சிகளைப் பதிவு செய்தல். 3. நோக்கம் ஓரளவே எட்டப்பட்டதால் ஏற்பட்ட விளைவுகளைச் சரிப்படுத்த செய்யப்பட்ட முயற்சிகளை விளக்குதல்.

6	நோக்கம் எட்டப் பட்டாலும், விரும்பத்தகாத விளைவுகளும் ஏற்பட்டன.	1. விரும்பத்தகாத பக்க விளைவுகள் எவ்வாறு ஏற்பட்டது எனப் போதுமான விளக்கமளித்தல். 2. பக்க விளைவுகளைச் சரிக்கட்ட/ குறைக்க மேற்கொள்ளப்பட்ட முயற்சிகளை விளக்குதல். 3. பக்க விளைவுகள் ஏற்படாமல் திட்டத்தை செயல்படுத்த எடுக்கப்பட்ட நடவடிக்கை களை விளக்குதல்.
7	நோக்கம் எட்டப் பட்டாலும் நிறுவன வளங்கள் திட்டமிட்ட செயல்திறனுடன் செயல்படாததால், பணம் வீணானது	1. நிறுவன வளங்களை தேவைக்கு அதிகமாகப் பயன்படுத்தப்பட்டதற்கான காரணத்தைப் பதிவு செய்தல். 2. நிறுவன செயல்திறனை மேம்படுத்த மேற்கொள்ளப்பட்ட நடவடிக்கைகளைப் பதிவு செய்தல். 3. பணம் வீணாவதைத் தடுக்க மேற் கொள்ளப்பட்ட அகக்கட்டுப்பாடு களை விவரித்தல்.
8	நோக்கம் எட்டப் பட்டாலும் சிக்கனமாக செயல்படாததால், பணம் வீணானது	1. சிக்கனமாகத் திட்டத்தை செயல்படுத்த மேற்கொள்ளப்பட்ட நடவடிக்கைகளைத் தெளிவுபடுத்துதுல். 2. தேவைக்கு அதிகமாக செலவளிக்க வேண்டிய சூழலைச் சான்றுகளுடன் விளக்குதல். 3. சிக்கனமாக செலவு செய்வதை உறுதி செய்ய மேற்கொள்ளப்பட்ட அகக் கட்டுப்பாடுகளை விளக்குதல்.

தவறுகளைத் திருத்துவதென்பது அந்த நிறுவனத்தின் பொறுப் பாகும். திருத்தப்பட வேண்டிய நடவடிக்கைகள் என்ன, எந்த மாதிரி திருத்தப்பட வேண்டும் என்பது குறித்த முடிவுகளையும் நிறுவனமே மேற்கொள்ள வேண்டும். திருத்த வேண்டிய நடவடிக்கைகள், தவறின் இயல்பு குறித்தும், அதன் விளைவுகள் குறித்தும், சரி செய்வதற்குத் தேவைப் படுகின்ற வளங்கள் மற்றும் கால அளவு பொருத்தும் மாறுபடும். அது குறித்து நிர்வாகம், தன் மேலாண்மை முறைகளைப் பின்பற்றி தக்க நடவடிக்கைகள் மேற்கொள்ள வேண்டும். தணிக்கையர், நிர்வாகம் மேற் கொண்ட நடவடிக்கைகள் போதுமானவையா என்பது குறித்து ஆய்வு செய்து முடிவெடுக்க வேண்டும்.

நிறுவனத்தில் உள்ள தணிக்கை சுட்டிக்காட்டிய தவறுகளையும் குறைகளையும் ஆய்வு செய்து தக்க நடவடிக்கை எடுக்க வேண்டியது நிறவனத்தின் பொறுப்பு. அத்தகு நடவடிக்கைகள், நிகழ்விற் கேற்றவாறு மாறுபடும். மேலே குறிப்பிட்ட நடவடிக்கைகள் யாவும், தணிக்கைத் தடைகளை நீக்க மேற்கொள்ள வேண்டிய நடவடிக்கைகள் குறித்த புரிதலை ஏற்படுத்தவே. தணிக்கைத் தடைகளை நீக்குவதற்கு, ஒவ்வொன்றிற்கும் கொடுக்கப்பட்ட விளக்கங்களைத் தனித்தனியாகப் பரிசீலனை செய்து, அதனடிப்படையில் முடிவு மேற்கொள்ளப்பட வேண்டும். பொதுவாக, தணிக்கைத் தடைக்கு மூல காரணமாக இருந்தவற்றை-குறையை நீக்குவதற்கு போதுமான நடவடிக்கைகள் மேற்கொள்ளப்பட்டுள்ளனவா என்றும் தணிக்கையர் ஆய்வு செய்து முடிவு செய்ய வேண்டும்.

24.3. தணிக்கைக் குழுக்கள்

தணிக்கைக் குழு என்பது, ஒரு நிறுவனத்தில் தணிக்கை அறிக்கைகளை ஆய்வு செய்வதற்கும், அதனடிப்படையில் நிர்வாகத்தின் செயல்பாட்டைக் கண்காணிப்பதற்கும், நிர்வாகத்தினுடைய மேம்பாட்டிற்கு வழி காட்டவும், ஏற்படுத்தப்பட்ட குழுவாகும். இந்தக் குழு நிர்வாகத்திடமிருந்து தனித்து செயல்படும் அதிகாரம் பெற்ற அமைப்பாக இருக்கும். தணிக்கைக் குழுக்கள், நிறுவனத்தை வலுப்படுத்தும் விதமாகவே அமைக்கப்பட்டிருக்கும். தணிக்கைக் குழுக்களின் கட்டமைப்பு, அதன் செயல்பாடுகள் குறித்து இங்கே விரிவாகக் கற்கலாம்.

தனியார் நிறுவனங்களில், அகத் தணிக்கை மற்றும் புறத் தணிக்கை அறிக்கைகளைப் பரிசீலிக்க அந்த நிறுவனத்தின் இயக்குநர் குழுவே தணிக்கைக் குழு அமைப்பை முடிவு செய்யும். இயக்குநர் குழுவே தணிக்கைக் குழு உறுப்பினர்களை நியமனம் செய்யும். பொதுத் துறை நிறுவனங்களைப் பொருத்த வரையில், அரசுத் தணிக்கை அறிக்கைகளை ஆய்வு செய்ய சிறப்பு குழுக்களை நியமனம் செய்யும். பொதுவாக, தேர்ந்தெடுக்கப்பட்ட சனநாயக உறுப்பினர்களைக் கொண்டு தணிக்கைக் குழு அமைக்கப்படும். குழுவின் தலைவரையும், இயக்குநர் குழுவோ, அரசோ நிர்ணயம் செய்யும்.

தணிக்கைக் குழுவில் பொதுவாக 5 அல்லது 6 உறுப்பினர்கள் இருப்பர். நிறுவனத்தின் தலைமை இயக்குநர் அக்குழுவில் உறுப்பினராக இடம் பெற்றிருப்பார். நிறுவனத்தின் நிதி மேலாண்மை பொறுப்பு அதிகாரி, அக்குழுவின் செயலராக இருப்பார். பொதுவாக உறுப்பினர் அல்லாத செயலராகவே இருப்பார். தணிக்கைக் குழுவில்,

அந்நிறுவனம் செயல்படும் துறையைச் சேர்ந்த ஒன்று அல்லது இரண்டு வல்லுனர்கள் இடம் பெற்றிருப்பர். நிதி மேலாண்மையில் வல்லமை பெற்ற ஒருவர் இடம் பெற்றிருப்பது நன்மை பயக்கும். பங்குதாரர்களின் பிரதிநிதியாக ஒருவர் இடம் பெறலாம். நிறுவனம் செயல்படும் துறைக்கு நேரடியாகத் தொடர்புடைய துறை சார்ந்த ஒருவரையும் குழு உறுப்பினாராக சேர்த்துக் கொள்ளப்படலாம்.

பொதுவாக ஒரு நாட்டின் சட்டங்களில், ஒவ்வொரு நிறுவனத் திற்கும் தணிக்கைக் குழு கட்டமைக்கப்பட வேண்டும் என்ற விதி இருக்கும். ஆனால் அதன் கட்டமைப்பு குறித்து நிறுவனத்தின் முடிவிற்கே அதிகாரம் வழங்கப்பட்டிருக்கும். நிறுவனம், தன்னுடைய விதிகளிலும், செயல்முறைக் குறிப்புகளிலும், தணிக்கைக் குழுவின் கட்டமைப்பு குறித்தும், அதன் செயல்பாடுகள் குறித்தும், அதற்குரிய அதிகாரங்கள் குறித்தும், நிறுவத்தக்க வழிமுறைகளைக் கொண்டிருக்க வேண்டும். தணிக்கைக் குழு நிறுவனத்தின் இயக்குநர் குழுக்களுடன் இணைந்து செயல்பட்டு, நிறுவனத்தை மேம்படுத்துவதற்குரிய ஆலோசனைகளை இயக்குநர் குழுவிற்கு வழங்க வேண்டும்.

தணிக்கைக் குழுவின் செயல்பாடுகள் குறித்தும், அது செயல் படும் முறை குறித்தும் காணலாம்.

1. தணிக்கைக் குழு தணிக்கை அறிக்கையை ஆய்வு செய்து, தணிக்கைக் குறிப்புகளுக்கு நிர்வாகத்திடம் தக்க விளக்கம் கேட்டு அதனடிப்படையில் நிர்வாகத்திற்குப் பரிந்துரை செய்வது.
2. தன்னிச்சையாக நிர்வாகத்தின் நிதி மேலாண்மை தொடர்பான நிகழ்வுகளுக்கு விளக்கம் கேட்டுப் பெற்று, அவற்றை ஆய்வு செய்து, அதனடிப்படையில் ஆலோசனைகள் வழங்குவது.
3. தணிக்கைக் குறிப்புகளுக்கும், தணிக்கைக் குழுவின் ஆலோசனைகளுக்கும் நிறுவனம் மேற்கொண்ட நடவடிக்கைகளை ஆய்வு செய்வது.
4. இயக்குநர் குழு பரிந்துரைக்கும் பிற பணிகளை, தன் தனித்துவத்திற்கு இடையூறு நேராமல், நிறுவனத்தின் வளர்ச்சி கருதிச் செய்வது.

மேற்கண்ட பணிகளைச் சரியாகச் செய்யத் தணிக்கைக் குழுவிற்கு தக்க அதிகாரம் அளிக்கப்பட்டிருக்க வேண்டும். தணிக்கைக் குழு உறுப்பினரின் பதவிக்காலம் மற்றும் அப்பணி செய்வதற்கான பணி நிபந்தனைகள் தெளிவாக நிர்ணயம் செய்திருக்கப்பட வேண்டும்.

குறிப்பிட்ட கால இடைவெளியில் கூடுவதற்கும், அக்கூட்டத்தில் தணிக்கை அறிக்கைகளையும், பிற நிதி மேலாண்மை குறித்த அறிக்கைகளையும் பரிசீலனை செய்ய தக்க அதிகாரம் அளிக்கப்பட்டிருக்க வேண்டும். விளக்கம் கேட்பதற்கென்று, நிறுவனத்தின் எந்த அதிகாரியையும் அழைத்து விளக்கம் கேட்கும் அதிகாரம் அளிக்கப் பட்டிருக்க வேண்டும். தணிக்கைக் குழுக் கூட்டம் நடத்துவதற்கு தேவையான அனைத்து ஏற்பாடுகளையும் உதவிகளையும், நிர்வாகம் வழங்க வேண்டும்.

தணிக்கைக் குழு கூட்டம் குறிப்பிட்ட கால இடைவெளியில் நடத்தப் பெற்று அதன் முடிவுகளை நிர்வாகம் குறித்த காலத்தே செயல்படுத்த வேண்டும். மேலும், கூட்டத்திற்குத் தேவையான அனைத்து தகவல்களையும், தரவுகளையும் நிர்வாகம் வழங்க வேண்டும். குழுவிற்குத் தேவையான மூல ஆவணங்களையும் குழுவிற்கு வழங்க வேண்டும். கூட்டத்தில் விவாதிக்கப்படும் கருத்து தொடர்புடைய அனைத்து அலுவலர்களையும், குழுவிற்கு அழைத்து அவர்களது விளக்கம் கேட்டுப் பெற வேண்டும். தேவைப்படின் நிறுவனம் சாராத வல்லுனர்களையும் குழு கலந்தாலோசிக்கலாம். குழுக் கூட்டம் முறையாக நடைபெற தணிக்கைக் குழு / துறை அதிகாரி குழுவிற்கு உதவ வேண்டும். குழுக் கூட்டத்தில் பரிமாறப்பட்ட அனைத்து கருத்துக்களையும் தகுந்த முறையில் பதிவு செய்ய வேண்டும்.

மொத்தத்தில் தணிக்கைக் குழுக் கூட்டம் நிர்வாகத்தின் அகக் கட்டுப்பாடு முறைகளில் வலுவானதாக செயல்பட்டு, தவறுகளைத் திருத்தி, நிர்வாக மேம்பாட்டை உறுதி செய்ய வேண்டும்.

சிந்திக்க....

1. தணிக்கைத் தடைகள் மேலும், தணிக்கை அறிக்கையில் உள்ள தணிக்கைக் கண்டுபிடிப்புகளின் மேலும் நடவடிக்கை எடுப்பதைத் தாமதப்படுத்தினால் நிறுவனத்தின் நிர்வாகம் மோசமடைய வாய்ப்புகள் அதிகம். எண்ணிப் பார்க்க.

2. தணிக்கை அறிக்கையில் குறிப்பிடப்பட்டுள்ள அனைத்து கருத்துக் களையும் தணிக்கைக் குழு ஆய்வு செய்யத் தேவையில்லை. இக்கூற்றின் உண்மைத் தன்மையை அறிக.

3. நிர்வாகத்தின் உறுதிமொழியை மட்டும் கருத்தில் கொண்டுத் தணிக்கைத் தடைகளை நீக்குவதும், கண்டுபிடிப்புகளைத் தீர்த்து வைப்பதும் முறையல்ல. இக்கூற்றின் உண்மைத் தன்மையை அறிக.

4. தணிக்கைக் கண்டுபிடிப்புகளையும் தணிக்கைத் தடைகளையும், நிர்வாகத்தின் மேல்நடவடிக்கை இல்லாமல், தணிக்கையர் தானே தீர்த்து வைப்பதோ நீக்குவதோ முறையல்ல. ஏன் என்பதை எண்ணிப் பார்க்க.
5. தணிக்கை அறிக்கையின் மேல் நடவடிக்கை எடுக்கப்பட்டதன் அடிப்படையில் தணிக்கைச் சான்றிதழை மாற்றியமைக்க முடியுமா என எண்ணிப் பார்க்க.
6. தணிக்கைக் குழுவில் பலதரப்பட்ட திறனும் அறிவும் கொண்ட உறுப்பினர்கள் இருப்பது நிறுவனத்தின் மேம்பாட்டிற்கு உகந்தது என்ற கூற்று உண்மையா என அறிக.

25. தணிக்கைப் பயனாளிகளின் கடமைகள்

தணிக்கை அறிக்கையின் பயனாளிகளையும், அவர்களுக்கு தணிக்கை அறிக்கை பயன்படும் விதம் குறித்தும் அறிந்து கொள்வதன் மூலம் தணிக்கைப் பயனாளிகளின் கடமைகளைப் புரிந்து கொள்ள முடியும். தணிக்கைப் பயனாளிகள் தங்கள் கடமைகளைச் சரியாக செய்வதன் மூலம் நிறுவனத்தின் செயல்பாட்டை மேம்படுத்த முடியும். தணிக்கை அறிக்கையின் முக்கியப் பயனாளியான தணிக்கைக் குழு குறித்து முந்தைய அத்தியாயத்தில் விரிவாகக் கற்றோம். பிற பயனாளிகள் குறித்து இங்கு கற்கலாம்.

25.1. தணிக்கைப் பயனாளிகள்

தணிக்கையின் பயனாளிகள் மற்றும் அவர்களுக்குப் பயன்படும் விதம் குறித்த சிறு குறிப்பும் இங்கே தரப்பட்டுள்ளன.

1. நிர்வாகம் மற்றும் நிறுவனத்தில் பணி புரியும் அனைத்து ஊழியர்களும்:

இவ்விரு வகையினரும், தணிக்கை அறிக்கையின் நேரடிப் பயனாளிகள். தணிக்கை அறிக்கையில் இடம் பெறும் நேர்மறை மற்றும் எதிர்மறைக் கருத்துகள், இவ்விரு வகையினரையும் நேரடியாகப் பாதிக்கின்றன.

2. நிறுவனத்தின் பங்குதாரர்கள் மற்றும் முதலீட்டாளர்கள்:

இவ்விரு வகையினரும், தணிக்கை அறிக்கையின் நேரடிப் பயணாளிகளே. தணிக்கை அறிக்கையில் இடம் பெறும் எதிர்மறைக் கருத்துகள், இவ்விரு வகையினரையும் நேரடியாக பாதித்து அவர்களுக்குப் பொருளாதார இழப்பை ஏற்படுத்துகின்றன. தணிக்கை அறிக்கையில் இடம் பெறும் எதிர்மறைக் கருத்துக்கள், மற்ற எந்த வகைப் பயனாளிகளைவிட, நிறுவனத்தின் பங்குதாரர்களையும் முதலீட்டாளர்களையும் அதிக அளவில் பாதிக்கின்றன.

3. நிறுவனத்தின் சார்பு நிறுவனங்கள்:

நிறுவனத்தின் செயல்பாட்டை பாதிக்கும் எந்த வகைத் தணிக்கைக் கருத்துகளும், சார்பு நிறுவனங்களைத் தற்காலிகமாக பாதிக்கின்றன. நீண்ட கால அளவில் சார்பு நிறுவனங்கள் தணிக்கை

செய்யப்பட்ட நிறுவனங்களை விட்டு விலகிச் செல்வதால், நிறுவனமும் பாதிப்படைய வாய்ப்புகள் உள்ளன.

4. நிறுவனத்தின் வாடிக்கையாளர்கள்:

நிறுவனத்தின் செயல்திறன் மற்றும் அந்த நிறுவனம் வழங்கும் பொருட்களையும் சேவையும் வாடிக்கையாளர்களை நேரடியாக பாதிக்கும். ஆனால் அந்த பாதிப்பு தற்காலிகமானதாகவே இருக்கும். நிறுவனத்தின் செயல்பாட்டில் குறைகளிருப்பின் நீண்டகால அடிப்படையில் அது வாடிக்கையாளர்களை இழக்க நேரிடும்.

5. அரசு மற்றும் கட்டுப்பாட்டு நெறியாளர்கள்:

அரசு மற்றும் கட்டுப்பாட்டு நெறியாளர்கள் நிறுவனத்தின் செயல் பாட்டை அதன் நிர்வாக முறையைக் கண்காணிப்பதால், அந்நிறுவனம் ஒழுங்காக செயல்படுவதை உறுதிசெய்வதால், தணிக்கை அறிக்கையின் மேல் நடவடிக்கை எடுப்பது இன்றியமையாதது.

6. நிறுவனத்தின் சார்பு மற்றும் நிதி நிறுவனங்கள்:

நிறுவனத்தின் செயல்திறன் நிறுவனத்தின் சார்பு நிறுவனங் களையும், நிறுவனத்திற்குக் கடன் வழங்கிய நிறுவனங்களையும் தணிக்கை அறிக்கை நேரடியாக பாதிக்கின்றன. சார்பு நிறுவனங்கள் தங்களது தொடர்ந்த செயல்பாட்டையும், நிதி நிறுவனங்கள், தங்கள் கடனைத் திரும்பப் பெறுவதையும் உறுதி செய்ய வேண்டி உள்ளது. நிறுவனத்தின் தவறுகளும் குறைகளும் அவற்றை நேரடியாக பாதிக்க வல்லவை.

7. பொது மக்கள் மற்றும் சமூக ஆர்வலர்கள்:

நிறுவனம் செயல்படும் பகுதியில் உள்ள பொதுமக்களும் அங்கு செயல்படும் சமூக ஆர்வலர்களும், அந்த சூழலில் சமூக மற்றும் சூழலியல் சமநிலையை உறுதி செய்யக் கடமைப்பட்டவர்கள். அவர்கள் நேரடியாக பாதிப்படைவதால், தணிக்கையில் சுட்டிக் காட்டப்படும் எதிர்மறைக் கருத்துக்களைச் சரி செய்ய நிர்வாகத்தை தூண்ட வேண்டிய கட்டாயத்தில் உள்ளனர்.

25.2. பயனாளிகளின் கடமைகள்

ஒரு நல்ல சமூகப் பொருளாதாரக் கட்டமைப்பில், நிறுவனங்களின் நலனைப் பாதுகாப்பதில், தணிக்கை அறிக்கையின் பயனாளிகள் ஒவ்வொருவரும் தனக்குரிய பொறுப்புகளை உணர்ந்து செயல் படுவதால், நிறுவனத்தைச் சரியான முறையில் வழிநடத்த முடியும்.

நிறுவனத்தின் நலன் காப்பதில் நிறுவனப் பங்குதாரர்கள் மற்றும் அதில் பணி புரிவோர் தவிர, மற்ற பயனாளிகளுக்கு என்ன பயன் என்ற கேள்வி எழுகிறது. பயனீட்டாளர்கள் தங்கள் கடமையைச் செய்யும் போது, சமூகத்தின் நலன் காக்கப்படுவதோடு நிறுவனத்தின் நலனும் மேம்படுகிறது என்பதே உண்மை. மற்ற பயனாளிகள் நிறுவனத்தின் அனைத்து செயல்பாடுகள் குறித்தும் எதிர்வினை மூலம் தம் கடமையைச் செய்ய வேண்டியதில்லை. ஒவ்வொருவரும் தங்கள் தொடர்புடைய, தங்களை பாதிக்கக் கூடிய நிறுவனத் தவறுகளை நோக்கி எதிர் வினையாற்றினாலே போதுமானது.

அரசும், நிறுவனக் கட்டுப்பாட்டு அலுவலகமும் நிறுவனம் சரியாக செயல்படுகிறது என்றும், அனைத்து சட்ட விதிகளுக்கும் உட்பட்டு செயல்படுகின்றது என்றும் உறுதி செய்வதன் மூலம் நிறுவனமும், சமூகமும் நல்லிணக்கத்தோடும், சுற்றுச் சூழல் பொருளாதாரத்திற்கு ஏற்ப செயல்படுகின்றன என்றும் உறுதி செய்கின்றன. ஆகவே அவர்கள் தங்கள் கடமையைச் சரியாகச் செய்யும் போது, நிறுவனத்தின் நலனோடு, சமூகம், சுற்றுச் சூழல், அரசு மற்றும் பொது மக்கள் நலனும் சேர்ந்தே காக்கப்படுகின்றன என்பது தெளிவு. அடுத்து பொது மக்களும் சமூக ஆர்வலர்களும் சரியாக தங்கள் கடமைகளைச் செய்யும் பொது, நிறுவனத்தின் மூலம் அவர்களுக்கு ஏற்படும் பாதிப்புகளைக் களைய முடியும். நிறுவனங்கள் தங்களைச் சுற்றியுள்ள சமூகத்திற்கு பாதிப்பை ஏற்படுத்திவிட்டு தனித்து இயங்க முடியாது. அதேபோல் வாடிக்கையாளர்க்கும் நிறுவனத்தில் நடைபெறும் தவறுகளைச் சுட்டிக்காட்டி அவற்றைச் சரி செய்ய முயல்வதன் மூலம், நிறுவனம் சரியான பொருட்களையும், சேவைகளையும் வாடிக்கையாளர்களுக்கு வழங்குவதை உறுதி செய்ய முடியும். பயனாளிகளின் கடமைகள் குறித்து அட்டவணை 20இல் விரிவாகத் தரப்பட்டுள்ளது.

அட்டவணை 20. தணிக்கைப் பயனாளிகளும் அவர்களின் கடமைகளும்

பயனாளிகள்	பயனாளிகளின் கடமைகள்
நிர்வாகம் மற்றும் பணியாளர்கள்	தணிக்கை சுட்டிக் காட்டிய தவறு மற்றும் குறைகளைக் களைதல்; அவை மீண்டும் நிகழா வண்ணம் தவிர்த்தல்; அதனைக் கண்காணித்தல்; அகக் கட்டுப்பாடுகளை வலுப்படுத்துதல். சரியான நபர்களைப் பணிய மர்த்துதல் வேண்டும்.

பங்குதாரர்கள் மற்றும் முதலீட்டாளர்கள்	நேரடிப் பயனாளிகள்	பணியாளர்கள் தங்கள் பணியைச் சரியாகவும், கவனமாகவும், நேர்மையாகவும் செய்வதை உறுதி செய்ய வேண்டும்.
		தணிக்கை அறிக்கையின் மேல் தக்க நடவடிக்கை எடுப்பதை உறுதி செய்தல். நிர்வாகத்தை மேம்படுத்த நிர்வாகம் எடுக்கும் முடிவுகளுக்கு அனுமதி வழங்கல் மற்றும் தவறான முடிவுகளுக்கு அனுமதி மறுத்தல்; தேவை கருதி நிர்வாக முறையில் மாற்றங்களை அனுமதிக்க வேண்டும்.
வாடிக்கையாளர்கள்	சார்புநிலை பயனாளிகள்	நிறுவனத்தின் நிர்வாக முடிவுகளில் வாடிக்கையாளர்களுக்கென தனிப்பட்ட கடமைகள் ஏதுமில்லை. ஆனால், நிறுவனத்தின் உற்பத்திப் பொருட்களையும், சேவைகளையும் அவற்றின் தரம் குறித்து ஆய்வு செய்து முடிவெடுத்தல். வாடிக்கையாளர்களின் ஆதரவும், புறக்கணிப்பும் நிறுவனத்தின் நிர்வாகத்திற்கு மறைமுகமாக அழுத்தம் தரும் சூழல் உருவாகும்.
சார்பு மற்றும் நிதி நிறுவனங்கள்		நிறுவனத்தின் சார்பு மற்றும் நிறுவனத்திற்கு கடன் வழங்கும் நிதி நிறுவனங்கள் நிறுவனத்தில் நிகழும் தவறுகள் மற்றும் குறைகளால் நேரடியாக பாதிக்கப்படுகின்றன. நிறுவனம் சிறப்பாகவும் தொடர்ந்தும் செயல்படுவதில் இரு வகையினருக்கும் அக்கறை உண்டு. ஆகையால் தக்க வகையில் நிறுவனத்திற்கு அழுத்தம் கொடுக்க வேண்டும்.
அரசு மற்றும் கட்டுப்பாட்டு நெறியாளர்கள்		தணிக்கை அறிக்கைகளின் மேல் சரியான நடவடிக்கைகள் மேற்கொள்வதை உறுதி செய்தல் மற்றும் கண்காணித்தல். நிறுவனம் சட்ட, விதி மற்றும் ஒழுங்குமுறைகளுக்ிணங்க செயல்படுதலை உறுதி செய்ய வேண்டும். அவ்வாறு செயல்படாத நிலையில் தக்க நடவடிக்கைகள் மேற்கொள்ள நடவடிக்கை எடுக்க வேண்டும்.

பொது மக்கள் மற்றும் சமூக ஆர்வலர்கள்	பொதுப் பயனாளிகள்	நிறுவனம் செயல்படும் பகுதியைச் சார்ந்த வர்கள். நிறுவனத்தின் சமூகக் கடமையில் தொடர்பு உடையவர்கள்.
		நிறுவனத்தின் செயல்பாட்டால் ஏற்படும் சுற்றுச்சூழல் விளைவு களுக்கு தொடர்பு உடையவர்கள், சமூகத்தை பாதிக்கும் நிறுவனக் குறைபாடுகளையும் தவறு களையும் சரிசெய்வதற்கு தக்க நடவடிக்கை எடுக்க அழுத்தம் தர வேண்டும்.

தவறுகளைச் சுட்டிக் காட்டுவது, தணிக்கையரின் பணி என்றால், ஒரு நிறுவனம், தனது தவறுகளைத் திருத்திக் கொள்வதைக் கண்காணிப்பது ஒவ்வொரு பயனாளியினுடைய சமூகக் கடமையும் ஆகும். ஆயினும் பயனாளிகள் அனைத்து தவறுகளையும் குறை களையும் கண்காணிக்க முடியாது. தனக்கு தொடர்புடைய, தன்னை பாதிக்கக் கூடிய தவறுகளையும், குறைகளையும் கண்காணித்தாலே, நிறுவனத்தை தனக்கும் சமூகத்திற்கும் நன்மை பயக்கத் தக்கதாக மாற்ற முடியும் என்பது உறுதி.

சிந்திக்க...

1. தணிக்கையின் பயனாளிகள் அனைவரும் தங்கள் கடமைகளைச் சரியாகச் செய்வதை உறுதி செய்ய முடியாது. ஏன் என்று எண்ணிப் பார்க்க.

2. தணிக்கையின் சார்பு நிலைப் பயனாளிகளும் பொதுப் பயனாளிகளும் தங்கள் கடமைகளைச் செய்வதை தணிக்கையர் கண்காணிக்க முடியாது. தணிக்கையர் நேரடிப் பயனாளிகளுக்கு மட்டுமே வழிகாட்ட முடியும். உண்மைத் தன்மையை அறிக.

3. தணிக்கைப் பயனாளிகள் அனைவரின் ஐயங்களையும் தீர்த்து வைக்கும் கடமைத் தணிக்கையருக்கு இல்லை. உண்மையா என எண்ணிப் பார்க்க.

26. சீர்மிகு நிர்வாகத்திற்கான தணிக்கை

பொதுத் துறையாயினும், தனியார் துறையாயினும், தணிக்கையின் நோக்கமும், நிர்வாகத்தின் நோக்கமும் ஒன்றே என்பதனை முன்னரே கற்றுள்ளோம். இரண்டுமே நிர்வாகத் திறனை மேம்படுத்தி, அதன் நோக்கத்தையும் இலக்குகளையும் எட்டுவதையே இலக்காகக் கொண்டவை. அதனை உறுதி செய்வதே சீர்மிகு நிர்வாகம். அத்தகு நிர்வாகத்தை எட்ட, தணிக்கை எவ்வகையில் உதவ முடியும் என்பதை இங்கே காணலாம்.

26.1. சீர்மிகு நிர்வாகம்

சீர்மிகு நிர்வாகம் என்பது நிறுவனத்தின் நோக்கத்தை எளிதிலும் நேர்மையான வகையிலும் எட்ட வல்லதாக கட்டமைக்கப்பட்ட நிர்வாக அமைப்பைக் குறிப்பது. ஒரு நிர்வாகம் வரையறை செய்யப் பட்ட கட்டுப்பாட்டுக்குள் செயல்பட்டு, பயனாளிகளுக்கு அதிக பலன் களைத் தரும் வகையில் செயல்பட வல்லது. சீர்மிகு நிர்வாகத்தை "நிர்வாகத்தின் நோக்கத்தை சரியாகவும் உரிய வழிகளில் எட்ட வல்லதாகவும், மேன்மையான நிதி மேலாண்மை மிக்கதாகவும், பயனாளிகளுக்கு உரிய சேவைகளை நல்ல தரத்தில் உரிய காலத்தில் வழங்க வல்லதாகவும், பயனாளிகள் எளிதில் அணுகும் வண்ணம் கட்டமைக்கப்பெற்ற நிர்வாக முறை" என வரையறை செய்யலாம். நிறுவனத்தின் நோக்கம் பொதுத் துறை அமைப்புகளுக்கும், தனியார் துறை அமைப்புகளுக்கும், தனியார் துறை அமைப்புகளினூடே ஒவ்வொரு நிறுவனத்திற்கும் வேறுபட்டதாக இருக்கும். ஆதலால், சீர்மிகு நிர்வாகத்திற்கான கட்டமைப்பைப் பொதுவான அமைப்பாகக் கருத முடியாது. அதற்கென தனிப்பட்ட வரையறை ஏதும் கிடையாது. அவ்வாறு குறிப்பிட்ட வரையறைக்குள் செயல்பட்டாலும், அந்த நிர்வாக அமைப்பு சிறப்பாக செயல்படுவதாக உறுதியளிக்க முடியாது. ஆனாலும் அவற்றின் அடிப்படைக் கூறுகள் பொதுவாக அமைவதுண்டு. அவைகளைப் பின்வரும் பட்டியலுக்குள் அடக்கலாம்.

1. நிர்வாகக் கட்டமைப்பு எளிதாகவும் நிலைத்தன்மை வாய்ந்த தாகவும் இருக்க வேண்டும். நிர்வாகத்திற்குள் அமைக்கப் பெற்ற கட்டுப்பாடுகளை முழுவதுமாக செயல்படுத்துவதன்

மூலம் நிலைத்தன்மையை உறுதி செய்வதாக அமைக்க முடியும். நிர்வாக அமைப்பு எளிமையாக இருப்பதன் மூலம் அதன் செயல்திறன் அதிகரிக்கும்.

2. நிர்வாகம் தன் இலக்கை நோக்கி நகர்கையில் குறைந்த வளங்களைப் பின்பற்றி அதிக பலன்களைப் பெறத்தக்க வகையில் கட்டமைக்கப்பட்டிருக்க வேண்டும். நிறுவனத்தின் நோக்கத்தையும் இலக்குகளையும் எட்டுவதில் வேகமும், வளங்களைப் பயன்படுத்துவதில் விவேகமும் கொண்ட நிர்வாக அமைப்பு இருக்க வேண்டும்.

3. நிறுவனத்தின் நிதி மேலாண்மை செலவினத்தில் சிக்கன மாகவும் வரவினங்களைப் பெருக்குவதாகவும், கணக்கு, வழக்குகளை முறையாகப் பராமரிக்க வல்லதாகவும் இருக்க வேண்டும். நிதி மேலாண்மைக் கட்டமைப்பு திறம்பட செயல்பட்டு, தவறுகள், முறைகேடுகள் மற்றும் நிதி இழப்பு களைத் தவிர்க்கும் வகையில் கட்டமைக்கப்பட்டிருப்பது சீர்மிகு நிர்வாகத்தின் அடிப்படையாகும். நிறுவனத்தின் முழு வருமானத்தை வசூலிக்கும் முறையை உறுதி செய்வதாக அமைக்கப்பட்டிருக்க வேண்டும்.

4. நிறுவனத்தின் பயனாளிகள் நிறுவனத்தை எளிதில் அணுக வல்லதாக இருக்க வேண்டும். நிறுவனத்தின் பயனாளிகளின் தேவைகளை நிவர்த்தி செய்யும் அமைப்பிலும், அவர்களின் குறைகளைத் தீர்க்கும் அமைப்பிலும் நிர்வாகம் கவனம் செலுத்த வேண்டும். அதனைக் குறித்த காலத்தில் செய்யும் வகையில் அமைந்திருக்க வேண்டும்.

5. நிறுவனம் வெளிப்படைத் தன்மையுடன் செயல்படு வதாகவும், நிர்வாகத்தின் செயல்பாடு மற்றும் நோக்கம் குறித்து ஐயம் எழாத வகையில் செயல்படும் வகையிலும் அமைக்கப்பட்டிருக்க வேண்டும்.

6. நிர்வாகமானது நாட்டின் சட்ட வரையறைக்குள் செயல்பட்டு, சமூகத்திற்கும் சுற்றுச் சூழலுக்கும் பாதிப்பு ஏற்படாத வகையில் செயல்படும் நிர்வாக அமைப்பைக் கொண்டிருக்க வேண்டும்.

26.2. நிர்வாகம் மற்றும் தணிக்கையின் நோக்கம்

ஒரு நிறுவனத்தின் நிர்வாகம் மற்றும் தணிக்கை இரண்டுக்கு மிடையேயான தொடர்பை அந்நிறுவனத்தின் கட்டுப்பாடுகள் குறித்தும், அந்நிறுவனத்தின் செயல்பாடுகள் குறித்தும் தணிக்கைக்

கருத்துக்களை நிர்வாகத்திடம் தெரிவிப்பதன் மூலமும், தணிக்கை சீர்மிகு நிர்வாகத்திற்கு உறுதுணையாக செயல்பட முடியும். இதனை விளக்கப்படம் 19இன் மூலம் நன்கு புரிந்து கொள்ள முடியும்.

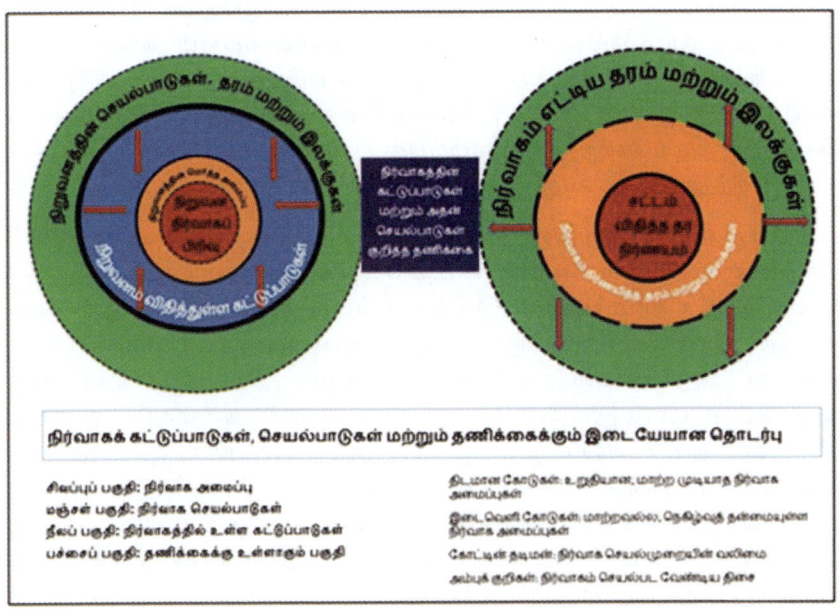

விளக்கப்படம் 19. நிர்வாகம் மற்றும் தணிக்கையின் நோக்கமும் செயல்பாடும்

நிறுவனத்தின் செயல்பாடுகளில் மையமாக அமைவது அதன் நிர்வாகப் பிரிவு. அதனைச் சுற்றி நிறுவனத்தின் பிற பிரிவுகளிலும் நிர்வாக செயல்முறைகள் பரந்து கிடக்கின்றன. அனைத்து நிர்வாக அமைப்புகளையும் நெறிப்படுத்தி அதனை ஒரு கட்டுக்குள் வைத்திருப்பது நிர்வாகத்தின் அகக் கட்டுப்பாடுகளே. இந்த அகக் கட்டுப்பாடுகள் நிர்வாகத்தின் செயல்பாட்டு எல்லையை நிர்ணயிக் கின்றன. அந்த எல்லை மாற்றமுடியாத கடினமான கட்டுப்பாடுகளால் கட்டமைக்கப்படுகின்றன. அந்த எல்லை உள் நோக்கி அழுத்தி செயல்படும் தன்மை கொண்டவை. அந்தக் கட்டுப்பாடுகளுக்குள் நிறுவனம் செயல்பட முழு உரிமையும், அதிகாரமும் உண்டு. ஆனால் எல்லையை மீறி செயல்படும் அதிகாரமும் உரிமையும் நிறுவனத்திற்கு இருப்பதில்லை. அவ்வாறு கட்டுப்பாடுகளை மீறி செயல்படும் சூழல் எழுந்தால், அது நிறுவனக் குழு ஏற்படுத்திய வரையறைக்குட்பட்டே செயல்பட முடியும். ஒரு நிறுவனம் அந்தக் கட்டுப்பாடுகளுக்கு

உட்பட்டு செயல்படுகின்றன என்பதை உறுதி செய்வது தணிக்கையின் பணியாகும். இங்கே கவனிக்க வேண்டுவது தணிக்கைக் கட்டுப்பாடு களை ஏற்படுத்துவதில்லை. அது நிறுவனம் ஏற்படுத்திய கட்டுப்பாடு களின் செயல்படும் விதத்தை ஆய்வு செய்து, இணக்கமற்ற நிகழ்வு களையும், தரமற்ற கட்டுப்பாடுகளின் நிலையையும் கண்டறிந்து, நிர்வாகத்திடம் தக்க நடவடிக்கை எடுக்கப் பரிந்துரைக்கின்றது. இந்தத் தணிக்கை நிகழ்வில் சீர்மிகு நிர்வாகத்தின் கூறுகளுக்கு முக்கியத்துவம் செலுத்தி அதற்கேற்ற கட்டமைப்புகள் செயல்படும் விதம் குறித்து தக்க பரிந்துரைகள் வழங்குவது தணிக்கையரின் பணியாகும்.

பொதுவாக, நிறுவனத்தின் செயல்பாடுகள் குறைந்தபட்ச செயல் பாடுகள் என்பதன் அடிப்படையிலேயே அமைகின்றன. இந்தக் குறைந்தபட்ச தரம் மற்றும் இலக்கு என்பன அரசு மற்றும் நிறுவனம் சார்ந்த துறையை ஒழுங்குபடுத்தும் ஆணையத்தால் நிர்ணயிக்கப் படுவது. அது மக்கள் நலன் சார்ந்ததாகவும், நிறுவனம் செயல்பட வழங்கப்பட்ட அனுமதியின் அடிப்படையிலும் அமையும். ஆனால், நிறுவனம் தன் வளர்ச்சி இலக்குகளின் அடிப்படையில், குறைந்தபட்ச செயல்பாடுகளுக்கும் மேலாக மேம்பட்ட தரம் மற்றும், அதிகப் படியான இலக்குகளை நிர்ணயிக்க முடியும். சீர்மிகு நிர்வாகம் என்பது குறைந்தபட்ச செயல்பாடுகளைக் கடந்து, நிறுவனத்தால் நிர்ணயிக்கப் பட்ட இலக்குகள் மற்றும் தரத்தை எட்டவல்ல செயல்பாடுகளைக் குறிக்கும். நிறுவனத்தின் ஆண்டு திட்டமிடலும் நிறுவனத்தின் குறிக்கோளும் நிர்ணயிக்கப்பட்ட தரத்தையும் இலக்கையும் கடந்து அதிகப்படியான சேவையை வழங்குவது அல்லது உற்பத்தி செய்வதைக் குறிக்கும். இலக்குகளையும் தரத்தையும் எட்டவல்ல நிர்வாகச் செயல்பாடு எப்போதும் வெளிப்புறமாக உந்து சக்தியை வெளிப்படுத்து வதாக அமையும். ஆகவே நிறுவனம் உண்மையில் களநிலவரத்தில் எட்டிய தரமும் இலக்குகளும் நிர்ணயிக்கப்பட்ட இலக்குகளை விட அதிகமாகும் போது நிறுவனம் வெற்றியை உறுதி செய்கிறது.

தணிக்கை தக்க ஆய்வுகளின் அடிப்படையில், இலக்குகளை எட்டுவதில் உள்ள வழிவகைகளையும், அவற்றை எட்டுவதில் உள்ள சிக்கல்களையும், அச்சிக்கல்களைக் களைந்து, மேம்பட்ட இலக்கையும் தரத்தையும் உறுதி செய்ய தக்க பரிந்துரைகளை வழங்குகின்றது. இந்தத் தணிக்கை நிகழ்வில் சீர்மிகு நிர்வாகத்தின் கூறுகளுக்கு முக்கியத்துவம் செலுத்தி அதற்கேற்ற செயல்முறைகளை வகுத்து, அவற்றை நிறை வேற்றும் விதம் குறித்து தக்க பரிந்துரைகள் வழங்குவது தணிக்கையரின் பணியாகும். குறிப்பாக, எளிமையான செயல்முறைகளையும், சேவையைப்

பயனாளிகளின் வாசற்படியிலும், குறித்த காலத்திலும், குறைந்த கட்டணத்தின் அடிப்படையிலும் வழங்கும் வகையில் செயல் முறைகளை வகுப்பதை உறுதி செய்வதன்மூலம் சீர்மிகு நிர்வாகத்திற்கு தணிக்கை உறுதுணையாக இருக்க முடியும்.

ஒரு நிர்வாகத்தில் தணிக்கை (1) கட்டமைப்பிற்கு வெளியே செயல் படும் நிர்வாகச் செயல்முறையைத் தடுப்பதையும், (2) நிர்ணயிக்கப்பட்ட இலக்கைக் கடந்து நிறுவனம் செயல்படும் முறையை ஊக்கப்படுத்து வதையும், நிறுவனம் வழங்கும் சேவையின் தரம், காலம், செலவினம், எளிமை மற்றும் பயனாளர் திருப்தி என்ற அடிப்படையில் செயல் படுவதை உறுதிப்படுத்துவதன் மூலம் சீர்மிகு நிர்வாகத்தையும் உறுதி செய்யும் வகையில் மேற்கொள்ளப்பட வேண்டும். தணிக்கையின் நோக்கமும், அணுகுமுறையும், அது கொடுக்கும் அறிக்கைகளும், பரிந்துரைகளும் சீர்மிகு நிர்வாகக் கூறுகளை வெளிப்படுத்தும் வண்ணம் அமைய வேண்டும்.

26.3. நிர்வாக மேம்பாட்டில் தணிக்கையின் பங்கு

நிர்வாகத்திற்கும் தணிக்கைக்கும் இடையேயான தொடர்பு நிறுவனத்தின் கட்டமைப்பை வலுப்படுத்தி, செயல்பாடுகளை சீரமைத்து நிறுவனத்தின் நோக்கத்தை எட்டுவதற்கு வழிவகுக்கும் வகையில் அமைந்திருக்க வேண்டும். சீர்மிகு நிர்வாகத்தினால் கிட்டும் பலன்களுக்குத் தணிக்கை தூண்டுகோலாக அமைவதற்குரிய வாய்ப்புகள் பல உண்டு. தணிக்கை அமைப்பு முறை சிறப்பாக செயல்படுகையில் அத்தகு வாய்ப்புகள் இயல்பாகவே அமையும்.

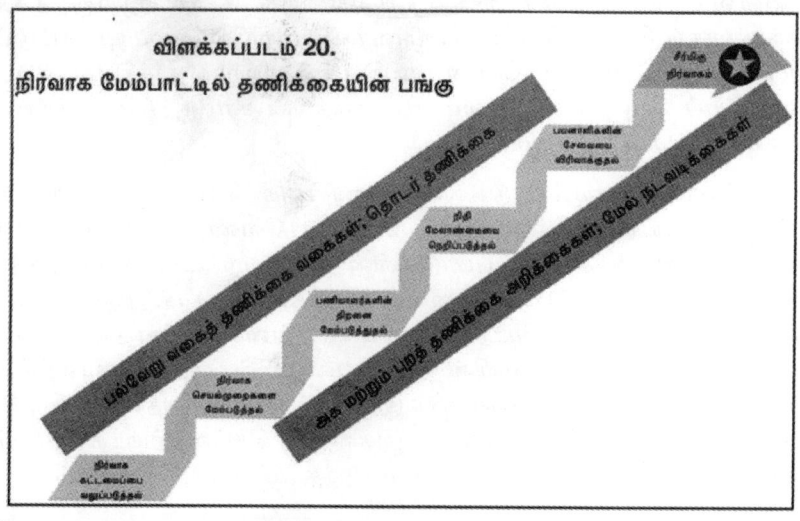

சீர்மிகு நிர்வாகத்தை கட்டமைக்க தணிக்கை எந்த விதத்தில் உதவிகரமாக இருக்க முடியும் என்பதை பின்வரும் பகுப்பாய்வு மூலம் அறியலாம். விளக்கப்படம் 20 ஐக் காண்க.

1. நிர்வாகக் கட்டமைப்பு

சிறப்பான நிர்வாகத்திற்கென கட்டமைப்பு இல்லாத நிலையில், நிர்வாகம் ஏற்படுத்திய கட்டமைப்பு, நிறுவனத்தின் நோக்கத்தை எளிதில் எட்டுவதற்கு உறுதுணை செய்யும் வகையில் அமைக்கப் பட்டுள்ளதா என்பது குறித்து தணிக்கையர், தன் தணிக்கை அறிக்கை மூலம் பரிந்துரை செய்ய வேண்டும். அவை எளிதில் செயல்படுத்தத் தக்கதாக இருக்க வேண்டும். கட்டமைப்பை ஆய்வு செய்வதில், மேற்கண்ட சீர்மிகு நிர்வாகக் கூறுகள் வெளிப்படுகின்றனவா என்பதனை தணிக்கை மூலம் வெளிப்படுத்த வேண்டும். நிர்வாகத் தவறுகளைத் தவிர்ப்பதற்கும், பயனாளிகள் எளிதில் பயன் பெறும் வகையிலான கட்டமைப்பிற்கும் இடையே தக்க சமநிலையைப் பேணுவதே சீர்மிகு நிர்வாகத்திற்கான கட்டமைப்பு. அதனை தணிக்கை சுட்டிக் காட்ட வேண்டும்.

2. நிர்வாகச் செயல்பாடுகள்

நிர்வாகத்தின் செயல்முறைகளில் நிகழும் குறைகளையும், தவறுகளையும் சுட்டிக்காட்டி நிர்வாகத்தை செம்மைப்படுத்த வேண்டிய கடமை தணிக்கையின் தலையாய கடமை ஆகும். தணிக்கையின் முக்கிய நோக்கமே அதுதான். செயல்முறையில் உள்ள இடர்கள், கால தாமதம், தரக்குறைவு முதலானவற்றை தக்க காரண-விளைவுகளோடு கண்டறிந்து அவற்றைக் களைவதற்கு தக்க பரிந்துரைகள் செய்ய வேண்டும். நிர்வாக முறையில் அமையும் கட்டுப் பாடுகளுக்கும், அடைய வேண்டிய இலக்கு மற்றும் தரத்திற்கான சம நிலையைப் பேணுவதன் மூலம் நிறுவனத்தின் சீர்மிகு நிர்வாகத்திற்கு தணிக்கை உதவ முடியும்.

நிர்வாகச் செயல்பாடுகளைத் தணிக்கை செய்வதில் இரண்டு முக்கிய விடயங்களைக் கருத்தில் கொள்ள வேண்டும். 1) நிர்வாகக் குறைபாடுகள் அகக் கட்டுப்பாடுகளின் குறைபாட்டால் ஏற்படுவதா அல்லது அகக் கட்டுப்பாடுகளைப் புறக்கணிப்பதால் ஏற்படுவதா என்பதை தணிக்கை கண்டறிந்து தக்க பரிந்துரை செய்ய வேண்டும். 2) தணிக்கை இடர் ஆய்வின் அடிப்படையில் குறித்த காலத்தில் நிகழ்த்தப் பெற்று, தவறு சிறியதாக இருக்கும் போதே அதனைத் திருத்த வாய்ப்பு ஏற்படுத்த வேண்டும். இதனைச் செய்வதற்கு நிர்வாகம் தணிக்கைக்குத் தக்க வாய்ப்பை ஏற்படுத்த முன்வர வேண்டும்.

3. பணியாளர்களின் செயல்பாடுகள்

சீர்மிகு நிர்வாகத்திற்கு நிறுவனத்தில் பணி புரியும் பணியாளர்களின் திறமை மற்றும் அணுகு முறை மிக முக்கியமானது. பணியாளர்கள் நேர்மையானவர்களாகவும், தங்களது பணியைத் திறம்பட செய்யவல்ல தகுதி மற்றும் செயல்திறன் பெற்றவர்களாகவும் இருக்க வேண்டும். பயனாளிகளோடு நேரடித் தொடர்புடையவர்களுக்கு இத்தகுதிகள் மிக முக்கியம். அவர்களே பயனாளிகளிடம் நிறுவனம் குறித்த நன்மதிப்பை ஏற்படுத்தவல்லவர்கள். ஆகவே தணிக்கைப் பணியாளர்களின் செயல் திறன் குறித்தும் அவர்களுக்கு அளிக்கப்பட்ட பயிற்சி மற்றும் திறன் மேம்பாடு குறித்து தணிக்கை செய்து, தக்க பரிந்துரை செய்ய வேண்டும். குறித்த பணிக்குச் சரியான பணியாளரைத் தேர்வு செய்வதற்கும், பணியாளர்களுக்கிடையே பணி சுழற்சியை பின்பற்றுவதற்கும், பணியார்களுக்கிடையே பணி திருப்தியை பேணுவதற்கும் இடையேயான சமநிலையைப் பேணுவது சீர்மிகு நிர்வாகத்திற்கு தேவையானதாகும். அதற்குரிய சூழலை நிர்வாகம் உருவாக்கியுள்ளதா என்பதை தணிக்கைக் கண்டறிந்து தக்க பரிந்துரை வழங்க வேண்டும்.

4. நிதி மேலாண்மை

நிதிச் செயல்பாடுகள் நிறுவனத்தின் வெற்றி தோல்விக்கு மட்டுமல்ல, சீர்மிகு நிர்வாகத்திற்கும் அடிப்படையாக அமைகின்றன. நிதி மேலாண்மை சிறப்பாக இருக்கையில் அதிக இலாபம் ஈட்டி நிறுவனப் பங்குதாரர்களுக்கு அதிக வருமானத்தைக் கொடுத்து வளமாக்கும் என்பது பொது அறிவு. அதே வேளையில், சிறந்த நிதி நிர்வாகம், நிர்வாகம் பிற பயனாளிகளுக்கு வழங்கும் சேவையில் சிறப்பான கவனம் செலுத்தத் தேவையான சூழலை உருவாக்க முக்கிய வளமாக அமைகின்றது. ஆகவே, இலாபத்தை மட்டுமே நோக்கமாகக் கொண்டு செயல்படாமல், பயனாளிகளுக்கான சேவையை முக்கியமாகக் கருதி நிறுவனம் செயல்படும் போது, சிறந்த சேவையைக் குறித்த காலத்தில் வழங்கவல்ல கட்டமைப்பை ஏற்படுத்தவும், அதற்குரிய செயல்முறைகளைப் பின்பற்றவும் நிதி தேவைப்படுகின்றது. சிறந்த நிதி மேலாண்மைக்கு தணிக்கை அளிக்கவல்ல பங்கு குறித்து, இந்த நூலின் பல்வேறு பகுதிகளில் விரிவாகக் கற்றுள்ளோம்.

5. நிர்வாக சேவை முன்னெடுப்புகள்

ஒரு நிறுவனம் வழங்கக் கூடிய சேவைகளின் மேம்பாட்டை உறுதி செய்யும் வழிமுறைகளை நிறுவனமே முன்னின்று மேற்கொள்ள

வேண்டும். நிறுவனம் தனது பயனாளிகளுக்குத் தேவையான வற்றைக் கண்டறிந்து காலச் சூழலுக்கு ஏற்றவாறு தரம் உயர்ந்த சேவையைத் தாமாக முன் வந்து அளிக்க வேண்டும். அத்தகு சேவை வழங்குவது கட்டாயமாக்கப்படும் வரையோ அல்லது நிறுவனம் உந்தப்படும் வரையோ காத்திராமல், பயனாளிகளுக்கு நன்மை பயப்பனவற்றை முன்னரே அறிமுகப்படுத்துவது சீர்மிகு நிர்வாகத்தின் கூறாகும். அவ்வாறு நிறுவனம் மேற்கொள்ளும் முயற்சியைத் தணிக்கை அங்கீகரிக்க வேண்டும். சில சூழல்களில், அவை நிர்வாகக் கட்டுப் பாடுகளைக் கடந்தவைகளாக இருக்கலாம். அகக் கட்டுப்பாடுகள் முறையாகப் பின்பற்றப்படுவதைத் தணிக்கை உறுதி செய்ய வேண்டும். ஆனால் நிறுவனத்தின் சேவை வழங்கும் திறனை மேம்படுத்து வதற்காக எடுக்கப்படும் புது முயற்சிகளுக்கு வாய்ப்பு தரும் வகையில் அகக் கட்டுப்பாடுகள் அமைக்கப்படுவதைத் தணிக்கைப் பரிந்துரை செய்ய வேண்டும். நிறுவனக் கட்டுப்பாடுகளுக்கும், நிறுவனத்தின் புதிய முன்னெடுப்புகளுக்கும் இடையேயான சமநிலையைப் பேணுவது தணிக்கையின் கடமையாகும்.

நிறுவனம் சேவை வழங்கும் முறையை எளிமைப்படுத்துவதும், அதற்குரிய காலத்தைக் குறைப்பதும், அதன் தரத்தை மேம்படுத்துவதும், பயனாளிகள் நிறுவனத்திற்கு வரத் தேவையின்றி, நிறுவனமே பயனாளிகளைத் தேடிச் சென்று சேவை வழங்குவதும் நவீன சீர்மிகு நிர்வாகத்தின் கூறுகளாக அமையும். நிறுவனத்தின் அவ்வாறான முயற்சிகளை அங்கீகரித்து, அவற்றிற்குரிய கட்டுப்பாடுகளையும், செயல்முறைகளையும் உருவாக்க நிறுவனத்தைத் தூண்டுவது தணிக்கையின் பணியாகும்.

6. குறைகளும் தவறுகளும்

நிறுவனத்தில் நிகழும் சீர்மிகு நிர்வாகம் பற்றிய நடைமுறைகளை நிறுவனத்தில் கட்டமைக்கப்பட்டுள்ள குறைகள் மற்றும் தவறுகளைச் சரி செய்யும் முறைகள் குறித்து ஆய்வு செய்வதன் மூலம் குறிப்பாக உணர்ந்து கொள்ள முடியும். தவறுகளையும் குறைகளையும் களையும் முறை, அவை நடைபெறாமல் தடுக்க வடிவமைக்கப்பட்ட வழி வகைகள், அவ்வாறு நடந்தால் அவற்றை சரிக்கட்ட அமைந்துள்ள வழிமுறைகள், நிர்வாகத்தின் அணுகுமுறைகள் முதலியவை சீர்மிகு நிர்வாகத்தைப் பிரதிபலிப்பன. குறிப்பாக சுட்டிக் காட்டப்படும் தவறுகளையும் குறைகளையும் ஏற்றுக் கொண்டு அவற்றை சரி செய்ய முன்வரும் நிறுவனம், சீர்மிகு நிர்வாகத்தைப் பின்பற்றும் நிறுவனம் எனக் கொள்ளலாம். அவ்வாறே தவறுகள் மற்றும் குறைகள் நிகழவுள்ள வாய்ப்புகளை முன் கூட்டியே கண்டறிந்து அவற்றைக்

களையும் நிறுவனம் சீர்மிகு நிர்வாகத்தில் முன்னோடி நிறுவனமாகக் கருதப்படும். தவறுகள் மற்றும் குறைகள் நிகழவுள்ள வாய்ப்புகளைக் கண்டறிந்து அவற்றை முன்கூட்டியே தடுக்க நிறுவனத்திற்கு உதவுவது தணிக்கையின் பணியாகும். அதுவே சீர்மிகு நிர்வாகத்தின் முன்னோடியாகத் திகழ வழிவகுக்கும்.

சீர்மிகு நிர்வாகத்திற்கு வழிநடத்த, அதனை உறுதி செய்ய தணிக்கை நேரடியாகப் பங்கு வகிக்கின்றது. ஆனால் அதன் வெற்றி யானது, தணிக்கையின் கண்டுபிடிப்புகளையும், பரிந்துரைகளையும் நிறுவனம் பயன்படுத்திக் கொள்ளும் முறையைப் பொருத்தே அமையும். தணிக்கைக்கு நன்கு ஒத்துழைத்து, அதன் பரிந்துரைகளைச் சரியான விதத்தில் பின்பற்றுவது அந்நிறுவனத்தில் சீர்மிகு நிர்வாகத்தை உறுதி செய்யும். தணிக்கையும் நிறுவனத்தின் வளர்ச்சியில் அக்கறை செலுத்தி சரியான, தரமான நடைமுறைப்படுத்த வல்ல பரிந்துரைகளை வழங்கினால் சீர்மிகு நிர்வாகத்தை உண்மை யிலேயே நிலை நாட்ட முடியும்.

26.4. தணிக்கையின் தோல்வி

தணிக்கையர், தன் கடமையைச் சரிவர செய்யாமல், அல்லது உள் நோக்கத்தோடு தணிக்கை அறிக்கையில் உண்மை நிலையை மறைத்துக் கூறுவதும், அதனால் நிர்வாகத்தில் உள்ள குற்றம் மற்றும் தவறுகளைச் சுட்டிக் கட்டாமல் விடுவதும், தணிக்கையின் பயனாளர் களுக்கு நிறுவனம் குறித்த உண்மை நிலையை மறைப்பதும், அதனால் நிறுவனத்திற்கும் அதன் பயனாளிகளுக்கும் நிதியிழப்பும், பொருளிழப்பும் ஏற்படும் சூழலும், நிறுவனம் அதன் நோக்கத்தை எட்ட முடியாத நிலையும் தணிக்கையின் தோல்வியைக் குறிப்பதாகும். தணிக்கையின் கட்டுப்பாடுகளைக் கடந்த நிறுவனத்தின் தோல்வியைத் தணிக்கையின் தோல்வி எனக் கருதலாகாது. தணிக்கையரின் கவனக் குறைவாலும் திட்டமிட்ட செயலாலும் ஏற்படுவதே தணிக்கையின் தோல்வியாகக் கருதப்படும். சரியாகத் திட்டமிடாமலும், உரிய தணிக்கைக் கருவிகளைக் கொண்டு ஆழமாக ஆய்வு செய்து, தணிக்கையில் கண்டு பிடிப்பதற்கு வாய்ப்புள்ள தவறுகளையும் குறைகளையும் கண்டு பிடிக்காமல் போவதும், கவனக் குறைவின் காரணமாக தரமற்ற தணிக்கை மேற்கொள்வதும் தணிக்கையின் தோல்வி என்றே கருத வேண்டும். அதுவே திட்டமிட்டு செய்யப்பட்டிருந்தால், தோல்வி என்பதையும் கடந்து தணிக்கை செய்த குற்றம் என்றே கருத வேண்டும்.

தணிக்கையின் வெற்றியும் சிறப்பாக செயல்படும் போது அதனால் ஏற்படும் விளைவுகளும் சீர்மிகு நிர்வாகத்திற்கு உதவி செய்வது

போல, தணிக்கையின் தவறுகளும் தணிக்கையின் தோல்விகளும் நிர்வாகத்தை பாதிக்கும். சில சமயம் நிர்வாகத்தை சீர்குலைக்கும் நிலையையும் ஏற்படுத்தும். மேலும், தணிக்கையின் தோல்விகள் நிறுவனத்தையும், அதன் பயனாளிகளை மட்டும் பாதிப்பதில்லை. அது நாட்டின் பொருளாதாரத்திலும், அரசியல் நிகழ்வுகளிலும் பாதிப்பை ஏற்படுத்தவல்லது. சில சமயங்களில் ஈடுகட்ட முடியாததாக இருக்கும்.

தணிக்கையின் கவனக் குறைவால் ஏற்படும் விளைவுகளைவிட தணிக்கையர் நிர்வாகத்துடன் கை கோர்ப்பதால் ஏற்படும் விளைவுகள் மிக மோசமாக இருக்கும். அது தணிக்கையின் தோல்வி என்பதையும் கடந்து, தணிக்கை செய்யும் குற்றமாகவும் மோசடியாகவும் கருதப்படும். இந்தியாவிலும் உலக அரங்கிலும் தணிக்கையின் தவறுகளாலும், தோல்விகளாலும், தணிக்கை அறிக்கைகளாலும், நிறுவனத்திலும், நாட்டின் பொருளாதாரத்திலும் அரசியலிலும் மாபெரும் தாக்கத்தை ஏற்படுத்திய பல நிகழ்வுகள் உண்டு. அவை குறித்தக் குறிப்புகள் அடங்கிய தணிக்கைப் பட்டியல் பிற்சேர்க்கை 5இல் கொடுக்கப்பட்டுள்ளது.

சிந்திக்க....

1. தணிக்கை அறிக்கையால் மட்டும் சீர்மிகு நிர்வாகத்தை உருவாக்கவும் உறுதி செய்யவும் முடியாது. சீர்மிகு நிர்வாகத்தை உருவாக்க ஒரு கருவியாகவும், வழிகாட்டியாகவும் தணிக்கை விளங்க முடியும். எண்ணிப் பார்க்க.

2. நிர்வாகத்தின் நோக்கமும் தணிக்கையின் நோக்கமும் ஒன்றே என்றாலும், சீர்மிகு நிர்வாகத்தை உருவாக்குவதில் எவரின் பங்கு அதிகம் என எண்ணிப் பார்க்க.

3. தவறுகளும் குறைகளும் இல்லாத நிர்வாகம் சீர்மிகு நிர்வாகம் என்று அழைக்கும் தகுதியைப் பெறுகின்றனவா என எண்ணிப் பார்க்க.

4. சீர்மிகு நிர்வாகத்திற்கு தணிக்கை உதவி செய்யுமென்றால், ஒரு நிர்வாகம் சீர் கெட்டிருப்பதற்கும் தணிக்கை காரணமாகுமா என எண்ணிப் பார்க்க.

5. தணிக்கையின் தோல்வி நிர்வாகச் சீர்கேட்டிற்கு வழிவகுக்கும். மாறாக அனைத்து நிர்வாகச் சீர்கேடுகளுக்கும் தணிக்கை காரணம் அல்ல. இவ்விரு சொற்றொடர்களின் உண்மைத் தன்மையை அறிக.

பகுதி 5
தணிக்கை: ஓர் உலகளாவிய பார்வை

தணிக்கை ஓர் உலகம் படர்ந்த பணி. அனைத்து நாட்டவர்க்கும், அனைத்து நிறுவனங்களுக்கும் தேவையான பணி. நாடுகள் தோறும், நிறுவனங்கள் தோறும், தணிக்கை தொடர்பான சட்டங்களும், விதிமுறைகளும் வேறுபடலாம். ஆயினும், தணிக்கையின் அடிப்படைக் கூறுகள் அனைத்தும் ஒன்றே! பொதுவானதே! ஆகவே, தணிக்கையர்கள் ஒவ்வொருவரும், தணிக்கைத் துறை பற்றிய உலகளாவிய பார்வை கொண்டிருப்பது இன்றியமையாதது. துறையில் அவ்வப்போது நிகழும் மாற்றங்கள் குறித்தும், அதில் நிகழும் முன்னேற்றங்கள் குறித்தும் அறிந்து கொள்வது மிகவும் அவசியமாகும்.

இந்தப் பகுதியில் உலகத் தணிக்கை நெறிமுறைகள் பற்றியும், பன்னாட்டு நிதி அறிக்கை முறை குறித்தும், பன்னாட்டுப் பொதுத் துறைத் தணிக்கைத் தரநிலைகள் குறித்தும், சுருக்கக் குறிப்புகள் கொடுக்கப் பட்டுள்ளன. இவை தவிர, ஐக்கிய நாடுகள் சபை மற்றும் பன்னாட்டு நிறுவனங்களில் நிலவும் தணிக்கை முறைகள் குறித்தும், அமெரிக்கா உட்பட பிற நாடுகளில் நிலவும் தணிக்கை நடைமுறைகள் குறித்தும் எளிமையான விளக்கங்கள் தரப்பட்டுள்ளன.

இந்தியாவில் நிலவும் அரசு மற்றும் தனியார் துறை தணிக்கைச் சூழல் குறித்து அறிந்து கொள்வது மிகவும் இன்றியமையாதது. இந்தியாவில் தணிக்கை நெறிப்படுத்தும் அமைப்புகள் குறித்தும், தணிக்கை தொடர்பான சட்டங்கள் மற்றும் விதிகள் குறித்தும், இந்தியாவில் உள்ள தணிக்கை யாளர்கள் ஒவ்வொருவரும் அறிந்திருக்க வேண்டியது அவசியமாகிறது. அதற்குரிய விளக்கங்கள் தரப்பட்டுள்ளன.

இறுதியில், தணிக்கையின் எதிர்காலம் குறித்த தெளிவான விளக்கங்கள் தரப்பட்டுள்ளன. தணிக்கைத் துறை எதிர்கொள்ளும் சவால்கள், அதன் தற்போதைய பரிணாம வளர்ச்சி மற்றும் உருமாற்றம், மாற்றத்தை எதிர்கொள்ளத் தேவையான அணுகுமுறைகள், மாற்றத்தினால் தோன்றும் புதிய வாய்ப்புகள் குறித்தும் விரிவாக விளக்கப்பட்டுள்ளன.

தணிக்கைப் பணியானது தணிக்கை செய்யும் நிறுவனத்திற்கும், தணிக்கை செய்யப்படும் நிறுவனத்திற்கும் இடையிலான தொடர்பின் அடிப்படையிலானது. எனினும், மாறிவரும் சூழலில் தணிக்கை குறித்த உலகளாவிய பார்வை, தணிக்கையைச் சரியாகப் பயன்படுத்திக் கொள்ளவும் பயனாளிகளுக்கு நிறுவனம் குறித்த சரியான தகவல்களைத் தெரிவிக்கவும், தணிக்கையருக்கு உலகளாவிய பார்வை அவசியமாகிறது. மாறிவரும் பொருளாதாரச் சூழலும், தொழில்துறையில் ஏற்படும் மாற்றமும், தொழில்நுட்ப வளர்ச்சியும் மற்றும் சட்ட விதிகளில் ஏற்படும் மாற்றமும் தணிக்கைத் துறையில் உலகளாவிய மாற்றங்களை தொடர்ந்து ஏற்படுத்தி வருகின்றன. அவற்றை அறிந்து கொள்வது தணிக்கையரின் தகுதியையும் தணிக்கையின் தரத்தையும் உயர்த்தும்.

பன்னாட்டளவில் நிலவும் தணிக்கைச் சூழலை அறிந்து கொள்வது, தணிக்கையரும் தணிக்கை நிறுவனமும் தமக்குரிய வாய்ப்புகளைச் சரியாகக் கணிக்கவும், எதிர்காலம் குறித்துத் திட்டமிடவும் ஏதுவாக இருக்கும்.

27. உலகத் தணிக்கைக் கட்டமைப்பு

உலகத் தணிக்கைக் கட்டமைப்பை தனியார் பிரிவுத் தணிக்கை மற்றும், பொதுத்துறைத் தணிக்கை என இரண்டு பிரிவுகளாகப் பிரித்துப் பார்க்கும் போது நல்ல புரிதல் ஏற்படும். பொதுத் துறைத் தணிக்கை என்பது அரசு, அரசு நிறுவனங்கள், அரசு சார் அமைப்புகள் மற்றும் அரசிடமிருந்து நிதி பெற்றுச் செயல்படும் அமைப்புகள் போன்றவற்றை தணிக்கை செய்வதற்காக கட்டமைக்கப்பட்ட தணிக்கை அமைப்பு முறையாகும். மாறாக, தனியார் துறைத் தணிக்கைக் கட்டமைப்பானது தனியார் நிறுவனங்கள், அரசு சாரா தொண்டு நிறுவனங்கள், ஆய்வு நிறுவனங்கள், கல்விக் கூடங்கள், கூட்டுறவு நிறுவனங்கள் போன்றவற்றை தணிக்கை செய்வதற்கு ஏற்படுத்தப்பட்ட தணிக்கை அமைப்பு முறையாகும்.

27.1. தனியார் துறைத் தணிக்கை நெறியாளர்கள்

1. பன்னாட்டுத் தணிக்கை மற்றும் உறுதியளிப்பு தரநிலைகள் வாரியம்

இது International Auditing and Assurance Standards Board (IAASB), உலகத் தணிக்கைப் பணியில் பொது மக்களிடையே நம்பிக்கையை ஏற்படுத்தும் விதத்தில் தணிக்கை, உறுதியளிப்பு, மற்றும் தரக் கட்டுப்பாடு முதலியவற்றிற்க்கான உயர்வான தரநிலைகளை நிர்ணயிக்கிறது. இந்த IAASB என்பது IPAC என்று சொல்லக் கூடிய பன்னாட்டுத் தணிக்கைச் செயல்முறைகள் கமிட்டியின் மறு வடிவம். இது பன்னாட்டுக் கணக்காளர் கூட்டமைப்பின் (IFAC) ஆதரவுடன் செயல்படும் அமைப்பு. IPAC அமைப்பு 1991ம் ஆண்டு IAS பன்னாட்டுத் தணிக்கைத் தரநிலைகளை வெளியிட்டது. 2002ம் ஆண்டு IPAC என்பது IAASB என மாற்றியமைக்கப் பட்டது. இந்த அமைப்பு பன்னாட்டுத் தணிக்கைத் தரநிலைகளை நிர்ணயிக்கும் பணியைச் செய்து வருகிறது. இந்த நிறுவனம் பல நாடுகளின் தேசியத் தணிக்கைத் தரநிர்ணயிக்கும் அமைப்புகளின் வருடாந்திரக் கூட்டத்தை நடத்தி முக்கிய முடிவுகளை மேற்கொள்கிறது.

2. பன்னாட்டுக் கணக்காளர் கூட்டமைப்பு

பன்னாட்டுக் கணக்காளர் கூட்டமைப்பு (IFAC) என்பது கணக்கியல் தொழிலுக்கான உலகளாவிய அமைப்பாகும். 1977 ஆம்

ஆண்டில் ஏற்படுத்தப்பட்ட இந்த அமைப்பில் சுமார் 130 நாடுகளும் அதன் அதிகார வரம்புக்குள் சுமார் 175 உறுப்பினர்களையும் கொண்டுள்ளது. இந்த அமைப்பு பொதுத்துறை, தொழில் மற்றும் வர்த்தகம், அரசு மற்றும் கல்வி நிறுவனங்களில் பணியாற்றும் 30 இலட்சத்திற்கும் அதிகமான கணக்காளர்களை உறுப்பினர்களாகக் கொண்டது. கணக்கியல் கல்வி, நன்நெறிகள், பொதுத்துறை, தணிக்கை மற்றும் உத்தரவாதம் தொடர்பான சர்வதேச தரங்களை வரையறுத்தல், ஒப்புதல் அளித்தல், மற்றும் செயல்படுத்துவது போன்ற பணிகள் இந்த அமைப்பின் பொறுப்புகளாகும். இந்த அமைப்பு (1) நன்நெறிகள் மற்றும் தனியுரிமை, (2) தணிக்கை மற்றும் உத்தரவாதம், (3) கணக்கியல் கல்வி மற்றும் (4) பொதுத்துறை கணக்கியல் என்ற நான்கு பிரிவுகளில் சர்வதேசத் தரங்களை நிறுவுகின்றன. இவ்வமைப்பு தொழில்முறை கணக்காளர்களுக்கிடையே உயர்தர செயல்திறனை ஊக்குவிப்பதற்கான வழிகாட்டுதலையும் வெளியிடுகிறது.

3. தன்னாட்சி பெற்ற தணிக்கை நெறியாளர்களின் தன்னாட்சி பெற்ற குழுமம்

இது Independent Forum of Independent Audit Regulators (IFIAR) அமைப்பு 54 உறுப்பினர்களுடன் உலக அளவில் தணிக்கையை மேற்பார்வையிடும் பணியைச் செய்து வருகிறது. இது பன்னாட்டுத் தணிக்கையின் தரத்தை உயர்த்த தேசிய நெறியாளர்களுடன் இணைந்து தணிக்கையின் முக்கிய நிகழ்வுகள் குறித்து விவாதித்து ஒருமித்த கருத்தை உருவாக்கும் முயற்சியிலும், தரத்தை உயர்த்தும் பிற நடவடிக்கைகளிலும் ஈடுபட்டுள்ளது.

4. அகத் தணிக்கையர் நிறுவனம்

அகத் தணிக்கை நடைமுறையை மேம்படுத்துவதற்கு ஏற்படுத்தப் பட்ட முதன்மையான பன்னாட்டு தொழில்முறை சங்கம் ‘அகத் தணிக்கையர் நிறுவனம்’ ஆகும். 1941 ஆம் ஆண்டில் நிறுவப்பட்ட, இன்ஸ்டிடியூட் ஆப் இன்டர்னல் ஆடிட்டர்ஸ் (IIA) என்பது அமெரிக்காவி லிருந்து செயல்படும் ஒரு சர்வதேச தொழில்முறை சங்கமாகும். IIA என்பது அகத் தணிக்கைத் தொழிலின் உலகளாவிய குரல், அங்கீகரிக்கப்பட்ட அதிகாரம், ஒப்புக்கொள்ளப்பட்ட தலைவர், தலைமை வழக்கறிஞர் மற்றும் முதன்மை கல்வியாளர். பொதுவாக, உறுப்பினர்கள் அகத் தணிக்கை, இடர் மேலாண்மை, நிர்வாகம், அகக் கட்டுப்பாடு, தகவல் தொழில்நுட்பத் தணிக்கை, கல்வி மற்றும் பாதுகாப்பு ஆகியவற்றில் பணியாற்றுகிறார்கள். அது நிர்ணயித்த கட்டாயத் தரநிலைகளும் நெறிமுறைகளும் பொது மற்றும் தனியார் துறைகளில் உள்ள உறுப்பினர்களுக்கும் பொருந்தும். அகத் தணிக்கைத்

தரநிலைகள் அகத் தணிக்கையர் நிறுவனத்தால் வழங்கப்பட்டுள்ளன. இவை அதன் பொது மற்றும் தனியார் துறை உறுப்பினர்களுக்கும் பொருந்தும் என்றாலும், அவை பொதுத்துறை அகத் தணிக்கைக்கு முக்கியத்துவம் வாய்ந்த அனைத்துச் சிக்கல்களையும் உள்ளடக்கு வதில்லை. அகக் கட்டுப்பாடு என்பது மேலாண்மை நோக்கங்கள் அடையப்படுவதை உறுதிசெய்யும் ஒரு கருவியாகும்.

27.2. பொதுத் துறைத் தணிக்கை நெறியாளர்கள்

1. பன்னாட்டு பொதுத்துறை கணக்கியல் தரநிலைகள் வாரியம் (IPSASB)

பன்னாட்டு பொதுத்துறை கணக்கியல் தரநிலைகள் வாரியம் (IPSAS Board) பன்னாட்டு பொதுத்துறை கணக்கியல் தரநிலைகளை (International Public Sector Accounting Standards (IPSAS)) உருவாக்கி செயல்படுத்தி வருகிறது. பதினெட்டு உறுப்பினர்களைக் கொண்ட இந்த வாரியம், தேசிய, பிராந்திய, உலகளாவிய அரசு மற்றும் பொதுத் துறை அமைப்புகளுக்குத் தேவையான கணக்குகள் மற்றும் நிதி நிலைமை அறிக்கை தொடர்பான தேவைகளைப் பூர்த்தி செய்யும் நோக்கில் செயல்படுத்தி வருகிறது. பெரும்பாலான ஐக்கிய நாடுகள் சபை சார்ந்த அமைப்புகளும், பல பிராந்திய அமைப்புகளும் இந்தத் தணிக்கைத் தரநிலைகளைப் பின்பற்றி வருகின்றன.

2. உச்சத் தணிக்கை நிறுவனங்களின் பன்னாட்டு அமைப்பு INTOSAI

பொதுத்துறைத் தணிக்கையை நெறிப்படுத்துவதற்கென்று ஒவ்வொரு நாட்டிலும், அந்த நாட்டின் சட்ட வரம்புகளுக்கு உட்பட்டு ஏற்படுத்தப்பட்ட தன்னிச்சையான அமைப்பு உண்டு. அனைத்து நாடுகளையும் சார்ந்த அத்தகு அமைப்புகளின் கூட்டமைப்பே

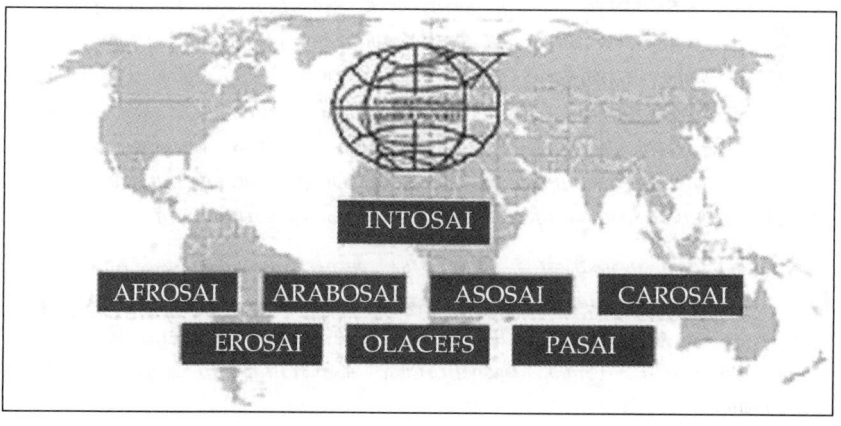

பொதுத்துறை மற்றும் அரசுத் தணிக்கையின் உலக அளவிலான நெறி யாளர்களாக இருக்கின்றது. இந்தக் கூட்டமைப்பும் தன்னாட்சி அதிகாரம் பெற்ற ஒவ்வொரு நாட்டின் தணிக்கை அமைப்பிற்கும் வழிகாட்டுதலை மட்டுமே வழங்க முடியும். அவற்றிற்குக் கட்டளை இடமுடியாது. தற்போதுள்ள பொதுத்துறை அமைப்புகளுக்கான உலகத் தணிக்கை ஒருங்கிணைப் பாளராக இருப்பது உச்சத் தணிக்கை நிறுவனங்களின் பன்னாட்டு அமைப்பு (INTOSAI) என்னும் அமைப்பாகும். உலக நாடுகளின் தலைமை நிதிக் கட்டுப்பாட்டாளர்/ பொதுக் கட்டுப்பாட்டாளர்/ பொதுத்துறை அலுவலகங்களின் தணிக்கையாளர் இந்த அமைப்பின் உறுப்பினர்கள். முப்பத்தி நான்கு தணிக்கை அமைப்புகள் கொண்டு 1953இல் தொடங்கப்பட்ட அமைப்பில் தற்போது 195 முழு உறுப்பினர்கள் உட்பட 201 உறுப்பினர்கள் உள்ளனர். உச்ச தணிக்கை நிறுவனங்களின் பன்னாட்டுத் தரநிலைகள் (ISSAI) பொதுத்துறை நிறுவனங்களைத் தணிக்கை செய்வதற்கான ஒரு அளவுகோலாகும். இது பொதுத்துறை நிறுவனங்களுக்கான அகத் தணிக்கைத் தரநிலைகள் என்று அறியப்படும். இந்தத் தணிக்கைத் தரநிலைகள் 1998இல் அங்கீகரிக்கப்பட்டு 2001 இல் புதுப்பிக்கப்பட்டது.

அரசாங்கக் கணக்குகள் மற்றும் செயல்பாடுகளை தணிக்கை செய்வதிலும், நல்ல நிதி மேலாண்மையை ஊக்குவிப்பதிலும், அரசின் பொறுப்புடைமையை உறுதி செய்வதிலும், அந் நாடுகளின் உச்சத் தணிக்கை அமைப்புகள் முக்கிய பங்கு வகிக்கின்றன. இந்தப் பணியை சிறப்பாக செய்ய அவர்கள் எதிர்கொள்ளும் தணிக்கை மற்றும் மதிப்பீட்டு சவால்கள் பற்றிய தகவல்களையும், பிற நாடுகளின் அனுபவங் களையும் பகிர்ந்து கொள்வதற்கான வாய்ப்புகளையும் INTOSAI அதன் உறுப்பினர்களுக்கு வழங்குகிறது. இந்த தணிக்கைத் தரநிலைகள் அனைத்து நாடுகளின் உச்சத் தணிக்கை அமைப்புகளுக்கு வழிகாட்டு வதாக கட்டமைக்கப்பட்டுள்ளது. அந்த நாடுகளின் பொதுத் துறை நிறுவனங்களின் தணிக்கையின் தரத்தை உயர்த்துவதற்காக உருவாக்கப் பட்டவை. அவற்றைப் பின்பற்றுவது குறித்த முடிவை, ஒரு நாட்டின் உச்ச பட்ச தணிக்கை அமைப்பே மேற்கொள்ள வேண்டும். இந்த அமைப்பின் உறுப்பினர்கள் ஐக்கிய நாடுகள் சபையின் முதன்மை அகத் தணிக்கையாளர்கள் வாரியத்தைத் தேர்ந்தெடுக்கின்றனர்.

இந்த நிறுவனத்தின் 7 பிராந்திய அமைப்புகளுள் ஒன்றாக உச்சத் தணிக்கை நிறுவனங்களின் ஆசிய நாடுகளுக்கான அமைப்பு (ASOSAI) செயல்பட்டு வருகிறது. 1979ல் 11 உறுப்பினர்களுடன் புது தில்லியில் தொடங்கப்பட்ட இந்த அமைப்பில் தற்போது 45 உறுப்பினர்கள் உள்ளனர்.

27.3. உலகத் தணிக்கைத் தரநிலைகள்

ஒவ்வொரு நாடும் நிதியறிக்கைகளுக்கும் கணக்கியல் முறைகளுக்கும் தணிக்கைச் செயல்முறைகளுக்கும் தனித்தனியான தரநிலைகளைக் கொண்டிருந்தாலும், பன்னாட்டளவிலான பொதுவான தரநிலைகளின் தேவை அதிகரித்து வருகிறது. பன்னாட்டுப் பெரு நிறுவனங்களின் வளர்ச்சியாலும், பன்னாடுகளின் பொது நிர்வாக அமைப்புகளின் செயல்பாடுகள் அதிகரித்துள்ளதாலும், ஒன்றுபட்ட தரநிலைகள் தேவைப்படுகின்றன. நாடுகளின் இறையாண்மையை பாதிக்காமல், ஒருமித்த அடிப்படைக் கூறுகளுடன் பன்னாட்டுத் தரநிலைகளைக் கட்டமைக்கும் முயற்சி தொடர்ந்து நடைபெற்று வருகின்றது. அவற்றுள் சில முக்கியமான நிதிநிலைத் தரநிலைகளையும், தணிக்கைத் தரநிலைகளையும் இங்கு காணலாம்.

1. பன்னாட்டு நிதிநிலை அறிக்கைத் தரநிலைகள்

ஐ.எப்.ஆர்.எஸ் என்ற பொதுநல அமைப்பின் நாடுகளுக்கு இடையேயான கணக்குகள் தரநிலைகள் வாரியம் நிறுவனங்களின் நிதியறிக்கைகள் அனைத்தும் சீரானதாகவும், வெளிப்படையானதாகவும், ஒப்பிடத் தகுந்ததாகவும் இருப்பதை உறுதி செய்ய பன்னாட்டு நிதிநிலை அறிக்கைத் தரநிலைகளை (International Financial Reporting Standards) வெளியிட்டுள்ளது. தற்போது வரை 17 தரநிலைகளை வெளியிட்டுள்ளது. பல நாடுகள் அவற்றை முழுமையாகவும் கொள்கையளவிலும் ஏற்றுக் கொண்டுள்ளன. அந்த 17 தரநிலைகளின் பட்டியல் பிற்சேர்க்கை 3ல் கொடுக்கப்பட்டுள்ளது.

2. பன்னாட்டு பொதுத்துறை நிறுவன கணக்கியல் தரநிலைகள்

மேலே குறிப்பிட்ட இப்சாஸ் வாரியம், இறையாண்மை கொண்ட நாடுகளும் அவற்றின் நிறுவனங்களும் மற்றும் பன்னாட்டு அமைப்புகளும் அவற்றின் நிதியறிக்கைகளின் தரத்தை உறுதி செய்யவும் அவற்றைத் தொடர்ந்து மேம்படுத்தவும் 'பன்னாட்டு பொதுத்துறை நிறுவனக் கணக்கியல் தரநிலைகளை' (International Public Sector Accounting Standards) வெளியிட்டுள்ளது. இந்தத் தரநிலைகளை சில நாடுகள் கொள்கையளவில் ஏற்றுக் கொண்டுள்ளன. பெரும்பாலான ஐக்கிய நாடுகள் சபையின் உறுப்பு நிறுவனங்கள் இந்தத் தரநிலைகளை ஏற்றுக் கொண்டு நடைமுறைப்படுத்தியுள்ளன. மொத்தம் 42 தரநிலைகள் வெளியிடப்பட்டுள்ளன. அவற்றின் பட்டியல் பிற்சேர்க்கை 3ல் கொடுக்கப்பட்டுள்ளது.

3. பன்னாட்டுத் தணிக்கைத் தரநிலைகள்: **(International Standards on Auditing)**

பன்னாட்டுக் கணக்காளர்கள் கூட்டமைப்பைச் சார்ந்த பன்னாட்டுத் தணிக்கை மற்றும் உறுதியளித்தல் தரநிலைகள் வாரியம் (IAASB) வெளியிட்டுள்ள தணிக்கைத் தொழிலுக்கான தரநிலைகளே 'பன்னாட்டுத் தணிக்கைத் தரநிலைகள் (International Standards on Auditing)'. பன்னாட்டுப் பெரு நிறுவனங்கள் பலவும் இந்தத் தணிக்கைத் தரநிலைகளின் அடிப்படையில் தணிக்கை செய்வதை முன்னிறுத்துகின்றன. பல தணிக்கை நிறுவனங்களும் புறத் தணிக்கைக்கு இந்தத் தரநிலைகளைப் பெரிதும் பின்பற்றுகின்றன. தற்போது 36 தணிக்கைத் தரநிலைகளும், ஒரு தரம் உறுதி செய்யும் தரநிலையும் வெளியிடப்பட்டு, பின்பற்றப் படுகின்றன. அவற்றின் பட்டியல் பிற்சேர்க்கை 3ல் கொடுக்கப்பட்டுள்ளது.

4. அகத் தணிக்கை நிறுவனத்தின் தரநிலைகள்

இந்த அத்தியாயத்தின் பத்தி 27.1.3ல் குறிப்பிடப்பட்டுள்ள அகத் தணிக்கையர் நிறுவனம் வெளியிட்டுள்ள தரநிலைகள், அகத் தணிக்கையின் போது பெரும்பாலும் பின்பற்றப்படுகின்றன. இந்த நிறுவனம் தணிக்கைப் பண்புகள் குறித்த தரநிலைகள் (19) மற்றும் செயல்பாடுகள் குறித்த தரநிலைகள் (32) என்று இரு பகுதிகளாகத் தரநிலைகளை வெளியிட்டுள்ளது. அவற்றின் பட்டியல் பிற்சேர்க்கை 3ல் கொடுக்கப்பட்டுள்ளது.

27.4. உலகத் தணிக்கையில் இந்தியாவின் பங்களிப்பு

இந்திய பட்டயக் கணக்காளர்கள் நிறுவனம் பன்னாட்டு கணக்காளர்கள் பேரமைப்பிலும், தெற்காசிய கணக்காளர்கள் பேரமைப்பிலும், ஆசியா மற்றும் பசிபிக் பகுதியின் கணக்காளர்கள் பேரமைப்பிலும் நிறுவன உறுப்பினர்கள். உலகளாவிய பட்டயக் கணக்கர்கள் அமைப்பில் இணை உறுப்பினராகவும், பன்னாட்டு மதிப்பீட்டாளர்கள் தரக் கவுன்சிலின் உறுப்பினராகவும் உள்ளது. இந்தியாவின் அரசு தலைமைத் தணிக்கை அதிகாரி INOTSAI, ASOSAI உள்ளிட்ட பல பன்னாட்டு அமைப்புகளில் நிரந்தர உறுப்பினராகவும், பல முறை தலைவராகவும் பொறுப்பேற்று சேவை புரிந்துள்ளார். பல முக்கிய குழுக்களில் உறுப்பினராக இருந்து தணிக்கை அறிவைப் பெருக்குவதற்கு உறுதுணையாக இருந்துள்ளார்.

இந்தியப் பட்டயக் கணக்காளர்கள் நிறுவனமும் அரசு தலைமைத் தணிக்கை அதிகாரியும் தேசிய அளவிலும், பிராந்திய அளவிலும் பன்னாட்டு அளவிலும் தணிக்கையர்களுக்குப் பயிற்சியளித்தும், கருத்தரங்குகள் மற்றும் மாநாடுகள் நடத்தியும் தணிக்கையில் புது உத்திகள் வகுப்பதற்கும், தணிக்கையின் தரத்தை மேம்படுத்துவதற்கும்

தொடர்ந்து பாடுபட்டுவருகின்றன. பன்னாட்டளவில் தரமிக்க தணிக்கை தொடர்பான சில ஆராய்ச்சி இதழ்களை வெளியிட்டு வருகின்றன.

கூடுதலாக அறிந்துகொள்ள...

1. தணிக்கைத் தொழிலை உலக அளவில் நெறிப்படுத்த எந்த அமைப்பிற்கும் முழு அரசியல் அதிகாரம் கிடையாது. ஏன் என்ற அரசியல் பின்புலத்தை அறிக.

2. தணிக்கைத் தரநிலைகள் உலக அளவில் பின்பற்ற நிர்ணயிக்கப் பட்டிருந்தாலும், அவற்றைப் பின்பற்றும்படி யாரையும் கட்டாயப்படுத்த முடியாது. ஏன் என்று அறிக.

3. பொதுத் துறைத் தணிக்கை நெறியாளரும் தனியார் துறைத் தணிக்கை நெறியாளரும் இணைந்து பணியாற்ற உள்ள வாய்ப்புகளை அறிக.

4. நிறுவனங்களின் கணக்குப் பதிவியல் தரநிலைகளும் தணிக்கைத் தரநிலைகளும் அறிந்தால் மட்டுமே தணிக்கையைச் சிறப்பாகச் செயல்படுத்த முடியும். ஏன் என்பதை அறிக.

5. உலகத் தணிக்கைத் தரநிலைகள் இந்தியத் தணிக்கைத் தரநிலைகளுடன் எவ்வாறு ஒத்துப் போகின்றன என்பதை அறிக.

28. இந்தியாவில் தணிக்கை

இந்தியாவின் தணிக்கை அமைப்பு முறையை முழுமையாகப் புரிந்து கொள்ள, தணிக்கைக்கென்று இயற்றப்பட்ட சட்டங்களையும், அது தொடர்பான விதிகளையும், தனியார் மற்றும் அரசுத் துறைகளின் தணிக்கை அமைப்பு மற்றும் செயல்முறைகளையும், அவற்றை நெறிப்படுத்தும் அமைப்பு முறைகளையும் முழுமையாக அறிந்து கொள்ள வேண்டும்.

28.1. தணிக்கை தொடர்பான சட்டங்கள்

1. பட்டயக் கணக்கறிஞர்கள் சட்டம் 1949

இந்திய நாடாளுமன்றத்தில் *1949*ஆம் ஆண்டு இயற்றப்பட்ட பட்டயக் கணக்கறிஞர்கள் சட்டம், இந்தியப் பட்டயக் கணக்கறிஞர்கள் நிறுவனம் (Institute of Chartered Accountants of India) ஐ.சி.ஏ.ஐ. உருவாவதற்கு வழிகோலியது. இது இந்தியாவில் தணிக்கைத் தொழிலை நெறிப்படுத்த உருவாக்கப்பட்ட சட்ட ரீதியிலான அமைப்பாகும். இந்நிறுவனம் தணிக்கையர் களைப் பதிவு செய்வது முதல், தணிக்கை நிறுவனங்களை அங்கீகரிப்பது வரைத் துறை சார்ந்த நிர்வாகத்தை முறைப்படுத்துகிறது. மேலும், தணிக்கைத் தரநிலைகளையும், தணிக்கையர் நடத்தை விதிகளையும் இயற்றி அவை முறையாகப் பின்பற்றப்படுவதைக் கண்காணிக்கின்றது. இந்த நிறுவனமே பட்டயக் கணக்கர் தேர்வை நடத்தி, அந்தத் தேர்வுக்கு தயாராக முறையான பயிற்சியையும் வழங்குகிறது.

ஐ.சி.ஏ.ஐ., இந்திய நிறுவனங்கள் துறை அமைச்சகத்தின் வழிகாட்டுதலில் இயங்கும் தன்னாட்சி அதிகாரம் பெற்ற சட்டப் பூர்வமான நிறுவனம். இது தணிக்கை சார்ந்த விடயங்களில் மட்டு மல்லாது, இந்திய நிதித்துறை மற்றும் பொருளாதார வளர்ச்சி குறித்தும் அரசுக்கு ஆலோசனைகள் வழங்க வல்ல சக்தி மிக்க அமைப்பாகும்.

தணிக்கையர்களைச் சுயமாக, அனைத்து உரிமைகளுடன் பணி செய்ய வழி வகுப்பதோடு, தவறு செய்பவர்கள் மீது தக்க ஒழுங்கு நடவடிக்கை எடுத்து, ஒருவர் செய்யும் தணிக்கைப் பணியை நெறிப்படுத்தும் அளவிற்கு முழு அதிகாரம் பெற்ற அமைப்பாக செயல்படுகின்றது.

இந்நிறுவனம் 1 ஏப்ரல் 2019 ஆண்டு 29 'பயன்பாட்டில் உள்ள கணக்கியல் தரநிலைகளை' வெளியிட்டுள்ளது. இந்தியாவில் உள்ள பல்வேறு நிறுவனங்கள் (பெருநிறுவனங்கள்/ சிறு நிறுவனங்கள்) என பல்வேறு அளவீடுகளின் அடிப்படையில் பின்பற்றப்பட வேண்டிய கணக்கியல் தரநிலைகளையும் பரிந்துரை செய்துள்ளன. ஐ.சி.ஏ.ஐ. வெளியிட்டுள்ள தரநிலைகள் தவிர, இந்திய நிறுவனங்கள் துறை அமைச்சகம், பன்னாட்டு நிதிநிலைமை அறிக்கைத் தரநிலை களுக்கு (International Financial Reporting Standards) ஏற்ப, இந்திய கணக்கியல் தரநிலைகளை மாற்றியமைத்து வெளியிட்டுள்ளது. இது 2014ம் ஆண்டு தொடங்கி, இரு தரநிலைகளும் பயன்பாட்டில் உள்ளன. அவை தவிர தணிக்கைக்குப் பயன்படும் வகையில் தரக் கட்டுப்பாட்டுத் தரநிலைகளையும் ஐ.சி.ஏ.ஐ. வெளியிட்டுள்ளது.

ஐ.சி.ஏ.ஐ., அமெரிக்கப் பட்டயப் பொதுக் கணக்கறிஞர்கள் நிறுவனத்திற்கு (American Institute of Certified Public Accountants) அடுத்து உலகிலேயே இரண்டாவது மிகப் பெரிய கணக்கறிஞர்களைக் கொண்ட நிறுவனமாகக் கருதப் படுகிறது. இந்த நிறுவனத்தை 40 நபர் கொண்ட குழு நிர்வகிக்கின்றது. இந்த நிறுவனம் இயக்குநர் குழு, நிதிக்குழு, தேர்வுக் குழு, ஒழுங்கு நடவடிக்கைக் குழு போன்ற பல்வேறு குழுக்கள் மூலம் செயல் படுகின்றது. இதில் நாட்டின் வடக்கு, தெற்கு, கிழக்கு, மேற்கு மற்றும் மத்திய பகுதிகளைச் சார்ந்த 32 தேர்ந்தெடுக்கப்பட்ட உறுப்பினர்களும், இந்திய அரசால் நியமிக்கப்பட்ட 8 உறுப்பினர்களும் உள்ளனர். இந்த நிறுவனத்தில் ஏப்ரல் 2021ல் சுமார் 327000 உறுப்பினர்கள் உள்ளனர்.

2. இந்திய நிறுவனங்கள் சட்டம் 2013

இந்திய நிறுவனங்கள் சட்டம் 2013, இந்திய நிறுவனங்களும் நிறுவனங்களைத் தணிக்கை செய்யும் தணிக்கையர்கள் மற்றும் தணிக்கை நிறுவனங்கள் பின்பற்ற வேண்டிய நடைமுறைகளைத் தெளிவாக எடுத்துரைக்கின்றது. நிதி அறிக்கையையும் தணிக்கையையும் முறையாகப் பின்பற்றாதவர்கள் மேல் கடுமையான நடவடிக்கைகள் எடுப்பதையும் வலியுறுத்துகின்றது.

இந்திய நிறுவனங்கள் சட்டத்தின் 10ஆம் அத்தியாயத்தில் உள்ள சட்டப் பிரிவுகள் 139-148 நிறுவனங்களைத் தணிக்கை செய்யும் தணிக்கையர் குறித்தும், தக்க தணிக்கைக் குறித்தும் விரிவாக் கூறுகின்றன. அவற்றைப் பின்வருமாறு தொகுக்கலாம்:

भारत का राजपत्र
The Gazette of India

EXTRAORDINARY
PART II — Section 1
PUBLISHED BY AUTHORITY

No. 27] NEW DELHI, FRIDAY, AUGUST 30, 2013/BHADRAPADA 8, 1935 (SAKA)

Separate paging is given to this Part in order that it may be filed as a separate compilation.

MINISTRY OF LAW AND JUSTICE
(Legislative Department)

New Delhi, the 30th August, 2013/Bhadrapada 8, 1935 (Saka).

The following Act of Parliament received the assent of the President on the 29th August, 2013, and is hereby published for general information:—

THE COMPANIES ACT, 2013
(No. 18 OF 2013)

[29th August, 2013.]

An Act to consolidate and amend the law relating to companies.

Be it enacted by Parliament in the Sixty-fourth Year of the Republic of India as follows:—

CHAPTER I
PRELIMINARY

1. (1) This Act may be called the Companies Act, 2013.

(2) It extends to the whole of India.

(3) This section shall come into force at once and the remaining provisions of this Act shall come into force on such date as the Central Government may, by notification in the Official Gazette, appoint and different dates may be appointed for different provisions of this

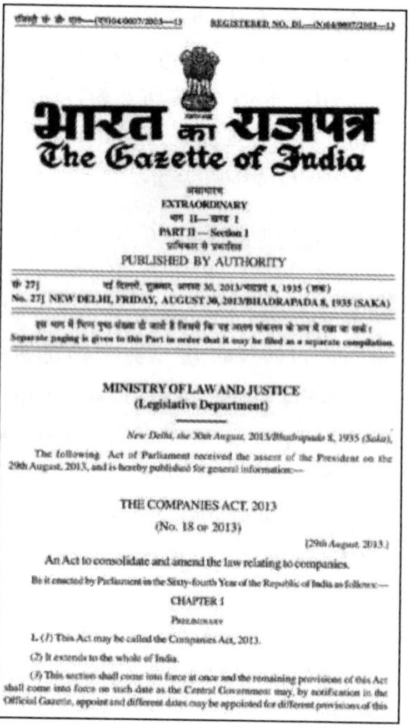

1. தணிக்கையரைப் பணி அமர்த்துவது, தணிக்கையரைப் பணியிலிருந்து விலக்குவது, பணி விலகுவது, தணிக்கையரின் தகுதிகள், தகுதியிழப்பு செய்வது போன்றவை. ஒரு நிறுவனம் தணிக்கையரையோ அல்லது தணிக்கை நிறுவனத்தையோ பணியிலமர்த்தலாம். அதற்கு நிறுவனத்தின் பொதுக் குழு ஒப்புதல் அளிக்க வேண்டும். அதற்குத் தணிக்கையரின் ஒப்புதலைப் பெற வேண்டும். முறையாக பட்டயப் படிப்பு (சி. ஏ) படித்து, தணிக்கையராகப் பதிவு செய்தவரை மட்டுமே பணியிலமர்த்த முடியும். தணிக்கையரைப் பணியமர்த்துவது குறித்து நிறுவனங்கள் பதிவாளருக்குத் தெரிவிக்க வேண்டும். ஒரு தணிக்கையரை 5 வருடம் மட்டுமே பணியில் அமர்த்த முடியும். மத்திய அரசிடமிருந்து உரிய அனுமதி பெற்று தணிக்கையரைப் பணியிலிருந்து விலக்க முடியும்.

2. தணிக்கையருக்கு வழங்க வேண்டிய ஊதியம், தணிக்கையரின் கடமைகள், தணிக்கையருக்கு உள்ள அதிகாரங்கள் மற்றும் தணிக்கையர் பின்பற்ற வேண்டிய தரநிலைகள் முதலியன குறித்தும், தணிக்கையருக்குத் தரவேண்டிய ஊதியம் குறித்து நிறுவனத்தின் நிர்வாகம் அந்நிறுவனத்தின் பொதுக்குழுவின் ஒப்புதலோடு நிர்ணயிக்கலாம். தணிக்கைக்குரிய காலத்திற்கான அனைத்து ஆவணங்களையும், தணிக்கைக்குத் தேவைப்படும் அனைத்து விளக்கங்களையும் நிர்வாகத்திடமிருந்து பெற தணிக்கையருக்கு உரிமை உண்டு. ஒருங்கிணைக்கப்பட்ட

தணிக்கை அறிக்கைக்காக நிறுவனத்தின் துணை நிறுவனங்கள் குறித்த தரவுகளைப் பெறத் தணிக்கையருக்கு உரிமை உண்டு.

3. தணிக்கையர், தணிக்கை செய்யும் நிறுவனம் தொடர்பாக செய்யக் கூடாத பணிகளை இச்சட்டம் பட்டியலிடுகிறது. கணக்குகளைப் பராமரித்தல், அகத் தணிக்கை, நிதி நிர்வாக முறையைக் கட்டமைப்பது, முதலீட்டு ஆலோசனை, நிர்வாகச் சேவைகள், காப்பீடு கண்காணிப்பாளர் போன்ற பணிகளை அந்நிறுவனத்திற்கோ அல்லது அதன் துணை நிறுவனத்திற்கோ வழங்கக் கூடாது.

4. தணிக்கை அறிக்கை மற்றும் தணிக்கை அறிக்கையில் கையொப்பமிடுவது, மற்றும் தணிக்கை அறிக்கை சமர்ப்பிக்கப்படும் பொதுக் குழுக் கூட்டத்தில் பங்கெடுப்பது முதலியன. தணிக்கையர் அறிக்கையில் முறையாக கையொப்பமிட வேண்டும். தணிக்கைக் கண்டுபிடிப்புகள், தணிக்கை அறிக்கை தகுதிப்படுத்தல், பொறுப்புத் துறப்பு முதலியவற்றைக் குறிப்பிட்டுத் தணிக்கை அறிக்கையை தயாரிக்க வேண்டியதை நிறுவனங்கள் சட்டம் தெளிவாகக் குறிப்பிடுகிறது.

5. தவறு செய்யும் தணிக்கையர்களையும், தணிக்கைத் தர நிலைகளைப் பின்பற்றத் தவறிய தணிக்கையர்களையும் தண்டித்தல், இந்த சட்டத்தின் வரம்புக்குள் உண்டு.

6. நிதியறிக்கையில் சில நிறுவனங்களில் தணிக்கையில் கவனிக்க வேண்டிய செலவினத் தணிக்கைக் குறித்து மத்திய அரசு பரிந்துரைத்தல் போன்றவையும் இச்சட்டத்தில் இடம் பெறுகிறது.

இந்திய நிறுவனங்கள் சட்டம் 2013ன் அடிப்படையில் சுமார் 40க்கும் மேற்பட்ட விதிமுறைகள் உருவாக்கப்பட்டுள்ளன. அவை யாவும் தணிக்கையின் போது கவனிக்கப்பட வேண்டியவை என்றாலும், அவற்றில் தணிக்கைக்கு நேரடியாகத் துணையாகும் சில விதிகள் மட்டும் இங்கு பட்டியலிடப்பட்டுள்ளது.

1. முதலீட்டாளர்கள் கற்பித்தல் மற்றும் பாதுகாப்பு நிதி ஆணையம் (கணக்குகள், தணிக்கை செய்தல், மாற்றுதல் மற்றும் திரும்பத்தருதல்) விதிகள்- 2016
2. அத்தியாயம் IX-நிறுவனங்கள் (கணக்குகள்) விதிகள்-2014
3. தேசிய நிதி அறிக்கையளித்தல் ஆணையம்-2018

4. நிறுவனங்கள் (இந்திய கணக்குகள் தரநிலைகள்) விதிகள்-2015

5. அத்தியாயம் IX-நிறுவனங்கள் (தணிக்கை மற்றும் தணிக்கையர்) விதிகள்-2014

6. நிறுவனங்கள் (செலவு ஆவணங்கள் மற்றும் தணிக்கை) விதிகள்-2014

7. நிறுவனங்கள் (தணிக்கையர் அறிக்கை) ஆணை-2020

8. அத்தியாயம்-XIV நிறுவனங்கள் (ஆய்வு, புலனாய்வு மற்றும் விசாரணை) விதிகள் 2014

9. அத்தியாயம்-XVI நிறுவனங்கள் (பதிவு செய்த மதிப்பீட்டாளர்கள் மற்றும் மதிப்பிடுதல்) விதிகள்-2017

3. இந்திய அரசியலமைப்புச் சட்டம் மற்றும் CAG's (DPC) சட்டம்

இந்திய அரசியல் சாசனச் சட்டத்தின் 148-151 வது பிரிவுகள் மத்திய மற்றும் மாநில அரசுகள் மற்றும் பொதுத்துறை நிறுவனங்களைத் தணிக்கை செய்யும் இந்தியத் தலைமைத் தணிக்கை அதிகாரி குறித்து விவரிக்கிறது. 148 வது பிரிவு இந்திய கம்ப்ட்ரோலர் மற்றும் ஆடிட்டர் ஜெனரல் ஆப் இந்தியா (சி.ஏ.ஜி) யைப் பணியமர்த்துவது குறித்தும், 149 வது பிரிவு அவரது அதிகாரங்கள் குறித்தும் வரையறை செய்கிறது. 150 வது பிரிவு மத்திய மற்றும் மாநில அரசுகள், தங்கள்

கணக்குகளைப் பராமரிக்கும் படிவங்கள் குறித்தும், அதில் சி.ஏ.ஜி யின் ஆலோசனைகள் பெறுவது குறித்தும், 151 வது பிரிவு தணிக்கை அறிக்கைகள் குறித்தும் வரையறை செய்கிறது.

அரசியல் சாசனச்சட்டம் 148வது பிரிவின்படி சி.ஏ.ஜி (கடமைகள், அதிகாரங்கள், பணிச்சூழல் நிபந்தனைகள்) சட்டம் 1971, இந்தியத் தலைமைத் தணிக்கை அதிகாரியின் தணிக்கை மற்றும் கணக்குகள் தொடர்பான கடமைகளைத் தெளிவாக விவரிக்கிறது. இதன்படி மத்திய மாநில அரசுகளின் வருவாய் மற்றும் செலவினங்கள், மத்திய மாநில அரசுகளின் பொதுத்துறை நிறுவனங்களின் கணக்குகள் மற்றும் நிதியறிக்கைகள், அரசின் தன்னாட்சி நிறுவனங்கள் மற்றும் அரசின் உதவி பெறும் பிற நிறுவனங்கள் குறித்த தணிக்கை வரம்புகளை நிர்ணயம் செய்கிறது. இந்தச் சட்டத்தின்படி அரசு அலுவலகம், அரசுத்

துறை, அரசின் திட்டம், அரசு நிறுவனம் முதலியவற்றைத் தணிக்கை செய்யும் முடிவை இந்திய தலைமைத் தணிக்கையரே மேற் கொள்கிறார். தணிக்கைச் செயல்முறையும், தணிக்கைப் பரப்பு மற்றும் தணிக்கைக்கு உட்படுத்தப்படும் கால கட்டத்தையும் இந்திய தலைமைத் தணிக்கையர் அல்லது அவரின் அதிகாரத்தைப் பகிர்ந்தளிக்கப்பட்ட அத்துறை சார்ந்த அதிகாரியே மேற்கொள்கிறார். மேற்கண்டவை குறித்து தணிக்கை செய்யப்படும் நிறுவனம்/ துறை/ அலுவலகத்திடம் கருத்து கேட்கப்பட்டாலும், அவை குறித்து முடிவு செய்யும் அதிகாரம் அவருக்கும் அத்துறையைச் சார்ந்த அதிகாரிகளுக்கு மட்டுமே உண்டு. தணிக்கைச் செயல்முறைகள் மற்றும் மற்றும் தணிக்கையின் போது மேற்கொள்ளப்பட வேண்டிய நடவடிக்கைகள் குறித்து வழிமுறைகளும், ஒழுங்குமுறைகளும் வெளியிடப்பட்டுள்ளன. சி.ஏ.ஜியின் அதிகாரத்தை, அத்துறையின் மற்ற அதிகாரிகளுக்குப் பகிர்ந்தளிக்கப் பட்டதன் மூலம், அத்துறை அரசின் குறுக்கீடு ஏதுமின்றி தணிக்கை செய்யும் தன்னாட்சி பெற்ற அமைப்பாக செயல்படுகின்றது.

சி.ஏ.ஜியால் தணிக்கை செய்யப்பட்டு அவரின் கையொப்பம் இடப்பட்ட அறிக்கை தொடர்புடைய மாநிலத்தின் சட்ட மன்றத்திலோ அல்லது இந்திய நாடாளுமன்றத்திலோ சமர்ப்பிக்கப்படும். அந்த அறிக்கையில் கூறப்பட்டுள்ளவை குறித்து நாடாளுமன்ற அல்லது சட்டமன்ற 'பொதுக் கணக்குக் குழு' அல்லது 'பொது நிறுவனங்கள் குழு' ஆய்வு செய்து தக்க முடிவுகள் மேற்கொள்ளும். இந்தக் குழுக்களின் பரிந்துரைகள் சட்டமன்றம்/ நாடாளுமன்றத்தில் வைக்கப்பட்டு அரசு நிர்வாகத்தில் வேண்டிய திருத்தங்கள் செய்யப்படும். சி.ஏ.ஜி கையொப்பமிட்ட தணிக்கை அறிக்கையில் அத்துறை மேற்கொண்ட முக்கிய தணிக்கைகள் குறித்த அறிக்கைகள் மட்டுமே இடம்பெறும். இந்திய கணக்கு மற்றும் தணிக்கைத் துறை மேற்கொண்ட பிற தணிக்கை அறிக்கைகள் 'ஆய்வு அறிக்கைகளாக' தொடர்புடைய துறைக்கு மேல்நடவடிக்கைக்காக அனுப்பி வைக்கப்படும்.

சி.ஏ.ஜியைத் தலைமையாகக் கொண்ட இந்திய தணிக்கை மற்றும் கணக்குத் துறை இந்தியா முழுவதும் சுமார் 125 பிராந்திய அலுவலகங்களையும், சுமார் 50000 பணியாளர்களையும் கொண்டு இயங்கி வருகின்றது. மாநில அரசுத் தணிக்கை, மத்திய அரசுத் துறைகள் தணிக்கை, பாதுகாப்புத் துறைத் தணிக்கை, இரயில்வே துறைத் தணிக்கை, தபால் மற்றும் தொலை தொடர்புத் துறைத் தணிக்கை, நிறுவனங்கள் தணிக்கை எனப் பல்வேறு தணிக்கைப்

பிரிவுகளில் இத்துறை இயங்கி வருகின்றது. ஆண்டுக்கு சுமார் 90 -100 தணிக்கை அறிக்கைகள் இத்துறையால் சட்டமன்றங்களிலும் (சுமார் 65-70) நாடாளுமன்றத்திலும் (சுமார் 30-35) சமர்ப்பிக்கப்படுகின்றன. இவை தவிர சுமார் 20000க்கும் மேற்பட்ட ஆய்வு அறிக்கைகள், தொடர்புடைய அரசுத் துறைக்கும் நிறுவனங்களுக்கும் மேல் நடவடிக்கைக்காக கொடுக்கப்படுகின்றன.

28.2. அரசுத் துறைத் தணிக்கை

அரசுத் துறைத் தணிக்கை என்பது தனியார் துறைத் தணிக்கை அமைப்பிலிருந்து, நிர்வாக ரீதியில் சற்று வேறுபட்டது. தணிக்கைச் செயல்முறைகளிலும், பின்பற்ற வேண்டிய தரநிலைகளிலும் சிறு மாற்றங்கள் இருக்கலாம். ஆனால் தணிக்கை நிர்வாக முறை முற்றிலும் மாறுபட்டது. அவைகுறித்து இங்கே சுருக்கமாகக் கற்கலாம்.

1. மத்திய மாநிலத் தணிக்கை அமைப்பு

மேலே குறிப்பிட்டது போல் மத்திய மாநில அரசுகளைத் தணிக்கை செய்வது இந்திய தணிக்கை மற்றும் கணக்குகள் துறையாகும். இத்துறை புறத்தணிக்கையை மேற்கொள்கிறது. சி. ஏ. ஜி யின் கட்டுப்பாட்டின் கீழ் மாநில அளவில் மாநில அரசுகளைத் தணிக்கை செய்ய மாநிலக் கணாக்காயர் (தணிக்கை) அலுவலகங்கள் செயல்படுகின்றன. மாநில கணக்காயர் அலுவலகங்களில் மாநில அரசின் பல்வேறு துறைகளைத் தணிக்கை செய்ய துணை கணக்காயர்கள் பணியில் அமர்த்தப்பட்டுள்ளனர். அவர்களின் தலைமையில் தணிக்கைக் குழுக்கள் செயல்படுகின்றனர். தணிக்கைக் குழு என்பது 2 அல்லது 3 உதவித் தணிக்கை அதிகாரிகள், ஒரு மூத்த தணிக்கை அதிகாரியின் வழிகாட்டுதலில் செயல்படுபவை. இந்தக் குழுக்களே களத் தணிக்கையை நிகழ்த்துகின்றன. அவை ஆண்டு முழுவதும் மாநிலத்தின் ஓர் அலுவலகத்திலிருந்து மற்றோர் அலுவலகத்திற்கு நகர்ந்து கொண்டே இருக்கும். இந்தக் குழுக்களுக்குரிய தணிக்கைத் திட்டம் மாநில முழுமைக்குமான அலுவலகங்களின் இடர் ஆய்வு மூலம் உருவாக்கப்படுகின்றன. இதே போன்ற அமைப்பு முறை மத்திய அரசு அலுவலகங்களுக்கும், மத்திய அரசின் பொதுத்துறை நிறுவனங்களுக்கும் உண்டு.

இந்தக் குழுக்கள் நடத்தும் தணிக்கைக் கண்டுபிடிப்புகள் ஆய்வு அறிக்கையாக உருவாக்கப்பட்டு, மாநில துணைக் கணக்காயரின் ஒப்புதலுடன் தணிக்கை நடத்தப்பட்ட அலுவலகத்திற்கும், அதன் மேலதிகாரிக்கும் அனுப்பப்படுகின்றன. தணிக்கை அறிக்கையில் இடம்

பெற்றுள்ள கண்டுபிடிப்புகள் மேல் தக்க நடவடிக்கை எடுக்கப்பட்டு தணிக்கை அலுவலகத்திற்கு பதிலளிக்க வேண்டும். அவ்வாறு நடவடிக்கை எடுக்கப்படுவதை அந்தத் துறையின் செயலரும், அரசின் தலைமைச் செயலரும் கண்காணிக்க வேண்டும். இவ்வாறு ஆய்வறிக்கையில் இடம் பெற்றுள்ள தணிக்கைக் கண்டுபிடிப்புகளில் முக்கியமானவற்றைத் தேர்ந்தெடுத்து, அவற்றைத் தொகுத்து தணிக்கை அறிக்கையாகத் தயாரித்து சி.ஏ.ஜி.யின் ஒப்புதலுடன் சட்டமன்றத்திலோ/ நாடாளுமன்றத்திலோ சமர்ப்பிக்கப்படும்.

பொதுவாக, இந்த அரசுத் தணிக்கை அலுவலகங்கள் இணக்கத் தணிக்கை மேற்கொள்கின்றன. ஆனால் ஒவ்வொரு ஆண்டும் சில செயலாக்கத் தணிக்கைகளும், தகவல் தொழில்நுட்பத் தணிக்கைகளும், சுற்றுச் சூழல் தணிக்கைகளையும் மேற்கொள்கின்றன. பொதுத்துறை நிறுவனங்களைப் பொருத்த வரையில் நிதித் தணிக்கை முக்கியமாக மேற்கொள்ளப்படுகின்றது. மத்திய மற்றும் மாநில அரசுகளின் நிதிநிலை அறிக்கையின் மேல் நிதித் தணிக்கை மேற்கொள்ளப்பட்டு அவை சட்டமன்றத்திலோ அல்லது நாடாளுமன்றத்திலோ சமர்ப்பிக்கப் படுகின்றன. பொதுத்துறை நிறுவனங்களைப் பொருத்தவரையில் சி.ஏ.ஜி யால் அங்கீகரிக்கப்பெற்ற தனியார் தணிக்கை நிறுவனங்கள் நிதித் தணிக்கை செய்கின்றன. சி.ஏ.ஜி யின் ஒப்புதலுடன் இந்தியத் தணிக்கைக் கணக்குத் துறைக் 'கூடுதல் தணிக்கை' செய்கின்றது. தமிழகத்தைப் பொருத்தவரையில் பொருளாதாரத் தணிக்கை அறிக்கை, வருமானத் தணிக்கை அறிக்கை, பொதுத்துறை நிறுவனங்கள் தணிக்கை அறிக்கை, பொது மற்றும் சமூகப் பிரிவு தணிக்கை அறிக்கை மற்றும் மாநில நிதிநிலைத் தணிக்கை அறிக்கை எனப்பல வகையான விரிவுகளில் தணிக்கை அறிக்கைகள் சட்டமன்றத்தில் சமர்ப்பிக்கப் படுகின்றன. இந்தத் தணிக்கைகள் சரியான காலத்தில் முடிக்கப்பட்டு, சட்டமன்றத்தில் சமர்ப்பிக்கப்பட்டு, பொதுக் கணக்குக் குழுவால் தக்க நடவடிக்கை எடுக்கப்பட்டு அரசின் செயல்பாடு மேம்படுத்தப்பட்டதா என்பது அவ்வமைப்புகளின் செயல்பாட்டை வெளிப்படுத்தும் விதமாக அமையும்.

2. அரசுத் துறைகளில் அகத் தணிக்கை அமைப்பு

மத்திய மாநில அரசுகளின் அனைத்துத் துறைகளிலும், அவற்றின் பொதுத் துறை நிறுவனங்களிலும் அகத் தணிக்கைப் பிரிவுகள் செயல் படுகின்றன. மத்திய மாநில அரசுகளில் நிதித்துறையின் மேற் பார்வையின் கீழ் அகத் தணிக்கைப் பிரிவு அமைப்பு செயல்படு கின்றது. அரசுகளின் பணி ஒதுக்கும் விதிகளின்படி (Business Allocation Rules) ஒவ்வொரு உறையிலும் அகத் தணிக்கை அமைப்பு ஏற்படுத்தப்

பட வேண்டும். அவ்வமைப்பு அத்துறையின் செயலரின் நேரடிக் கண்காணிப்பின் கீழ் செயல்பட வேண்டும். பொதுவாக, ஒரு துறையின் இரண்டாம் நிலையில் உள்ள அதிகாரிக்கு அகத் தணிக்கைக்கென முழு பொறுப்பு வழங்கப்பட்டு செயல்படுகின்றார்.

புறத் தணிக்கையைப் போலவே அகத் தணிக்கைப் பிரிவில் பணி புரிபவர்கள் பல்வேறு குழுக்களாகப் பிரிக்கப்பட்டு, துறைகளில் கட்டுப்பாட்டில் உள்ள கள அலுவலகங்கள், இடர் ஆய்வின் அடிப் படையில் அகத் தணிக்கைத் திட்டம் தயாரிக்கப்பட்டு, கள அலுவலகங்கள் தணிக்கை செய்யப்படுகின்றன. இந்த அகத் தணிக்கைக் குழுக்களுக்கு, அவை அந்தத் துறைகளின் உள் அமைப்பாக செயல் படுவதால், அந்தத் துறையில் நிலவும் குறைகள், தவறுகள் முதலியவை குறித்த நல்ல புரிதல் இருக்குமாதலால், தணிக்கை சிறப்பாக செயல்பட வாய்ப்பு உள்ளதாகக் கருதப்படுகிறது. பொதுத் துறை நிறுவனங்களிலும் இத்தகு அமைப்பு, அதன் தலைமை நிர்வாகியின் நேரடிக் கண்காணிப்பில் செயல்படுகிறது. இந்த அகத் தணிக்கைக் குழுக்களின் செயல்பாட்டை, நிதித்துறைச் செயலர் அல்லது அத்துறையின் உயரதிகாரி ஒருவர் மேற்பார்வை செய்கிறார். சில மாநிலங்களில் அகத் தணிக்கைத் துறை என்ற துறை தனித் துறையாக செயல்பட்டு வருகின்றன.

ஒவ்வொரு மாநிலத்திலும், மத்திய அரசிலும் அகத் தணிக்கை அமைப்பிற்கென்று சிறப்பு விதிகள் உருவாக்கப்பட்டுள்ளன. அவை தவிர, துறை சார்ந்த விதிகளும், தணிக்கைச் செயல்முறைகளுக்கான வழிகாட்டுதல்களும் வழங்கப்பட்டுள்ளன. அகத் தணிக்கைத் துறையில் பணியாற்றும் தணிக்கையர்களுக்கு பயிற்சியளிக்கும் அமைப்பு முறையும் உண்டு. ஆயினும், நிர்வாகத்தில் உள்ள சிக்கல்களால், அவை சிறப்பாக செயல்பட முடியாத சூழ்நிலை, பெரும்பாலான அரசு அமைப்புகளில் நிலவுகின்றன. இந்திய அரசு அலுவலகங்களில் நிலவும் முக்கிய சிக்கல் அகத் தணிக்கைத் துறைக்கு முழு தன்னாட்சி அதிகாரத்துடன் தணிக்கை செயல்படும் அமைப்பு இல்லாமலிருப்பது. அகத் தணிக்கைத் துறையின் உயர் அதிகாரியின் தலைமையின் கீழ் செயல்படுவதாலும், அத்துறையின் பணியாளர்களே பணி மாறுதல் அடிப்படையில் தணிக்கைப் பணி செய்வதாலும், பல தணிக்கையர் பணிகள் நிரப்பப் படாமல் இருப்பதாலும் அகத் தணிக்கை, சிறப்பாக செயல்படுவதில் அடிப்படைச் சிக்கல்கள் உள்ளன. அவற்றைக் களைந்து அகத் தணிக்கைத் துறை சிறப்பாகச் செயல்பட்டால், அரசு நிர்வாகம் மேம்படுவதற்கு வாய்ப்புகள் உண்டு.

3. வங்கிகள் தணிக்கை அமைப்பு

இந்தியாவில் பொதுத்துறை வங்கிகளும், தனியார் துறை வங்கிகளும், வங்கி சாரா நிதி நிறுவனங்களிலும் தணிக்கை மிக

முக்கியமானது. நாட்டின் மொத்த நிதிப் புழக்கத்தில் சுமார் 60 விழுக்காடு இந்த வங்கி அமைப்புகள் மூலமாக செயல்படுகின்றது. வங்கிகள் நட்டப்படாமல் சரியாக இயங்குவதை உறுதி செய்வது, வங்கி நிர்வாகம் மற்றும் அரசின் கடமையாகும். இந்திய மத்திய வங்கியும், இந்திய அரசின் நிதிச் சேவைகள் துறையும், வங்கிகள் பின்பற்ற வேண்டிய தணிக்கை முறைகள் குறித்து விரிவான விதி முறைகளையும் வழிகாட்டுதல்களையும் வழங்கியுள்ளன.

வங்கி நிறுவனங்கள் சட்டம் 1970/1980, பாரத ஸ்டேட் வங்கி 1955, வங்கிகள் ஒழுங்குபடுத்தும் சட்டம் 1949 முதலியவை வங்கிகளின் தணிக்கை அமைப்பை நிர்ணயிக்கின்றன. ஒவ்வொரு வங்கியும் தன் கிளை நிறுவனங்களைக் குறிப்பிட்ட இடைவெளியில் அகத் தணிக்கை செய்ய வேண்டியது கட்டாயமாக்கப்பட்டுள்ளது. ஒவ்வொரு வங்கியிலும் அகத் தணிக்கைக்கென்று சிறப்புப் பிரிவுகளும் ஏற்படுத்தப்பட்டுள்ளன. வங்கிகள் வழங்கிய கடன்கள், வங்கிகளின் முதலீடுகள், பிற பரிவர்த்தனைகளையும், வங்கிகள் அளிக்கும் உத்திரவாதம் குறித்தும் சிறப்புத் தணிக்கை செய்ய வேண்டி வழிமுறைகள் உள்ளன. இவை சரியாகச் செய்யப்படுகின்றனவா என்பதை வங்கியின் உயர் நிர்வாகமும், மத்திய ரிசர்வ் வங்கியும் கண்காணிக்கின்றன. பெரும்பாலான கிளைகளில் ஒவ்வொரு காலாண்டிற்கும் தணிக்கை செய்ய வேண்டி விதிமுறைகள் வகுக்கப்பட்டுள்ளன.

ஆண்டுதோறும் புறத் தணிக்கை செய்வதற்கு சட்டரீதியான தணிக்கை நிறுவனம் என்று மத்திய வங்கியால் அங்கீகரிக்கப்பட்ட தனியார் தணிக்கை நிறுவனங்களைப் பணியிலமர்த்துகின்றன. இந்த தணிக்கை நிறுவனங்களை நிர்ணயிப்பதிலும், அவை செயல்படுவதைக் கண்காணிப்பதிலும் மத்திய ரிசர்வ் வங்கி முக்கியப் பங்கு வகிக்கிறது. மேலும், தேசிய நிதி அறிக்கையளித்தல் ஆணையமும் வங்கிகளின் தணிக்கைச் செயல்முறைகளையும், தணிக்கை அறிக்கைகளையும் மேற்பார்வையிடும் அதிகாரம் பெற்றுள்ளது.

மத்திய அரசு மத்திய ரிசர்வ் வங்கியை தணிக்கை செய்வதற்காக தணிக்கையர்களை நியமிக்கின்றது. அந்தத் தணிக்கையர்களின் அறிக்கையை இந்திய அரசின் நிதிச் சேவைகள் துறை கண்காணிக்கின்றது.

4. உள்ளாட்சி அமைப்புகள் தணிக்கை அமைப்பு

இந்தியா முழுமையும் உள்ளாட்சி அமைப்புகள் நகர்புறங்களில் இரு அடுக்குகளாகவும், கிராமப் புறங்களில் மூன்று அடுக்குகளகவும் கட்டமைக்கப்பட்டுள்ளன. இந்த அமைப்புகள் பெரும்பான்மை அரசின் உதவியுடன் செயல்பட்டாலும், சில கட்டணங்களைப்

பெறவும், சில வரிகளை வசூலிக்கவும் அதிகாரம் பெற்ற அமைப்பு களாகக் கட்டமைக்கப்படுள்ளன. மேலும் சில உள்ளாட்சி அமைப்புகள் பொதுத் தேவைக்காகவும், சில சிறப்புத் திட்டங்களுக்காகவும், வங்களிடமிருந்தும் பிற நிதி நிறுவனங்களிடமிருந்தும் கடன் வாங்கு வதற்கு அதிகாரம் பெற்ற அமைப்பாக உள்ளன. ஆகவே அரசிடம் பெற்ற நிதியையும், பிற வருமானங்களையும் சரியாகப் பயன் படுத்தியதை உறுதி செய்ய உள்ளாட்சித் தணிக்கை இன்றியமையாதது.

தமிழ்நாடு உள்ளாட்சி நிதித் தணிக்கைச் சட்டம் 2014 உள்ளாட்சி அமைப்பின் தணிக்கை குறித்து விரிவான அமைப்பு முறைக்கு வழிகோலுகிறது. தமிழ்நாட்டில் 'தமிழகத்தில் உள்ளாட்சி நிதித் தணிக்கைத் துறை' நிதி அமைச்சகத்தின் கட்டுப்பாட்டில், இயக்குநர் தலைமையில் செயல்பட்டு வருகின்றது. இவ்வமைப்பு அனைத்து உள்ளாட்சி அமைப்புகளையும், தணிக்கைத் திட்டத்தின் அடிப் படையில், தணிக்கைக் குழுக்கள் மூலமாக நிதித் தணிக்கை செய்கிறது. பொதுவாக, அத்தணிக்கையில் இணக்கத் தணிக்கையைம் இணைத்தே செய்யப்படுகிறது. இவ்வாறு செய்யப்பட்ட தணிக்கை முடிவுகளைத் தொகுத்து உள்ளாட்சி நிதித் தணிக்கை அறிக்கையாக அரசிடமும், சட்ட மன்றத்திலும் சமர்ப்பிக்கப்படுகின்றன.

இவை தவிர, சமூகத் தணிக்கை அமைப்பு முறையும் செயல் படுத்தப்படுகின்றன. இந்தச் சமூகத் தணிக்கை முறையில் உள்ளாட்சி அமைப்பின் வரவு செலவுகளை அந்த அமைப்பின் பொதுச் சபையான பொதுமக்கள் முன் வைத்து விளக்கமளிக்க வேண்டும். அப்போது பொது மக்களின் ஐயங்களுக்குத் தக்க விளக்கமளித்து குறிப்பிட்ட வரவு மற்றும் செலவினங்கள் அங்கீகரிக்கப்பட வேண்டும். அவ்வாறு அங்கீகரிக்கப்படாத வரவு மற்றும் செலவினங்கள் குறித்த விரிவான விளக்கத்தை சமூகத் தணிக்கை அறிக்கையாக அரசுக்கு வழங்க வேண்டும். அத்தகு அறிக்கையின் மேல் நடவடிக்கை எடுப்பதை உள்ளாட்சித் தணிக்கைத் துறை இயக்குநரும், தொடர்புடைய உள்ளாட்சித்துறை செயலரும், நிதித்துறைச் செயலரும் கண்காணிக்க வேண்டும். உள்ளாட்சித் தணிக்கை அமைப்பும், சமூகத் தணிக்கை அமைப்பும் சிறப்பாகச் செயல்பட்டால் உள்ளாட்சி அமைப்புகள் மூலம் மக்கள் உண்மையான அதிகாரம் பெற்றவர்களாக மாறுவர்.

5. கூட்டுறவுத் துறைத் தணிக்கை

கூட்டுறவுத் துறை எனத் தனித்துறை அனைத்து மாநிலங்களிலும் செயல்படுகின்றன. அந்தத் துறையிலும் தணிக்கை அமைப்பு உண்டு. பொதுவாக நிதித்துறையின் கீழ் சிறப்புச் செயலர் அல்லது இணைச்

செயலரின் மேற்பார்வையின் கீழ் கூட்டுறவுத் தணிக்கை அமைப்பு செயல்படுகின்றது. தமிழகத்தில் கூட்டுறவுத் தணிக்கைக்கென தனியான இயக்குநர் அலுவலகம் செயல்படுகின்றது. கூட்டுறவு சங்கங்கள் உறுப்பினர்கள் பணத்தில் செயல்படுவதாலும், சங்கங்கள் தேர்தெடுக்கப்பட்ட உறுப்பினர்கள் மூலம் செயல்படுவதாலும், சங்க செயல்பாடுகளின் பலன்கள் உறுப்பினர்களை நேரடியாகச் சென்றடைவதாலும் கூட்டுறவுத் தணிக்கை முக்கியத்துவம் பெறுகிறது. கூட்டுறவுத் தணிக்கைக்கு எனத் தனியான விதிமுறைகளும், செயல்முறை வழிகாட்டுதல்களும் உருவாக்கப்பட்டுள்ளன. கூட்டுறவுத் தணிக்கையும் குழுக்கள் மூலமாக, இடர் ஆய்வின் அடிப்படையில் செயல்படுத்தப்படுகின்றன. கூட்டுறவு சங்கங்களைத் தணிக்கை செய்வதன் அடிப்படையில் நிதித் துறை மூலமாக ஒரு அறிக்கை தயார் செய்யப்பட்டு சட்டமன்றத்தில் சமர்ப்பிக்கப்படுகின்றது.

28.3. தனியார் துறை தணிக்கை

இந்தியாவில் தனியார் துறை தணிக்கைத் தேவைகள் நிறுவனங்கள் சட்டம் 2013 ன்படி முறைப்படுத்தப்படுகின்றன. இந்தச் சட்டத்தின்படி நிறுவனங்களின் அகத் தணிக்கை மற்றும் புறத் தணிக்கைப் பணிகளுக்கும் வழிவகுக்கிறது. இந்த சட்டத்தின்படி உருவாக்கப்பட்ட விதிமுறைகளும், பிற அமைப்புகளும் தனியார் துறை நிறுவனங்களின் தணிக்கைத் தேவைகளை நிர்ணயித்துள்ளன. இந்தியாவில் தனியார் துறை தணிக்கையர்கள் தனிப்பட்ட முறையிலும், ஒரு நிறுவனமாகவும் செயல்பட அனுமதிக்கப்பட்டுள்ளனர். இரண்டிற்குமே அடிப்படைத் தணிக்கை செய்வதற்கு தகுதியுடையவராக இந்தியப் பட்டயத் தணிக்கையர் நிறுவனத்தில் முறையாகப் பதிவு பெற்றவர்களாக இருக்க வேண்டும்.

1. தணிக்கை நிறுவனங்கள்

இந்தியாவில், தணிக்கை நிறுவனங்கள் கூட்டாளர் (Partner) முறையில் தொடங்கப்பட்டோ அல்லது தனி உரிமையாளராக தொடங்கப்பட்டோ ஒரு முழு நிறுவனம் போல் கட்டமைக்கப் பட்டுள்ளன. அவை தணிக்கைப் பணிக்குரிய விதிமுறைகள், செயல்முறைகள் மற்றும் தரநிலைகளைப் பின்பற்றுவதுடன், அவற்றிற்கு உட்பட்டு, தங்களுக்கென்று சிறப்பு விதிமுறைகள் மற்றும் செயல்முறைகளுடன் கட்டமைக்கப்பட்டுள்ளன. இந்தத் தணிக்கை நிறுவனங்கள் மூலம் தணிக்கை நடைபெற்று, தணிக்கைச் சான்றிதழ் வழங்க பட்டயத் தணிக்கையராக (சி.ஏ) தகுதி பெற்று பதிவு செய்தவராக இருக்க வேண்டும். அவ்வாறு தகுதி பெறாத பிறர்,

முறையாகப் பயிற்சியில் சேர்ந்தவராகவோ அல்லது தணிக்கை/ கணக்குகள் / நிதி மேலாண்மை தொடர்பான படிப்பில் உயர்கல்வி கற்றவர்களாகவோ இருந்தால் தணிக்கையருக்கு உதவி செய்பவராக தணிக்கைத் தொழிலில் ஈடுபட முடியும். ஆனால் தணிக்கை முடிவுகளை மேற்கொள்வதும், தணிக்கை அறிக்கைகளில் கையொப்ப மிடுவதும், முறையாக தேரச்சி பெற்று பதிவு செய்தவர்களாலேயே முடியும்.

இந்தியாவில் பல்லாயிரத்திற்கும் மேற்பட்ட தணிக்கை நிறுவனங்கள் செயல்படுகின்றன. சில நிறுவனங்கள் பல மாநிலங்களில், பல நகரங்களில் கிளைகளுடன் தேசிய அளவிலும், சில நிறுவனங்கள் ஒரு மாநிலத்தில், ஒரு நகரத்தில் மட்டும் செயல்படுவனவாகவும் இருக்கின்றன. சில பன்னாட்டு நிறுவனங்களும் இந்திய தணிக்கை ஒழுங்கு முறைகளுக்கு உட்பட்டுச் செயல்படுகின்றன. சில நிறுவனங்கள் இந்தியாவில் தணிக்கை அலுவலகங்களைக் கொண்டு பிற நாட்டு நிறுவனங்களைத் தணிக்கை செய்யும் புறமயமாக்கல் சேவை (Outsourcing) புரியும் பணியையும் மேற்கொள்கின்றன. அத்தகு பணியில், தணிக்கை செய்யப்படும் நிறுவனம் சார்ந்த நாட்டினுடைய விதிமுறைகளையும் தரநிலைகளையும் பின்பற்ற வேண்டும்.

நிறுவனம் மூலம் தணிக்கை செய்வதில் சில பலத்தையும், பலவீனத்தையும் புரிந்து கொள்ள வேண்டும். பெரு நிறுவனங்களிட மிருந்து தணிக்கைப் பணிக்காக ஆணை அல்லது ஒப்பந்தத்தைப் பெறுவதற்கு, தணிக்கை நிறுவன அமைப்பும், அதன் நற்பெயரும் உதவும். தணிக்கையர் தணிக்கைப் பணியில் மட்டும் கவனம் செலுத்த நேரிடும். மாறாக, நிறுவன அமைப்பில் செயல்படும் போது, தணிக்கையர் தனித்தன்மையை இழந்து நிறுவனத்தின் விதிகளுக்குக் கட்டுப்பட்டு செயல்பட நேரிடும். நிறுவன அழுத்தம் காரணமாகவோ அல்லது வேறு காரணங்களாலோ முறையற்ற தணிக்கை அறிக்கை வழங்க வேண்டிய சூழலை ஏற்படுத்தலாம்.

2. தனி நபர் தணிக்கையர்கள்

தணிக்கை நிறுவனங்களைப் போலல்லாமல், நிறுவனமாக செயல்படாமல், தகுதியும் பதிவு பெற்ற தணிக்கையர் தனிநபராக, தணிக்கைப் பணி செய்வது இவ்வகையினதாகும். தணிக்கைச் செயல்முறையிலும், தரநிலையிலும், நிறுவனங்களிடமிருந்து வேறுபாடு கிடையாது. தனிநபர் தணிக்கையர்களும் உதவிக்காக பிற தகுதி வாய்ந்த பிற பணியாளர்களைத் தணிக்கையில் பயன்படுத்திக்

கொள்ளலாம். பயிற்சி அளிப்பதற்கு என்று அங்கீகரிக்கப்பட்ட தணிக்கையர்கள் மாணவர்களுக்கு பயிற்சியளிக்க முடியும்.

தனிநபர் தணிக்கையர்கள் தனது சொந்தத் திறமையையும், தனது நன்மதிப்பையும் அடிப்படையாகக் கொண்டு செயல்படுவர். தனது தனித் தொடர்புகளின் மூலமே தணிக்கைப் பணிகளை ஈட்ட முடியும். நிறுவனம் சார் கட்டுப்பாடுகள் இல்லாததால், தணிக்கையர் தன்னிச்சையாகவும், எந்தவித வெளி அழுத்தங்களுக்கு இடமில்லாமலும் செயல்பட முடியும். பொதுவாக, தனிநபர் தணிக்கையர்களிடம் பெரு நிறுவனங்களின் தணிக்கைப் பணி கொடுக்கப்படுவதில்லை. சிறு நிறுவனங்கள் மற்றும், தனிநபர்களின் தணிக்கைத் தேவைகளுக்கான பணியில் மட்டுமே பெரும்பான்மையான தனிநபர் தணிக்கையர் ஈடுபடுகின்றனர்.

28.4. தணிக்கை நெறியாளர்கள்

இந்தியாவில் அரசுத்துறை தணிக்கை அமைப்பையும், தனியார் துறை தணிக்கை நெறிப்படுத்தும் அமைப்பு குறித்து விரிவாகக் கற்றோம். அவை தவிர பிற அமைப்புகளும் தணிக்கைப் பணியை நெறிப்படுத்தும் அதிகாரம் பொறுப்பு கொண்டதாக இருக்கின்றன.

1. நிதி அமைச்சக வழிமுறைகள்

இந்திய நிதி அமைச்சகமும், குறிப்பிட்ட நிறுவனம் செயல்படும் மாநிலத்தின் நிதி அமைச்சகமும், நிறுவனங்கள் பின்பற்ற வேண்டிய நிதி நடைமுறைகள் குறித்தும், வரி தொடர்பான நடைமுறைகள் குறித்தும், பங்குதாரர்கள் முதலீடு குறித்தும் விரிவான வரைமுறைகள் நிர்ணயித்துள்ளன. இந்த நடைமுறைகள் நேரடியாகவும், பிற அமைப்புகள் மூலமாகவும் செயல்படுத்தும் அதிகாரம் கொண்டது நிதி அமைச்சகம். அகத் தணிக்கை மற்றும் உள்ளாட்சித் தணிக்கை குறித்த வழிகாட்டல்கள் வழங்கும் பொறுப்பு நிதித் துறைக்கு உண்டு.

2. இந்தியப் பட்டயக் கணக்கர் நிறுவனம்

இந்த நிறுவனம் குறித்து பகுதி 28.1ல் விரிவாகக் கூறப்பட்டுள்ளது.

3. நிறுவனங்கள் துறை அமைச்சகம்

நிறுவனங்களின் கட்டமைப்பு குறித்தும், அவற்றின் நிர்வாக அமைப்பு குறித்தும், நிறுவனங்கள் பின்பற்ற வேண்டிய தரநிலைகள் மற்றும் நிறுவனங்கள் பின்பற்ற வேண்டிய தணிக்கை நடைமுறைகள் குறித்தும் தக்க வரையறைகள் வெளியிடும் அதிகாரம் படைத்தது நிறுவனங்கள் துறை. மேலும் தணிக்கை நிறுவனங்கள் மற்றும்

தணிக்கையர் பின்பற்ற வேண்டிய நடைமுறைகளையும், தரநிலை களையும் வெளியிட்டு முறைப்படுத்தும் அதிகாரம் படைத்தது நிறுவனங்கள் துறை அமைச்சகம். இந்திய பட்டயத் தணிக்கை நிறுவனமும், இந்திய நிறுவனங்கள் துறை அமைச்சகத்தின் வழிகாட்டுதலின் படியே செயல்படுகின்றது.

4. நிறுவனப் பதிவாளர்

நிறுவனங்கள் செயல்பாடு முழுவதும் நிறுவனப் பதிவாளரின் அனுமதியுடனும், நிறுவனம் செயல்பட கொடுக்கப்பட்ட உரிமையில் விதிக்கப்பட்ட நிபந்தனைகளின்படியும் நடக்க வேண்டும். நிறுவனங்கள் பதிவாளர் நிறுவனம் செயல்படும் உரிமையை ரத்து செய்யும் அதிகாரம் கொண்டவராதலால், நிறுவனப் பதிவாளரின் வழிகாட்டுமுறைகள் மிக முக்கியத்துவம் பெறுகின்றன. இந்தியாவில் உள்ள அனைத்து நிறுவனங்களின் சரியான செயல்பாட்டிற்கு அடிப்படையான நடைமுறைகளை நிர்ணயித்து நிறுவனப் பங்குதாரர் களுக்கும், பயனாளர்களுக்கும் நிறுவனங்களின் நிலைத்தன்மையை உறுதியளிக்கும் நடைமுறைகளைத் கொடுப்பதும், அவற்றை நிறுவனங்கள் பின்பற்றுவதைக் கண்காணிப்பதும் நிறுவனப் பதிவாளரின் கடமையாகும்.

5. தொழில்துறை அமைச்சகம்

குறிப்பிட்ட தொழிலைச் செய்வதை முறைப்படுத்துவது தொழிற்துறை அமைச்சகத்தின் பணி. குறிப்பிட்ட தொழில் குறித்த கொள்கை முடிவுகளையும், அந்தத் தொழில் தொடங்குவதற்குரிய உரிமை வழங்கும் அதிகாரம் பெற்ற அமைப்பாக தொழிற்துறை அமைச்சகம் விளங்குகிறது. தணிக்கையையும் ஒரு சேவைப் பணி என்பதால் அவை குறித்தும் தொழில் துறை அமைச்சக வழிகாட்டலுக்கும் உட்பட்டதாகிறது.

6. தேசிய நிதி அறிக்கையளித்தல் ஆணையம்

நிறுவனங்கள் சட்டம் 2013 சட்டப்படி தேசிய நிதி அறிக்கை யளித்தல் ஆணையம் 2018ல் தொடங்கப்பட்டது. இது ஒன்றிய அரசால் நியமிக்கப்பட்ட 15 உறுப்பினர்களைக் கொண்ட அமைப்பாகும். இந்த அமைப்பு தன்னிச்சையாக செயல்படும் அதிகாரம் கொண்டதாகும்.

இந்தியாவில் கணக்குகள் மற்றும் தணிக்கை தொடர்பான தர நிலைகளை மத்திய அரசிற்குப் பரிந்துரை செய்வதும், அவை நிறைவேற்றப்படுவதை உறுதி செய்வதும் இந்த ஆணையத்தின் முக்கியப் பணியாகும். இந்த அமைப்பு தணிக்கைப் பணியை

ஒழுங்குபடுத்தும் அமைப்பை மேற்பார்வையிடும் அதிகாரம் பெற்றதாகவும் விளங்குகிறது. அதன் அடிப்படையில் இந்தியப் பட்டயக் கணக்காளர்கள் நிறுவனத்தையும் மேற்பார்வையிடும் பொறுப்பு கொண்டது.

இந்த நிறுவனத்தின் முக்கியக் கடமையாக (1) நிறுவனங்கள் பின்பற்ற வேண்டிய கணக்குகள் மற்றும் தணிக்கைத் தொடர்பான தரநிலைகள் குறித்துப் பரிந்துரைகளை ஒன்றிய அரசிடம் வழங்குவது, (2) கணக்குகள் மற்றும் தணிக்கை தொடர்பான தரநிலைகளை நிறுவனங்கள் பின்பற்றப்படுவதைக் கண்காணித்தல் மற்றும் அமலாக்குதல், (3) தணிக்கைப் பணியின் தரத்தை மேற்பார்வையிடலும் அதன் தரம் உயர்த்தும் வாய்ப்புகளையும் உருவாக்குதல், (4) இது தொடர்பான மற்ற பணிகளை மேற்கொள்ளுதல், முதலியனவற்றை கருதலாம்.

இந்த ஆணையம் இந்திய பட்டயக் கணக்கர் நிறுவனத்தின் உறுப்பினர்கள் செய்யும் தவறுகளை விசாரணை செய்யவும், சில வறையறுக்கப்பட்ட நிறுவனங்களை ஆய்வு செய்யவும் உரிமை பெற்றது.

7. மத்திய வங்கி

இந்தியாவின் மத்திய வங்கியான ரிசர்வ் வங்கி நாட்டின் மொத்த நிதி நிலைமையையும் ஒழுங்குபடுத்தும் பணக் கொள்கையை வகுத்து அதனைச் செயல்படுத்தும் பொறுப்பை மேற்கொள்கிறது. அது நாட்டின் நிதிப் புழக்கத்தை ஒழுங்குபடுத்தும் பணியை மேற்கொள்கின்றது. மேலும், வங்கிகள் தொடர்பான நிதிக் கட்டுப்பாடுகளையும், வங்கிகள் தணிக்கைக்குரிய ஒழுங்கு முறைகளையும், வழிகாட்டுதல்களையும் மத்திய வங்கி வழங்குகிறது.

8. கூட்டுறவு சங்கப் பதிவாளர்

கூட்டுறவு வங்கிகள் மற்றும் கூட்டுறவு சங்கங்கள் போன்றவற்றின் தணிக்கைக் குறித்த வழி முறைகள் மாநிலத்திற்கு மாநிலம் வேறுபடும். அவற்றின் செயல்பாடுகளையும், நிதிநிலையின் தரத்தையும், அவற்றின் நிலைத்தன்மையையும் உறுதி செய்ய தக்க வழிமுறைகளை வெளியிட்டு, அவை செயல்படுத்தப்படுவதை உறுதி செய்வது கூட்டுறவு சங்கப் பதிவாளர்களின் பொறுப்பு. கூட்டுறவு வங்கிகள் மற்றும் சங்கங்களின் தணிக்கை குறித்த பதிவாளரின் ஆணைகள் அந்தத் துறை சார்ந்த தணிக்கைக்கு மிக முக்கியமானவை.

கூடுதலாக அறிந்துகொள்ள....

1. இந்தியாவில் தணிக்கையராகப் பணிபுரிய முறையாகத் தகுதி பெற்று தணிக்கையராகப் பதிவு செய்திருக்க வேண்டும். பதிவு செய்யும் முறை குறித்து அறிக.
2. இந்தியாவில் தணிக்கையராகத் தகுதி பெறுவதற்காக நடத்தப்படும் தேர்வுகள் குறித்தும், அதற்குத் தேவையான தகுதிகள் குறித்தும் முழுமையாக அறிக.
3. வங்கித் தணிக்கையராவதற்குத் தேவையான தகுதிகள் குறித்தும் அதற்கான வாய்ப்புகள் குறித்தும் முழுமையாக அறிக.
4. இந்தியாவில் நிதி நிர்வாகம், வரி மேலாண்மை குறித்து ஆலோசனை கூறும் தணிக்கையர் பணி குறித்து அறிக.
5. இந்திய நிறுவனங்கள் சட்டம் குறித்தும், பட்டயக் கணக்கறிஞர்கள் சட்டம் குறித்தும் முழுமையாக அறிக
6. இந்திய பட்டயக் கணக்கறிஞர்கள் நிறுவனம் வெளியிட்டுள்ள தணிக்கைத் தரநிலைகளையும், ஒழுங்கு நெறி முறைகள் குறித்தும் முழுமையாக அறிக.

29. பன்னாட்டு அமைப்புகளில் தணிக்கை

தணிக்கை அனைத்து நிறுவனங்களுக்கும் தேவை என்றாலும், பொதுமக்களின் பணம் அதிகம் புழங்கும் நிறுவனங்களுக்கு இதன் தேவை மிக அதிகம். பன்னாட்டளவில் பெருநிறுவனங்கள் யாவும் பங்குதாரர்களின் முதலீட்டுடனே செயல்படுகின்றன. பன்னாட்டளவிலான பொதுத் துறை அமைப்புகளான ஐக்கிய நாடுகள் சபை மற்றும் அதன் சார்பு நிறுவனங்களில் உள்ள தணிக்கை அமைப்பு சற்றே மாறுபட்டது. தணிக்கையின் கோட்பாடுகள் மற்றும் செயல்முறைகள் யாவும் அனைத்து விதமானத் தணிக்கைக்குப் பொதுவானதாக இருந்தாலும், அவற்றின் ஒழுங்குமுறைகளும், நிர்வாக வழி முறைகளும் வேறு பட்டவை. அது குறித்து அறிந்து கொள்வது உலக அளவிலான தணிக்கை நிகழ்வுகளைப் புரிந்து கொள்ள உதவும்.

28.1. ஐக்கிய நாடுகள் சபை மற்றும் சார்பு அமைப்புகளின் தணிக்கை

ஐக்கிய நாடுகள் சபை இவ்வுலகில் உள்ள அனைத்து நாடுகளும் உறுப்பினர்களாகக் கொண்ட அமைப்பு. இந்த அமைப்பின் அகத் தணிக்கை செய்வதற்கென்று நிறுவனத்திற்கு உள்ளேயே தனியான அமைப்பு ஐக்கிய நாடுகள் சபையின் ஒவ்வொரு உறுப்பு அமைப்புகளுக்கென்று நிரந்தரமாகச் செயல்படுகிறது. இந்தத் தணிக்கை அமைப்புகள் பெரும்பலும் அமெரிக்காவின் அகத் தணிக்கை நிறுவனம் வெளியிட்ட தணிக்கை வழிமுறைகள் மற்றும் தரநிலைகளின் அடிப்படையில் செயல்படுகின்றன.

A/75/5 (Vol. I)

United Nations

Financial report and audited financial statements

for the year ended 31 December 2019

and

Report of the Board of Auditors

Volume I
United Nations

General Assembly
Official Records
Seventy-fifth Session
Supplement No. 5

Please recycle

ஐக்கிய நாடுகள் சபையின் புறத் தணிக்கை செய்யும் பொறுப்பும் ஒரு பன்னாட்டு அமைப்பிடமே தரப்பட்டு உள்ளது. ஐக்கிய நாடுகள் சபையின்

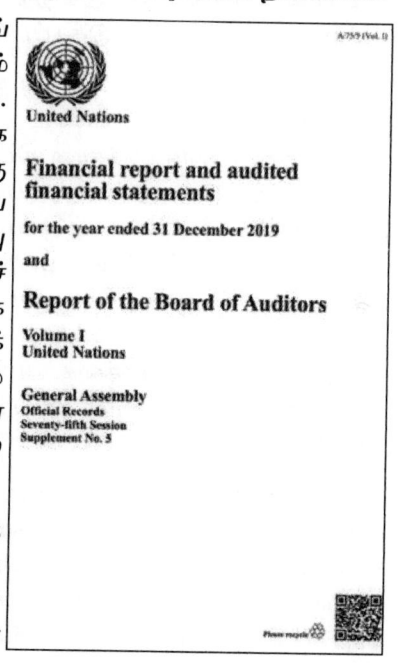

உறுப்பு நாடுகளால் தேர்ந்தெடுக்கப்பட்ட மூன்று நாடுகளைக் கொண்ட 'தணிக்கை வாரியத்தால்' நடத்தப்படுகிறது. ஐக்கிய நாடுகள் சபையின் உறுப்பு நாடுகளின் அரசுத் தணிக்கைத் துறை அல்லது அமைப்பு இந்தத் தணிக்கை வாரியத்தில் உறுப்பினர்களாகத் தேர்ந்தெடுக்கப்படுகின்றனர். இந்த வாரியத்தின் உறுப்பினர்கள் ஐக்கிய நாடுகள் சபை உறுப்பு நாடுகளால் தேர்தல் முறையில் தேர்ந்தெடுக்கப்படுகின்றன. இந்த தேர்வு குறிப்பிட்ட நாட்டின் தணிக்கைத் துறையால் நடத்தப்படும் ஒப்பந்தப்புள்ளி அடிப்படையிலும், அந்நாட்டின் தணிக்கை மனித வளம் மற்றும் தணிக்கையின் நம்பகத் தன்மையின் அடிப்படையில் பரப்புரை செய்யப்பட்டு, சபை உறுப்பினர்களின் ஓட்டெடுப்பின் மூலம் நடத்தப்படுகிறது.

இவ்வாறு தேர்தெடுக்கப்படுகின்ற நாடுகள் ஆறு வருடங்கள் ஐக்கிய நாடுகள் சபையின் உறுப்பு அமைப்புகளை தணிக்கைப் பணி செய்யும். இதில் ஒவ்வொரு நாடும் இரண்டு ஆண்டுகளுக்குப் பின்னர் சுழற்சி முறையில் மாற்றப்படும். இந்த வாரியத்தின் இயக்குநரகம் அமெரிக்காவின் நியூயார்க் நகரத்தில் செயல்படுகிறது. இந்த வாரியத்தில் உறுப்பு நாடுகளின் தணிக்கைத் துறைத் தலைவர் உறுப்பினராகச் செயல்படுவார். இந்த மூன்று நாடுகளுக்குள் ஒரு நாட்டின் தணிக்கைத் துறைத் தலைவர் சுழற்சி அடிப்படையில் தலைவராகத் தேர்ந்தெடுக்கப்படுவார்.

இந்த வாரியத்தின் உறுப்பு நாடுகளிலிருந்து தேர்ந்தெடுக்கப்பட்ட தணிக்கையர்களைக் கொண்ட குழுக்கள் மூலம் தணிக்கை நடத்தப் படுகின்றது. தணிக்கைக்கான திட்டம் இடர் ஆய்வின் அடிப்படையில் தயாரிக்கப்பட்டு, அதன் அடிப்படையில் தணிக்கை நடத்தப்படுகிறது. தணிக்கைக் குழுக்களால் தயாரிக்கப்பட்ட தணிக்கை அறிக்கை தணிக்கை வாரியத்தில் சமர்ப்பிக்கப்பட்டு, வாரிய உறுப்பு நாடுகளின் அதிகாரிகளால் ஆய்வு செய்யப்பட்டு ஏற்றுக் கொள்ளப்பட்ட பின்னர், ஐக்கிய நாடுகள் அமைப்பின் பொதுச் சபையில் சமர்ப்பிக்கப்படு கின்றன. இந்தத் தணிக்கை அறிக்கைகளை ஆய்வு செய்வதற்கென்று ஏற்படுத்தப்பட்ட குழுக்கள் பரிசீலனை செய்து, தக்க நடவடிக்கை மேற்கொள்கின்றன.

ஐக்கிய நாடுகள் அமைப்பின் உறுப்பு அலுவலகங்களின் தணிக்கையின் போது உலகத் தரம் வாய்ந்த தணிக்கை நடைமுறைகள் பின்பற்றப்படுகின்றன. தணிக்கைக்கு பன்னாட்டு நிதி அறிக்கை தரநிலைகளையும் (IFRS), பன்னாட்டு பொதுத் துறைக்கான கணக்கியல் தரநிலைகளையும் (IPSAS) பின்பற்றி தணிக்கை நடத்தப்படுகின்றன.

தணிக்கையில் பயன்படுத்தப்படும் கருவிகளும், நடைமுறைகளும் பொதுவாக இந்திய தணிக்கை நடைமுறைகளை ஒட்டியே அமைகின்றன.

உலக சுகாதார அமைப்பின் தணிக்கை நடைமுறைகளும், உணவு மற்றும் வேளாண்மை அமைப்பின் தணிக்கை நடவடிக்கைகளும், ஐக்கிய நாடுகள் அமைப்பின் தணிக்கைச் செயல்முறைகளையும் தரநிலைகளையும் ஒட்டியே அமைகின்றன. இதுபோன்ற பன்னாட்டு அமைப்புகள் அனைத்திலும் தணிக்கைக் கட்டமைப்பு முறை இதைப் போன்றே அமைகிறது. இவை தவிர உலக கடல்சார் நிறுவனம் மற்றும் உலக சொத்துரிமைப் பாதுகாப்பு நிறுவனங்கள் முதலியனவும் மேற்கண்ட தணிக்கை நடைமுறைகளின் அடிப்படையிலேயே செயல்படுகின்றன.

உலக வங்கி குழுமம் என்பது வளர்ச்சி மற்றும் மறுசீரமைப்பிற்கான பன்னாட்டு வங்கி, பன்னாட்டு வளர்ச்சிக் கூட்டமைப்பு முதலியன உட்பட்ட நான்கு உறுப்புகளைக் கொண்டது. உலக வங்கி குழுமத்தை தணிக்கை செய்ய அதன் நிர்வாகத்தினுள் அகத் தணிக்கைக் குழு செய்படுகிறது. உலக நிதியுதவி செய்யும் திட்டங்களைத் தணிக்கை செய்யத் தனியார் தணிக்கை நிறுவனங்களைப் பணியிலமர்த்த விரிவான வழிமுறைகளை உலக வங்கிக் குழுமம் வழங்கியுள்ளது. உலக வங்கிக் குழும உறுப்பு அமைப்புகளைத் தனித்தனியாக தணிக்கை செய்ய, தணிக்கை நிறுவனங்களைப் பணியில் அமர்த்துகின்றனர். குழுமத்தின் அனைத்து உறுப்பு அமைப்புகளின் தணிக்கை அறிக்கையையும் தொகுத்து உலக வங்கியின் நிர்வாகக் குழுவிடம் சமர்ப்பிக்கப் படுகின்றது. பல்வேறு தணிக்கைப் பணியை மேற்பார்வையிட தணிக்கைக் குழுவும் செயல்படுகிறது. ஆசிய வளர்ச்சி வங்கியிலும் பன்னாட்டு நாணய நிதியம் அகத் தணிக்கை, புறத் தணிக்கை மற்றும் தணிக்கைக் குழுவும் செயல்படுகின்றன.

29.2. பிற நாடுகளில் தணிக்கை

ஒவ்வொரு நாடும் தணிக்கை அமைப்பு முறையையும் ஒழுங்கு நெறிமுறைகளையும் நிர்ணயிக்கும் இறையாண்மை கொண்டவை. ஒரு நாட்டின் அரசியல் அமைப்பு முறையைப் பொருத்து, நாட்டுக்கு நாடு வேறுபடும். சில முக்கிய நாடுகளின் தணிக்கை அமைப்பு முறையை மேலோட்டமாகப் பார்க்கலாம்.

1. அமெரிக்கா

அமெரிக்காவின் ஒருங்கிணைந்த அரசின் செயல்பாடுகளை அரசு பொறுப்புக் கூறல் அலுவலகம் தணிக்கை செய்கிறது. அதேபோல்

பிராந்திய அரசுகளின் செயல்பாடுகளை அந்த மாநில அரசுகளின் தணிக்கை அலுவலகங்கள் மேற்கொள்கின்றன. இந்த அலுவலகங்கள் யாவும் குறிப்பிட்ட ஒருங்கிணைந்த மற்றும் பிராந்திய அரசுகளின் அலுவலகங்களாக இருந்தாலும், அரசு கட்டுப்பாடுகளுக்கு அப்பாற்பட்டு அவை தன்னாட்சி பெற்ற அமைப்பாகச் செயல்படுகின்றன. இந்த அலுவலகங்களின் செயல்முறைகளும், பின்பற்ற வேண்டிய தரநிலைகளும் அந்த அலுவலகங்களே முடிவு செய்யும் அதிகாரம் பெற்றவைகளாக இருக்கின்றன.

தனியார் நிறுவனங்களின் தணிக்கையைப் பொருத்த வரையில் ஒருங்கிணைந்த, பிராந்திய அரசுகள் தணிக்கை தொடர்பான விதி முறைகளையும் வழிமுறைகளையும் வழங்குகின்றன. இவை தவிர தன்னிச்சையாக ஒழுங்குபடுத்தும் அமைப்புகளும் நிதிச் செயல் பாடுகள் மற்றும் தணிக்கை தொடர்பான வழிமுறைகளை வழங்க வல்லன. நிறுவனங்கள், அவை பின்பற்ற உள்ள தணிக்கைத் தரநிலை களையும், செயல்முறைகளையும் நிர்ணயித்துக் கொள்ளலாம். அந் நிறுவனங்களின் நிதியறிக்கை மற்றும் தணிக்கை அறிக்கைகளில் பின்பற்றப்பட்ட தரநிலை மற்றும் வழிமுறைகளைத் தெரியப்படுத்த வேண்டும். தணிக்கையரின் தகுதிகளை நிர்ணயிக்க பல்வேறு சான்றளிப்பு அமைப்புகளும் செயல்படுகின்றன. நிறுவனங்கள் தங்களின் தேவைக்கு ஏற்ப தணிக்கையரின் தகுதிகளை நிர்ணயித்துக் கொள்ளலாம். குறிப்பிட்ட தகுதிகளைக் கொண்ட பிற நாட்டவரும் தணிக்கையராகப் பணியாற்ற தகுதி வாய்ந்தவராகின்றனர்.

அமெரிக்காவின் 'நிதிக் கணக்குகள் வாரியம்' வெளியிட்ட 'பொதுவாக ஏற்றுக்கொள்ளப்பட்ட கணக்குகள் செயல்முறைகளை' (Generally Accepted Accounting Principles) அமெரிக்க நிறுவனங்கள் பின்பற்ற வேண்டிய அடிப்படைக் கணக்குக் கோட்பாடுகள். இக் கோட்பாடுகள் அமெரிக்காவின் பெரும்பாலான மாநிலங்களில் முழுமையாகவும், சிலவற்றில் சிறு மாற்றங்களோடும் பின்பற்றப் படுகின்றன. அதற்கு மாற்றாக 'பன்னாட்டு நிதிநிலை அறிக்கைத் தரநிலைகளும்' அமெரிக்காவில் பின்பற்றப்படுகின்றன. பட்டயப் பொதுக் கணக்காளர்களுக்கான அமெரிக்க நிறுவனத்தின் தணிக்கைத் தர நிலைகள் வாரியம் வெளியிட்ட 'பொதுவாக ஏற்றுக்கொள்ளப்பட்ட தணிக்கைத் தரநிலைகளை' (Generally Accepted Auditing Standards) அமெரிக்க பொதுத் தணிக்கையர்கள் பின்பற்ற வேண்டிய தரநிலைகள்.

2. இங்கிலாந்து

இங்கிலாந்தில் அரசு செயல்பாடு குறித்த தணிக்கையைத் தேசிய தணிக்கை அலுவலகம் மேற்கொள்கிறது. கம்ட்ரோலர் மற்றும் ஆடிட்டர் ஜெனரல் இந்த அலுவலகத்தின் தலைவராவார். இவர் தணிக்கைப் பணியைத் தவிர செலவு கட்டுப்பாட்டாளர் பணியையும் செய்கிறார். இவர் பாராளுமன்றத்தின் அங்கமாதலால் தணிக்கை செய்யப்படும் அலுவலகத்திலிருந்து கோப்புகளையும், தரவுகளையும் மற்றும் தணிக்கைக்குத் தேவையான விளக்கங்களையும் கட்டாய மாகவும் சட்டரீதியாகவும் பெறும் முழு அதிகாரம் பெற்றவராவார். இந்த தணிக்கை அலுவலகம் நாட்டின் பாராளுமன்றத்தின் அங்கமாகும். இந்தத் அலுவலகம் அதிகாரி களின் கட்டுப்பாட்டுக்கு அப்பாற்பட்டு

தன்னிச்சையாக செயல்படும் அமைப்பாகும். தணிக்கைச் செயல் முறைகளையும், தணிக்கைத் தரநிலைகளையும் நிர்ணயிக்கும் அதிகாரம் பெற்ற அமைப்பாகும். தணிக்கைக் குழுக்களின் துணையோடு களத் தணிக்கை நடத்தி, முக்கியமான தணிக்கைக் குறிப்புகளைத் தொகுத்து, தணிக்கை அறிக்கையை பாராளுமன்றத்திற்கு சமர்ப்பிக்கும். தணிக்கை அறிக்கையின் படி மேல்நடவடிக்கை எடுக்க பொதுக் கணக்குக் குழுவிற்கு உதவி புரியும். தேசிய தணிக்கை அலுவலகம் தணிக்கைத் திட்டத்தை தயாரித்து பாராளுமன்ற உறுப்பினர்களைக் கொண்ட பொதுக் கணக்கு ஆணையத்தின் ஒப்புதல் பெற்று அதன்படி தணிக்கை மேற்கொள்கிறது.

தனியார் துறை நிறுவனங்களைத் தணிக்கை செய்வதை முறைப் படுத்த 'தணிக்கைச் செயல்முறைகள் குழு' செயல்பட்டு வருகிறது. இந்தக் குழு 'கணக்கியல் அமைப்புகளின் கலந்தாய்வுக் குழு' மூலமாக ஏற்படுத்தப்பட்டுள்ளது. இந்தக் குழு தணிக்கைத் தரநிலைகளையும், தணிக்கைச் செயல்முறைகளையும் விரிவாக வெளியிட்டுள்ளது. இது தவிர தணிக்கைச் செயல்முறைக் குறிப்புகளையும் வெளியிட்டுள்ளது. அயர்லாந்து பகுதியில் உள்ள நிறுவனங்களின் தணிக்கையை மேற் பார்வையிட 'அயர்லாந்து கணக்கு மற்றும் தணிக்கை மேற்பார்வை அதிகார அமைப்பு' ஏற்படுத்தப்பட்டுள்ளது. இங்கிலாந்தில் பல நிறுவனங்களுக்கு, சில குறிப்பிட்ட சூழல்களில், தணிக்கையிலிருந்து விலக்கு அளிக்கப்பட்டுள்ளது. அதே வேளையில் நிதியறிக்கையில் தவறு அல்லது முறைகேடு செய்தாலும், தணிக்கை அறிக்கையில் தவறு அல்லது முறைகேடு செய்தாலும் கடுமையான தண்டனை

விதிக்க சட்டவிதிமுறைகள் இயற்றப்பட்டுள்ளன. அதனை வலுப்படுத்த தணிக்கை நடைமுறைகள் வெளிப்படையாக இருப்பதற்குத் தேவையான வழிகாட்டுதல்களும் உள்ளன.

இங்கிலாந்தில் அந்நாட்டிற்கென்று 'பொதுவாக ஏற்றுக்கொள்ளப் பட்ட கணக்குகள் செயல்முறைகள்' இருந்தாலும், 'பன்னாட்டு நிதி நிலை அறிக்கைத் தரநிலைகளையும்' அந்நாடு ஏற்றுக் கொண்டுள்ளது.

3. சீனா

சீனா தேசிய தணிக்கை அலுவலகம் அரசுத் துறை நிறுவனங்கள் மற்றும் அலுவலகங்களைத் தணிக்கை செய்யும் பொறுப்பை மேற் கொண்டுள்ளது. சான்றளிக்கப்பட்ட பொதுத் தணிக்கையருக்கான சீன நிறுவனம் தணிக்கைச் செயல்முறைகளுக்கான வழிகாட்டுதல்களை வெளியிட்டு, பொதுத் தணிக்கையருக்கான தேர்வையும் நடத்துகிறது. சீனாவின் அரசு நிர்வாக முறை சற்று மாறுபட்டு இருப்பதால், தணிக்கை நடைமுறைகளிலும் சற்று மாற்றம் உண்டு. தணிக்கை நடைமுறை நீண்ட காலமாக சீனாவில் வழக்கத்தில் இருந்தாலும், தணிக்கை என்பது கம்யூனிச அரசின் நோக்கங்களை நிறைவேற்றும் அமைப்பாகவே செயல்பட்டு வந்தது. ஆனால், அரசின் நிர்வாகம் சந்தை சார் நிர்வாகமாக மாற்றிய போது தணிக்கையின் தேவை வெளிப்படையானதாக இருக்க வேண்டியதன் முக்கியத்துவம் உணரப்பட்டது. இன்று இந்த நிறுவனங்களில் அதிக மாற்றங்கள் நிகழ்ந்திருந்தாலும், 'தேசிய தணிக்கை அலுவலகமும்' 'சான்றளிக்கப்பட்ட பொதுத் தணிக்கையருக்கான சீன நிறுவனமும்' சீன மத்திய அரசின் கட்டுப்பாட்டிலேயே செயல்பட்டு வருகின்றன. 'சீனா தேசிய தணிக்கை அலுவலகம்' அரசு மற்றும் அரசு சார் நிறுவனங்களைத் தணிக்கை செய்தாலும், பெரும்பாலான தணிக்கைகள் ஒப்பந்தத் தணிக்கையர் மற்றும் தணிக்கை நிறுவனங்கள் மூலம் நடத்துவது அங்கீகரிக்கப்படுள்ளது.

சமீப காலங்களில் தனியார் நிறுவனங்களின் எண்ணிக்கையும், அவற்றைத் தணிக்கை செய்யும் நிறுவனங்களின் எண்ணிக்கையும் அதிகரித்து வரும் நிலையில், சான்றளிக்கப்பட்ட பொதுத் தணிக்கையர் களின் எண்ணிக்கை அதிகரித்து வந்தாலும், அவர்கள் அரசின் கட்டுப் பாடுகளிலிருந்து தனித்துச் செயல்படும் நிலையை எட்டவில்லை. பொதுத் தணிக்கையர் தேசியத் தணிக்கை அலுவலகம் சான்றளிக்கப் பட்ட பொதுத் தணிக்கையருக்கான சீன நிறுவனத்தின் கட்டுப் பாட்டிலேயே இருக்கிறது. சீனாவிற்கென்று இயற்றப்பட்ட தணிக்கைச் செயல்முறைகளோடு உலகத் தணிக்கைத் தரநிலைகளையும் நேரடியாகப் பின்பற்றும் போக்குகளை சீனப் பொதுத் தணிக்கை

யரிடம் பின்பற்றத் தொடங்கியுள்ளனர். தணிக்கை அறிக்கை அரசு மற்றும் நிறுவனப் பயனாளிகளுக்குக் கிடைப்பதில் கட்டுப்பாடுகள் உள்ளன.

பன்னாட்டு நிதிநிலை அறிக்கைத் தரநிலைகளிலிருந்து சற்று மாறுபட்ட சீனா கணக்குகள் தரநிலைகளை அந்நாடு பின்பற்றி வருகின்றது. சீனாவின் 'தணிக்கைத் தரநிலைகள் வாரியம்' வெளியிட்டுள்ள 'சீனா தணிக்கைத் தரநிலைகள்' பெரும்பாலான நிறுவனங்கள் பின்பற்ற வேண்டியவை.

29.3. பன்னாட்டு நிறுவனத் தணிக்கை

பன்னாட்டு நிறுவனங்களின் தணிக்கையும் இந்திய நிறுவனங்களின் தணிக்கையைப் போன்றே அமைகிறது. பன்னாட்டு நிறுவனங்களுக்கும் அகத் தணிக்கை அமைப்பும், புறத் தணிக்கை செய்யும் செயல்முறைகளும் முக்கியமானவை. அகத் தணிக்கை அமைப்பு முறை நிறுவனத்தின் தேவைக்கேற்ப அதன் செயல்பாடுகளின் தன்மைக்கேற்ப கட்டமைக்கப் படும். இந்த அமைப்பு வெவ்வேறு நாடுகளில் செயல்படும் நிறுவனத்தின் கிளை நிறுவனங்களின் செயல்பாடுகளுக்கு ஏற்பவும், அந்த நாட்டின் தணிக்கைத் தேவைகளுக்கேற்பவும் கட்டமைக்கப்படும்.

பன்னாட்டு நிறுவனங்களின் புறத் தணிக்கைச் செயல்முறைகள், நிதிநிலை அறிக்கையைச் சான்றளிப்பதின் தேவையையும் அந்த நிறுவனங்கள் செயல்படும் நாடுகளில் நிலவும் சட்டத் தேவைகளையும் பொருத்துக் கட்டமைக்கப்படுகின்றன. அந்நிறுவனத்தின் நிதியறிக்கைத் தரநிலைகளும், தணிக்கைத் தரநிலைகளும் அந்நாட்டின் புறத் தணிக்கையின் தேவைகளை நிர்ணயிக்கின்றன. அடிப்படையில், குறிப்பிட்ட நிறுவனம் செயல்படும் நாட்டின் சட்ட விதிகளுக்கு உட்பட்டு அக மற்றும் புறத் தணிக்கையின் கட்டமைப்பையும் செயல்முறையையும் பின்பற்றுகின்றன.

பன்னாட்டு நிறுவனங்களின் பிற தணிக்கைத் தேவைகளான இணக்கத் தணிக்கை, செயல்தணிக்கை, சுற்றுச் சூழல் தணிக்கை, தொழில்நுட்பத் தணிக்கை அகக் கட்டமைப்புத் தணிக்கை போன்றவை குறிப்பிட்ட நாடுகளின் சட்ட விதிகளுக்கு உட்பட்டு, அந்நிறுவனத்தின் தேவைக்கு ஏற்ப செயல்படுத்தப்படுகின்றன. பங்குதாரர்களின் தேவையும், அந்நாட்டின் உள்நாடு, வெளிநாடு முதலீடுகள் நெறிமுறைகள் குறித்த வழிமுறைகளையும், நிறுவனங்கள் பதிவாளரின் வழிகாட்டு முறைகளையும் அகத் தணிக்கையில் பின்பற்றப்பட வேண்டும். புறத் தணிக்கை அறிக்கைகள் பங்குதாரர்களுக்கும் பொதுமக்களுக்கும் பயன்படும் வகையில் பொதுத் தளத்தில் வெளியிடப்பட வேண்டும்.

நிறுவனத்தின் கிளைகள் அமைந்துள்ள நாடுகளின் சட்ட விதிமுறைகளுக்கு உட்பட்டு, பங்குதாரர்களின் தேவைக்கு ஏற்பவும், நிறுவனத்தின் செயல்முறைகளுக்கு ஏற்பவும் அனைத்து நாட்டில் உள்ள கிளைகளின் நிதியறிக்கைகளின் அடிப்படையில் 'ஒருங்கிணைந்த நிதியறிக்கையும்' (Consolidated financial statement), அதன் மீதான தணிக்கை அறிக்கையும் வெளியிடப்பட வேண்டும்.

பன்னாட்டு நிறுவனங்களில் ஆலோசனைப் பணி:

பன்னாட்டு நிறுவனங்களில் தணிக்கை அமைப்புகள் தணிக்கையின் அடிப்படையில் உறுதியளிக்கும் பணியில் ஈடுபடுவதுடன் ஆலோசனைகள் வழங்கும் பணியையும் மேற்கொள்கின்றன. தணிக்கை உறுதியளிக்கும் பணியும், ஆலோசனைப் பணியும் ஒன்றுக் கொன்று முரணபட்டதாக இல்லாமல் இருப்பதை, இரு தரப்புமே உறுதி செய்து கொள்ள வேண்டும். இரு பணிகளுக்கும் வெவ்வேறு நிறுவனங்களைப் பணியில் அமர்த்துவதன் மூலம் இப்பணியை எளிதாகச் செய்ய முடியும்.

கூடுதலாக அறிந்துகொள்ள...

1. இந்தியாவில் உள்ள பன்னாட்டு நிறுவனங்களில் தணிக்கையராகப் பணி புரிவதற்கு உள்ள வாய்ப்புகள் குறித்து அறிக.
2. பிறநாடுகளில் - நீங்கள் விரும்பும் நாடுகளில் - தணிக்கையராகப் பணி புரியத் தேவையான தகுதிகள் குறித்தும், அதற்கான வாய்ப்புகள் குறித்தும் அறிக.
3. ஐக்கிய நாடுகள் சபை அமைப்பின் உறுப்பு நிறுவனங்களில் அகத் தணிகையராகப் பணியில் சேரத் தேவையான தகுதிகள் குறித்தும், வாய்ப்புகள் குறித்தும் அறிக.

30. தணிக்கையின் எதிர்காலம்

தணிக்கை குறித்த வரலாற்றையும், பல்வேறு வரையறைகளையும், செயல்முறைகளையும், வகைகளையும், தரநிலைகளையும் கற்றறிந்தோம். அவை எல்லாம் தணிக்கை குறித்த கடந்த காலத்தையும், நிகழ் காலத்தையும் எதிரொலிக்கின்றன. அதே வேளையில் தணிக்கையின் எதிர்காலம் குறித்து அறிந்து கொள்வதும் மிக இன்றியமையாததாகிறது. கால ஓட்டத்திற்கேற்ப தணிக்கையில் ஏற்பட்ட மாற்றங்களையும் சவால்களையும் தணிக்கையின் வரலாறு குறித்த அத்தியாயத்தில் கற்றோம். தணிக்கையின் எதிர்காலம் குறித்த சூழலையும் கருத்துக்களையும் இங்கே கற்கலாம்.

30.1. தணிக்கை நேர்கொள்ளும் சவால்கள்

தற்போது தணிக்கை சந்திக்கக் கூடிய சவால்களும், எதிர்காலத்தில் சந்திக்கவல்ல சவால்களும், கடந்த காலச் சிக்கல்களிலிருந்து முற்றிலும் மாறுபட்டவை. தொழில் துறையிலும், நிறுவன மேலாண்மை அணுகு முறையிலும், பங்குதாரர்களின் எதிர்பார்ப்பிலும், தகவல் தொழில் நுட்பத் துறையிலும் ஏற்பட்டுள்ள மாற்றங்கள் தணிக்கைச் செயல் முறையில் மாறுபட்ட சவால்களை ஏற்படுத்தியுள்ளன.

1. தணிக்கை செய்யப்படும் நிறுவனத்தின் ஒத்துழைப்பு

தணிக்கைக்கும் தணிக்கை செய்யப்படும் நிறுவனத்திற்கும் இடையேயான உறவு நிறுவனத்தின் பங்குதாரர்களுக்கும், நிறுவனத்தின் நிர்வாகத் தரத்தை மேம்படுத்துவதற்கும் ஏற்ற வகையில் கூட்டுறவு முறையிலானதாக இருக்க வேண்டும். எல்லாக் காலத்திலும் தணிக்கை செய்வதற்கு செய்யப்படும் நிறுவனத்திலிருந்து முழுமையான ஒத்துழைப்பு கிடைப்பதில்லை. கடந்த காலங்களில் இந்த வகையான புறக்கணிப்பு பெரும்பாலும் நேரிடையானதாகவும், வெளிப்படையானதாகவும் நிகழும். ஆனால் தற்காலத்திலும், எதிர்காலத்திலும், தணிக்கைக்கு ஒத்துழைக்காத நிகழ்வும், புறக்கணிப்பும் வெளிப்படையாக நிகழாமல், மறைமுகமாகவும், நிர்வாகம் உள் நோக்கம் கொண்டு செயல்படுவதாகவும் அமைகின்ற வாய்ப்புகள் உள்ளன. அவ்வாறு நிகழவல்ல வாய்ப்புகள் மற்றும் சூழல்கள் குறித்து இங்கு காணலாம்

1. கோப்புகளையும், தரவுகளையும், தகவல்களையும் காலதாமதமாக வழங்குதல் மற்றும் முழுமையாக வழங்காதிருத்தல்,
2. தணிக்கையின் ஐயங்களுக்கும் வினாக்களுக்கும் நேரடியான பதில்களையும் விளக்கங்களையும் தராமல் அரைகுறையாகவும், சுற்றி வளைத்தும் கொடுத்தல்,
3. கோப்புகளையும், தரவுகளையும், தகவல்களையும் தொழில் இரகசியம் என்றும், மூலோபாய உத்தி (Strategic) சார்ந்தவை என்ற அடிப்படையில் வழங்காதிருத்தல்,
4. தணிக்கைக்குச் சான்றாக அமையவல்ல ஆவணங்களை மறைத்துவிட்டுப் பிற ஆவணங்களை மட்டும் வழங்குதல்,
5. தணிக்கையின் கருத்துக்களையும், அனுமானங்களையும் உறுதிப்படுத்தவும் தெளிவு படுத்தவும் மறுத்தல்,
6. இரு வகையான கோப்புகளையும், தரவுகளையும், தகவல்களையும் பராமரித்தல். ஒன்று தணிக்கைக்கு வழங்கவும், மற்றொன்று நிர்வாகத் தேவைகளுக்காகவும்,
7. தணிக்கையின் அணுகுமுறையின் அடிப்படையில் தரவுகளை மாற்றியமைத்தல். குறிப்பாக, சேவைக் கணினியில் உள்ள தரவுகளையும் தகவல்களையும் மாற்றியமைத்தல் மற்றும் கணினியின் பின் தளத்திற்குச் சென்று தகவல்களையும் தரவுகளையும் மாற்றுதல்,
8. நிர்வாகத்தின் பங்கீடு தேவைப்படும் குறிப்பிட்ட தணிக்கை அணுகுமுறைகளுக்கு ஒத்துழைப்பு நல்காதிருத்தல்,
9. தக்க நடவடிக்கை எடுப்பதாக உறுதியளித்துவிட்டு, தணிக்கை முடிவுற்ற பின்னர் அதனைப் பின்பற்றாதிருத்தல்,
10. தணிக்கை வினாக்களுக்கும் ஐயங்களுக்கும், தகுதியுடைய அதிகாரியிடமிருந்து ஒப்புதல் பெறப்படாமல், தணிக்கைக் கருத்துக்களைத் தெரிவித்த உடன் வேறு அதிகாரியிடமிருந்து விளக்கங்களை மாற்றிக் கொடுத்தல்.

மேற்கண்ட பட்டியலில் உள்ளவை அடையாளக் குறிப்புகள் மட்டுமே. முழுப் பட்டியல் அல்ல. சூழலுக்குத் தகுந்தவாறும், தணிக்கையின் அணுகுமுறைக்குத் தகுந்தவாறும், நிர்வாகத்தின் அணுகுமுறையும் ஒத்துழைப்பும் மாறுபடும். இவ்விடத்தில் தணிக்கையர் உள்வாங்கிக் கொள்ள வேண்டிய படிப்பினை என்னவென்றால், தணிக்கை செய்யப்படும் நிறுவனம் தணிக்கைக்கு

முழுமையாக ஒத்துழைப்பதில்லை என்ற ஐயத்துடனே தணிக்கையை நடத்த வேண்டும் என்பதே.

2. தணிக்கை அறிக்கையின் மேல் நடவடிக்கை எடுக்காமை

தணிக்கையின் முக்கியமான பிரச்சனையே தணிக்கை அறிக்கையின் மேல் தகுந்த நடவடிக்கை மேற்கொள்வதைத் தடுப்பதுவும் தாமதப் படுத்துவதுமே. தணிக்கைக்கு ஒத்துழைப்பு கொடுப்பதோடு நிர்வாகத்தின் பணி முடிந்துவிடுவதில்லை. தணிக்கையின் நோக்கமே நிர்வாகத்தை மேம்படுத்துவதுதான் என்பதால், தணிக்கை அறிக்கையில் தெரிவிக்கப் பட்டுள்ள பரிந்துரைகளின் மேல் உடனடியாக தக்க நடவடிக்கைகளை மேற்கொண்டு, தணிக்கை அறிக்கை குறிப்பிடும் நிர்வாகத் தவறுகளையும் குறைபாடுகளையும் உடனடியாகக் களைய வேண்டும். ஆனால், பெரும்பாலும் நிர்வாகம் அதில் அக்கறை கொள்வதில்லை. அதற்குக் காரணம், மேல் நடவடிக்கை மேற்கொண்டால் நிர்வாகத்தின் தவறை ஏற்றுக் கொண்டதாகிவிடும். மேலும் நிர்வாகத் தவறைத் திருத்துவதுடன் நின்றுவிடுவதில்லை. அந்தத் தவறுக்குக் காரணமானவர்கள் மேல் தக்க ஒழுங்கு நடவடிக்கைகள் மேற்கொள்ள வேண்டும் என்ற கட்டாயம் ஏற்படும் என்பதும் முக்கியக் காரணம். ஆகவே நிறுவனங்கள் தணிக்கை அறிக்கையின் மேல் நடவடிக்கை எடுப்பதை தகுந்த அழுத்தம் ஏற்படும் வரை தவிர்க்கின்றன; அல்லது தாமதப்படுத்துகின்றன. தாமதங்கள் காலப்போக்கில் தவிர்க்கப்படும் சூழலை உருவாக்கிவிடும்.

தனியார் துறையைப் பொருத்தவரையில் தணிக்கை அறிக்கையையும் தக்க பரிந்துரைகள் வழங்குவதோடு தணிக்கையர் பணி நிறைவு பெற்றுவிடும். தணிக்கைக்கான ஒப்பந்தத்தில் தணிக்கை அறிக்கையின் அடிப்படையில் நிர்வாக மேம்பாட்டை செயல்படுத்த ஆலோசனை வழங்கவோ, உதவி செய்யவோ வாய்ப்பு இருக்குமானால் அதனைச் செய்ய வேண்டும். எப்படியாயினும், தவறுகளையும் குறைகளையும் நிவர்த்தி செய்யும் கடமை தணிக்கை செய்யப்பட்ட நிறுவனத்தின் நிர்வாகத்தையே சார்ந்தது. ஆனால் பொதுத் துறைத் தணிக்கையைப் பொருத்தவரையில், தணிக்கை அறிக்கையில் குறிப்பிடப்பட்டுள்ள பரிந்துரைகளின் மேல் தக்க நடவடிக்கை மேற்கொள்ளப்பட்டு, மீண்டும் அத்தகு தவறு நிகழாததைக் கண்காணிப்பது தணிக்கையின் கடமையாகக் கருதப்படுகிறது.

3. தகவல் தொழில்நுட்பத்தில் ஏற்படும் மாற்றம்

தொழில்நுட்ப வளர்ச்சியில் ஏற்படும் மாற்றம் தணிக்கை செய்யப்படும் நிறுவனத்தைப் பெருமளவு பாதிப்பதைப் போலவே தணிக்கையையும் பாதிக்கின்றது. மாறிவரும் காலச் சூழலுக்கேற்ப

நிறுவனங்கள் தங்கள் உற்பத்தி, நிர்வாக மற்றும் வணிக உத்திகளை மாற்றிக் கொள்வது இயல்பே. அத்தகு மாற்றங்களுக்கு ஏற்ப தணிக்கையும் அணுகுமுறையை மாற்றிக் கொள்ள வேண்டும். அது தணிக்கையின் நோக்கத்தை முற்றிலும் சரியாக நிறைவேற்ற வழி வகுக்கும். அது தவிர தொழில்நுட்பத்தில் ஏற்படும் மாற்றம், குறிப்பாக தகவல் தொழில்நுட்பத்தில் ஏற்பட்டும் மாற்றம் தணிக்கையின் அணுகுமுறையை முற்றிலும் மாற்றியமைக்க வல்லது. கணினியின் பயன்பாடும் தரவுகளின் பயன்பாடும் மிக முக்கியத்துவம் பெற்றுள்ள சூழலில், தணிக்கையின் பயன்பாட்டிலும் அவை அதிக தாக்கத்தை ஏற்படுத்துகின்றன. தனித்தனியான பரிவர்த்தனைகளைத் தணிக்கை செய்த சூழலிலிருந்து மாறுபட்டு நிர்வாக அமைப்பையும் மென் பொருள் கட்டுமானத்தையும் தணிக்கை செய்ய வேண்டியிருப்பதால், தணிக்கையின் அணுகுமுறையில் தக்க மாற்றம் தேவைப்படுவதாகிறது. 'ட்ரோன்கள்' எனப்படும் சிறியவகை 'ஆளில்லா வானூர்தி கொண்டும்', 'கூகுள் எர்த்' எனப்படும் விண்ணிலிருந்து பெறப்பட்ட பூமியின் படத்தைப் பயன்படுத்தியும், வலைத்தளத்தின் மூலமான பயனாளர்கள் கணக்கெடுப்பு மற்றும் பின்னூட்டம் முதலானவற்றைக் கொண்டும் தணிக்கை செய்யப்படும் சூழல் உருவாகியுள்ளது. மேலும், வழக்கமான அகக் கட்டுப்பாட்டு முறையிலான தணிக்கையுடன், மென்பொருள் மற்றும் தரவுகளின் பாதுகாப்பு குறித்த தணிக்கை அணுகுமுறையும் மிக முக்கியத்துவம் பெறுகிறது.

ஆகவே தொழில்நுட்ப வளிர்ச்சியினால் நிறுவனங்கள் செய்துள்ள மாற்றத்தையும் தணிக்கையின் செயல்முறையிலும் அணுகுமுறையிலும் ஏற்பட்டுள்ள மாற்றத்தை ஈடுகட்டி தணிக்கை செய்வது மிகவும் சவாலானதாக அமைகிறது.

4. தணிக்கையரின் தகுதியை மேம்படுத்துதல்

தணிக்கையருக்குத் தேவையான அடிப்படைத் தகுதிகள் சட்ட ரீதியாகவும், ஒழுங்குமுறை ஆணைகளால் சீர்படுத்தப்பட்டிருந்தாலும், தணிக்கைப் பணியின் கடினத்தன்மை காரணமாக தணிக்கையர் தனது தகுதியை தொடர்ந்து மேம்படுத்திக்கொண்டே இருக்க வேண்டியது கட்டாயமாகிறது. தணிக்கையரிடமிருந்த எதிர்பார்ப்பு நிறுவனத்தின் பங்குதாரர்களிடையேயும், பொது மக்களிடையேயும், சமூக செயல் பாட்டாளர்களிடையேயும் அதிகரித்துக் கொண்டே இருப்பதால், தணிக்கையர் தனது தகுதியைத் தொடர்ந்து மேம்படுத்திக் கொண்டே இருக்க வேண்டும். நிறுவன மேலாண்மையிலும், தணிக்கை அணுகு முறையிலும், தகவல் தொழில்நுட்பத்திலும் ஏற்பட்டுள்ள மாற்றங்கள் தணிக்கையைச் சிக்கலாக்கிக் கொண்டே இருக்கின்றன. அத்தகு

சிக்கலை, தகுதியை உயர்த்திக் கொள்வதன் மூலமே எதிர்கொள்ள முடியும். தகுதியை வளர்த்துக் கொள்ளாத தணிக்கையர், நாளடைவில் தணிக்கைத் பணியில் ஈடுபடத் தகுதியற்றவராகிறார்.

சான்றாக, தகவல் தொழில்நுட்பத்தில் ஏற்பட்டுள்ள வளர்ச்சியால், பெரும்பாலான நிறுவனங்கள் தங்கள் பணிகளை மென்பொருள் மூலமே நிகழ்த்துகின்றன. இச்சூழலில், நிறுவனம் பயன்படுத்தும் மென்பொருளின் தன்மை குறித்தும், அவற்றின் பயன்பாடு குறித்தும் தணிக்கையர் அறிந்து கொள்வதோடு, அவற்றை எவ்வாறு தணிக்கை செய்ய வேண்டும் என்றும் அறிந்து கொள்ள வேண்டியது அவசியமாகிறது. தணிக்கை நிர்வாக முறையிலும் தகவல் தொழில்நுட்பத்தின் பயன்பாடு அதிகரித்து வருகிறது. அவற்றுக்கெனவும் தணிக்கையர் தன் தகுதிகளை வளர்த்துக் கொள்ள வேண்டும். சிறப்புத் தகுதிகளைப் பெற இந்திய அளவிலும் உலக அளவிலும் பல்வேறு பிரிவுகளில் பயிற்சியும் தேர்வுகளும் நடத்தப்படுகின்றன. அவை:

1. சான்றளிக்கப்பட்ட தகவல் கட்டமைப்புத் தணிக்கையர்
2. சான்றளிக்கப்பட்ட அகத் தணிக்கையர்
3. சான்றளிக்கப்பட்ட பொதுத் தணிக்கையர்
4. சான்றளிக்கப்பட்ட தகவல் மற்றும் தரவு ஆய்வாளர்

மேலே குறிப்பிட்டவை ஓர் அடையாளத் தொகுப்பே. தணிக்கையரின் தேவைக்கேற்பவும், தான் ஈடுபட்டுள்ள தணிக்கை செய்யும் நிறுவனத்தின் துறை சார்ந்த தகுதித் தேர்வுகளும் பயிற்சிகளும் நிறையவே உள்ளன. அவற்றைத் தெரிவு செய்து தக்க பயிற்சி பெற்று தணிக்கையர் தனது தகுதியை வளர்த்துக் கொள்ள வேண்டும்.

5. தணிக்கை அறிக்கைகளைப் பரப்புதல்

தணிக்கை அறிக்கைகள் நிறுவனத்திடம் கொடுக்கப்பட்டவுடன் பங்குதாரர்களுக்கும் பிற பயனாளிகளுக்கும் உடனடியாக அல்லது நிறவனத்தின் கொள்கை மற்றும் விதிகளின்படி வழங்கப்பட வேண்டும். இது பொதுத்துறைத் தணிக்கை நிறுவனங்களின் முக்கியத் தேவையாகும். தற்காலத்தில் அறிக்கைகளை எழுத்துவடிவில் முழுமையான அறிக்கையைப் படிப்பதைவிட, சுருக்கக் குறிப்புகளையும், ஒளி மற்றும் ஒலி வடிவிலான அறிக்கைப் பதிவுகளும் மக்களால் அதிகம் விரும்பப்படுகின்றன. எழுத்துவடிவில் காகிதத்தில் அமைந்த நீண்ட அறிக்கைகளுக்கு பதிலாக வலைதளம் மற்றும் சமூக ஊடகங்கள் வாயிலாக பரப்பப்படும் கருத்துக்கள் அதிக தாக்கத்தை ஏற்படுத்துகின்றன. ஆகவே தணிக்கையும் அத்தகு அறிக்கைகளை

வெளியிடத் தயாராகிவிட வேண்டும். ஆனால், சட்டத் தேவையை நிவர்த்தி செய்யும் பொருட்டு எழுத்து வடிவிலான தணிக்கை அறிக்கையை விட்டொழிக்க முடியாது. அதே சூழலில், நவீன தொழில்நுட்பத்தின் அடிப்படையிலான மின்னணு அறிக்கையும், காணொலி அறிக்கையும் தயாரிக்கும் அளவிற்கு தணிக்கையர் தங்களைத் தயார் படுத்திக் கொள்ள வேண்டும்.

30.2. உருமாற்றம் பெறும் தணிக்கை

தணிக்கை காலம்தோறும் உருமாற்றம் பெற்றுக் கொண்டே வருகிறது. சமூகத்தில் ஏற்படும் பொருளாதார மாற்றங்களின் அடிப்படையில் தணிக்கையின் அடிப்படைக் கூறுகளிலும், அதன் செயல்முறையிலும் அணுகுமுறையிலும் மாற்றம் ஏற்பட்டுக் கொண்டே இருக்கிறது. அவ்வாறு ஏற்பட்ட மாற்றங்களைத் தணிக்கையின் வரலாறு குறித்த பகுதியில் விரிவாகக் கற்றோம். தொடக்கத்தில் கணக்குகளைச் சரிபார்க்கும் பணியாகத் தொடங்கிய தணிக்கை, இன்று செயல் தணிக்கையாக, இணக்கத் தணிக்கையாக, தகவல் தொழில்நுட்பத் தணிக்கையாக, சுற்றுச் சூழல் தணிக்கையாக பரந்து விரிந்து வளர்ந்துள்ளது.

தற்போதைய காலகட்டத்தில் தொழில் துறையிலும், நிதி மற்றும் பொருளாதாரக் கோட்பாடுகளில் ஏற்பட்ட மாற்றங்கள் தணிக்கையின் உருவைப் பெரிதளவும் பாதிக்கின்றன. அவை குறித்து சுருக்கமாகக் காணலாம்.

1. தொழில் துறைகளில் உற்பத்தித் துறையிலும் சேவைத் துறையிலும் வெகுவான வளர்ச்சி ஏற்பட்டு தொழில் முறைகள் மிகவும் சிக்கலானதாக மாறியுள்ளன. மனிதப் பயன்பாடு மிகவும் குறைந்து தானியங்கிகளின் அடிப் படையில் தொழில் துறைகள் செயல்படத் தெடங்கிய நிலையில், பங்குதாரர்களுக்குத் தர வேண்டிய அக மற்றும் நிதிக் கட்டுப்பாடுகள் குறித்த தணிக்கையின் அணுகுமுறை, மற்றும் பெறப்படும் சான்றுகள் முதலியவற்றிலும் பிரதிபலிக்கின்றன.
2. தணிக்கை என்பதே அடிப்படையில் நிர்வாகத்தின் செயல்பாடு குறித்த மதிப்பீட்டைக் குறிப்பதாகும். காலப் போக்கிலும் அறிவியல் வளர்ச்சியினாலும் தொழில்துறையில் ஏற்படும் மாற்றங்களுக்கு ஈடு கொடுக்கவும், நிர்வாக மற்றும் மேலாண்மைக் கோட்பாடுகளும் மாறிவருகின்றன. இடர் அடிப்படையிலான மேலாண்மை, புறப்பணியாளரிடம்

பணிகளைத் தருவது (Outsourcing), ஆலோசகர் மூலம் பணி செய்வது, தொலைதொடர்பு வழி விற்பனை, கூட்ட மூலதனம் மூலம் நிதி திரட்டல் (Crowd funding), தொலைவி லிருந்து பணிபுரிவது (Off site work) என்ற மாறிவரும் நிர்வாக முறைகள் எண்ணற்றவை. அவற்றின் தன்மையறிந்து அதில் உள்ள சிக்கல்களைக் கருத்தில் கொண்டு தணிக்கையின் அணுகுமுறையும் செயல்முறையும் அமைய வேண்டும்.

3. இந்த நூற்றாண்டு தொடங்குவதற்கு முன்பாகவே தொழில் நுட்பம் வெகுவான வளர்ச்சியைக் கண்டுள்ளது என்பதில் மாற்றுக் கருத்து இல்லை. தகவல் தொழில்நுட்பம் நிர்வாக செயல்முறைகளை மிகவும் எளிமைப்படுத்தியுள்ளது. அதே வேளையில், அளவுக்கதிகமான தகவல்களின் பயன்பாடு மற்றும் சுமை காரணமாக நிர்வாக முடிவுகள் எடுப்பதில் பெரும் சிக்கல்களும் ஏற்பட்டுள்ளன. இந்த சூழ்நிலை தணிக்கைக்கும் பொருந்தும். தணிக்கைக்கு மூலமான இடர் ஆய்வினைத் துல்லியமாக செய்ய தகவல் தொழில்நுட்பம் உதவுவதோடு, தணிக்கைக்குத் தேவையான உறுதிமொழியைப் பெற, விரிவான மற்றும் ஆழமான ஆய்வுகளை மேற்கொள்ள வழிவகுக்கின்றன. அதே வேளையில் தகவல் தொழில்நுட்ப வளர்ச்சி தணிக்கையரிடம் அதிக எதிர்பார்ப்புகளை ஏற்படுத்தியுள்ளதால் அவர்களின் பொறுப்பும் அதிகரித்துள்ளது.

4. தற்காலத்தே நிர்வாகத்திலும் தணிக்கையிலும் தரவுகளின் பயன்பாடு மிக அதிகமாக உள்ளது. நிறுவனத்தின் மேலோட்டமான தரவுகளும், அந்நிறுவனத்தின் செயல் பாடுகள் குறித்த அடிமட்ட அளவிலான நுண் தரவுகளும் பரவலாக பயன்படுத்தப்படுகின்றன. நிறுவனத்தின் முடிவுகள் தொடர்புடைய தரவுகளை ஆய்வு செய்து அவற்றின் அடிப் படையில் முடிவுகள் மேற்கொள்ளப்படுகின்றன. நிறுவனங்கள் நுண் தரவுகளை சேகரிப்பதிலும், சேமிப்பதிலும் அதிக கவனம் செலுத்துகின்றன. அதிக செலவும் செய்கின்றன. தணிக்கையும் நிறுவனம் பயன்படுத்தும் தரவுகளை சரியாகப் பயன்படுத்தி தரத்தை உயர்த்த வேண்டும். நிறுவனம் குறித்து இடர் ஆய்வு செய்யவும், அகக் கட்டுப்பாடுகளின் தரத்தை ஆய்வு செய்யவும், தணிக்கைக் கருத்துக்களுக்கு தக்க சான்றுகளை பெறவும் தரவுகள் பயன்படுகின்றன. ஆகவே

தரவுகள் தணிக்கையின் அணுகுமுறையும் செயல்முறையும் முடிவு செய்யும் காரணிகளாக முக்கியத்துவம் பெறுகின்றன.

5. அறிவியல் தொழில்நுட்பம் வளர்ந்துள்ள இந்தக் கால கட்டத்தில் தணிக்கையில் அறிவியல் தொழில்நுட்பங்களின் பயன்பாடு அதிகரித்துக்கொண்டே வருகிறது. தணிக்கைக் கென்று தனிப்பட்ட மென்பொருள் தொடங்கி செயற்கை நுண்ணறிவும் (Artificial intelligence) இயந்திரக் கற்றலும் (Machine Learning) போன்ற அறிவியல் கண்டுபிடிப்புகள் தணிக்கையை மேம்படுத்தி இருக்கின்றன. தணிக்கையை இலகுவாக்கி இருக்கின்றன. செயற்கை நுண்ணறிவு மற்றும் இயந்திரக் கற்றல் தணிக்கைத் துறையில் மாபெரும் புரட்சியை ஏற்படுத்தும் எனக் கணிக்கலாம். மின்னணு அடிப்படையிலான நிர்வாகத்தில், நிகழும் விதிகளுக்கான இணக்கமின்மையையும், ஒரு முடிவினால் நிறுவனத்தில் ஏற்படும் நிதித் தாக்கத்தையும் உடனுக்குடன் கண்டறிய முடியும் என்பதால், வழக்கமான தணிக்கையின் தேவையும் குறைவதற்கு வாய்ப்பு உண்டு. ஆனால், தகவல் தொழில் நுட்பத் தணிக்கையும், தரவுகளின் அடிப்படையிலான தணிக்கை முறையும் அதிகமாகப் பின்பற்றப்படும். தணிக்கையரின் அணுகுமுறையிலும், செயல்முறையிலும் மாற்றம் நிகழுமாதலால், தணிக்கையரின் தகுதிகளும் பணிச் சூழலும் வெகுவாக மாறும். மின் நிர்வாக முறையில் யாரும் எளிதில் உணரத்தகாத வகையில் தவறு மற்றும் முறை கேடுகள் செய்யும் வாய்ப்புகள் அதிகம். சான்றாக, மின்னணு முறையிலான நிர்வாக முறையில் அகக் கட்டுப்பாடுகளின் தன்மை மாற்றமடைவதால், அவற்றை எளிதாக மாற்றி யமைக்க முடியும். இந்த மாற்றம் தற்காலிகமாக, தவறு அல்லது முறைகேடு செய்யப் பயன்படுத்தப்பட்டு, மீண்டும் அகக் கட்டுப்பாடுகளை பழைய நிலைக்கு மாற்றுவதற்கு வாய்ப்பு உள்ளது. இத்தகு சூழலில் தணிக்கை மிகவும் சிக்கலானதாக மாறிவிடும். இதனை எதிர்கொள்ளத் தணிக்கை அணுகுமுறையில் பெரும் மாற்றம் தேவை.

6. எதிர்காலத்தில் அரசு மற்றும் தனியார் நிறுவனங்களின் நிர்வாக முறை மின்னணு மயமாதலால் தணிக்கையின் அணுகுமுறையும் மாறுகிறது. நிகழ்நிலை (Online) தணிக்கை

அல்லது சேய்மைத் (Remote) தணிக்கை முறையை செயல் படுத்துவதற்கு வாய்ப்புகள் அதிகம். இது, நிறுவனத்திற்கு நேரடியாக செல்லாமல், தொலைவிலிருந்து தணிக்கை செய்யும் முறையாகும். தகவல்களும், தரவுகளும், நிர்வாகத்திற்கான கட்டமைப்பு முறையும் சேய்மையிலிருந்து கிடைக்கப் பெறுமாதலால் இந்த முறைத் தணிக்கை நடைமுறைப்படுத்த வல்லது. அடுத்து தணிக்கைக்கென வடிவமைக்கப்பெற்ற சிறப்பு மென்பொருட்களைப் பயன்படுத்தி தணிக்கை செய்யும் முறையும் அதிகமாகப் பின்பற்றப்படும். சில நிறுவனங்களில் தணிக்கைக்கென சிறப்பான கூறுநிரல்கள் (Module) அமைக்கப்பெற்றிருக்கும். அவை தணிக்கைப் பணியை இலகுவாக்குவதோடு, தணிக்கைக்குத் தேவையான சான்றுகளைப் பெறுவதை எளிமையாக்கித் தரும். தொழில் நுட்ப வளர்ச்சியின் காரணமாக தணிக்கை அறிக்கையின் வடிவத்தில் மாற்றம் ஏற்பட்டு மின்னணு தணிக்கை அறிக்கையும் பயன்பாட்டிற்கு வரும். மின்னணு தணிக்கை அறிக்கை வழக்கமான தணிக்கை அறிக்கையின் மென் பொருள் வடிவமல்ல. மின்னணு தணிக்கை அறிக்கையில் தணிக்கைக் கருப்பொருள் முழுமையும் மின்வடிவத்தில் பதியப்பெற்று, அவற்றின் முக்கிய கூறுகளின் விளக்கங்களை ஊடாட்ட இணைப்பாக (interactive) மீள்தொடுப்பு முறையில் இணைக்கப்படிருக்கும். இந்த வகையில் தணிக்கைக் கருத்துக்கள் சுருக்கமாகப் பதியப்பெற்று, மேற்கொண்டு விளக்கங்களும், தணிக்கைச் சான்றுகளும் இணைப்புகளாக கொடுக்கப்படுமாதலால், பயன்படுத்துவதற்கும், பரப்பு வதற்கும் மிகவும் இலகுவாக இருக்கும். இந்த வகைத் தணிக்கை அறிக்கைகள் அதிகம் பயன்பாட்டிற்கு வருமாகையால் அவற்றை உருவாக்கவும், பயன்படுத்தவும் தக்க தகுதிகளைத் தணிக்கையர் வளர்த்துக்கொள்ள வேண்டும்.

30.3. மாற்றத்திற்குத் தயாராகுதல்

தணிக்கை, கால மாற்றத்திற்கேற்ப மாற்றங்களை எதிர்கொண்டே வளர்ந்துள்ளது. வருங்காலத்தில் ஏற்பட உள்ள மாற்றங்களை மேலே கண்ட பத்திகளில் கண்டோம். அடுத்து வரும் மாற்றங்களை எப்படி எதிர்கொள்வது, அவற்றை எதிர்கொள்வது எங்ஙனம் என அறிந்து கொள்வது முக்கியம். தணிக்கையில் எதிர்காலத்தில் ஏற்பட உள்ள மாற்றங்களையும் அவற்றை எதிர் கொள்வது குறித்தும் விளக்கப்படம் 21 ஐ கவனிப்பதன் மூலம் புரிந்து கொள்ளலாம்.

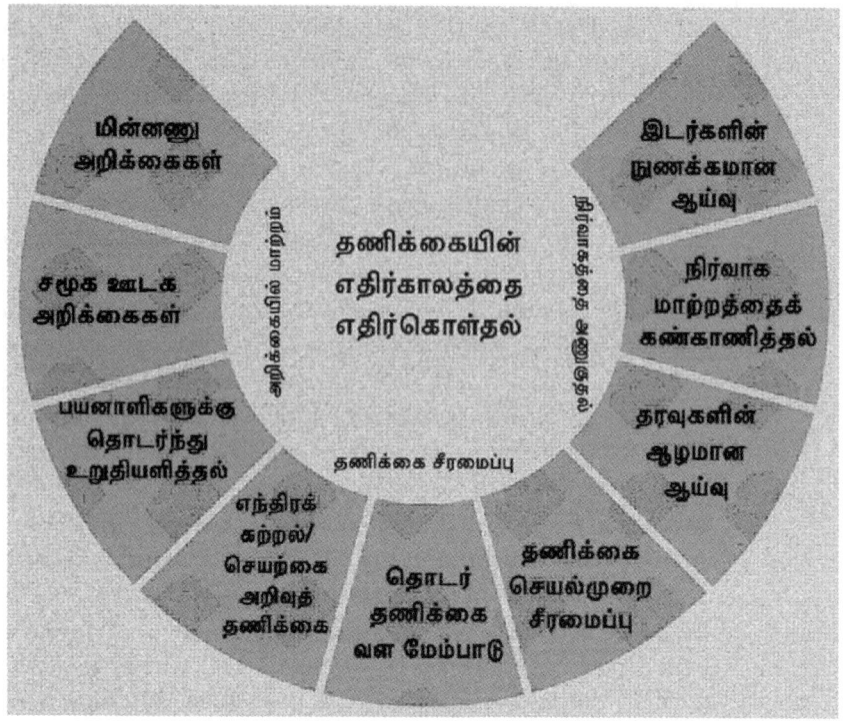

விளக்கப்படம் 21.

எதிர்காலத்தில் தணிக்கைச் சூழலில் ஏற்படும் மாற்றங்களை எதிர்கொள்ளத் தேவையான கூறுகள்

1. தொழில்துறையிலும், தகவல் தொழில்நுட்பத் துறையிலும், மேலாண்மைக் கோட்பாடுகளிலும் ஏற்படும் மாற்றங் களையும், அதனால் தணிக்கையில் ஏற்படும் தாக்கத்தையும் தொடர்ந்து கண்காணித்து, தக்க ஆய்வுகள் மேற்கொள்ள வேண்டும்.
2. ஆய்வுகளின் அடிப்படையில் தணிக்கைச் செயல்முறையில் தக்க மாற்றங்களை ஏற்படுத்தி அவற்றிற்கு உரிய அங்கீகாரம் வழங்கப்பட வேண்டும்.
   i. தொழில்நுட்ப மாற்றங்களால் ஏற்படும் நிர்வாக மாற்றங் களுக்கு ஏற்ப தணிக்கை முறையிலும் மாற்றங்கள் கொண்டு வர வேண்டும். சேய்மைத் தணிக்கைக்கும், மின்னணு தணிக்கை அறிக்கைக்கும் உரிய அங்கீகாரம்

வழங்கி சட்டரீதியாக ஏற்கத்தக்கவையாக மாற்ற வேண்டும்.

ii. மின்னணு அடிப்படையிலான சான்றுகள் முழுமையாக ஏற்கத்தக்கவைகளாக தணிக்கையில் பயன்படுத்தப் படுவதை முறைப்படுத்த வேண்டும். தணிக்கைக் குழுவிலும், நிறுவனங்களை நெறிப்படுத்தும் நிர்வாக அமைப்பு, அரசு மற்றும் நீதி மன்றங்களில் ஏற்கத் தக்கவையாக நெறிப்படுத்த வேண்டும்.

iii. மின்னணு சார் நிர்வாக முறையில் தணிக்கை செய்வதற்குரிய குறைந்த நிலைத் தகுதியை நிர்ணயம் செய்ய வேண்டும். தக்க பயிற்சி பெற்ற, அல்லது பட்டயச் சான்றிதழ் பெற்ற தணிக்கையரைத் தகவல் தொழில்நுட்பத் தணிக்கையராக பணிபுரிய உரிமம் வழங்கப்பட வேண்டும்.

3. அறிவியல் தொழில்நுட்பத்தினால் ஏற்படும் மாற்றங்களைத் தணிக்கை அரவணைத்துச் செல்ல வேண்டும். அதாவது, கற்கும் இயந்திரம், செயற்கை நுண்ணறிவு, ட்ரோன் தொழில் நுட்பப் பயன்பாடு, கூகுள் எர்த் புவி ஆய்வுப் பயன்பாடு மற்றும் நுண்தரவுகளின் ஆய்வு முதலானவற்றைத் தணிக்கையில் பயன்படுத்தும் வகையில் தணிக்கை நெறிமுறைகளிலும், விதிகளிலும் தக்க மாற்றங்கள் செய்ய வேண்டும்.

4. நிர்வாகத்தில் ஏற்படும் மாற்றங்களின் அடிப்படையில் அகக் கட்டுப்பாடுகளைத் தொடர்ந்து ஆய்வு செய்வதும், புறமயமாக்கப்பட்ட (Outsourcing) சேவைகளை ஆய்வு செய்வதும், இணையவழி விற்பனையிலும், நிறுவன ஆலோசகர்கள் மூலமாகப் பணிகளைச் செய்வதை ஆய்வு செயவதும், தணிக்கையில் அதிக கவனம் பெற வேண்டும். இவற்றை எட்டுவதற்கு தணிக்கை அணுகுமுறையில் தக்க மாற்றங்களைப் புகுத்த வேண்டும்.

5. வேகமாகப் பரவிவரும் செய்திகளுக்கு ஈடுகொடுக்க, விரைந்து முடிவுகள் மேற்கொள்ள பயனாளிகளுக்கு நிறுவனத்தின் நிலைத்தன்மை, நம்பகத் தன்மை மற்றும் நிதி நிலைமை குறித்த கருத்துக்களை விரைந்து கொடுக்க வேண்டிய சூழல் ஏற்படும். ஒரு வருடம் என்பது நீண்ட காலமாகையால், ஒவ்வொரு காலாண்டிற்குமான தணிக்கை முக்கியத்துவம் பெறத் தொடங்கியுள்ளது. அறிவியல் தொழில்நுட்ப வளர்ச்சி, உடனடித் தணிக்கைக்குத் தக்க

வாய்ப்புகளை ஏற்படுத்தித் தருகின்றது. இச்சூழலில் தணிக்கையை உடனுக்குடன் நடத்துதல் என்பது காலத்தின் கட்டாயமாகும்.

30.4. தணிக்கை வேலை வாய்ப்புகள்

இந்நூலைக் கற்கும் மாணவர்கள் தணிக்கைத் துறையில் உள்ள பணி வாய்ப்புகளைப் பற்றி அறிந்து கொள்வது அவர்களது தொழில் முறை வாழ்க்கையை திட்டமிட்டுக்கொள்ள பெரிதும் உதவும். தணிக்கைத் தொழிலுக்கு அரசுத் துறையிலும், தனியார் நிறுவனங்களிலும், வங்கிகளிலும் தணிக்கையருக்கு ஏராளமான வாய்ப்புகள் உள்ளன. அவை தவிர பன்னாட்டு நிறுவனங்கள், ஐக்கிய நாடுகள் மற்றும் உலக நாடுகளின் கூட்டமைப்பு நிறுவனங்கள் எனப் பல்வேறு அமைப்புகளில் வேலை வாய்ப்புகள் கொட்டிக் கிடக்கின்றன. தவிர, தணிக்கைத் தொடர்பான பணிகளிலும் வேலை வாய்ப்புகள் பல உள்ளன. அவற்றைக் குறித்துச் சுருக்கமாகக் கற்கலாம்.

1. அரசுத் துறையில் தணிக்கையர்கள் பணிகள்:

1. இந்திய அரசின் கணக்கு மற்றும் தணிக்கைத் துறையில் தணிக்கை யராகவும், துணைத் தணிக்கை அதிகாரியாகவும் பணியில் சேரலாம். பணியாளர்கள் தேர்வாணையம் நடத்தும் தேர்வுகளில் பங்கு பெற்று வெற்றி பெற்றால் அந்தத் துறையில் பணியில் சேர முடியும். இந்தத் துறை மத்திய அரசின் பிற துறைகளையும், பொதுத்துறை நிறுவனங்களையும் தணிக்கை செய்யும் புறத் தணிக்கைத் துறையாகும். அந்தத் துறையிலேயே பாதுகாப்புப் பிரிவு தணிக்கை, அறிவியல்பிரிவுத் தணிக்கை, இரயில்வே பிரிவுத் தணிக்கை எனப் பல்வேறு தணிக்கைப் பிரிவுகள் உள்ளன. அத்துறையில் தணிக்கையருக்கு நல்ல பணி வாய்ப்புகளும், வளர்ச்சிக்கான வாய்ப்புகளும் உள்ளன. மாநில அரசுகளின் பல்வேறு துறைகளையும் மாநில அரசின் பொதுத் துறை நிறுவனங்களையும் தணிக்கை செய்யும் பொறுப்பும் இந்திய கணக்கு மற்றும் தணிக்கைத் துறையைச் சார்ந்ததாகும்.

2. மத்திய, மாநில அரசுகளின் பல்வேறு துறைகளிலும், அவற்றின் பொதுத் துறை நிறுவனங்களிலும் அகத் தணிக்கைப் பிரிவுகள் செயல்படுகின்றன. அவற்றிலும் தணிக்கையர் பணிகள் நிரம்பி உள்ளன. அவை தவிர மாநில அரசுகளின் நிதித் துறைகளின் கட்டுப்பாட்டில் இயங்கும் உள்ளாட்சித் தணிக்கைப் பிரிவிலும் தணிக்கையர்களுக்கான வாய்ப்புகள் உள்ளன. மேலும் மாநில

அரசின் கூட்டுறவுத் துறைகளிலும் கூட்டுறவுத் தணிக்கையர் பணிகளுக்கான வாய்ப்புகள் உள்ளன.

3. மத்திய மாநில அரசுகளின் தணிக்கைத் துறைகளில் மட்டும் சுமார் 2 இலட்சம் பணிகள் உள்ளன. அவற்றில் சுமார் 5-6 விழுக்காடு பணிகள் ஒவ்வொரு வருடமும் நிரப்பப்படுகின்றன; அதாவது சுமார் 12 ஆயிரம் தணிக்கையருக்கான பணிகள் ஆண்டுதோறும் உருவாகின்றன.

2. தனியார் துறைகளில் தணிக்கையர் பணிகள்:

1. இந்திய அளவிலும் பன்னாட்டு அளவிலும் செயல்படும் தனியார் பெருநிறுவனங்கள் தங்கள் நிர்வாகம் செம்மையாக நடத்துவதை உறுதிப்படுத்த அகத் தணிக்கைத் துறையை உறுதியாக அமைத்து உள்ளன. பல்கலைக் கழகப் பட்டப் படிப்பும் தணிக்கையருக்கான பட்டயப் படிப்பும், தணிக்கையில் சிறப்புப் பயிற்சி பெற்றது/ தேர்வு பெற்றதற்கான சான்றிதழ்களும் அவற்றிற்கான தகுதி களாகும். இந்த வகைப் பணிகள் உற்பத்தித் துறை மற்றும் சேவைத் துறை என அனைத்து வகையான துறைகளில் செயல்படும் தனியார் பெருநிறுவனங்களிலும் செயல்படுகின்றன. தனியார் பெருநிறுவனங்கள் தகவல் தொழில்நுட்பத் அறிவைப் பெருமளவு பயன்படுத்துவதால் தகவல் தொழில்நுட்பத் தணிக்கைத் அறிவும் திறனும் கொண்டிருப்பது கூடுதல் பலம். அதேபோல் அகக் கட்டுப்பாடுகள் ஆய்வு குறித்த அறிவும், திறனும் இவ்வகைத் தணிக்கையருக்கு கூடுதல் தகுதிகள்.

2. இந்திய அரசின் நிறுவனங்கள் சட்டத்தின்படி பதிவு செய்யப்பட்ட தனியார் நிறுவனங்கள் தங்கள் நிதிநிலை அறிக்கைகளைத் தணிக்கை செய்து நிறுவனங்கள் பதிவாளரிடமும், நிறுவனத்தின் பங்குதாரர்களிடமும், பிற பயனாளிகளிடமும் தணிக்கை அறிக்கையை சமர்ப்பிக்க வேண்டும். அந்தத் தணிக்கைப் புறத் தணிக்கையர் மூலமாக செய்யப்பட வேண்டும் என்பதும், அவர்கள் குறிப்பிட்ட வருடங்களுக்கு ஒருமுறை மாற வேண்டும் என்பதும் விதி. இந்த சட்டம் மற்றும் விதி முறைகள் புறத் தணிக்கையர் அதிக எண்ணிக்கையில் தோன்ற முக்கியக் காரணமாக அமைந்தன. சமீபத்தில் நடைமுறைப்படுத்தப்பட்ட சரக்கு மற்றும் சேவை வரி முறை பதிவு செய்யப்பட்ட நிறுவனங்களின் எண்ணிக்கையையும், அந்நிறுவனங்கள் சரக்கு மற்றும் சேவை வரியின் முழுமையான பலன்களைப் பெறுவதற்கு தணிக்கை செய்யப்பட்ட அறிக்கைளை குறிப்பிட்ட காலத்தில் சமர்பிக்க

வேண்டும். இந்த சட்டத்தேவைகள் இருப்பதால், தணிக்கையர்களின் எண்ணிக்கை அதிகமாகத் தேவைப்படுகிறது.

3. தனியார் நிறுவனங்களின் புறத் தணிக்கையராக நிறுவனமாகவோ தனிநபராகவோ செயல்படலாம். இந்தியாவில் தனியாகப் பணி செய்யும் தணிக்கையர்களின் எண்ணிக்கை நிறுவனமாக்கப்பட்ட தணிக்கையர் எண்ணிக்கையைவிட அதிகம். இந்தியாவில் உலகத் தரம் வாய்ந்த தணிக்கை நிறுவனங்கள் பல உண்டு என்பதைப் புரிந்து கொள்ள வேண்டும். உலகப் பொருளாதாரத்தில் 2017 ஆண்டு நிலவரப்படி தணிக்கைத் துறையின் மூலம் ஏற்பட்ட உறபத்தியின் அளவு 11, 000 கோடி அமெரிக்க டாலர்கள். அதாவது இந்திய மதிப்பில் சுமார் ரூபாய் 7.1 இலட்சம் கோடிகள். இதனுடைய ஆண்டு வளர்ச்சி அடுத்த 10 ஆண்டுகளில், ஆண்டுக்கு 7.5 விழுக்காடாக இருக்கும் என தனியார் ஆய்வுகள் தெரிவிக்கின்றன. இவற்றுள் சுமார் 40 விழுக்காடு தணிக்கையின் உறுதியளித்தல் பணி மூலமாகவும், சுமார் 35 விழுக்காடு தணிக்கையின் ஆலோசகர் பணி மூலமாகவும் சுமார் 35 விழுக்காடு வரி ஆலோசனைப் பணி மூலமாகவும் உருவாகின்றன. உலகத் தணிக்கைப் பணப் புழக்கத்தில் சுமார் 6 விழுக்காடு அளவு இந்தியாவின் பங்களிப்பாகும். மேலும் இந்தியாவில் தணிக்கையருக்குரிய ஊதியமும், தணிக்கைக் கட்டணமும் குறைவாக இருப்பதனால், பல பன்னாட்டு தணிக்கை நிறுவனங்கள் தாங்கள் ஒப்பந்தம் செய்துள்ள தணிக்கைப் பணிகளை, இந்திய அலுவலகங்கள் மூலம் செய்வது கவனிக்கத் தக்கது. இந்தியாவில் சுமார் 3 இலட்சம் பதிவுசெய்த தணிக்கையர்களும், அவர்களுக்கு உதவும் பயிற்சி பெறும் தணிக்கையராக சுமார் 4 இலட்சம் மாணவர்களும் உள்ளனர். ஆனால் இந்தியப் பொருளாதார வளர்ச்சியையும், சட்டத்தின் தேவைகளையும் கருத்தில் கொண்டால் அடுத்த 5 ஆண்டுகளில் தணிக்கையர்களின் தேவை இரண்டு மடங்காக வாய்ப்புகள் உள்ளது எனக் கணிக்கப்படுகின்றது.

3. இந்திய வங்கிகளில் தணிக்கைப் பணி:

1. இந்தியாவில் உள்ள பல்வேறு வங்கிகளில் தணிக்கையருக்கு எண்ணற்ற பணி வாய்ப்புகள் உள்ளன. வங்கிகளில் பல்வேறு வகைத் தணிக்கை முறைகளுக்கு வாய்ப்புகள் உள்ளன: சட்ட ரீதியான தணிக்கை, அகத் தணிக்கை, வருவாய்த் தணிக்கை, கடன் தணிக்கை, முதலீடு தணிக்கை, பங்குகள் தணிக்கை, வாராக் கடன் தணிக்கை, உடன் நிகழ் தணிக்கை முதலியன. இந்தவகைத் தணிக்கைகள் அனைத்து வங்கிக் கிளைகளுக்கும், வங்கி சாரா

நிதி நிறுவனங்களுக்கும் மட்டுமல்லாது, இந்திய ரிசர்வ் வங்கிக்கும் பொருந்தும். பொதுவாக நிறுவனங்கள் தணிக்கைக்கு பொருந்தக்கூடிய அனைத்து ஒழுங்கு முறைகளும், வங்கிகளின் நிதிக் கட்டுப்பாட்டுக்கான கட்டுப்பாடுகளும் வங்கித் தணிக்கைக்கும் பொருந்தும். ஆனால் பணிகளின் தன்மையின் காரணமாக அந்தப் பணிகளில் சேர கடுமையான தகுதிகள் தேவைப்படுகின்றன. பொதுவாக வங்கித் தணிக்கைக்கு இளங்கலை பட்டப்படிப்போடு, நிதி நிர்வாகம் குறித்த சிறப்புத்தகுதிகளும், தணிக்கையர் பயிற்சியில் தேர்வு பெற்று தணிக்கையராகப் பதிவு செய்திருக்க வேண்டும்.

2. இந்தியாவில் சுமார் 15 இலட்சம் வங்கிப் பணியாளர்கள் உள்ளனர். அவர்களுள் சுமார் 60,000 பணியாளர்கள் பல்வேறு தணிக்கைப் பணியில் ஈடுபட்டுள்ளனர். மேலும் பல தணிக்கை நிறுவனங்கள் வங்கிகளின் ஆண்டு நிதியறிக்கைகளைத் தணிக்கை செய்ய தணிக்கை நிறுவனங்கள் ஈடுபடுத்தப்படுகின்றன. குறித்த கால இடைவெளியில் வங்கிகள் தேர்வாணையம் பணியாளர்களைத் தேர்வு செய்வதற்கான தேர்வுகளை நடத்துகின்றன. தகுந்த பயிற்சியின் மூலம் அந்தத் தேர்வுகளில் வெற்றி பெறலாம்.

4. ஐக்கிய நாடுகள் நிறுவனங்களில் தணிக்கை

1. ஐக்கிய நாடுகள் சபை மற்றும் அதன் கிளை அமைப்புகளிலும், அதனை ஒத்த பிற பன்னாட்டு நிறுவனங்களில் அகத் தணிக்கை அமைப்புகள் வலுவாக அமைக்கப்பட்டுள்ளன. இந்த அகத் தணிக்கை அமைப்புகள் நிறுவனத்தில் அமைக்கப்பட்டுள்ள அகக் கட்டுப்பாடுகளை ஆய்வு செய்து, அவற்றின் செயல்பாடு குறித்து தணிக்கை செய்து நிர்வாக இயக்குநர் குழுவிற்குத் தணிக்கை அறிக்கை அளிக்க வேண்டும். ஐக்கிய நாடுகள் சபை போன்று வெவ்வேறு நோக்கத்திற்காக 20க்கும் மேற்பட்ட பன்னாட்டு அமைப்புகளும், அவற்றின் கிளை அலுவலகங்கள் என சுமார் 1000த்திற்கும் மேற்பட்ட அலுவலகங்களின் நிதிநிலைகளை ஆய்வு செய்யவும், அந்நிறுவனங்களின் இணக்கத்தையும் செயல் திறனையும் ஆய்வு செய்யவும் அகத் தணிக்கை அமைப்புகள் ஏற்படுத்தப்பட்டுள்ளன. பொதுவாக இந்த அமைப்புகள் அகத் தணிக்கையோடு, நிறுவனங்களில் நடக்கும் தவறுகளைப் புலனாய்வு செய்யும் பணியையும் மேற்கொள்கின்றன.

2. பொதுவாக, பொது நிர்வாகம் அல்லது நிதி மேலாண்மையில் முதுகலைப்பட்டமும், அமெரிக்கா அல்லது மற்ற வளர்ந்த நாடுகளின் தணிக்கையராகப் பதிவு செய்யப்பட்டவரும், சிறப்புத்

தணிக்கைப் பிரிவுகளில் கூடுதல் தகுதிகளும், குறைந்தது 10 ஆண்டுகள் தணிக்கை அனுபவமும் உள்ளவர்கள் இந்த பன்னாட்டு நிறுவனங்களில் தணிக்கையராகப் பணியில் சேரத் தகுதி பெற்றவர்கள். ஆங்கிலத்துடன் ஐக்கிய நாடுகள் சபையின் வேறு ஒரு அலுவலக மொழியில் தேர்ச்சியிருப்பது கூடுதல் தகுதியாகும். இந்தப் பணிகளுக்கு ஊதியம் இந்திய நிலையுடன் ஒப்பிடுகையில் மிக அதிகம். இந்த நிறுவனங்களுக்கான காலி இடங்கள் அந்த நிறுவன வலைதளங்களில் காணலாம். மேலும் பணியாளர்களை, இணையத்தில் நேரலை எழுத்துத் தேர்வு மற்றும் காணொலி உரையாடல் மூலம் நேர்முகத் தேர்வின் அடிப்படையில் தேர்ந்தெடுக்கிறார்கள்.

3. பன்னாட்டு அமைப்புகளின் புறத் தணிக்கையை அதன் உறுப்பு நாடுகளின் பொதுத் துறை (அரசு) தணிக்கை நிறுவனங்களைத் தணிக்கை செய்யும் உச்சத் தணிக்கை அமைப்பு மேற்கொள்கிறது. அல்லது பல நாடுகளின் உச்ச தணிக்கை நிறுவனங்களின் கூட்டமைப்பு மேற்கொள்கிறது. ஆகவே, தனியார் தணிக்கை யருக்கும் தணிக்கை நிறுவனங்களுக்கும் பன்னாட்டு நிறுவனங்களில் தணிக்கையர் பணிக்கு சேரும் வாய்ப்பு குறைவே. அதனால் அது குறித்து விரிவாகக் கற்கத் தேவையில்லை.

5. வெளி நாடுகளில் தணிக்கைப் பணிகள்:

1. பொதுவாக, ஒரு நாட்டில் தணிக்கையராக பணிபுரிய அந்நாட்டில் தணிக்கையராக பதிவு செய்யப்பட்டிருக்க வேண்டும். அவ்வாறு பதிவு செய்ய, அந்நாட்டின் அதிகாரப் பூர்வமான அமைப்பு நடத்தும் தணிக்கையருக்கான தேர்வு எழுதித் தேர்ச்சி பெற்றிருக்க வேண்டும். பன்னாட்டு நிறுவனங்களைப் பொருத்தவரை, பிற நாட்டுத் தணிக்கையர்களை வெளிமூலமாக்கப்பட்ட சேவைகள் மூலம் செயல்படுத்தி வருகின்றன. குறிப்பிட்ட நாட்டிற்கு நேரடியாகச் சென்று, அங்குள்ள நிறுவனத்தைத் தணிக்கை செய்ய அந்நாட்டின் சட்ட மற்றும் பிற விதிமுறைகளைக் கற்று அறிந்திருக்க வேண்டிய தேவை இருக்கிறது. மேலும், அத்தகு நிறுவனங்களைத் தணிக்கை செய்த முன் அனுபவமும் தேவைப்படுகின்றது. ஆகையால், நேரடியாக வெளிநாட்டு நிறுவனங்களைத் தணிக்கை செய்யும் பணியில் சேர்வதென்பது இயலாத செயல். ஆதலால், இந்தியாவில் தணிக்கைப் பணி செய்து கொண்டே, விரும்பிய வேறு ஒரு நாட்டின் தணிக்கையர் தேர்வில் தேர்ச்சி பெற்று, உரிய அமைப்பில் தணிக்கையராகப் பதிவு செய்து, போதிய அனுபவம் கிட்டிய உடன், தக்க வாய்ப்புகளைப் பயன்படுத்தி பிற நாட்டுத் தணிக்கைப் பணியில் சேரலாம்.

2. பிற நாடுகளின் பொதுத் துறைத் தணிக்கை அமைப்பில் சேர அந்நாட்டுக் குடிமகனாக இருக்க வேண்டுமாதலால், அது குறித்து இங்கே விவரிக்கப்படவில்லை.

6. தரவுகள் ஆய்வாளர்கள் மற்றும் சிறப்பு ஆலோசகர்கள்

தணிக்கை சார்ந்த தொழிலில் பிற பணியாளர்களுக்கும் வாய்ப்புகள் அதிகம் உண்டு. அலுவலகப் பணியாளர்களைத் தவிர்த்து, தணிக்கைச் செயல்முறைக்கு நேரடியாக உதவக் கூடிய பணிகளைக் குறித்து இங்கு கற்கலாம்.

தரவு ஆய்வாளர்கள்

1. தற்கால நிர்வாகத்திற்கு தரவுகளின் ஆய்வும், அதனடிப்படை யிலான இடர் கணக்கீடு அணுகுமுறை குறித்தும் முந்தைய பகுதி களில் விரிவாகக் கற்றோம். இத்தகு தரவு ஆய்வாளர்கள் தணிக்கை நிறுவனங்களுக்கு அதிக அளவில் தேவைப்படுகின்றனர். தரவு அறிவியல் (Data Science), தரவு பகுப்பாய்வுகள் (Data Analytics) முதலான கல்வி கற்றவர்களும், தரவு ஆய்வாளர்கள் பட்டயத் தேர்வில் (Certified Data Analysts) தேர்ச்சி பெற்றவர்களும் தரவு ஆய்வாளர்களாகப் பணியாற்ற தகுதி பெற்றவர்களாகின்றனர். இவ்வகைத் தகுதிகளைத் தணிக்கையரும் கூடுதல் தகுதிகளாகப் பெறுவதுண்டு. பெரு நிறுவனங்களுக்கான தணிக்கையிலும், பன்னாட்டு நிறுவனங்களுக்கான தணிக்கையிலும், பொதுத் துறை (அரசு) தணிக்கையிலும் தரவு ஆய்வாளர்களின் தேவையும் பங்களிப்பும் அதிகமாகவே உள்ளது. அவர்களுக்கு வழங்கப்படும் ஊதியமும் மிக அதிகமாகும்.

2. தரவு ஆய்வாளர்களாகத் தகுதி பெற, Excel, Numbers, IDEA, SQL, R, Python, போன்ற தரவு ஆய்வு மென்பொருட்களும், Tableau, PowerBI, Knime, Sisence, போன்ற தரவுகளைத் தோற்றப்படுத்தும் (Data Visualisation) மென்பொருட்களுள் ஏதாவது சிலவற்றைக் கற்றிருக்க வேண்டும். இந்த மென்பொருட்களில் சிறப்புப் பயிற்சி யளிக்க பல்வேறு நிறுவனங்கள் உள்ளன. இவற்றில் பயிற்சி மட்டுமல்லாது, அவற்றைப் பயன்படுத்திய முன் அனுபவமும் இருக்க வேண்டும். மொத்தத்தில் மாபெரும் தரவுகளைத் தனியாக ஆய்வு செய்து, தணிக்கைக்குத் தேவையான தக்க தகவல்களை தரவல்ல திறன் பெற்றிருக்க வேண்டும்.

சிறப்பு ஆலோசகர்கள்:

1. நிதித் தணிக்கை தவிர்த்து, இணக்கத் தணிக்கை, செயலாக்கத் தணிக்கை போன்ற பிறவகைத் தணிக்கைகளுக்கு, தணிக்கை

செய்யப்படும் துறை சார்ந்த அறிவும் அந்நிறுவனத்தைப் பற்றிய நல்ல புரிதலும் இருக்க வேண்டும். ஆனால் ஒரு தணிக்கையர் அனைத்துத் துறைகளிலும் தணிக்கைக்குத் தேவையான புரிதலுடன் செயல்படுவது கடினம். நிதித் துறையிலே கூட, முதலீடு, அந்நியச் செலாவணி, காப்பீடுகள் போன்றவை குறித்து, மிக நுணுக்கமான கருத்துக்களை ஆய்வு செய்து தணிக்கையில் பயன்படுத்துவது அத்துறை சார்ந்த ஆழ்ந்த அறிவுள்ளவர்களல் மட்டுமே சாத்திய மாகிறது. ஆகவே தணிக்கைக்குத் தொடர்புள்ள பிற துறை சார்ந்த அறிஞர்களை ஆலோசகர்களாகத் தணிக்கையில் பயன்படுத்திக் கொள்ள வேண்டும். அத்தகைய அறிஞர்களின் உதவியைத் தேவை கருதி தணிக்கை நிறுவனம் முடிவு செய்யும். அவர்களுக்கு வழங்கவல்ல ஆலோசனைக் கட்டணமும் அதிகம்.

2. நம் நாட்டிலும், உலக அரங்கிலும் பொருளாதாரக் குற்றங்கள் பரவலாக நிகழ்கின்றன. அவற்றைப் புலனாய்வு செய்வதற்கென்று பல பொதுத் துறை நிறுவனங்களும், தனியார் நிறுவனங்களும் செயல்படுகின்றன. அத்தகு நிறுவனங்களில், நிறுவனங்களின் நிதியறிக்கைகளையும், மோசடி நடை பெறுவதற்குரிய வாய்ப்பு களையும் ஆய்வு செய்ய தகுதி வாய்ந்த தணிக்கையர்கள் தேவைப் படுகின்றனர். இத்தகு துறையில் தணிக்கையர்களின் தேவை குறைவாக இருந்தாலும் அதிக ஊதியம் தரும் பணியாதலால், தணிக்கையர்கள் அந்த வாய்ப்பைப் பயன்படுத்திக் கொள்ளலாம்.

இந்திய அளவிலும் உலக அளவிலும் தணிக்கையருக்கு வேலை வாய்ப்புகள் வழங்கக் கூடிய தேர்வுகள் குறித்தும், தகுதியை உயர்த்தவல்ல தேர்வுகள் குறித்துப் பிற்சேர்க்கை 4இல் விரிவாகக் கொடுக்கப்பட்டுள்ளன.

சிந்திக்க...

1. நவீன தொழில்நுட்பக் காலத்தில் தணிக்கைச் செயல்முறைகள் முந்தைய காலத் தணிக்கைச் செயல்முறைகளிலிருந்து மாறுபட்டது அல்ல. தொழில்நுட்ப வளர்ச்சியும் தணிக்கை வளர்ச்சியும், தணிக்கைச் செயல்முறைகளை எளிதாக்கி, தணிக்கையின் தரத்தை உயர்த்தி யுள்ளது. இச்சொற்றொடர்களின் உண்மைத் தன்மையை அறிக.
2. தணிக்கைக்குரிய சூழல் மாற்றத்திற்கேற்ப தணிக்கையர் தனது தகுதியை மேம்படுத்திக் கொள்ள வேண்டும். தகுதியை மேம்படுத்தும் வழிமுறைகளை அறிக.

3. தகவல் தொழில்நுட்பக் காலத்தில் தணிக்கை அறிக்கைகளை அவற்றின் பயனாளிகளிடம் எளிதில் கொண்டு சேர்க்க உதவும் வழிமுறைகள் குறித்து எண்ணிப் பார்க்க.
4. பெரு நிறுவனங்களின் நிர்வாக அணுகுமுறைகளில் ஏற்பட்ட மாற்றங்கள் தணிக்கையை எவ்வாறு பாதிக்கின்றன என்றும் அவற்றை எதிர்கொள்ளத் தணிக்கையர் மேற்கொள்ள வேண்டிய முயற்சிகள் குறித்தும் எண்ணிப் பார்க்க.
5. தணிக்கையின் தரத்தை மேம்படுத்துவதற்கு தர ஆய்வாளர்கள் மற்றும் சிறப்பு ஆலோசகர்கள் ஆகியோரின் பங்கு என்ன என்பதை எண்ணிப் பார்க்க.

இணைப்புக் குறிப்புகள்

பிற்சேர்க்கை

1. நிதியறிக்கைத் தணிக்கை: விடை தேடும் வினாக்கள்

நிதித் தணிக்கையின் அடிப்படையில், தணிக்கையர் தக்க சான்றிதழ் வழங்க வேண்டியுள்ளதால், மிகவும் கவனமாக செயல்பட வேண்டும். அதற்குத் தணிக்கை வினாக்கள் உறுதுணையாக அமையும் என அத்தியாயம் 7ல் விரிவாக விளக்கப்பட்டுள்ளது. அதனடிப் படையில், நிதித் தணிக்கையில் விடை காண வேண்டிய வினாக்களின் பட்டியல் இங்கே தொகுத்தளிக்கப்பட்டுள்ளது.

நிதித் தணிக்கையின் முக்கிய கருவியாக சான்றாய்வு செய்யும் முறை குறித்து அத்தியாயம் 16ல் விரிவாகக் கூறப்பட்டுள்ளது. சான்றாய்வு செய்யும் முறையில், பல்வேறு மூலக் கணக்குகளில் உறுதி செய்யப்பட வேண்டிய விடயங்கள் சான்றாய்வின் அடிப்படை யிலேயே செய்யப்படுகின்றன.

நிதித் தணிக்கையின் நோக்கமும், நிதித் தணிக்கையில் கேட்கப் படும் வினாக்களும் பொதுவாக இருப்பதனால், இவற்றை அனைத்துத் தணிக்கையின் போதும் பின்பற்றலாம். இந்த வினாக்கள் தணிக்கையருக்கு வழிகாட்டும் விதமாகவே அமைக்கப்பட்டுள்ளன. முழுமையான பட்டியல் அல்ல. தணிக்கையர் தணிக்கையின் நோக்கத்தின் அடிப்படையிலும், நிறுவனத்தின் தன்மை மற்றும் செயல்முறைகளின் அடிப்படையிலும் உரிய வினாக்களை எழுப்பி அவற்றிற்கு விடை காண வேண்டும்.

1. பொது விவரங்கள்

1. *தணிக்கை செய்யப்படும் நிறுவனத்தின் கணக்குப் பதிவுகளும் நிதியறிக்கையும், சட்ட ரீதியாக வரையறுக்கப்பட்ட கணக்கு மற்றும் நிதியறிக்கைக்கான தரநிலைகளின் அடிப்படையில் தயாரிக்கப்பட்டுள்ளனவா? தரநிலைகளை முழுமையாக பின்பற்றி தயாரிக்கப்பட்டுள்ளதா?*

2. நிதியறிக்கைகள் நிறுவனத்தின் உரிய அதிகாரமிக்க அமைப்பின் (தலைமை இயக்குநர் அல்லது இயக்குநர் குழு) அனுமதி மற்றும் ஒப்புதல் பெறப்பட்டு நிதிநிலைத் தணிக்கைக்கு சமர்ப்பிக்கப்பட்டு உள்ளனவா?
3. தகுதியுடைய அதிகாரி நிதியறிக்கையிலும், அதன் இணைப்பு அறிக்கையிலும், பிற்சேர்க்கைகளிலும் கையொப்பமிட்டுள்ளாரா?
4. நிதியறிக்கைகள் அதற்கென நிர்ணயிக்கப்பட்ட உரிய படிவத்தில், தக்க பிற்சேர்க்கைகளுடன் தயாரிக்கப்பட்டுள்ளனவா?
5. நிதியறிக்கை நிறுவனத்தின் கணக்கு மற்றும் நிதிக் கொள்கையின் அடிப்படையில் தயாரிக்கப்பட்டுள்ளதா? நிறுவனத்தின் நிதிக் கொள்கையின் அடிப்படைக் கூறுகள் முழுமையாகப் பின்பற்றப் பட்டுள்ளனவா? நிறுவனம் வழக்கமாகப் பின்பற்றும் நிதிக் கொள்கையில் மாற்றம் ஏதேனும் செய்யப்பட்டுள்ளதா? நடப்பு ஆண்டு கணக்குப் பதிவுக் கொள்கையில் மாற்றம் செய்யப் பட்டிருப்பின், அந்த மாற்றத்தின் விளைவாக நடப்பு ஆண்டு வரவு செலவில் அதன் தாக்கம் என்ன என்பதை மதிப்பிட்டு குறிப்பிடப் பட்டுள்ளதா?
6. நிதியறிக்கையோடு இணைக்கப்பட்டுள்ள குறிப்புகள் நிதி யறிக்கையினை முழுமையாகப் புரிந்துகொள்ளும் வகையில் விவரிக்கப்பட்டுள்ளனவா? விவரிக்கப்பட்டுள்ள கணக்குக் குறிப்புகள், நிறுவனத்தின் உண்மையான நிதிநிலையை வெளிப் படுத்தும் வகையில் அமைந்துள்ளனவா?
7. நிதியறிக்கையில் குறிக்கப்பட்டுள்ள நிதி விவரங்களும், கணக்கு களும், எண்களும், நிறுவனத்தின் மூல ஏடுகளை உண்மையாகவும், முழுமையாகவும் பிரதிபலிக்கும் வண்ணம் வடிவமைக்கப்பட்டு உள்ளனவா?
8. நிதியறிக்கையின் விவரங்கள் முந்தைய வருடத்தின் நிதிநிலை அறிக்கையின் விவரங்களோடு இணக்கமாக உள்ளனவா? இணக்கமாக இல்லாத விவரங்களுக்கு உரிய விளக்கம் கொடுக்கப்பட்டுள்ளதா?
9. முந்தைய வருடத்தின் நிதியறிக்கையின் விவரங்கள் முழுமை யாகவும் சரியாகவும் தெரிவிக்கப்பட்டுள்ளனவா? அல்லது அதில் மாற்றம் செய்து, தற்போதைய நிதியறிக்கையில் தெரிவிக்கப்பட்டு உள்ளனவா? அந்த மாற்றத்திற்கான காரணங்கள் உரிய வகையில் விவரிக்கப்பட்டுள்ளனவா?
10. நிதியறிக்கை தரநிலைகளைப் பின்பற்றுவதோடு, அரசு சார்ந்த பிற சட்ட விதிமுறைகளை நிறுவனம் முழுமையாகப் பின்பற்றியதை, நிதியறிக்கை வெளிப்படுத்துகிறதா?

11. நிறுவனம் செயல்படும் துறையின் பிற நிறுவனங்கள் பின்பற்றும் பொதுவான நியதிகளையும், தரநிலைகளையும் தணிக்கை செய்யப்படும் நிறுவனம், முறையாகப் பின்பற்றியுள்ளதா?

12. தணிக்கைக்குத் தேவையான தகவல்களையும், தரவுகளையும், கோப்புகளையும் நிறுவனம் முழுமையாகவும் குறித்த நேரத்திலும் வழங்கி தணிக்கைக்கு ஒத்துழைப்பு கொடுத்ததா? தணிக்கை கேட்கும் விவரங்களையும் விளக்கங்களையும் குறித்த நேரத்தில், நிறுவனம் வழங்கியதா?

2. நிதியறிக்கைத் தணிக்கை- குறிப்பான வினாக்கள்

1. முதலீடுகள்

1. நிறுவனத்தின் முதலீடுகள் அனைத்தும் நிறுவனத்தின் முதலீட்டுக் கொள்கையின் அடிப்படையிலும், உரிய அதிகாரி அல்லது குழுவின் அனுமதியுடனும் மேற்கொள்ளப்பட்டுள்ளனவா?
2. நிறுவனத்தின் அனைத்து வகையான முதலீடுகள் யாவும் முழுமையாக நிதியறிக்கையில் குறிப்பிடப்பட்டுள்ளனவா?
3. நிறுவனத்தின் முதலீடுகள் அனைத்தும், குறைந்தபட்ச அல்லது திட்டமிட்ட வருவாயை ஈட்டிக் கொடுத்துள்ளனவா?
4. நிறுவனத்தின் முதலீடுகள் குறித்த ஆவணங்கள் அனைத்தும் சரியாக, புதுப்பிக்கப்பட்டு பராமரிக்கப்படுகின்றனவா? அந்த ஆவணங்கள் முதலீட்டைத் திரும்பப் பெறும் வகையிலும், சட்ட ரீதியாக செல்லுபடியாகும் வகையிலும் தயாரிக்கப்பட்டுள்ளனவா?
5. ஆபத்தான முதலீடுகள் தவிர்க்கப்பட்டுள்ளனவா? வருமானம் ஈட்டாத முதலீடுகள் இனம் காணப்பட்டு, அவற்றைத் திரும்பப் பெறும் நடவடிக்கைகள் மேற்கொள்ளப்பட்டுள்ளனவா?
6. நிதி முதலீடுகள் குறித்த அகக் கட்டுப்பாடுகள் சரியாகக் கட்டமைக்கப்பட்டு, சரியாக செயல்படுவதை உறுதி செய்யப் பட்டுள்ளதா?
7. சொத்துக்கள் மற்றும் முதலீடுகளின் நிகழ் கால மதிப்புகள் குறைந்திருப்பின், அவற்றின் உண்மை நிலவரம் நிதிநிலை அறிக்கையில் விளக்கப்பட்டுள்ளதா?

2. சொத்துக்கள்

1. நிறுவனத்தின் சொத்துக்கள் பற்றிய விவரங்கள் முழுமையாக பதியப்பட்டு, தற்போதைய நிலவரம் வரை புதுப்பிக்கப்பட்டு உள்ளனவா?

2. நிறுவனத்தின் சொத்துக்கள் முழுவதும் நிறுவனத்திற்கானதென்று உரிய ஆவணங்கள் மூலம் சட்டப் பூர்வமாக உறுதி செய்யப் பட்டுள்ளதா?

3. நிறுவனத்தின் சொத்துக்கள் முறையாக மதிப்பீடு செய்யப்பட்டு, அந்த மதிப்பு நிதியறிக்கையில் உரிய முறையில் குறிப்பிடப் பட்டுள்ளதா?

4. நிறுவனத்தின் சொத்துக்கள் யாவும் முறையாக பராமரிக்கப் பட்டுள்ளனவா? அவற்றின் மதிப்பு குறையாமல் இருப்பது உறுதி செய்யப்பட்டுள்ளதா?

5. அடமானம் வைக்கப்பட்ட சொத்துக்கள் இருப்பின், அவற்றின் சட்ட பூர்வ உரிமை பாதுகாக்கப்பட்டுள்ளதா? அடமானத்திலிருந்து சொத்துக்களை மீட்பதற்கு உரிய நடவடிக்கைகள் மேற்கொள்ளப் பட்டுள்ளனவா?

6. சொத்துக்கள் முறையாக வகைப்படுத்தப்பட்டு, அவற்றின் தேய்மானம் முறையாக கணக்கிடப்பட்டு, நிதியறிக்கையில் சரியாக வெளிப்படுத்தப்பட்டுள்ளனவா?

3. பொறுப்புகள் (Liabilities)

1. நிறுவனத்தின் பணப் பொறுப்புகள் மூல ஏடுகளில் உள்ளபடியே முழுமையாக நிதியறிக்கையில் தெரிவிக்கப்பட்டுள்ளதா?

2. நிறுவனத்தின் பணப் பொறுப்புகள் முழுமையாகவும் சரியாகவும் கணக்கிடப்பட்டுள்ளதா? அவற்றின் வகைப்பாடு சரிதானா? அதைத் தகுந்த முறையில் உறுதிப்படுத்தப்பட்டுள்ளதா?

3. நிறைவேற்றப்படாத காலம் கடந்த பணப் பொறுப்புகள் ஏதேனும் இருப்பின் அவை முழுமையாக வெளிப்படுத்தப்பட்டுள்ளதா?

4. நிலுவையில் உள்ள பணப் பொறுப்புகள் யாவும், உண்மையான சட்டபூர்வமான நிலுவைத் தொகைகளா அல்லது செயற்கையாக, மிகைப்படுத்தப்பட்டோ/ குறைவாகவோ பதிவு செய்யப்பட்டு உள்ளனவா?

5. நிறுவனத்தின் மூல ஏடுகளில் பதிவு செய்யப்பட்ட பணப் பொறுப்புகள் அனைத்தும் தேவையின் அடிப்படையில், சரியான காரணத்திற்காக உரிய முறையில் செலவழிக்கப்பட்டவையா?

6. தற்செயல் பொறுப்புகள் முறையாக மதிப்பீடு செய்யப்பட்டு விளக்கக் குறிபீடுகளில் விளக்கப்பட்டுள்ளனவா?

4. கடன்கள்

1. நிறுவனத்திற்குத் தேவையான கடன்கள் முறையாக கணக்கிடப் பட்டு, தேவையான அளவில், தேவைப்படும் போது மட்டுமே வாங்கப்பட்டுள்ளனவா?
2. கடன்கள் வாங்குவதற்குரிய நிபந்தனைகளும், வட்டியும் நிறுவனத்திற்கு ஏற்புடையதாகவும், நியாயமான வகையிலும் இருந்தனவா? கடன் குறைந்த வட்டிக்கு வாங்கப்பட்டுள்ளதா?
3. நிறுவனத்தின் மொத்தக் கடன்கள் நிறுவனத்தின் திரும்ப செலுத்தும் சக்திக்கு உட்பட்டதாகவும், இயக்குநர் குழு நிர்ணயித்த அளவிற்கு உட்பட்டும் உள்ளதா?
4. நிறுவனம் வாங்கிய கடனுக்கு முறையாக வட்டி செலுத்தப் பட்டதா? பிற நிபந்தனைகள் முழுமையாக எட்டப்பட்டனவா?
5. தண்ட வட்டி கட்டும் சூழலை நிறுவனம் தவிர்ப்பதற்குரிய நடவடிக்கைகள் மேற்கொள்ளப்பட்டுள்ளனவா?

5. பெறத்தக்கவை (Receivables)

1. நிறுவனத்தின் நிதியறிக்கையில் தெரிவிக்கப்பட்டுள்ள பெறத் தக்கவை குறித்த தகவல்கள் அவை குறித்த உண்மை நிலவரத்தை வெளிப்படுத்துவதாக உள்ளதா?
2. நிதியறிக்கையில் தெரிவிக்கப்பட்ட பெறத்தக்கவைகள் தகுந்த முறையில் வகைப்படுத்தப்பட்டுள்ளதா? அவை குறித்து தெரிவிக்கப்பட்ட குறிப்புகள் சரியாகவும் போதுமானவையாகவும் உள்ளனவா?
3. நிறுவனத்திற்கு வரவேண்டிய பெறத்தக்கவைகள் அனைத்தும் மூலக் கணக்குகளில் முழுமையாக பதிவு செய்யப்பட்டு, அவை உரியவர்கள் மூலம் உறுதி செய்யப்பட்டுள்ளனவா?
4. நிறுவனத்திற்கு கிடைக்க வேண்டிய பெறத்தக்கவைகள், அவற்றை செலுத்த வேண்டியவர்களிடம் இருந்து உறுதிப்படுத்தப்பட்டு, மொத்தக் கணக்குகள் சரிபார்க்கப்பட்டதா? அவை சரியாக உள்ளதா?
5. நிறுவனம் தனக்கு அளிக்கப்பட்ட காசோலை மற்றும் பண வரவிற்கான பிற ஆவணங்களை உரிய முறையில் உரிய காலத்திற்குள் முழுமையாகப் பணமாக்கப்பட்டனவா?
6. நிறுவனத்தின் பெறத்தக்கவைகள் தொடர்பான அகக் கட்டுப் பாடுகள் சரியாக கட்டமைக்கப்பட்டு, அவைச் சரியாகச் செயல் படுகின்றனவா?

7. நிறுவனத்தின் பெறத்தக்கவைகள் நிறுவனப் பணியாளர்களால் தவறாகப் பயன்படுத்துவதற்கு உள்ள வாய்ப்புகள் தடுக்கப் பட்டுள்ளதா?

6. செலுத்த வேண்டியவை (Payables)

1. நிறுவனத்தின் நிதியறிக்கையில் தெரிவிக்கப்பட்டுள்ள செலுத்தத் தக்கவைகள் குறித்த தகவல்கள் அவை குறித்த உண்மை நிலவரத்தை வெளிப்படுத்துவதாக உள்ளதா?
2. நிதியறிக்கையில் தெரிவிக்கப்பட்ட செலுத்தத்தக்கவைகள் தகுந்த முறையில் வகைப்படுத்தப் பட்டுள்ளதா? அவை குறித்துத் தெரிவிக்கப்பட்டக் குறிப்புகள் சரியாகவும் போதுமானவையாக உள்ளனவா?
3. நிறுவனத்திற்கு செலுத்த வேண்டிய செலுத்தத்தக்கவைகள் அனைத்தும் மூலக் கணக்குகளில் முழுமையாக பதிவு செய்யப் பட்டு, அவை உறுதி செய்யப்பட்டுள்ளனவா?
4. நிறுவனம் செலுத்த வேண்டியவைகள், குறித்த காலத்தில் செலுத்தப் பட்டுள்ளனவா? தாமதத்தால் ஏற்படக்கூடிய வட்டி அல்லது தண்டம் செலுத்துவது தவிர்க்கப்பட்டுள்ளதா?
5. நிறுவனம் வழங்கிய காசோலைகளும் பிற வகையான பணம் செலுத்தும் படிவங்களும் சரியாகப் பயன்படுத்தப்பட்டுள்ளனவா? அதற்குரிய கணக்குகள் முறையாகப் பதிவு செய்யப்பட்டுள்ளனவா?
6. நிறுவனம் செலுத்த வேண்டியவைகள் சரியான நபருக்கோ அல்லது நிறுவனத்திற்கோ செலுத்தப்பட்டதா? தவறானவர்களுக்கோ அல்லது நிறுவனப் பணியாளர்களுக்கோ செலுத்துவது தவிர்க்கப்பட்டுள்ளதா?
7. வழக்கமாக நிறுவனம் செலுத்த வேண்டிய பரிவர்த்தனைகள் தவிர, சிறப்புப் பரிவர்த்தனைகள் மற்றும் வழக்கத்திற்கு மாறான பரிவர்த்தனைகள் மேற்கொள்ளப்பட்டுள்ளனவா? அவை சரியாக உள்ளனவா?

7. செலவுகள்

1. நிறுவனம் மேற்கொண்ட செலவினங்கள் நிறுவனம் சார்ந்த மற்றும் சரியான வகையில், சரியான நோக்கத்திற்காக மேற்கொள்ளப் பட்டதா?
2. செலவுகள் உரிய அதிகாரியின் அனுமதியுடன், தேவையான அளவிற்கு மட்டும், திட்டமிட்டபடி செய்யப்பட்டதா?
3. நிறுவனத்தின் செலவினங்கள் சரியாகப் பதிவு செய்யப்பட்டு, வகைப்படுத்தப்பட்டு, உரிய ஏடுகளில் பதிவு செய்யப்பட்டு

உள்ளனவா? அவை நிதியறிக்கையில் உரிய முறையில் வெளிப் படுத்தப்பட்டுள்ளனவா?

4. நிதியறிக்கையில் தெரிவிக்கப்பட்டுள்ள செலவினங்களுக்கான வகைப்பாடு, கணக்கியல் விதிகளுக்கும் கணக்குத் தரநிலை களுக்கும் உட்பட்டு அமைந்துள்ளனவா?

5. நிறுவனத்தின் செலவினங்கள் முழுமையாக நிதியறிக்கையில் பதிவு செய்யப்பட்டுள்ளனவா? விடுபட்ட செலவினங்கள் நிதியறிக்கைக் குறிப்புகளில் உரிய முறையில் விளக்கப்பட்டுள்ளனவா?

6. வருவாய் செலவினங்களும், மூலதன செலவினங்களும் முறையாக வகைப்படுத்தப்பட்டு பதிவு செய்யப்பட்டுள்ளனவா?

8. ரொக்கம் மற்றும் வங்கி இருப்பு

1. நிறுவனக் காசாளரிடமும், பிற அனுமதி பெற்ற அலுவலர் களிடமும் கையிருப்பில் உள்ள ரொக்கம் சரியாகவும் முழுமை யாகவும் கணக்கிடப்பட்டுள்ளதா?

2. நிறுவனத்தின் அனைத்து வங்கிக் கணக்குகளிலும் நிலுவையில் உள்ள பண இருப்பு சரி பார்க்கப்பட்டு நிதியறிக்கையில் முழுமையாக வெளிப்படுத்தப்பட்டுள்ளனவா?

3. நிறுவனத்தின் அனைத்து வங்கிக் கணக்குகளின் பரிவர்த்தனைகளும் மாதாந்திர அல்லது குறிப்பிட்ட கால அளவில் நிறுவனத்தின் பணப் பேரேட்டின் பதிவுகளோடு ஒப்பீடு செய்து, சரி செய்யப்பட்டுள்ளனவா?

4. நிறுவனம் வழங்கிய காசோலைகள் காலம் கடந்தும் ரொக்க மாக்கப்படாமல், நிலுவையில் உள்ளனவா? அவ்வாறு நிலுவையில் உள்ள காசோலைகள் கண்டறியப்பட்டு கணக்குகள் முறைப் படுத்தப்பட்டுள்ளனவா?

5. நிறுவனத்திற்கு உரிய காசோலைகளும், பிற பண வடிவங்களும் முறையான வகையில் பாதுகாக்கப்பட்டு கணக்கிடும் முறை பின்பற்றப்படுகின்றனவா?

6. பணமாகப் பெறப்படும் நிறுவனத்தின் வரவினங்கள் உடனடியாக உரிய ஏடுகளில் பதிவு செய்யப்பட்டு, குறித்த கால வரையறைக்குள் வங்கிக் கணக்கில் செலுத்தப்பட்டுள்ளனவா?

7. பணம் / காசோலை கையாளும் நபர்களும் அவற்றை கணக்குப் பதிவேற்றம் செய்யும் நபர்களும் வெவ்வேறவர்களாக இருக்க வேண்டும். இல்லையெனில், இது தொடர்பான அகக் கட்டுப் பாடுகள் போதுமானவையாக உள்ளனவா?

9. ஊதியம், கூலி, ஓய்வூதியம் முதலியன

1. நிறுவனத்தின் பணியாளர்களுக்கான ஊதியமும் கூலியும் சரியாகக் கணக்கிடப்பட்டு வழங்கப்பட்டுள்ளனவா? அவை சரியாக நிதியறிக்கையில் பதிவு செய்யப்பட்டுள்ளனவா?

2. நிறுவனப் பணியாளர்களுக்கான உரிமைத் தொகை முதலியன முறையாகக் கணக்கிடப்பட்டு சரியாக வழங்கப்பட்டுள்ளனவா? அவை சரியாக நிதியறிக்கையில் பதிவு செய்யப்பட்டுள்ளனவா?

3. நிறுவனப் பணியாளர்களுக்கு வழங்கப்பட்ட மருத்துவ கட்டணங்கள், பயணப் படிகள், மற்றும் இது போன்ற செலவினங்கள் சரியாகக் கணக்கிடப்பட்டு நிதியறிக்கையில் பதிவு செய்யப்பட்டுள்ளனவா?

4. பணியாளர்கள் மற்றும் கூலித் தொழிலாளர்களுக்குரிய சேமநலத் தொகை மற்றும், காப்பீட்டுத் தொகை முதலியன சரியாக கணக்கிடப்பட்டு, உரிய அமைப்பிடம் செலுத்தப்பட்டுள்ளதா? அவை சரியாக நிதியறிக்கையில் பதிவு செய்யப்பட்டுள்ளனவா?

5. நிறுவனப் பணியாளர்களுக்கான ஓய்வூதியம் மற்றும் பிற பணிக் கொடைகள் முறையாக கணக்கிடப்பட்டு சரியாக செலுத்தப் பட்டுள்ளனவா? இது குறித்த சிறப்புக் கணக்குப் பதிவீடு தரக் கட்டுப்பாடுகளின் அடிப்படையில் பின் வரும் ஆண்டுகளுக்கான பொறுப்புகள் கணக்கிடப்பட்டு, அவை சரியாக நிதியறிக்கையில் பதிவு செய்யப்பட்டுள்ளனவா?

10. சரக்கு இருப்பு

1. கையிருப்பில் இருக்கும் சரக்குகள் முறையாக வகைப்படுத்தப் பட்டு பட்டியலிட்டு அவை முறையாகப் புதுப்பிக்கப்பட்டு உள்ளனவா?

2. கையிருப்பில் இருக்கும் சரக்குகள் முறையாகவும் பாதுகாப்பாகவும், வைக்கப்பட்டுள்ளனவா?

3. காலாவதியான சரக்குகள் சரியாக இனங்காணப்பட்டு அவை குறித்து நிறுவனத்தின் கணக்கில் முறையாக திருத்தம் செய்யப் பட்டுள்ளனவா? காலாவதியாக உள்ள சரக்குகள் முன்னுரிமையாகப் பயன்படுத்தப்பட்டுள்ளனவா?

4. கையிருப்பில் உள்ள சரக்குகளின் மதிப்பு முறையாக கணக்கிடப் பட்டு, அது நிதியறிக்கையில் உரிய முறையில் தெரிவிக்கப் பட்டுள்ளதா?

5. சரக்குகள் வாங்குகையில் முறையாக சரி பார்த்து பதிவு செய்வதும், அவை பயன்பாட்டிற்காக வெளியே அனுப்பும் போதும்,

முறையாக ஆவணப்படுத்தப்பட்டு, கையிறுப்பு சரியாக கணக்கிடும் முறை பின்பற்றப்பட்டுள்ளதா?

6. கையிருப்பு சரக்குகளின் மதிப்பு சரியாக கணக்கிடப்பட்டு, சரக்குகளும் அது பாதுகாக்கப்படும் வளாகம் உரிய மதிப்பிற்கு காப்பீடு செய்யப்பட்டுள்ளதா?

11. கொள்முதல்கள்

1. நிதியறிக்கைக்கு உட்பட்ட கால கட்டத்தில் மேற்கொள்ளப்பட்ட கொள்முதல்கள் அனைத்தும், உரிய ஆய்வு செய்து தேவையின் அடிப்படையில் வாங்கப்பட்டதா?

2. கொள்முதல் செய்யப்பட்ட பொருட்கள்/ சரக்குகள் அனைத்தும் சரியான முறையைப் பின்பற்றிக் குறைந்த விலையில் வாங்கப் பட்டுள்ளனவா?

3. கொள்முதல் செய்வதற்கென செலுத்தப்பட்ட பணத்திற்கு உகந்த அளவிலான சரக்குகள் முழுமையாக பெறப்பட்டுள்ளனவா? அவை தரமானவையா? அவை குறித்து நிதியறிக்கையில் தெளிவாக விவரிக்கப்பட்டுள்ளதா?

4. கொள்முதலுக்கென செலுத்தப்பட்ட பணம் சரியான அளவில் சரியான காலத்தில் செலுத்தப்பட்டதா? வட்டி, தண்டம் போன்ற தேவையற்ற செலவினங்கள் தவிர்க்கப்பட்டுள்ளனவா?

5. சரக்குகள் கொள்முதல் செய்யப் பயன்படுத்தப்பட்ட பணம் குறித்து நிதியறிக்கையில் முழுமையாக வெளிப்படுத்தப் பட்டுள்ளதா?

12. கணக்கில் நீக்கப்பட்டவை

1. நிறுவனத்தின் விதிகளுக்கு உட்பட்டு உரிய பரிவர்த்தனைகள் (கடன் கொடுத்தது/ சரக்கு வீணானது, தவறான செலவினங்கள் முதலியன) மட்டும் கணக்கிலிருந்து நீக்கப்பட்டுள்ளனவா? நீக்கப்பட்ட பரிவர்த்தனையின் மதிப்பு விதிகளுக்கு உட்பட்டதாக இருக்கிறதா?

2. நிறுவனத்தின் கணக்கிலிருந்து நீக்கப்பட்ட பரிவர்த்தனைகள் உரிய அதிகாரியின் அனுமதியுடன் நீக்கப்பட்டுள்ளனவா? அது உரிய முறையில் பரிசீலனை செய்யப்பட்டனவா?

3. கணக்கிலிருந்து நீக்கப்படும் முன்பு, அந்த பரிவர்த்தனைகள் பயனுள்ளதாக மாற்ற உரிய முறையில் முயற்சி செய்யப் பட்டனவா? அவை பயனற்றவை என்று எட்டப்பட்ட முடிவு சரியானதா?

பிற்சேர்க்கை

2. மாதிரி தணிக்கை அறிக்கை

XXXXX நிறுவனத்தின்............ (31-12-2020 அ 31-3-2021)அன்றுடன் முடிவுற்ற நிதியாண்டிற்கான இணக்கத்/ செயலாக்கத் தணிக்கை அறிக்கை

தணிக்கை அறிக்கையின் முன்னுரை:

தணிக்கைக் குறித்த ஓர் அறிமுகம். எதனடிப்படையில் இந்தத் தணிக்கை மேற்கொள்ளப்பட்டது; தணிக்கை அறிக்கையின் சட்டப் பூர்வத் தகுதிநிலை என்ன என்பது போன்ற குறிப்புகள் இடம் பெற வேண்டும்.

தணிக்கை செய்யப்படும் நிறுவனம் குறித்த முன்னுரை:

தணிக்கை செய்யப்படும் நிறுவனம் / நிறுவனப் பிரிவு/ திட்டம் குறித்த ஓர் அறிமுகம்.

நிறுவனத்தின் நிர்வாகப் பொறுப்பில் உள்ளவர்கள் குறித்த ஓர் அறிமுகம்.

நிறுவனத்தின் நிதிச் சூழல் குறித்த சிறு குறிப்பு.

தணிக்கைச் செயல்முறை:

தணிக்கையின் செயல் திட்டம் குறித்த அறிமுகக் கூட்டம் நிர்வாகத்தினருடன்... அன்று நடத்தப்பட்டது. அக்கூட்டத்தில், தணிக்கையின் நோக்கம், தணிக்கையின் பரப்பு, தணிக்கையில் பின்பற்றப்படும் அடிப்படைகளும், தரநிலைகளும், தணிக்கை பின்பற்ற உள்ள தணிக்கைக் கருவிகள் மற்றும் வழிமுறைகள் முதலியன விரிவாக எடுத்துக் கூறப்பட்டன. தணிக்கை செய்யும் போது பின்பற்ற உள்ள ஒளிவு மறைவற்ற செயல்முறைகளும், நிர்வாகத்திற்கு தரப்படும் வாய்ப்புகள் குறித்தும் தெளிவாக விளக்கப்பட்டது. தணிக்கையின் விளக்கத்தை ஏற்று நிர்வாகம் தணிக்கைக்கு முழுமையாக ஒத்துழைக்க ஒத்துக்கொண்டது.

வழக்கமாக, தணிக்கையில் பயன்படுத்தப்படும் கருவிகளான கோப்பு மற்றும் தரவு ஆய்வுகளுடன், தேவையான இடங்களில் நேரடிக் கூட்டு

ஆய்வும், வினாத்தாள் முறை மூலம் பின்னூட்டம் பெறும் முறையும் பின்பற்றி தணிக்கை செய்யப்பட்டது.

தணிக்கையின் முடிவில், தணிக்கையில் கண்டுபிடிக்கப்பட்டவை குறித்து நிர்வாகத்துடன்... அன்று வெளிப்படையாக விவாதிக்கப் பட்டது. நிர்வாகம் கொடுத்த விளக்கங்கள் மற்றும் சான்றுகளின் அடிப்படையில், தணிக்கையின் முடிவில் வேண்டிய மாற்றங்கள் செய்து, தணிக்கை அறிக்கை தயாரிக்கப்பட்டுள்ளது.

தணிக்கையின் நோக்கம்:

1. நிறுவனம் சட்ட விதிகளுக்கும், நிறுவனத்தின் கொள்கைகள், நிர்வாக மற்றும் செயல்பாட்டு விதிகளுக்கும் உட்பட்டு செயல்படுகிறதா என்பதைக் கண்டறிதல்.
2. நிறுவனத்தின் அகக் கட்டுப்பாடுகள் சரியாகக் கட்டமைக்கப் பட்டுள்ளதா என்றும் அவை சரியாக செயல்படுகின்றதா என்பதைக் கண்டறிதல், மற்றும்
3. நிறுவனத்தின் நிதிச் செயல்பாடுகள் சிறப்பாக உள்ளதா என்பதைக் கண்டறிதல்

தணிக்கையின் பரப்பு:

நிறுவனத்தின் செயல்பாடுகள் குறித்த 2020-21ஆம் ஆண்டுக்கான கோப்புகளும் தரவுகளும் தணிக்கை செய்யப்பட்டன. தணிக்கையில் நிறுவனத்தின் மொத்தக் கிளை அலுவலகங்களுள்... அலுவலகங்கள் ஆய்வு செய்யப்பட்டன. நிறுவனத்தின்... பிரிவுகளும், அலுவலகங்களும் தணிக்கைக்கு உட்படுத்தப்படவில்லை. ...பரிவர்த்தனைகளுள், அந்த நிதியாண்டின் முடிவில் செயல்பாட்டிற்கு வந்த நிகழ்வுகள் மட்டும் தணிக்கைக்கு உட்படுத்தப்பட்டன.

தணிக்கைப் பரப்புக் கட்டுப்பாடு:

தணிக்கையின் நோக்கத்தை எட்டும் வகையில் மூலப் பொருட்களின் தேவையைக் கணக்கிட்ட விதம் குறித்த தரவுகளும் கோப்புகளும், பல முறை கேட்ட பின்னரும் நிறுவனத்தின் பல்வேறு மட்ட அதிகாரிகளின் கவனத்திற்கு எடுத்துச் சென்ற போதும், தணிக்கைக்கு வழங்கப்படவில்லை. அதனால், மூலப்பொருட்களின் கொள்முதல் மற்றும் பயன்பாடு குறித்த உண்மை நிலவரத்தை தணிக்கையால் முடிவு செய்ய முடியவில்லை.

தணிக்கை அடிப்படைகள்:

1. நிறுவனத்தின் கொள்கைகளும் செயல்முறை ஆவணங்கள் மற்றும் கையேடுகள்.

2. நிறுவனத்தின் நிதிப் பயன்பாட்டுக் கொள்கைகள், நிறுவனத்தின் நிதித் திட்டம் முதலியன.
3. நிறுவனம் பின்பற்ற வேண்டிய சட்டங்கள்; விதிகள்; நிறுவனக் கட்டுப்பாட்டாளரின் ஆணைகள்.
4. நிறுவனத்தின் ஆணைகள், வழிகாட்டு நெறிமுறைகள், நிறுவனத்தின் இலக்குகள் முதலியன.

தணிக்கையின் கண்டுபிடிப்புகள்:

தணிக்கைக் கண்டுபிடிப்புகளின் வகைப்பாடு குறித்த ஓர் அறிமுகம்.

1. மிகவும் அதிகம் பாதித்த, அதிக பாதிப்புகளை ஏற்படுத்தக் கூடிய தணிக்கைக் கண்டுபிடிப்புகள்
2. மிதமான பாதிப்புகளை உண்டாக்கவல்ல தணிக்கைக் கண்டுபிடிப்புகள்
3. அகக் கட்டப்பாடுகளில் உள்ள குறைபாடுகள் மற்றும் மீண்டும் மீண்டும் நிகழும் தவறுகள் குறித்த கண்டுபிடிப்புகள்.

தணிக்கை ஆலோசனைகள்:

தணிக்கைக் கண்டுபிடிப்புகளின் அடிப்படையில் நிறுவன செயல்பாட்டை மேம்படுத்தவல்ல ஆலோசனைகள். நிறுவனம் ஏற்றுக் கொண்ட ஆலோசனைகள் மற்றும் ஏற்றுக்கொள்ளாத ஆலோசனைகள் குறித்து தெளிவு படுத்த வேண்டும். நிறுவனம் ஏற்றுக் கொள்ளாத ஆலோசனைகளின் முக்கியத்துவம் குறித்த விளக்கத்தைப் பதிவு செய்ய வேண்டும்.

தணிக்கை பொறுப்பு துறப்பு:

தணிக்கை அறிக்கையில் குறிப்பிடப்பட்டவைகள் அனைத்தும் நிறுவனம் வழங்கிய கோப்புகள், தரவுகள், மற்றும் விளக்கங்கள் அடிப்படையில் அமைந்தவை. நிறுவனம் வழங்கிய தவறான தகவல் களுக்கும், தரவுகளுக்கும், வழங்காமல் விடுத்த தகவல்களுக்கும் அதன் காரணமாக தணிக்கையின் முடிவுகளுக்கும் தணிக்கைப் பெறுப்பேற்காது.

நிறுவனத்தின் ஒத்துழைப்பு:

இந்தத் தணிக்கை அறிக்கையின் பரப்புக் கட்டுப்பாட்டில் குறிப்பிட்டுள்ளதைத் தவிர, தணிக்கைக்குத் தேவையான பிற தகவல்களையும், தரவுகளையும், கோப்புகளையும், தேவையான விளக்கங்களையும் கொடுத்து முழு ஒத்துழைப்பு நல்கியது.

தணிக்கைப் பொறுப்பதிகாரியின் கையொப்பம்:

(கூடுதலாக உறுதிப்படுத்துவோரின் கையொப்பம்.)

தணிக்கை நிறுவனத்தின் முத்திரை

தணிக்கைப் பிற்சேர்க்கைகள்:

(தணிக்கை அறிக்கையை முழுமையாகப் புரிந்து கொள்ள உதவும் அட்டவணைகள் மற்றும் பிற இணைப்புகள்.)

தணிக்கைக் கண்டுபிடிப்புகள் தொடர்பான தரவுகள், குறிப்புகள்

தணிக்கை முடிவுகளுக்கு மூலமாக அமைந்திருக்கும் குறிப்புகள், கண்டுபிடிப்புகள்

பிற்சேர்க்கை

3. தணிக்கைத் தரநிலைகள் பட்டியல்

1. இந்தியக் கணக்குத் தரநிலைகள்

Ind AS 1 நிதியறிக்கையை வழங்கும் வடிவம்

Ind AS 2 சரக்குகள்/ இருப்புகள்

Ind AS 7 பணப் புழக்கம் குறித்த அறிக்கை

Ind AS 8 நிதிக் கணக்குக் கொள்கைகள், நிதிக் கணக்கு மதிப்பீடு மற்றும் தவறுகளில் செய்த மாற்றங்கள்

Ind AS 10 கணக்கு அறிக்கை காலத்திற்கு அடுத்து நிகழும் நிகழ்வுகள்

Ind AS 12 வருமான வரிகள்

Ind AS 16 சொத்துக்கள், ஆலைகள் மற்றும் எந்திரங்கள்

Ind AS 19 பணியாளர்கள் நலங்கள்

Ind AS 20 அரசு மானியக் கணக்குகள் மற்றும் அரசு உதவியை வெளிப்படுத்துதல்

Ind AS 21 அந்நியச் செலாவணி வீதங்களில் ஏற்பட்ட மாற்றங்களின் விளைவுகள்

Ind AS 23 கடன் வாங்கும் செலவு

Ind AS 24 தொடர்புடைய நிறுவனம்/ நபர்களின் வெளிப்படுத்தல்கள்

Ind AS 27 தனிப்பட்ட நிதியறிக்கைகள்

Ind AS 28 இணை மற்றும் கூட்டு முயற்சிகளில் முதலீடுகள்

Ind AS 29 உயர் பண வீக்கமுள்ள பொருளாதாரத்தில் நிதியறிக்கைகள்

Ind AS 32 நிதி ஆவணங்கள் வழங்கும் படிவம்

Ind AS 33 ஒரு பங்கு ஈட்டும் வருமானம்

Ind AS 34 இடைக்கால நிதியறிக்கை அளித்தல்

Ind AS 36 பலவீனமான சொத்துக்கள்

Ind AS 37 முன்னேற்பாடுகள், நிரந்தரப் பொறுப்புகள் மற்றும் நிரந்தரச் சொத்துக்கள்

Ind AS 38 அருவமான/ புலனாகாத சொத்துக்கள்

Ind AS 40 முதலீட்டு சொத்துக்கள்

Ind AS 42 வேளாண்மை

Ind AS 101 இந்தியக் கணக்குத் தரநிலையை முதல் முறை நிறைவேற்றுதல்

Ind AS 102 பங்குகள் அடிப்படையிலான செலுத்துதல்

Ind AS 103 தொழில் சேர்க்கைகள்

Ind AS 104 காப்பீடு ஒப்பந்தங்கள்

Ind AS 105 விற்பனைக்காகவும், தொடரப்படாத செயல்களுக்கான நடப்புக் கணக்கில் இல்லாத சொத்துக்கள்

Ind AS 106 கனிம வளங்களைத் தேடும் ஆய்வுகளும் அவற்றை மதிப்பீடு செய்தலும்

Ind AS 107 நிதிநிலை ஆவணங்கள்: வெளிப்படுத்துதல்

Ind AS 108 செயல்முறைப் பிரிவுகள்

Ind AS 109 நிதிநிலை ஆவணங்கள்

Ind AS 110 ஒருங்கிணைந்த நிதிநிலை அறிக்கைகள்

Ind AS 111 கூட்டு ஒப்பந்தங்கள்

Ind AS 112 பிற நிறுவனங்களிடம் உள்ள தொடர்பை/ ஆர்வத்தை வெளிப்படுத்துதல்

Ind AS 113 நியாயமான மதிப்பை அளவிடுதல்

Ind AS 114 ஒழுங்குமுறைக்கான ஒத்திவைக்கப்பட்ட கணக்குகள்

Ind AS 115 வாடிக்கையாளர்களிடமிருந்து வருமானம் குறித்த ஒப்பந்தங்கள்

Ind AS 116 குத்தகைகள்

2. பன்னாட்டு நிதிநிலை அறிக்கைத் தரநிலைகள்

IFRS 1 - சர்வதேச நிதி அறிக்கை தரநிலைகளை முதன்முதலில் ஏற்றுக்கொள்வது

IFRS 2 - பங்கு அடிப்படையிலான கட்டணம்

IFRS 3 - வணிகச் சேர்க்கைகள்

IFRS 4 - காப்பீட்டு ஒப்பந்தங்கள்

IFRS 5 - நடப்பு அல்லாத சொத்துக்கள் விற்பனை மற்றும் நிறுத்தப்பட்ட செயல்பாடுகள்

IFRS 6 - கனிம வளங்களை ஆய்வு செய்தல் மற்றும் மதிப்பீடு செய்தல்

IFRS 7 - நிதிக் கருவிகள்: வெளிப்பாடுகள்

IFRS 8 - இயக்கப் பிரிவுகள்

IFRS 9 - நிதிக் கருவிகள்

IFRS 10 - ஒருங்கிணைந்த நிதி அறிக்கைகள்

IFRS 11 - கூட்டு ஏற்பாடுகள்

IFRS 12 - பிற நிறுவனங்களில் ஆர்வங்களை வெளிப்படுத்துதல்

IFRS 13 - நியாயமான மதிப்பு அளவீடு

IFRS 14 - ஒழுங்குமுறை ஒத்திவைப்பு கணக்குகள்

IFRS 15 - வாடிக்கையாளர்களுடனான ஒப்பந்தங்களிலிருந்து வருவாய்

IFRS 16 - குத்தகைகள்

IFRS 17 - காப்பீட்டு ஒப்பந்தங்கள்

3. பன்னாட்டுத் தணிக்கைத் தரநிலைகள்:
(Intonational Standards on Auditing)

தற்போது, தணிக்கை தொடர்பான சர்வதேச தரநிலைகள் 36 பிரிவுகள் தணிக்கை தொடர்பாகவும், ஒரு தரநிலை தரக் கட்டுப்பாடு தொடர்பாகவும் தொகுக்கப்பட்டுள்ளன. அவை:

1. ISA 200: தனித்துவமான தணிக்கையாளரின் ஒட்டுமொத்தக் குறிக்கோள்கள் மற்றும் தணிக்கை தொடர்பான சர்வதேச தரங்களுடன் இணக்கமாகத் தணிக்கை நடத்துதல்
2. ISA 210: தணிக்கைச் செயல்முறை குறித்த விதிமுறைகளை ஏற்றுக்கொள்தல்
3. ISA 220: நிதி அறிக்கைகளின் தணிக்கைக்கான தரக் கட்டுப்பாடு
4. ISA 230: தணிக்கை ஆவணம்
5. ISA 240: நிதி அறிக்கைகள் குறித்த தணிக்கையில் அதில் நிலவும் மோசடி தொடர்பான தணிக்கையாளரின் பொறுப்புகள்
6. ISA 250: நிதி அறிக்கைகளின் தணிக்கையில் சட்டங்கள் மற்றும் ஒழுங்குமுறைகளைப் பரிசீலித்தல்
7. ISA 260: நிர்வாகத்துடன் தொடர்பு கொள்தல்
8. ISA 265: நிறுவனத்தின் உள் கட்டுப்பாட்டில் உள்ள குறைபாடுகளை நிர்வாகத்திற்குத் தெரியப்படுத்துவது.
9. ISA 300: நிதி அறிக்கைகளின் தணிக்கைக்குத் திட்டமிடுதல்
10. ISA 315: நிறுவனம் மற்றும் அதன் நிர்வாகச் சூழலைப் புரிந்து கொள்வதன் மூலம் நிறுவனத்தில் நிலவும் முக்கியமான இடர்களை கண்டறிந்து மதிப்பீடு செய்தல்

11. ISA 320: தணிக்கைத் திட்டமிடுவதிலும் செயல்படுத்துவதிலும் ஒப்பீட்டளவை கருத்தில் கொள்தல்
12. ISA 330: கண்டறியப்பட்ட இடர்களுக்கான தணிக்கையாளரின் அணுகுமுறை
13. ISA 402: தணிக்கை செய்யப்படும் நிறுவனம் பிற சேவை நிறுவனத்தைப் பயன்படுத்துவதில் தணிக்கையர் கவனத்தில் கொள்ள வேண்டியவை
14. ISA 450: தணிக்கையின் போது கண்டறியப்பட்ட தவறான மதிப்பீடுகளை அளவிடுதல்
15. ISA 500: தணிக்கைச் சான்றுகள்
16. ISA 501: தணிக்கைச் சான்றுகள்-சிறப்பு கவனம் செலுத்த வேண்டிய குறிப்பிட்ட பிரிவுகள்
17. ISA 505: வெளிப்புற உறுதிப்படுத்தல்கள்/ ஒப்புதல்கள்
18. ISA 510: முதல்நிலை தணிக்கை ஈடுபாடுகள்-தொடக்க நிலுவைக் கணக்குகள்
19. ISA 520: பகுப்பாய்வு நடைமுறைகள்
20. ISA 530: தணிக்கை மாதிரிகள்
21. ISA 540: நிதி மற்றும் கணக்கியல் மதிப்பீடுகள் தணிக்கை, நியாயமான மதிப்பீடுகள் பற்றிய தணிக்கை மற்றும் தொடர்புடைய வெளியீடுகள்
22. ISA 550: தொடர்புடைய நிறுவனங்கள்/நபர்கள்
23. ISA 560: தணிக்கைக்கு அடுத்த கட்ட நிகழ்வுகள்
24. ISA 570: தொடரும் நிறுவனம்
25. ISA 580: எழுத்துவடிவில் பெறப்பட்ட வேண்டுகோள்கள்
26. ISA 600: நிறுவனக் குழுமத்தின் நிதிநிலை அறிக்கைகள் மீதான சிறப்புப் பரிசீலனைகள் (உட்பிரிவு தணிக்கையாளர்களின் பணி உள்ளடக்கியது)
27. ISA 610: அகத் தணிக்கையாளர்களின் பணியைப் பயன்படுத்துதல்
28. ISA 620: பிறத் தணிக்கை நிபுணரின் பணியைப் பயன்படுத்துதல்
29. ISA 700: நிதி அறிக்கைகள் குறித்து தணிக்கை செய்து தகுந்த கருத்தை உருவாக்குதல்
30. ISA 705: தன்னாட்சியுடைய தணிக்கையாளரின் கருத்தில் மாற்றங்கள் மேற்கொள்ளுல்
31. ISA 706: தன்னாட்சியுடைய தணிக்கையாளரின் அறிக்கையில் முக்கிய பத்திகள் மற்றும் பிற முக்கிய பத்திகள் வலியுறுத்தல் மற்றும் மாற்றம் செய்தல்

32. ISA 710: ஒத்த/ தொடர்புடைய புள்ளிவிவரங்கள் மற்றும் தொடர்புடைய நிதி அறிக்கைகளை ஒப்பீடு செய்தல்
33. ISA 720: தணிக்கை செய்யப்பட்ட நிதிநிலை அறிக்கைகள் அடங்கிய ஆவணங்களில் பிற தகவல்கள் குறித்த தணிக்கையாளரின் பொறுப்புகள்
34. ISA 800: சிறப்பு கட்டமைப்புகளுக்கு இணக்கமாக தயாரிக்கப்பட்ட நிதிநிலை அறிக்கைகளின் குறித்த சிறப்புப் பரிசீலனைகள்
35. ISA 805: ஒற்றை நிதிநிலை அறிக்கைகள் மற்றும் குறிப்பிட்ட நிதிக் கூறுகள், கணக்குகள்/ நிதி அறிக்கையின் பிரிவுகள் -சிறப்புப் பரிசீலனைகள்
36. ISA 810: சுருக்கமான நிதிநிலை அறிக்கைகள் குறித்த ஈடுபாடுகள் தரக் கட்டுப்பாடு குறித்த சர்வதேச தரநிலை (ISQC) 1, நிதி அறிக்கைகளின் தணிக்கை மற்றும் மதிப்புரைகளைச் செய்யும் நிறுவனங்களுக்கான தரக் கட்டுப்பாடுகள், மற்றும் பிற உத்தரவாதம் மற்றும் தொடர்புடைய சேவைகள் தொடர்பான ஈடுபாடுகள்.

4. பன்னாட்டுப் பொதுத்துறை நிறுவனக் கணக்கியல் தரநிலைகள் (International public sector accounting standards)

IPSAS 1 நிதிநிலை அறிக்கைகளின் வெளிப்படுத்துதல்

IPSAS 2 பணப்புழக்க அறிக்கைகள்

IPSAS 3 கணக்கியல் கொள்கைகள், கணக்கியல் மதிப்பீடுகளில் மாற்றங்கள் மற்றும் பிழைகள்

IPSAS 4 அந்நியச் செலாவணி விகிதங்களில் ஏற்படும் மாற்றங்களின் விளைவுகள்

IPSAS 5 கடன் செலவுகள்

IPSAS 6 ஒருங்கிணைந்த மற்றும் தனி நிதிநிலை அறிக்கைகள் (மீறப்பட்டது)

IPSAS 7 குழுமத் தொழில்களில் முதலீடுகள் (மீறப்பட்டது)

IPSAS 8 கூட்டுத் தொழில்களில் தொடர்புகள் (மீறப்பட்டது)

IPSAS 9 நாணயமாற்றப் பரிவர்த்தனைகளிலிருந்து வருவாய்

IPSAS 10 உயர் பணவீக்க பொருளாதாரங்களில் நிதி அறிக்கை

IPSAS 11 கட்டுமான ஒப்பந்தங்கள்

IPSAS 12 சரக்குகள் /இருப்புகள்

IPSAS 13 குத்தகைகள்

IPSAS 14 நிதி அறிக்கைக்கு நிர்ணயிக்கப்பட்ட தேதிக்குப் பிந்தைய நிகழ்வுகள்

IPSAS 15 நிதிக் கருவிகள்: வெளிப்படுத்தல் மற்றும் தெரியப்படுத்துதல் (மீறப்பட்டது)

IPSAS 16 சொத்து முதலீடுகள்

IPSAS 17 சொத்து, ஆலை மற்றும் உபகரணங்கள்

IPSAS 18 பிரிவு அறிக்கை/ பகுதி அறிக்கை

IPSAS 19 ஒதுக்கப்பட்டவை, நிரந்தர பொறுப்புகள் மற்றும் நிரந்தர சொத்துக்கள்

IPSAS 20 தொடர்புடைய இயக்கம் குறித்த வெளிப்பாடுகள்

IPSAS 21 பாதிக்கப்பட்ட பணத்தை உருவாக்காத சொத்துக்கள்

IPSAS 22 பொது அரசுத் துறை பற்றிய நிதித் தகவல்களை வெளிப்படுத்துதல்

IPSAS 23 பரிமாற்றம் அல்லாத பரிவர்த்தனைகளிலிருந்து வருவாய் (வரி மற்றும் இடமாற்றம்)

IPSAS 24 நிதிநிலை அறிக்கைகளில் பட்ஜெட் தகவல்களை வழங்குதல்

IPSAS 25 பணியாளர்களுக்கான பயன்கள் (மீறப்பட்டது)

IPSAS 26 பாதிக்கப்பட்ட பணத்தை உருவாக்கும் சொத்துக்கள்

IPSAS 27 வேளாண்மை

IPSAS 28 நிதிக் கருவிகள்: தெரியப்படுத்துதல்

IPSAS 29 நிதிக் கருவிகள்: அங்கீகாரம் மற்றும் அளவிடுதல்

IPSAS 30 நிதிக் கருவிகள்: தெரியப்படுத்துதல்

IPSAS 31 அருவமான சொத்துக்கள்

IPSAS 32 சேவைச் சலுகை ஏற்பாடுகள்: இலவச நிதியளிப்பவர்

IPSAS 33 முதல் முறையாக நிதிக்கூட்டு (accrual) அடிப்படையில் IPSAS பின்பற்றுதல்

IPSAS 34 தனிப்பட்ட நிதி அறிக்கைகள்

IPSAS 35 ஒருங்கிணைந்த நிதி அறிக்கைகள்

IPSAS 36 குழுநிறுவனங்கள் மற்றும் கூட்டு நிறுவனங்களில் முதலீடுகள்

IPSAS 37 கூட்டு ஏற்பாடுகள்

IPSAS 38 பிற நிறுவனங்களில் தொடர்புகளை வெளிப்படுத்துதல்

IPSAS 39 பணியாளர்களுக்கான பயன்கள்

IPSAS 40 பொதுத்துறை இணைப்புகள்

IPSAS 41 நிதிக் கருவிகள்

IPSAS 42 சமுதாய நன்மைகள்

5. அகத் தணிக்கை நிறுவனத்தின் தரநிலைகள்
(Institute of Internal Audit Standards)

5.1. பண்புகள் குறித்த தரநிலைகள்

1. *1000* - பயன்கள், அதிகாரம் மற்றும் பொறுப்புகள்
2. *1010* - அகத் தணிக்கைப் பட்டயத்தின் கட்டாயமான வழிகாட்டு முறைகளை அங்கீகரித்தல்
3. *1100* - தனித்துவம் மற்றும் சரியானநிலை/ உண்மைநிலை
4. *1110* - தணிக்கை நிறுவனத் தன்னாட்சி
5. *1111* - நிறுவன இயக்குநர் குழுவுடன் நேரடியாகப் பணியாற்றல்
6. *1112* - அகத் தணிக்கைக்கு அப்பால் தலைமை நிர்வாக அதிகாரியின் பங்கு
7. *1120* - தனிநபரின் உண்மைநிலை
8. *1130* - தனித்துவம் அல்லது உண்மை நிலையில் ஏற்படும் குறைபாடு.
9. *1200* - தொழில் திறமை மற்றும் தகுந்த கவனமுடன் செயல்படல்
10. *1210* - தொழில் திறமை
11. *1120* - தொழிலில் கவனமுடன் செயல்படல்
12. *1130* - தொடர்ந்து தொழிற்திறனை வளர்த்துக்கொள்ளுதல்
13. *1300* - தரம் உறுதிப்படுத்தல் மற்றும் மேம்படுத்தல் திட்டம்
14. *1310* - தரம் உறுதிப்படுத்தல் மற்றும் மேம்படுத்தல் திட்டத்திற்கு தேவையான கூறுகள்
15. *1311* - நிறுவன உள்ளிருப்பு மதிப்பீடுகள்
16. *1312* - நிறுவனத்தின் புறத்திரு மதிப்பீடுகள்
17. *1320* - தரம் உறுதிப்படுத்தல் மற்றும் மேம்படுத்தல் திட்டத்தின் மீதான அறிக்கைகள்
18. *1321* - 'அகத் தணிக்கைக் குறித்த பன்னாட்டு தொழில்சார் செயல் முறைகளுக்கு இணக்கமாக உள்ளது' என்பதனைப் பயன்படுத்துதல்
19. *1322* - இணக்கமின்மையை வெளிப்படுத்துதல்

5.2. செயல்பாடுகள் குறித்த தரநிலைகள்

1. *2000* - அகத்தணிக்கைச் செயல்பாட்டை நிர்வகித்தல்
2. *2020* - தொடர்புகொள்ளுதலும் ஒப்புதல் அளித்தலும்
3. *2030* - வளங்களின் மேலாண்மை
4. *2040* - கொள்கைகளும் செயல்முறைகளும்
5. *2050* - ஒருங்கிணைப்பதும் சார்ந்திருப்பதும்

6. *2060* - நிறுவனத்தின் உயர் மேலாண்மைக்கும் இயக்குநர் குழுவிற்கும் அறிக்கையளித்தல்
7. *2070* - புறத்திருந்து சேவையளிப்பவர் குறித்த நிர்வாகத்தின் பொறுப்புகள் குறித்த அகத் தணிக்கை
8. *2100* - பணியின் தன்மை
9. *2110* - உயர் நிர்வாகம் / ஆளுகை
10. *2120* - இடர் மேலாண்மை
11. *2130* - கட்டுப்பாடுகள்
12. *2200* - தணிக்கை நிகழ்வு குறித்து திட்டமிடல்
13. *2201* - திட்டமிடும்போது கவனிக்க வேண்டியவை
14. *2210* - தணிக்கை நிகழ்ச்சியின் நோக்கங்கள்
15. *2220* - தணிக்கை நிகழ்வின் பரப்பு
16. *2230* - தணிக்கை நிகழ்விற்காக வளங்களை ஒதுக்குதல்
17. *2240* - ஈடுபாட்டின் செயல்திட்டம்
18. *2300* - தணிக்கைத் திட்டத்தை செயல்படுத்தல்
19. *2310* - தகவல்களை இனம்காணுதல்
20. *2320* - ஆய்வு செய்தலும் மதிப்பீடு செய்தலும்
21. *2330* - தகவல்களை ஆவணப்படுத்துதல்
22. *2340* - தணிக்கை நிகழ்வை மேற்பார்வையிடல்
23. *2400* - முடிவுகளைத் தெரிவித்தல்
24. *2410* - முடிவுகளைத் தெரிவித்தலுக்கானக் கூறுகள்
25. *2420* - முடிவுகளைத் தெரிவிப்பதன் தரம்
26. *2421* - தவறுகளும் விடுபட்டவைகளும்
27. *2430* - 'அகத் தணிக்கை குறித்த பன்னாட்டுத் தொழில்சார் செயல் முறைகளுக்கு ஏற்ப நடத்தப்பட்டது' என்பதனைப் பயன்படுத்துதல்
28. *2431* - தணிக்கை நிகழ்சியில் இணக்கமின்மையை வெளிப் படுத்துதல்
29. *2440* - தணிக்கை முடிவுகளைப் பரப்புதல்
30. *2450* - ஒட்டுமொத்தத் தணிக்கைக் கருத்துகள்
31. *2500* - தணிக்கை நிகழ்சியைக் கண்காணித்தல்
32. *2600* - இடர்களை ஏற்றுக் கொண்டமையைத் தெரியப்படுத்தல்

பிற்சேர்க்கை

4. தணிக்கை தொடர்பான தேர்வுகள்

1. இந்தியப் பட்டயக் கணக்காளர் (CA) தேர்வு

இந்தியப் பட்டயக் கணக்காளர்கள் நிறுவனம் நடத்தும் தேர்வு இது. இந்தியாவில் தனியார் துறைகளில் தணிக்கையராகப் பணி புரிய, இந்தப் பட்டயக் கணக்காளர்கள் தேர்வில் வெற்றி பெற்று, தேவையான அனுபவமும் பெற்று இந்தியப் பட்டயக் கணக்காளர்கள் நிறுவனத்தில் பதிவு செய்யப்பட்டிருக்க வேண்டும். பட்டயக் கணக்கராகத் தகுதி பெற பன்னிரண்டாம் வகுப்பு தேர்ச்சி பெற்ற உடன், இந்தியப் பட்டயக் கணக்காளர்கள் நடத்தும் மூன்று கட்டத் தேர்வில் வெற்றி பெற வேண்டும். பட்டதாரிகள் அடிப்படைப் பயிற்சி இல்லாமல் அடுத்த நிலைத் தேர்வுகளை எழுதித் தேர்ச்சி பெற்றுத் தணிக்கையராகப் பணி புரியும் தகுதியைப் பெறலாம். தகுதி வாய்ந்த பட்டயக் கணக்காளரிடம் சேர்ந்து பயிற்சியுடனே படித்துத் தேர்வில் வெற்றி பெறுவது எளிதாக இருக்கும். ஆனால் அது கட்டாயமல்ல.

2. செலவு மேலாண்மை கணக்கிடுதல் (CMA) தேர்வு

செலவு மேலாண்மைக் கணக்கிடுதல் தேர்வு என்பது 'செலவு மற்றும் பணிகள் கணக்காளர்' தேர்வின் மறு பெயரே. இந்தியச் செலவு மேலாண்மை கணக்காளர்கள் நிறுவனம் நடத்தும் மூன்று கட்டத் தேர்வு. பன்னிரண்டாம் வகுப்புத் தேர்ச்சி பெற்றவர்களும், பட்டதாரிகளும் (வெவ்வேறு தேர்வு முறைகள்) இந்த தேர்விற்குத் தகுதி பெற்றவாகின்றனர். இந்த தேர்வில் தகுதி பெற்றவர்கள் தணிக்கையராகத் தகுதி பெறு வதுடன், நிதி மேலாண்மை தொடர்பான பணிகளுக்கும் தகுதி பெற்றவர்களாகின்றனர்.

3. துணை சேவைகள் (தணிக்கையர்) (SSC/ Audit) தேர்வு

இந்திய அரசின் பணியாளர் தேர்வு ஆணையம் நடத்தும் தணிக்கையர்களுக்கான துணை சேவைகள் தேர்வு இந்தியத் தணிக்கை மற்றும் கணக்குத் துறையில் தணிக்கையராகவும், உதவித் தணிக்கை யராகவும் பணி புரிவதற்கான தேர்வாகும். இரயில்வே தணிக்கை, பாதுகாப்புத் துறைத் தணிக்கை, பொதுத் துறை நிறுவனங்கள்

தணிக்கை, வருவாய்த் தணிக்கை மற்றும் பொதுத் தணிக்கை எனப் பல்வேறு பிரிவுகளில் தணிக்கையர் தேர்ந்தெடுக்கப்படுகின்றனர். இந்த தேர்வு எழுத, வணிகவியல், பொருளாதாரம், நிதி, மற்றும் மேலாண்மை போன்ற பிரிவுகளில் பட்டப்படிப்பு படித்தவராக இருக்க வேண்டும். இந்தத் தேர்வில் வெற்றி பெற்றவர்கள் இந்திய ஒன்றிய மற்றும் மாநில அரசுகள் மற்றும் அவற்றின் பொதுத் துறை நிறுவனங்களின் வரவு செலவுகளைத் தணிக்கை செய்யும் பணியில் அமர்த்தப்படுவர்.

4. அகத் தணிக்கையர் சான்றிதழ் (CIA) தேர்வு

Certified Internal Auditor (CIA) தேர்வானது அமெரிக்காவின் அகத் தணிக்கையர் நிறுவனம் நடத்தும் தணிக்கையருக்கான முக்கியத் தகுதித் தேர்வு. ஒரு நிறுவனத்தில் அகத் தணிக்கையராகப் பணிபுரியும் தகுதியை இது வழங்குகிறது. இது (1) அகத் தணிக்கையின் அடிப் படைகள், (2) அகத் தணிக்கைப் பயிற்சி, (3) அகத் தணிக்கைக்குத் தேவையான தொழில் தகுதி என மூன்று பிரிவுகளில் நடத்தப் படுகிறது. இளங்கலைப் பட்டப்படிப்பு படித்தவர்களும், தணிக்கை தொடர்பான பணிகளில் உரிய அனுபவம் உள்ளவர்களும் இத் தேர்வை எழுத முடியும். அமெரிக்க நிறுவனங்களிலும், பிற பன்னாட்டு நிறுவனங்களிலும், ஐக்கிய நாடுகள் சபையின் உறுப்பு அமைப்பு களிலும் அகத் தணிக்கையராக பணிபுரியும் வாய்ப்பு கிட்டும். கடினமானதாகவும், அதிக கட்டணம் கொண்டதாகவும் இருந்தாலும், இந்த தேர்வில் வெற்றி பெற்றால் கிடைக்கும் பலன்கள் மிக அதிகம்.

5. தகவல் தொழில்நுட்பத் தணிக்கையர் சான்றிதழ் (CISA) தேர்வு

Certified Information System Auditor (CISA) என்றழைக்கப்படும் இந்தத் தேர்வும் தகுதியும், பன்னாட்டளவில், தகவல் தொழில்நுட்பப் பயன்பாடுகளைத் தணிக்கை செய்யத் தேவையான தகுதியைத் தருகிறது. தற்காலத்தில், பல நிறுவனங்கள் தங்கள் செயல்பாடுகளையும், கணக்கு களையும் தகவல் தொழில்நுட்ப தளத்தில் மேற்கொள்வதால் இந்த தகுதி பெற்றவர்களுக்கு அதிக வாய்ப்புகள் உள்ளன. இந்தத் தகுதி தணிக்கையாளருக்குக் கூடுதல் தகுதியாகக் கருதப்படுகிறது. இந்தத் தேர்விற்கு தணிக்கை அறிவுடன், தகவல் தொழில்நுட்பம் சார்ந்த அறிவும் தேவை. அமெரிக்காவின் தகவல் அமைப்புத் தணிக்கை மற்றும் கட்டுப்பாடு கூட்டமைப்பு இத்தேர்வை நடத்துகிறது. தேர்வுக் கட்டணம் அதிகமென்றாலும், சற்று முயற்சி செய்தால் இந்த தேர்வில் வெற்றி பெறலாம். இந்தத் தேர்வில் வெற்றி பெற்றவர்களுக்கு பன்னாட்டளவில் பணிகளுக்கு அதிக வாய்ப்பு உண்டு.

6. ஒன்றிணைந்த பொதுக் கணக்காளர் சான்றிதழ் (அமெரிக்கா) தேர்வு

Certified Public Accountant (CPA) என்று அழைக்கப்படும் இந்தத் தேர்வும் தகுதி முறையும் அமெரிக்காவின் கணக்கர் மற்றும் தணிக்கையர் பணிக்கு அடிப்படையானாலும், உலகின் மற்ற பகுதிகளிலும் முழுவதும் பிரபலமானது. இந்த தேர்வு (1) தணிக்கை மற்றும் சான்றளித்தல், (2) தொழில் சூழல் மற்றும் கருத்துருக்கள், (3) நிதி கணக்கிடுதல் மற்றும் அறிக்கையளித்தல் மற்றும் (4) (ஒழுங்கு) முறைப்படுத்தல் என நான்கு பகுதிகளாக நடத்தப்படுகிறது. இது அமெரிக்காவின் அனைத்து மாநிலங்களுக்கும் பொதுவானதால், இந்தத் தேர்வில் தகுதி பெற்றவர் அனைத்து நிறுவனங்களையும் தணிக்கை செய்யும் தகுதி பெற்றவராகிறார். மேலும் பல பன்னாட்டு நிறுவனங்களும் இந்த தகுதி பெற்ற தணிக்கையர்களுக்கு முன்னுரிமையளித்துப் பணியிலமர்த்துகின்றனர். நான்கு வருட கல்லூரி படிப்பை முடித்து பட்டம் பெற்றவர்கள், இந்த தேர்வு பன்னாட்டு மாணவர்கள் எழுதுவதற்குரிய தகுதி பெற்றவர்கள். நிதி, வணிகம், தொழில், வரி போன்ற பிரிவுகளை முக்கியப் பாடமாகப் பயின்றிருக்க வேண்டும். இந்தத் தேர்வு கடினமானதாகவும், அதிகக் கட்டணம் கொண்டதாகவும் இருந்தாலும், வெற்றி பெற்றால் கிடைக்கும் பலன்கள் மிக அதிகம். அமெரிக்காவின் நிறுவனங்கள் தொடர்பான சட்டம் மற்றும் விதி முறைகள், தரநிலைகள் முதலியவற்றை அறிந்திருப்பது உதவிகரமாக இருக்கும்.

அமெரிக்கா தவிர ஆஸ்திரேலியா, கனடா போன்ற பல்வேறு நாடுகள் இது போன்ற தேர்வுகளை நடத்துகின்றன. அவற்றில் தேர்ச்சி பெறுவதன் மூலம், அந்த நாடுகளில் தணிக்கையராகப் பணிபுரிய முடியும்.

7. ஐடியா தரவுகள் ஆய்வாளர் சான்றிதழ் தேர்வு

Interactive Data Extraction and Analysis (IDEA) என்பது தணிக்கையர் பயன்படுத்தக் கூடிய தகவல் தொழில்நுட்பக் கருவி. இது Caseware என்ற கனடாவைச் சேர்ந்த பன்னாட்டு நிறுவனம் உருவாக்கிய கணக்காளர்களும், தணிக்கையர்களும், நிதி மேலாளர்களும் பயன்படுத்தவல்ல மென் பொருள். இந்த நிறுவனம் தணிக்கையர் பயன்படுத்தும் வகையில் தரவு ஆய்வாளர் பயிற்சியும் தேர்வும் நடத்துகின்றன. இது செயல் முறை அடிப்படையிலான தேர்வு. இந்தத் தகுதி பெற்றவர்களுக்கு பன்னாட்டு நிறுவனங்களில் வேலை வாய்ப்பு எளிதாகக் கிட்டும் கூடுதல் ஊதியம் பெற வாய்ப்பும் உண்டு.

பிற்சேர்க்கை

5. தாக்கம் ஏற்படுத்திய தணிக்கை நிகழ்வுகள்

இந்தப் பகுதியில் தணிக்கை செய்ததாலும் தணிக்கை செய்யத் தவறியதாலும் நிறுவனங்களிலும், அந்த நிறுவனங்கள் செயல்படும் துறைகளிலும், அந்த நாட்டின் சட்டங்களிலும், அரசியலிலும் மாற்றங்களை ஏற்படுத்திய நிகழ்வுகள் பட்டியலிடப்பட்டுள்ளன. உலக அளவிலும், இந்திய அளவிலும் தொழில் துறையிலும் அவ்வப்போது ஏற்பட்ட மாற்றங்கள் தணிக்கையின் வளர்ச்சியிலும் பரிமாணத்திலும் பெரும் மாற்றங்கள் ஏற்படக் காரணமாக இருந்துள்ளன. அண்மைக் காலத்தில் ஏற்பட்ட மாற்றங்கள் குறித்து அறிந்து கொள்வது பயனுள்ளதாக இருக்கும்.

1. உலக அளவிலான நிகழ்வுகள்

1. வேஸ்ட் மேனேஜ்மெண்ட் ஊழல்

அமெரிக்காவில் இயங்கி வந்த 'வேஸ்ட் மேனேஜ்மெண்ட் நிறுவனம்', கழிவு மற்றும் சுற்றுச்சூழல் சேவைகள் தொடர்பான பணிகளில் ஈடுபட்டிருந்தது. 1992-98 கால கட்டத்தில் வேஷ்ட் மேனேஜ்மெண்ட் நிறுவனத்தில், நிறுவனத்தின் தலைமைப் பொறுப்பில் இருந்தவர்களால் மாபெரும் ஊழல் நிகழ்த்தப்பட்டது. அந்த நிறுவனத்தில், நிர்ணயிக்கப்பட்ட ஆண்டு இலக்குகளை எட்டிவிட்டதெனக் காட்டுவதற்காக அந்நிறுவனத்தின் மூலக் கணக்கு களிலும், நிதியறிக்கையிலும் பொய்யான கணக்குகள் எழுதப்பட்டது. இந்த ஊழலில் அந்நிறுவனத்தைத் தொடங்கிய Buntrock என்பவரும் அதன் மூத்த நிர்வாகிகள் ஐந்து பேரும் ஈடுபட்டு, தமது சொந்தக் கணக்கில் பணத்தை சேர்த்தது உறுதிப்படுத்தப்பட்டது. நிறுவனத்தின் நிதியறிக்கையில் 170 கோடி அமெரிக்க டாலர்கள் அதிக இலாபம் ஈட்டப்பட்டதாக காட்டப்பட்டது. அந்நிறுவனத்தின் தணிக்கையரான Aurther Anderson நிறுவனம், தவறுகளைக் கண்டுபிடித்தாலும், பின்னர் நிறுவனத்தின் நிர்வாகிகளுடன் கூட்டாக சேர்ந்து, தவறுகளை மறைக்க உதவியுடன், பெருமளவு இழப்பை நிர்வாகம் இழப்புகளை கணக்குகளிலிருந்து அழித்துவிட ஒத்துக்கொண்டது. இந்த ஊழல்

நிருபிக்கப்பட்ட உடன் நிர்வாகிகளுக்கும், தணிக்கையருக்கும் பெரிய தொகை அபராதமாக விதிக்கப்பட்டது.

2. என்ரான் நிறுவன ஊழல்

அமெரிக்காவின் 'என்ரான் நிறுவனம்' மின் ஆற்றல் விற்பனையில் ஈடுபட்டிருந்த நிறுவனம். 1985ல் தொடங்கப்பட்ட அந்நிறுவனம் குறுகிய காலத்திலேயே மாபெரும் வளர்ச்சி கண்டு, பங்குச் சந்தையில் அதன் பங்குகள் உச்சத்தைத் தொட்டன. அந்த நிறுவனத்தின் சொத்துக்களின் மதிப்பைக் கணக்கிடும் முறையில் மாற்றம் கொண்டுவந்து, அவற்றை சந்தை மதிப்பின் அடிப்படையில் கணக்கிடும் முறை அறிமுகப் படுத்தப்பட்டது. சந்தை மதிப்பைக் கூடுதலாகவும், நிறுவனத்தின் வருமானத்தை மிகைப்படுத்தியும் நிதியறிக்கையில் காட்டப்பட்டது. அந்நிறுவனத்தின் தலைமைச் செயல் அதிகாரியான Jeffrey Skilling என்பவரும் இந்த ஊழலில் ஈடுபட்டிருந்தது கண்டறியப்பட்டது. கடன் சக்தியை மதிப்பிடும் நிறுவனங்களும் (Credit Rating Agencies) தங்கள் தவறான மதிப்பீட்டின் மூலம், நிறுவனத்தின் சந்தை மதிப்பை உயர்த்திக் காட்ட உதவின. இதனால் பங்கு வர்த்தகத்தில் நிறுவனத்தின் பங்குகள் மிகைப்படுத்திக் காட்டப்பட்டன. 2001-02 கால கட்டத்தில் இந்த ஊழல் வெளிச்சத்திற்கு வந்தது. பங்குச் சந்தை இழப்பீடு 630 கோடி அமெரிக்க டாலர்களாகக் கணக்கிடப்பட்டது. தொடர்புடைய அனைவருக்கும் சிறைத் தண்டனையும் பெரும் அபராதமும் விதிக்கப்பட்டது. இந்த ஊழலும், வேர்ல்ட்காம் நிறுவன ஊழலும் Sarbanes-Oxley Act என்ற 'பொது நிறுவனங்கள் கணக்கு சீர்திருத்தம் மற்றும் முதலீட்டாளர்கள் பாதுகாப்புச சட்டம்' இயற்ற வழி வகுத்தன.

3. லெஹ்மான் பிரதர்ஸ் வங்கி ஊழல்

லெஹ்மான் பிரதர்ஸ் வங்கி 1844ல் அடமான நிறுவனமாகத் தொடங்கப்பட்டு இரண்டு உலகப்போர்களையும், சில பொருளாதார முடக்கத்தையும் கடந்து மிகப் பெரிய மூலதன வங்கியாக வளர்ந்தது. Subprime என்றழைக்கப்படும் நிலம் மற்றும் வீடுகள் முதலீட்டுத் துறையில் முன்னனி நிறுவனமாக வளரந்தது. 2005-07 காலகட்டத்தில், நிலம் மற்றும் வீடு வாங்குவதற்குக் கடன் வழங்கும் வகையிலும், வீடுகள் அடமானப் பிரிவிலும் மாபெரும் வளர்ச்சி கண்டது. ஆனால், குறுகிய காலத்தில், 2007ல் அமெரிக்காவின் வீடுகளுக்கான சந்தை வீழ்ச்சியடையத் தொடங்கிய போது, லெஹ்மான் பிரதர்ஸ் வங்கியும் பாதிப்பைச் சந்தித்தது. அந்த நிறுவனம் விற்ற வீடுகளைக் குறுகிய காலத்தில் திரும்ப வாங்குவாதாக ஒப்பந்தமிடப்பட்டதை, நிறுவனத்தின் விற்பனையாகவும், அதன் வருமானமாகவும் கணக்கில் காட்டப்படது. உண்மையில், அவை விற்பனையல்ல. தற்காலிக பணப்புழக்க

பரிமாற்றமே. இந்த நிலைமை எல்லை மீறி, நிறுவனத்தின் 50 சதவீத்திற்கும் மேற்பட்ட முதலீடுகள் பயனற்ற முதலீடுகள் என்ற நிலையை அடைந்து, நிறுவனத்தின் வீழ்ச்சிக்கு வித்திட்டது. இந்த மோசடியில் நிதி இழப்பு சுமார் 400 கோடி அமெரிக்க டாலர்களாகக் கணக்கிடப்பட்டது. முடிவில், அந்த வங்கி திவாலானதாக அறிவிக்கும் சட்ட நடவடிக்கைகள் மேற்கொள்ளப்பட்டது. இந்த Subprime அடமான மோசடி உலகளாவிய நிதி நெருக்கடியை ஏற்படுத்தியது.

4. ஈரான் வங்கி நிதி மேலாண்மை ஊழல்

ஈரானில் 2011ம் ஆண்டு ஏழு வங்கிகளிலிருந்து போலியான ஆவணங்களைப் பயன்படுத்தி சுமார் 260 கோடி அமெரிக்க டாலர்கள் அளவிற்கு கடன் வாங்கி அப்பணத்தைக் கையாடல் செய்யப்பட்டது தெரிய வந்தது. அந்த மோசடி நான்கு ஆண்டுகளுக்கு மேலாக நடந்து வந்தது தெரிய வந்தது. அந்த மோசடியில் வங்கிகளின் அக மற்றும் புறத் தணிக்கையர்களுக்கும், மேற்பார்வையாளர்களுக்கும் தொடர்பிருப்பதாக குற்றம் சாற்றப்பட்டது. அவ்வாறு கையாடல் செய்யப்பட்ட பணத்தைப் பயன்படுத்தி சில தனியார் நிறுவனங்கள், அரசின் தனியார் மயமாக்கும் திட்டத்தின் கீழ் அரசு நிறுவனங்களும் வழங்கப்பட்டன. இந்த நிகழ்வுகள் ஈரான் அரசில் மிகப் பெரிய குழப்பத்தை ஏற்படுத்தியது. அந்தக் குற்றச் செயலுக்கு Mahafarid Amir-Khosravi என்பவர் மூல காரணமாகக் கருதப்பட்டார். அவருடன் சேர்ந்து நால்வருக்கு மரண தண்டனையும், மேலும் 39 நபர்களுக்கு சிறை தண்டனையும் வழங்கப்பட்டது.

5. மலேசிய வளர்ச்சி நிறுவன ஊழல்

மலேசியப் பிரதமர் Najib Razak மேல் மலேசிய வளர்ச்சி நிறுவனத்திலிருந்து சுமார் 70 கோடி அமெரிக்க டாலர் அளவிற்கு அவரது சொந்த வங்கிக் கணக்கிற்குத் திருப்பி விட்டதாக 2015 ம் ஆண்டு குற்றம் சாட்டப்பட்டது. மலேசிய வளர்ச்சி நிறுவனம் என்ற ஒரு பொய்யான நிறுவனம் உருவாக்கப்பட்டதாகவும், அதற்கென்று தணிக்கையர் யாரும் நியமிக்கப்படவில்லை எனக் குற்றம் சாட்டப்பட்டது. அந்த நிறுவனத்தின் நிதியறிக்கையில் 1173 கோடி அமெரிக்க டாலர் கடன் இருப்பதாக தெரிவிக்கப்பட்டது. அந்தக் கடனில் சுமார் 450 கோடி அமெரிக்க டாலர் அந்த நிறுவனத்தை உருவாக்கியவர்களுள் ஒருவரான Jho Low என்பவருக்கும், மேலும் பலருக்கும் பல கோடி அமெரிக்க டாலர்கள் மோசடியாகத் தரப் பட்டது. அந்த வழக்கில் பிரதமர் Najib Razakக்கு 12 ஆண்டுகள் சிறை தண்டனை வழங்கப்பட்டாலும், மேல் முறையீடு நிலுவையில் உள்ளது. அகத் தணிக்கையர் உள்ளிட்ட எந்தவித அகக் கட்டுப்பாடுகளும்

இல்லாமல் நிறுவனம்/ போலி நிறுவனம் உருவாக்கப்பட்டதால் மோசடி நிகழ்ந்ததாகக் கருதப்பட்டது.

6. பாராமலட் நிறுவன ஊழல்

பாராமலட் நிறுவனம் இத்தாலியின் மிகப் பெரிய பால் பொருட்கள் விற்பனை நிறுவனம். 2003 ம் ஆண்டு அந்த நிறுவனத்தின் வங்கிக் கணக்கில் காட்டப்பட்ட 400 கோடி ஈரோ போலியானது என்று தெரிந்து ஆய்வு செய்த போது, அந்நிறுவனத்தின் மொத்தமாக 1860 கோடி ஈரோக்கள், அந்நிறுவனத்தின் கணக்குகளில் போலியாகக் காட்டப்பட்டது முழுமையாக வெளியுலகுக்குத் தெரிய வந்தது. அந்த நிறுவனத்தின் தணிக்கையர்கள் Grant Thornton, Deloitte மற்றும் Touche மேல் அந்நிறுவன மோசடிக்கு உடந்தையாக இருந்ததாக வழக்கும் தொடுக்கப்பட்டது. தணிக்கை நிறுவனங்கள் போலியான நிறுவனங்கள் உருவாக்கவும், போலியான பரிவர்த்தனைகளை அந்நிறுவனத்தின் கணக்குகளில் பதிவு செய்ததாகவும் குற்றம் சாட்டப்பட்டது. அந்த நிறுவனத்தின் நிறுவனர் Calisto Tanziக்கு 18 வருடங்களும், மற்றவர்களுக்குப் பல வருடங்கள் சிறை தண்டனையும் வழங்கப்பட்டது.

7. லேர்னவுட் மற்றும் ஹௌஸ்பி ஊழல்

'லேர்னவுட் மற்றும் ஹௌஸ்பி ஸ்பீச் புராடக்ட்ஸ் நிறுவனம்' பெல்ஜியத்தைச் சேர்ந்த பேச்சுப் பொருட்கள் உற்பத்தி செய்து விற்பனை செய்யும் நிறுவனம். அந்த நிறுவனத்தின் நிர்வாகிகளே நிகழ்த்திய மோசடியால் அந்நிறுவனமே 2001ல் திவாலானது. அந்த நிறுவனத்தின் தென் கொரிய நாட்டு முதலீடுகள் போலியானவை எனக் கண்டறியப்பட்ட போது நிறுவனத்தின் நிதி மோசடியும், அதற்கு நிர்வாகத்தினரே காரணம் என்றும் அறியப்பட்டது. நிறுவனத்தின் உச்ச பட்ச சந்தை மதிப்பான 1000 கோடி அமெரிக்க டாலர்கள் எனக் கணக்கிடப்பட்டிருந்தாலும், மோசடி நிகழ்ந்த போது அந்த மதிப்பு செயற்கையாக உருவாக்கப்பட்டது எனத் தெரிய வந்தது. அந்நிறுவனத் தணிக்கையரும் தணிக்கைக் குழுவும் சரியாக செயல்படவில்லை எனக் குற்றம் சாட்டப்பட்டது. நிறுவனர்கள் Jo Lernout மற்றும் Pol Hauspie என்பவர்கள், மற்றும் தலைமை செயல் அதிகாரி Bastiaens என்பவரும் கைது செய்யப்பட்டனர்.

2. இந்திய அளவிலான நிகழ்வுகள்

இந்தியாவில் நிகழ்ந்த தனியார் நிறுவன நிதி மோசடி தொடர்பான நிகழ்வுகள் குறித்தும், இந்தியாவின் தலைமைத் தணிக்கை அதிகாரி நாடாளுமன்ற மற்றும் சட்ட மன்றத்தில் சமர்பித்த தணிக்கை அறிக்கைகளில் இடம் பெற்ற முக்கியத் தணிக்கை குறித்தும் இங்கு

சிறு குறிப்பாகத் தரப்பட்டுள்ளது. முழுமையான விவரங்களை வலைதளத்திலும், இந்திய தணிக்கை மற்றும் கணக்குத் துறையின் அறிக்கைகளிலும் காணலாம்.

1. சத்யம் கம்ப்யூட்டர் நிறுவன ஊழல்

சத்யம் கம்ப்யூட்டர் நிறுவன ஊழல் இந்திய நிறுவனங்களில் கணக்காளர்கள் மற்றும் தணிக்கையர்கள் துணையோடு நிகழ்த்தப்பட்ட மாபெரும் ஊழல். அந்நிறுவன நிர்வாகம் நிறுவனத்தின் உண்மையான நிதி நிலையை மறைத்து, தவறான தகவல்களை நிர்வாகக் குழு, முதலீட்டாளர்கள், பங்குச் சந்தை நிர்வாகம், ஒழுங்கு முறை ஆணையம், அரசு மற்றும் பிற பயனாட்டாளர்கள் அனைவரையும், தவறான நிதியறிக்கை மூலமும், போலி ஆவணங்கள் மூலமும் ஏமாற்றியது. நிறுவனத்தின் வருமானம், லாபம், வட்டிப் பொறுப்புகள், பணக் கையிருப்புகள் முதலிய மூலக் கணக்குகள் போலியாகக் காட்டப்பட்டு, நிறுவனத்தின் நிதிநிலைமை பலமாக உள்ளதாக போலியாகக் காட்டப்பட்டது. இந்த மோசடியில் சுமார் *14200* கோடி அமெரிக்க டாலர்கள் அளவிளான நிதி தவறாகக் காட்டப்பட்டது. அதற்கு நிறுவனத்தின் நிதி மேலாண்மைப் பொறுப்பில் இருந்த அதிகாரிகளும், அதன் தணிக்கையரான 'பிரைஸ் வாட்டர்கூப்பர்ஸ்' என்ற நிறுவனமும் உடந்தையாக இருந்ததாக குற்றம் சாட்டப்பட்டது. அந்த மோசடியில் நிறுவனத்தை அதன் தோற்றுவித்த தலைவர் ராமலிங்க ராஜு என்பவரும் மற்றும் நிறுவனத்தின் மூத்த அதிகாரிகள் பலருக்கும் சிறை தண்டனையும் அபராதமும் விதிக்கப்பட்டது.

2. பங்குச் சந்தை ஊழல்கள்: கேத்தன் பரேக் மற்றும் ஹர்சத் மேத்தா

இந்தியப் பங்குச் சந்தையின் இரண்டு பெரும் மோசடிகளாக *1992*ஆம் ஆண்டில் ஹர்சத் மேத்தா தூண்டுதலால் நிகழ்ந்ததும், *2000*ஆம் ஆண்டில் ஹர்சத் மேத்தா மாணவராகக் கருதப்பட்ட கேத்தன் பரேக் தூண்டுதலால் நிகழ்ந்ததும் கருதப்படுகிறது. பங்குச் சந்தையில் முறைகேடுகள் மூலம் ஹர்சத் மேத்தா சுமார் *5,000* கோடி ரூபாயும், கேத்தன் பரேக் சுமார் *40,000* கோடி ரூபாயும் கொள்ளையடித்தனர் எனக் கணக்கிடப்பட்டுள்ளது. *(1)* வங்கிகள் குறைந்த பட்ச வைப்புத் தொகையாக வைத்திருக்க வேண்டிய பணத்தைப் பங்குச் சந்தை இடைத் தரகரான ஹர்சத் மேத்தா மூலம் மற்றொரு வங்கியில் முதலீடு செய்ய முயன்றதை ஹர்சத் மேத்தா தவறாகப் பயன்படுத்தி, வங்கிகளிட மிருந்து காசோலையைத் தனது பெயருக்குப் பெற்றுக் கொண்டு தனதாக்கிக் கொண்டார். *(2)* ஆனால், கேத்தன் பரேக் பங்குச் சந்தையில் பொய்யான முதலீட்டுச் சான்றிதழ்கள் மூலம் முதலீடு செய்த பங்குகளின் விலையைச் செயற்கையாக உயர வைத்து, அவ்வாறு செயற்கையாக

உயர வைக்கப்பட்ட பங்குகளின் சான்றிதழ்களை அடமானமாகக் கொடுத்து, வங்கிகளிடமிருந்து கடன் வாங்கியதன் வாயிலாக மோசடியை நிகழ்த்தினார். இரண்டிலும் பங்குச் சந்தைத் தரகர்களுடன் வங்கி அதிகாரிகளும் கூட்டாக இணைந்து மோசடியில் ஈடுபட்டாலும், தணிக்கையர்கள் இரண்டு மோசடிகளிலும் தங்கள் கடமையைச் சரியாகச் செய்யாமலும், அகக் கட்டுப்பாடுகளில் இருந்த குறைபாட்டைச் சுட்டிக்காட்டத் தவறியது தெரிய வந்தது. ஆயினும் பங்குச் சந்தை மோசடிக்கு முக்கிய காரணம் இடைத்தரகர்களின் சூழ்ச்சிகளும், வங்கி மற்றும் பங்குச் சந்தைகளில் இருந்த கட்டுப்பாடுகளின் குறைபாடுமாகும்.

3. பஞ்சாப் தேசிய வங்கி: நிரவ் மோடி

நீரவ் மோடி தலைமையிலான வைர வியாபார நிறுவனத்திற்கு சுமார் 11360 கோடி ரூபாய்க்கு பஞ்சாப் தேசிய வங்கியின் கிளை ஒன்று தவறான உத்தரவாதக் கடிதம் கொடுத்ததால், வைர நிறுவனம் பலனடைந்து, வங்கிக்கு இழப்பு ஏற்பட்டது. பொறுப்பான அதிகாரிகள் இல்லாமல், வங்கியின் ஊழியர்கள் பலர் முறைகேடாக உத்திரவாதம் வழங்கியது தெரியவந்தது. வங்கி அதிகாரிகளின் துணையுடன் அந்த மோசடி சுமார் ஆறு வருடங்கள் தொடர்ந்து நடந்துவந்தது தெரிய வந்தது. அந்த மோசடியைக் கண்டுபிடிப்பதற்கும் வெளிக்கொணர் வதற்கும் வங்கியின் அகக் கட்டுப்பாடுகள் போதுமானதாக இல்லை என்பதை தணிக்கையர் கண்டுபிடிக்கத் தவறிவிட்டனர். அகத் தணிக்கையர் மற்றும் சட்டபூர்வத் தணிக்கையர் என இரு வகைத் தணிக்கையினரும் அந்தக் குறைபாட்டையும், தவறுகளையும் கண்டு பிடிக்கத் தவறிவிட்டனர். அது தணிக்கையின் தோல்வி என்றும் கருதப் பட்டது. மத்திய வங்கியின் தணிக்கையும் அதனைக் கண்டுபிடிக்கத் தவறிவிட்டது எனக் கருதப்பட்டது. மோசடி வெளியில் வந்த உடன், நீரவ் மோடியும், வங்கியின் மூத்த அதிகாரிகளும், வெளிநாடுகளுக்குத் தப்பிவிட்ட நிலையில், மற்றவர்கள் கைது செய்யப்பட்டு சிறையிலடைக்கப்பட்டனர்.

4. சாரதா நிதிக் குழும ஊழல்

சாரதா நிதிக் குழும ஊழல் என்பது 'பான்ஜி திட்டம் (Ponzi scheme)' என்று சொல்லக் கூடிய பல அடுக்கு பயனாளர்கள் சேர்ப்பு என்ற முறையில் நிகழ்ந்த மோசடி. இந்த முறையில், முதலில் முதலீடு செய்த முதலீட்டாளர்களுக்கு, அதற்கு அடுத்து முதலீடு செய்பவர்கள் பணத்திலிருந்து பணத்தைச் செலுத்தும் வகையில் திட்டமிட்டு, ஒரு குறிப்பிட்ட நிலையில் முதலீட்டாளர்களுக்குப் பணம் செலுத்த முடியாத நிலை ஏற்பட்டு, நிறுவனத்தை மூடும் நிலைக்கு செல்லும்

மோசடியாகும். சாரதா குழுமம், சுமார் 200 நிறுவனங்களைக் கொண்டது. அந்த 200 நிறுவனங்களும் சீட்டு நிறுவனங்களாக செயலபடுவதாகக் கருதப்பட்டாலும், அவை உண்மையில் குறைந்த காலத்தில் அதிக லாபம் ஈட்டலாம் என்ற கவர்ச்சியான பணச் சுழற்சி அடிப்படையில் நடைபெற்ற நிறுவனங்களே. இந்த நிறுவனத்தின் நிதியறிக்கைளில் அவற்றின் வருமானமும், முதலீடுகளும் மிகைப் படுத்திக் காட்டப்பட்டது. அவற்றின் கணக்காளர்களும் தணிக்கையரும் இந்த முறைகேட்டிற்குக் காரணமாகக் கருதப்பட்டது. குழுமத்தின் பெரும்பாலான நிறுவனங்களுக்கும் பொதுவான தணிக்கையர் இருந்ததும் தணிக்கை அறிக்கையில் உண்மையான நிதி நிலைமையத் தெரிவிக்கத் தவறியதும், தணிக்கையரின் மேல் ஐயத்தை ஏற்படுத்தியது. குழுமத் தலைவரும் மற்றும் பலரும் கைது செய்யப் படனர். நிதி மேலாண்மையிலும், அரசியலிலும் மிகப் பெரிய தாக்கத்தை ஏற்படுத்திய நிதி மோசடியாகும்.

5. 2ஜி அலைக்கற்றை தணிக்கை

தொலைதொடர்பிற்கான 2ஜி அலைக்கற்றை ஏலம் விடுவது தொடர்பாக விதி மீறல் நிகழ்ந்ததாகவும், அதனால் அதிக விலைக்கு விற்க வேண்டிய அலைக் கற்றைகள் குறைந்த விலைக்கு ஏலம் விடப்பட்டதாகவும், இந்திய அரசின் தலைமைத் தணிக்கை அதிகாரி தனது அறிக்கையில் குறிப்பிட்டார். அதனால் ஏற்பட்ட வருமான இழப்பு 57 ஆயிரம் கோடி முதல் 1.76 லட்சம் கோடி ரூபாய் வரை இருக்கலாம் என அனுமானமாகக் கணக்கிட்டுக் கூறியது. அந்த இழப்பை ஏற்படுத்தியவர்கள் மீது வழக்கு தொடரப்பட்டு கைது செய்யப்பட்டாலும், அது நிருபிக்கப்படவில்லை. அரசிற்கு ஏற்பட்ட, இழப்பீடுகள் குறித்து நாடாளுமன்றத்திற்கு அறிக்கையளிக்க வேண்டியது இந்திய தலைமைத் தணிக்கை அதிகாரியின் கடமை என்றாலும், அனுமானமாகக் கணக்கிடப்பட்ட இழப்பு குறித்து இந்திய அரசின் தணிக்கை மற்றும் கணக்குத் துறை விமர்சனத்திற்கு உள்ளானது.

6. ஆளில்லா விமான உதவியுடன் தணிக்கை

இந்திய அரசின் தலைமைத் தணிக்கை அதிகாரியின் அனுமதியுடன், தமிழ்நாடு மாநில கணக்காயர் அலுவலகம், தமிழ்நாட்டின் கனிம வளங்கள் குறித்த தணிக்கையின் போது, ஆளில்லா விமானத்தைப் பயன்படுத்தி, கனிம வளங்கள் வெட்டி எடுக்கப்பட்ட அளவையும், அதனடிப்படையில் வருமான இழப்பையும் துல்லியமாகக் கணக்கிடும் முறையை அறிமுகப்படுத்தியது. அந்தத் தொழில்நுட்பத்தைப்

பயன்படுத்தி நிகழ்த்தப்பட்ட தணிக்கையின் முடிவுகள், இரு தணிக்கை அறிக்கைகளில் சேர்க்கப்பட்டு மாநில சட்ட மன்றத்தில் சமர்ப்பிக்கப் பட்டது. ஆளில்லா விமானத்தைப் பயன்படுத்தி நிகழ்த்தப்பட்ட தணிக்கை இந்திய அளவில் மட்டுமல்லாது, உலக அளவிலும் முன்னோடித் தணிக்கையாகக் கருதப்படுகிறது.

7. நிலக்கரிப் பயன்பாடுத் தணிக்கை

தமிழ்நாடு மின் உற்பத்தி மற்றும் விநியோக நிறுவனத்தின் நிலக்கரி இறக்குமதி மற்றும் நிலக்கரி கையாள்வதில் நிகழந்த விதி மீறல்களும், அதனடிப்படையில் நிகழ்ந்த நிதி இழப்பும், கூடுதலாக செலுத்தப்பட்ட நிதி குறித்தும் இரு தணிக்கை அறிக்கையில் தமிழ்நாடு மாநில கணக்காயர் அலுவலகம் பதிவு செய்தது. முதல் தணிக்கை அறிக்கையில் இந்தோனேசியாவிலிருந்து தரம் குறைந்த நிலக்கரி இறக்குமதி செய்யப்பட்டதும், கூடுதல் விலை கொடுத்து நிலக்கரி வாங்கப்பட்டதும் பதிவு செய்யப்பட்டது. மற்றொன்றில் நிலக்கரி கையாள்வதில், தகுந்த ஆவணங்கள் இல்லாமல், மிகுதியான கூலி கொடுக்கப்பட்டதாகக் கருதி, ஒரு தனியார் நிறுவனத்திற்குப் கூடுதலாகப் பணம் வழங்கப்பட்டதாகப் பதிவு செய்யப்பட்டது. அந்த இரண்டு தணிக்கை அறிக்கைகளும் மாநில சட்ட மன்றத்தில் சமர்ப்பிக்கப்பட்டன.

பிற்சேர்க்கை

6. தணிக்கைக் கருத்துருக்களும் வரையறைகளும்

அகக் கட்டுப்பாடுகள்

அகக் கட்டுப்பாடுகள் என்பது ஒரு நிறுவனம் அல்லது அலுவலகம் சிறப்பாக செயல்படுவதற்கும், தவறுகள் மற்றும் குற்றங்கள் நிகழா வண்ணம் செயல்படுவதற்கும் நிதி மேலாண்மையை முறையாக செய்வதற்கும், அதன் உட்புறத்தே கட்டமைக்கப்பட்ட விதிகள் (Rules), செயல்முறைகள் (Procedures), அமைப்பு முறையில் ஏற்படுத்தப்பட்ட நிர்வாகத் தடைகள் (Administrative checks) மற்றும் சமநிலைகளைக் (Balances) குறிக்கும். அகக் கட்டுப்பாடுகள் நிர்வாகக் கொள்கைகள், மேலாண்மைக் கட்டமைப்பு, பணியாளர்களின் கடமைகளும் பொறுப்புகளும், மேற்பார்வை முறைகள், மேலாண்மை மற்றும் கண்காணிப்பு அறிக்கைகள், மற்றும் அவை தொடர்பான தரவுகள் மூலமும் செயல்படுத்தப்படுகின்றன. அகக் கட்டுப்பாடுகள் நிறுவனத்தின் பயனாளிகளுக்கு அதன் நிர்வாகத் திறமையையும், நிலைத்தன்மையையும் உறுதியளிக்கும் நோக்கில் கட்டமைக்கப் படுகின்றன.

அகத் தணிக்கை

அகத்தணிக்கை என்பது ஒரு நிர்வாகத்தை மேம்படுத்தும் விதமாகவும், நிர்வாகத் தவறுகளையும், நிதி பயன்பாட்டுப் பிறழ்வையும் தடுக்கும் நோக்கில் நிர்வாகச் செயல்பாடுகளை குறிப்பிட்ட காலத்தில், நிர்வாகத்தின் ஒரு பிரிவினரே முறையாக ஆய்வு செய்து, நிறுவனத்தின் உச்ச அமைப்பிடம் அறிக்கை அளிக்கும் விதமாக அமைக்கப்பட்டது. அகத் தணிக்கை என்பது தணிக்கை செய்யப்படும் நிர்வாக அமைப்பைச் சார்ந்தவர்களே தணிக்கைப் பணியைச் செய்வதாகும். ஒரு நிறுவனத்தை அல்லது அரசுத் துறையைச் சார்ந்த தனிப் பிரிவின் (தனிப்பட்ட) மூலம் தணிக்கைப் பணியைச் செய்வது அகத் தணிக்கையாகும்.

ஆவணப்படுத்துதல்

ஒரு நிறுவனத்தின் நிர்வாகத்தின் அனைத்து விதமான செயல் பாட்டிற்குமான ஆவணங்களை முறையாக பதிவு செய்து வைத்தல் ஆவணப்படுத்தல் ஆகும். நிறுவனத்தின் நிர்வாகம் தொடர்பான முடிவுகள், பணப் பரிமாற்றங்கள், திட்டங்கள், எட்டப்பட்ட இலக்குகள், தனிநபர் செய்த பணிகள் முதலியவற்றைக் கோப்புகள், பேரேடுகள், பத்திரங்கள் மற்றும் மின்னணுப் பதிவு ஆவணங்களில் முறைப்படி பதிவு செய்து வைக்க வேண்டும். இவ்வாறு பதிவு செய்யப் பட்டவைதான் நிர்வாகத்தின் ஒரு முடிவின் காரண காரியத்தையும், செயல்கள் முறைப்படி செய்யப்பட்டனவா என்பதையும் ஆராய வழிவகுக்கும். ஆவணப்படுத்துதல் என்பது "நிறுவன நினைவு" (Institutional memory) என்ற கோட்பாட்டைச் செயல்படுத்த முக்கியத் தேவையானதாகும்.

ஆலோசனைப் பணி

தணிக்கை நிறுவனங்கள், ஒரு நிறுவனத்தின் நிதிநிலை, இணக்கத் தன்மை மற்றும் செயலாக்கத் தன்மையை தணிக்கை செய்து அறிக்கை வழங்கவல்ல நிலையில் உள்ள தணிக்கை நிறுவனம், தணிக்கைப் பணியோடு நிதி, கணக்கியல், மேலாண்மை, நிர்வாகம், அகக் கட்டுப் பாடுகள் போன்ற துறைகளில் நிறுவனத்திற்குத் தேவையான ஆலோசனை அல்லது அறிவுறுத்தல் பணியையும் சேர்த்தே செய்கின்றன. தணிக்கையர்கள் அவற்றிற்கு முழுத் தகுதி பெற்றவர்களே, ஆனாலும் அறிவுறுத்தல் பணி மிகவும் கவனமுடன் செய்ய வேண்டியது. தணிக்கைப் பணிக்கும் அறிவுறுத்தல் பணிகளுக்கிடையே எழும் சிக்கல்களை கவனத்தில் கொண்டு, அப்பணியைச் செய்ய வேண்டும்.

இணக்கத் தணிக்கை

இணக்கத் தணிக்கை என்பது ஒரு அமைப்பு அல்லது நிறுவனம் குறிப்பிட்ட வரைமுறைகளுக்கு உட்பட்டு செயல்படுகின்றதா என ஆய்வு செய்யும் தணிக்கை முறையாகும். இணக்கத் தணிக்கை என்பது ஒரு அமைப்பு, அது பின்பற்றப்பட வேண்டிய அனைத்து வரைமுறை களையும் பின்பற்றி செயல்படுகிறதா என ஆய்வு செய்து தணிக்கைக் கருத்தை தெரிவிப்பதாகும். எந்தவொரு அமைப்பும் ஒரு குறிப்பிட்ட வரைமுறைக்குள் செயல்பட வேண்டும். அந்த வரைமுறைகள் சட்டம், விதிகள், ஒழுங்கு முறைகள், வழிகாட்டும் குறிப்புகள், நன்னெறிகள், தொழில் நியதிகள், திட்டங்கள், செயல்பாட்டு நடைமுறைகள், கடமைகள் மற்றும் பொறுப்புகள் என பல்வேறு வகைகளாகத்

தொகுக்கப்பட்டுள்ளன. நிறுவனமோ அல்லது அமைப்போ மேற்கண்ட வரைமுறைக்கு உட்பட்டு செயல்பட வேண்டியது, அவ்வமைப்பின் நிர்வாகிகள் மற்றும் பணியாளர்களின் பொறுப்பாகும். அவை சரிவர செய்யப்பட்டதா என்பதைத் தணிக்கை செய்து கருத்து தெரிவிப்பது இணக்கத் தணிக்கையாகும்.

ஈடுகட்டும் கட்டுப்பாடுகள்

ஈடுகட்டும் கட்டுப்பாடுகள் தவறுகள் மற்றும் குற்றங்கள் நிகழும் முன் அல்லது நிகழ்ந்த உடன் அதனால் ஏற்படும் இழப்பைச் சரிக்கட்டும் விதமாக அல்லது அவற்றின் விளைவுகளைக் குறைக்கும் விதமாக வடிவமைக்கப்பட்டவை. இவ்வகைக் கட்டுப்பாடுகள் பெரும்பாலும் நிகழ்வு முடிந்தவுடன் வருவதால், மேற்கொண்டு தவறுகளும் குற்றங்களும் நிகழா வண்ணம் தடுக்கலாமேயன்றி, நிகழ்ந்த தவற்றை மாற்றியமைப்பது மிகவும் கடினம்.

உடன் நிகழ் தணிக்கை

உடன் நிகழ் தணிக்கை என்பது நிதிப் பரிவர்த்தனைகளைத் திட்டமிட்டு குறித்த காலத்தில் தொடர்ந்து தணக்கை செய்து, அவை சரியானதா, உண்மையானதா, உரிய விதிகளையும் செயல்முறை களையும் பின்பற்றி செய்யப்பட்டதா என்பது குறித்து ஆய்வு செய்து கருத்து தெரிவிப்பதைக் குறிக்கும்.

உள்ளார்ந்த இடர்

உள்ளார்ந்த இடரென்பது நிறுவனத்தின் இயல்பிலேயே உள்ள, அகக் கட்டுப்பாடுகள் மூலம் கட்டுப்படுத்த முடியாத இடர். ஒரு குறிப்பட்ட தொழிலில் அல்லது துறையில் உள்ள நிறுவனத்தில் இயற்கையிலேயே அமைந்திருக்கக் கூடிய இடர்.

ஒப்பீட்டளவு

ஒப்பீட்டளவு என்பது நிதியறிக்கைகளில் கூறப்பட்டுள்ள நிதித்தகவல்களில் உள்ள தவறின் அளவு, - குறிப்பாக எண்களில் உள்ள தவறுகள், நிதியறிக்கையின் உண்மைத் தன்மையைக் குறிப்பிட்ட அளவில் மாற்றும் அல்லது தாக்கத்தை ஏற்படுத்தும் என்று தணக்கையர் கருதும் அளவைக் குறிக்கும். அந்த அளவை நிர்ணயிக்கும் உரிமை தணிக்கையருக்கு மட்டுமே உண்டு. நிர்ணயிக்கப்பட்ட ஒப்பீட்டளவை தணிக்கை செய்யப்படும் நிறுவனத்திற்குத் தகவல் தெரிவிக்க வேண்டும்.

கட்டுப்பாடு இடர்

கட்டுப்பாடு இடர் என்பது நிறுவனத்தில் தற்போது கட்டமைக்கப் பட்டுள்ள அகக் கட்டுப்பாடுகள், நிறுவனத்தில் நிகழும் தவற்றை, குறைபாட்டை, முறைகேட்டை, குற்றத்தை தடுக்க வல்லதாகவோ, அல்லது அவற்றைக் சுட்டிக் காட்டும் வகையிலோ அமையாமல் போவதைக் குறிக்கும். இந்த இடர் நிறுவனத்தில் உள்ள அகக் கட்டுப்பாடுகளையும், அவற்றின் செயல்பாட்டின் விளைவாகவே அமையும்.

கண்டுபிடிக்கும் இடர்

கண்டுபிடிக்கும் இடர் அல்லது கண்டுபிடிக்காத இடர் என்பது தணிக்கைக் கண்டுபிடிக்கத தவறிய நிறுவனத்தில் நிலவும் தவறு, குறை, குற்றம் போன்றவற்றால் ஏற்படும், விளைவைக் குறிப்பதாகும். இது தணிக்கையரின் தவறால் நிகழ்வது. சரியாகத் தணிக்கைத் திட்டமிடாமை, தணிக்கைச் செயல்முறையை சரியாகப் பின்பற்றாமை, தணிக்கைக் கருவிகளைச் சரியாகப் பயன்படுத்தாமை போன்ற காரணங்களால் நிகழும்.

சான்றாய்வு

சான்றாய்வு என்பது நிறுவனத்தில் பதிவு செய்யப்பட்ட பணப் பரிமாற்றங்கள் குறித்த சான்றுகளை ஆய்வு செய்வது. நிறுவனத்தின் கணக்கு ஏடுகளில் பதிவு செய்யப்பட்ட பணப் பரிமாற்றத்திற்கு அடிப்படையாக உள்ள ஆவணங்களைச் சோதித்து, அதில் உள்ள தகவல்களை சரிபார்த்து, பதிவு செய்யப்பட்ட தகவல்களுடன் ஒப்பிட்டு அவற்றின் உண்மைத் தன்மையைச் சரி பார்ப்பதே சான்றாய்வு. சான்றாய்வு என்பது வரவு மற்றும் செலவுக் கணக்குகளிலும், இறுப்பு நிலைச் சீட்டில் பதிவாகியுள்ள தகவல்களின் மூலக்கணக்குகளைச் சரிபார்க்கும் வழிமுறையாகும்.

செயலாக்கத் தணிக்கை

செயலாக்கத் தணிக்கை என்பது ஒரு அலுவலகம் அல்லது நிறுவனம் அதன் நோக்கத்தை எட்டியுள்ளதா அல்லது எட்டும் வகையில் செயல்படுகிறதா என்பது குறித்தும் அவற்றின் செயல்திறன் குறித்தும், அவற்றின் விளைவுகள் குறித்தும் ஆய்வு செய்து தணிக்கையர் அதனது கருத்தை பதிவு செய்வதைக் குறிக்கும். செயலாக்கத் தணிக்கை என்பது நோக்கம் எட்டப்பட்டதா என்றும், செயலாக்க முறை திறமையாகவும், சிக்கனமாகவும் நடந்ததா என்பது குறித்து ஆய்வு செய்யும் தணிக்கையாகும். செயலாக்கத் தணிக்கை

(அ) செலவில் சிக்கனம், (ஆ) செயல்திறன் மற்றும் (இ) செயல் முடித்தல் என மூன்று தணிக்கை உள்ளடக்கங்களைக் கொண்டு அமைகிறது. இந்த மூன்று "செ" க்கள் குறித்த ஆய்வின் வெளிப்பாடே செயல்தணிக்கை.

செலவினத் தணிக்கை

செலவினத் தணிக்கை என்பது செலவினக் கணக்குகளை சரிபார்ப்பதும் செலவினக் கணக்குத் திட்டத்தை செயல்படுத்தியது குறித்தும் தணிக்கை செய்து கருத்து தெரிவிப்பதாகும். இது, செலவினக் கணக்குகளையும், அவற்றின் அடிப்படைகளையும் சரி பார்ப்பதோடு, செலவினத் தரவுகள், செலவின அறிக்கைகள், செலவினத் திட்டங்களைப் பயன்படுத்தியதைத் தணிக்கை செய்வதைக் குறிக்கும். அதோடு செலவினக் கணக்கியலின் கோட்பாடுகள், திட்டங்கள் மற்றும் செயல்முறைகள் முறையாகப் பின்பற்றப்பட்டதைத் தணிக்கை செய்வதைக் குறிக்கும். செலவினத் தணிக்கையின் நோக்கமே, செலவுக் கணக்குகள் சரியாகப் பராமரிக்கப்பட்டுள்ளனவா என்று ஆய்வு செய்து, அவற்றில் உள்ள தவறுகளையும் குறைகளையும் கண்டறிந்து, நிர்வாகிகளுக்கும் பயனாளிகளுக்கும், செலவின மேலாண்மையை மேம்படுத்த உதவுவதாகும்.

தணிக்கை

நிர்வாகத்தின் செயல்திறனை மேம்படுத்தும் நோக்கில் கோப்புகளையும் பரிவர்த்தனைகளையும் முறைப்படி ஆழமாக ஆய்வு செய்தும், கணக்குகள் மற்றும் பிற பதிவுகளின் துல்லியத்தையும் நம்பகத்தன்மையையும் சோதித்தும், அமைப்பின் உண்மை நிலை குறித்து பயனாளர்களுக்கு தெரிவிக்கும் தன்னாட்சி அமைப்பு முறை.

தணிக்கை அடிப்படைகள்

அடிப்படைகள் என்பவை தணிக்கையில் பின்பற்ற வேண்டிய அளவுகோல்கள். பொதுவாக, அவை தணிக்கை செய்யப்படும் நிறுவனத்தால் நிர்ணயிக்கப்பட்ட, அந்நிறுவனம் பின்பற்ற வேண்டிய வழிமுறைகளைக் குறிக்கும். அவற்றை துலாக்கோலாகக் கொண்டுதான் தணிக்கை செய்ய முடியும். அந்த அடிப்படைகள் யாவை என, நிர்வாகத்தைக் கலந்து ஆலோசித்து தணிக்கை முடிவு செய்ய வேண்டும். தணிக்கை அந்த அடிப்படைகளை உருவாக்க முடியாது; அந்த நிறுவனத்திலிருந்தே அவற்றைக் கண்டெடுக்க வேண்டும். அந்த அடிப்படைகள் நிர்ணயிக்கப்பட்ட பின்னர்தான் தணிக்கையே செய்ய முடியும்.

தணிக்கை அறிக்கை

தணிக்கையின் முடிவில் தணிக்கையர் தனது கருத்துக்களைப் பதிவு செய்யும் ஆவணம் தணிக்கை அறிக்கை என்று அறியப்படும். தணிக்கை அறிக்கையானது தணிக்கை செய்யப்பட்ட நிறுவனத்தின் திடத்தன்மை மற்றும் நம்பகத்தன்மை குறித்த உண்மை நிலையை அறிக்கையின் மூலம் பயனாளிகளுக்கு தெரிவிப்பது.

தணிக்கை இடர்

தணிக்கை இடர் என்பது தணிக்கையர் தனது கருத்தைத் தவறாகக் கூறுவதால் ஏற்படும் இடர். அதாவது, தணிக்கை தனது கருத்தைக் கூறும் போது தவறான செயலைச் சரி என்றும், சரியான செயலைத் தவறு என்றும் பதிவு செய்வதால் ஏற்படும் விளைவுகளைக் குறிப்பதாகும். இதுபோன்ற தணிக்கை இடர் தணிக்கையர் தனது ஆய்வை தேவையான அளவு மேற்கொள்ளாததாலும், தணிக்கையர் திட்டமிட்டே தவறு செய்வதாலும் நிகழும்.

தணிக்கை உணர்வறிவு

தணிக்கை உணர்வறிவு என்பது நிறுவனத்தின் தணிக்கைக்கு உட்படுத்த வேண்டிய கூறுகளையும், ஒரு நிகழ்வை ஆய்வு செய்யும் போது அவற்றில் உள்ள தணிக்கைக்கான துப்புகளை உய்த்துணர் வதையும் குறிக்கும். ஒரு தேர்ந்த தணிக்கையருக்கு நிறுவனத்தின் அகக் கட்டமைப்புகளை ஆய்வு செய்யும் போதே தணிக்கைக் கருத்து களுக்கும், முடிவுகளுக்கும் தேவையான துப்புகள் கிடைத்துவிடும். அது தணிக்கை உணர்வறிவினால் ஏற்படுவது.

தணிக்கை ஐயுறவு

தணிக்கைத் தொழில் ஐயுறவு என்பது தணிக்கையர், நிறுவனத்தைப் பற்றி சந்திக்கின்ற, கவனத்திற்கு வருகின்ற அனைத்திலும் ஐயம் கொள்வது. அதாவது ஒரு செயல் அல்லது தரவு சரியென நிரூபணம் ஆகின்ற வரையில், அதில் தவறு இருக்கலாம் என்று ஐயம் கொள்வது.

தணிக்கை ஐயங்கள்

நிறுவனத்தின் கோப்புகளையும் தரவுகளையும் ஆய்வு செய்யும் போது, தணிக்கையருக்கு பல்வேறு ஐயங்கள் ஏற்படலாம். அவை ஏன், எப்பொழுது, எப்படி, என்ன, எங்கே, யாரால், என்ன விளைவு, என்ன செய்யப்பட்டது, என்ன செய்யப்படவில்லை என்பதைத் தெளிவாக தெரிந்து கொள்ளும் நோக்கத்தில் ஏற்படும் வினாக்களைக் கொண்டிருக்கும். அவ்வாறு ஏற்படும் ஐயங்களுக்கு விளக்கம்

கேட்டுப் பெறுவது, தணிக்கைக் கருது பொருளை ஆழமாக ஆய்வு செய்வதற்கும், நிறுவனத்தின் விளக்கத்தை ஆய்வு செய்வதற்கும் ஒரு நல்ல வாய்ப்பாக அமையும்.

தணிக்கைக் கருவிகள்

தணிக்கைக் கருவிகள் என்பது தணிக்கை அடிப்படைகளையும், தணிக்கைச் சான்றுகளுக்கு மூலமாக அமையும் ஆவணங்களையும், கோப்புகளையும், தரவுகளையும் ஆய்வு செய்வதற்கு துணை புரியும் செயல்முறைகளைக் குறிக்கும். கோப்புகள் ஆய்வு, நேர்காணல், வினாத்தாள் முறை, கள ஆய்வு மற்றும் தரவுகளை ஆராய்தல் என்பன தணிக்கைக் கருவிகளுக்கான சான்றுகள்.

தணிக்கைக் கண்டுபிடிப்புகள்/ குறிப்புகள்/ முடிவுகள்

தணிக்கையின் போது கண்டறியப்பட்ட தணிக்கை அடிப்படை களுக்கும் நிறுவனத்தில் நிலவும் உண்மை நிலவரத்திற்கும் இடையிலான இடைவெளி தணிக்கைக் கண்டுபிடிப்புகள் என அறியப்படும். இவற்றை தணிக்கையர், தணிக்கை செய்யப்படும் நிறுவனத்திற்குக் குறிப்புகள் வாயிலாகத் தெரியப்படுத்துவதால், இந்தக் கண்டுபிடிப்புகளை தணிக்கைக் குறிப்புகள் என்றும் அறியலாம். தணிக்கைக் கண்டு பிடிப்புகள் என்பன உள்ளதை உள்ளவாரே வெளிப்படுத்துவன. இவற்றில் தணிக்கையரின் கருத்துக்களும் இணைந்து வெளிப்படுபவதே தணிக்கை முடிவுகள் எனப்படும். தணிக்கையில் கண்டறிந்ததை, தணிக்கையரின் தொழில் முறையான கருத்துக்களைக் கலந்து எடுக்கப்படும் முடிவுகள், தணிக்கை முடிவுகள் என அறியப்படும்.

தணிக்கைக் குழு

தணிக்கைக் குழு என்பது, ஒரு நிறுவனத்தில் தணிக்கை அறிக்கை களை ஆய்வு செய்வதற்கும், அதனடிப்படையில் நிர்வாகத்தின் செயல்பாட்டைக் கண்காணிப்பதற்கும், நிர்வாகத்தினுடைய மேம்பாட்டிற்கு வழிகாட்டவும், ஏற்படுத்தப்பட்ட குழுவாகும். இந்தக் குழு நிர்வாகத்திடமிருந்து தனித்து செயல்படும் அதிகாரம் பெற்ற அமைப்பாகவும், நிறுவனத்தை வலுப்படுத்தும் விதமாகவும் அமைக்கப்பட்டிருக்கும்.

தணிக்கைக் கோட்பாடுகள்

தணிக்கையில் பின்பற்ற வேண்டிய கூறுகளும், தணிக்கைக்கு அடிப்படையாக அமையவல்ல கருத்துருக்களும் தணிக்கைக் கோட்பாடுகள் என அறியப்படுகின்றன. பின்வருபவை தணிக்கைக் கோட்பாடுகளாக அமைகின்றன: (1) தணிக்கை என்பது அளவு

கோலுக்கும் உண்மை நடைமுறை நிகழ்வுகளுக்குமான இடைவெளி, *(2)* தணிக்கை முடிவுகள் நிர்வாகத் தவறுகளுக்கும், குறைபாடுகளுக்கும் தடையாகும் தகுதி வாய்ந்தவை, *(3)* தணிக்கை என்பது மாதிரி முறையை பின்பற்றினாலும் நிறுவனத்தின் முழு அமைப்பையும் கணிக்கவல்லது, *(4)* நிறுவனத்தின் அகக் கட்டுப்பாடுகள் மற்றும் இடர்மிகு பரிமாற்றங்களைக் கொண்டு அளவிடப்படுவது, *(5)* நிதி நிலை தணிக்கையை உள்ளடக்கியதானாலும் அதனையும் கடந்த விளைவுகளை உண்டாக்கவல்லது, *(6)* தணிக்கை காரண காரியங்களைக் கண்டறிவதையும்; பரிந்துரைகள் செய்வதையும் உள்ளடக்கியது.

தணிக்கைச் சான்றிதழ்

நிதியறிக்கை மீது தணிக்கை செய்து அதன் நம்பகத்தன்மை மற்றும் உண்மைத்தன்மை குறித்த தணிக்கையின் கருத்துக்களை, பயனாளிகள் அனைவருக்கும் முழுமையாகச் சென்றடையும் வண்ணம் எழுத்து வடிவில், ஒரு சான்றிதழாக, அறிக்கையாக தெரியப்படுத்துவது தணிக்கைச் சான்றிதழ்.

தணிக்கைச் சான்றுகள்

தணிக்கையின் போது அடிப்படைகளுக்கான இணக்கத்தையும், அடிப்படைகளுக்கெதிரான செயலாக்கத் திறனையும் பதிவு செய்யக் காரணமாக அமைவது தணிக்கைச் சான்றுகள். நிறுவனம் பின்பற்ற வேண்டிய, நிறைவேற்ற வேண்டிய அடிப்படைகளுக்கு எதிராக, தணிக்கைச் செய்யப்படும் நிறுவனத்தில் உள்ள உண்மை நிலையை வெளிப்படுத்தும் ஆவணங்களே தணிக்கைச் சான்றுகள். தணிக்கைச் சான்றுகள் பின்வரும் குறிப்பிடத் தகுந்த கூறுகளைக் கொண்டதாக இருக்க வேண்டும்: நம்பகத்தன்மையானது (Credible), மீட்டுருவாக்கம் செய்யவல்லது (Reliability), உறுதியான/ திடத்தன்மை வாய்ந்தது (Stable), எளிதில் விளங்கவல்லது, போதுமானதாக இருத்தல் (Sufficiency) மற்றும் பொருத்தமானது (Appropriateness).

தணிக்கைத் திட்டம்

தணிக்கைத் திட்டம் என்பது தணிக்கை எவ்வாறு நடத்தப்பட வேண்டும் என விவரிக்கும் திட்டமாகும். அது *(1)* தணிக்கையின் நோக்கம் மற்றும் பரப்பு, *(2)* தணிக்கைச் செயல் மற்றும் அணுகு முறை, *(3)* தணிக்கையில் பின்பற்ற வேண்டிய அடிப்படைகள், *(4)* தணிக்கையில் பயன்படுத்த வேண்டிய தணிக்கைக் கருவிகள், *(5)* தணிக்கை வினாக்கள், உள்-வினாக்கள், *(6)* தணிக்கை அறிக்கைக்குத் தேவையான சான்றுகள், *(7)* தணிக்கை வடிவமைப்புக் கட்டம் முதலியவற்றை குறிப்படுவதாக இருக்கும்.

தணிக்கைத் தரநிலைகள்

தரக்கோல்கள் அல்லது தரநிலைகள் என்பது ஒரு செயல் அல்லது பொருளின் தரத்தை உறுதி செய்ய நிர்ணயிக்கப்பட்ட வழிமுறைகள் மற்றும் குறியீடுகளைக் குறிக்கும். தணிக்கைத் தரநிலை தணிக்கை செய்யும் போது பின்பற்ற வேண்டிய வழிமுறைகளைக் குறிக்கும். இந்தத் தணிக்கைத் தரநிலைகள் தணிக்கைத் தொழிலில் பின்பற்ற வேண்டிய குறைந்த பட்ச நடைமுறைகளைக் குறிக்கும். மற்ற தர நிலைகள் போல் தணிக்கைத் தரநிலைகளும் கட்டாயம் பின்பற்றப்பட வேண்டியவை. அவை தணிக்கை அறிக்கை, அதன் பயனாளர்களின் எதிர்பார்ப்புகளை எட்டும் வண்ணம் அமைவதை உறுதி செய்ய உதவு கின்றன. தரநிலைகளைப் பின்பற்றி செய்யப்படாத தணிக்கைகளும் தணிக்கை அறிக்கைகளும் நம்பகத்தன்மையை இழந்து, பயனாளர் களால் ஏற்றுக் கொள்ளப்படுவதில்லை.

தணிக்கையின் தோல்வி

தணிக்கையர், தன் கடமையைச் சரிவர செய்யாமல், அல்லது உள் நோக்கத்தோடு தணிக்கை அறிக்கையில் உண்மை நிலையை மறைத்துக் கூறுவதும், அதனால் நிர்வாகத்தில் உள்ள குற்றம் மற்றும் தவறுகளைச் சுட்டிக் காட்டாமல் விடுவதும், தணிக்கையின் பயனாளர்களுக்கு நிறுவனம் குறித்த உண்மை நிலையை மறைப்பதும், அதனால் நிறுவனத்திற்கும் அதன் பயனாளிகளுக்கும் நிதியிழப்பும், பொருளிழப்பும் ஏற்படும் சூழலும், நிறுவனம் அதன் நோக்கத்தை எட்ட முடியாத நிலையும் தணிக்கையின் தோல்வியைக் குறிப்பதாகும். தணிக்கையின் கட்டுப்பாடுகளைக் கடந்த நிறுவனத்தின் தோல்வியைத் தணிக்கையின் தோல்வி எனக் கருதலாகாது.

தணிக்கை நன்னெறிகள்

தணிக்கை நிறுவனமும் தணிக்கையரும் பின்பற்ற வேண்டிய ஒழுக்க நெறிகளும் ஒழுங்குமுறைகளும் தணிக்கை நன்னெறிகள் என அறியப்படும். இந்த நன்நெறிகள், தணிக்கையர் தானாகவே முன்வந்து பின்பற்ற வேண்டியவை. இவற்றை மீறும் தணிக்கையர் ஒழுங்கு நடவடிக்கைக்கு உட்படுத்தப்பட்டுத் தணிக்கையராகப் பணிபுரியும் தகுதியை இழக்கக் கூடும். தணிக்கை நன்னெறிகள் *(1)* தணிக்கை யருக்கான அடிப்படைத் தகுதிகள், *(2)* தணிக்கையர் பின்பற்ற வேண்டிய ஒழுக்க நெறிமுறைகள் *(3)* தணிக்கைத் தொழில் நெறிகள் என்ற மூன்று பிரிவிற்குள் அடங்கும்.

தணிக்கை வேண்டுகோள்கள்

தணிக்கையர் தணிக்கைக்கு தேவையான ஆவணங்கள், கோப்புகள், தகவல்கள், தரவுகள் முதலானவற்றை தணிக்கை செய்யப்படும் நிறுவனத்தின் நிர்வாகத்திடமிருந்து எழுத்து மூலமாக கேட்டுப் பெறுவது தணிக்கை வேண்டுகோள்களைக் குறிக்கும். தணிக்கைக்குத் தேவையான குறிப்பிட்ட கோப்புகளையும், தகவல்களையும் தரவுகளையும் கேட்பதாக அமையும்.

தடுப்புக் கட்டுப்பாடுகள்

தடுப்புக் கட்டுப்பாடுகள் நிறுவனத்தில் தவறுகளும் முறை கேடுகளும் நிகழா வண்ணம் தடுக்கும் வகையில் அமைக்கப்பட்ட அகக் கட்டுப்பாடுகள். தவறுகளையும் குற்றங்களையும் தடுக்க வல்லவையாதலால், தடுப்புக் கட்டுப்பாடுகளுள் மிகவும் இன்றியமை யாதது இவ்வகைக் கட்டுப்பாடுகள். ஆயினும் இவ்வகைக் கட்டுப் பாடுகளை முழுமையாக செயல்படுத்த அதிக பணியாட்களும், பணி நேரமும் தேவை. ஆகையால் சிக்கனமானவை என்று கூற இயலாது.

தரவு ஆய்வு

ஒரு நிறுவனத்தின் கோப்புகளிலோ, பேரடுகளிலோ எழுத்து மூலமாகப் பதியப் பெற்றவையாகவோ அல்லது கணினியில் மென் தரவுகளாகவோ உள்ளவற்றை அவற்றின் உண்மைத் தன்மைக்காகவும், அவற்றின் நம்பகத் தன்மைக்காகவும், முழுமைத்தன்மைக்காகவும் ஆய்வு செய்வது, அந்தத் தரகவுளின் அடிப்படையில் நிறுவனத்தின் நிர்வாகத் தரம் குறித்து முடிவு செய்வது தரவு ஆய்வுகளின் வகைப்படும்.

துப்பறியும் கட்டுப்பாடுகள்

துப்பறியும் கட்டுப்பாடுகள் தவறுகள், குறைகள், முறைகேடுகள் மற்றும் குற்றங்கள் நிகழ்ந்தவுடன், அதனை நிர்வாகத்திற்கு தெரிவிப் பதற்காக ஏற்படுத்தப்பட்ட அகக் கட்டுப்பாடுகள். இவ்வகைக் கட்டுப்பாடுகள் தவறுகளைத் தடுப்பதில்லை. தவறுகளை அல்லது தவறு நிகழ்வதற்கான சூழல் நிலவுவதைச் சுட்டிக்காட்டுகின்றன.

நிதியறிக்கை

ஒரு நிறுவனத்தின் நிதி நிலையையும், குறிப்பிட்ட ஆண்டில் நிறுவனத்தில் நிகழ்ந்த செயல்பாடுகளின் நிதிப் பரிமாற்றத்தின் மொத்தத் தொகுப்பாக விளங்குவது நிதியறிக்கை. ஒரு நிறுவனத்தின் நிதியறிக்கை அதன் சமநிலை அறிக்கையையும், வரவு செலவு அறிக்கையையும், கொடுக்கல் வழங்கல் அறிக்கையையும், பணப்

புழக்க அறிக்கையையும் உள்ளடக்கியது. இந்த நிதியறிக்கையைத் தணிக்கைக்கு உட்படுத்துவதன் மூலம், நிறுவனத்தின் நிர்வாகத் தரத்தையும், நிதிநிலைமையும் அறிய முடிகிறது.

நிதித் தணிக்கை

நிறுவனம் தயாரித்த நிதி அறிக்கை நம்பகத்தன்மை உடையதா என்றும், நிதி அறிக்கையில் குறிக்கப்பட்டுள்ள எண்களும், கணக்குகளும் சரியாக கொடுக்கப்பட்டுள்ளனவா என்றும், அவை நிறுவனத்தின் அடிப்படை ஏடுகளில் உள்ள கணக்குப் பதிவுகளுடன் ஒத்துப் போகின்றனவா என்றும் தணிக்கை மூலம் ஆய்வு செய்து தணிக்கையர், தனது கருத்தைத் தெரிவிப்பது நிதித் தணிக்கையாகும். மேலும் நிதி மேலாண்மைத் திறன் குறித்தும், நிறுவனத்தின் சொத்துக்களைப் பாதுகாப்பது குறித்தும் தணிக்கையர் தனது கருத்துக்களை நிதித் தணிக்கையின் போது பதிவு செய்வதும் நிதியறிக்கைத் தணிக்கையில் அடங்கும்.

நிர்வாக இடர்

இடர் என்பது நிறுவனத்தில் செயல்பாடுகளில் நிலவும் குறைபாடு களையும், தவறுகளையும், நிறுவனத்திற்கு இழப்பு மற்றும் பாதிப்பு களை ஏற்படுத்தவல்ல நிகழ்வுகளைக் குறிக்கும். நிறுவனத்தில் நிலவும் இடர் என்பது நிறுவனத்தின் செயல்பாடுகளிலும், நிறுவனத்தின் நிதி மேலாண்மையிலும், அதன் நோக்கத்தை எட்டுவதிலும் உள்ள நிச்சயமற்ற நிலையைக் குறிக்கும். அந்த நிச்சயமற்றநிலை நிறுவனம் சந்திக்க உள்ள பாதிப்பு மற்றும் இழப்புகளை முன்கூட்டியே காட்டுவதாக அமையும்.

புறத் தணிக்கை

புறத் தணிக்கை என்பது தணிக்கை செய்யும் அமைப்பு, தணிக்கை செய்யப்படும் அமைப்பிலிருந்து முற்றிலும் தன்னிச்சையான - நிர்வாக அளவிலும், செயல்பாட்டு அளவிலும் - அமைப்பினால் செய்யப்படும் தணிக்கையாகும். இந்தத் தணிக்கை நிர்வாகக் குறுக்கீடுகள் ஏதுமின்றி, சுயமாக செயல்பட்டு, தணிக்கைத் தொழில் நெறிகளையும், தணிக்கைச் செயல்முறைகளையும் முழுமையாகப் பின்பற்றி தணிக்கை அறிக்கை தயார் செய்வதைக் குறிக்கும்.

பொறுப்புத் துறப்பு

தணிக்கை அறிக்கையில் தணிக்கை நிறுவனத்தின் பொறுப்பு என்ன என்றும், தணிக்கையின் பொறுப்பு என்ன என்றும், தணிக்கை

எவற்றிற்கெல்லாம் பொறுப்பேற்கவில்லை என்பதனையும் தெளிவாகக் குறிப்பிட வேண்டும். தணிக்கைப் பொறுப்பேற்காதச் செயல் களையும், அவற்றிற்கான காரணங்களையும் தணிக்கை அறிக்கையில் குறிப்பிடுவதன் மூலம், தனது கடமையைச் சரியாக செய்ததை உறுதிப்படுத்தவும், நிறுவனத்தின் தவறுகளுக்குத் தான் பொறுப்பு இல்லை என்பதை உறுதிப்படுத்தவும் முடியும்.

மதிப்பிடல்

மதிப்பிடுதல் என்பது ஒரு நிறுவனத்தின் அல்லது சொத்தின் (அசையும் மற்றும் அசையாச் சொத்து) அல்லது ஒரு புராதனப் பொருளின் தற்போதைய மதிப்பை அறிதலைக் குறிக்கும். மதிப்பிடல் என்பது நிதியறிக்கை தயாரிக்கப்பட்ட தேதியில், நிறுவனத்திற்கு சொந்தமான சொத்துக்களின் அன்றைய மதிப்பைக் கணக்கிட்டு அவற்றின் மதிப்பை நிதியறிக்கையில் பதிவிடுதலைக் குறிக்கும்.

மறுத்துக் கூறல்

மறுத்துக் கூறல் என்பது தணிக்கைக் கண்டுபிடிப்புகளுக்கும், தணிக்கைத் தடைகளுக்கும் தணிக்கை செய்யப்படும் நிறுவனம் கொடுத்த விளக்கத்தைத் தணிக்கையர் ஏற்றுக் கொள்ளாமல், அவை ஏன் ஏற்றுக் கொள்ளத் தக்கதல்ல என்பதை விளக்கம் கூறி மறுப்பதாகும். இது தணிக்கையர் தனது கருத்தை உறுதிப்படுத்து வதற்கு அடித்தளமாக அமையும்.

விகிதாச்சார ஆய்வு

விகிதாச்சாரப் பகுப்பாய்வு என்பது நிதியறிக்கையில் கூறப் பட்டுள்ள தகவல்களின் அடிப்படையில், அந்த நிறுவனத்தின் பணப் புழக்கம், அதன் செயல்திறன் மற்றும் லாபம் ஈட்டும் திறன் போன்ற வற்றை அறிந்து கொள்ளும் கணக்கியல் ஆய்வு முறை. பணப்புழக்க விகிதங்கள், கடனைத் தாங்கும் விகிதங்கள், லாபம் குறித்த விகிதங்கள், செயல் திறன் விகிதம், கடன் மூலதன விகிதம் என நிதியறிக்கை விகிதாச்சாரப் பகுப்பாய்வு, நிதித் தணிக்கையில் முக்கிய இடம் பெறுகிறது.

பிற்சேர்க்கை

7. தணிக்கைக் கலைச் சொற்கள்

In English	தமிழ்ச் சொல்
Absolute	ஆணித்தரமான
Accounting policies	கணக்கியல் கொள்கைகள்
Accounts	கணக்குகள்
Action taken reports	மேல் நடவடிக்கை அறிக்கைகள்
Administration	நிர்வாகம்
Administrative checks	நிர்வாகக் கட்டுப்பாடுகள்
Adverse audit certificate	பாதகமான தணிக்கைச் சான்றிதழ்
Advisory	அறிவுறுத்தல்
Approach	அணுகுமுறை
Appropriateness	பொருத்தமானது
Apps	செயலிகளின்
Assignment of responsibilities	பொறுப்புகளை ஒதுக்குவது
Assumptions	அனுமானங்கள்
Assumptions	அனுமானங்கள்
Audit	தணிக்கை
Audit charter	தணிக்கை சாசனம்
Audit disclaimer statement	பொறுப்பேற்காத் தணிக்கைச் சான்றிதழ்
Audit evidence	தணிக்கைச் சான்றுகள்
Audit modules	தணிக்கை தொகுதிகள்/ கூறு நிரல்கள்
Audit objections	தணிக்கைத் தடைகள்
Audit observation	தணிக்கைக் கண்டுபிடிப்புகள்
Audit queries	தணிக்கை ஐயங்கள்
Audit report	தணிக்கை அறிக்கை

Audit requisitions	தணிக்கை வேண்டுகோல்கள்
Audit sense	தணிக்கை உணர்வறிவு
Audit tools	தணிக்கைக் கருவிகள்
Audited organisations	தணிக்கைக்கு உட்படும் நிறுவனம்
Auditor	தணிக்கையாளர்
Back end changes	(கணினியின்) பின்புல அமைப்பில் மாற்றுதல்
Balance sheet	இருப்புநிலை அறிக்கை
Balances	சமநிலைகளை
Big data	மாபெரும் தரவுகள்
Brainstorming	குழு சிந்தித்தல்
Business Allocation Rules	பணி ஒதுக்கும் விதிகள்
Capabilities	திறமைகள்
Cash flow	பணப் பாய்வு
Cause-effect analysis	காரண-விளைவு ஆய்வு
Challenges	சவால்கள்
Chartered Accountant	பட்டயக் கணக்கர்
Checks and balances	தடுப்பன மற்றும் தாங்குவன
Clue	துப்புகளை
Column	அட்டவணை நெடுவரிசை
Committees	குழுக்கள்
Common sense	இயல்பறிவு
Comparison	ஒப்பீடு
Compensatory controls	ஈடுகட்டும் கட்டுப்பாடுகள்
Compliance audit	இணக்கத் தணிக்கை
Components	கூறுகள்
Comptroller	செலவுக் கட்டுப்பாட்டாளர்
Computer logs	கணினி பயன்பாட்டு பதிவுக்கள்
Concurrent audit	உடன் நிகழ் தணிக்கை
Confidential	மந்தணம்
Conflict	முரண்
Conflict free	முரண் விலக்கல்

Conflict of interest	நல முரண்
Consolidated financial statement	ஒருங்கிணைந்த நிதியறிக்கை
Contributions	பங்களிப்பு
Control risk	கட்டுப்பாடு இடர்
Copy rights	பதிப்புரிமை
Corrective controls	சரிப்படுத்தும் கட்டுப்பாடுகள்
Credible / Reliable	நம்பகத்தன்மை
Criteria	அடிப்படை
Data	தரவு
Data analysis	தரவுகள் ஆய்வு
Data analytics	தரவு பகுப்பாய்வுகள்
Data science	தரவு அறிவியல்
Data visualisation	தரவுகளைத் தோற்றப்படுத்தல்
Depreciation	தேய்மானம்
Designing	வடிவமைத்தல்
Detection risk	கண்டுபிடிக்கும் இடர்
Detective controls	துப்புக் கொடுக்கும் கட்டுப்பாடுகள்
Detective controls	துப்பறியும் கட்டுப்பாடுகள்
Deterrence	தடுக்கும்
Direct inspection	நேரடி ஆய்வு
Disaster recovery	பேரிடர் மீட்பு
Disclaimer	பொறுப்புத் துறப்பு
Disclaimers	பொறுப்புத் துறப்பு
Disclosures	தகவல் வெளியீடுகள்
Discussion	கலந்துரையாடல்
Dnterview	நேர்காணல்
Document	ஆவணம்
Document review	கோப்புகள் ஆய்வு
Documentation	ஆவணப்படுத்துதல்
Draft	வரைவு
Duties	கடமை

Economy	சிக்கனம்
Effectiveness	செயல் முடிக்கும் திறன்
Efficiency	செயல் திறன்
Encrypt	மறைவாக்கப்பட்டவை
Energy Audit	ஆற்றல் தணிக்கை
Entitlements	உரிமைகள்
Entry meeting	தொடக்கக் கூட்டம்
Environment Audit	சுற்றுச்சூழல் தணிக்கை
Equity	சமத்துவம்
Ethics	நன்னெறி
Evidence	சான்றுகள்
Evolution	பரிணாம வளர்ச்சி
Execution	செயலாக்கம்
Executive interference	அதிகாரிகள் குறுக்கீடு
Executive summary	நிர்வாகச் சுருக்கம்
Exit meeting	நிறைவுக் கூட்டம்
Explanation	விளக்கம்
External audit	புறத் தணிக்கை
External Interference	வெளியாட்கள் குறுக்கீடு
Factors	காரணிகள்
Field inspection	கள ஆய்வு
Files	கோப்புகள்
Financial audit	நிதித் தணிக்கை
Financial disclosures	நிதியறிக்கை விளக்கக் குறிப்புகள்
Financial Statements	நிதியறிக்கைகள்
Focus group	இலக்குக் குழு
Follow up actions	பின்செய் நேர்த்தி
Format	வடிவம்
Foundation charter	நிறுவனத் தோற்றப் பட்டயம்
Fundamentals	அடிப்படைகள்
General Standards	பொது தரநிலை

Geographical indicators	புவிசார் குறியீடுகள்
Going concern	தொடரந்து செயல்படும் நிறுவனம்
Good governance	சீர்மிகு நிர்வாகம்
Guidelines	வழிகாட்டிகள்
Independent	தனித்து
Individuality	தனித்துவம்
Industrial designs	தொழில்துறை வடிவமைப்புகள்
Information	தகவல்
Information Technology audit	தகவல் தொழில்நுட்பத் தணிக்கை
Inspection report	ஆய்வு அறிக்கை
Institutional memory	நிறுவன நினைவு
Intellectual property	அறிவுசார் சொத்துக்கள்
Interactive	ஊடாட்டம்
Internal audit	அகத் தணிக்கை
Internal controls	அகக் கட்டுப்பாடுகள்
Interview	நேர் காணல்
Investigation	புலனாய்வு
Job rotation	பணிச் சுழற்சி
Liabilities	பொறுப்புகள்
Materiality	ஒப்பீட்டளவு
Matrix	வரைபடம்
Methodology	செயல்முறை
Modules	கூறு நிரல்கள் / தொகுதிகள்
Objectives	நோக்கம்
Online audit	நிகழ்நிலைத் தணிக்கை
Operation inspection	செயல் ஆய்வு
Outcome Audit	விளைவுத் தணிக்கை
Outsourcing	புறமயமாக்கல்
Overview	மீள்பார்வை
Partner	கூட்டாளர்
Patents	காப்புரிமை

Payables	செலுத்த வேண்டியவை
Performance audit	செயலாக்கத் தணிக்கை
Plan	திட்டம்
Presentation	விளக்கக் காட்சி
Preventive controls	தடுப்புக் கட்டுப்பாடுகள்
Principles	கொள்கைகள்
Procedures	செயல்முறைகள்
Professional Ethics	தொழில் நெறிமுறைகள்
Professional skepticism	தொழில் ஐயுறவு
Qualifications	தகுதிகள்
Qualified audit certificate	குறைபாடுகளுடன் கூடிய தணிக்கைச் சான்றிதழ்
Quality assurance	தரம் உறுதி செய்தல்
Questionnaire	வினாத்தாள் முறை
Reasonable assurance	நியாயமான வரையறைக்குட்பட்ட உத்திரவாதம்
Rebuttal	மறுத்துக் கூறல்
Receivables	பெறத்தக்கவை
Recommendations	பரிந்துரைகள்
Regulations	ஒழுங்குமுறைகள்
Regulator	நெறியாளர்
Reliability	நம்பகத்தன்மை
Reliable	நம்பகமான
Remote Audit	சேய்மைத் தணிக்கை
Reports	அறிக்கை
Requisition	வேண்டுதல்
Resources	வளங்கள்
Responsibilities	பொறுப்பு
Results	முடிவுகள்
Review	சீராய்வு
Risk	இடர்
Risk analysis	இடர் ஆய்வு

Risk Factors	இடர் அறிகுறிகள்/ காரணிகள்
Rules	விதிகள்
Scope	பரப்பு
Scope limitation	நோக்கச் சுருக்கம்/ கட்டுப்பாடு
Segregation of duties	பணிகளைப் பிரித்து வைத்தல்
Share holders	பங்குதாரர்கள்
Social audit	சமூகத் தணிக்கை
Special Audit	சிறப்புத் தணிக்கை
Special Standards	சிறப்பு தரநிலை
Stable	திடத்தன்மை
Stakeholders	பயனாளிகள்
Standards	தரநிலைகள்
Subject	பொருள்
Sufficiency	போதுமானது
Sundry debtors and creditors	இதர பலதரப்பட்ட கடன்கள் மற்றும் வரவினங்கள்
Synchronise	ஒத்திசைவு
Systems Audit	அமைப்புத் தணிக்கை
Theory	கோட்பாடுகள்
Timeliness	குறித்த காலத்தினாலனது
Trade marks	வணிக முத்திரைகள்
Transactions	பரிவர்த்தனைகள்
True and Fair	உண்மை மற்றும் சரியான
Truthfulness	உண்மைத்தன்மை
Types	வகைகள்
Unit	அலகு
Unqualified audit certificate	குறைபாடுகளற்ற தணிக்கைச் சான்றிதழ்
Valuation	மதிப்பிடுதல்
Vouching	சன்றாய்வு
Working notes	பணிக் குறிப்பு
Written off	கணக்கில் நீக்கப்பட்டவை

பிற்சேர்க்கை

8. நூல் சொல் அட்டவணை

தணிக்கை	20, 21, 22
தணிக்கையின் பண்புகள்	22, 23
தணிக்கைக் கோட்பாடுகள்	31, 48, 497
தணிக்கையின் வரலாறு	35
தணிக்கையின் தோற்றம்	35
தணிக்கையின் பரிணாம வளர்ச்சி	36, 38
தணிக்கையின் பயன்கள்	54
தணிக்கையின் நோக்கம்	57, 60, 119, 132, 153, 170, 207, 233, 236, 306, 396, 397
தணிக்கையின் பயனாளிகள்	52, 208, 390
தணிக்கையின் பயன்கள்	54
தணிக்கையின் வரம்புகள்	61, 304
தணிக்கையரின் உரிமைகள்	63, 66
தணிக்கரின் கடமைகள்	63, 66
தணிக்கை இல்லா நிர்வாகம்	68, 69
ஆய்வு	22, 29, 63, 72, 73, 75, 78, 79, 89, 102, 240, 270, 278, 280, 297, 302, 317, 340,
நிர்வாகச் சீராய்வு	73
ஆவணப்படுத்துதல்	74, 75, 82, 265, 339
சான்றாய்வு	75, 82, 125, 274, 275, 276, 277, 278
கண்ணோட்டம்	77
மதிப்பிடுதல்	77, 82, 285, 286
புலனாய்வு	78, 79, 82, 90
செயல்திறன் அளவீடு	80, 82
சோதனையிடல்	80, 81, 82
மேற்பார்வையிடல்	81, 82
அகக் கட்டுப்பாடுகள்	33, 58, 65, 84, 85, 98, 100, 101, 110, 145, 229, 247, 248, 397
கட்டுப்பாடுகளின் பயன்கள்	85
அகக் கட்டுப்பாடுகளின் வகைகள்	87

அகக் கட்டுப்பாடுகளை வடிவமைத்தல்	91
கோசோ கட்டமைப்பு	98, 100
தணிக்கை வகைப்பாடு	105, 106
நிதியறிக்கைத் தணிக்கை	58, 105, 107, 118-142, 314, 379, 358
இணக்கத் தணிக்கை	58, 105, 106, 108, 169-183, 211, 379
செயலாக்கத் தணிக்கை	58, 105, 106, 109, 110, 152-168, 383, 467
அகக் கட்டுப்பாடுகள் தணிக்கை	58, 100, 101, 106, 110, 144, 145, 229
சிறப்புத் தணிக்கைகள்	58, 104, 106, 111, 115, 184-199, 215, 340
நிதித் தணிக்கையின் நோக்கம்	119
நிதித் தணிக்கைப் படிநிலைகள்	122
நிதித் தணிக்கை அணுகுமுறை	124, 125
நிதித் தணிக்கையின் முடிவுகள்	134- 144
செயலாக்கத் தணிக்கையின் நோக்கம்	153
செயலாக்கத் தணிக்கை அணுகுமுறை	155
செயலாக்கத் தணிக்கையின் முடிவுகள்	162
இணக்கத் தணிக்கையின் நோக்கம்	170, 172
இணக்கத் தணிக்கை அணுகுமுறை	173
இணக்கத் தணிக்கையின் முடிவுகள்	174
சுற்றுச் சூழல் தணிக்கை	106, 187
தகவல் தொழில்நுட்பத் தணிக்கை	59, 81, 106, 191-199, 444
ஆற்றல் தணிக்கை	106, 113, 187,
சமூகத் தணிக்கை	58, 106, 113, 114, 189, 424
அகத் தணிக்கை	43, 106, 200-204, 207, 321, 408, 412, 421, 450, 480
புறத் தணிக்கை	43, 106, 204-208, 423, 431, 452, 454
அரசுத் தணிக்கை	209-214, 215, 386, 421, 432
தனியார் தணிக்கை	214-218

தனியார் தணிக்கை நெறியாளர்	217
தணிக்கை செயலாக்கம்	221- 372
தணிக்கை திட்டமிடல்	122, 156, 223-239, 335
தணிக்கைத் திட்டம்	158, 223-239, 241, 244, 317,
திட்டக் காரணிகள்	226
தணிக்கைத் திட்ட அறிக்கை	231-232
தணிக்கைத் திட்ட வளங்கள்	238
இடர் ஆய்வு	240-249, 336, 420
இடர்களை அளவிடுதல்	245, 332
தணிக்கை இடர்	246-249, 499
தணிக்கைச் செயல்முறை	52, 62, 73, 83, 108, 109, 120, 125, 161, 162, 172, 198, 206, 213, 216, 229, 232, 233, 248-268, 270, 273, 285, 300, 301, 306, 307, 310, 314, 318, 327, 329, 330, 334, 336-339, 343, 346, 348, 357-359, 407, 411, :419-420,
தொடக்கக் கூட்டம்	132, 155, 158, 173, 216, 251-253, 291, 335
தகவல்கள் வேண்டுதல்	232, 253-254
விளக்கம் கேட்டல்	255-256
கண்டுபிடிப்புகளை முடிவு செய்தல்	256-260
நிறைவுக் கூட்டம்	132, 160, 217, 264-265, 306, 319
தணிக்கைக் கருவிகள்	83, 156, 200, 232-234, 249, 252, 270- 289, 306, 318
கோப்புகளை ஆய்தல்	270-274
தரவுகளை ஆய்தல்	22, 180, 204, 216, 234, 238, 267, 278-280, 315, 316, 319, 331, 348, 360, 366, 449, 455, 467
நேரடி ஆய்வு	207, 280-282
தொழில்நுட்பப் பயன்பாடு	196, 376, 480
நேர் காணல்	282-284
வினாத்தாள் முறை	216, 234, 244, 284-285, 319, 348, 468, 494,
தணிக்கைச் சான்றுகள்	25, 159, 198, 200, 234, 264, 290- 301, 319, 331, 340, 350, 356, 358, 376, 444, 449,
தணிக்கை அறிக்கைகள்	31, 56, 133-144, 157, 161, 177, 212, 213, 221, 228, 230, 258, 302-313 , 418, 419, 420, 421, 437, 443, 447

வரைவு அறிக்கை	161, 305-309
தணிக்கைப் பொறுப்புத் துறப்பு	309-310, 370, 417
தணிக்கைக்கு ஒத்துழையாமை	307, 310
தணிக்கையின் தரத்தை உறுதி செய்தல்	314-323, 332
தணிக்கைத் தரநிலைகள்	26, 46, 72, 120, 265, 266, 324- 341, 365, 405, 410, 411, 412, 418, 427, 437, 471-478
தர நிர்ணயத்தின் அடிப்படைகள்	326
அடிப்படைத் தரநிலைகள்	327, 328-334,
செயல்பாட்டுத் தரநிலைகள்	327, 334- 339
தணிக்கை நெறிமுறைகள்	207, 221, 347, 351, 405, 469
அடிப்படைத் தகுதிகள்	342-344, 442
தணிக்கையர் ஒழுக்க நெறிகள்	344-347
தணிக்கைத் தொழில் நெறிகள்	347-350
நிர்வாகக் குறுக்கீடு	204, 357-358
நேர்மையற்ற அதிகாரிகள்	359-360
தேவையான வளங்களின்மை	360-362
தணிக்கையின் அறிவுறுத்தல் பணி	67, 215, 363-371, 438, 452,
முரண் விலக்கல்	30, 66, 67, 215, 219, 251, 326, 349, 368-371
பின்செய் நேர்த்தி	338, 373-394
தணிக்கைத் தடைகளை நீக்குதல்	375-378
தவறுகளைத் திருத்துதல்	378-386
தணிக்கைக் குழுக்கள்	122, 133, 138, 227, 250, 251, 252, 262, 300, 309, 332, 333, 346, 386-388, 390, 420, 433, 435
தணிக்கைப் பயனாளிகளின் கடமைகள்	390-394
சீர்மிகு நிர்வாகம்	395-404
உலகத் தணிக்கைக் கட்டமைப்பு	407-413
உலகத் தணிக்கை நெறியாளர்கள்	407- 410
உலகத் தணிக்கைத் தரநிலைகள்	411-412, 472-478

தணிக்கைத் தொடர்பான சட்டங்கள்	414-420
பன்னாட்டு நிறுவனங்களில் தணிக்கை	437-438, 454,
ஐக்கிய நாடுகள் சபை தணிக்கை	405, 409, 410, 431-433
தணிக்கையின் எதிர்காலம்	439-456,
உருமாற்றம் பெரும் தணிக்கை	444-447
மாற்றத்திற்குத் தயாராகுதல்	447-450
தணிக்கை வேலை வாய்ப்புகள்	450-456
விகிதாச்சார ஆய்வு	128, 129, 279, 322,
தடுப்புக் கட்டுப்பாடுகள்	87-88, 111,
ஈடுகட்டும் கட்டுப்பாடுகள்	89-91, 111
துப்பறியும் கட்டுப்பாடுகள்	88-89
மறுத்துக் கூறல்	256, 263,
உள்ளார்ந்த இடர்	247, 248, 249
கண்டுபிடிக்கும் இடர்	247, 248, 249
கட்டுப்பாடு இடர்	247, 248, 249
தணிக்கை இடர்	246, 247, 248, 249, 400
ஒப்பீட்டளவு	32, 40, 224, 257, 273, 317
தணிக்கை ஐயுறவு	350
தணிக்கை உணர்வறிவு	344
தணிக்கைக் கோட்பாடுகள்	22, 31-34, 48-50
தணிக்கையின் தோல்வி	248, 371, 403-404
சான்றாய்வு	75, 76, 77, 82, 94, 125, 196, 274-278, 458
நிர்வாக இடர்	248
பயனாளர்கள்	21, 52-54, 60-61, 90, 107, 141, 193, 197, 202, 293, 327, 390-394, 401, 442
தனித்து செயல்படல்	22, 23, 121, 204, 329, 335, 347
நடுநிலைமை	24, 28, 40, 57, 101, 102, 134, 142, 204, 293-294, 328, 329, 330, 345-346, 349
நம்பகத்தன்மை	22, 24-25, 40, 204, 293, 346
உண்மைத்தன்மை	57, 118, 124, 133, 329-330, 348
மந்தணம்	29-30, 66, 75, 194, 204, 212, 297, 349, 364, 451
தணிக்கைத் தடைகள்	50, 137, 265, 375
பங்குதாரர்கள்	52, 107, 351, 390, 392, 393, 427,

சிக்கனம்	110, 131, 154, 162, 164, 168, 491
செயல் திறன்	43, 58, 80, 110, 129, 131, 154, 162, 242
செயல் முடிக்கும் திறன்	58, 154, 163, 167
தணிக்கைச் சூடி	63
குறைபாடுகளற்ற தணிக்கைச் சான்றிதழ்	133, 134-135, 141, 142,
குறைபாடுகளுடன் கூடிய தணிக்கைச் சான்றிதழ்	133, 135-136, 141, 142
பாதகமான தணிக்கைச் சான்றிதழ்	133, 136-137, 141, 142
பொறுப்பேற்காத் தணிக்கைச் சான்றிதழ்	134, 138-140, 141, 143
தணிக்கை மறுதலிப்பு	161, 376
தணிக்கை திட்ட வரைபடம்	196, 235-238
வினாத்தாள் முறை	216, 234, 244, 284-285, 319, 348, 468
மென்பொருட்கள்	59, 192, 198, 287, 362
கள ஆய்வுப்	72, 234, 280, 281, 291, 296, 297-298, 367
புகைப்படங்கள்	267, 287, 291, 298
உரையாடல் பதிவுகள்	299
தரவுகள் மற்றும் மின்னணு வகையின	298-299
தணிக்கை ஒத்துழையாமை	265, 307, 310, 356, 439-441
தணிக்கை மாதிரிகள்	80, 156, 306, 318, 340
சகாக்களின் மீள்பார்வை	321
நிர்வாக தனித்துவம்	328-329
தணிக்கை புலமை	330, 333
தொழில் கவனம்	331, 333
தொழில் நேர்மை	243, 303, 345, 348, 359, 401
வெளியாட்கள் குறுக்கீடு	358-359, 419
முரண் விலக்கல்	368-371
நல முரண்	30, 66, 67, 370, 371
பட்டயக் கணக்காளர்	21, 46, 118, 219, 325, 343, 412, 414, 427, 429, 479
உருமாற்றம் பெரும் தணிக்கை	444-447
உடன் நிகழ் தணிக்கை	132-133, 197, 452
செலவினத் தணிக்கை	115, 129, 130-131, 417

பிற்சேர்க்கை

9. நூல் குறிப்பு

இந்த நூலை எழுதுவதற்குப் பின்வரும் நூல்கள், வழிகாட்டும் பொது நூல்களாகப் பயன்பட்டன. ஆயினும் இந்த நூல்களின் எந்தப் பகுதியும் முழுமையாகவோ அல்லது அவற்றின் ஒரு பகுதியாகவோ இந்த நூலில் நேரடியாகப் பயன்படுத்தப்படவில்லை. இந்த நூல்களைக் கூடுதல் தகவல்களுக்காகவும், நேரடிக் கற்றலுக்காகவும் கற்கலாம்.

1. தணிக்கை முறை, ஆளுடைய பிள்ளை, 1976
2. Auditing by D.P. Jain
3. CAG's Auditing Standards 2017
4. CAG's Regulations on Audit and Accounts 2020
5. Centre for Social Audit, National Institute of Rural Development and Panchayati Raj website
6. Compilation of Introduction to Indian Government Accounts and Audit by Nabhi Publication
7. Contemporary Audit by T. R. Sharma
8. Environment Auditing by A.K. Shrivastava
9. ICAI's The Chartered Accountants Regulations 1988
10. Indian Accounting Standards by ICAI
11. Internal Control- Integrated Framework COSO-May 2013, COSO-Website
12. Standards on Auditing by CA Kamal Garg
13. Standards on Auditing by the Auditing and Assurance Standards Board of ICAI (Updated 2019)
14. Technical Guide on Information System Audit by ICAI 2009
15. The Audit Process:Principle,Practice and Cases Iain Gray, Stuart Manson and Louise Crawford
16. The Chartered Accountants Act, 1949
17. The Companies Act 2013
18. The Comptroller and Auditor General's (Duties, Powers and Conditions of Service) ACT, 1971
19. The evolution of auditing: An analysis of the historical development. Lee Teck Heang and Azham Md. Ali , Journal of accounting and auditing, USA.
20. Websites of UNBOA, INTOSAI, ISACA, IFAC, IAASB, NAO, GAO, IIA, IFIAR, IPSASB
21. An introduction to Audit in India.- India briefing compilation by Dezan Shira and Associates.
22. Certified Information Systems Auditor by Peter Gregory.
23. Certified Internal Auditors - either Wiley reviews, or Gleim reviews or any other.
24. Auditing and Corporate Governance by Anil Kumar, Lovleen Gupta, Jyotsna Rajan Arora.

நூலாசிரியர் குறிப்பு

இந்நூலாசிரியர், இந்திய தணிக்கை மற்றும் கணக்குத் துறையின் மூத்த அதிகாரியாவார். இந்தியாவின் பல்வேறு மாநிலங்களில் மத்திய, மாநில, உள்ளாட்சி மற்றும் பொதுத்துறை நிறுவனங்களைத் தணிக்கை செய்யும் பணியில் இருபது வருடங்களுக்கு மேலாக ஈடுபட்டிருக்கிறார்.

தமிழ்நாடு மற்றும் மகாராஷ்டிரா மாநிலங்களில் அரசின் தலைமைத் தணிக்கை அதிகாரியாகப் பணிபுரிந்துள்ளார். கோலாலம்பூரில் உள்ள இந்தியத் தணிக்கை அலுவலகத்தின் தலைமை அதிகாரியாகப் பணியாற்றியுள்ளார். மேலும், ஐக்கிய நாடுகள் அமைப்பின் உலகக் குழந்தைகள் நிதியமான 'யூனிசெப்' அமைப்பைப் பலமுறை தணிக்கை செய்துள்ளார்.

இந்தியாவில் நவீன தொழில்நுட்பத்தைப் பயன்படுத்தி தணிக்கை செய்வதில் முன்னோடியாவார். ஆளில்லா விமானத் தொழில்நுட்பத்தைப் பயன்படுத்தி, மெட்ராஸ் தொழில்நுட்ப நிறுவனத்துடன் இணைந்து இவர் நடத்திய 'மணற்ச் சுரங்கத் தணிக்கை', இந்திய பன்னாட்டு புவியியல் மாநாட்டில் சிறந்த தொழில்நுட்பப் பயன்பாட்டிற்கான விருது (2019) பெற்றுள்ளது.

கோயம்புத்தூர் வேளாண்மைப் பல்கலைக் கழகத்தில் 'வேளாண்மை விரிவாக்கம்' பாடத்தில் முதுகலைப்பட்டமும், அமெரிக்காவின் மின்னசோட்டாப் பல்கலைக் கழகத்தில் 'பொது விவகாரங்கள்' துறையில் முதுகலைப் பட்டமும் பெற்றுள்ளார். 'தகவல் தொழில்நுட்ப அமைப்புத் தணிக்கையர்' என்று அமெரிக்காவின் ISACA நிறுவனத்தால் அங்கீகரிக்கப்பட்டுள்ளார். மேலும் 'தகவல் தொழில்நுட்பக் கட்டுப்பாடுகள் தணிக்கை' சான்றிதழை, நார்வேயின் IDI நிறுவனத்திடமிருந்து பெற்றுள்ளார்.

தமிழ்நாட்டின் விருதுநகர் மாவட்டத்தின் சிப்பிப்பாறை கிராமத்தைச் சேர்ந்தவர்.